ഗ്രീൻ ബുക്സ്

ഒറ്റയ്ക്കൊരാൾ

റഷീദ് കെ. മുഹമ്മദ്

തൃശൂർ ജില്ലയിൽ പാവറട്ടിയിൽ ജനനം.
പിതാവ്: ഏറച്ചം വീട്ടിൽ കുഞ്ഞു മുഹമ്മദ്.
മാതാവ്: ചന്ദനപ്പറമ്പിൽ നബീസമോൾ.
വിദ്യാഭ്യാസം: വെന്മേനാട് എം.എ.എസ്.എം.
(മുഹമ്മദ് അബ്ദുറഹ്മാൻ സാഹിബ്
മെമ്മോറിയൽ) സ്കൂൾ, മലയാള സാഹിത്യത്തിൽ
ബിരുദം പൂർത്തീകരിച്ചു. (കാലിക്കറ്റ് യൂണിവേഴ്സിറ്റി)
ദൂരദർശനിലും മറ്റും ടെലി ഫിലിമുകളും
ഡോക്യുമെന്ററികളും ചെയ്തു. എഴുത്തിൽ സജീവം.
ഒരു സ്വകാര്യ കമ്പനിയിൽ ജോലി ചെയ്യുന്നു.

Email : rasheedpavaratti@gmail.com

നോവൽ

ഒറ്റയ്ക്കൊരാൾ

റഷീദ് കെ. മുഹമ്മദ്

ഗ്രീൻബുക്സ്

green books private limited
gb building, civil lane road, ayyanthole,
thrissur- 680 003, kerala, ph: +91 487-2381066, 2381039
website: www.greenbooksindia.com
e-mail: info@greenbooksindia.com

malayalam
ottakkoral
novel
by
rasheed k muhammad

published may 2022

cover image : ambili (film director)
cover design : aswathy hariharan

printed in india
repro india ltd

branches:
thrissur 0487-2422515
thiruvananthapuram 0471-2335301
calicut 0495 4854662

isbn : 978-93-91072-13-1

GBPL/1223/2022

സമർപ്പണം

ജന്മം നൽകിയ മാതാപിതാക്കൾക്ക്

അറിവിന്റെ ആദ്യാക്ഷരങ്ങൾ
എന്നെ പഠിപ്പിച്ച ഗുരുക്കന്മാർക്ക്

നിഷ്കളങ്ക ബാല്യത്തിന്റെയും
കൗമാരത്തിന്റെയും കളിയോടങ്ങളിൽ
എനിക്കൊപ്പം തുഴഞ്ഞ സതീർത്ഥ്യർക്ക്

സത്യവും സഹനവും ക്ഷമയും ആർദ്രതയും
വിട്ടുവീഴ്ചയും കൈമുതലാക്കിയ
നല്ല മനസ്സിന്റെ ഉടമകൾക്ക്

ജീവിതയാത്രയിൽ അതിജീവനത്തിന്റെ
മലമ്പാതകൾ താണ്ടിയും
അവകാശങ്ങൾക്കും അപര സൗഖ്യങ്ങൾക്കും
വേണ്ടി പോരടിച്ചും കലഹിച്ചും
കഴിയുന്ന സമരപോരാളികൾക്ക്

ആമുഖം

ഒരു നോവൽ എഴുതണമെന്ന് പലപ്പോഴും കരുതിയിട്ടുണ്ട്. സമൂഹവും സഹയാത്രികരും സഹജീവികളും തീവ്രനോവിന്റെ അനുഭവാക്ഷരങ്ങൾ എഴുതിപഠിക്കുമ്പോൾ വേദനയോടെ ഞാനത് നോക്കിനിന്നിട്ടുണ്ട്. പൊള്ളുന്ന മനസ്സും വചസ്സുമായി നോവുകളുടെ വേവുകളിൽ അക്ഷരങ്ങൾ പെറുക്കുവാൻ ശ്രമിക്കെ അവയും തപിക്കുന്നതായാണ് അനുഭവപ്പെട്ടത്. അതുകൊണ്ട് ആറട്ടെ, തണുക്കട്ടെ പിന്നെയാവാം എന്ന് കരുതി കാത്തിരുന്നു.

പിന്നെ, ഹൃദയം ചുരത്തിയ ഒരു പിടി ഹ്രസ്വാക്ഷരങ്ങളാൽ എഴുതിക്കൂട്ടിയ ധാരാളം കവിതകളിലൂടെ ഞാൻ തൃപ്തനാവുകയായിരുന്നു. അവയിലൂടെ കാലത്തോട് കയർത്തു. സങ്കടപ്പെട്ടു. സമരസപ്പെട്ടു.

അസഹ്യമായ അഭിനിവേശം പേറിക്കൊണ്ടിരുന്നു മനസ്സ്. ജീവിതഗന്ധമുള്ള ഒരുപിടി സാഹിതീ നിർമ്മിതിക്ക് വേണ്ടി. എന്റെ ആത്മീയവും സാമൂഹികവുമായ സ്വകാര്യതകളിൽ അത് നിരന്തരം അലറിപ്പിടച്ചു.

ഹൃദയവേഗങ്ങളിൽ കുറേശ്ശെ ഭാരം അനുഭവപ്പെട്ടുതുടങ്ങി. വിരലുകളും കണ്ണും നോവക്ഷരങ്ങളുടെ വിളക്കിച്ചേർക്കലുകൾക്ക് വേണ്ടി തുടിച്ചുകൊണ്ടിരുന്നു. ജോലിയിൽ അശ്രദ്ധ, ക്ഷീണം, ഉന്മേഷമില്ലായ്മ എന്നിവ കൂട്ടുകാരായി. ഉറക്കമില്ലായ്മയും അൽപമയക്കത്തിൽ പോലും പരസ്പരബന്ധമില്ലാത്തതും വിചിത്രവുമായ സ്വപ്നക്കാഴ്ചകളും പിന്തുടർന്നു.

പിന്നിട്ട പാതകളിലും നേരങ്ങളിലും കണ്ടതും അനുഭവിച്ചതും കേട്ടറിഞ്ഞതുമായ പച്ചയായ ജീവിതത്തിന്റെ തുച്ഛനേരങ്ങളെ സ്വാനുഭവങ്ങളിലേക്ക് ആവാഹിച്ചെടുത്ത്

അവയിലെ ശരി തെറ്റുകളെ എഴുതിവെക്കണമെന്നും സമൂഹത്തിലേക്ക് പകർന്നു നൽകണമെന്നും ആരോ പറഞ്ഞുകൊണ്ടിരുന്നു. ഞാൻ അനുസരിക്കുകയായിരുന്നു. ഗുരുവിനോട് ചോദ്യങ്ങൾ ചോദിക്കാത്ത അനുസരണയുള്ള ശിഷ്യനെ പോലെ.

എന്താണ് എഴുതേണ്ടത് എങ്ങനെയാണ് തുടങ്ങേണ്ടത് എത്രയാണ് എഴുതേണ്ടത് എന്നൊന്നും അറിയില്ലായിരുന്നു. എങ്കിലും എഴുതാതെ വയ്യെന്നായി.

ഒരുപാട് ദുഃഖങ്ങൾ, സങ്കടങ്ങൾ, പോരാട്ടങ്ങൾ, ചതിയുടെയും വഞ്ചനയുടെയും കഴുകക്കണ്ണുകൾ, ജീവിത പലായനങ്ങൾ, പ്രവാസങ്ങൾ. അതിജീവനത്തിന്റെയും ഉതിർത്തെഴുന്നേൽപ്പിന്റെയും ആപൽഘട്ടങ്ങൾ, സഹനത്തിന്റെയും ക്ഷമയുടെയും വിട്ടുവീഴ്ചയുടെയും വിട്ട്കൊടുക്കലിന്റെയും നോവോർമ്മകൾ.

ആവാസവ്യവസ്ഥകളെ കടപ്പുഴകിയെറിയുന്ന വികസന നയങ്ങളിൽ പുറംപോക്കിലേക്ക് വലിച്ചെറിയപ്പെട്ടവരുടെ നിലയ്ക്കാത്ത നിലവിളികൾ. അധികാരിവർഗ്ഗത്തോട് സമരസപ്പെടാനാവാതെ നട്ടുച്ച വെയിലുകളായിപ്പോയ സമര ജന്മങ്ങൾ.

സഹജാതരും സഹജീവികളും പൊഴിച്ച കണ്ണുനീർ നനവിലും അവർ കരഞ്ഞൊടുങ്ങിയ മണ്ണിന്റെ ഗന്ധത്തിലും ചവിട്ടി നിന്ന് മുഷ്ടികൾ ചുരുട്ടിയ പിതാമഹരുടെ ചിന്തകൾ, ഓർമ്മകൾ.

സർവ്വോപരി സത്യവും ധർമ്മവും നീതിയും ആർദ്രതയും പൊറുത്തുകൊടുക്കലും അതിജീവനവും പകരുന്ന ദൈവ വചനങ്ങളുടെ ജീവിക്കുന്ന മാതൃകകൾ. ഇവയൊക്കെയും എഴുത്തിന്റെ വേഗത വർദ്ധിപ്പിച്ചു.

ഒറ്റപ്പെട്ടുപോകുമ്പോഴും ഒറ്റയ്ക്കല്ലെന്ന് ബോധ്യപ്പെടുത്തുന്ന സ്ഥലകാലാനുഭവങ്ങൾ ആശ്വാസത്തിന് വക നൽകുന്നുണ്ടായിരുന്നു ആത്യന്തിക വിശകലനത്തിൽ ആത്മബോധം വരച്ചുകാണിക്കുന്ന ദിശാസൂചികയിൽ മനുഷ്യർ ഒറ്റയ്ക്കൊരാളായിതീരുന്ന ജന്മസത്യത്തെ വിസ്മരിക്കാനാവാത്ത മനസ്സ് എന്നോട് മന്ത്രിച്ചുകൊണ്ടിരുന്നു

''എഴുതുക... എഴുതുക.''

എമേഴ്സൺ പറയുന്നു ''നിങ്ങൾക്ക് വിശ്വോത്തരമോ ഹൃദയഗന്ധിയായതോ ആയ രചനകൾ തീർക്കണമെങ്കിൽ തൂലിക ഹൃദയരക്തത്തിൽ മുക്കുക.''

ഞാൻ തൂലിക ഹൃദയത്തിലേക്ക് ആഴ്ത്തിയിറക്കി. അതിൽ നനഞ്ഞ രക്തംകൊണ്ടാണ് ഇത് എഴുതിത്തുടങ്ങിയത്. പേനയും കടലാസ്സും ഒരുക്കിവെച്ചായിരുന്നില്ല ഇതിന്റെ തുടക്കം. ഒരു വൈകുന്നേരം ജോലിക്കിടയിലായിരുന്നു അന്തരാത്മാവ് കൽപിച്ചത്

''നീ എഴുതുക. നിന്നെ സൃഷ്ടിച്ച നിന്റെ രക്ഷിതാവിന്റെ നാമത്തിൽ...''

ഞാൻ എന്റെ മൊബൈൽ ഫോണിൽ എഴുതുവാൻ ആരംഭിച്ചു.

''ദൈവനാമത്തിൽ തുടക്കം, ജഗന്നിയന്താവിന് പ്രണാമം...''

''അയനാന്തരങ്ങൾ'' എന്നതായിരുന്നു ആ എഴുത്തിന് ഞാൻ നൽകിയ പേര്.

പിന്നീട് തുടർന്നു വന്ന മൂന്ന് വർഷക്കാലത്തെ ഒഴിവുവേളകളിലും ജോലിക്കിടയിലെനേരങ്ങളിലും വിശ്രമനേരത്തും യാത്രകളിലും ലോകം ഉറങ്ങുമ്പോൾ പോലും ഉറങ്ങാതെ എഴുതികൊണ്ടേയിരുന്നു.

മൂന്നിലൊരുഭാഗം അവസാനിക്കെ ഒറ്റപ്പെടലിന്റെ ഭയവും നൊമ്പരവും ആശങ്കകളും പേറി പെട്ടെന്നൊരു കഥാപാത്രം മുന്നിൽ വന്നു നിന്നുകൊണ്ട് പറഞ്ഞു

''എന്റെ പേര് മാജിദ്.''പിന്നെ അയാൾ കരയാനാരംഭിച്ചു, ആശ്വസിപ്പിക്കാൻ ശ്രമിച്ചിട്ടും വഴങ്ങിയില്ല.

''എന്നെ എഴുതുക, എന്നെ എഴുതുക'' എന്നയാൾ സങ്കടപ്പെട്ടുകൊണ്ടേയിരുന്നു.

മഹാസമുദ്രമായലയടിക്കുന്ന ഈ ജനപദങ്ങളിൽ നിന്നും അയാൾ കേവലം ഒരു നീർത്തുള്ളിയായി ഒറ്റപ്പെട്ടത് പെട്ടെന്നായിരുന്നില്ലെന്ന് ബോധ്യമായി. ആ നീർത്തുള്ളി നിറഞ്ഞൊഴുകേണ്ട പുഴയാണെന്ന് തിരിച്ചറിഞ്ഞു. അതുകൊണ്ട് എന്റെ നോവലിൽ അയാൾക്ക് ഒഴുകുവാനായി ഒരു പുഴ ഞാൻ ഒരുക്കി.

അങ്ങനെ എന്റെ എഴുത്തിന്റെ യാത്രയിൽ വഴി എന്ന അദ്ധ്യായം ഞാനറിയാതെ കടന്നുവരികയായിരുന്നു. മാജിദ് അധിവസിക്കുന്ന ഗ്രാമത്തിലേക്കുള്ള സഞ്ചാരയോഗ്യമായ

ഒരു വഴിയായിരുന്നു അത്. കൂടിയാൽ അഞ്ചോ ആറോ പേജുകളിൽ ഈ ഉപകഥ അവസാനിപ്പിക്കണം എന്നാണ് കരുതിയത്.

എന്നാൽ വഴി അനന്തമായ ദൂരങ്ങൾ താണ്ടി പിന്നെയും പിന്നെയും അനന്തതയിലേക്ക് നീണ്ടുകിടന്നു. ഒടുവിൽ അയനാന്തരങ്ങളെ പാതി വഴിയിൽ ഉപേക്ഷിക്കുകയും എഴുത്ത് ഒറ്റയ്ക്കൊരാൾ എന്ന് പേരുള്ള മറ്റൊരു നോവലായി മാറുകയുമാണുണ്ടായത്.

പിന്നീട് കേന്ദ്ര കഥാപാത്രമായ മാജിദ് ആ വഴിയിലൂടെ തന്റെ ജീവിതത്തെ നയിക്കുന്നു. ആ നായകത്വം ആത്മീയവും ഭൗതികവുമായ നിർവചനങ്ങളുടെ ആയിരം അർത്ഥതലങ്ങളിലേക്ക് അനുവാചകനെ വഴിനടത്തുമെന്ന് വിനീതമായും ഞാൻ വിശ്വസിക്കുന്നു.

മൊബൈൽ ഫോൺ ഉപയോഗിച്ചുള്ള ദീർഘമായ എഴുത്ത് അതിശക്തമായ തലവേദനയ്ക്കും കണ്ണിന്റെ വേദനയ്ക്കും കാരണമാക്കി. ഇടയ്ക്കിടെ കണ്ണിൽ നിന്നും വെള്ളം വന്നുകൊണ്ടിരിന്നു. കണ്ണടയുടെ പവർ കൂട്ടേണ്ടി വന്നു. ജോലിക്ക് ബുദ്ധിമുട്ട് അനുഭവപ്പെട്ടു. കടുത്ത കറുപ്പുനിറമുള്ള കണ്ണട വെക്കാതെ മരുഭൂവിലേക്ക് കണ്ണു തുറക്കാൻ കഴിയാത്ത പ്രയാസം ഡ്രൈവ് ചെയ്യാൻ ബുദ്ധിമുട്ടുണ്ടാക്കി. എങ്കിലും ലക്ഷ്യം പൂർത്തീകരിക്കുവാൻ എനിക്ക് സാധിച്ചു, ദൈവത്തിന് സ്തുതി.

അഞ്ഞൂറോളം പേജുകളിൽ വരുന്ന ദീർഘമായ എഴുത്തിനെ പലതവണ വെട്ടിയും കുറച്ചുമാണ് ഇന്ന് ഇത്രയും പേജുകളിലായുള്ള ഒരു നോവലാക്കി ബഹുമാന്യ വായനക്കാരുടെ കൈകളിലേക്ക് നൽകുവാൻ ഞങ്ങൾക്ക് സാധിച്ചത്.

ഒരുപക്ഷേ മൊബൈൽ ഫോണിൽ മാത്രം എഴുതി പൂർത്തീകരിച്ച ലോകത്തിലെ തന്നെ ആദ്യത്തെ സുദീർഘമായ ഒരു നോവൽ എന്റെ ഈ ഒറ്റയ്ക്കൊരാളായിരിക്കാം.

റഷീദ് കെ. മുഹമ്മദ്

വീട് വഴി മാജിദിന്റെ ജീവിതയാത്രകൾ

പി. സുരേന്ദ്രൻ

മലയാള നോവലിൽ ഇപ്പോൾ ഏകശിലാ ഘടനയൊന്നുമല്ല. ആധുനികാന്തരതയുടെ കാലം തൊട്ട് അത്തരം ഘടനകൾ അപ്രത്യക്ഷമായിട്ടുണ്ട്. ഫാന്റസികളെയും അലിഗറികളെയും മിക്കവാറും എഴുത്തുകാർ ഉപേക്ഷിച്ചു. രൂപപരമായ പരീക്ഷണങ്ങളേക്കാൾ പ്രാധാന്യമേറിയതാണ് ജീവിതത്തെ ആഴത്തിലും പരപ്പിലും ആവിഷ്കരിക്കലെന്ന് നോവലെഴുത്തുകാർ തിരിച്ചറിഞ്ഞു. ജീവിതത്തോട് മുഖം തിരിക്കലല്ല മറിച്ച് ജീവിതം ചേർത്തുപിടിക്കലാണ് ശരിയെന്ന ബോധ്യമാണത്. ജീവിതത്തിന്റെ വൈവിധ്യം മുഴുവൻ നോവലിലേക്ക് കടന്നുവരാൻ തുടങ്ങി. ഉറൂബിന്റെയും തകഴിയുടെയും കേശവദേവിന്റെയും എസ്.കെ. പൊറ്റക്കാട്ടിന്റെയും ഒക്കെ കാലഘട്ടത്തിൽ നാം പരിചയപ്പെട്ട ആഴവും പരപ്പുമാർന്ന ജീവിതം ആധുനികാന്തരതയുടെ കാലം തൊട്ട് നോവൽ സാഹിത്യത്തെ ദീപ്തമാക്കാൻ തുടങ്ങിയിരുന്നു. ജീവിതഗന്ധിയായ നോവലുകൾ കൊണ്ട് മലയാള ഭാഷ വീണ്ടും സമ്പന്നമാകാൻ തുടങ്ങി.

റഷീദ് കെ. മുഹമ്മദിന്റെ ഒറ്റയ്ക്കൊരാൾ എന്ന സാമാന്യം ദൈർഘ്യമുള്ള നോവലിന്റെ ആഖ്യാന പശ്ചാത്തലവും ജീവിതത്തിന്റെ നേർരേഖയുമായാണ് ബന്ധപ്പെട്ടു കിടക്കുന്നത്. മലയാള നോവൽ വഴിയിൽ പരിചിതമുഖമല്ല ഈ എഴുത്തുകാരന്റേത്. ഒരുപക്ഷേ അദ്ദേഹത്തിന്റെ ആദ്യനോവലുമാണിത്. ഇപ്പോൾ പ്രവാസിയായ ഈ എഴുത്തുകാരൻ നാടകം, സിനിമ എന്നിവയുമായി ബന്ധപ്പെട്ട് പ്രവർത്തിച്ചിരുന്ന ഒരു ആക്റ്റിവിസ്റ്റ് കൂടിയാണ്.

അരികുവൽക്കരിക്കപ്പെട്ടവരുടെ പോരാട്ടഭൂമികളിലൊക്കെ തന്റെ സാന്നിധ്യം അറിയിച്ചിരുന്നു. ഇത്തരം അനുഭവ പശ്ചാത്തലമൊക്കെ ഈ നോവലിൽ വായിക്കാം. സംഭവ ങ്ങൾക്കൊണ്ടും നാടകീയ മുഹൂർത്തങ്ങൾ കൊണ്ടും സമ്പന്നമായ ഈ നോവലിന്റെ കഥാഘടന വളരെ ലളിത വുമാണ്.

ഒരു ഗ്രാമീണ റോഡ് വെട്ടുന്നതിൽ നിന്നാണ് ഈ നോവലിന്റെ ആരംഭം. അതേച്ചൊല്ലിയുള്ള തർക്കങ്ങളിലൂ ടെയും സംഘർഷങ്ങളിലൂടെയും മുന്നോട്ട് പോകുന്ന നോവൽ നായക കഥാപാത്രമായ മാജിദിന്റെ അതിജീവന പ്രതിസന്ധിയായി മാറുകയാണ്. പുതുതായി നിർമ്മിക്കു വാൻ പോകുന്ന പാതയും മാജിദിന്റെ ജീവിതപാതയും ഒന്നായിത്തീരുന്നു. കഥാഘടന രേഖീയമാണെങ്കിലും മാജിദിന്റെ അതിജീവനപ്രശ്നങ്ങൾ സങ്കീർണ്ണവും സർ പ്പിളവുമാണ്. അസാധാരണ ജീവിത മുഹൂർത്തങ്ങളും നാടകീയതയും നോവലിൽ വന്ന് നിറയുകയാണ്. കഥാ പാത്രങ്ങളെക്കൊണ്ട് സമ്പന്നമാണ് ഈ നോവൽ. മുസ്ലിം സാമൂഹ്യജീവിതമാണ് ഈ നോവലിൽ കൂടുതൽ കാണു ന്നതെങ്കിലും ഊന്നൽ നൽകുന്നത് ആചാര അനുഷ്ഠാ നപരമായ മതജീവിതത്തിനല്ല. മറിച്ച് പലതരത്തിൽപെട്ട അതിജീവനവുമായി ബന്ധപ്പെട്ട സാമൂഹ്യജീവിതത്തി നാണ്.

മതവും ആത്മീയതയുമൊക്കെ ഈ നോവലിന് പട്ടു വസ്ത്രത്തിന് സ്വർണ്ണക്കസവെന്നപോലെ ശോഭ നൽകു ന്നുണ്ട്. ഇസ്ലാമിന്റെ ധാർമികതയും ജീവിതമൂല്യങ്ങളും ഉയർത്തിപ്പിടിക്കുന്ന കഥാപാത്രങ്ങൾ ഈ നോവലിലുണ്ട്. ധാർമികത കൊണ്ട് ദീപ്തമാണ് മാജിദിന്റെ ജീവിതം. അദ്ദേഹത്തിന്റെ ജീവിതത്തിന്റെ സത്യസന്ധതയും ഉള്ളിൽ സൂക്ഷിക്കുന്ന അനുകമ്പയും സഹജീവികളോട് കാണി ക്കുന്ന പരിഗണനയും ജീവിതത്തിലെ തിരിച്ചടികൾക്ക് കാരണമായോ എന്നൊക്കെ ചിലപ്പോൾ തോന്നാം. കള്ള ത്തരം, കുതികാൽ വെട്ട്, കാപട്യം, സൂത്രശാലിത്വം ഇതൊക്കെ കൈമുതലായുള്ളവർക്കാണ് ജീവിതവിജയം എന്നൊക്കെയാണല്ലോ പൊതുവെയുള്ള പറച്ചിൽ. പതുക്കെയാണെങ്കിലും ജീവിത പ്രതിസന്ധികളിൽ നിന്നും

കര കേറുകയാണ് മാജിദ്. അന്തിമ വിജയം ധാർമികത യ്ക്ക് തന്നെ എന്ന വലിയ പാഠം വായനക്കാർക്ക് പകർന്നു നൽകുകയാണ് ഈ നോവൽ.

സംഘർഷങ്ങളിലൂടെ കടന്നുവന്ന റോഡ് വിശ്രാന്തി യുടെ പാതയായി മാറുന്നു. ഒറ്റയ്ക്കൊരാൾ എന്ന നോവൽ ഒറ്റയ്ക്കല്ലാതാവുന്ന ഒരാൾ എന്നായി പരിണമിക്കുന്നു. ജീവിത പ്രതിസന്ധികൾക്കിടയിൽ നഷ്ടപ്പെട്ടുപോകും എന്ന് തോന്നിയ വീട് പോലും മാജിദിനോട് ചേർന്നു നിൽക്കുകയാണ്. ഉന്നതമായ ജീവിത ദർശനത്തിലേക്ക് പരിണമിച്ചുകൊണ്ടാണ് ഈ നോവൽ അവസാനിക്കു ന്നത്.

''എവിടെ, നീ എവിടെ, അല്ല, ഞാനെന്ന ഞാൻ എവിടെ?

അയാൾ അയാളെത്തന്നെ കാണുകയും കേൾക്കു കയും ചെയ്യുകയായിരുന്നു. അതുകൊണ്ടുതന്നെ ആ ചോദ്യങ്ങൾ പരസ്പരം ചോദിച്ചുകൊണ്ടിരുന്നു. മണൽ ക്കാറ്റ് വീശുമ്പോൾ നിമിഷങ്ങൾക്കൊണ്ട് രൂപമാറ്റം സംഭ വിക്കുന്ന മരുഭൂമിയുടെ അകലങ്ങളിൽ ഇനി ഒരിക്കലും തിരിച്ചുവരാത്ത ദൂരങ്ങൾ താണ്ടുന്ന സലിയുടെ മൃതശരീരം ചുമന്നുകൊണ്ട് പോകുന്നവരെ വീണ്ടും അയാൾക്കവിടെ കാണുവാൻ സാധിച്ചു. കഠിനമായ സൂര്യതാപത്തിൽ ചുട്ടു പൊള്ളുന്ന മണൽപ്പരപ്പിൽ നിന്നുയരുന്ന ആവിപോലെ യാണ് അയാൾക്കത് അനുഭവപ്പെട്ടത്. അവർ ഉരുവിട്ട് കൊണ്ടിരുന്ന മന്ത്രധ്വനികൾ അയാളുടെ കാതുകളിൽ നേർത്ത ശബ്ദവീചികളായി വിറകൊണ്ടു.

''ലാ ഇലാഹ ഇല്ലല്ലാഹ്... ലാ ഇലാഹ ഇല്ലല്ലാഹ്''

പെട്ടെന്ന് അയാൾക്ക് മുന്നിൽ അതിവിശാലമായ ഒരു വഴി രൂപപ്പെട്ടു. അനന്തമായ മണൽപ്പാതയിലേക്ക് കൂട്ടം തെറ്റിയ ഒട്ടകം കണക്കെ അയാൾ കാലെടുത്ത് വെച്ചു. അപ്പോൾ ആ വഴിയിൽ പതിഞ്ഞ കുറേ കാൽപ്പാടുകളെ കാറ്റ് മായ്ക്കുകയും പുതിയത് വരയ്ക്കുകയും ചെയ്യു ന്നുണ്ടായിരുന്നു.

മാജിദിന്റെ പങ്കപ്പാടുകൾ വേദനിപ്പിക്കുന്നതാണ്. മാന്യ മായി ബിസിനസ്സ് ചെയ്തിരുന്നു അയാൾ. അങ്ങനെ അയാളുടെ സ്വപ്നങ്ങളിൽ നിന്ന് ഒരു വീട് പിറന്നു. പക്ഷേ

ബിസിനസ്സിലെ തകർച്ച അതിദാരുണമായ പ്രതിസന്ധികൾ സൃഷ്ടിച്ചു. ആർദ്രത പലപ്പോഴും മാജിദിന്റെ ബലഹീനതയായി മാറി എന്നും വ്യാഖ്യാനിക്കാം. പക്ഷേ നൈതികതയുടേയും ധാർമ്മികതയുടെയും അടിസ്ഥാനത്തിൽ നോക്കുമ്പോൾ ആ നിലപാട് തന്നെയായിരുന്നു ശരി. ബിസിനസ്സിൽ തനിക്ക് കിട്ടാനുള്ള പണം ആത്മഹത്യ ചെയ്ത ഒരു ചെറുപ്പക്കാരൻ വഴിയുള്ളതായിരുന്നു. തികച്ചും മാജിദിന് അർഹതപ്പെട്ടത് തന്നെ. എന്നാൽ അയാളുടെ മരണം മാജിന് ലഭിക്കുവാനുള്ള ഭീമമായ സംഖ്യ കിട്ടുക എന്നത് അനിശ്ചിതത്വത്തിലാക്കി. അതുകൊണ്ട് മാജിദിന് കേസിന് പോകാനും അയാളുടെ സ്വത്തുക്കൾ അറ്റാച്ച് ചെയ്യേണ്ടതായും വന്നു. പക്ഷേ അവന്റെ മാതാവിന്റെയും പിതാവിന്റെയും കണ്ണീരിനു മുമ്പിൽ മാജിദ് പതറുകയാണ്. വലിയ കടക്കെണിയിൽ പെട്ടിട്ടും തനിക്ക് കിട്ടാനുള്ളത് ബലമായി തിരിച്ച് വാങ്ങിക്കുവാൻ മാജിദ് തയ്യാറാകുന്നില്ല. വൃദ്ധരായ ആ മാതാപിതാക്കളെ കണ്ടുമുട്ടുന്ന സന്ദർഭം ഈ നോവലിലെ ഏറെ വൈകാരികത നിറഞ്ഞ മുഹൂർത്തമാണ്.

അപ്പോൾ പ്രൊഫസറും ഭാര്യയും മാജിദിനോട് ഇങ്ങനെ പറയുന്നു.

''മാജിദ്, ഈശ്വരനെ ഓർത്ത് ഞങ്ങളോട് കരുണ കാണിക്കണം. ഈ വയസ്സുകാലത്ത് ഇനി ഒന്നിനും വയ്യ. പെട്ടെന്നെങ്ങാനും വീണുപോയാൽ പിന്നെ ഇങ്ങനെ കൈകൂപ്പി യാചിക്കാൻ പോലും....''

ആ വൃദ്ധരുടെ ശബ്ദമിടറുന്നു.

വൃദ്ധന്റെ കൈകൾ തന്റെ മാറോട് ചേർത്ത് പിടിച്ചുകൊണ്ട് അയാൾ പറഞ്ഞു.

''അരുത്, അച്ഛൻ എന്റെ നേരെ കൈകൾ കൂപ്പരുത്. അമ്മേ, എനിക്കൊന്നും വേണ്ട. എന്നെ നിങ്ങളുടെ മകനെ പോലെ കണ്ട് നിങ്ങൾക്ക് ശരിയെന്ന് തോന്നുന്നത് എന്തും തീരുമാനിക്കാം. അങ്ങനെ ഒരു സെറ്റിൽമെന്റിന് ഞാൻ ഒരുക്കമാണ്.''

മാജിദിനോട് അവസാനം അവർ ഇങ്ങനെ പറയുന്നു

''മോനേ, ശ്രീ പത്മനാഭൻ നിനക്ക് തുണയുണ്ടാകും. നിന്റെ മനസ്സിന്റെ മഹത്വം പത്മനാഭസ്വാമി കാണുന്നുണ്ട്.

ഈ അച്ഛന്റെയും അമ്മയുടെയും പ്രാർത്ഥന എന്നുമു ണ്ടാകും.''

കണ്ണീരിൽ പിറക്കുന്ന ആർദ്രതയിൽ മതത്തിന്റെ അതിർ വരമ്പുകൾ പോലും മറയുന്നു. നിത്യമായ മനുഷ്യത്വ ത്തിന്റെ വെളിച്ചം പരക്കുന്നു. ആ വെളിച്ചം ശിരസ്സിലണി യുകയാണ് മാജിദ്. വലിയ മനുഷ്യനായി പരിണമിക്കാൻ ഈ ആർദ്രത മതി.

മാജിദ് പ്രവാസത്തെക്കുറിച്ച് ആലോചിക്കുകയാണ്. ആസ്ത്രേലിയയിലേക്ക് വഴി തെളിഞ്ഞെങ്കിലും അയാൾ ചതിക്കപ്പെട്ടു. ഒടുവിൽ ഖത്തർ അഭയമരുളുകയാണ്. മാജിദ് പ്രവാസിയാകുന്നു.

വഴിയുടെ പ്രതിസന്ധികളിലൂടെ തുടങ്ങുന്ന നോവൽ മാജിദിന്റെ ജീവിത വഴികളുടെ പ്രതിസന്ധിയാവുകയും ഒടുവിൽ മാജിദ് സ്വപ്നം കണ്ട ആ റോഡ് ഒരുപാട് കലഹ ങ്ങൾക്കും വ്യക്തി ബന്ധങ്ങളുടെ തകർച്ചയ്ക്കും കാരണ മാവുകയും ചെയ്യുന്നു. കലഹങ്ങൾ അവസാനിച്ച് റോഡ് പൂർണ്ണതയിൽ എത്തുന്നതോടെ മാജിദിന്റെ ജീവിതവും അതിന്റെ അർത്ഥവ്യാപ്തിയിലൂടെ പൂർണ്ണത കൈവരി ക്കുന്നു എന്ന സൂചന നൽകിയാണ് നോവൽ അവസാ നിക്കുന്നത്.

ഗ്രാമീണ ജീവിതവുമായി ബന്ധപ്പെട്ട മുഹൂർത്ത ങ്ങൾക്ക് ഈ നോവൽ സാക്ഷ്യം വഹിക്കുന്നു. അതിലൊന്ന് റിയൽ എസ്റ്റേറ്റ് മാഫിയയുമായി ബന്ധപ്പെട്ട കച്ചവടസന്ദർ ഭങ്ങളെ തന്മയത്വത്തോടുകൂടി ആവിഷ്കരിച്ചിട്ടുള്ളതാണ്. മനുഷ്യരുടെ പ്രതിസന്ധികളാണ് റിയൽ എസ്റ്റേറ്റ് കച്ച വടക്കാരുടെ മൂലധനം. അവരുടെ കഴുകൻകണ്ണുകൾക്ക് പ്രതിസന്ധികൾ കണ്ടെത്താനുള്ള വല്ലാത്തൊരു മിടു ക്കുണ്ട്. പ്രതിസന്ധികളിൽ അകപ്പെട്ടുപോയവരുടെ സ്വത്ത് ചുളുവിലയ്ക്ക് കവർന്നെടുക്കാനുള്ള ചതിക്കുഴികൾ അവർ ഒരുക്കും. റിയൽ എസ്റ്റേറ്റ് ഏജന്റുമാരുടേത് വല്ലാത്തൊരു മനോഭാവമാണ്. റിയൽ എസ്റ്റേറ്റ് ഏജന്റായി മാറുമ്പോൾ ആർദ്രതകളെ പടിയിറക്കി വിടണം. ഒരു കണ്ണീരിലും വഴുതി വീഴാത്ത മനോഘടന സൃഷ്ടിക്കണം. കരച്ചിലുകൾ കാണരുത്. തേങ്ങലുകൾക്ക് കാതോർക്കരുത്. ഇരകളുടെ ദൈന്യതകൾ സ്വന്തം മൂലധനമാക്കി മാറ്റണം.

ഇന്ത്യയിൽ നോട്ട് നിരോധനം സംഭവിക്കുന്നതുവരെ ഗ്രാമങ്ങളിൽ ഭൂമികച്ചവടക്കാരുടെ വിളയാട്ടമായിരുന്നു.

റിയൽ എസ്റ്റേറ്റ് മേഖലയിൽ സമീപകാലത്തുണ്ടായ തിരിച്ചടികൾ ഗ്രാമീണ സമ്പദ് ഘടനയുടെ തകർച്ചയ്ക്ക് കാരണമായല്ലോ.

തന്റെ പ്രതിസന്ധികൾ മൂർച്ഛിച്ചപ്പോഴാണ് മാജിദ് താനുണ്ടാക്കിയ വീട് വിൽക്കാൻ തീരുമാനിക്കുന്നത്. ഒരുപാട് സ്വപ്നങ്ങൾ കണ്ട് പടുത്തുയർത്തിയ വീടായിരുന്നു അത്. അത് വിൽക്കാൻ മാജിദിന്റെ ഭാര്യയും പിന്തുണയ്ക്കുകയാണ്. മാജിദിന്റെ ശക്തി അയാളുടെ ഭാര്യയായിരുന്നു. ഒരുപാട് കിനാവുകൾക്കൊണ്ട് പടുത്ത ആ വീടിനേക്കാൾ വലുതാണ് മാജിദിനെ അയാളുടെ തകർച്ചയിൽ നിന്നും കരകയറ്റുക എന്നവൾ വിശ്വസിച്ചു. മാജിദിനേറ്റ തിരിച്ചടിയൊന്നും അയാളുടെ പിഴവുകൾ കൊണ്ട് സംഭവിച്ചതല്ലല്ലോ. ഒക്കെ നിയോഗമായിരുന്നു. വൈകാരികതകളെ മാറ്റിവെച്ചുകൊണ്ട് പ്രായോഗികമായ തീരുമാനം കൈക്കൊള്ളുകയാണ് മാജിദിന്റെ ഭാര്യ. ഈ നോവലിലെ തെളിമയുള്ള കഥാപാത്രമാണ് ആ പെൺകുട്ടി. കുലീനത എന്ന വാക്കിന് പുതിയൊരു അർത്ഥം നൽകുകയാണവൾ.

തന്റെ പ്രതിസന്ധികൾക്കിടയിലും അരികുവൽക്കരിക്കപ്പെടുന്നവരുടെ പോരാട്ടങ്ങളോട് ഐക്യപ്പെടുന്നുണ്ട് മാജിദ്. അതിന് അയാളെ പ്രേരിപ്പിക്കുന്നത് ഇസ്‌ലാമിലും പ്രവാചകനിലുമുള്ള അയാളുടെ വിശ്വാസമാണ്. അതിന്റെ മൂല്യങ്ങൾ ഉയർത്തിപ്പിടിക്കുന്ന ഒരു പ്രസ്ഥാനമുണ്ട് ഈ നോവലിൽ. ആ പ്രസ്ഥാനിക ബന്ധം ജീവിത പ്രതിസന്ധികളിൽ പലപ്പോഴും മാജിദിന് കൂട്ടാവുന്നുണ്ട്. ഈ നോവലിന്റെ നൈതിക തലം രൂപപ്പെടുത്തുന്നതിൽ ആ പ്രസ്ഥാനവും അതിന്റെ സഹയാത്രികരും കാരണമാവുകയും ചെയ്യുന്നു.

വീട് വിൽക്കാനുള്ള തീരുമാനം വല്ലാതെ കരളുലയ്ക്കുന്നതാണ്. ഈ നോവലിലെ തീവ്ര വൈകാരിക മുഹൂർത്തങ്ങൾ രൂപപ്പെടുത്തുന്നത് ആ വീട്‌വിൽപ്പനയുമായി ബന്ധപ്പെട്ടാണ്. കോൺക്രീറ്റും കല്ലും കട്ടയും മരവുമൊക്കെ ഉപയോഗിച്ചുണ്ടാക്കുന്ന ഒരു ആകൃതിയുടെ പേരല്ല വീട്. ഓരോ വീടും അത് നിർമ്മിക്കുന്നവരുടെ ഒരുപിടി സ്വപ്നങ്ങളുടെ സാക്ഷാത്കാരമാണ്. വീട് ഒരു ദർശനമാണ്. ദൈവത്തിന്റെ കൃപാകടാക്ഷങ്ങളാണ് ഓരോ

വീടിന്റെയും സാക്ഷാത്കാരമെന്ന് വിശ്വാസികൾ കരുതുന്നു. വീട് വിൽക്കാതെ തന്നെ മാജിദ് തന്റെ പ്രതിസന്ധികളിൽ നിന്നും കരകയറുകയാണ്. ഈ നോവലിന്റെ സാഫല്യവും അതാണ്.

റഷീദ് കെ മുഹമ്മദ് ആത്മരക്തം ചാലിച്ചെഴുതിയ കൃതിയാണിത്. ഈ എഴുത്തുകാരന്റെ പ്രതീക്ഷകളും സ്വപ്നങ്ങളും ഭ്രമകല്പനകളും ഒക്കെത്തന്നെയാണല്ലോ ഈ നോവൽ. മികവുറ്റ കഥാപാത്രങ്ങളെക്കൊണ്ട് അതിസമ്പന്നമാണ് ഒറ്റയ്ക്കൊരാൾ.

ഹസ്സൻമാഷെ എങ്ങനെ മറക്കാനാണ്? മാജിദിന്റെ പ്രതിസന്ധിഘട്ടങ്ങളിലൊക്കെ കൈത്താങ്ങാവുന്നുണ്ട് മാഷ്. പൂർണ്ണവിശ്വാസിയാണ് ഹസ്സൻ മാഷ്. അതുതന്നെയാണ് മാഷിന്റെ ധാർമ്മികതയുടെയും ആർദ്രതയുടേയും അടിത്തറ. തന്റെ മതവിശ്വാസത്തിൽ നിന്ന് മനുഷ്യർക്ക് സാന്ത്വനം പകരുന്ന നീതിബോധം പിറക്കണമെന്ന് മാഷ് വിശ്വസിച്ചു. പൊറുത്തു കൊടുക്കണം എന്നതാണ് മാഷിന്റെ രീതി. അതാവട്ടെ, പ്രവാചകൻ പകർന്നു നൽകിയ വെളിച്ചവും. ഒന്ന് മിന്നി മാഞ്ഞുപോകുന്ന കഥാപാത്രമാണെങ്കിലും എന്ത് തേജസ്സാണ് ഡോക്ടർക്ക്. തന്റെ വരുമാനത്തിന്റെ ഭൂരിഭാഗവും ജീവകാരുണ്യ പ്രവർത്തനത്തിന് മാറ്റിവെക്കുകയാണ് ഡോക്ടർ.

തെളിഞ്ഞ ഭാഷയും ആഖ്യാനവും ഈ കൃതിയുടെ സവിശേഷതയാണ്. റഷീദ് കെ മുഹമ്മദ് എന്ന നോവലിസ്റ്റിന്റെ തുടക്കം മികച്ചതായി എന്ന് പറയാൻ സന്തോഷമുണ്ട്.

ഇൻജങ്ഷൻ

അന്ന് അറബ് മാസം വിശുദ്ധ റമദാൻ ഒന്ന് ആയിരുന്നു. ചെന്നൈയിൽ നിന്നും മാജിദ് വീട്ടിൽ എത്തിയ ദിവസം. ഇനി പെരുന്നാൾ കഴിഞ്ഞേ തിരിച്ചുപോകൂ. ആദ്യത്തെ നോമ്പ് ആയതിനാലും യാത്രാക്ഷീണം ഉള്ളതിനാലും അയാൾ കിടക്കുകയായിരുന്നു. ബാങ്ക് കൊടുക്കുമ്പോൾ നിസ്കരിക്കാൻ എഴുന്നേൽക്കാം എന്ന് കരുതിയാണ് കിടന്നത്. കിടന്നതും ക്ഷീണം കൊണ്ട് പെട്ടെന്ന് ഉറങ്ങി. ആ ഉറക്കം അയാളെ വിചിത്രമായ ചില കാഴ്ചകൾ നിറഞ്ഞ സ്വപ്നങ്ങൾ കാണിച്ചു. മുൻപും ചില നേരത്തുള്ള ഉറക്കങ്ങളിലും മയക്കങ്ങളിലും അയാൾ ഇത്തരം സ്വപ്നങ്ങൾ കാണുക പതിവുണ്ടായിരുന്നു. അത് അയാളിൽ ആശങ്കയുണർത്തിയിട്ടുണ്ട്. ആദ്യ സ്വപ്നാനുഭവത്തിൽ തന്നെ താൻ കാണുന്ന സ്വപ്നങ്ങൾ മറ്റാരുമായും പങ്കുവെക്കരുതെന്നുള്ള നിർദ്ദേശമുണ്ടായിരുന്നു. അതുകൊണ്ടുതന്നെ അയാൾ ആരോടും ഒന്നും പറയാറില്ല. കാണുന്ന ഓരോ സ്വപ്നവും വിചിത്രമായിരുന്നു. ഇപ്പോൾ ആ വിചിത്രമായ സ്വപ്നക്കാഴ്ചയിലാണുള്ളത്.

ഏറെ ഭയവിഹ്വലനായി അയാൾ ഓടുകയായിരുന്നു. അദൃശ്യമായ ഏതോ ശക്തികൾ തന്നെ പിന്തുടരുന്നതായി അയാൾക്ക് അനുഭവപ്പെട്ടു. ഓടിത്തളർന്നെത്തിയത് അതിമനോഹരവും ശാന്തവുമായ ഒരു നദിയുടെ കരയിലാണ്. പെട്ടെന്നാണ് നദിയിൽ നിന്നും അഗ്നിനാളങ്ങൾ അയാളുടെ മുഖത്തേക്ക് നീണ്ടുവന്നത്. അലറിപ്പിടഞ്ഞുകൊണ്ടയാൾ കൈകളുയർത്തി തടയാൻ ശ്രമിച്ചു. ഭയം അയാളിൽ അന്ധത തീർത്തു. എങ്ങും ഇരുട്ട് നിറഞ്ഞു. അകക്കണ്ണിന്റെ കാഴ്ചയിൽ അയാൾ ഒരു ചിത്രം കണ്ടു. ഒഴുകുന്ന നദിയിൽ ആളിപ്പടരുന്ന അഗ്നിയെ കെടുത്താൻ ശ്രമിക്കുന്ന മത്സ്യങ്ങളുടെ ചിത്രമായിരുന്നു അത്. പിന്നീട് അത് ശരിക്കും വെള്ളം നിറഞ്ഞൊഴുകുന്ന നദിയും മത്സ്യങ്ങളുമായി അനുഭവപ്പെട്ടു. അപ്പോൾ മറുകരയിലിരുന്നുകൊണ്ട് ആലസ്യം കൊണ്ട ഒരു ജലകന്യക ഓടക്കുഴൽ

ഊതുന്നുണ്ടായിരുന്നു. ആ ഓടക്കുഴൽ നാദത്തിന്റെ വശ്യതയിലേക്ക് അയാളുടെ കേൾവി ആഴ്ന്നുപോയി. അത്രയ്ക്കും ശ്രുതിമധുരമായിരുന്നു അത്, അപ്പോഴും നദിയിൽ ആളിക്കത്തുന്ന തീയണയ്ക്കാൻ മത്സ്യങ്ങൾ ശ്രമിച്ചുകൊണ്ടിരുന്നു. ജലകന്യകയുടെ ഓടക്കുഴലൂത്തും മത്സ്യങ്ങളുടെ പിടച്ചിലും ഒരു വലിയ തിരശ്ശീലയിലെന്നപോലെ ആ ഉറക്കം അയാളെ കാണിച്ചുകൊണ്ടിരുന്നു. സഹായം അഭ്യർത്ഥിച്ചിട്ടെന്നപോലെ ഒരു പറ്റം മത്സ്യങ്ങൾ അയാളുടെ അരികിലേക്ക് വന്നു. അവ കരയിലും വെള്ളത്തിലുമായി കിടന്ന് പിടച്ചുകൊണ്ടിരുന്നു. എന്തു ചെയ്യണമെന്നറിയാതെ അയാൾ നിന്നു. അക്കരെയിരുന്ന് ഓടക്കുഴൽ ഊതുന്ന ജലകന്യക അയാളെ മാടിവിളിച്ചു. അയാൾ വെള്ളത്തിലിറങ്ങി. ഉടനെ എല്ലാ മത്സ്യങ്ങളും അപ്രത്യക്ഷമായി. പക്ഷേ, പെട്ടെന്ന് കരയിലേക്ക് തന്നെ ഓടിക്കയറി. ആ വെള്ളത്തിന് സഹിക്കാൻ കഴിയുന്നതിലേറെ ചൂടുണ്ടായിരുന്നു. കര വന്യമൃഗങ്ങളെക്കൊണ്ട് നിറഞ്ഞിരുന്നു. അയാളുടെ കണ്ണുകൾ തുറിച്ചു, ഹൃദയതാളം അധികരിച്ചു. മൃഗങ്ങൾ വളരെ ശാന്തസ്വഭാവം നിറഞ്ഞവയായിരുന്നെങ്കിലും അയാൾ പുറകോട്ടാഞ്ഞുകൊണ്ട് ആ ജലകന്യയെ നോക്കി. അവിടം ശൂന്യമായിരുന്നു. ഭയം അയാളെ മുറുക്കിപ്പിടിച്ചുകൊണ്ടിരുന്നു.

പെട്ടെന്നാണ് സ്വപ്നത്തിന് ഭംഗം വരുത്തിക്കൊണ്ട് ആരോ കോളിംഗ് ബെൽ അടിക്കുന്ന ശബ്ദം കേട്ടത്. എങ്കിലും അയാൾ എഴുന്നേറ്റില്ല. കണ്ണുകൾ മുറുക്കി അടച്ചു. അങ്ങനെ തന്നെ കിടന്നുകൊണ്ട് ആ സ്വപ്നം വീണ്ടും കാണുവാൻ ആഗ്രഹിച്ചു.

ഉണർന്നെഴുന്നേറ്റാൽ താൻ കണ്ട സ്വപ്നത്തിന്റെ യാഥാർത്ഥ്യം തിരക്കാൻ സ്വയം ചോദ്യങ്ങൾ ചോദിക്കുക പതിവായിരുന്നു. ഇത് ആദ്യത്തെ അനുഭവമല്ല. അയാൾ ചിന്തിച്ചു, എന്തുകൊണ്ടാണിങ്ങനെ? അപ്പോഴാണ് ജ്യേഷ്ഠനായ ഹിഷാം വാതിലിൽ മുട്ടി വിളിക്കുന്നത് കേട്ടത്. ധൃതിയിൽ എഴുന്നേറ്റ് വാതിൽ തുറന്നു.

‘‘മാജൂ...’’

അനുജനായ മാജിദിനെ ജ്യേഷ്ഠൻ അങ്ങനെയാണ് വിളിക്കാറ്.

‘‘നീ ഉറങ്ങുകയായിരുന്നോ?’’

അയാൾ ഒന്നും പറയാതെ നിന്നു.

‘‘മാജൂ, നീയെന്താ വല്ലാതെയിരിക്കുന്നത്?’’

‘‘ഏയ്, ഒന്നുമില്ല.’’

‘‘എങ്കിൽ വേഗം മുഖം കഴുകി പുറത്തേക്ക് വാ, നമുക്കെതിരായി കോർട്ട് ഇൻജെങ്ഷൻ ഉണ്ട്.’’

‘‘ഇൻജെങ്ങ്ഷനോ?’’ പരിഭ്രമത്തോടെ അയാൾ ചോദിച്ചു.

‘‘അതെ, മരിച്ചുപോയ പഞ്ചായത്ത് പ്രസിഡന്റ് പുന്നത്തൂർ അബുവിന്റെ ഭൂമി കയ്യേറി പൊതുവഴി വെട്ടാൻ ശ്രമിച്ചുവെന്നും വീട്ടിൽ കയറി അവരുടെ ഭാര്യയായ ഖദീസ്സുമ്മയെ നമ്മൾ ഭീഷണിപ്പെടുത്തിയെന്നും മറ്റുമാണ് കേസ്. അതുകൊണ്ട് നമ്മൾ അവരുടെ പറമ്പിൽ കടക്കുവാൻ പാടില്ലെന്നും വസ്തുവഹകൾക്ക് കേടുപാടുകൾ വരുത്തരുതെന്നും മറ്റും വിലക്കിക്കൊണ്ടുള്ള ഉത്തരവാണിത്.’’

മാജിദ് ആ കോടതി ഉത്തരവ് വായിച്ചു നോക്കി.

‘‘ഏത് വഴി, ഏത് സ്ഥലം, ആര് വെട്ടുന്നു. ഇതെന്തൊരു അത്ഭുതമാണ്. നമ്മൾ അറിയാത്ത ഒരു വിഷയമാണല്ലോ ഇത്. ഇതിലെന്തോ ചതിയുണ്ട്. ആരോ നമ്മെ ബോധപൂർവ്വം കരുവാക്കുകയാണ്.’’

‘‘ശരിയാണ് മോനേ, നമ്മൾ മാത്രമല്ല പ്രതികളായി നമ്മുടെ അമ്മാവനും നാട്ടുകാരിൽ നിന്ന് സൈദുവും സാവേദും ഉണ്ട്. മൊത്തം അഞ്ച് പ്രതികൾ, നീ വായിച്ചില്ലേ അവരുടെ പേരുകൾ?’’

‘‘അമ്മാവൻ നമ്മെ പോലെ നിരപരാധിയാണ്. ആ പാവം ഗൾഫിലല്ലേ. നമ്മൾ കിലോമീറ്ററുകൾക്കിപ്പുറവും. സൈദുവും സാവേദുമായി ബന്ധപ്പെട്ടതായിരിക്കും ഈ വിഷയം. അവരല്ലേ നാട്ടിൽ ഉള്ളവരും സംഭവസ്ഥലത്ത് താമസിക്കുന്നവരും. നിരപരാധികളായ, അമ്മാവനെയും ഇക്കയെയും എന്നെയും ഈ കേസിൽ പ്രതികളാക്കണമെങ്കിൽ തികച്ചും ആസൂത്രിതമാണ്.’’

‘‘ഈ പുന്നത്തൂർ ഖദീസ്സുമ്മയെയും അവർക്കുവേണ്ടി കേസിൽ കക്ഷി ചേർന്നിരിക്കുന്നവരേയും നമ്മൾ പരസ്പരം കാണുകയോ സംസാരിക്കുകയോ പോലും ചെയ്തിട്ടില്ല. കോടതിയിൽ കയറ്റി വക്കീൽ നമ്മളെ അറിയുമോ ഇവർ ആരാണ് പേരെന്താണ് എന്നൊക്കെ ചോദിച്ചാൽ ആ ഉമ്മ എന്ത് പറയാനാണ്? എന്നിട്ടും അവരെക്കൊണ്ട് നമുക്കെതിരെ കേസ് കൊടുപ്പിക്കണമെങ്കിൽ അതിന് പിന്നിൽ ആരുടെയോ കുബുദ്ധി ഉണ്ട്.’’

‘‘നമുക്കെന്തായാലും ഒരു വക്കീലിനെ ഏർപ്പാട് ചെയ്തേ പറ്റൂ.’’

‘‘ആരെ കാണും? നമുക്കിതിൽ പങ്കില്ലെന്നും നിരപരാധികളാണെന്നും കോടതിൽ പറയാം. അത്രയല്ലേ വേണ്ടൂ.’’

‘‘വിഷയം നിസ്സാരമായി അവസാനിക്കില്ല. അവരുടെ വീട്ടിൽ കയറിച്ചെന്ന് ഭീഷണിപ്പെടുത്തിയെന്നും മറ്റും അവർ കോടതിയോട് പറഞ്ഞിരിക്കുകയാണ്. കോടതിക്ക് മുന്നിൽ നമ്മൾ അക്രമത്തിന് മുതിർന്ന പ്രതികളാണ്. ഇനി നാം നിരപരാധികളാണെന്നത് കേസ്

നടത്തി തെളിയിക്കണം. അല്ലെങ്കിൽ അവർ നിരുപാധികം കേസ് പിൻവലിക്കണം.''

''പുലിവാലായല്ലോ, എനിക്കാണെങ്കിൽ തിരിച്ചുപോകേണ്ടതാണ്. അതിനിടെ ഈ ദ്രോഹം ആര് ചെയ്തതാണെങ്കിലും അല്ലാഹു പൊറുക്കില്ല. അതും ഈ പരിശുദ്ധ റമദാൻ മാസത്തിന്റെ തുടക്കത്തിൽ തന്നെ.''

''അതൊന്നും സാരമില്ല ഇക്കാ. ഇത് വെറും സിവിൽ കേസാണ്. ഇക്കാക്ക് ലീവ് കഴിഞ്ഞാൽ പോകാം, അതിനൊന്നും ഒരു തടസ്സവും ഉണ്ടാവില്ല. നമ്മൾ വിഷയം പഠിച്ച് കേസ് നടത്തുകയാണെങ്കിൽ ഈ കേസ് മിനിമം പതിനഞ്ച് കൊല്ലമെങ്കിലും നീളും.''

''അതിന് നമ്മൾ കയ്യിലെ കാശ് കൊടുത്ത് എന്തിനാ മോനെ കേസ് നടത്തുന്നത്? ആർക്കുവേണ്ടി, എന്തിന് വേണ്ടി. വേറെയും പ്രതികൾ ഉണ്ടല്ലോ. അവർ ചെയ്യട്ടെ. നമുക്ക് അവരെ കണ്ടാലോ. ഇൻജങ്ഷൻ അവർക്കും കിട്ടിയിട്ടുണ്ടാകുമല്ലോ.''

''അത് വേണ്ട, നമുക്ക് കാത്തിരിക്കാം. അവർ നമ്മളെ ബന്ധപ്പെടട്ടെ. അപ്പോൾ നമുക്ക് നോക്കാം.''

അപ്പോഴാണ് ഫോൺ അടിച്ചത്. അപ്പുറത്ത് സൈദു ആയിരുന്നു. സാവേദ് ഒപ്പം ഉണ്ടെന്നും പറഞ്ഞു. അവർ ഈ വിഷത്തിന്റെ ഗൗരവം ശരിക്കും അറിഞ്ഞിട്ടുണ്ട്. അവർക്ക് പിന്നിലുള്ള ശക്തി കേന്ദ്രം ഏതെന്നും കേസിന്റെ സാഹചര്യവും കേസിന് ആസ്പദമായ സംഭവങ്ങളും എന്തെന്നും മാജിദിന് മനസ്സിലായി. തന്റെയും ജ്യേഷ്ഠന്റെയും അമ്മാവന്റെയും പേരുകൾ ഈ കേസിൽ ഉൾപ്പെടുത്തിയത് പട്ടാളം മൂസയായിരുന്നു.

''ഞാനും ഇക്കയും ഇന്ന് മൂന്ന് മണിക്ക് തറവാട്ടിലേക്ക് വരാം.''

മാജിദ് ആലോചിച്ചു. ഈ പട്ടാളം മൂസ ഇത്രയ്ക്ക് ദുഷ്ടനായിരുന്നോ? അയാളുടെ മക്കളുമായി ചെറുപ്പം മുതലേ കളിച്ചു വളർന്നവനാണ് താൻ. ഫാരിസും ജമീലയും. മദ്രസ്സയിലും സ്കൂളിലും ഒരുമിച്ചു പഠിച്ചവർ. ഫാരിസ് ഗൾഫിലാണെങ്കിലും ആ ബന്ധം ഊഷ്മളമായി നിലനിൽക്കുന്നുണ്ട്.

തന്റെ മകനായ സൈദുവിന്റെ പേരിൽ അന്യായമായി കേസു കൊടുത്തതിനെച്ചൊല്ലി മാജിദിന്റെ തറവാടിനടുത്തുള്ള പള്ളിയുടെ മുറ്റത്ത് വെച്ച് കോവിൽ അലിഹാജിയും പട്ടാളം മൂസയും തമ്മിൽ വലിയ വാക്ക് തർക്കവും പ്രശ്നങ്ങളുമായി. പള്ളിയിൽ നിസ്കരിക്കാൻ വന്നവരും പരിസരവാസികളും ഓടിക്കൂടിയെങ്കിലും ആരും ആരെയും നിയന്ത്രിക്കുകയോ പിടിച്ചുമാറ്റുകയോ ചെയ്തില്ല.

കാരണം രണ്ടുപേരും പ്രായമായവരും പൗരപ്രമുഖരും പേരും പെരുമയുമുള്ള തറവാട്ടുകാരുമാണ്. തല്ല് നടക്കുമെന്ന അവസ്ഥ യിൽ ഭാഗ്യത്തിന് പള്ളിയിൽ നിന്നും നിസ്കാരത്തിനുള്ള ബാങ്ക് വിളിച്ചു. അതോടെ രംഗം പെട്ടെന്ന് ശാന്തമായി. കോവിൽ അലി ഹാജിയും പട്ടാളം മൂസയും വീടുകളിലേക്ക് മടങ്ങിപ്പോയി. വഴക്കി നിടയിൽ അലി ഹാജി

"താൻ വരത്തനല്ലെടോ, ഞങ്ങൾക്കൊപ്പം ഈ നാട്ടിൽ താമ സിച്ച് ഞങ്ങളെ മക്കളെ ഒറ്റിക്കൊടുത്തില്ലേ ദ്രോഹി..."

തുടങ്ങിയ വാക്കുകൾ വിളിച്ചുപറഞ്ഞിരുന്നു. അതൊന്നും മൂസ യ്ക്ക് സഹിക്കാനായില്ല. മൂസയും തന്റെ പട്ടാളവീര്യം നിറഞ്ഞ മറുപടികളാൽ ഒപ്പത്തിനൊപ്പം തർക്കിച്ചുകൊണ്ടിരുന്നു.

മൂസയുടെ പറമ്പിലൂടെ പള്ളിയോട് ചേർന്ന് വലിയ ജുമുഅത്ത് പള്ളിയിലേക്ക് പോകുന്ന പരമ്പരാഗത വഴി മൂസ കുറച്ചു മുന്നെ ചുരുക്കി കെട്ടിയതുമായും മറ്റുമൊക്കെ ചില അനിഷ്ടങ്ങൾ നേരത്തെ തുടങ്ങിവെച്ചിരുന്നു. ആരും അത് തുറന്നു പറഞ്ഞിരുന്നില്ല എന്നു മാത്രം. അലി ഹാജി ആ വിഷയവും ഇപ്പോൾ പരാമർശിച്ചു.

ഭാര്യയുടെ ആങ്ങളയുടെ മക്കൾക്ക് വേണ്ടി തന്റെ മകന്റെ പേരിൽ കള്ളക്കേസും ഇൻജങ്ഷനും കൊടുപ്പിച്ചത് പട്ടാളം മൂസ യാണ് എന്ന കാരണം കൊണ്ടാണ് അലിഹാജി തർക്കത്തിനും അധിക്ഷേപത്തിനും മുതിർന്നത്. ഹാജി പുറത്ത് പോയ സമയത്താ യിരുന്നു കോടതി ആമീൻ ഇൻജങ്ഷൻ ഹാജിയുടെ വീട്ടിൽ കൊണ്ടു വന്നു കൊടുക്കുന്നത്. മകൻ സൈദു വീട്ടിൽ ഇല്ലായിരുന്നു. കേസ് തന്റെ മകനെതിരെ ആണെന്നും അത് കോടതിയിൽ നിന്നുള്ളതാ ണെന്നും അറിഞ്ഞപ്പോൾ സൈദുവിന്റെ ഉമ്മ പേടിച്ചു. ഉടനെ പൊലീസ് വരുമെന്നും മകനെ കൊണ്ടുപോകുമെന്നും കൂടെ ഉണ്ടാ യിരുന്ന പെണ്ണുങ്ങൾ ആരൊക്കെയോ ആ പാവത്തിനെ പറഞ്ഞ് പേടിപ്പിക്കുകയും ചെയ്തിരുന്നു. വിവരം അറിഞ്ഞ് ഓടിക്കിതച്ചെ ത്തിയ അലി ഹാജി കാണുന്നത് തന്റെ ഭാര്യ കരഞ്ഞു കണ്ണീരൊഴുക്കി തളർന്നു കിടക്കുന്നതാണ്. ആ വികാരത്തിലാണ് ഹാജി പട്ടാളം മൂസയുടെ അടുത്തേക്ക് കുതിച്ചത്.

"ടാ പട്ടാളം മൂസേ, എല്ലാം ഒപ്പിച്ചിട്ട് ഒന്നുമറിയാത്തപോലെ ഇരിക്കയാണ് നീ അല്ലേ. എന്റെ മോന്റെ പേരിൽ നീ കള്ളക്കേസു കൊടുത്തു. അവനെന്തു തെറ്റാണ് നിന്നോട് ചെയ്തത്? അവൻ മാത്രമല്ല മറ്റുള്ളവരും വെറുതെയിരിക്കുമെന്ന് നീ കരുതേണ്ട."

ഹാജിക്ക് ക്ഷമിക്കാൻ സാധിച്ചിരുന്നില്ല. പരിശുദ്ധമായ റമദാൻ മാസത്തിലെ ആദ്യദിവസംതന്നെ പള്ളിമുറ്റത്ത് വെച്ച് മുസ്ലീം സഹോദരങ്ങൾ തമ്മിൽ വഴക്കാവുക. ഇതേ പള്ളിയിൽ നിസ്കരിക്കാൻ ഒരേ വരിയിൽ തോളോട് തോൾ ചേർന്ന് നിന്നവർ, ഒരു കുടുംബം പോലെ പള്ളികാര്യങ്ങൾ നോക്കിയും നടത്തിയും വന്നിരുന്നവർ. ശത്രുക്കളെ പോലെ വെറുപ്പും വിദ്വേഷവും വിളിച്ചുപറയുക. അതു കാരണം രണ്ട് പേരും പള്ളിയിൽ നിസ്കരിക്കാൻ വരാതിരിക്കുക. അതെല്ലാം ഓർത്തപ്പോൾ നിസ്കരിക്കാൻ വന്ന പ്രായമായവരിൽ വലിയ പ്രയാസം ഉണ്ടായി. എന്താണ് യഥാർത്ഥത്തിൽ അവിടെ സംഭവിച്ചത് എന്ന് ആർക്കും അറിയില്ലായിരുന്നു. അതുകൊണ്ട് തന്നെ എങ്ങനെയാണ് ഇതിൽ ഇടപെടുകയെന്നും എന്താണ് പറയുക എന്നും അറിയാതെ പള്ളിയിലെ ഇമാമും മുഅദ്ദിനും മറ്റുള്ളവരും നിന്നു.

വൈകുന്നേരമായപ്പോൾ മാജിദും ഹിഷാമും അവരുടെ തറവാട്ടിലെത്തി. വൈകാതെ സൈദുവും സാവേദും വന്നു.

‘‘ആരാ അവിടെ?’’

‘‘ഇക്കാ ഇത് ഞാനാണ് ഷാനു.’’

‘‘ബിരിയാണി വെക്കുന്ന ബീരാൻക്കാടെ മോൻ. അവനും ഞങ്ങളുടെ കൂട്ടത്തിൽ ഉള്ളതാണ്.’’

‘‘അവനോട് അകത്തേക്ക് വരാൻ പറ.’’ സൈദു പറഞ്ഞു

‘‘ഇക്കാ, ഞങ്ങള് ഇവിടെയുള്ള പിള്ളേരെ കട്ടാറത്തെ സലിക്ക ഇടയ്ക്കിടെ അദ്ദേഹത്തിന്റെ വീട്ടിലേക്ക് മീറ്റിംഗിന് വിളിക്കാറുണ്ട്. നല്ല സുലൈമാനി ഉണ്ടാക്കി തന്ന് നാട്ടിലെ കാര്യങ്ങളും മൂപ്പരുടെ കുറേ വീരകഥകളും പറയും. അതിൽ പല സ്ഥലത്തും റോഡ് വെട്ടിയ കഥകളും വഴിയുണ്ടാക്കിയതും ഒക്കെ ഉണ്ടാകാറുണ്ട്. അതാണ് തുടക്കം.’’

‘‘അതും ഇതുമായി എന്താണ് ബന്ധം.’’ ഹിഷാം ചോദിച്ചു.

‘‘ബന്ധമുണ്ട്, അതാണ് പറഞ്ഞു വരുന്നത്.’’

സാവേദ് തുടർന്നു

‘‘നാട്ടുകാര്യങ്ങൾ പറയുന്നതിനിടയ്ക്ക് ഒരു ദിവസം സലിക്ക ഞങ്ങളോട് പറഞ്ഞു, ‘‘നമുക്ക് ഇതിലെയും ഒരു വഴി വേണ്ടേ. ഈ നടവഴിക്ക് പകരം ചാരത്തെ റോഡിൽ നിന്നും പട്ടുപറമ്പത്തെ റോഡിലേക്ക് കാറും ലോറിയുമൊക്കെ പോകുന്ന ഒരു വഴി. അതോടെ

പട്ടു പറമ്പന്മാർ ചുരുക്കിക്കെട്ടിയ ഇടുങ്ങിയ ആ വഴിപ്രശ്നവും അവസാനിക്കും.''

ഞങ്ങൾ ചോദിച്ചു

''സലിക്കാക്കും സൈദുവിനുമൊക്കെ ഇതിലെ വഴി ഉണ്ടല്ലോ, ടാറിട്ട റോഡ്. പിന്നെ ഏതിലെ വഴി ഉണ്ടാക്കുന്ന കാര്യമാണ് സലിക്ക ഈ പറയുന്നത്. അതും എങ്ങനെ ഉണ്ടാക്കാൻ?''

''ഈ റോഡല്ല. ഇതിനേക്കാൾ എളുപ്പത്തിൽ നമുക്ക് ടൗണിലേക്ക് പോകാൻ കഴിയുന്ന ഒരു റോഡ്.''

സലി വിശദമാക്കി. ഞങ്ങൾക്ക് അപ്പോഴും കാര്യം മനസ്സിലായില്ല.

''നിങ്ങൾക്ക് മനസ്സിലായില്ല അല്ലേ, പറയാം.''

സലി തുടർന്നു

''ഇപ്പോൾ വലിയ പറമ്പത്തെ വാഹിദിന് വീടുവെക്കാൻ പുന്നത്തൂർക്കാർ താൽക്കാലികമായി തുറന്നു കൊടുത്തിട്ടുള്ള അവരുടെ പറമ്പിലൂടെയുള്ള ആ വഴിയെക്കുറിച്ചാണ് പറയുന്നത്. അത് പുന്നത്തൂർക്കാർ ഉടനെ അടയ്ക്കും. വാഹിദിന്റെ വീട് പണികഴിഞ്ഞാൽ പിന്നെ അതിലെ വഴിയുണ്ടാകില്ല. മനസ്സിലായോ നിങ്ങൾക്ക്? ചാരത്തെ റോഡിൽ നിന്നും പുന്നത്തൂർ പറമ്പിൽ കയറി വലിയ പറമ്പ് വഴി പള്ളായി പറമ്പിലൂടെ പട്ടു പറമ്പ് റോഡിലേക്ക് കയറുന്ന നിലവിലെ ഈ വഴി നമുക്ക് സ്ഥിരമായ ഒരു റോഡ് ആക്കാം. നിങ്ങൾ എന്ത് പറയുന്നു.''

''അതെങ്ങിനെയാ ശരിയാവുക. പുന്നത്തൂർക്കാർ അവരുടെ പറമ്പിലേക്ക് വഴിയില്ലാത്തതിനാൽ സി എം പോക്കർക്കാടെ പക്കൽ നിന്നും വഴിക്കുള്ള സ്ഥലം ഗൾഫിൽ വെച്ച് പൊന്നും വില കൊടുത്ത് വാങ്ങിച്ചതല്ലേ സലിക്കാ, അതിപ്പൊ തൽക്കാലം വാഹിദ്ക്കാക്ക് വീട് പണിയാനുള്ള ആവശ്യത്തിന് ഉപയോഗിക്കാൻ കൊടുത്തു എന്നല്ലേയുള്ളൂ. അതെങ്ങനെയാ നമ്മൾ പൊതുവഴിക്ക് വേണ്ടി വിട്ട് തരാൻ പറയുക?''

''അനുമതി വാങ്ങി അവരുടെ ഇഷ്ടത്തിനൊന്നും വഴി കിട്ടുകയില്ല.''

''അപ്പോൾ നമ്മള് കയ്യൂക്ക് കാട്ടി വെട്ടിപ്പിടിക്കണമെന്നാണോ സലിക്ക പറയുന്നത്.''

''എടാ മണ്ടന്മാരേ, അതിനാണ് ബുദ്ധി ഉപയോഗിക്കേണ്ടത്. അത് ഞാൻ ചെയ്തോളാം. നിങ്ങൾ എന്റെ കൂടെ നിന്ന് തന്നാൽ

മാത്രം മതി. പിന്നെ എനിക്ക് മുന്നിട്ടിറങ്ങാനൊന്നും പറ്റില്ലാട്ടോ. അത് ഞാൻ ആദ്യമേ പറയാം.''

''അതെന്താ സലിക്ക. ഇനി ചെയ്യാമെന്ന് വെച്ചാൽ തന്നെ നിങ്ങ ളില്ലാതെ പിന്നാരാ ഇതൊക്കെ ചെയ്യുക?''

ഷാനു ആശങ്ക പ്രകടിപ്പിച്ചു.

''അതിനൊക്കെ പറ്റിയ ആളുകളെ നമ്മള് കൊണ്ടുവരും. നിങ്ങള് നോക്കിക്കോ. ഇതൊന്ന് തുടങ്ങി വെച്ചാൽ മതി. പിന്നെ അത് ക്രമേണ റോഡ് ആയിക്കോളും.''

സാവേദ് ചിരിച്ചുകൊണ്ട് പറഞ്ഞു

''അപ്പോൾ കിണറ്റിലിറക്കി ഏണി എടുക്കുന്ന ഏർപ്പാടാണ് പറഞ്ഞു വരുന്നത് അല്ലേ. ഇത് ശരിയാവില്ല.''

''അങ്ങനെ കരുതരുത്. എനിക്ക് രംഗത്ത് വരാൻ കഴിയാത്ത ചില കാരണങ്ങൾ ഉണ്ട്. ഒന്നാമതായി പുന്നത്തൂർക്കാർ എന്റെ അടുത്ത കുടുംബമാണ്, അറിയാലോ നിങ്ങൾക്ക്. രണ്ടാമതായി എനിക്ക് ഈ റോഡിന്റെ ആവശ്യം ഉന്നയിക്കാൻ പറ്റില്ല. കാരണം എന്റെ വീട്ടുപടിക്കൽ ടാറിട്ട റോഡുണ്ട്. അപ്പുറത്തുള്ളവരാണ് റോഡിന്റെ ആവശ്യവുമായി മുന്നിട്ടിറങ്ങേണ്ടത്.''

''അങ്ങനെയാണെങ്കിൽ ഷാനുവല്ലേ നല്ലത്. പിന്നെ ബഷീറും ഫാറൂക്കും ജബ്ബാറും അജ്മലും ഒക്കെയുണ്ടല്ലോ.''

സൈദു കൂട്ടത്തിൽ കൂടിയിരിക്കുന്നവരോടായി ചോദിച്ചു

''എന്താ നിങ്ങൾ റെഡിയാണോ?''

''ഞങ്ങൾ റെഡി.''

''വെരി ഗുഡ്. ഈ ആവേശമാണ് വേണ്ടത്. വഴി താനേ ഉണ്ടാകും. പിന്നെ, നിങ്ങൾ മാത്രം പോരാ. കുറച്ചുകൂടെ സ്ട്രോങ്ങ് ആയിട്ടുള്ള ഒരാൾ കൂടെ വേണം അപ്പുറത്ത് നിന്ന്. അതിന് പറ്റിയ ഒരാളുണ്ട്.''

എല്ലാവരും ആകാംക്ഷയോടെ ചോദിച്ചു.

''അതാരാ?''

''വലിയപറമ്പത്തെ മാജിദ്.''

''അത് ശരിയാകുമോ സലിക്ക, മാജിദ്ക്ക ഇവിടെയല്ലല്ലോ താമസം.'' സാവേദ് ചോദിച്ചു.

''അത് കാര്യമാക്കേണ്ട. അവന്റെ തറവാടും അവരുടെ അവ കാശം കിട്ടിയ ഭൂമിയും ഇവിടെ ഉണ്ടല്ലോ. അതിൽ മാജിദിന്റെ ഭൂമി യാണ് ഈ വഴി വന്നാൽ അവസാനം വരുന്ന ഭൂമി. ഷാനുവിന്റെ

തൊട്ട് കിടക്കുന്നത് മാജിദിന്റെ ഭൂമിയാണ്. അവിടം വരെയാണ് നമ്മൾ ആദ്യപടി റോഡ് കൊണ്ടു വരുന്നത്. അപ്പോൾ ഈ വഴിയുടെ ആവശ്യക്കാരിൽ അവനും ഉൾപ്പെടും.''

''മാജിദ്ക്ക കേസിനും മറ്റും സമ്മതിക്കുമോ, മാത്രമല്ല ആള് കുറേ നാളായി ചെന്നൈയിലുമാണല്ലോ. തറവാട്ടിൽ തന്നെ വല്ലപ്പോഴുമേ വരാറുള്ളൂ. പിന്നെ എങ്ങനാ?''

''അതൊന്നും നിങ്ങൾ നോക്കണ്ട. അവരൊക്കെ ഇതിൽ പങ്കെടുക്കും. റോഡ് വെട്ടുകയും കേസ് നടത്തുകയും ചെയ്യും.''

''എങ്കിലും സലിക്ക, കേസും കോടതിയുമൊക്കെയായി... അത് വേണോ?''

''മക്കളേ, ഇന്ന് ഈ കാണുന്ന വഴികളെല്ലാം ഇങ്ങനെ ഉണ്ടായതാണ്. ആരും തൃപ്തിയോടെ വിട്ടുകൊടുത്തിട്ടല്ല. വഴി വെട്ടിവന്നാൽ പിന്നെ എല്ലാവരും എല്ലാം മറക്കും. മാത്രവുമല്ല ഈ വഴിയുണ്ടാക്കിയവരെ എല്ലാവരും എല്ലാ കാലത്തും ഓർമ്മിക്കുകയും ചെയ്യും. നിങ്ങളെ നാളെ ഈ നാട് ഓർമിക്കും. ഇസ്‌ലാം പഠിപ്പിക്കുന്നത് നിങ്ങൾ കേട്ടിട്ടില്ലേ, വഴി, വെള്ളം, വെളിച്ചം തുടങ്ങിയവ ഉണ്ടാക്കി സമൂഹത്തിന് നൽകുക എന്നത് സദക്കത്തുൻ ജാരിയയാണ്. അഥവാ തുടർന്നുകൊണ്ടേയിരിക്കുന്ന ദാനം. നമ്മൾ മരിച്ചു മണ്ണടിഞ്ഞാലും അതിന്റെ പുണ്യം നമ്മുടെ കബറുകളിലേക്ക് കിട്ടികൊണ്ടിരിക്കും.''

''ഇതൊക്കെ കേട്ടപ്പോൾ മാജിദിക്കാ ഞങ്ങൾക്ക് ആവേശമായി. പിന്നെ ഞങ്ങൾ കൂട്ടുകാരെ എല്ലാവരെയും സംഘടിപ്പിച്ചു വീണ്ടും സലിക്കയുടെ വീട്ടിൽ മീറ്റിംഗ് കൂടി.''

ഹിഷാം പറഞ്ഞു

''അന്യന്റെ സ്ഥലവും പണവും വസ്തുക്കളും കയ്യേറിയിട്ടല്ല സദക്കത്തുൻ ജാരിയാ ഉണ്ടാക്കുക. അത് ഹറാമാണ്.''

''മാജൂ, കാര്യം നമുക്ക് തറവാട്ടിലേക്ക് വരുവാനും വല്യ പള്ളിയിലേക്ക് ആംബുലൻസിൽ ഒരു മയ്യിത്ത് കൊണ്ടുപോകാനും റോഡ് ഇല്ല എന്നത് സത്യമാണ്. ഇപ്പോൾ തന്നെ പട്ടാളം മൂസക്ക പള്ളിയോട് ചേർന്ന വഴി ചുരുക്കി കെട്ടിയതിനാൽ അതിലെ ഒരു ഓട്ടോ പോലും പോകില്ല. പിന്നെ, മാമാക്ക് വീടുണ്ടാക്കാൻ പള്ളായി പറമ്പ് വഴി വണ്ടി വരാത്തത് കൊണ്ടല്ലേ പുന്നത്തൂർ വഴിയിൽ അനുവാദം വാങ്ങിച്ച് വീട് പണി നടക്കുന്നത്. അത് കഴിഞ്ഞാൽ അവരത് അടയ്ക്കും. സലിക്ക പറഞ്ഞതുപോലെ പട്ടുപറമ്പിൽക്കാർ അവരുടെ വഴി ഇടുക്കിക്കെട്ടിയതിൽ പിന്നെ ഒരു കാറുപോലും സൗകര്യത്തിൽ

വരാൻ പറ്റാതായി. ഈ വഴി ഉണ്ടാവുകയാണെങ്കിൽ അത് അത്യാവശ്യം തന്നെയാണ്. നാട്ടിലെ ഇരുപതോളം കുടുംബങ്ങൾക്ക് വീട്ടുമുറ്റത്തേക്കുള്ള വഴിയായി. പക്ഷേ, അതിന് പുന്നത്തൂർക്കാർ തയ്യാറാകുമോ?''

''ഇക്കാ, ഇപ്പോഴുള്ള ഈ വഴി പുന്നത്തൂർക്കാരുടെ മാമയായ പട്ടാളം മൂസക്കാക്ക് വീട് പണിയാൻ വേണ്ടിയാണ് ആദ്യമായി അവർ തുറന്ന് കൊടുക്കുന്നത്. അതുവരെ പുന്നത്തൂർക്കാർ പത്ത് സെന്റ് പതിച്ചു കൊടുത്ത ഉസ്മാന്റെ വീടിന്റെ സൈഡിലൂടെ ചാരത്തെ പറമ്പിൽ നിന്നും റോഡിലേക്ക് ഇറങ്ങുന്ന ഒരു മൂന്നടി നടവഴി മാത്രമാണ് ഉള്ളത്. ഇപ്പോൾ മാമയുടെ വീട് പണി കഴിയാതെ രണ്ട് മൂന്ന് വർഷങ്ങൾ ആയി. ഇന്നും പണി കഴിയാത്തതിനാൽ ഇതൊരു പൊതുവഴി പോലെ ആളുകൾ ഉപയോഗിച്ചുവരികയാണ്. ഇതാണ് ഇപ്പോഴത്തെ പ്രശ്നം.''

മാജിദിന്റെ അഭിപ്രായത്തിനൊപ്പം സാവേദ് പറഞ്ഞു.

''ആ പ്രശ്നം ഇവിടെ നിന്നും ആരോ അവരെ ഗൾഫിലേക്ക് നിരന്തരം വിളിച്ചറിയിക്കുന്നുമുണ്ടായിരുന്നു. അതുകൊണ്ട് ഗൾഫിൽ നിന്നും അവർ പട്ടാളത്തെ വിളിച്ചു പറഞ്ഞു വഴി അടച്ചു കെട്ടി ഗേറ്റ് വെക്കാൻ. അതിന് പട്ടാളം ഒരുങ്ങിയപ്പോൾ സലിക്ക ഞങ്ങളെ വിളിച്ച് സുലൈമാനിയും തന്നിട്ട് പറഞ്ഞു, മക്കളേ, ഇതാണ് ഈ വിഷയം ഒരു ഇഷ്യൂ ആക്കാൻ പറ്റിയ സമയം. അതുകൊണ്ട് നിങ്ങൾ അത് തടയണം എന്ന് അതുപ്രകാരം ഞങ്ങൾ പട്ടാളത്തെ തടഞ്ഞു. ഒരിക്കലല്ല രണ്ട് പ്രാവശ്യം. അതിന്റെ കലിപ്പിലാണ് ഇപ്പൊ ഈ കേസ് കൊടുത്തിട്ടുള്ളത്.''

''ഇതൊന്നുമറിയാത്ത ഞങ്ങളുടെ പേരെന്തിനാ അതിൽ കൊടുത്തത്. ഞങ്ങൾ എന്ത് തെറ്റ് ചെയ്തു.''

''അതാണ് ഞങ്ങൾക്കും അറിയാത്തത്. ഇനിയിപ്പോ എന്താ ചെയ്യുക? കേസിന് പോകാനൊന്നും ഞങ്ങളില്ല. അതിനുള്ള കാശുമില്ല.''

സൈദുവിന്റെ ആ പറച്ചിലിൽ മടുപ്പിന്റെ സ്വരമുണ്ടായിരുന്നു.

''ഈ കേസ് വന്നതൊന്നും നിങ്ങൾ സലിക്കയോട് പറഞ്ഞില്ലേ.''

ഹിഷാം ചോദിച്ചു.

''കേസ് കയ്യിൽ കിട്ടിയ ഉടനെ ഞങ്ങൾ പോയത് കട്ടാറത്തേക്കാണ്. അപ്പോൾ സലിക്ക പറഞ്ഞത് ഞാൻ മുന്നിൽ ഉണ്ടാകില്ലെന്ന് അന്നേ പറഞ്ഞിട്ടില്ലേ. മാത്രവുമല്ല എനിക്ക് ഈ റോഡിന്റെ ആവശ്യവുമില്ലല്ലോ. നിങ്ങൾക്കിനി പിന്മാറാൻ പറ്റില്ല. നിങ്ങളിപ്പോൾ

പ്രതികളാണ്. നല്ലൊരു വക്കീലിനെ വെക്കണം. കേസ് നടത്തണം. വഴി കിട്ടും.''

സൈദു പറഞ്ഞു.

''സലിക്കാക്ക് റോഡ് വേണ്ടങ്കിൽ പിന്നെ എനിക്കും വേണ്ട. എന്റെ വീടിന്റെ മുന്നിലും റോഡുണ്ട്. പക്ഷേ, എന്റെ പേരും സാവേദിന്റെ പേരും ഉണ്ടല്ലോ ഇതിൽ. സാവേദിനും വീട്ടുപടിക്കൽ റോഡുള്ളതല്ലേ. ആ ഹിഷാംക്കയുടെയും മാജിദ്ക്കയുടെയും വീട് പോലും ഇവിടെയല്ല. എന്നിട്ടും ഞങ്ങളുടെ പേരും അഡ്രസ്സും ആരായിരിക്കും ഇത്ര കൃത്യമായി പറഞ്ഞുകൊടുത്തിരിക്കുക.''

''അത് മറ്റാരുമാകില്ല. പട്ടാളം തന്നെ, സംശയിക്കേണ്ട.''

സലിക്ക പെട്ടെന്ന് ഉത്തരം പറഞ്ഞു.

''അപ്പോൾ ഞങ്ങൾക്ക് പട്ടാളത്തെ കൊല്ലാനുള്ള ദേഷ്യമുണ്ടായി.''

മാജിദ് മെല്ലെ എഴുന്നേറ്റു.

''ഇക്കാ വരൂ, നമുക്ക് പോകാം. കാര്യങ്ങൾ വിശദമായി പഠിക്കേണ്ടതുണ്ട്.''

സൈദുവിനെയും സാവേദിനെയും ചേർത്ത് നിറുത്തി ഷാനുവിന്റെ തോളിൽ തട്ടിയിട്ട് പറഞ്ഞു.

''നിങ്ങള് വിഷമിക്കണ്ട. നമുക്ക് ഒരുമിച്ച് നിന്ന് വഴി ഉണ്ടാക്കാം. കേസ് നടത്താം. ഏതായാലും അന്യായമായി അവർ ഞങ്ങൾക്കെതിരെ കേസുകൊടുത്തതല്ലേ. നമുക്കും ആ വഴിക്ക് തന്നെ പോകാം. നിരപരാധികളായ ഞങ്ങളുടെ പേരുകൾ വിളിച്ചു പറഞ്ഞു കൊടുത്തവന്റെ ഉദ്ദേശ്യം തൽക്കാലം വിജയിച്ചിരിക്കയാണ്. പക്ഷേ, ആ ഉദ്ദേശ്യം പൂർണ്ണമായും വിജയിക്കില്ല. ബാക്കി കാലം തെളിയിക്കും, ഇൻഷാ അല്ലാഹ്....''

വക്കാലത്ത്

അന്ന് വൈകുന്നേരം നോമ്പ് തുറന്ന ശേഷം ഹിഷാമും മാജിദും വിഭവസമൃദ്ധമായ നോമ്പ്തുറവിഭവങ്ങളുമായി വക്കീലിന്റെ വീട്ടിലേക്ക് പോയി. അതിൽ തരിക്കഞ്ഞിയും ജീരകക്കഞ്ഞിയും പിന്നെ നല്ല ബീഫ്കറിയും പത്തിരിയും ഉണ്ടായിരുന്നു. വക്കീലിന്റെ ഇഷ്ടപ്പെട്ട ആഹാരം. വല്ലപ്പോഴുമൊക്കെ വക്കീൽ വീട്ടിൽ വരുമ്പോൾ മാജിദ് അവ പ്രത്യേകം ഉണ്ടാക്കികൊടുക്കുമായിരുന്നു. ഭക്ഷണക്കിറ്റ് സന്തോഷത്തോടെ സ്വീകരിച്ചുകൊണ്ട് വക്കീൽ പറഞ്ഞു.

''ഞാൻ വൈഫിനോട് പറഞ്ഞേ ഉള്ളൂ, മാജിദ് വരുമ്പോൾ നോമ്പുതുറവിഭവങ്ങൾ ഉണ്ടാകുമെന്ന്.''

തരിക്കഞ്ഞി വായിലേക്കൊഴിച്ചുകൊണ്ട് പറഞ്ഞു

''അസ്സലായിരിക്കുന്നു.''

ആ കിറ്റ് അകത്ത് മേശപ്പുറത്ത് വെച്ചിട്ട് വക്കീൽ തന്റെ ഓഫീസ് മുറിയിലേക്ക് നടന്നു. ഒപ്പം മാജിദും ഹിഷാമും. അവർ കോടതിയിൽ നിന്നും വന്ന ഇൻജങ്ഷൻ വക്കീലിനെ കാണിച്ചു. വക്കീൽ പറഞ്ഞു.

''ഇത് കാര്യമില്ല, ചുമ്മാ ഒന്ന് പേടിപ്പിച്ചതാ. പക്ഷേ, ഇൻജങ്ഷൻ മുഖേന നമ്മെ വിലക്കിയിരിക്കുന്നതിനാൽ അവർക്ക് വേണമെങ്കിൽ ബുദ്ധിമുട്ടിപ്പിക്കാം.''

''വക്കീലേ, സത്യം പറഞ്ഞാൽ നിരപരാധികളായ ഞങ്ങൾക്ക് നേരെ പുന്നത്തൂർക്കാർ കേസ് കൊടുത്തു എന്നത് മാത്രമാണ് അവർ ചെയ്ത തെറ്റ്. അത് അവർ അറിഞ്ഞുകൊണ്ടും അല്ല എന്നാണ് ഞങ്ങൾ വിശ്വസിക്കുന്നത്. ഈ വിഷയം ഗൗരവമാകണമെങ്കിൽ ഞങ്ങളെ കൂടെ ഇതിൽ ഉൾപ്പെടുത്തേണ്ടത് അത്യാവശ്യമായി കാണുന്ന അവരുടെ ബന്ധുവായ ഒരാൾ ഞങ്ങൾക്കിടയിൽ ഉണ്ട്. അയാളുടെ നിർദേശം പ്രകാരമാണ് ഇത് സംഭവിച്ചിട്ടുള്ളത്. ഈ അവസരം പ്രയോജനപ്പെടുത്തി അവിടത്തുകാർക്ക് സ്ഥിരമായ ഒരു

റോഡ് ഉണ്ടാക്കണം. അതിന് എന്താണ് വേണ്ടതെങ്കിൽ ഉടനെ വക്കീൽ ചെയ്തു തരണം.''

''മാജിദേ, ഇപ്പോൾ പറയുന്ന ഈ വഴിക്കാര്യം നിങ്ങൾക്ക് മാത്ര മല്ലേ അറിയൂ. മറ്റുള്ളവരുടെ താൽപര്യവും നിലപാടും അറിയില്ലല്ലോ.''

''അതൊന്നും എതിര് വരില്ല. നാളെ തറവാട്ടിൽ ഒരു മീറ്റിംഗ് വെച്ചിട്ടുണ്ട്. വിശദമായി അപ്പോൾ ഞാൻ കാര്യങ്ങൾ ചർച്ച ചെയ്യും.''

''ഓകെ. വഴി ഉണ്ടാക്കുക എന്നത്, തുടക്കത്തിൽ നാട്ടുകാർക്ക് എല്ലാവർക്കും വലിയ ആവേശവും വാശിയും ഉള്ള കാര്യമാണ്. കേസുമായി മുന്നോട്ട് പോകുവാൻ കാശ് ചെലവാക്കാനും കോടതി യിൽ വരാനൊന്നും അതിൽ നിന്നാരും ഉണ്ടാകില്ല. വാദികൾ പോലും ഹാജരാവാതെ എതിർഭാഗം കേസ് ജയിച്ച കുറേ സംഭവങ്ങൾ എനിക്കറിയാം. എന്നിട്ടല്ലേ പ്രതികൾ. ഇത് കേസ് സിവിലാണ്. അറിയാലോ. ചുരുങ്ങിയത് പതിനഞ്ച് കൊല്ലം പിടിക്കും. അന്നും മാജിദ് മാത്രമേ ഉണ്ടാകൂ. അതിനൊക്കെ തയ്യാറുണ്ടെങ്കിലേ ഇതിന് ഇറങ്ങേണ്ടതുള്ളൂ. ഞാൻ ഇങ്ങനെ പറയുന്നത് നമ്മൾ തമ്മിലുള്ള അടുപ്പംകൊണ്ടാണ്.''

''അത് മനസ്സിലായി.''

വക്കീലും മാജിദുമായുള്ള ബന്ധം മനസ്സിലാക്കിയ ഹിഷാം പറഞ്ഞു.

''വക്കീലേ, ഞങ്ങൾ ആലോചിച്ചപ്പോൾ ഇനി ഇങ്ങനെ ഒരു അവസരം കിട്ടില്ല എന്നു തോന്നി.

''ശരി, എന്തായാലും എനിക്ക് ഈ സ്ഥലം ഒന്ന് കാണണം.''

''എങ്കിൽ ഒരു കാര്യം ചെയ്യാം, നാളത്തെ മീറ്റിംഗിൽ വക്കീൽ പങ്കെടുക്കണം. അവിടെ കൂടുന്നവരുടെ വികാരം വക്കീലിന് നേരിട്ട് ബോധ്യമാകുമല്ലോ; ആ വഴിയും കാണാം.''

''ഇങ്ങനെ കൂടുന്നവരുടെ വികാരത്തിലൊന്നും ഒരു കുറവും ഉണ്ടാകാറില്ല. പക്ഷേ, മുന്നോട്ട് പോകുമ്പോൾ മാജിദ് ഒറ്റയ്ക്കേ ഉണ്ടാകൂ. അത് മറക്കണ്ട. ഇത് ഇപ്പോൾ മാജിദ് നടത്തുന്ന കോപ്പി റൈറ്റ് കേസ് പോലെയല്ല.''

''അങ്ങനെയാണങ്കിലും സാരമില്ല വക്കീലേ, നാട്ടിൽ ഒരു വഴി യാകുമല്ലോ.''

''ഇന്ന് ആദ്യത്തെ നോമ്പ് ദിവസമാണ്. പള്ളിയിൽ പ്രത്യേക മായ പ്രാർത്ഥനയ്ക്ക് കൂടണം. അപ്പോൾ നാളെ ഞാൻ വണ്ടിയു മായി വരാം.''

''ഇരിക്ക്, ഒരു കാര്യം കൂടെ പറയാം. നിങ്ങൾ പറഞ്ഞത് പ്രകാരം ഈ വഴി ഉണ്ടാക്കുന്നുവെങ്കിൽ തന്നെയും പട്ടുപറമ്പിൽ കയറ്റം മുതൽ നിങ്ങളുടെ വീട് വരെ എല്ലാവർക്കും വഴി ലഭിച്ചതിന് ശേഷമേ

നിങ്ങൾക്ക് വഴിയുണ്ടാകൂ. മാത്രവുമല്ല, പരാതിക്കാരായ പുന്നത്തൂർ ഭൂമിയോട് തൊട്ട് കിടക്കുന്ന ഭൂമി നിങ്ങളുടേതായതിനാൽ ഈ കേസ് അവസാനിക്കുന്നതുവരെയും നിങ്ങൾക്ക് ആ ഭൂമിയിൽ നിർമ്മാണ പ്രവർത്തനങ്ങൾ നടത്തുവാനോ അതിരുകൾ കെട്ടി സംരക്ഷിക്കുവാനോ സാധിക്കാത്ത ഒരു സാഹചര്യവും ഉണ്ടായിക്കൂടെന്നില്ല.''

''അതെന്തുകൊണ്ടാണ് വക്കീൽ അങ്ങനെ പറഞ്ഞത്?'' ഹിഷാം ചോദിച്ചു

''അതായത്, എല്ലാവർക്കും വഴി കിട്ടിയാൽ ആളുകൾ പിന്നെ മാളങ്ങളിൽ ഒളിക്കും. കോടതിയിൽ വരാനോ വക്കീലിനെ കാണാനോ ഫീസ് തരാനൊന്നും ആരും ഉണ്ടാവില്ല. അങ്ങനെയുള്ളവർ, നിങ്ങൾ അവിടെ നിർമ്മാണ പ്രവർത്തനം നടത്തുകയോ അതുമായി ബന്ധപ്പെട്ട് വഴിക്ക് മാറ്റം വരുത്തുകയോ ചെയ്യാൻ ശ്രമിച്ചാൽ പിന്നെ മാജിദ് അവരുടെ കണ്ണിൽ ശത്രുവാകും.''

മാജിദ് ഉടനെ പറഞ്ഞു

''ഏയ്, ഒരിക്കലുമില്ല. എനിക്കെതിരെ ആരും ഒന്നും പറയില്ല. ഇപ്പോഴും എല്ലാവരും കാണുമ്പോൾ എന്നോട് പറയുന്നത് മാജിദ് തറവാട്ടിൽ തന്നെ വീട് വെക്കണം എന്നാണ്. പുന്നത്തൂർക്കാർ സമ്മതിക്കുന്നുവെങ്കിൽ ഞങ്ങൾക്ക് ഈ വഴി ചാരത്തെ റോഡിൽ മുട്ടിക്കുവാൻ ഒരു വിരോധവും ഇല്ലല്ലോ. അതിനുള്ള സ്ഥലവും വിട്ട് കൊടുക്കാൻ എപ്പോഴും ഒരുക്കവുമാണ്. അതുകൊണ്ടുതന്നെ വക്കീലിന്റെ ആ സംശയം അസ്ഥാനത്താണ്.''

''മാജിദ് ഇപ്പോൾ പറഞ്ഞതിൽ തന്നെ അതിന്റെ സാധ്യതയുണ്ട് അതായത്, പുന്നത്തൂർക്കാർ സമ്മതിക്കുന്നുവെങ്കിൽ എന്ന് പറഞ്ഞില്ലേ, അതുതന്നെയാണ് പ്രശ്നം. കേസിൽ അവർ ജയിച്ചാൽ പിന്നെ അവർ സമ്മതിക്കുന്ന വിഷയം ഇല്ലല്ലോ. സത്യത്തിൽ ഈ കേസ് കേട്ടിടത്തോളം അവർ തന്നെയാണ് വിജയിക്കുക. കാരണം ഡോക്യുമെന്റുകൾ അവർക്ക് അനുകൂലമായിരിക്കും. പിന്നെ, സത്യവും നീതിയും എന്ന ഒന്നുണ്ടല്ലോ, അത് അവരുടെ ഭാഗത്തും ആണല്ലോ. അതുകൊണ്ടാണ് ഞാൻ പറഞ്ഞത്. നിങ്ങളുടെ ഭൂമിയിൽ വഴിവന്നു നിൽക്കുകയും വർഷങ്ങൾ പത്തോ പതിനഞ്ചോ കടന്നുപോവുകയും ചെയ്ത ശേഷം പുന്നത്തൂർക്കാർ ജയിക്കും. അങ്ങനെ കേസിൽ അവർ ജയിക്കുകയും വഴി അവർ ഗേറ്റ് വെച്ച് അടുക്കുകയും ചെയ്താൽ മാജിദ് എന്ത് ചെയ്യും?''

''പിന്നെ എന്ത് ചെയ്യാൻ. വഴി എന്റെ ഭൂമിയിൽ വന്ന് അവസാനിക്കും. അല്ലാതെ എനിക്ക് എന്ത് ചെയ്യാൻ പറ്റും?''

‘‘ശരിയാണ്. ഇവിടെ മറ്റൊരു വിഷയം കൂടെയുണ്ട്. ഈ പുന്നത്തൂർക്കാർ ചിലപ്പോൾ വഴി അടച്ചെന്നു വരില്ല. അതിന് പല കാരണങ്ങളുമുണ്ട്. അത് ഞാൻ പിന്നീട് വിശദമാക്കാം. അവിടെ ഗേറ്റ് വെച്ച് അടയ്ക്കാത്തിടത്തോളം കാലം ഈ വഴി മാജിദിന് ഭാവിയിൽ നാട്ടിൽ ചീത്തപ്പേരിന് കാരണമാകും. അന്ന്, ഇന്ന് ജീവിച്ചിരിക്കുന്ന എല്ലാവരും ഉണ്ടാകണമെന്നില്ല, ഇന്നത്തെ വാക്കും പ്രവർത്തികളും ഓർമ്മിക്കുവാൻ. പകരം പുതിയ തലമുറയാകും മാജിദിന്റെ ഈ മുഖത്ത് വിരൽ ചൂണ്ടുക.’’

മാജിദ് ജ്യേഷ്ഠന്റെ മുഖത്ത് ഒന്ന് നോക്കി. എന്നിട്ട് വക്കീലിനോട് പറഞ്ഞു

‘‘വക്കീലേ, ഞാൻ ആരെയും ഉപദ്രവിക്കാനല്ല വന്നത്. അകാരണമായി ഞങ്ങളെ പ്രതി ചേർത്ത് കള്ളക്കേസ് കൊടുത്തപ്പോൾ അതിനെ പ്രതിരോധിക്കുക എന്ന എന്റെ അവകാശത്തിന് വേണ്ടിയാണ്. അതുമൂലം എല്ലാവർക്കും ഒരു വഴി ആകുമെങ്കിൽ ആവട്ടെ എന്നും ആഗ്രഹിക്കുന്നു. അതിന്റെ പേരിൽ വർഷങ്ങൾക്ക് ശേഷം എനിക്ക് പഴി ചുമക്കേണ്ടി വരുമെങ്കിൽ ആവട്ടെ. എന്ന് കരുതി പിന്മാറാൻ ഞാൻ തയ്യാറല്ല. ഇറങ്ങട്ടെ.’’

മാജിദിന്റെ കൈ മുറുക്കിപ്പിടിച്ചുകൊണ്ട് വക്കീൽ പറഞ്ഞു.

‘‘ധൈര്യമായി പൊയ്ക്കോളൂ. ഞാനുണ്ടാകും കൂടെ. മാജിദ് എന്റെ കക്ഷി മാത്രമല്ലല്ലോ. നാളെ മൂന്ന് മണിക്ക് ഞാൻ റെഡിയായി ഇരിക്കും.’’

‘‘അത് മതി ഞങ്ങൾക്ക്, വക്കീലിന്റെ ഈ സപ്പോർട്ട്. ഞങ്ങൾ ഇറങ്ങുന്നു.’’

വക്കീലിനോട് യാത്ര പറഞ്ഞ് അവർ വണ്ടിയിൽ കയറി.

ചർച്ച

വലിയ പറമ്പത്ത് തറവാട്ടിൽ ആ പരിസരങ്ങളിലെ എല്ലാവരും പിറ്റേന്ന് ഒത്തുചേർന്നു. കൃത്യസമയത്ത് തന്നെ വക്കീലുമെത്തി. ചർച്ചകൾ ആരംഭിക്കുന്നതിന് മുന്നെ വക്കീൽ പട്ടുപറമ്പ് കയറ്റം മുതൽ ചാരത്ത് റോഡ് വരെയുള്ള വഴിയും പുന്നത്തൂർക്കാർ വഴിക്ക് വേണ്ടി വാങ്ങിയ തർക്ക സ്ഥലവും അതിന്റെ തൊട്ടടുത്തു കിട ക്കുന്ന റോഡിലേക്കുള്ള പരമ്പരാഗതമായ നടവഴിയും നോക്കിക്കണ്ടു. ഒപ്പം തന്നെ പട്ടാളം മൂസ ചുരുക്കിക്കെട്ടിയ പള്ളിയോട് ചേർന്ന നടവഴിയും. അതിനു ശേഷമായിരുന്നു എല്ലാവരും മാജിദിന്റെ തറ വാട്ടിലേക്ക് വന്നത്. മീറ്റിംഗിൽ സലിയും കോവിൽ അലി ഹാജിയും അനുജൻ ബക്കറും വെട്ടത്ത് ജമാലുദ്ദീനും ബിരിയാണി വെപ്പു കാരൻ ബീരാനും മകൻ ഷാനുവും പ്രതികളായ സൈദു സാവേദും പിന്നെ കോവിൽ ബഷീർ, സാദിഖ് തുടങ്ങി മറ്റ് നാട്ടുകാരായ ചെറുപ്പ ക്കാരും കൂടെ മുപ്പത് പേരോളം അവിടെ കൂടിയിരുന്നു. എല്ലാവരും വലിയ ആവേശത്തിലാണ്. വക്കീൽ പറഞ്ഞു.

‘‘നിലവിലെ സ്റ്റേ മറച്ചുവെച്ചുകൊണ്ട് മറ്റൊരു സ്റ്റേ, അഥവാ സ്റ്റാറ്റസ്കോ നിലനിറുത്താൻ വേണ്ടി പുന്നത്തൂർക്കാരെയും പട്ടാളം മൂസയെയും പ്രതി ചേർത്തുകൊണ്ട് ഉടനെ ഒരു കോടതി ഉത്തരവ് മേടിക്കുകയാണ് ആദ്യം വേണ്ടത്. നിലവിൽ സ്റ്റേ ഉള്ളതുകൊണ്ട് അത് കിട്ടുമോ എന്ന കാര്യം സംശയമാണ്. എങ്കിലും നമുക്ക് ശ്രമിക്കാം. പിന്നെ, എനിക്ക് ഒരു കാര്യം ഉറപ്പിച്ചു പറയാനുണ്ട്. ഈ ആവേശം അവസാനം വരെ ഉണ്ടാകണം. കേസ് നടത്തുകയാണെ ങ്കിൽ മിനിമം പതിനഞ്ച് കൊല്ലം നടക്കണം. പെട്ടെന്ന് തന്നെ കമ്മീഷൻ വെക്കണം. അതിനെല്ലാം നല്ല പണച്ചെലവും വരും.’’

അതു കേട്ടപ്പോൾ ചിലരുടെയെല്ലാം മുഖം ഒന്ന് ചുളിയുന്നതായി വക്കീലും മാജിദും കണ്ടു. സലി പറഞ്ഞു.

‘‘ക്യാഷിന്റെ കാര്യം നമുക്ക് ഒരു പൊതുപിരിവ് നടത്താം. വഴി എല്ലാവർക്കും വേണ്ടിയാണല്ലോ.’’

ജമാലുദ്ദീനും പിന്താങ്ങി. വക്കീൽ പറഞ്ഞു

''നിങ്ങൾ പൊതുപിരിവ് നടത്തി ഫണ്ട് സ്വരൂപിക്കാനൊന്നും നേരമില്ല. കോടതി പുന്നത്തൂർക്കാരുടെ കേസിൽ അടുത്ത നടപടി കൾ സ്വീകരിക്കുന്നതിന് മുന്നെ നമുക്ക് കാര്യങ്ങൾ നീക്കണം. വെക്കേഷൻ തുടങ്ങും മുന്നെ വേണം നമ്മുടെ ഇടപെടൽ.''

കോവിൽ അലി ഹാജി പറഞ്ഞു

''നമുക്ക് ഇന്നുതന്നെ ഗൾഫിലേക്ക് വിളിക്കാം. വഴിയുടെ ആവശ്യ ക്കാരൊക്കെ ഗൾഫിലാണല്ലോ. ആവശ്യത്തിനുള്ള പണം അവർ അയച്ചു തരട്ടെ.''

''അതിനൊന്നും നേരമില്ലന്ന് ഞാൻ പറഞ്ഞില്ലേ. ഹാജിയാര് അത് കേട്ടില്ലാന്നുണ്ടോ.''

വക്കീലിന്റെ സ്വരത്തിൽ ഗൗരവം കലർന്നിരുന്നു. അദ്ദേഹം തുടർന്നു.

''ഇത് കോടതി സ്റ്റേ അനുവദിച്ചിട്ടുള്ള കേസ് ആണ്. ഇന്ന് തന്നെ രാത്രിയിൽ പേപ്പറുകൾ ശരിയാക്കി നാളെ കോടതിയിൽ സബ്മിറ്റ് ചെയ്യണം. നിങ്ങൾ എല്ലാവരും നാളെ രാവിലെ എന്റെ ഓഫീസിൽ വന്ന് പരാതിയിൽ ഒപ്പും വെക്കണം. മനസ്സിലായോ. പുന്നത്തൂർക്കാർ പൊതുവഴി തടയാൻ പോകുന്നു എന്ന് പറഞ്ഞിട്ട് വേണം ഒരു പൊതുജന താൽപര്യ ഹർജി ഫയൽ ചെയ്യാൻ. എങ്കിലേ ഏറ്റവും അടുത്ത ദിവസം അവർക്കെതിരെ വഴി തടയരുത് എന്ന് പറഞ്ഞു കൊണ്ട് എനിക്ക് കോടതിയിൽ നിന്നും സ്റ്റേ മേടിക്കാൻ പറ്റൂ. അതിനും കോടതിയിൽ ചില കളികളൊക്കെ ഉണ്ട്. എല്ലാം ചെലവ് വരുന്ന പണികളാണ്. സ്റ്റേ കിട്ടിക്കഴിഞ്ഞാൽ പിന്നെ ഒരു പതിനഞ്ചു കൊല്ലത്തിന് അവർ വഴി അടയ്ക്കാതെ ഞാൻ നോക്കി ക്കൊള്ളാം, നിങ്ങൾ കേസ് നടത്താൻ എന്റെ കൂടെ ഉണ്ടെങ്കിൽ.''

''എന്താ വക്കീല് പറഞ്ഞത് കേട്ടില്ലേ നിങ്ങള്, റോഡ് വെട്ടാൻ പോകുന്നവരും അതിന്റ ആവശ്യക്കാരുമൊക്കെ എന്താണ് ഒന്നും മിണ്ടാത്തത്?''

കോവിൽ ബക്കർ ഉറക്കെ ചോദിച്ചു.

സൈദു കട്ടാറത്തെ സലിയെ നോക്കി പറഞ്ഞു

''ഞങ്ങൾക്ക് എല്ലാ ഐഡിയകളും പറഞ്ഞു തന്നിരുന്നത് സലിക്ക യല്ലേ, എന്താ ഒന്നും പറയാത്തത്?''

''ഞാൻ ആദ്യമേ പറഞ്ഞിരുന്നു, എന്നെ ഒന്നിലും പ്രതീക്ഷിക്ക രുതെന്ന്. എന്റെയും കോവിൽ അലി ഹാജിയുടെയും ബക്കർക്കാ ടെയും സി എം. പോക്കർക്കായുടേയുമൊക്കെ വീട്ടിലേക്ക് ടാറിട്ട റോഡുണ്ട്. ഞങ്ങൾക്കല്ല ഈ വഴി വേണ്ടത്.''

സൈദു പറഞ്ഞു.

“സലിക്കാ, നിങ്ങള് ഈ പറഞ്ഞത് ശരിയായില്ല. ഒരു വഴി എന്ന് പറഞ്ഞാൽ അത് അതിന്റെ മുന്നിലുള്ള വീട്ടുകാർ മാത്രമല്ലല്ലോ ഉപയോഗിക്കുക. നിങ്ങൾക്കും ടൗണിലേക്ക് പോകാനും വരാനും ഏറ്റവും എളുപ്പമുള്ള വഴിയാണിത്, അത് മറക്കരുത്.”

തുടർന്ന് അലി ഹാജി പറഞ്ഞു.

“സലീ, ഈ കുട്ടികൾ പറഞ്ഞതാണ് ശരി. നമ്മുടെ വീട്ടിലേക്കെല്ലാം വഴിയുണ്ടന്ന് കരുതി ഈ പ്രശ്നം നമ്മുടേതല്ലാതാകുന്നില്ല. ജുമുഅത്ത് പള്ളിയിലേക്കും സ്കൂളിലേക്കും പോകാൻ ആകെയുള്ള ഒരു എളുപ്പവഴിയാണിത്.”

ജമാലുദ്ദീനും അതേ അഭിപ്രായം തന്നെയായിരുന്നു.

“ബക്കർക്ക പറഞ്ഞത് തന്നെയാണ് എനിക്കും പറയാനുള്ളത്. പട്ടാളം മൂസക്ക പള്ളിയോട് ചേർന്ന വഴി ചുരുക്കിക്കെട്ടിയതിനാൽ ഒരു ഓട്ടോവിന് പോലും അതിലേയും പോകാൻ പറ്റാതായി. ഈ വഴി ശരിയായാൽ പിന്നെ ആ വിഷമം തീരും. പുന്നത്തൂർക്കാർക്കാണങ്കിൽ ഈ വഴി വിട്ടുകൊടുക്കുന്നതോടെ മറ്റേ വഴിയിലൂടെയാണെങ്കിൽ വഴിക്ക് വേണ്ടി ധാരാളം സ്ഥലം നഷ്ടമാകില്ല. ഇല്ലെങ്കിൽ പിന്നെ ആ വഴിയും തുറക്കുവാൻ വേണ്ടി ഇതിനൊപ്പം കേസ് കൊടുക്കണം.”

അപ്പോൾ വക്കീൽ പറഞ്ഞു.

“ഇതിനൊപ്പം നമ്മൾ അതും കൊടുക്കുന്നുണ്ട്. അങ്ങനെ രണ്ട് വഴികളിലും പൊതുവഴി അവകാശം ഉന്നയിച്ചുകൊണ്ട് നമ്മൾ അവർക്ക് മേൽ സമ്മർദ്ദം ചെലുത്തണം. എങ്കിലേ ഏതെങ്കിലും ഒന്ന് തുറന്ന് കിട്ടുകയുള്ളൂ. ഈ വഴിയുടെ കാര്യത്തിൽ വിജയസാദ്ധ്യത കുറവാണ് എന്ന് നിങ്ങൾ എപ്പോഴും ഓർക്കണം.”

“അതൊക്കെ ശരിതന്നെ വക്കീലേ, പക്ഷേ, ഇതിനെല്ലാമുള്ള പണം ചെലവഴിക്കലും മറ്റും ആര് ചെയ്യും, അതാണല്ലോ ഇവിടുത്തെ പ്രശ്നം. ഇവിടെ കൂടിയവർ എല്ലാവരും ചേർന്ന് ചെയ്യണം എന്നാണ് എന്റെ അഭിപ്രായം. അതിൽ സലിയും ഉണ്ടാകണം. ഇവിടുത്തെ കുട്ടികളെ വിളിച്ചുകൂട്ടി ഇങ്ങനെ ഒരു വഴിയുടെ ചർച്ച ഉണ്ടാക്കിയതും അവരെക്കൊണ്ട് പട്ടാളത്തെ ഗേറ്റ് വെക്കുന്നതിൽ നിന്നും തടയിപ്പിച്ചതും എല്ലാം ഈ സലിയാണ്. അല്ലെന്ന് പറയാൻ പറ്റുമോ. എന്നിട്ട് അതൊരു പ്രശ്നമായപ്പോൾ ഒന്നും അറിയാത്തപോലെ മാറി നിൽക്കുന്നത് ശരിയല്ല.”

“ശരിയാണ് ഹാജിയാരേ, എന്ന് കരുതി എനിക്കിതിന്റെ പുറകിൽ

നടക്കാനൊന്നും പറ്റില്ല. നിങ്ങൾക്കറിയാലോ പുന്നത്തൂർക്കാർ എന്റെ അടുത്ത കുടുംബമാണ്. ഞാൻ അന്നേ പറഞ്ഞിരുന്നു ഇവരോട്.''

ചർച്ച അഭിപ്രായ വ്യത്യാസങ്ങളിലേക്ക് മാറുന്നത് കണ്ടപ്പോൾ വക്കീൽ എഴുന്നേറ്റു. എന്നിട്ട് പറഞ്ഞു

''ആദ്യം നിങ്ങൾ വഴി വേണോ വേണ്ടയോ എന്ന് തീരുമാനിക്കുക. എന്നിട്ട് ഞാൻ വരാം. എല്ലാ പൊതുകേസുകളും ഇങ്ങനെയാണ്. ഇന്നലെ ഈ മാജിദും ജ്യേഷ്ഠനും വന്നപ്പോൾ കാര്യങ്ങൾ ഞാൻ അവരോട് പറഞ്ഞതാണ്.''

അപ്പോൾ ജമാലുദ്ദീൻ എഴുന്നേറ്റ് വക്കീലിന്റെ കൈ പിടിച്ചുകൊണ്ട് പറഞ്ഞു

''ദയവു ചെയ്ത് വക്കീൽ ഇരിക്ക്. നമുക്ക് സംസാരിക്കാം. വഴി നമുക്ക് ആവശ്യമാണ്. ചാരത്തെ റോഡിൽ മുട്ടിയില്ലെങ്കിലും വേണ്ടില്ല.''

വക്കീൽ മാജിദിനെ ഒന്ന് നോക്കി. മാജിദ് വക്കീലിനോട് ഇരിക്കണം എന്ന അഭ്യർത്ഥനയിൽ തലയാട്ടി. വക്കീൽ ഇരുന്നു, എന്നിട്ട് പറഞ്ഞു

''ഇനി വഴി ആർക്ക് വേണോ വേണ്ടയോ എന്നത് എന്റെ വിഷയമല്ല. ആവശ്യക്കാർ പണം മുടക്കിയാൽ അവർക്ക് വേണ്ടി ഞാൻ കേസ് വാദിക്കും. ചെലവുകൾ ആര് വഹിക്കും എന്ന് മാത്രം എന്നോട് പറഞ്ഞാൽ മതി.''

ഹിഷാം പറഞ്ഞു

''വക്കീൽ ഫീസിനെക്കുറിച്ചും മറ്റു ചിലവുകളെക്കുറിച്ചും സംശയിക്കണ്ട, ഇപ്പോൾ സ്റ്റേ എടുക്കാനും കമ്മീഷൻ നടത്താനും ഉള്ളത് ഞങ്ങൾ വഹിച്ചോളാം.''

''ഹിഷാമിനും മാജിദിനും ഒപ്പം ഞാനുമുണ്ട്. വഴി ആദ്യം തുറന്നു വരേണ്ടത് പട്ടുപറമ്പിൽക്കാർ ഇടുക്കിക്കെട്ടിയ മതിലുകൾ മുതലാണ്.'' ജമാലുദ്ദീനും അവരോടൊപ്പം നിന്നുകൊണ്ട് പറഞ്ഞു.

അപ്പോൾ ചെറുപ്പക്കാരായവർ കൈയ്യടിച്ചുകൊണ്ട് പറഞ്ഞു.

''ഞങ്ങളും ഉണ്ട് നിങ്ങൾക്കൊപ്പം. നമുക്കൊരുമിച്ച് വഴിയുണ്ടാക്കാം.''

''ഓകെ ഓകെ, ഇനി നമുക്ക് വേണ്ടത് എത്രയും വേഗം പരാതിക്കാർക്കെതിരെ ഇൻജങ്ഷൻ എടുക്കുകയും കമ്മീഷൻ കൊണ്ടുവരികയും എന്നതാണ്. അതിന് ഈ പള്ളിയുടെ ആക്ടിവിറ്റീസ് എന്തൊക്കെയാണെന്ന് എനിക്കറിയണം. നിങ്ങളത് പറയൂ.''

‘‘പള്ളിയിൽ ബാങ്ക് വിളിക്കും, ആളുകൾ വന്ന് നിസ്കരിക്കും അത്ര തന്നെ, ഇടയ്ക്കൊക്കെ ചില പ്രാർത്ഥനകളും കർമ്മങ്ങളും നടക്കാറുണ്ട്.’’

അലിഹാജി പറഞ്ഞു.

‘‘അത് എന്തൊക്കെയാണ്.’’

‘‘അത്, റാത്തീബ്, മൗലൂദ്, ഹദ്ദാദ് എന്നിവ. അന്ന് പോത്തിനെ അറുക്കലും നെയ്ച്ചോർ വെച്ച് വിതരണവും ഉണ്ടാകാറുണ്ട്.’’

‘‘അതിനുള്ള സാധനങ്ങൾ എല്ലാം ഇതുവഴിയാണ് കൊണ്ടുവരുന്നത് അല്ലേ?’’

‘‘അതെ.’’

‘‘ഈ പള്ളി എത്രകൊല്ലം പഴക്കമുണ്ട്. ഇത് പണിയാനുള്ള സാധനങ്ങൾ കൊണ്ടുവന്നത് ഏത് വഴിയാണ്?’’

‘‘വർഷം ഒരുപാട് പഴക്കം ഉണ്ട് വക്കീലേ. ഇന്ന് ഈ കാണുന്ന രൂപത്തിൽ പണിതിട്ട് ഒരു നാൽപത് അമ്പത് കൊല്ലം ആയിക്കാണും. പട്ടു പറമ്പ് കയറി പള്ളായി പറമ്പിലൂടെ തന്നെയായിരുന്നു അന്ന് സാധനങ്ങൾ കൊണ്ടു വന്നിരുന്നത്. അന്നൊന്നും ഒരു റോഡ് എന്ന രൂപത്തിലുള്ള വഴി ഉണ്ടായിരുന്നില്ല. പിന്നെ പള്ളിയുടെ ആവശ്യത്തിനായതിനാൽ അതിനൊരു തടസ്സവും അന്നുണ്ടായിട്ടില്ല.’’

അലിഹാജി അത് പറഞ്ഞപ്പോൾ ജമാലുദ്ദീനും അതിനോട് യോജിച്ചു.

‘‘അതിപ്പോ പള്ളി മാത്രമല്ല. ഇവിടുത്തെ ഈ വീടടക്കം അങ്ങനെ തന്നെയാണ് പണിതത്.’’

‘‘ശരി, പള്ളിയുടെ വരുമാന മാർഗങ്ങൾ എന്തൊക്കെയാണ്?’’

‘‘അങ്ങനെ പ്രത്യേകിച്ചൊന്നും ഇല്ല. പരിസരവാസികൾ കൊടുക്കുന്ന വരിസംഖ്യ മാത്രമേയുള്ളൂ.’’

അപ്പോൾ വക്കീൽ തറപ്പിച്ചു പറഞ്ഞു

‘‘അല്ല, വേറെയും വരുമാനം ഉണ്ട്.’’

സദസ്സ് വക്കീലിനെ തന്നെ നോക്കിയിരുന്നു.

‘‘പള്ളിയുടെ വരുമാന മാർഗമായി ബിരിയാണിച്ചെമ്പ്, മേശ, കസേര, ടാർപായ, പന്തൽ നിർമാണ സാമഗ്രികൾ തുടങ്ങിയവ വാടകയ്ക്ക് കൊടുക്കുന്നുണ്ട്. അത് ഈ വഴിയിലൂടെയാണ് കൊണ്ടുപോവുകയും കൊണ്ടു വരികയും ചെയ്യുന്നത് എന്ന് വേണം കോടതിയിൽ പറയാൻ. അതിന് ബിരിയാണി വെപ്പുകാരനും ഉണ്ടല്ലോ നമ്മുടെ കൂട്ടത്തിൽ. ഇയാൾക്കും ഈ വഴിവേണമല്ലോ. മാത്രമല്ല ഈ വഴി പുരാതനമായി ഉണ്ടായിരുന്നുവെന്നും ഇവിടുത്തെ പള്ളി

പണിയാനും പള്ളിയിൽ വിശ്വാസികൾ കൂടുന്ന നേർച്ചകൾക്കും മറ്റുമൊക്കെ അകലെ നിന്നുപോലും ഭക്തർ വന്നുപോകുന്നതും സ്കൂൾ കുട്ടികൾ വന്നുപോകുന്നതും എല്ലാം കാലങ്ങളായി ഈ വഴിയിലൂടെയാണ് എന്ന് കോടതിയോട് പറയാം.''

എല്ലാവരും ഉഗ്രൻ ഐഡിയ എന്ന് പറഞ്ഞപ്പോൾ മാജിദ് മാത്രം എതിർത്തു.

''വക്കീലേ, അത് തെറ്റാണ്. നുണയാണ്. അതും ഈ റമദാൻ മാസത്തിൽ. കേസ് ജയിക്കാൻ പള്ളിയെ ആയുധമാക്കുന്നതിനോട് എനിക്ക് യോജിപ്പില്ല. കോടതിക്ക് വിശ്വാസ്യത തോന്നാവുന്ന കാരണങ്ങളായിരിക്കണം നമ്മൾ പറയേണ്ടത്.''

''മാജിദേ, അത് എന്റെ പണിയാണ്. നിങ്ങൾ നാളെ രാവിലെ വന്ന് ഒപ്പിട്ടാൽ മാത്രം മതി. ഇൻജങ്ഷൻ കിട്ടണമെങ്കിൽ നുണയൊക്കെ പറയേണ്ടി വരും എന്താ മാജിദിന് ഒന്നും അറിയാത്ത പോലെ.'' വക്കീൽ പറഞ്ഞു.

''മാജിദേ, ഇത് അല്ലാഹുവിന്റെ പള്ളിയിലേക്കുള്ള വഴിയാണ് എന്ന് കരുതിയാൽ മതി. അപ്പോൾ തീർന്നില്ലേ നിന്റെ പ്രശ്നം?''

സലി അത് പറഞ്ഞപ്പോൾ മാജിദിന് അയാളോട് പുച്ഛം തോന്നി.

''വക്കീലേ, കേസ് എനിക്ക് അറിയാഞ്ഞിട്ടല്ല. പക്ഷേ, ഇത് ദൈവഭവനവുമായി ബന്ധപ്പെടുത്തുന്നതിലാണ് എനിക്ക് വിയോജിപ്പ്. അതും ഈ പവിത്ര മാസത്തിൽ. പുന്നത്തൂർ ഭൂമിയിലെ ഈ പുതിയ വഴി പൊതുവഴിയാക്കാനുള്ള വാദം തന്നെ കടുത്ത അപരാധമാണ്. നമ്മൾ അത് മുൻനിറുത്തി ഇവിടം വരെയും വഴി ഉണ്ടാക്കുക എന്ന് മാത്രമാണ് ശ്രമിക്കേണ്ടതുള്ളൂ. ബാക്കിയെല്ലാം തെറ്റാണ്.''

''സത്യം അതുതന്നെയാവാം. എന്നാൽ ഇവിടം വരെയും വഴി ഉണ്ടാകണമെങ്കിലും ഇപ്പോൾ അവർ വാങ്ങിച്ച സ്റ്റേ നമ്മൾ മറികടന്നേ പറ്റൂ. അതുകൊണ്ട് ഇപ്പോൾ ഞാൻ പറയുന്നതിനോട് മാജിദ് സമ്മതിക്കുക. അല്ലേ, അതല്ലേ വേണ്ടത്?''

വക്കീൽ എല്ലാവരോടുമായി ചോദിച്ചു. മാജിദും ജ്യേഷ്ഠൻ ഹിഷാമും ഒഴികെ മറ്റെല്ലാവരും വക്കീലിനോട് സമ്മതം പ്രകടിപ്പിച്ചു.

''ശരി, ഞാൻ ഇറങ്ങുന്നു. രാവിലെ ഒൻപതരയ്ക്ക് എല്ലാവരും എന്റെ ഓഫീസിലേക്ക് വരിക. ആവശ്യമായ പേപ്പറുകൾ ശരിയാക്കി വെക്കുന്നുണ്ട്. വാ മാജിദേ, നമുക്ക് പോകാം.''

''മാജു പോകാം, വക്കീലിനെ കൊണ്ടുവിടണ്ടേ.''

അവർ കാറിൽ കയറി. വാഹനം മുന്നോട്ട് പോകുമ്പോൾ സലിയുടെ ചുണ്ടിൽ പുഞ്ചിരി വിടർന്നു.

മീറ്റിംഗിൽ പറഞ്ഞതുപ്രകാരം അവിടെ കൂടിയവരിൽ പ്രതീക്ഷിച്ചവരാരും പിറ്റേന്ന് വക്കീലിന്റെ ഓഫീസിൽ എത്തിയില്ല. ഹിഷാമിനും മാജിദിനും ഒപ്പം കോവിൽ ബക്കറും വെട്ടത്ത് ജമാലുദ്ദീനും സൈദുവും സാവേദും മാത്രം. വക്കീൽ പ്ലാൻ ചെയ്തതുപോലെ ഒരു പൊതുതാല്പര്യ ഹർജി ഫയൽ ചെയ്യാൻ സാധിച്ചില്ല. എങ്കിലും ഉള്ളവരെ വെച്ച് പെട്ടന്ന് പേപ്പറുകൾ ശരിയാക്കി ഒപ്പ് വെച്ചു കോടതിയിൽ നൽകി. പൊതു താല്പര്യ ഹർജി പിന്നീട് ചെയ്യാമെന്ന് തീരുമാനിച്ചു. കേസിന്റെ തുടക്കം എന്ന നിലയ്ക്ക് വക്കീൽ ഫീസും മറ്റ് കോടതി ആവശ്യങ്ങൾക്കുമായി പതിനായിരം രൂപ അപ്പോൾ തന്നെ വക്കീലിന് ഹിഷാം കൊടുത്തു. ജമാലുദ്ദീൻ ഷെയർ ചെയ്യാമെന്ന് പറഞ്ഞ് ക്യാഷ് എടുക്കാൻ പോക്കറ്റിൽ കയ്യിട്ടു. അപ്പോൾ ജമാലുദ്ദീന്റെ കൈ പിടിച്ചുകൊണ്ട് ഹിഷാം പറഞ്ഞു

''വേണ്ട ജമാലുക്ക, ഇൻഷാ അല്ലാഹ് സ്റ്റേ കിട്ടിയാൽ ഇനിയും ധാരാളം ചെലവുണ്ടല്ലോ അപ്പോൾ മതി, ഇത് ഞാൻ തന്നെ ചെയ്യാം.''

''നൊയമ്പല്ലേ, നല്ലോണം ഒന്ന് പ്രാർത്ഥിച്ചോളൂ എല്ലാവരും.''

വക്കീൽ പറഞ്ഞുകൊണ്ട് കോടതിയിലേക്ക് നടന്നു.

സ്റ്റേ കിട്ടുമോ ഇല്ലയോ എന്ന ടെൻഷൻ ആയിരുന്നു എല്ലാവർക്കും.

''ഇല്ല, സമയമായിട്ടില്ല. കോടതിയുടെ അവസാന സമയത്തല്ലേ വക്കീൽ കൊടുക്കൂ, ഇനിയും സമയം ഉണ്ട്. എന്തെങ്കിലും വിവരം അറിയാൻ ഒരു മണിയാകും അല്ലേ മാജൂ.''

''അതെ ഇക്കാ, ഒരു മണി കഴിയും എന്നാണ് വക്കീൽ പറഞ്ഞത്. ചിലപ്പോൾ കോടതി കേസ് വാങ്ങി വെച്ചിട്ട് ഉച്ചയ്ക്ക് ശേഷവും തീരുമാനം എടുക്കാം. എന്തായാലും ഇന്നുതന്നെ അറിയാലോ. നമ്മൾ കാത്തിരുന്നേ പറ്റൂ.''

സ്റ്റേ കിട്ടിയില്ലെങ്കിൽ പിന്നെ അതിലൂടെയുള്ള ഒരു പൊതു റോഡ് എന്ന സ്വപ്നം എന്നന്നേക്കുമായി അവസാനിക്കും. സ്റ്റേ കിട്ടിയാൽ മാത്രമേ ഭാവിയിലെങ്കിലും എന്തെങ്കിലും ഒരു സാദ്ധ്യത ഉണ്ടാകൂ. അവർ കാത്തിരുന്നു.

കഥ പറയുമ്പോൾ

“**അ**ന്ന് ചെറിയ കുട്ടിയായിരുന്നു ഞാൻ. ഇപ്പോൾ കേസു കൊടുത്തിരിക്കുന്ന പുന്നത്തൂർക്കാരുടെ ഉപ്പ, പഞ്ചായത്ത് പ്രസിഡന്റ് അബുവും പള്ളായിപ്പറമ്പിൽ താമസിച്ചിരുന്ന ഈൗസ ഹാജിയും തമ്മിൽ ഈ വഴിയെച്ചൊല്ലി വഴക്കും അടിയും വരെ നടന്നിട്ടുണ്ട്.”

“എനിക്ക് നേരിയ ഓർമ്മയുണ്ട്. പൊലീസ് വന്നതും ആളുകൾ കൂടിയതും. എന്താണ് അന്നുണ്ടായത്?”

“കാലങ്ങളുടെ പഴക്കമുണ്ട് ഈ റോഡുമായി ബന്ധപ്പെട്ട തർക്കങ്ങൾക്ക്.” ഹിഷാം കഥ പറഞ്ഞുതുടങ്ങി.

“ഈൗസഹാജി ഒരു ദിവസം അയാളുടെ പറമ്പിന്റെ അതിർത്തിയിലൂടെ വണ്ടി പോകാതിരിക്കാൻ വേലി കെട്ടി. അതുവഴി കാറിൽ വന്ന അബുവിന് വണ്ടി അവിടെ വെച്ച് നിറുത്തേണ്ടി വന്നു. നമ്മുടെ വലിയ പറമ്പത്തെ തറവാടിന് തൊട്ടു കിടക്കുന്ന സ്ഥലം ഈ അബുവിന്റേതാണല്ലോ. അതിലാണല്ലോ അബുവിന്റെ പെങ്ങന്മാര് താമസിക്കുന്നത്. അവരെ കാണാനും തെങ്ങ് കയറ്റവും മറ്റ് പറമ്പിലെ പണികൾക്കുമായി അബു ഇടയ്ക്കിടെ തന്റെ കാറുമായി അതുവഴിയാണ് വരാറുള്ളത്. വല്ലപ്പോഴും ഇതിലെ കാർ വരുന്നതും അബു വരുമ്പോഴാണ്. തന്റെ പറമ്പിലൂടെ അനുമതിയില്ലാതെ അബു കാർ കൊണ്ടുപോകുന്നതിൽ ഈൗസ ഹാജിക്ക് അതൃപ്തിയുണ്ടായിരുന്നു. പഞ്ചായത്ത് പ്രസിഡന്റ് ആണെന്നുള്ള അഹങ്കാരവും ധിക്കാരവുമാണ് അബു തന്നോട് കാണിക്കുന്നതെന്നായിരുന്നു ഈൗസ ഹാജിയുടെ വിചാരം. അതുകൊണ്ടുതന്നെ അതിലൂടെ വണ്ടി കൊണ്ടുപോകരുതെന്ന് ഈൗസ ഹാജി ഡ്രൈവറോട് ചട്ടംകെട്ടിയിരുന്നു. അതിന് കാരണമായി ഹാജി പറയുന്നത്. ഇത് നടക്കാൻ മാത്രമുള്ള വഴിയാണെന്നാണ്.

പട്ടുപറമ്പുമുതൽ ചാരത്തെ റോഡുവരെ എല്ലാവരും സമ്മതിച്ചുകൊണ്ട് വഴി വെട്ടുന്നുവെങ്കിൽ ഈൗസ ഹാജിയും വഴികൊടുക്കാൻ

ഒരുക്കമായിരുന്നു. എന്നാൽ ഒരു പൊതുവഴി എന്ന ആവശ്യത്തിന് അമ്പു പോലും ഭൂമി വിട്ടുകൊടുക്കാൻ അന്നും തയ്യാറായിരുന്നില്ല. അതിനുശേഷം ഒന്ന് രണ്ട് തവണ അബുവിന്റെ വണ്ടി വന്നു പോയി എന്ന് ഈസ ഹാജി അറിഞ്ഞു. അപ്പോഴെല്ലാം ഈസ ഹാജി വീട്ടിലു ണ്ടായിരുന്നില്ല. അത് ആവർത്തിക്കാതിരിക്കാനാണ് അവിടെ ഉയരം കുറഞ്ഞ ഒരു വേലികെട്ടിയത്. സൈക്കിൾ പോലും അപ്പുറം കട ക്കണമെങ്കിൽ എടുത്ത് വെക്കണം. ആളുകൾക്കെല്ലാം അത് വലിയ അസൗകര്യമായി. അവിടെ എത്തുമ്പോൾ ആളുകൾ ഈസ ഹാജിയെ പ്രാകിയിട്ടേ പോകാറുള്ളൂ. പതിവുപോലെ കാറുമായി വന്ന അബു വഴിയിൽ തടസ്സം കണ്ടപ്പോൾ ഡ്രൈവറോട് പറഞ്ഞു

''മൊയ്ദീൻകുട്ടീ, നീ പോയാ വേലി അങ്ങട്ട് പൊളിക്കടാ. എന്നിട്ട് ഹോൺ നല്ലോണം അടിച്ചു പിടിച്ചിട്ട് കാറങ്ങട്ട് ഓടിച്ചു പോടാ. എന്താ വരുന്നതെന്ന് ഞാനൊന്ന് കാണട്ടെ.''

വണ്ടി നിറുത്തി മൊയ്ദീൻകുട്ടി കാറിൽ നിന്നിറങ്ങുന്നതും വേലിയുടെ അടുത്തേക്ക് നീങ്ങുന്നതും ഈസ ഹാജി തന്റെ വീടിന്റെ ഉമ്മറത്തിരുന്നു കാണുന്നുണ്ടായിരുന്നു. മൊയ്ദീൻകുട്ടി വേലിയുടെ ഒരു കുറ്റി വലിച്ചൂരിയതും വീടിന്റെ ഇറയത്ത് തിരുകിവെച്ച നീളം കൂടിയ വെട്ടുകത്തി വലിച്ചൂരിയെടുത്ത് ഈസ ഹാജി അലറിക്കൊണ്ട് കാറിന്റെ അരികിലേക്ക് പാഞ്ഞടുത്തു.

''തൊട്ടുപോകരുതടാ നായിന്റെ മോനേ, തൊട്ടാൽ ആ കയ്യ് ഞാൻ വെട്ടും.''

ഈറ്റപ്പുലിയെപ്പോലുള്ള ഈസ ഹാജിയുടെ ആ വരവും അലർ ച്ചയും കണ്ടപ്പോൾ മൊയ്ദീൻകുട്ടി ജീവനുംകൊണ്ട് ഓടി. ആ ഓട്ടം അബുവിന്റെ അളിയൻ കുഞ്ഞയമ്മുവിന്റെ അടുത്തേക്കായിരുന്നു. വേലിയിൽ നിന്നും ഊരിയ കുറ്റി എടുത്ത് അവിടെത്തന്നെ താഴ്ത്തി വെച്ചിട്ട് ഈസ ഹാജി കാറിന്നുള്ളിലേക്ക് നോക്കി. അപ്പോൾ അബു വണ്ടിയിൽ നിന്നും ഡോർ തുറന്ന് ഇറങ്ങി വന്നു.

''ഹോ തമ്പ്രാൻ ഇതിനകത്തിരുന്നു കൽപിച്ചതാണല്ലേ, എന്റെ വേലിപൊളിക്കാൻ?''

''അതേടോ ഞാൻ തന്നെയാണ് പറഞ്ഞത്. നിനക്ക് കാണണോ നിന്റെ ഈ വേലി പൊളിച്ച് വണ്ടി കൊണ്ടുപോകുന്നത്? വേലി മാത്ര മല്ല, വേണ്ടിവന്നാൽ നിന്നെയും പൊളിക്കും, കാണണോ നിനക്ക്?''

''അതിന്ന് നിന്റെ വാപ്പ മയ്യത്തായ പുന്നത്തൂർ അത്തകുട്ടി കബ റീന്ന് എഴുന്നേറ്റു വന്നാൽ പോലും പറ്റൂല്ലടാ ഹിമാറേ.''

ഈസ ഹാജി ആക്രോശിച്ച് തീരും മുന്നെ അബു തന്റെ കയ്യിൽ എപ്പോഴും പിടിക്കാറുള്ള പിടി വളഞ്ഞ വലിയ മലേഷ്യൻ കുട

കൊണ്ട് ഈസ ഹാജിയുടെ തലയിൽ അതിശക്തിയായി ആഞ്ഞടിച്ചു. അടികൊണ്ടതും ഈസ ഹാജിക്ക് നില തെറ്റി. കയ്യിൽ നിന്നും തെറിച്ചു വീണ വെട്ടുകത്തി വേഗം കൈക്കലാക്കി അബു പറഞ്ഞു.

''ഇനി കളിച്ചാൽ നിന്റെയാ കൈയുണ്ടല്ലോ അത് വെട്ടുന്നത് ഞാനാകും. ഓർമ്മിച്ചോ.''

ഈസ ഹാജിയുടെ തല പൊട്ടി മുഖത്തുകൂടി രക്തം ഒഴുകി. മുഖം തുടച്ചപ്പോൾ ഈസഹാജിയുടെ കൈയിൽ രക്തം കണ്ടു. ദേഷ്യം കൊണ്ട് ഈസഹാജി അബുവിന്റെ ചെവിക്കുറ്റിക്ക് ശക്തിയായി അടിച്ചു. അടികൊണ്ട അബു കാറിന്റെ മേലേക്ക് മറിഞ്ഞു വീണു. ഈസഹാജി അരിശം അടങ്ങാത്ത അബുവിന്റെ നെഞ്ചത്തേക്ക് ചാടി ചവുട്ടി. അബു കാറിന്റെ മേലെ നിന്നും നിലത്ത് വീണു. അബുവിന്റെയും ചെവിയിൽ നിന്നും വായിൽ നിന്നും രക്തം വന്നു. ബഹളം കേട്ട് ഈസ ഹാജിയുടെ ഭാര്യയും മക്കളും അയൽവാസികളും മറ്റ് ആളുകളുമൊക്കെ ഓടിക്കൂടി. ഈസ ഹാജി നിലത്ത് നിന്നും വെട്ടുകത്തി വേഗം എടുത്ത് പിടിച്ച് ധൃതിയിൽ അബുവിനെ നോക്കി.

''ടാ കള്ള ഹിമാറേ.''

അലറിക്കൊണ്ട് ഈസഹാജി അബുവിവിനെ വെട്ടാൻ അടുത്തു.

''അല്ലാഹ്, ഇക്കാ ചെയ്യല്ലേ.''

ആർത്ത് കരഞ്ഞുകൊണ്ട് ഈസ ഹാജിയുടെ ഭാര്യയും മക്കളും ഓടി വന്നു. പെണ്മക്കൾ ഓടിചെന്ന് വാപ്പയെ കെട്ടിപ്പിടിച്ചു.

ഈസ ഹാജി തന്നെ വട്ടം പിടിച്ചു നിൽക്കുന്ന മക്കളെ നോക്കി. അവരുടെ പേടിച്ചരണ്ട, ദയനീയ മുഖം കണ്ടപ്പോൾ അയാൾ അല്പം തണുത്തു. കയ്യിൽ നിന്നും വെട്ടുകത്തി താഴെ വീണു. അയാൾ തന്റെ മക്കളെയും കെട്ടിപ്പിടിച്ചുകൊണ്ട് നിന്നു. ഓടിക്കൂടിയ ആൾക്കൂട്ടത്തിൽ നിന്നും അബുവിന്റെ ഒരു ബന്ധു അദ്ദേഹത്തെ താങ്ങിയെടുത്ത് കാറിൽ കയറ്റി ആശുപത്രിയിലേക്ക് കൊണ്ടുപായി. ഒരു ഓട്ടോറിക്ഷയിൽ നാട്ടുകാർ ഈസ ഹാജിയെയും കൊണ്ടുപോയി.

അതിനിടയിലാണ് ഫോൺ ബെല്ലടിച്ചത്.

''വക്കീലാണോ.''

''അല്ല, അത് സൈദുവും സാവേദുമാണ്. കട്ടാറത്ത് നിന്നാ വിളിച്ചത്. സലിക്ക വിളിപ്പിച്ചതാണത്രേ. വിവരം വല്ലതും അറിഞ്ഞോ എന്നറിയാൻ.''

''ഉം, മൂപ്പര് സുലൈമാനിയും ഉണ്ടാക്കികൊടുത്ത് ആ പിള്ളേരെ കൊണ്ട് ഇനിയും എന്തൊക്കെയാണാവോ ചെയ്യിക്കാൻ പോകുന്നത്?''

''ഇനിയിപ്പോ അയാൾക്ക് ചെയ്യിക്കാൻ ഒന്നുമില്ലല്ലോ. വെറുതേ ഗാലറിയിലിരുന്ന് കളി കണ്ടാൽ മതി. പണി മുഴുവനും നമുക്കല്ലേ, ഇപ്പോൾ തന്നെ കണ്ടില്ലേ രൂപ പതിനായിരമല്ലേ പോയത്? എന്താ യാലും സ്റ്റേ കിട്ടട്ടെ.''

''പിന്നീട് എന്തുണ്ടായി.''

ഹിഷാം തുടർന്നു

''ഇവരെല്ലാം ആശുപത്രിയിലേക്ക് പോയപ്പോൾ അബുവിന്റെ അളിയൻ കുഞ്ഞയമ്മുവും ഡ്രൈവർ മൊയ്ദീൻകുട്ടിയും ബന്ധു ക്കളും നാട്ടുകാരും ഈസ ഹാജിയെ തല്ലാൻ വേണ്ടി വന്നു. അവർ ഈസ ഹാജിയുടെ വീട്ടിൽ ചെന്ന് ബഹളമുണ്ടാക്കി തിരിച്ചുപോയി. കുറച്ചു കഴിഞ്ഞപ്പോൾ ഈസ ഹാജിയുടെ സ്വന്തം സ്ഥലമായ പാടൂര് നിന്നും അനിയനും ആൾക്കാരും ഗുണ്ടകളും വന്ന് അബു വിന്റെ വീട്ടിലും പോയി ബഹളം ഉണ്ടാക്കി. ഇരുകൂട്ടരും അപ്പോൾ ആശുപത്രിയിൽ ആയതിനാലും ആർക്കും ആരെയും നേരിൽ കാണാൻ സാധിക്കാഞ്ഞതിനാലും വലിയ ദുരന്തം ഒഴിവായി. പിന്നെ കേസായി, പൊലീസായി. കുറേ കാലം അങ്ങനെ നീങ്ങി ആ പ്രശ്നം. അതിനിടയിൽ ഈ സംഭവം ഉണ്ടായ അന്ന് രാത്രിയിൽ തന്നെ ഈസ ഹാജി അവിടെ കെട്ടിയ വേലി ആരോ പറിച്ചെടുത്ത് പള്ളായി കുളത്തിൽ കൊണ്ടു പോയി താഴ്ത്തി. ഈസ ഹാജി ആശുപത്രി യിൽ നിന്ന് വന്നിട്ടും പിന്നെ രണ്ടാമതും വേലികെട്ടാൻ മുതിർന്നില്ല.''

''അപ്പോൾ അത് കേസ് ആയില്ലേ.''

''ഇല്ല. എന്തുകൊണ്ടോ അത് പൊലീസ് സ്റ്റേഷനിൽ നിന്നും കോടതിയിലേക്ക് പോയില്ല. ആരും അതിന്റെ പിന്നിൽ നിൽക്കാനും ശ്രമിച്ചില്ല. പിന്നെ അബു ഈസ ഹാജിയുടെ വീടിന്റെ പടിയോട് ചേർന്ന് കിടക്കുന്ന സ്ഥലത്തിന്റെ ഉടമയായ തന്റെ ബന്ധു അബ്ദു ട്ടിയെ സ്വാധീനിച്ച് ഈസ ഹാജിയുടെ ഗേറ്റിന്റെ മുന്നിൽ വീട്ടിലേക്ക് തടസ്സമായി വലിയ തെങ്ങിൻ തൈകളും മരങ്ങളും വെപ്പിച്ചു. ഈസ ഹാജിയുടെ വീട്ടിലേക്ക് ഒരു ഓട്ടോറിക്ഷപോലും കടക്കാത്ത വിധം. ഈ സംഭവം ഈസ ഹാജി നാട്ടുകാരുടെ മുന്നിൽ വലിയ പരി ഹാസപാത്രമായി. വീടിന്റെ പടിയിലേക്ക് നോക്കുമ്പോഴും വീട്ടി ലേക്ക് വരികയും പോവുകയും ചെയ്യുമ്പോഴും ഈസ ഹാജിയുടെ അഭിമാനം മുറിപ്പെട്ട് കൊണ്ടിരുന്നു. ഒടുവിൽ അബ്ദുട്ടിയെ കണ്ട് ആ സ്ഥലം വിലയ്ക്ക് തരണം എന്ന് ആവശ്യപ്പെട്ടു. എന്നാൽ ഇതൊരു നല്ല അവസരമാണെന്ന് മനസ്സിലാക്കിയ അബ്ദുട്ടി നില വിലെ വിലയേക്കാൾ ഭീമമായ വിലയാണ് ആവശ്യപ്പെട്ടത്. അത്രയും കൊടുക്കാൻ പണം ഇല്ലാത്തതിനാൽ നിരാശനായി തിരിച്ചുപോന്നു. പിന്നെ ഹാജിക്ക് സമാധാനത്തോടെ ഉറങ്ങാൻ കഴിഞ്ഞിരുന്നില്ല.

ഓരോ ദിവസവും അഭിമാനക്ഷതമേറ്റ മനസ്സുമായാണ് ജീവിച്ചത്. കണ്ണു തുറന്നാൽ കാണുന്ന ആ തെങ്ങിൻതൈകളും മരങ്ങളും ഈസ ഹാജിയെ വല്ലാതെ അസ്വസ്ഥനാക്കി. വർഷം ഒന്ന് അങ്ങനെ കടന്നുപോയപ്പോൾ ആ തൈകൾ തഴച്ചു വളർന്നിരുന്നു. ഒടുവിൽ ഈസ ഹാജി ഒന്ന് തീരുമാനിച്ചു. അബ്ദുട്ടിയോട് തന്റെ നല്ല കായ് ഫലമുള്ള പൊന്നോത്ത് പറമ്പുമായി ഒരു മാറ്റം സംസാരിച്ചു നോക്കുക. അതിനുവേണ്ടി ഒരു ദിവസം ഈസ ഹാജി അബ്ദുട്ടി യുടെ വീട്ടിലെത്തി കാര്യം പറഞ്ഞു.

"അബ്ദുട്ടീ, ഒന്നുകിൽ നീ ആ തെങ്ങിൻ തൈകൾ എന്റെ വീട്ടു പടിക്കൽ നിന്ന് മാറ്റിവെക്കുക. അല്ലെങ്കിൽ എനിക്ക് ആ ഭൂമി നൽകുക ഇല്ലെങ്കിൽ ഞാൻ എന്റെ വീടും പറമ്പും വിറ്റു പോകാൻ തീരുമാ നിക്കുകയാണ്."

ഈസ ഹാജിക്ക് കടുത്ത നിരാശയും വേദനയും ഉണ്ടെന്ന് അബ്ദുട്ടിക്ക് മനസ്സിലായി. ഒപ്പം ലാഭകരമായ നല്ലൊരു കച്ചവടവും. നിവർത്തികേടുമായി തന്റെ മുന്നിൽ നിൽക്കുന്ന ഈസ ഹാജിയോട് താനിപ്പോൾ എന്തുപറഞ്ഞാലും സമ്മതിക്കുമെന്ന് മനസ്സിലാക്കി യിരുന്നു. അതുകൊണ്ട് തന്നെ അബ്ദുട്ടി മനസ്സിൽ ചില കണക്കുകൂട്ടലു കൾ നടത്തി കുറച്ചു നേരം ഒന്നും മിണ്ടാതെയിരുന്നു. നിരാശയോടെ ഈസ ഹാജി അബ്ദുട്ടിയുടെ വീട്ടിൽ നിന്നും യാത്ര പറഞ്ഞിറങ്ങി. പടി കടന്ന് പോകുന്ന ഈസ ഹാജിയെ അബ്ദുട്ടി തിരികെ വിളിച്ചു.

"ഹാജിക്കാ, നിൽക്ക് നിങ്ങള് പോകല്ലേ."

പിന്നിൽ നിന്നും വിളിച്ചത് കേട്ടപ്പോൾ ഈസ ഹാജി തിരിഞ്ഞു നോക്കി.

"ഞാൻ ഒരു കാര്യം പറയാം, അത് സമ്മതമാണെങ്കിൽ മാത്രമേ നിങ്ങളുടെ ആവശ്യം നടക്കൂ."

"എന്താ അബ്ദുട്ടി നിനക്ക് വേണ്ടത്. എന്നെ കൊണ്ട് പറ്റുന്നത് എന്തും ഞാൻ തരും. നീ ഒന്ന് തുറന്ന് പറ വേഗം."

"എന്റെ ഭൂമിക്ക് പകരം ഇരട്ടിയായി നിങ്ങളുടെ ആ പൊന്നോത്ത് പറമ്പ് എനിക്ക് വേണം. എങ്കിൽ ഞാൻ തരാം."

ഇത് കേട്ടതും പിന്നെ ഈസ ഹാജി ഒന്നും ആലോചിച്ചില്ല. ഉടനെ വാക്കുകൊടുത്തു.

"നൂറുവട്ടം സമ്മതം. നീ എടുത്തോ അബ്ദുട്ടി. നാളെത്തന്നെ ആധാരം എഴുതാൻ ഏർപ്പാട് ചെയ്യാം."

ഏറ്റവും അടുത്ത ദിവസം തന്നെ ഈസഹാജി അബ്ദുട്ടിയുടെ ഭൂമിക്ക് പകരം ഇരട്ടി അളവിൽ ഭൂമി നൽകിക്കൊണ്ട് തന്റെ പടിയോട് ചേർന്ന ഭൂമി വാങ്ങിച്ചു. രജിസ്റ്റർ ഓഫീസിൽ നിന്നും വരുന്ന വഴി

ഈസ ഹാജി കുറച്ച് ഗുണ്ടും പടക്കവും വാങ്ങിച്ചു. വീടിന്റെ പടിയിൽ എത്തിയതും വണ്ടിയിൽ നിന്നും ചാടിയിറങ്ങിയ ഈസ ഹാജി ആദ്യം ചെയ്തത് തന്റെ ഗേറ്റിന് മുന്നിൽ വെച്ച തെങ്ങിൻതൈകളും മരങ്ങളും വേരോടെ പിഴുതെടുത്ത് വഴിയിൽ കൊണ്ടുവന്നിട്ട് വെട്ടുകത്തികൊണ്ട് കണ്ടം തുണ്ടം വെട്ടിക്കൂട്ടി. എന്നിട്ട് പടക്കവും ഗുണ്ടും പൊട്ടിച്ച് ഭ്രാന്തനെപ്പോലെ അട്ടഹസിച്ചു.

ഈ ഒരു സംഭവത്തിന് ശേഷമാണ് അബു ആലോചിച്ചത്. ഈ വഴിയിലൂടെയല്ലാതെ തന്റെ പറമ്പിലേക്ക് മാത്രമായ ഒരു പ്രൈവറ്റ് വഴി വേണം എന്ന്. ആ വിഷയം ഗൾഫിലുള്ള മക്കളുമായി അബു ചർച്ച ചെയ്തു. അവർ അതിനുള്ള വഴികൾ ആരായാം എന്ന് ഉപ്പയോട് പറയുകയും ചെയ്തു. അധികം താമസിയാതെ അബു മരണപ്പെട്ടു. മക്കളിൽ ഉപ്പയുടെ ആ നിർദ്ദേശം നടപ്പിലാക്കാൻ കഴിയാത്തതിൽ ഖേദമുണ്ടായി. ഒരിക്കൽ അവർ ലീവിന് വന്ന സമയത്ത് പുന്നത്തൂർ പറമ്പിലെ തെങ്ങ് കയറ്റം കഴിഞ്ഞ് തേങ്ങയും മടലും മറ്റും കൊണ്ടു പോകാൻ മിനിലോറി കൊണ്ടുവന്നപ്പോൾ പഴയതു പോലെ ഈസ ഹാജി വഴിയിൽ ചെറിയ തടസ്സങ്ങൾ ഉണ്ടാക്കുകയും ഇത് നടവഴി മാത്രമാണെന്ന് ആക്രോശിക്കുകയും ചെയ്തു. നാട്ടുകാർ ഇടപെട്ട് ആ ഒരു വണ്ടി മാത്രം കൊണ്ടുപോകാൻ അനുവദിക്കുകയും ബാക്കി നാളികേരവും മറ്റും ജോലിക്കാർ തലയിൽ ചുമന്ന് ചാരത്തെ റോഡിൽ നിൽക്കുന്ന വണ്ടിയിൽ കയറ്റി കൊണ്ടു പോവുകയും ചെയ്തു. ഇതിന് ശേഷം അബു പറഞ്ഞ വഴിയെപ്പറ്റി വീണ്ടും മക്കൾ ഗൗരവമായി ആലോചിച്ചു. അതുപ്രകാരം അവർ ഗൾഫിൽ എത്തിയ ഉടനെ തന്നെ സി.എം. പോക്കറിനെ നേരിൽ കാണുകയും സംസാരിക്കുകയും ചെയ്തു.

‘‘ഉപ്പ മരിക്കുന്നതിന് മുന്നേ ഞങ്ങളുടെ പറമ്പിലേക്ക് പോക്കർക്കയുടെ സ്ഥലത്തുകൂടി ഒരു വഴിയുടെ കാര്യം ഞങ്ങളോട് പറഞ്ഞിരുന്നു. അതിനെപ്പറ്റി ആലോചിക്കുവാനാണ് ഞങ്ങൾ വന്നത്.’’

‘‘ഞാൻ ഒരിക്കൽ ലീവിന് നാട്ടിൽ വന്നപ്പോൾ ഉപ്പ എന്നോട് ഇക്കാര്യം സൂചിപ്പിച്ചിരുന്നു. വഴിയുടെ കാര്യം നിങ്ങൾ മക്കൾ വരും അവർ സംസാരിക്കും എന്നാണ് പറഞ്ഞത്.’’

‘‘ഉപ്പ പറഞ്ഞത് പ്രകാരം ഞങ്ങൾക്ക് പോക്കർക്കയുമായി സംസാരിക്കാൻ കഴിഞ്ഞില്ല. ഒരിക്കൽ അന്വേഷിച്ചപ്പോൾ നാട്ടിൽ ആണെന്നാണ് അറിഞ്ഞത്. പിന്നെ പല കാരണങ്ങളാലും വൈകി. ഇന്നാണ് അതിന് സമയം ഉണ്ടായത്.’’

അബുവിന്റെ രണ്ടാമത്തെ മകൻ റഹീം പറഞ്ഞു.

‘‘അത് സാരമില്ല. എല്ലാത്തിനും അതിന്റേതായ സമയം പടച്ചവൻ നിശ്ചയിച്ചിട്ടുണ്ട്. അപ്പോഴല്ലേ അത് നടക്കൂ.’’

‘‘അപ്പൊ, ഞങ്ങൾക്ക് വഴി തരുന്നതിൽ എതിർപ്പൊന്നും ഇല്ലല്ലോ.’’

‘‘എന്താ ഈ പറയുന്നത് അബുക്കാടെ മക്കളോട് എനിക്ക് എതിർപ്പുണ്ടാകുകയോ. ഒരിക്കലുമില്ല. പക്ഷേ, എനിക്ക് നല്ല വില തരണം. വഴിയാകുമ്പോൾ... അറിയാലോ...’’

‘‘വില എത്രയായാലും പോക്കർക്ക ചോദിച്ചോളൂ. ഒന്നും കുറക്കണ്ട. അത് തന്നിരിക്കും.’’

‘‘ഇല്ല, വില ഞാൻ പറയില്ല. അബുക്കാടെ മക്കൾ നൽകുന്നത് എന്തും ഞാൻ സ്വീകരിക്കും. അതിൽ ഒരു മാറ്റവും ഉണ്ടാകില്ല. പിന്നെ, നാട്ടുനടപ്പ് അത് ഞാൻ പറഞ്ഞന്നേയുള്ളൂ.’’

സി.എം. പോക്കർ അത് പറഞ്ഞപ്പോൾ അബുവിന്റെ മക്കൾ ഒരു അഡ്വാൻസ് എന്ന നിലയ്ക്ക് കുറച്ച് റിയാൽ എടുത്ത് പോക്കറിന് നൽകി.

‘‘ഹേയ് എന്താ ഇത്. ഇതൊന്നും വേണ്ട. വാക്കാണ് വലുത്. അത് ഞാൻ മാറ്റില്ല. നിങ്ങൾ പൊയ്ക്കോളൂ. നമ്മൾ നാട്ടിലുണ്ടാകുമ്പോൾ ഞാനത് രജിസ്റ്റർ ചെയ്തു തരാം.’’

അവർ സന്തോഷത്തോടെ തിരിച്ചുപോയി. അതുപ്രകാരം അധികം വൈകാതെ സി.എം. പോക്കർ നാട്ടിലെത്തി തന്റെ ഭൂമിയിൽ നിന്നും പുന്നത്തൂർ ഭൂമിയിലേക്ക് വഴിക്ക് ആവശ്യമുള്ള സ്ഥലം അവരുടെ ഉമ്മയുടെ പേരിൽ രജിസ്റ്റർ ചെയ്തു കൊടുത്തു. അങ്ങനെയാണ് ഇന്ന് ഈ കേസിന് ആസ്പദമായ ആ റോഡുണ്ടായത്.’’

കഥ പറയുന്നതിനിടെ വീണ്ടും ഫോൺ ശബ്ദിച്ചു.

അപ്പുറത്ത് നിന്ന് വക്കീൽ പറഞ്ഞു

‘‘സ്റ്റേ കിട്ടി, ഇനിയൊന്നും പേടിക്കണ്ട.’’

ഹിഷാം മാജിദിനോട് പറഞ്ഞു

‘‘മോനെ, തുടക്കം നമ്മള് ജയിച്ചടാ, നീ ഇപ്പോൾ തന്നെ സലിക്കാനെയും ആ പിള്ളേരെയും ഒന്ന് വിളിച്ചു പറഞ്ഞേക്ക്. ഇനി നിന്റെ കൂടെ നിൽക്കേണ്ടത് അവരല്ലേ?’’

ജ്യേഷ്ഠൻ പറഞ്ഞതുപോലെ മാജിദ് അവരെ വിളിച്ചുപറയുകയും ഭാവി പരിപാടികൾ ആസൂത്രണം ചെയ്യാൻ പിറ്റേദിവസം തന്നെ വലിയ പറമ്പത്ത് തറവാട്ടിൽ രണ്ടാമതൊരു മീറ്റിംഗ് വെക്കുകയും ചെയ്തു.

വഴി വരുന്ന വഴിയിൽ

രണ്ടാമത്തെ മീറ്റിംഗിൽ പട്ടുപറമ്പ് കയറ്റം മുതൽ വലിയപറമ്പത്തെ അതിരുവരെ ആദ്യപടിയായി വഴിയാക്കാം എന്ന് തീരുമാനിച്ചു. മീറ്റിംഗിൽ കൂടിയവർ എല്ലാവരും മാജിദിന്റെ നേതൃത്വത്തിൽ സ്ഥല സന്ദർശനം നടത്തികൊണ്ടിരിക്കെ, നിലവിൽ പട്ടുപറമ്പിൽക്കാർ ഇടുക്കിക്കെട്ടിയ വഴിയിൽ നിന്നും പുതിയ റോഡിനെ കുറച്ചു കൂടി പടിഞ്ഞാറ് ഭാഗത്തേക്ക് മാറ്റി ഉണ്ടാക്കാം എന്ന നിർദേശം മാജിദ് മുന്നോട്ട് വെച്ചു.

പന്ത്രണ്ടടി വീതിയുള്ള റോഡാണ് ഉണ്ടാക്കേണ്ടത്. വെട്ടത്ത് ജമാലുദ്ദീനാണ് അവർക്കൊപ്പം വളരെ ക്രിയാത്മകമായി നിന്ന ഒരേ ഒരു വ്യക്തി. കേസിന്റെ കാര്യങ്ങൾക്ക് എപ്പോൾ വിളിച്ചാലും ഇറങ്ങിപ്പുറപ്പെടാനും പണം ചെലവഴിക്കാനും അദ്ദേഹം മടി കാണിച്ചിരുന്നില്ല. നല്ല സ്വഭാവശുദ്ധിയും സഹകരണ മനോഭാവവും ഉള്ള ആളായിരുന്നു ജമാലുദ്ദീൻ. എന്നാൽ പിതാവിന്റെ ആ ഗുണങ്ങളൊന്നും മക്കൾക്കാർക്കും ലഭിച്ചില്ല. അവർ ജമാലുദ്ദീന്റെ എതിർദിശയിലായിരുന്നു.

വഴിക്ക് വേണ്ടിയുള്ള ജമാലുദ്ദീന്റെ ഇടപെടലുകളിൽ മകൻ നിഷാദിന് വലിയ താൽപര്യം ഇല്ലായിരുന്നു. പണം ചെലവാക്കാതെയും തങ്ങളുടെ സ്ഥലം കൊടുക്കാതെയും ചുളുവിൽ ഒരു വഴി ഒപ്പിച്ചെടുക്കുക എന്നതായിരുന്നു നിഷാദിന്റെ ഉദ്ദേശ്യം. ചെറുപ്പം മുതൽ നാട് വിട്ടുപോയതിനാൽ അയൽപക്കക്കാരുമായിട്ടുപോലും സൗഹൃദം ഇല്ലാത്തയാളാണ് നിഷാദ്. അതുകൊണ്ട് തന്നെ സാംസ്കാരികവും സാമൂഹ്യവുമായ പ്രവർത്തനങ്ങൾ എന്തെന്നും അതിന്റെ ആവശ്യകതയും പ്രാവർത്തിക തലവുമൊന്നും അവന് അറിയുകയും ഇല്ല. അങ്ങനെ ചിലയാളുകൾ ഉണ്ട് ആ പ്രദേശത്ത്. അവരെല്ലാവരും ചെറുപ്പം മുതൽ ഗൾഫിൽ ജീവിക്കുന്ന പ്രവാസികളുമാണ്. അതുകൊണ്ടുതന്നെ ഈ വഴി അടയാളപ്പെടുത്തിയപ്പോൾ പല വീടുകളിലും സ്ഥലം വിട്ടുനൽകുവാൻ സാധിക്കാത്ത ഒരു സാഹചര്യം ഉണ്ടാവുകയും ചെയ്തു.

സ്ത്രീകൾ മാത്രം ഉള്ള വീടുകളിൽ നിന്നും തെങ്ങും മാവും മുറിക്കുന്നതും ഭൂമി വഴിക്കുവേണ്ടി എടുക്കുന്നതുമൊക്കെ പ്രയാസ മായിരുന്നു. ഭർത്താവിനോട് ചോദിക്കട്ടെ, മക്കളോട് പറയട്ടെ, അവ രൊന്നും പറഞ്ഞിട്ടില്ല എന്നിങ്ങനെയുള്ള മറുപടികളായിരുന്നു പല വീടുകളിൽ നിന്നും ലഭിച്ചത്. അതിനാൽ സ്റ്റേ ലഭിച്ചെങ്കിലും ഉടനെ തന്നെ വഴിയുണ്ടാക്കുക എന്ന ലക്ഷ്യം ഇഴഞ്ഞു നീങ്ങി. മറ്റാരേക്കാളും അവരൊക്കെയും ഈ റോഡ് ഏറ്റവും ആവശ്യമുള്ള ഉപഭോക്താ ക്കളുമാണ്. എന്നിട്ടും റോഡ് നിർമ്മാണത്തിലേക്ക് പത്ത് രൂപ സഹായിക്കുവാനോ വഴിക്ക് ആവശ്യമായ ആറടി സ്ഥലം വിട്ട് നൽകാനോ തയ്യാറല്ലാതെ തുടക്കത്തിൽ വല്ലാതെ വൈകിച്ചവരാണ വർ. എന്നാൽ നാട്ടിൽ അയൽപക്കക്കാരും നാട്ടുകാരുമായി സൗഹൃദ ത്തിൽ കഴിയുന്ന ജമാലുദ്ദീന് അതിൽ നിന്നൊന്നും വിട്ട് നിൽക്കു വാൻ സാധിക്കുമായിരുന്നില്ല. വളരെ കാലം ഗൾഫിൽ ആയിരുന്നെ ങ്കിലും നാടിന്റെ സ്പന്ദനം കൃത്യമായി മനസ്സിലാക്കുകയും സഹ കരിക്കുകയും ചെയ്യുന്ന ആളായിരുന്നു ജമാലുദ്ദീൻ.

കേസിന്റെ ആവശ്യാർത്ഥം നിലവിലുള്ള വഴിയുടെ സ്കെച്ചും കമ്മീഷൻ റിപ്പോർട്ടും കോടതിയിൽ സമർപ്പിക്കേണ്ട സമയം അടുത്തതിനാൽ വക്കീൽ മാജിദിനെ വിളിച്ചുകൊണ്ടിരുന്നു. ഹിഷാ മിനാണങ്കിൽ ലീവ് കഴിഞ്ഞ് ഗൾഫിലേക്ക് തിരിച്ചുപോകുവാൻ സമയവും അടുത്തു. എന്തുചെയ്യും. മറ്റുള്ളവരുടെ സഹകരണം കുറവാണ്. മീറ്റിംഗിൽ വരാനും അഭിപ്രായങ്ങൾ പറഞ്ഞ് തർക്കി ക്കാനും മാത്രമേ അവർക്കൊക്കെ ആവേശം കാണുന്നുള്ളൂ എന്നോർ ത്തപ്പോൾ ഹിഷാമിന് വിഷമം തോന്നി. താൻ പോയാൽ പിന്നെ അനുജൻ മാജിദിനാകും എല്ലാ ഭാരവും എന്ന് അറിയാമായിരുന്നു. അതുകൊണ്ട് തന്നെ താൻ പോകുന്നതിന് മുന്നേ കോടതിയിൽ ആവശ്യമായ കാര്യങ്ങൾ എല്ലാം ചെയ്തു വെച്ച് വഴി വെട്ടണം എന്ന് മനസ്സിൽ ഉറപ്പിച്ചിരുന്നു. അതുപ്രകാരം വക്കീൽ പറഞ്ഞ ദിവസം തന്നെ കോടതി കമ്മീഷൻ കൊണ്ടു വന്ന് വഴിയും പള്ളിയും കാണിച്ചു. പള്ളിയുടെ വരുമാന മാർഗ്ഗം കാണിക്കുന്നതിനുവേണ്ടി പള്ളിയിൽ മേശയും കസേരയും ബിരിയാണി ചെമ്പും മറ്റ് വാടക യ്ക്ക് കൊടുക്കാവുന്ന സാധനങ്ങളെല്ലാം ഉണ്ടെന്ന് വരുത്തുവാൻ പുറമെ നിന്നും ആവശ്യമായ സാധനങ്ങൾ വാടകയ്ക്ക് എടുത്ത് കൊണ്ടുവരികയും അത് പള്ളിയിലെ മദ്രസ്സാ ഹാളിൽ അടുക്കി വെക്കുകയും ചെയ്തു. എന്നിട്ട് അതിന്റെ പഴയകാല ഡേറ്റ് റസീ പ്റ്റുകൾ ഉണ്ടാക്കി കമ്മീഷനെ കാണിക്കുകയും കമ്മീഷൻ അത് രേഖപ്പെടുത്തുകയും ചെയ്തു. പിന്നീട് നിലവിലെ വഴിയുടെ നീളവും വീതിയും വളവു തിരിവുകളും കൃത്യവും വിശദവുമായ ഒരു സ്കെച്ച്

എടുപ്പിച്ച് അത് കൃത്യസമയത്തുതന്നെ കോടതിയിൽ സമർപ്പിക്കുകയും ചെയ്തു.

''ഇപ്പോൾ പ്രഥമദൃഷ്ട്യാ കോടതിയുടെ മുന്നിൽ ഈ വഴി പുരാതനമായി ഉണ്ടായിരുന്നതും പള്ളിയുടെ വരുമാനമാർഗത്തിന് കാലങ്ങളായി ഉപയോഗിച്ച് വരുന്നതുമാണ്. ഇനി വർഷങ്ങൾ നീണ്ടു നിൽക്കുന്ന വാദങ്ങളും തെളിവുകൾ നോക്കലും വിചാരണയും ഒക്കെ കഴിയുമ്പോഴേക്കും ആരൊക്കെ ജീവിച്ചിരിക്കുമോ ആവോ?''

മാജിദ് പറഞ്ഞു.

''ശരിയാണ്, ഒരു തെറ്റിനെ മറ്റ് കുറേ തെറ്റുകൾകൊണ്ടാണ് നമ്മൾ പ്രതിരോധിക്കുന്നത് അല്ലേ?''

ഹിഷാം ചോദിച്ചു.

''അതാണ് എനിക്കും പ്രയാസം ഉണ്ടാക്കുന്നത്. പള്ളിയുടെ പേരിൽ പറഞ്ഞ നുണകളും കൃത്രിമമായി ഉണ്ടാക്കിയ ആ തെളിവുകളുമൊക്കെ നാളെ നാട്ടുകാർ മറന്നാലും അല്ലാഹു മറക്കില്ലല്ലോ.''

''എല്ലാം നല്ലതിന് വേണ്ടിയല്ലേ നാട്ടുകാർക്കൊപ്പം പള്ളിയിലേക്കും ഒരു വഴിയുണ്ടാകുമെങ്കിൽ ആകട്ടെ. ഇനി പുന്നത്തൂർക്കാർ സമ്മതിച്ചില്ലെങ്കിൽ ഈ വഴി പള്ളി വരെയെങ്കിലും കിട്ടുമല്ലോ. അതുമതി.''

ഹിഷാം ആശ്വസിച്ചു.

''ഇല്ല, എത്ര വർഷം കേസ് നടത്തിയാലും പുന്നത്തൂർക്കാർ ഈ കേസ് ജയിക്കും എന്നത് ഉറപ്പാണ്. അപ്പോൾ പിന്നെ, നമ്മുടെയും ബിരിയാണി ബീരാൻക്കയുടെയും അതിരിൽ നടവഴി മാത്രം വിട്ടുകൊണ്ട് നിലവിലെ വഴി അവർ അടയ്ക്കും. അതോടു കൂടി നമ്മുടെ അതിരിനപ്പുറം പള്ളിയിലേക്കും പിന്നെ നടവഴി മാത്രമേ ഉണ്ടാകൂ. പുന്നത്തൂർകാരുടെ പറമ്പിലേക്ക് ചാരത്തെ റോഡിൽ നിന്നും കടക്കുവാൻ സി.എം. പോക്കർക്കയിൽ നിന്നും വാങ്ങിച്ച പ്രൈവറ്റ് വഴിയാകും ഇന്നത്തെ പോലെ അവർ ഉപയോഗിക്കുക.''

മാജിദ് കൃത്യമായും ഉറപ്പായും പറഞ്ഞു.

''ശരി, എന്തെങ്കിലും ആകട്ടെ. നമുക്ക് എത്രയും വേഗം ഈ വഴി ഉണ്ടാക്കണം. ഞാൻ പോകുന്നതിന് മുൻപ്. അല്ലെങ്കിൽ നീ ഒറ്റയ്ക്ക് കഷ്ടപ്പെടും. നോമ്പ് കഴിഞ്ഞാൽ നിനക്കും ചെന്നൈയിലേക്ക് പോകണ്ടേ.''

''ഉം, ഇനി വഴി ആയിക്കഴിഞ്ഞാൽ പിന്നെ പ്രശ്നം ഇല്ല. അതോടെ തൊണ്ണൂറ്റിഒമ്പത് ശതമാനവും കഴിഞ്ഞു. പിന്നെ കേസ് ആരെങ്കിലും നടത്തിയാൽ നടക്കും. അല്ലെങ്കിൽ എക്സ് പാർട്ടി വിധിയിൽ

തന്നെ പുന്നത്തൂർക്കാർ ജയിക്കും. അതാണ് സംഭവിക്കാൻ പോകുന്നത്. അല്ലാതെ ഇക്കാക്ക് തോന്നുന്നുണ്ടോ ഈ കേസ് നാട്ടുകാർ ആരെങ്കിലും നടത്തുമെന്ന്?''

ഹിഷാം അനുജനെ ഉപദേശിച്ചു

''ആരെങ്കിലും നടത്തട്ടെ എന്ന് കരുതരുത്. നീ തന്നെ കേസ് നടത്തണം. ആദ്യത്തെ വിധി വരുന്നതുവരെയെങ്കിലും.''

''അങ്ങനെ ചെയ്യാം. എനിക്ക് പ്രയാസമില്ല. പക്ഷേ, കേസ് ഞാൻ തന്നെ മുന്നോട്ട് കൊണ്ടുപോയാൽ അവസാനം ഇത് എന്റെ മാത്രം ആവശ്യമായി വരും. ഇപ്പോൾ തന്നെ കണ്ടില്ലേ, പണം മുടക്കാനും വക്കീലിനെ കൊണ്ടു വരാനും നമ്മൾ മാത്രമല്ലേയുള്ളൂ.''

''കേസ് ജയിക്കുകയോ തോൽക്കുകയോ ചെയ്യട്ടെ. സ്റ്റേ കിട്ടിയല്ലോ, കമ്മീഷനും വന്നു പോയി അതുമതി. ഇനി റോഡ് ഉടനെ ഉണ്ടാക്കണം. അതാണ് വേണ്ടത്.''

വഴിയുടെ ആവശ്യക്കാരും കമ്മറ്റി അംഗങ്ങളും മറ്റും വെട്ടത്ത് ജമാലുദ്ദീനെ കണ്ട് ഹിഷാമിനെയും മാജിദിനെയും ഫോണിൽ വിളിപ്പിച്ചു

വീണ്ടും കാര്യങ്ങൾ സജീവമാക്കാൻ അവരും നാട്ടുകാരും വന്നുചേർന്നു. എല്ലാവരിൽ നിന്നും വഴിക്കുള്ള സമ്മതവും സ്ഥലവും വാങ്ങിച്ചുകൊണ്ട് അളവ് വെച്ചു. വെട്ടത്ത് ജമാലുദ്ദീൻ സമ്മതിച്ച പ്രകാരം അദ്ദേഹം കാണിച്ചു തന്ന സ്ഥലത്തുകൂടി വഴി അളന്ന് കുറ്റിയടിച്ചുകൊണ്ടിരിക്കെ ജമാലുദ്ദീന്റെ മകൻ നിഷാദും അനുജനും ധൃതിയിൽ ഓടിവന്നു. അവരുടെ അതിരിൽ അളവ് വച്ച കുറ്റികൾ പറിച്ചെറിഞ്ഞ് ഉറക്കെ ബഹളം വെച്ചു.

''ഇതിലെ വഴി കൊണ്ടു പോകാൻ പറ്റില്ല. ഞങ്ങൾ സമ്മതിക്കില്ല.''

കൂട്ടത്തിൽ ഉണ്ടായിരുന്ന അലി ഹാജി പറഞ്ഞു.

''മോനേ, നിന്റെ ഉപ്പ സമ്മതിച്ചതുകൊണ്ടാണ് ഞങ്ങൾ ഇതിലെ വഴി എടുക്കുന്നത്. നിന്റെ ഉപ്പയല്ലേ ഈ നിൽക്കുന്നത്?''

''ഉപ്പ അങ്ങനെ പലതും പറയും. അതൊന്നും ഇവിടെ നടക്കില്ല. വഴി ഇതിലെ പറ്റില്ല.''

നിഷാദ് ഉറക്കെ പറഞ്ഞു. ജമാലുദ്ദീൻ എന്ത് പറയണമെന്നറിയാതെ സ്തബ്ധനായി. തന്റെ മകന്റെ മുൻകോപവും ധിക്കാരപരമായ സ്വഭാവവും അറിയാമെങ്കിലും ഇത്രയും ജനങ്ങൾക്ക് മുമ്പിൽ വെച്ചുകൊണ്ട് തന്റെ വാക്കിന്റെ വില മകൻ കളയുമെന്ന് ഒരിക്കലും വിചാരിച്ചില്ല. അലി ഹാജി വീണ്ടും നിഷാദിനെ വിളിച്ച് പറഞ്ഞു

''നീ ഒന്ന് ശാന്തനാകൂ മോനേ.''

നിഷാദ് അലറി.

''നിങ്ങളെന്നെ ഉപദേശിക്കാൻ വരണ്ട. ഇതിലെ വഴി തരുന്ന പ്രശ്മില്ല.''

അലി ഹാജി പിന്നെ ഒന്നും പറഞ്ഞില്ല.

''നീ ഇപ്പോൾ ഇങ്ങനെ ഒച്ചവെക്കാനും പ്രശ്നങ്ങൾ ഉണ്ടാക്കാനും ഇവിടെ എന്താണ് ഉണ്ടായത്?'' മാജിദ് ചോദിച്ചു.

''നീ നിന്റെ പറമ്പിലെ കാര്യം നോക്കിയാ മതി. ഇതിൽ ഇട പെടണ്ട.''

മാജിദ് മുന്നോട്ടായാൻ ശ്രമിക്കവെ ഹിഷാം കൈയ്യിൽ പിടിച്ചു. അപ്പോൾ നിസ്സഹായനായ ജമാലുദ്ദീൻ മാജിനെ നോക്കുന്നുണ്ടായിരുന്നു. സലി പറഞ്ഞു

''ടാ കുട്ടീ, നിന്റെകൂടി വീട്ടിലേക്കുള്ള വഴിക്ക് വേണ്ടിയാണ് ഞങ്ങളീ കഷ്ടപ്പെടുന്നത്. നാട്ടുകാർക്ക് മുന്നിൽ നിന്റെ ഈ ഉപ്പാടെ വാക്കിന്റെ വില കാത്തു സൂക്ഷിക്കേണ്ടത് നിന്റെ കടമയാണ്. വഴി ഇതിലെ വേണോ വേണ്ടയോ എന്ന് നമുക്ക് വീണ്ടും ആലോചിക്കാം. അതിന് നിന്റെ ഉപ്പയുണ്ടല്ലോ ഞങ്ങൾക്കൊപ്പം. അത് അദ്ദേഹമാണ് പറയേണ്ടത്.''

''ഉപ്പ അത് പറയില്ല. അതുകൊണ്ടാണ് ഞാൻ പറഞ്ഞത്. ഇപ്പോഴും കണ്ടില്ലേ ഒന്നും മിണ്ടാതെ നിൽക്കുന്നത്?''

സ്വന്തം വാപ്പാക്കെതിരെയുള്ള പരിഹാസത്തിന്റെ ധ്വനിയുണ്ടായിരുന്നു അതിൽ. അത് അവിടെ കൂടിയവർക്ക് മനസ്സിലായി. ഹിഷാം പറഞ്ഞു

''നിഷാദേ, ഈ റോഡ് കൊണ്ടുപോകാൻ പറ്റിയ ഏറ്റവും നല്ല സ്ഥലമാണ് ഇത്. നിങ്ങളിൽ നിന്നും ആറടി മാത്രമല്ലേ എടുക്കുന്നുള്ളൂ. ബാക്കി ആറടി ഇപ്പുറത്ത് നിന്നാണ്. ഇതിലെ അല്ലെങ്കിൽ പിന്നെ താലത്ര അതിരിൽ നിന്നും പടിഞ്ഞാറോട്ട് തിരിച്ചു വേണം റോഡ് കൊണ്ടുപാകാൻ. അങ്ങനെ ആണെങ്കിൽ വളരെ അടുത്തായി രണ്ട് വളവുകൾ വേണ്ടി വരും. അത് വണ്ടി കൊണ്ടുപോകാൻ പ്രയാസമാകും. ഇതിലെ ആകുമ്പോൾ വളവില്ലാതെ നേരെ കിട്ടുമല്ലോ.''

''വഴിയാകുമ്പോൾ കുറച്ച് വളവും തിരിവുമൊക്കെ ഉണ്ടാകും. ആ സൗകര്യത്തിൽ പോകാൻ പറ്റുന്നവർ ഇതിലെ പോയാൽ മതി.''

എല്ലാവരോടും ആവർത്തിക്കുന്ന ധിക്കാരപരമായ മറുപടിയിൽ മനം നൊന്ത് ജമാലുദ്ദീൻ അവിടെ നിന്നു. നിഷാദേ നീയൊന്ന് മിണ്ടാതിരിക്ക്, ഞാനിവിടെ ഉണ്ടല്ലോ എന്നുപോലും പറയാൻ ആ

പിതാവിന്റെ നാവ് ചലിച്ചില്ല. കാരണം അവൻ ആളുകൾക്കിടയിൽ വെച്ച് തന്നോട് എന്തെങ്കിലും എതിർത്ത് പറഞ്ഞുപോകുമോ എന്ന് ആ പിതാവ് ഭയപ്പെട്ടു.

''ജമാലുദ്ദീൻക്കാ, നിങ്ങൾ വിഷമിക്കണ്ട, മക്കൾ തന്നോളം വളർന്നാൽ പിന്നെ അവരെ താൻ എന്ന് വിളിക്കണം എന്നല്ലേ. സാരമില്ല. നമുക്ക് അവർ പറയുന്നതുപോലെ വഴി മാറ്റി കൊണ്ടു പോകാം.''

മക്കളാൽ അപമാനിക്കപ്പെട്ട മനസ്സുമായി ജമാലുദ്ദീൻ ഹിഷാമിനെ ഒന്ന് നോക്കി എന്നിട്ട് നിരാശയോടെ പറഞ്ഞു

''മക്കൾ വളർന്നില്ലേ ഹിഷാമേ, ഞാൻ എന്താ ചെയ്യുക, അവർക്കിഷ്ടമില്ലങ്കിൽ പിന്നേ....''

ജമാലുദ്ദീൻ പറഞ്ഞ് പൂർത്തീകരിക്കുന്നതിന് മുന്നേ തന്നെ ഹിഷാം എല്ലാവരോടുമായി പറഞ്ഞു

''റോഡ് കൊണ്ടുപോകുന്നതിൽ ചെറിയ ഒരു മാറ്റം ഉണ്ട്. അടുത്തടുത്ത് രണ്ടു വളവുകൾ വരുമെങ്കിലും താലത്ര മുഹമ്മദ്ക്കായുടെ അതിരിലൂടെ നമുക്ക് റോഡ് കൊണ്ടു പോകാം.''

അപ്പോൾ ജനങ്ങൾക്കിടയിൽ നിന്നും എതിരഭിപ്രായങ്ങളും ജമാലുദ്ദീന്റെ മക്കളോടുള്ള ദേഷ്യവും പുറത്ത് വന്നു.

''നാട്ടുകാരുടെ മുന്നിൽ വെച്ച് ജമാലുദ്ദീൻ വാക്ക് പറഞ്ഞിട്ട് ഇപ്പോൾ മക്കളെ പേടിച്ചിട്ട് വാക്ക് മാറ്റുന്നോ? വാപ്പയുടെ വാക്കിനാണോ വില അതോ മക്കളുടെ ധിക്കാരത്തിനോ?''

കോവിൽ അലി ഹാജി പറഞ്ഞു

''തൽക്കാലം റോഡ് പണി നിർത്തിവെക്കുക. എന്നിട്ട് ഒന്നുകൂടി കാര്യങ്ങൾ ആലോചിച്ച് മുന്നോട്ടു പോകാം.''

അഭിപ്രായം തന്നെയായിരുന്നു സലിക്കും. ഹിഷാമും മാജിദും കൂടി യോജിച്ചപ്പോൾ എല്ലാവരും ശാന്തരായി പിരിഞ്ഞുപോയി. ബഹളങ്ങളും തർക്കങ്ങളും കണ്ടും കേട്ടും നിന്നിരുന്ന താലത്ര മുഹമ്മദ് ഹിഷാമിനെയും മാജിദിന്റെയും അരികിലേക്ക് വന്ന് പറഞ്ഞു.

''കാര്യങ്ങളെല്ലാം എനിക്ക് മനസ്സിലായി മക്കളേ, ആ ചെക്കൻ കുരുത്തം കെട്ടവനാണ്. ഇത്രയും ആളുകൾക്ക് മുന്നിൽ വെച്ച് സ്വന്തം വാപ്പാനെ ധിക്കരിക്കുമ്പോൾ മനസ്സിലായല്ലോ അവനെപ്പറ്റി. അതുകൊണ്ട് നിങ്ങൾ റോഡ് പണി നിർത്തരുത്. എന്റെ ഈ അതിരിൽ കൂടി വഴി എടുത്തോളൂ. നമ്മൾ മരിച്ചുപോകുമ്പോൾ ഈ മണ്ണിൽ നിന്നാരും ഒരു പിടിപോലും കൊണ്ടുപോകില്ലല്ലോ, പിന്നെ എന്തിനാ ഈ വാശിയും വൈരാഗ്യവും?''

കുഞ്ഞപ്പന്റെ തെങ്ങുകൾ

റോഡുപണികൾ തുടർന്നുകൊണ്ടിരുന്നു. കുഞ്ഞപ്പന്റെ തെങ്ങുകളിൽ വെട്ടുകത്തിവെച്ചുകൊണ്ടാണ് തുടക്കം കുറിച്ചത്. അതിൽ ചില പകപോക്കലുകൾ സംഭവിച്ചിട്ടുണ്ടോ എന്ന് മാജിദ് സംശയിച്ചു. കാരണം തെങ്ങ് മുറിച്ചു തുടങ്ങിയത് റോഡിന്റെ പകുതിയിൽ നിന്നാണ്. ആവശ്യമില്ലാത്ത തെങ്ങുകളും ഈ കൂട്ടത്തിൽ അവർ മുറിച്ചിട്ടുണ്ട്. തെങ്ങുകൾ മുറിക്കണം എന്നേ മീറ്റിംഗിൽ പറഞ്ഞിരുന്നുള്ളൂ. അതും പട്ടുപറമ്പിൽ കയറ്റം മുതൽ റോഡിനുള്ളിൽ വരുന്നവ അതിന്റെ ഉടമകളുടെ അനുമതിയോടെ മാത്രം. എന്നിട്ടും എന്തുകൊണ്ടാണ് പകുതിയിൽ കിടക്കുന്ന കുഞ്ഞപ്പന്റെ തെങ്ങുകൾ മുറിക്കാൻ അവർ ധൃതി കാണിച്ചത്.

കുഞ്ഞപ്പൻ ഒരു പാവമാണ്. വർഷങ്ങളോളം ഗൾഫിൽ അധ്വാനിച്ച ആകെയുള്ള സമ്പാദ്യം കൊണ്ടാണ് ആ പത്തു സെന്റ് ഈസ ഹാജിയിൽ നിന്ന് വാങ്ങിക്കുന്നത്. മൂന്ന് വയസ്സ് മാത്രം പ്രായമുള്ള, തന്റെ പൊന്നുമകളുടെ ഭാവിക്ക് വേണ്ടിയാണ് കുഞ്ഞപ്പൻ അത് വാങ്ങിച്ചത്. സമയം കിട്ടുമ്പോഴൊക്കെയും കുഞ്ഞപ്പൻ ആ പറമ്പിൽ തന്നെയാണ് ചിലവഴിക്കാറ്. സ്വന്തം മകളെയെന്നപോലെ ആ പറമ്പിനെ കുഞ്ഞപ്പൻ സ്നേഹിച്ചു. കാവും പാട്ടയും ഉപയോഗിച്ചു കൊണ്ട് വെള്ളം ചുമന്ന് ഓരോ തെങ്ങിനും തൈകൾക്കും ദിവസവും കുഞ്ഞപ്പൻ നനച്ചു.

പകൽ സമയത്ത് മിക്കപ്പോഴും ആ പറമ്പിലെ തണലുകളിലാണ് കുഞ്ഞപ്പൻ ഉറങ്ങാറുള്ളത്. അത്രയും ഹൃദയബന്ധമായിരുന്നു ആ ഒരു തുണ്ട് ഭൂമിയുമായി കുഞ്ഞപ്പനുണ്ടായിരുന്നത്. നല്ല വസ്ത്രമോ ഭക്ഷണമോ കഴിച്ചുകൊണ്ട് ജീവതത്തിലെ സുഖാഡംബരങ്ങൾക്കു വേണ്ടി കുഞ്ഞപ്പന് പണം ചിലവഴിക്കാറില്ല. എല്ലാം വളർന്നുവരുന്ന കുഞ്ഞുമകൾക്കുവേണ്ടി കരുതിവെക്കുകയായിരുന്നു പതിവ്. ഈ പറമ്പിലെത്തിയാൽ സ്വന്തം മകളെ നോക്കിനിൽക്കുന്നതുപോലെ

ഓരോ തെങ്ങിന്റെ മുകളിലേക്ക് വിളഞ്ഞ നാളികേരങ്ങൾ നോക്കി കുഞ്ഞപ്പൻ നിർവൃതിയടയുമായിരുന്നു. ആ തെങ്ങുകളാണ് ഇപ്പോൾ വെട്ടിമാറ്റിയിരിക്കുന്നത്.

ദിവസങ്ങൾക്ക് മുൻപ് കുഞ്ഞപ്പനെ കണ്ട് ഇങ്ങനെ ഒരു വഴി വരുന്ന കാര്യം മാജിദ് സൂചിപ്പിച്ചിരുന്നവെങ്കിലും അതിനുള്ള സമ്മതവും എത്ര സ്ഥലം എടുക്കുമെന്നോ തെങ്ങ് എത്ര എണ്ണം മുറിക്കുമെന്നോ പറഞ്ഞിരുന്നില്ല. സൈദുവും സാവേദും ഷാനുവും മറ്റ് യുവാക്കളുമായിരുന്നു ഇതിന്ന് നേതൃത്വം നൽകിയിരുന്നത്. ആ കൂട്ടത്തിൽ ജമാലുദ്ദീന്റെ ചെറിയ മകൻ ഷമാദും ഉണ്ടായിരുന്നു. വിവരം അറിഞ്ഞെത്തിയ ഹിഷാമും മാജിദും അലി ഹാജിയും സലിയും കാര്യങ്ങൾ ഗൗരവമായി അവരെ വിളിച്ച് അന്വേഷിച്ചു. അപ്പോൾ അറിയാൻ കഴിഞ്ഞത് ഇവർ റോഡിൽ വെച്ച് കുഞ്ഞപ്പനെ കണ്ട് വഴി ചോദിച്ചിരുന്നുവെന്നും അപ്പോൾ കുഞ്ഞപ്പൻ പറ്റില്ലെന്നും പറഞ്ഞത്രേ. അതുകൊണ്ട് ആദ്യംതന്നെ കുഞ്ഞപ്പന്റെ തെങ്ങ് മുറിക്കാമെന്ന് തീരുമാനിച്ചു. വഴി അയാൾക്കും കൂടി വേണ്ടിയല്ലേ എന്നായിരുന്നു യുവാക്കളുടെ വാദം.

ഇങ്ങനെ പറയുന്നവരോട് എന്ത് പറയാൻ എന്ന് കരുതി അവർ മടങ്ങി. കുഞ്ഞപ്പൻ പോയി കേസ് കൊടുത്തിരുന്നെങ്കിൽ അവിടെ അവസാനിക്കുമായിരുന്നു റോഡ് പണി. കുഞ്ഞപ്പൻ മറ്റുള്ളവരെ മാനിച്ചുകൊണ്ടും തനിക്കും ഈ വഴി വന്നാൽ കിട്ടുന്ന സൗകര്യവും ഓർത്തിട്ടാണ് പിന്നെ ഒന്നും ചെയ്യാതിരുന്നത്. എങ്കിലും ഈ സംഭവം അറിഞ്ഞ ഉടൻ തന്നെ കുഞ്ഞപ്പൻ തന്റെ സൈക്കിളിൽ അതിവേഗം അവിടെ വന്നെത്തുകയും നിസ്സഹായന്റെ വേദന പ്രകടിപ്പിക്കുകയും ചെയ്തു. അപ്പോൾ വെട്ടിയിട്ട ഇളംതെങ്ങുകളിൽ നിന്നും ഇളനീരും പൊങ്ങും വെട്ടി കുടിക്കുകയും തിന്നുകയും ചെയ്യുന്ന തിരക്കിലായിരുന്നു യുവാക്കൾ. അവരെ കണ്ടതും ദേഷ്യവും സങ്കടവും ഉള്ളിലൊതുക്കി കുഞ്ഞപ്പൻ പറഞ്ഞു

‘‘ഞാനൊരു പാവമാണെന്ന് അറിഞ്ഞുകൊണ്ട് തന്നെ നിങ്ങൾ കാണിച്ച ധിക്കാരമാണിത്. ഇതിനുള്ള ശിക്ഷ നിങ്ങൾക്ക് കർത്താവ് തരും.’’

സൈക്കിളിൽ കയറി കുഞ്ഞപ്പൻ പോകാൻ ഒരുങ്ങുമ്പോൾ ഷമാദ് കരിക്ക് ഒരു കവിൾ കുടിച്ചിറക്കിക്കൊണ്ട് കുഞ്ഞപ്പനെ കളിയാക്കി ചോദിച്ചു

‘‘കുഞ്ഞപ്പേട്ടാ, ഒരു കരിക്ക് കുടിച്ചിട്ട് പൊയ്ക്കോളൂ. നല്ല മധുരം ഉണ്ട്.’’

ഷമാദ് പരിഹസിച്ചപ്പോൾ അതോടൊപ്പം മറ്റു യുവാക്കളും കൂടി. അപ്പോൾ സൈക്കിളിൽ ഇരുന്ന് കുഞ്ഞപ്പൻ പറഞ്ഞു.

''ഇതിലും ഭേദം വല്ലവന്റെയും മൂത്രം പോയി കുടിച്ചൂടെടാ.''

മനസ്സിൽ പ്രാകികൊണ്ട് കുഞ്ഞപ്പൻ പോയി. ശേഷം ഹിഷാമും മാജിദും അലി ഹാജിയും ജമാലുദ്ദീനും കുഞ്ഞപ്പനെ കാണുകയും യുവാക്കളുടെ കയ്യിൽ നിന്നും സംഭവിച്ച തെറ്റിന് ക്ഷമ ചോദിക്കുകയും ചെയ്തു. ഈ വഴി കുഞ്ഞപ്പന്റെ ഭൂമിയിലേക്ക് കൂടിയുള്ളതാണെന്ന് പറഞ്ഞ് സമാധാനിപ്പിച്ചു.

വഴി വെട്ടി വന്ന് ബഷീർ അലിയുടെ വീടിന്റെ മുന്നിലെത്തി നിന്നു. അവിടെയുള്ള ഒരു മാവ് മുറിക്കുന്ന വിഷയത്തിലും മതിൽ പൊളിച്ചു കെട്ടുന്ന വിഷയത്തിലും അവർ എതിർപ്പ് പ്രകടിപ്പിച്ചു. അവരുടെ വീട്ടിലേക്ക് കൂടിയാണ് എന്ന് അവർ ചിന്തിക്കുകപോലും ചെയ്തില്ല. ഒടുവിൽ അവർ തമ്മിലുണ്ടാക്കിയ ധാരണപ്രകാരം ബഷീറലിയുടെ മുറ്റത്ത് നിന്നും മാജിദ് ഒരു മാവും തെങ്ങും വെട്ടി മാറ്റി. അത് കാരണം ചില അനിഷ്ടങ്ങളും വർത്തമാനങ്ങളും പഴിയും മാജിദിന് അവരിൽ നിന്നും കേൾക്കേണ്ടി വന്നു. ബഷീറലിയുടെ അനുജൻ സാദിക്കുമായി വാക്കുതർക്കങ്ങൾ ഉണ്ടായി. എല്ലാവരും കുഞ്ഞുനാൾ മുതൽ ഒരുമിച്ച് കളിച്ചും പഠിച്ചു വളർന്നവരാണ്. ഒരേ വീടുപോലെ കഴിഞ്ഞിരുന്നവർ. എന്നിട്ടും ഈ വഴിപ്രശ്നത്തിൽ മുന്നിട്ട് നിൽക്കുന്ന ആൾ മാജിദ് ആയതിനാൽ എല്ലാ പഴിയും കേൾക്കേണ്ടി വന്നത് മാജിദിനാണ്.

ഇനി എടുക്കേണ്ട വഴി മാജിദിന്റെ തറവാട്ടുഭൂമിയിൽ നിന്നും ഈസ ഹാജിയുടെ ഭൂമിയിൽ നിന്നുമാണ്. എന്നാൽ ഈസ ഹാജിയുടെ ഭാഗത്ത് നിന്ന് എടുക്കാൻ അവർ സമ്മതിച്ചില്ല. ഹാജിയുടെ മരണശേഷം ഭാര്യയും മക്കളും താമസം മാറിപ്പോയതിനാൽ കാര്യങ്ങൾ ആലോചിക്കുവാനും പറയുവാനും വഴി ഇല്ലാതായി. അദ്ദേഹത്തിന് ആൺമക്കൾ ഇല്ലാത്തതിനാൽ പെൺമക്കളുമായി വേണം ആലോചിക്കുവാൻ. ഈ വഴി വന്നാൽ ഇവരുടെ ഭൂമിയിൽ രണ്ട് ഭാഗത്തും വഴിയുണ്ടാകും എന്ന ഗുണം അവർക്ക് ചിന്തിക്കാൻ സാധിച്ചില്ല. അതിനാൽ ആറടി വിട്ട് നൽകാൻ അവർ തയ്യാറായില്ല.

''ഇനി, വലിയ പറമ്പത്ത് നിന്നുതന്നെ പന്ത്രണ്ടടിയും എടുക്കേണ്ടി വരും. ഒരറ്റം മുതൽ മറ്റേ അറ്റം വരെയും. വേറെ അതിരുകൾ ഉള്ളത് ചാരത്തുകാരുടെയാണ്. അവരുടെ വീടിന്റെ മുന്നിൽ വഴിയുള്ളത് കൊണ്ട് അവരും സമ്മതിക്കില്ലെന്ന് നേരത്തെ പറഞ്ഞതാണ്. ഇനി എന്ത് വേണം എന്ന് നിങ്ങളാണ് തീരുമാനിക്കേണ്ടത്.''

സലി പറഞ്ഞു

''ഞങ്ങൾ ആലോചിക്കട്ടെ സലിക്കാ. തറവാട്ടിലെ നാല് മക്കൾക്കായി ഭാഗം കഴിഞ്ഞ് കിടക്കുന്നതാണ് ആ ഭൂമി. അതിൽ ഒന്നിലാണ് വാഹിദ് മാമയ്ക്ക് വീട് പണി നടക്കുന്നത്. ഇനി ഞങ്ങളുടെ

ഉമ്മാടെ അവകാശത്തിൽ ഒരുപക്ഷേ, ഇവന് അവിടെ വീട് പണിയണം എന്നും പറയുന്നുണ്ട്. തറവാട് മൂത്ത അമ്മാവൻ മതിൽ കെട്ടി തിരിച്ചതിനാൽ അതിൽ നിന്നും വഴിക്കു വേണ്ടി എടുക്കാൻ പറ്റില്ല. ആ മതില് മുഴുവനും പൊളിച്ച് കെട്ടുക എന്നത് നടക്കുന്ന കാര്യവും അല്ല. പിന്നെ ഈസ ഹാജിയുടെ അതിരിനോട് ചേർന്ന് കിടക്കുന്നത് ഞങ്ങളുടെ കുഞ്ഞുമ്മയുടെ സ്ഥലമാണ്. കുഞ്ഞുമ്മയോടും കുഞ്ഞുപ്പയോടും ഞങ്ങൾ ഒന്നാലോചിക്കട്ടെ.''

ഹിഷാമും മാജിദും പോയത് അവരുടെ കുഞ്ഞുമ്മയുടെ വീട്ടിലേക്കാണ്. കുഞ്ഞുപ്പ പറഞ്ഞു

''പന്ത്രണ്ടടിയും ഒറ്റയ്ക്ക് വിട്ട് തരാൻ മാത്രം ഭൂമിയൊന്നും അവിടെയില്ലല്ലോ, പിന്നെ ആ ഭൂമി ഞാൻ കച്ചവടം പറഞ്ഞതാണ്. തൊട്ടപ്പുറത്ത് താമസിക്കുന്ന സഗീറിന്. വിറ്റ് കഴിഞ്ഞാൽ നിങ്ങൾ അവരിൽ നിന്നും ആറടി എടുക്കുന്ന രീതിയിൽ സംസാരിക്കൂ. അല്ലെങ്കിൽ ഈസ ഹാജിയിൽ നിന്നും എടുക്ക്. ഈ വഴി അവർക്കല്ലേ എന്നേക്കാൾ ആവശ്യം. ഞാൻ ഈ ഭൂമി വിറ്റാൽ പിന്നെ എനിക്ക് ഈ വഴിയുടെ ആവശ്യം ഇല്ലല്ലോ.''

അതുകേട്ട് തിരിച്ചുപോരുമ്പോൾ ഹിഷാം പറഞ്ഞു.

''ശരിയാണ് കുഞ്ഞുപ്പ പറഞ്ഞത്. ഈ വഴി വിട്ടതുകൊണ്ട് കുഞ്ഞുപ്പായ്ക്ക് ഒരു ഉപകാരവും ഇല്ല. എങ്കിലും ആറടി നൽകാൻ വിരോധവും പറഞ്ഞില്ലല്ലോ. അതും തറവാട്ടിലേക്കും വഴിയാവട്ടെ എന്ന് കരുതിയാണ്.''

''നമുക്ക് സഗീറുമായി ഒന്ന് സംസാരിച്ചു നോക്കാം.''

പല പ്രാവശ്യം ചർച്ചകൾ നടത്തിയെങ്കിലും ഈസ ഹാജിയും സഗീറും ആറടി വിട്ട് നൽകാൻ തയ്യാറായില്ല. വഴി ഉണ്ടാക്കി തന്നാലേ താൻ ആ ഭൂമി വാങ്ങുന്നുള്ളൂ എന്ന തീരുമാനത്തിൽ സഗീർ ഉറച്ചുനിന്നു. വിഷയം അവർ കുഞ്ഞുപ്പയെ ധരിപ്പിക്കുകയും ആ ഭൂമി തങ്ങൾ എടുത്തുകൊള്ളാം പുറത്ത് കൊടുക്കണ്ട എന്ന് പറയുകയും ചെയ്തു.

''ഞാൻ അവരോട് വാക്ക് പറഞ്ഞതാണ്. ഇനി അവർ വേണ്ടെന്ന് പറഞ്ഞാലേ മറ്റൊരാൾക്ക് കൊടുക്കുന്നതിനെപ്പറ്റി ആലോചിക്കൂ. അല്ലെങ്കിൽ നിങ്ങൾ ഈസ ഹാജിയിൽ നിന്നും തന്നെ ആറടി എടുത്തോളൂ.''

നീതിയാണ് കുഞ്ഞുപ്പ പറഞ്ഞത്.

റോഡിന്റെ നിർമ്മാണത്തിൽ ഏറ്റവും പ്രയാസകരമായ പള്ളായിക്കുളത്തിന്റെ അതിര് വളരെ ആഴത്തിൽ നിന്നും കരിങ്കല്ല് കൊണ്ട്

കെട്ടി ഉയർത്തി എടുക്കുക എന്ന ശ്രമകരമായ പണികൾക്ക് തുടക്കം കുറിക്കുവാൻ അവർ ഒരുങ്ങി. ആവശ്യമായ കരിങ്കല്ലും സിമന്റും മണ്ണും ഏൽപ്പിക്കണം. പണിക്കാരെ ഏർപ്പാടാക്കണം. അവ ചർച്ച ചെയ്തപ്പോൾ അത് ഏറ്റെടുക്കാനും പണികൾക്ക് ആവശ്യമായ പണം ചെലവഴിക്കാനും ആരും ഇല്ലാതായി. പുതിയ വഴിക്ക് ആവശ്യ മായ സ്ഥലം വിട്ട് തന്നതോടുകൂടി പട്ടുപറമ്പന്മാർ തങ്ങൾക്ക് പഴയ വഴി ഉടനെ അടയ്ക്കണമെന്നും അതുകൊണ്ട് പുതിയ വഴി വേഗം തുറക്കണമെന്നും നിരന്തരം ആവശ്യപ്പെട്ടു കൊണ്ടിരുന്നു.

പള്ളായിക്കുളം കല്ലുകൊണ്ട് കെട്ടി അതിർ തിരിച്ച് മണ്ണിട്ട് തൂർത്താലേ പുതിയ വഴി സഞ്ചാരയോഗ്യമാകുകയുള്ളൂ. വീണ്ടും മീറ്റിംഗ് കൂടിയെങ്കിലും ഫലമുണ്ടായില്ല. ദിവസങ്ങൾ കടന്നു പോയി. ഒടുവിൽ ജമാലുദ്ദീനും ഹിഷാമും മാജിദും ചേർന്ന് പണി തുടങ്ങാമെന്ന തീരുമാനം എടുത്തു. അതുപ്രകാരം കരിങ്കല്ല് ഇറക്കാനും അത് പണിയുവാൻ പണിക്കാരെയും ഏർപ്പാടാക്കി. ഇതിനിടയിൽ ഹിഷാമിന് ഗൾഫിലേക്ക് തിരിച്ചു പോകേണ്ട സമയം ആയി. താൻ പോയാൽ അനുജൻ മാജിദ് ഈ വിഷയത്തിൽ വല്ലാതെ ഒറ്റപ്പെട്ടു പോകുമെന്നും ഈ റോഡ് പണി പകുതിയിൽ നിൽക്കുമെന്നും മനസ്സിലാക്കിയതിനാൽ ഹിഷാം തന്റെ ലീവ്, കുറച്ച് ദിവസം കൂടെ നീട്ടി എടുക്കുവാൻ തീരുമാനിച്ചു.

കുറുക്കുവഴിയിൽ ഒരു വഴി

വൈകാതെ കുളത്തിന്റ അതിര് കെട്ടുന്ന പണികൾ ആരംഭിച്ച പ്പോൾ അതുവരെ മറ്റാർക്കുമില്ലാത്ത വിധം തിരക്കുമായി പെട്ടെ ന്നൊരാൾ ഗൾഫിൽ നിന്നും പ്രത്യക്ഷമായി. അത് മറ്റാരുമായിരു ന്നില്ല. വെട്ടത്ത് വീട്ടിലെ തന്നെ ഒരംഗമായ കുഞ്ഞമ്മദായിരുന്നു. ഇയാൾ നാട്ടിലെത്തിയതും ഉടനെ റോഡ് വിഷയത്തിൽ വളരെ സജീവമായി രംഗത്തെത്തി. അതിൽ പ്രധാനം പള്ളായിക്കുളം കെട്ടി ഉയർത്തി വാഹന ഗതാഗത യോഗ്യമാക്കുക എന്നതുതന്നെയായി രുന്നു. ഇപ്പോഴാണങ്കിൽ ഇയാളുടെ മകളുടെ വിവാഹമാണ്. എൻ ഗേജ്മെന്റ് ഉടനെ ഉണ്ടാകും. പുതിയ ബന്ധുക്കൾ വീട്ടിലേക്ക് വരു മ്പോൾ പെൺവീട്ടിലേക്ക് നല്ലൊരു വഴിയില്ല എന്ന കുറ്റം അവർക്ക് തോന്നാൻ പാടില്ലല്ലോ. പെണ്ണ് കാണാൻ അവരെ സ്വീകരിച്ചത് തൊട്ടടുത്തുള്ള ബന്ധുവിന്റെ വീടിന്റെ പടിയിലൂടെയായിരുന്നു. എപ്പോഴും അത് പറ്റില്ലല്ലോ. ഇപ്പോഴാണെങ്കിൽ ഇങ്ങനെ ഒരു വഴി ഈ സമയത്ത് തന്നെ ഒത്തുവന്നതിൽ കുഞ്ഞമ്മദ് സന്തോഷിച്ചു.

‘‘ഇയാൾ ഗൾഫിൽ ഉള്ളപ്പോൾ ഞങ്ങൾ ഇയാളുടെ വീട്ടിൽ ചെന്ന് കേസിന്റെ കാര്യത്തിനും പിന്നെ റോഡ്പണിക്കുമായി കുറച്ച് പണം ആവശ്യപ്പെട്ടപ്പോൾ ചില്ലിക്കാശ് തന്നിട്ടില്ല. ആ ആളാണ് ഇപ്പോൾ റോഡുണ്ടാക്കണം എന്നും പറഞ്ഞ് വന്നിരിക്കുന്നത്.’’

പണികൾ നടന്നു കൊണ്ടിരിക്കെ സൈദുവും ഷാനുവും മാജിദി നോട് പറഞ്ഞു.

‘‘നമുക്ക് കുഞ്ഞമ്മദ്ക്കാട് കുറച്ച് ക്യാഷ് ആവശ്യപ്പെടാം. ഈ സമയമായതിനാൽ തരാതിരിക്കില്ല.’’

കുഞ്ഞമ്മദിന്റെ ബന്ധുകൂടിയായ സാവേദ് പറഞ്ഞു.

‘‘നിങ്ങൾ തന്നെ ചോദിച്ചോളൂ, മുമ്പും ഒന്നുരണ്ടുതവണ നിങ്ങൾ അവിടെ പോയതല്ലേ?’’

മാജിദ് പറഞ്ഞത് പ്രകാരം അവർ പോവുകയും കുഞ്ഞമ്മദ്

കുറച്ച് ക്യാഷ് കൊടുക്കുകയും ചെയ്തു. കൊടുക്കുമ്പോൾ കുഞ്ഞമ്മദ് പ്രത്യേകം പറഞ്ഞു

''മക്കളേ, അടുത്ത വ്യാഴാഴ്ചയ്ക്ക് മുന്നേ പണികൾ തീർക്കണം.''

''ഈ ചെറിയ സംഖ്യ കൊണ്ടോ?''

സൈദു ചോദിച്ചു.

''മുഴുവനും അല്ല മോനേ. ആ ഇടുങ്ങിയ വഴിയിലൂടെയല്ലാതെ വിവാഹനിശ്ചയത്തിന് കാറൊന്നു വന്നുപോകണം, അത്രമതി. അത് നിങ്ങള് വിചാരിച്ചാൽ ശരിയാകും.''

''കാശില്ലാതെ എങ്ങനെയാണ് ശരിയാവുക? ഇപ്പോൾ തന്നെ ദിവസവും കൂലികൊടുക്കാൻ പോലും കാശില്ല. പിന്നെ വലിയ പറമ്പിലെ ഇക്കമാരുള്ളതുകൊണ്ടാണ് കേസും വഴിയുമൊക്കെ ഇവിടംവരെയെങ്കിലും എത്തിയത്.''

സാവേദ് പറഞ്ഞപ്പോൾ കുഞ്ഞമ്മദ് എല്ലാവരോടുമായി പറഞ്ഞു.

''നിങ്ങൾ അവരോട് പറയൂ, ഞാൻ ഇനിയും ക്യാഷ് തരാമെന്ന്. എന്റെ മോൾടെ എൻഗേജ്മെന്റ് നടക്കുന്ന അന്നേക്ക് ഈ റോഡ് ഇവിടം വരെയെങ്കിലും ശരിയാക്കി കിട്ടണം.''

കിട്ടിയ പണവുമായി അവർ അവിടെ നിന്നും പോന്നു.

''മൂപ്പർക്ക് വേറെ ഒന്നും അറിയണ്ട. മോൾടെ നിശ്ചയത്തിന് ഈ വഴിയിലൂടെ കാറ് വീട്ടിലെത്തണം. അത്രേയുള്ളൂ. എന്താ ലേ, ഇവിടെ നമ്മള് കേസും പുലിവാലുമായി റോഡുണ്ടാക്കാൻ കഷ്ടപ്പെടുമ്പോൾ ഓരോരുത്തർക്കും അവരവരുടെ കാര്യങ്ങൾ സാധിക്കണം.''

അവർ പറഞ്ഞു. പണമില്ലാത്തതിനാൽ പണികൾ നിറുത്തിവെക്കേണ്ടി വന്നു. വീണ്ടും ഹിഷാമും മാജിദും ജമാലുദ്ദീനും സലിയും ബക്കറും അലി ഹാജിയുമൊക്കെ മീറ്റിംഗ് കൂടി.

''എല്ലാവരും എല്ലാ കാര്യത്തിലും സ്വാർത്ഥരാണ്. ഇപ്പോൾതന്നെ പണികൾ നിറുത്തിവെക്കേണ്ടി വന്നു. സ്വന്തമായി. വല്ല ഗുണവും കിട്ടുന്ന കാര്യമാണെങ്കിലേ നാട്ടുകാർ ഓരോ വിഷയത്തിലും ഇടപെടൂ. ഈ സാഹചര്യം ഉപയോഗപ്പെടുത്തി കുഞ്ഞമ്മദിൽ നിന്നും മാക്സിമം ക്യാഷ് വാങ്ങിച്ചെടുക്കണം. അവരുടെ ആവശ്യം കഴിഞ്ഞാൽ പിന്നെ നയാപൈസ കിട്ടില്ല.''

സലി പറഞ്ഞു.

''അത് ശരിയാണ്. എന്നാൽ അതുകൊണ്ട് മാത്രം പ്രശ്നങ്ങൾക്ക് പരിഹാരമാകുന്നില്ലല്ലോ. ഞങ്ങൾക്കൊന്നും ഒരു വരുമാനവും ഇല്ല. ഗൾഫ് വിട്ട് വന്നിട്ട് വർഷം കുറേ ആയില്ലേ, നിങ്ങൾക്കറിയാലോ?''

കോവിൽ ബക്കർ ജ്യേഷ്ഠനായ അലി ഹാജിയെ ചൂണ്ടി പറഞ്ഞു.

"ഇപ്പോൾ എന്റെ ജ്യേഷ്ഠൻ കൂടെയുള്ളതിനാലാണ് കാര്യങ്ങൾ എളുപ്പത്തിൽ എനിക്ക് മുന്നോട്ട് കൊണ്ടുപോകാൻ സാധിക്കുന്നത്. കുറച്ച് ദിവസങ്ങൾ കഴിഞ്ഞാൽ ഇക്ക ഗൾഫിലേക്ക് തിരിച്ചുപോകും. പിന്നെ ആരാണ് എനിക്കൊപ്പം ഉണ്ടാകുക. കുളത്തിന്റെ അതിര് കെട്ടിക്കഴിയണമെങ്കിൽ ഇനിയും ചെലവുണ്ട്. കരിങ്കല്ല് ഇനിയും വേണം. പിന്നെ പണിക്കൂലി. ഇതിനൊക്കെ പണം കൊടുക്കണ്ടേ. ഇതിപ്പോ എന്റെ മാത്രം ജോലിയും ഉത്തരവാദിത്തവും ആയി മാറി യിരിക്കുന്നു."

അലി ഹാജി പറഞ്ഞു

"നീ വിഷമിക്കണ്ട. ഞങ്ങളൊക്കെയില്ലേ ഇവിടെ, നമുക്ക് ഗൾഫി ലേക്ക് ഒന്ന് വിളിച്ചാലോ. സി.എം. പോക്കറും വാഹിദും കാദർ മോനും തുടങ്ങി കുറേ ആളുകളുണ്ടല്ലോ ഗൾഫിൽ ഈ റോഡിന്റെ ആവശ്യക്കാരായി."

"ഹാജി പറഞ്ഞത് ശരിയാണ്. ഒപ്പം നമുക്ക് ഒരു പൊതുപിരിവും നടത്തുന്നതിൽ തെറ്റില്ല. ഈ വഴി പൊതുജനങ്ങൾക്കുള്ളതാണല്ലോ."

സലിയാണ് അലിഹാജിയെ സപ്പോർട്ട് ചെയ്തുകൊണ്ട് ആ അഭിപ്രായം പറഞ്ഞത്. അത് എല്ലാവരും അംഗീകരിച്ചു. ഗൾഫി ലേക്ക് വിളിക്കുവാൻ അലി ഹാജിയേയും മാജിദിനെയും ചുമതല പ്പെടുത്തുകയും ചെയ്തുകൊണ്ട് യോഗം പിരിഞ്ഞു. അപ്പോൾ ജമാലുദ്ദീൻ എന്റെ വകയായി അയ്യായിരം രൂപ ഞാൻ തരാം എന്ന് പറഞ്ഞു. എല്ലാവരും കൈയ്യടിച്ച് സ്വീകരിച്ചു. യോഗം പിരിഞ്ഞു പോരുമ്പോൾ മാജിദിന് ജമാലുദ്ദീനിൽ അഭിമാനവും സന്തോഷവും തോന്നി.

പണം സ്വരൂപിക്കുവാൻ ഗൾഫിലേക്ക് ഫോൺ വിളിച്ചപ്പോൾ തന്നെ അലി ഹാജിക്ക് മനസ്സ് മടുത്തു. അതിനും കാരണമുണ്ട്. അന്ന് യോഗ തീരുമാനപ്രകാരം മാജിദും അലി ഹാജിയും ചേർന്ന് ടൗണിലെ ഐ എസ് ഡി ബൂത്തിൽ പോയി സി.എം. പോക്കറിനെ യാണ് ആദ്യം വിളിച്ചത്. സലാം ചൊല്ലി കാര്യങ്ങൾ പറഞ്ഞു

"ഹാജിക്ക, നിങ്ങള് എന്നെ അതിലേക്ക് വലിച്ചിടേണ്ട. ഒന്നാമത് പുന്നത്തൂർ അബുക്കയുടെ മക്കൾക്ക് അവരുടെ പറമ്പിലേക്ക് വഴി യില്ലാത്തതിനാലാണ് എന്റെ ഭൂമിയിൽ നിന്നും മതിൽ പൊളിച്ച് ആ വഴി ഞാൻ അവർക്ക് വിറ്റത്. അത് ഹാജിക്കയ്ക്ക് അറിയാവുന്ന തല്ലേ. എന്നിട്ട് ഇപ്പോൾ നിങ്ങൾ എല്ലാവരും ചേർന്ന് അത് പണ്ട് മുതലേയുള്ള പൊതുവഴിയാണന്നും പറഞ്ഞ് കേസുകൊടുക്കുന്നത്

വലിയ തെറ്റും ധിക്കാരവുമാണ്. ഇത് പടച്ചോൻ പോലും പൊറുക്കി ല്ലട്ടോ. ഈ കേസ് നിങ്ങൾ എങ്ങിനെയാ ജയിക്കുക? ഞാൻ അവർക്ക് ഭൂമി രജിസ്റ്റർ ചെയ്തു കൊടുത്ത ആധാരം തന്നെ വലിയ തെളി വല്ലേ. എന്തായാലും ഒരിക്കൽ പുന്നത്തൂർക്കാർക്ക് വഴി വിൽക്കു കയും മറ്റൊരിക്കൽ അത് പൊതുവഴിയായിരുന്നു എന്ന് പറഞ്ഞു കേസുകൊടുക്കാൻ നിങ്ങൾക്കൊപ്പം കൂടുകയും ചെയ്യുക എന്ന വഞ്ചന കാണിക്കാൻ എന്നെ കിട്ടില്ല. അങ്ങനെ ഒരു വഴി എനിക്ക് വേണ്ട. എന്റെ വീടിന്റെ മുന്നിൽ നല്ല ടാറിട്ട റോഡ് ഉണ്ടല്ലോ. എനി ക്കത് മതി. ഞാൻ അത് ഉപയോഗിച്ചോളാം. കിഴക്ക് നിന്നും വരുന്ന പള്ളായിപ്പറമ്പ് വഴി വീതികൂട്ടി റോഡ് വരുന്നതിൽ എനിക്ക് എതിർ പ്പൊന്നുമില്ല. അതിന് വേണമെങ്കിൽ പത്തോ നൂറോ ഞാൻ വീട്ടിൽ വിളിച്ചു പറയാം. പോയി വാങ്ങിച്ചോളൂ.''

ഈ വാക്കുകൾ കേട്ട് നിശ്ശബ്ദനായി ഫോൺ വെച്ച ഹാജി തുടർന്ന് ഓരോരുത്തരെയും മാറി മാറി വിളിച്ചു. മറുപടികൾ എല്ലാം ഏകദേശം സമാനമായിരുന്നു. അലി ഹാജി പറഞ്ഞു

''ഇനി ഞാനില്ല, ഇവന്മാരോടൊക്കെ ഈ പിച്ച ചോദിക്കാൻ.'' എഴുന്നൂറ് രൂപയോളം ബില്ല് വന്ന ടെലിഫോൺ ബൂത്തിൽ പോക്ക റ്റിൽ നിന്നും നൂറ്റി അമ്പത്തഞ്ചു രൂപ മാത്രം കൊടുത്ത് ബാക്കി കടവും പറഞ്ഞ് മനസ്സ് മടുത്ത് ഇറങ്ങി പോരുമ്പോൾ ഹാജി പറഞ്ഞു,

''മാജിദേ, നീ ഇത് ഇവിടെ നിറുത്തിക്കൊ. ഈ പോക്കുപോയാൽ നീ മാത്രമേ ഉണ്ടാകൂ. ഇപ്പോൾ തന്നെ കണ്ടില്ലേ.''

ഹാജി ക്ഷുഭിതനായി.

വീണ്ടും പണിയുന്ന റോഡ്

ദിവസങ്ങൾക്കുശേഷം പണികൾ വീണ്ടും ആരംഭിച്ചു. സംഖ്യ വാഗ്ദാനം ചെയ്ത ഗൾഫുകാരുടെ വീടുകളിൽ പല പ്രാവശ്യം കയറിയിറങ്ങിയപ്പോൾ കിട്ടിയത് നൂറും ഇരുന്നൂറും തന്നെയായിരുന്നു. ആ പിച്ചപ്പണം വാങ്ങാൻ മാജിദ് കൂട്ടാക്കിയില്ല. ഇപ്പോൾ ചുറ്റിലും കാഴ്ചക്കാരായി ആളുകൾ കൂടുന്നുണ്ടങ്കിലും വഴി വന്നു കഴിഞ്ഞാൽ പിന്നെ ആരും ഉണ്ടാവില്ലെന്ന് മാജിദിന് അറിയാമായിരുന്നു. അന്യായമായി തങ്ങൾക്കെതിരെ കൊടുത്ത കേസും ഇൻജെങ്ഷനും പിൻവലിക്കുന്നതിനും തങ്ങൾ നിരപരാധികളാണെന്ന് കോടതിയെ ബോധ്യപ്പെടുത്തുന്നതിനും വേണ്ടിയുള്ളതാണ് ഈ കേസ്. എന്നാൽ ഈ വഴി ഇവിടെ ഉണ്ടായിരുന്നു എന്ന വാദം അതിൽ പരാമർശിക്കുന്നതിനെ ബലപ്പെടുത്താൻ ഇതിനൊപ്പം ഒരു പൊതുതാല്പര്യ അവകാശഹർജി കൂടി കൊടുക്കേണ്ടതുണ്ട്. അധികം വൈകാതെ അത് ചെയ്യണം.

തങ്ങളുടെ പേര് വെച്ചുകൊണ്ട് അങ്ങനെ ഒരു കേസ് കൊടുക്കാൻ ആരും രംഗത്ത് വരാൻ തയ്യാറായില്ല. അത് പറഞ്ഞപ്പോൾ കമ്മിറ്റിയിൽ നിന്നുപോലും എല്ലാവരും ഒഴിഞ്ഞുമാറുകയാണുണ്ടായത്. മാത്രവുമല്ല നിയമപരമായി ഈ റോഡ് നിർമ്മാണ കമ്മിറ്റി രജിസ്റ്റർ ചെയ്യുവാനും തയ്യാറായില്ല. നിലവിൽ കൊടുത്ത കേസിന്റെ ചെലവുകൾ പോലും വക്കീലിന് കൊടുത്തു തീർത്തിട്ടില്ല. അതിന്റെ കൂടെ പൊതു അവകാശം ഉന്നയിച്ചുകൊണ്ടുള്ള മറ്റൊരു കേസു കൂടി നൽകുകയും വേണം. വക്കീൽ അതിനുള്ള കാര്യങ്ങൾ ശരിയാക്കി വെച്ചിട്ട് ദിവസങ്ങളായി. അന്ന് ആരും തയ്യാറാകാത്തത് കൊണ്ട് സ്റ്റേയുടെ കാര്യം മാത്രം വക്കീൽ പെട്ടെന്ന് പരിഗണിക്കുകയായിരുന്നു. ഇനി കൊടുക്കുന്നത് ഒരു മാസ് പെറ്റീഷൻ ആകണം. എങ്കിലേ ഈ കേസിന് ബലമുണ്ടാകൂ. അതിൽ, ഈ വഴി ഉപയോഗിക്കാൻ ആഗ്രഹിക്കുന്ന ആർക്കും പേരും വിലാസവും എഴുതി ഒപ്പ് വെച്ച് കക്ഷിചേരാം. പക്ഷേ, ഈ കൂട്ടായ്മയിൽ നിന്നുപോലും ആരും തയ്യാറാകാത്തതിൽ മാജിദിന് വലിയ വിഷമം തോന്നി.

നാട്ടുകാരുടെ നിസ്സഹകരണ മനോഭാവം കാണുമ്പോൾ പിന്മാറിയാലോ എന്നു പോലും മാജിദ് ചിന്തിച്ചു. ഇപ്പോൾ തന്നെ താനും പണവും സമയവും അദ്ധ്വാനവും ഇതിനുവേണ്ടി കുറേ ആയി ചെലവഴിക്കുന്നു. ഇനിയും എത്രനാൾ, ആലോചിച്ചപ്പോൾ ഒരു നിശ്ചയവും ഉണ്ടായില്ല. എങ്കിലും ഇറങ്ങിപ്പുറപ്പെട്ടത് പൂർത്തീകരിക്കാതെ താൻ പിന്മാറിയാൽ പിന്നെ ആരും അത് മുന്നോട്ട് കൊണ്ടുപോകില്ലെന്ന് മാജിദിന് അറിയാമായിരുന്നു. ജ്യേഷ്ഠൻ പോകാൻ ഇനി ദിവസങ്ങൾ മാത്രമേയുള്ളൂ. അതുകൊണ്ട് എങ്ങനെയെങ്കിലും റോഡ് പണിത് വാഹന ഗതാഗതയോഗ്യമാക്കണം. അതിനായി പൊതുതാല്പര്യ ഹർജി കൊടുപ്പിക്കാൻ ജമാലുദ്ദീനിൽ രണ്ടുപേരും ചേർന്ന് സമ്മർദ്ദം ചെലുത്തി. സലിയെയും കൂട്ടി ജമാലുദ്ദീനുമായി ബിരിയാണി വെപ്പുകാരൻ ബീരാനെ പോയിക്കണ്ട് കാര്യങ്ങൾ പറഞ്ഞ് ബോധ്യപ്പെടുത്തി. അപ്പോൾ ബീരാൻ പറഞ്ഞ ഒരു കാര്യം അവരുടെ മനസ്സിൽ ചില ചിന്തകൾ ഉണർത്തി.

''നിങ്ങൾക്ക് നിർബന്ധമാണെങ്കിൽ ഞാൻ വരാം, പിന്നൊരു കാര്യം. റോഡ് വെട്ടാനാണെന്നും പറഞ്ഞ് എന്നോട് സ്ഥലം ചോദിക്കരുത്. ഞാൻ തരില്ല. വേണങ്കിൽ ഈ മാജിദ് തന്നെ കൊടുത്തോ. എന്റെ മണ്ണ് വേണമെങ്കിൽ എനിക്ക് വഴിക്കുള്ള പണം തരണം. ഇല്ലെങ്കിൽ ഞാൻ വരുന്നില്ല. ഈ കേസിനും പുലിവാലിനും എനിക്ക് വയ്യ, വന്നാൽ തന്നെയും കോടതി കയറിയിറങ്ങാനും കേസിന് പണം ചെലവാക്കാനൊന്നും എനിക്ക് പറ്റില്ല.''

ബീരാന്റെ വാക്കുകൾ അവരെ അമ്പരപ്പിച്ചു. ബീരാന്റെ മക്കളായ ഷാബിക്കും ഷാനുവും റോഡ്പണിയിൽ സജീവമായുണ്ട്. എന്നിട്ടും അവർക്കും ഇതിൽ വലിയ താൽപര്യം കണ്ടില്ല. അവർ അപ്പോൾ പറഞ്ഞത്,

''ഇപ്പോ ഞങ്ങൾ ഒന്നും പറയുന്നില്ല. ഉപ്പ പറഞ്ഞതുപോലെ ചെയ്യാം. ഈ റോഡ് മറ്റേ റോഡിൽ മുട്ടുന്ന ഒരു സമയം വന്നാൽ അന്ന് ഞങ്ങൾ ആറടി വിട്ട് തരാം. അല്ലാതെ ഇപ്പോൾ ഇവിടെ ഒരു വഴിയുണ്ടാക്കിവെച്ചിട്ട് എന്താണ് കാര്യം. നാളെ അവർ അവിടെ വഴി അടച്ചാൽ ഈ വഴി വന്നത് ഇവിടെ അവസാനിക്കുമല്ലോ?''

ഈ വഴി അവസാനിക്കുന്ന വലിയപറമ്പത്തെ അതിരുമായി അതിർ പങ്കുവെക്കുന്ന ആളുകളാണ് ഈ പറയുന്നത്. വഴിയുടെ അവസാനത്തെ ഗുണഭോക്താക്കളാണ് ബീരാനും മക്കളും. എന്നിട്ടും ഇങ്ങനെ വിസമ്മതവും വിയോജിപ്പും പ്രകടിപ്പിക്കുമ്പോൾ എന്ത് ചെയ്യണമെന്നറിയാതെ മാജിദ് മാത്രം ചിന്താവിഷ്ടനായി. ഇത് തന്റെ മാത്രം ആവശ്യം എന്നപോലെയാണല്ലോ ഇവർ കാണുന്നത് എന്നോർത്തപ്പോൾ മാജിദിന്റെ മനസ്സ് വേദനിച്ചു.

''സാരമില്ല, ഈ റോഡ് ചാരത്തെ റോഡിൽ മുട്ടുന്ന കാര്യത്തിൽ ഉറപ്പൊന്നുമില്ലല്ലോ. പിന്നെ ഇപ്പൊ വഴിക്ക് ഭൂമിയെടുക്കുന്നതിനെപ്പറ്റി പറഞ്ഞിട്ട് ഈ കേസ് കൊടുക്കൽ മുടക്കേണ്ട.''

ജമാലുദ്ദീൻ മാജിദിന്റെ ചെവിയിൽ സ്വകാര്യം പറഞ്ഞു. ഒടുവിൽ ബീരാനെക്കൊണ്ടും സമ്മതിപ്പിച്ചു. പബ്ലിക് റൈറ്റ് ആക്ട് പ്രകാരമുള്ള ഹർജി കൊടുപ്പിച്ചു. അപ്പോഴും അവർക്കൊപ്പം പേരെഴുതി ഒപ്പ് വെക്കാൻ വേറെ ആരും ആ നാട്ടിൽ നിന്നും ഉണ്ടായില്ല.

''ഇതൊരു പൊതുതാല്പര്യം കാണിക്കുന്ന ഹർജിയാകുമ്പോൾ ധാരാളം പേർ ഒപ്പിടേണ്ടതായുണ്ട്. ഇതിപ്പോ ഈ രണ്ടാളേ ഉള്ളൂ.''

വക്കീലിന്റെ ചോദ്യത്തിന് മുന്നിൽ നാണം കെട്ടുകൊണ്ട് തല കുനിക്കാനേ അവർക്ക് കഴിഞ്ഞുള്ളൂ. വഴിവെട്ടി സഞ്ചാരയോഗ്യമാക്കികൊടുത്താൽ ഞങ്ങൾ സൗകര്യപൂർവ്വം ആ വഴി ഉപയോഗിച്ചു കൊള്ളാം എന്ന ഒരു ഔദാര്യമനോഭാവമായിരുന്നില്ലേ ആ നാട്ടുകാർക്ക് എന്നാണ് മാജിദിന് തോന്നിയത്. വീണ്ടും വീണ്ടും സ്വന്തം കയ്യിൽ നിന്നും മറ്റു വിധത്തിലും കുറച്ചുകൂടി ഫണ്ട് സ്വരൂപിച്ചും ബാക്കി കടത്തിലും ഒക്കെയായി പള്ളായിക്കുളത്തിന്റെ ഓരം കല്ലു കൊണ്ട് കെട്ടിയെടുക്കുക എന്ന ഭാരിച്ച പണി പൂർത്തീകരിച്ചു. വഴി കുഞ്ഞപ്പന്റെ സ്ഥലവും കഴിഞ്ഞ് വലിയപറമ്പിൽ എത്തിയപ്പോൾ ഈസ ഹാജിയുടെയും ഹിഷാമിന്റെയും മാജിദിന്റെയും കുഞ്ഞുപ്പയുടെയും ഭാഗത്ത് നിന്ന് ആറടി എടുക്കുക എന്ന കാര്യത്തിൽ ഒന്നുകൂടെ വിഷയം ചർച്ച ചെയ്യാൻ മാജിദും ഹിഷാമും ശ്രമിച്ചു. എന്നാൽ ഈസ ഹാജിയുടെ ആൾക്കാർ അതിന് സമ്മതിച്ചുപോലുമില്ല. മുന്നോട്ടുള്ള നീക്കങ്ങൾ പ്രതിസന്ധിയിൽ അകപ്പെട്ടപ്പോൾ മാജിദ് പറഞ്ഞു

''ഇക്കാ, നമുക്ക് മുഴുവൻ സ്ഥലവും കുഞ്ഞുപ്പയിൽ നിന്ന് തന്നെ എടുക്കേണ്ടി വരും.''

''അത് നമുക്കും കുഞ്ഞുപ്പാക്കും ഇടയിൽ അനിഷ്ടങ്ങൾക്ക് വഴി വെക്കും. വളരെ ആലോചിച്ച് വേണം അത് ചെയ്യാൻ.''

മാജിദ് പറഞ്ഞു

''ഇനിയെന്ത് ആലോചിക്കാൻ? നാളെ മുതൽ പണികൾ തുടർന്ന് പോകണം. ഇക്ക വരണമെന്നില്ല. ഞാൻ ചെയ്യിക്കാം. ഇത് നമുക്കാർക്കും സ്വകാര്യമായി എടുത്തു വെക്കാനൊന്നുമല്ലല്ലോ. പൊതുജനങ്ങൾക്ക് മരണംവരെ ഉപയോഗിക്കാനാണ്. തൽക്കാലം കുഞ്ഞുപ്പാനെ വിഷയം അറിയിക്കേണ്ട.''

ആരെയും അറിയിക്കാതെ സ്വന്തം ഉത്തരവാദിത്തത്തിൽ മാജിദ് തന്റെ കുഞ്ഞുപ്പയിൽ നിന്ന് റോഡിന് ആവശ്യമായ പന്ത്രണ്ടടിയും

ഭൂമി എടുത്തുകൊണ്ട് ആ പ്രശ്നം പരിഹരിച്ചു. വഴി അടയാളപ്പെടുത്തി വന്നപ്പോൾ കുറച്ച് ഭാഗം അവിടെയും കുളമുണ്ട്. ഈ കുളം ഒഴിവാക്കി എടുക്കുവാൻ ശ്രമിച്ചാൽ അത് ആ ഭൂമിയെ രണ്ടായി വിഭജിക്കും. അതിലും ഭേദം ഇതിലെ തന്നെയാണ്. ഇവിടെയും കുളത്തിന്റെ അതിര് കെട്ടിയെടുക്കുക എന്നത് വീണ്ടും ഭാരിച്ച ചെലവുണ്ടാക്കും. എങ്കിലും കുഞ്ഞുപ്പയിൽ നിന്നും സമ്മതം വാങ്ങി അവർ ആ കടമ്പയും കടന്നു.

പുതിയ വഴി ഇപ്പോൾ പോകുന്നത് വാഹിദിന്റെ മുറ്റത്ത് കൂടിയാണ്. മുന്നിൽ കിടക്കുന്ന സ്ഥലം വാഹിദിന്റെ പെങ്ങളും മാജിദിന്റെയും ഹിഷാമിന്റെയും ഉമ്മയുമായ നബീസയുടെയാണ്. ഇത്രയും നല്ല വീട് പണിതിട്ട് അതിന് മുറ്റം തീരെയില്ലല്ലോ. പുതിയ റോഡ് വന്നാൽ പിന്നെ ഉമ്മറത്ത് നിന്നും ഇറങ്ങുന്നത് നേരെ റോഡിലേക്കാകും എന്ന പ്രയാസം വാഹിദിനെ വല്ലാതെ വിഷമിപ്പിച്ചു. അതുകൊണ്ട് തന്നെ വീടിന് മുന്നിലുള്ള മുഴുവൻ സ്ഥലവും തന്റെ സഹോദരിയിൽ നിന്നും കിട്ടിയിരുന്നെങ്കിൽ എന്ന് വാഹിദ് ആലോചിച്ചു. അതിന് മുമ്പ് തന്നെ ഈ വിഷയം ഹിഷാമും മാജിദും ചേർന്ന് ചർച്ച ചെയ്തിരുന്നു. അമ്മാവൻ ചോദിക്കാതെ തന്നെ തങ്ങളുടെ ഉമ്മയോട് പറഞ്ഞ് മാമാക്ക് ആ ഭൂമി കൊടുക്കണം എന്നു കരുതി. മാമ ചോദിച്ചപ്പോൾ ഉടനെ തന്നെ അതിന്റെ കാര്യങ്ങളിലേക്ക് കടന്നു. ഉമ്മയോട് പറഞ്ഞപ്പോൾ ഉമ്മാക്കും സന്തോഷമായി. വിലയും മറ്റും ഒരു കച്ചവടം എന്നനിലയ്ക്കായിരുന്നില്ല. പിന്നീട് പുതിയതായി വന്ന ഈ വഴി പറമ്പിന്റെ ഓരത്തിലൂടെ ആക്കി മാറ്റി നൽകാൻ ഹിഷാമിനോടും മാജിദിനോടും സഹോദരിയോടും വാഹിദ് ആവശ്യപ്പെട്ടു. അതുപ്രകാരം യാതൊരു തടസ്സവും വിഷമവും ഇല്ലാതെ അമ്മാവനായ വാഹിദിന് തങ്ങളുടെ ഭൂമി നൽകി. റോഡിനെ മാറ്റി വലിയ മുറ്റം ഉണ്ടാക്കികൊടുക്കുകയും ചെയ്തു.

ചുറ്റും മതിൽ കെട്ടി ഗേറ്റ് വെക്കാനൊരുങ്ങുമ്പോൾ മാജിദ് അമ്മാവനോടായി ഒരു കാര്യം പറഞ്ഞിരുന്നു

‘‘മാമാ, മതിൽ കെട്ടുമ്പോൾ ആറടി പുറകിലേക്ക് ഇറക്കി വേണം കെട്ടാൻ. ഭാവിയിലെങ്ങാനും പന്ത്രണ്ടടി വഴി ഇതിലെ വരുന്നുവെങ്കിൽ അത്രയും സ്ഥലം ഒറ്റയ്ക്ക് വിട്ട് നൽകാൻ അപ്പുറത്ത് എനിക്ക് ഭൂമിയില്ലല്ലോ. പിന്നെ മാമ മതിൽ ഇന്ന് ഇറക്കിക്കെട്ടിയില്ലെങ്കിൽ ഒരുപക്ഷേ നാളെ മതിൽ പൊളിക്കേണ്ടി വന്നാൽ അത് പ്രയാസമാകും. മാത്രവുമല്ല, അവിടെ കുളം തൂർത്ത സ്ഥലവുമാണ്. ശേഷിക്കുന്ന സ്ഥലത്തെ ഒരു വീട് പണിയാനും പറ്റുകയുള്ളൂ. അതിൽനിന്നും പന്ത്രണ്ടടി സ്ഥലം പോയാൽ പിന്നെ എനിക്ക് വീടിനും പറ്റില്ല.’’

“റോഡൊന്നും വരില്ല മോനേ, ഇപ്പോൾ ഈ വന്ന വഴി മാത്രമേ ഇവിടെ ഉണ്ടാകൂ.”

മാജിദ് പറഞ്ഞു

“എങ്കിൽ മാമ നാലടിയെങ്കിലും സ്ഥലം വിടൂ, ബാക്കി നാലടി ഞാൻ കൊടുക്കാം.”

“ഇത്രയും നല്ലൊരു വീട് ഞാൻ വെച്ചിട്ട് എനിക്ക് വഴിക്ക് വിടാൻ എവിടെ സ്ഥലം. നീയാണങ്കിൽ വീട് പെട്ടെന്ന് പണിയുന്നില്ലല്ലോ. ഞാൻ വീട് പണിയും കഴിഞ്ഞ് താമസിക്കാൻ പോകുന്നത് നീ കാണുന്നില്ലേ?”

മാജിദ് പിന്നെ ഒന്നും പറഞ്ഞില്ല. അമ്മാവനോടുള്ള എല്ലാ സ്നേഹവും ബഹുമാനവും ഉള്ളിൽ സൂക്ഷിച്ചുകൊണ്ട് നിന്നു. എങ്കിലും ചില വിഷമങ്ങൾ ഉണ്ടായതായി വാഹിദിന് മനസ്സിലായി.

“നീ ഇനി വീട് പണിയുകയാണെങ്കിലും ചെറിയ ഒരു വീടല്ലേ പണിയൂ. എന്നാലും ഇഷ്ടം പോലെ സ്ഥലം ഉണ്ടാകുമല്ലോ. പിന്നെ പണി തുടങ്ങിയാൽ മാമ നിനക്ക് വേണ്ടത് ചെയ്തോളാം. മനസ്സിലായോ.”

അപ്പോഴും മാജിദ് ഒന്നും മിണ്ടിയില്ല.

വാഹിദിന്റെ കൃത്യം അതിരിൽ തന്നെ മതിൽ പണിതുയർത്തി. ആ വീടിന് പ്ലാൻ വരച്ചതും അത് പണിയിപ്പിക്കുന്നതും ഇപ്പോൾ മതിൽ കെട്ടിക്കുന്നതും എല്ലാം മാജിദ് തന്നെയാണ്. സ്വന്തം ഉപ്പയോട് പ്രകടിപ്പിക്കാൻ കഴിയാതിരുന്ന സ്നേഹവും ബഹുമാനവും കടപ്പാടുമാണ് മാജിദിനും ഹിഷാമിനും തങ്ങളുടെ അമ്മാവന്മാരോടുള്ളത്. പറക്കമുറ്റാത്ത കുഞ്ഞുങ്ങൾ ആയിരുന്നപ്പോൾ പിതാവിനെ നഷ്ടപ്പെട്ടവരായിരുന്നു അവർ. പിന്നീട് സ്നേഹവാത്സല്യങ്ങൾ നൽകിയതും പഠിപ്പിച്ചതും വളർത്തി വലുതാക്കിയതും എല്ലാം ഈ അമ്മാവന്മാരായിരുന്നു. അതുകൊണ്ട് തന്നെ ഉപ്പയില്ലാത്ത ഒരു ദുഃഖവും അവർ അറിഞ്ഞിരുന്നില്ല. ഈ ചെറിയ അമ്മാവൻ നന്നേ ചെറുപ്രായത്തിൽ തന്നെ ബോംബെയിൽ നിന്നും പായക്കപ്പൽ വഴി ഗൾഫിലേക്ക് പോയതാണ്. അന്നൊക്കെ അവരുടെ മനസ്സിൽ യത്തീമായ ഈ കുഞ്ഞുമക്കളെയും വിധവയായ പൊന്നുപെങ്ങളെയും കുറിച്ചുള്ള ചിന്തകൾ മാത്രമായിരുന്നു. മാജിദും ഹിഷാമും എപ്പോഴും ഓർക്കും. അതുകൊണ്ടുതന്നെ അവരുടെ ആവശ്യങ്ങൾക്കും അഭിപ്രായങ്ങൾക്കും ഒരിക്കലും അവർ എതിര് നിൽക്കാറില്ല. ഇപ്പോൾ ഇവിടെയും അമ്മാവന്റെ താൽപര്യങ്ങൾ സന്തോഷത്തോടെ അനുസരിക്കുകയും അതുപ്രകാരം കാര്യങ്ങൾ ചെയ്തുകൊടുക്കുകയുമാണുണ്ടായത്.

ബിരിയാണിക്കാരൻ ബീരാന്റെയും മാജിദിന്റെയും അതിരിൽ വഴി എത്തിയപ്പോൾ ഇരുഭാഗത്തുനിന്നും ആറടി എടുത്തു വഴി അവിടെ അവസാനിപ്പിക്കാൻ ശ്രമിക്കെ ബീരാൻ പ്രശ്നമുണ്ടാക്കി.

ബീരാൻ പറഞ്ഞു.

''എന്റെ സ്ഥലം എടുക്കാൻ പറ്റില്ലെന്ന് ഞാൻ നേരത്തെ പറഞ്ഞില്ലേ? എന്റെ അതിരിലൂടെ നടവഴിപോലും ഉണ്ടായിരുന്നില്ല. പിന്നെ എങ്ങനെയാ നിങ്ങള് എന്റെ സ്ഥലത്തു നിന്നും ആറടി എടുക്കുക?''

സലി പറഞ്ഞു

''ഒരു പൊതു റോഡ് വരുമ്പോൾ അതിരുകളിലൂടെയാണ് വരിക. അല്ലെങ്കിൽ ഒരാൾക്ക് മാത്രം ആവില്ലേ ഭൂമി നഷ്ടം വരിക. ഇത് നിങ്ങൾക്കും കൂടിയുള്ള വഴിയല്ലേ. അതുകൊണ്ട് മാജിദിൽ നിന്നും ബീരാനിൽ നിന്നും പകുതിവീതം എടുക്കണം.''

''ഈ വഴി ഒന്നും അപ്പുറത്തെ റോഡിൽ മുട്ടാൻ പോകുന്നില്ല. പിന്നെ വെറുതെ എന്റെ പറമ്പിലെ ആറടി ഞാൻ വിട്ടു കൊടുത്തിട്ട് എന്താണ് കാര്യം? പള്ളിയിലേക്ക് പോകാനാണങ്കിൽ മാജിദ് വിടുന്ന വഴിയുണ്ടല്ലോ. എന്റെ സ്ഥലം വേണമെങ്കിൽ ഞാൻ അത് വിലയ്ക്ക് തരാം. മാജിദ് അതിന്റ വില എനിക്ക് തന്നാൽ മതി. അല്ലെങ്കിൽ കേസ് കഴിഞ്ഞ് റോഡ് അവിടെ മുട്ടുമ്പോൾ ഞാൻ ആറടി തരാം. അതവരെ ഇപ്പോൾ ഉള്ളത് പോലെ പോകട്ടെ.''

സ്വന്തം വീട്ടിലേക്ക് കൂടി വണ്ടിവരാൻ ഉപകാരമാകുന്ന വഴി ഉണ്ടാക്കാൻ അയൽവാസി സ്ഥലവും പണവും നൽകുക എന്ന വിചിത്രമായ വാദം തെറ്റ് തന്നെയാണെന്ന് എല്ലാവരും പറഞ്ഞു.

''സാരമില്ല, ഇപ്പോൾ ഇങ്ങനെ തന്നെ പോകട്ടെ. നാളെ ഈ റോഡ് അപ്പുറത്തെ റോഡിൽ മുട്ടുന്നുവെങ്കിൽ മതി ബീരാൻക്കയുടെ സ്ഥലം. അതുവരെ ഒരു വണ്ടി പോകാനുള്ള സ്ഥലം എന്റെ മാത്രം ഭൂമിയിലൂടെ ഇവിടെ ഉണ്ടാകും.''

മാജിദ് സമ്മതിച്ചു.

അതോടുകൂടി കാലങ്ങളായി ഇല്ലാതിരുന്ന ഒരു പുതിയ വഴി അവിടം വരെ ഉണ്ടായി. റോഡ് പണിക്ക് ആവശ്യമായി വന്ന ചെലവുകളിൽ വലിയ ഒരു സംഖ്യയുടെ കടവും പേറി മാജിദും ഹിഷാമും തിരിച്ചുപോരുമ്പോൾ മാജിദിന്റെ മനസ്സിൽ നിറഞ്ഞ സംതൃപ്തി ഉണ്ടായിരുന്നു. പകൽ മുഴുവനും വെയിലും കൊണ്ട് നിന്ന് താൻ മുൻകൈയെടുത്ത് പൂർത്തീകരിച്ച ഒരു വലിയ ദൗത്യത്തിന്റെ ഗുണഭോക്താക്കളിൽ ഒരാളായി ആ വഴിയിലൂടെയുള്ള നടന്നതിന്റെ സുഖം അയാൾ അനുഭവിക്കുകയായിരുന്നു.

“മോനേ, നമ്മൾ നിർമ്മിച്ച ഈ വഴിയാണ് സലിക്ക അന്ന് പറഞ്ഞ ശരിയായ ‘സദക്കത്തുൻ ജാരിയ’ - തുടർന്നുകൊണ്ടിരിക്കുന്ന ദാനം.”

അപ്പോൾ അവർക്കരികിൽ ഒരു ആംബുലൻസ് ധൃതിയിൽ വന്നു നിറുത്തികൊണ്ട് ചോദിച്ചു

“ചേട്ടാ, ഈ പട്ടാളക്കാരൻ മൂസയുടെ വീടേതാണ്. ഒരു പള്ളിയുടെ അടുത്താണന്നു പറഞ്ഞല്ലോ.”

ഹിഷാമും മാജിദും പരസ്പരം ഒന്ന് നോക്കി.

“ഇത് തന്നെയാണ് വഴി. നേരെ ചെല്ലുന്നത് ആ വീട്ടിലേക്കാണ്.”

മാജിദ് പറഞ്ഞു.

ആംബുലൻസ് വേഗം പോയിമറഞ്ഞു.

“അവിടെ ആർക്കാണ് എന്താണ് അപകടം പറ്റിയത്. വല്ല അസുഖമോ മറ്റോ ആണോ. ഒന്നും അറിഞ്ഞില്ലല്ലോ.”

ഹിഷാം സംശയിച്ചു.

“പട്ടാളത്തിന്റ ഭാര്യ കിടപ്പിലാണ്. അസുഖം കൂടിക്കാണും. ഇതുവരെയും അവർ മറ്റേ വഴിയാണ് ഉപയോഗിച്ചിരുന്നത്. എത്ര പെട്ടെന്നാണ് ഈ വഴി അവർക്കുകൂടെ ആവശ്യമായി വന്നത്. ഇതാണ് കാലത്തിന്റെ കാവ്യനീതി.”

ആംബുലൻസ് പോയവഴിയിൽ കണ്ണും നട്ട് മാജിദ് കുറച്ച് നേരം അങ്ങനെ നിന്നു.

അപ്പോൾ ഹിഷാം വിളിച്ചു

“നീ വരുന്നില്ലേ?”

ആ ചോദ്യത്തിന് മറുപടിയൊന്നും പറയാതെ മാജിദ് ഹിഷാമിനൊപ്പം നടന്നു.

വർഷങ്ങൾക്കുശേഷം

കുടുംബസ്വത്തിന്റെ ഭാഗം കഴിഞ്ഞപ്പോൾ ഭാര്യയും മക്കളുമായി മാജിദ് ഇരിങ്ങാലക്കുടയിലേക്ക് താമസം മാറി. അയാളുടെ ജീവിതത്തെ മറ്റൊരു അവസ്ഥയിലേക്കെത്തിച്ച ഏറ്റവും വേദന നിറഞ്ഞ അനുഭവങ്ങൾ. എന്നിട്ടും അസാധ്യമായ ക്ഷമയും മനക്കരുത്തുമായി പിടിച്ചു നിന്നു. തന്റെ ഭാര്യയും കുഞ്ഞുമായി വാടക വീടുകൾ മാറിമാറി ജീവിച്ചു. ഒപ്പം സി.ഡി പഞ്ചിംഗിനും കോപ്പി റൈറ്റ് ബിസിനസ്സിനും വേണ്ടി ചെന്നൈ-ഡൽഹി-ബാംഗ്ലൂർ യാത്രകൾ ശാരീരികമായി തളർത്തി. എങ്കിലും തളരാൻ കൂട്ടാക്കാത്ത മനസ്സുമായി ജീവിതം നീങ്ങി.

ഒരിക്കൽ ഡൽഹിയിലുള്ള സുഹൃത്ത് ചന്ദ്രമോഹനുമായി പരിചയപ്പെട്ട സ്റ്റീഫൻ എന്ന ബിസിനസ് ഏജന്റ് വഴി ഒരു ബിസിനസ് ശരിയായി. ധാരാളം സിഡികൾക്കുള്ള ഓർഡർ ആയിരുന്നു അത്. നോയിഡയിൽ ഫിലിപ്പ് ആർക്ക് കോഫിഹബ്ബിൽ വെച്ച് ബിസിനസ് എഗ്രിമെന്റ് ചെയ്തപ്പോൾ അമ്പതിനായിരം രൂപ അഡ്വാൻസ് ലഭിച്ചു. തനിക്ക് കോപ്പി റൈറ്റ് ഉള്ള മുഴുവൻ ഫിലിമുകളുടെയും പ്രോഗ്രാമുകളുടെയും അഞ്ഞൂറ് കോപ്പികൾ വീതം പഞ്ച് ചെയ്ത സിഡികൾ സ്റ്റീഫന് കൈമാറുവാനുള്ള ഓർഡർ കമ്പനിയിൽ സൈൻ ചെയ്തുകൊടുത്തുകൊണ്ട് മാജിദ് നാട്ടിലേക്ക് വന്നു.

''ഈ പണം ഉപയോഗിച്ച് നമുക്ക് വീട് പണി തുടങ്ങാം.'' ഭാര്യ പറഞ്ഞു.

നല്ലൊരു തുക സ്വരൂപിച്ച് പണിതുടങ്ങി ഒറ്റയടിക്ക് വീടിന്റെ പണികൾ പൂർത്തിയാക്കി താമസിക്കാം എന്നാണ് കരുതിയിരുന്നതെങ്കിലും അത് നടക്കുന്ന കാര്യമല്ലെന്ന് ഭാര്യയ്ക്ക് അറിയാമായിരുന്നു.

''വേണ്ട വേണ്ട... ഇതൊന്നിനും തികയില്ല. തുടങ്ങിവെച്ചിട്ട് മുന്നോട്ട് കൊണ്ടുപോകാനായില്ലങ്കിൽ പിന്നെ വിഷമവും നാണക്കേടുമാകും.

''എന്തായിപ്പറയുന്നത്. നമ്മൾ ഒന്ന് തുടങ്ങിവെച്ചാലേ അതിലേക്കൊരു താൽപര്യവും ഉത്തരവാദിത്തവും ഉണ്ടാകൂ. ഇപ്പോൾ തന്നെ ഇങ്ങനെ കിട്ടിയിരുന്ന എത്ര ലക്ഷങ്ങളാണ് ചെലവായിപ്പോയത്. ഇനിയും അത് പറ്റില്ല.''

ഭാര്യയുടെ സ്വരത്തിലെ നിശ്ചയദാർഢ്യം മാജിദ് തിരിച്ചറിഞ്ഞു. അവൾ പറയുന്നതിലും കാര്യമുണ്ട്. താൻ എത്ര നാളായി ഈ വാടക വീടുകളിൽ ഇങ്ങനെ താമസിക്കുന്നു.

പിന്നെ എല്ലാം പെട്ടെന്നായിരുന്നു. കോൺട്രാക്ടർ തെങ്ങും മാവും മുറിച്ചുമാറ്റി വീടിന് കുറ്റിയടിച്ചു. അയൽവാസികളും പള്ളിയിൽ നിസ്കരിക്കാൻ വരുന്നവരും ആ ശുഭകർമ്മത്തിന് സാക്ഷികളായി. സ്വന്തമായി ഒരു വീടെന്ന സ്വപ്നത്തിലേക്കുള്ള ദൂരങ്ങളെയാണ് ഇനി പിന്നിടാനുള്ള ഓരോ സെക്കന്റും എന്ന് ബോധ്യമായി. പള്ളിയിൽ നിന്നും മഗ്‌രിബ് ബാങ്ക് മുഴങ്ങി. പള്ളിയിൽ പോയി നിസ്കരിച്ചു. മനസ്സുരുകി പ്രാർത്ഥിച്ചു.

''എന്റെ കൈ കാലിയാണ്, അല്ലാഹുവേ, അങ്ങയിൽ ഭരമേൽപിച്ചുകൊണ്ടാണ് പണികൾ തുടങ്ങുന്നത്, കൈ വെടിയരുതേ നാഥാ...''

പ്രാർത്ഥന കഴിഞ്ഞ് എഴുന്നേറ്റപ്പോൾ പള്ളിയിൽ കൂടിയവരിൽ പ്രായം ചെന്നവർ പറഞ്ഞു.

''നന്നായി മോനേ, നീ ഇവിടെ ഉണ്ടാകുന്നത് ഞങ്ങൾക്കൊക്കെ ഒരു ധൈര്യമാണ്. വീടിന്റെ പണികൾ പെട്ടെന്ന് തീർക്കണം.''

പ്രായം ചെന്ന സുലൈമാനിക്ക പറഞ്ഞപ്പോൾ ഉസ്മാൻക്ക പറഞ്ഞു

''ഞങ്ങള് കരുതി ഇയ്യ് റോഡുപണീം കഴിഞ്ഞ് അങ്ങട്ട് പോകൂന്ന്. നല്ല വല്യ വീടെന്നെ ആയിക്കോട്ടെ ട്ടാ. ഇന്നട്ട് ആട് ബിരിയാണി ബെച്ച് പാർക്കൽ കയിക്കണം. ഇയ്യ് പണിത റോഡ് ഇപ്പൊ അനക്കെന്നെ ഉപകാരായില്ലേ. ഈ റോഡിന്റെ കേസും കൂട്ടവുമൊക്കെ ഒന്ന് തീർക്കാൻ നോക്കിക്കൂടെ. അതിനും മോൻ മുകൈ എടുത്താലേ അത് നടക്കൂ.''

''ഇൻഷാ അല്ലാഹ്. ഞാൻ ശ്രമിക്കാം. അതിന് അവരാരും നാട്ടിൽ ഇല്ലല്ലോ. അതാണ് പ്രശ്നം.''

''എല്ലാറ്റിനും ഇവനിവിടെ താമസം ആക്കട്ടെ, പിന്നെ ഒക്കെ ഇവൻ തന്നെ ചെയ്തോളും. അല്ലെങ്കിലും ഇപ്പോഴും കേസ് നടത്തുന്നതും ഇവൻ ഒറ്റയ്ക്കല്ലേ. അല്ലാതെ ആരുണ്ട് ഈ നാട്ടീന്ന്.''

ഇബ്രാഹീം ഹാജി പറഞ്ഞു.

''അതൊന്നും സാരമില്ല, നിങ്ങള് എല്ലാവരും ദുആ ചെയ്യണം. നാളെ മുതൽ പണികൾ തുടങ്ങും. അല്ലാഹു അനുഗ്രഹിച്ചാൽ ഉടനെ തന്നെ താമസിക്കണം.''

എല്ലാവരോടും സലാം ചൊല്ലി അയാൾ പള്ളിയിൽ നിന്നും ഇറങ്ങി നടന്നു. വീടിന് കുറ്റിയടിച്ച സ്ഥലത്ത് എത്തിയപ്പോൾ നിന്നു. മങ്ങിയ വെളിച്ചത്തിൽ അയാൾ തന്റെ സ്വപ്നഭവനത്തെ മനസ്സിൽ നോക്കിക്കണ്ടു.

ഓരോ മുറികളും അടുക്കളയും മതിലും ഗേറ്റും മനസ്സിൽ നിറഞ്ഞു. പുന്നത്തൂർക്കാർ സമ്മതിച്ചാൽ ഇതിലെ റോഡ് വീതിയിൽ കൊടുക്കണം. പിന്നെ ഒരു മതിൽ കെട്ടി ഗേറ്റ് വെച്ചാൽ തനിക്ക് മുറ്റം ഉണ്ടാകില്ല. എന്തായാലും കുളം തൂർത്തത് കഴിഞ്ഞുള്ള സ്ഥലത്ത് ഒതുക്കിയാണ് കുറ്റിയടിച്ചിട്ടുള്ളത്. ഭാവിയിൽ റോഡ് വരുന്നെങ്കിൽ ഉള്ളത് വെച്ച് അഡ്ജസ്റ്റ് ചെയ്ത് റോഡ് മുട്ടിക്കണം. അല്ലെങ്കിൽ വീടിന്റെ പിൻഭാഗം കൊടുക്കണം. അത് ഭാരിച്ച ചെല വുണ്ടാക്കും. കുളത്തിന്റെ അതിര് കെട്ടി അത്രയും ദൂരം ചുരുങ്ങി യത് ആറു സെന്റ് സ്ഥലമെങ്കിലും നഷ്ടമാകും. പുന്നത്തൂർക്കാർ സമ്മതിച്ചാൽ അവരിൽ നിന്നും ആറടി വീതം എടുക്കുകയാണെ ങ്കിൽ പിന്നെ പ്രശ്നമില്ല. എങ്കിലും പള്ളായിക്കുളം സൈഡ് കെട്ടി എടുത്തതുപോലെ ഇതും വലിയൊരു ചെലവായിരിക്കും. ഇൻഷാ അല്ലാഹ് അതുവരെയും വഴി ഇതിലെ തന്നെ ഇങ്ങനെ പോകട്ടെ. അങ്ങനെ ഓരോന്ന് ചിന്തിച്ചുകൊണ്ട് അയാൾ വീട്ടിലേക്ക് മടങ്ങി.

അന്ന് അയാൾക്ക് ഉറങ്ങാൻ കഴിഞ്ഞില്ല. നേരം വൈകിയിട്ടും ഉറങ്ങാതെ കിടക്കുന്നത് കണ്ട് അവൾ ചോദിച്ചു,

“എന്തേ ഉറങ്ങുന്നില്ലേ?”

“ഇല്ല. നമ്മുടെ ജീവിതത്തിലെ അതിപ്രധാനമായ ഒരു ദിവസ മാണ് ഇന്ന് കടന്നുപോയത്. നമുക്കായി ഒരു വീടിന് വേണ്ടി ഇന്ന് കുറ്റി അടിച്ചിരിക്കുന്നു. അൽഹംദുലില്ലാഹ്. നേരം പുലർന്നാൽ നമുക്കും ഈ ഭൂമിയിൽ ഒരു വീടുണ്ടാവുകയാണ് അല്ലേ?”

“എല്ലാം ശരിയാകും. ഒന്നും ഓർത്തു വിഷമിക്കണ്ട. തുടങ്ങാനേ പ്രയാസം ഉണ്ടാകൂ, പിന്നെ അല്ലാഹുവിന്റെ സഹായം ഉണ്ടാകും.”

“ഉം, അല്ലാഹു എളുപ്പമാക്കിത്തരട്ടെ.”

അയാൾ പ്രാർത്ഥിച്ചുകൊണ്ട് മുകളിലേക്ക് നോക്കി. അവിടെ സീലിംഗിൽ തൂങ്ങിയാടുന്ന ഫാൻ കറങ്ങുന്നുണ്ടായിരുന്നു. എങ്കിലും ചൂട് അനുഭവപ്പെട്ടു. തുറന്നിട്ട ജാലകത്തിലൂടെ അകത്തുകടന്ന ഇളംകാറ്റ് അയാളെ തഴുകികൊണ്ടിരുന്നു. അവൾ അപ്പോഴും കൊച്ചു കുട്ടികളെ തട്ടിയുറക്കുന്നത് പോലെ അയാളെ പതിയെ പതിയെ തട്ടിക്കൊണ്ടിരുന്നു. നിദ്രയുടെ മാസ്മരികലോകം അയാളെ പുണർന്നു തുടങ്ങി.

ജലകന്യകയുടെ ഓടക്കുഴൽ നാദം അയാളുടെ സ്വപ്ന പുളിനങ്ങ ളിൽ അലയടിച്ചു. അയാൾക്ക് വീണ്ടും പുതിയ സ്വപ്നത്തിന്റെ അനു ഭവമുണ്ടാവുകയാണ്. നദിയിൽ നിന്നും കരയ്ക്ക് കയറുന്ന ജല

കന്യക നദിയിലേക്ക് തിരിഞ്ഞുനോക്കുന്നതായി അയാൾ കണ്ടു. അപ്പോൾ അവളുടെ ഉടയാടകളെ ഒരുപറ്റം തോഴിമാർ ചുമക്കുന്നുണ്ട്. നദി ശാന്തമായി ഒഴുകുകയാണ്. അവൾ വീണ്ടും ഓടക്കുഴൽ ഊതാൻ തുടങ്ങി. അവൾ മുന്നിലേക്ക് നടന്നപ്പോൾ കരയിൽ വൻവൃക്ഷങ്ങളാൽ ഇടതൂർന്ന കാടുകൾ ആടി ഉലയുന്നത് അയാൾ കണ്ടു. ജലകന്യ യുടെ യാത്രയ്ക്ക് വഴിയൊരുക്കും പോലെ അവിടെയുള്ള വൻവൃക്ഷ ങ്ങൾ മണ്ണിൽ ആഴ്ന്നിറങ്ങിയ അതിന്റെ വേരുകളെ ഭയാനകരമായ ശബ്ദത്തോടെ സ്വയം പറിച്ചുമാറ്റികൊണ്ട് ആകാശത്തേക്ക് ഉയർന്നു പോകുന്നുണ്ടായിരുന്നു. അവൾ ആ വഴിയിലൂടെ മുന്നേറി. ഇപ്പോൾ ആകാശം നിറയെ വൻവൃക്ഷങ്ങളാണ്. എല്ലാം പരസ്പരം കൂട്ടി യിടിച്ചും കൊമ്പ് കോർത്തും ഉയർന്നു പൊങ്ങിക്കൊണ്ടിരിക്കുന്നു. പിന്നെ, പിന്നെ ചില വൃക്ഷങ്ങൾ നിലംപതിക്കാനാരംഭിച്ചു. അയാളെ ലക്ഷ്യമാക്കി വരുന്ന വൃക്ഷങ്ങളെ കണ്ട് അലറിവിളിച്ചുകൊണ്ട് അയാൾ ഓടിത്തുടങ്ങി. ശക്തിയായി ഓടുകയാണ്. ആ ഓട്ടത്തിന്റെ വേഗതയിൽ വിറച്ചുകൊണ്ട് കിടക്കയിൽ നിന്നയാൾ നിലത്തു വീണു. കൈകൾ തട്ടി ബെഡ് ബോക്സിൽ നിന്ന് ഫോണും വാട്ടർ ജഗ്ഗും മറ്റും നിലത്ത് വീണു.

അവൾ പെട്ടെന്ന് ഉണർന്നെഴുന്നേറ്റ് താങ്ങിയെടുത്ത് പരിഭ്രാ ന്തിയോടെ ചോദിച്ചു.

‘‘എന്തുപറ്റി പെട്ടെന്നിങ്ങനെ വീഴാൻ? ദുഃസ്വപ്നവും കണ്ട് പേടിച്ചുകാണുംല്ലേ?’’

‘‘ഇല്ല, ഒന്നുമില്ല.’’

‘‘മാജൂ, ഉറങ്ങും മുൻപ് ആയത്തുൽ ഖുർസ്സിയ്യും അൽ മുഅവ്വി ദാത്തും ഓതാതെയാണോ കിടന്നത്.’’

‘‘നമ്മൾ സംസാരിച്ചുകിടന്നപ്പോൾ അറിയാതെ ഉറങ്ങിപ്പോയി.’’

അവൾ അയാളെ പിടിച്ച് ചേർത്തിരുത്തി. ഏതൊക്കെയോ ദിവ്യ മന്ത്രങ്ങൾ മന്ത്രിച്ചുകൊണ്ട് അയാളുടെ ശിരസ്സിൽ ഊതി. അപ്പോൾ അയാളുടെ അധരങ്ങളും എന്തൊക്കെയോ ജപിക്കുന്നുണ്ടായിരുന്നു.

സ്വപ്നഭവനം: തുടക്കം ഒരു വേദന

പണിക്കാർ എത്തുന്നതിന് മുന്നേതന്നെ മാജിദ് പണി സ്ഥലത്ത് എത്തി. എന്നാൽ അവിടെ കണ്ട കാഴ്ച അയാളെ വേദനിപ്പിച്ചു. ഇന്നലെ അളവ് വെച്ച് കയർ കെട്ടി അടിച്ചു താഴ്ത്തിയ കുറ്റികളെല്ലാം ആരോ പിഴുതെറിഞ്ഞിരിക്കുന്നു. ഒരു വീടിന്റെ പണിയുടെ തുടക്കം. അയാളുടെ ഹൃദയം വല്ലാതെ വേദനിച്ചു. ആകാശത്തേക്ക് നോക്കി വിളിച്ചു.

‘‘യാ അല്ലാഹ്...‘‘

മാജിദ് അവിടെ ചിതറിക്കിടന്ന കുറ്റികളും കയറും പെറുക്കിക്കൊണ്ടിരിക്കെ പെട്ടെന്ന് പുറകിൽ നിന്നും കേട്ടു

‘‘അയ്യോ, ഇതാരാ ഈ ക്രൂരത കാണിച്ചത്?’’

അത് വീടിന്റെ തറ കോരാൻ വന്ന കറപ്പനായിരുന്നു.

‘‘ഈ നാട്ടിൽ ആർക്കാണ് ഇക്കാട് ഇത്രയും ദേഷ്യവും അസൂയയും ഉള്ളത്? ആരായാലും ആ നായിന്റെ മക്കൾ ഇതിന് അനുഭവിക്കും. ഒരു വീടിന് അടിച്ച അളവ് പറിച്ചു കളയുക എന്നാൽ അതെത്ര വലിയ തെറ്റാണ്. തന്തയ്ക്ക് പിറക്കാത്ത ദുഷ്ടന്മാർ... നശിച്ചു പണ്ടാരമടങ്ങും...’’

‘‘വേണ്ട കറപ്പാ പ്രാകണ്ട. ഇത് വല്ല കുസൃതിക്കുട്ടികളും ചെയ്തതാകും. കുട്ടികൾക്കെന്ത് വീടും അളവും?’’

‘‘ഇല്ല ഇക്കാ, ഇത് കുട്ടികളുടെ പണിയല്ല. അത്രയും ഉറപ്പിലും ആഴത്തിലുമാണ് ഞാനിന്നലെ ഈ കുറ്റികൾ അടിച്ചു താഴ്ത്തിയത്. ഇത് മനപ്പൂർവം ചെയ്തതു തന്നെയാണ്.’’

‘ഇനിയിപ്പോൾ എന്താ ചെയ്യുക. രണ്ടാമത് അളവ് വെക്കാതെ എങ്ങനെയാ തറ മാന്തുക. എന്റെ കൂടെയുള്ള പണിക്കാരാണെങ്കിൽ ഇപ്പോൾ ഇങ്ങെത്തുകയും ചെയ്തല്ലോ.’’

“അത് സാരമില്ല കറപ്പാ, അവര് വന്നോട്ടെ. ഇന്നത്തെ കൂലി കൊടുത്ത് അവരെ തിരിച്ചയച്ചോളൂ.”

“ഏയ്, അത് വേണ്ട. ഇക്ക ഇന്ന് തന്നെ രണ്ടാമതും കുറ്റി അടിക്കാനുള്ള വഴി നോക്കിക്കോ. അവര് വന്നാൽ ഞങ്ങൾ ഇവിടെ മൊത്തം ഒന്ന് വൃത്തിയാക്കുകയും പിന്നെ കല്ലുകളിൽ നിന്ന് കുറച്ചെടുത്ത് ഈ വഴി ഒരു കാർ പോകാൻ പാകത്തിന് അതിര് വെച്ചിടട്ടെ. ഇപ്പോൾ വഴിയേത് പറമ്പ് ഏത് എന്നറിയാതെയാണല്ലോ കിടക്കുന്നത്. നമുക്കാണെങ്കിൽ സാധനങ്ങൾ ഇറക്കിവെക്കാനും വീട് പണിയാനും സൗകര്യവുമാകും.”

“ശരി. ഞാൻ കോൺട്രാക്ടർ ഷാജുവിനെ കിട്ടുമോ എന്ന് നോക്കട്ടെ.”

കറപ്പൻ പറഞ്ഞു.

“ഇക്ക വിഷമിക്കണ്ട. ഇന്ന് കുറ്റിയടിച്ചു കിട്ടിയാൽ പിന്നെ എത്ര വൈകിയാലും ഞങ്ങൾ തറ മാന്തിയിട്ടേ പോകൂ. ഒരു നല്ല ദിവസമായിട്ട് ഇന്നുതന്നെ പണികൾ തുടങ്ങി വെക്കണം.”

മാജിദ് വണ്ടിയിൽ കയറി പോയി. പണിക്കാർ വന്നവരൊക്കെയും അളവും കുറ്റികളും വലിച്ചെറിഞ്ഞു കിടക്കുന്നത് കണ്ടപ്പോൾ മൂക്കത്ത് വിരൽ വെച്ചു. വഴിയാത്രക്കാരും വിവരങ്ങൾ അറിഞ്ഞപ്പോൾ കഷ്ടം വെച്ചു.

“മൂപ്പരോട് ഇത്രയും വലിയ ശത്രുത ഈ നാട്ടിൽ ആർക്കാണുള്ളത്. ആൾ ഒരു നല്ല മനുഷ്യനാണല്ലോ.”

ഈ റോഡുണ്ടാക്കാൻ എന്നും ഇവിടെ വന്ന് നിൽക്കുന്നതും അതിന്റെ പ്രയാസങ്ങൾ അനുഭവിക്കുന്നതുമൊക്കെ കണ്ടവരായിരുന്നു ആ നാട്ടുകാരും അതിലെ യാത്രക്കാരും. അങ്ങനത്തെ ഒരു വ്യക്തിയോട് കാണിച്ചത് ദൈവത്തിന് നിരക്കാത്ത ധിക്കാരമായിപ്പോയി എന്നാണ് എല്ലാവരും പറഞ്ഞത്. അന്ന് പള്ളിയിൽ നിസ്കരിക്കാൻ കൂടിയവർക്കൊക്കെയും പിന്നെ പരിസരവാസികൾക്കിടയിലും ഇതായിരുന്നു സംസാരവിഷയം.

മാജിദ് ഷാജുവിനെ കണ്ടുമുട്ടാൻ വൈകി. മറ്റൊരു വീട് പണിയുമായി വളരെ ദൂരം പോയതിനാൽ തിരികെയെത്തുമ്പോൾ സമയം ഉച്ച കഴിഞ്ഞിരുന്നു. വന്നതും പെട്ടെന്ന് തന്നെ അളവ് വെച്ച് കുറ്റിയടിച്ച് കയർ കെട്ടി. പിന്നെ താമസിച്ചില്ല, കറപ്പനും കൂട്ടരും തറ കോരൽ ആരംഭിച്ചു. സാധാരണ പണി നിർത്തേണ്ട സമയത്തൊന്നും അവർ പണി നിർത്താതെ ധാരാളം സമയം പണിതു.

‘‘ഒന്നും സാരമില്ല ഇക്കാ, ഇന്ന് രാവിലത്തേതിനേക്കാൾ നല്ല സമയമാണ് ഈ വൈകുന്നേരം. എന്തായാലും ഇന്നുതന്നെ പണികൾ തുടങ്ങാൻ കഴിഞ്ഞല്ലോ അതുതന്നെ ഭാഗ്യമാണ്.’’

‘‘എല്ലാം അല്ലാഹുവിന്റെ നിശ്ചയമാണ് കറപ്പാ, നന്മയും തിന്മയും എല്ലാം നമുക്കുള്ള പരീക്ഷണങ്ങൾ ആണ്. ആ, പിന്നേയ്, വഴി ഉഷാറായിട്ടോ. എത്രയാ വിട്ടത്.’’

‘‘എട്ടടി. നേരെയുള്ളിടത്ത് എട്ടടി ധാരാളമാണ്. മിനി ലോറി വരെ പോകും. ആ മൂലയ്ക്ക്, വളവിൽ ഇത്തിരി കൂടുതൽ വിട്ടിട്ടുണ്ട്. സൗകര്യമായി വണ്ടികൾക്ക് തിരിഞ്ഞുപോകാൻ.’’

റിട്ടയേർഡ് പ്രവാസക്കമ്മിറ്റി

വർഷങ്ങൾ കടന്നുപോയി. കേസ് തുടർന്നുകൊണ്ടിരുന്നു. ഒരുവിധം എല്ലാ കേസുകൾക്കും മാജിദ് ഹാജരായിക്കൊണ്ടിരുന്നു. പോകാൻ സാധിക്കാത്ത ദിവസങ്ങളിൽ വക്കീലിനെ വിളിച്ചു പറയും. അന്ന് വക്കീൽ ഹാജരാകും. പിന്നീട് ഹാജരാകുമ്പോൾ അതിന്റെ ഫീസ് കൊടുക്കും. അപ്പോഴൊക്കെയും തന്റെ കൂട്ട് പ്രതികളെയും വഴിക്കു വേണ്ടി മുറവിളികൂട്ടിയവരെയും വിളിച്ചറിയിക്കുമായിരുന്നു. പക്ഷേ ഒരിക്കൽ പോലും അവരാരും കേസിന് വരികയോ വക്കീൽ ഫീസിലേക്ക് ചെറിയ സംഖ്യ പോലും നൽകുകയോ ചെയ്തില്ല. എങ്കിലും മാജിദ് ആ കേസുമായി മുന്നോട്ട് പോയി.

റോഡിന്റെ ഉപഭോക്താക്കളിൽ പ്രധാനികളായ പ്രവാസികളിൽ പലരും പല തവണ ലീവിന് നാട്ടിൽ വന്ന് പൊയ്ക്കൊണ്ടിരുന്നു. എന്നിട്ടും ആരും ഈ കേസിനെക്കുറിച്ചോ അതിന്റെ നടത്തിപ്പിനെക്കുറിച്ചോ ഒന്നും ചോദിച്ചില്ല. ഈ കേസിന്റെ ബലത്തിലേക്കായിട്ടുള്ള പൊതുതാൽപര്യ ഹർജിയാണ് ജമാലുദ്ദീനെ കൊണ്ടും ബിരിയാണി ബീരാനെ കൊണ്ടും അന്ന് കൊടുപ്പിച്ച കേസ്. അവർ ആരും ഒരിക്കൽ പോലും ഹാജരാകാത്ത കാരണത്താൽ എക്സ് പാർട്ടി ആയി. എങ്കിലും ചില കാരണങ്ങൾ പറഞ്ഞ് അത് രണ്ടാമതും തുടരാനുള്ള ശ്രമത്തിന്റെ ഭാഗമായി മാജിദ് വീണ്ടും അവരെ എല്ലാവരെയും സമീപിച്ചു. അപ്പോൾ ആരും അവർ കൊടുത്ത കേസ് എക്സ് പാർട്ടിയായതുപോലും അറിഞ്ഞിരുന്നില്ല.

വിഷയം എല്ലാവരെയും അറിയിച്ചപ്പോൾ "ഞങ്ങൾ വേണ്ടത് ചെയ്യുന്നതാണ്, മാജിദ് പൊയ്ക്കോളൂ ഇത്രയും ദൂരെ നിന്ന് വരുന്നതല്ലേ"എന്ന് പറഞ്ഞ് തന്റെ യാത്രാ ബുദ്ധിമുട്ടിൽ പ്രയാസം അറിയിച്ചുകൊണ്ട് തിരിച്ചയച്ചു. അതൊരു പരിഹാസമായിട്ട് മാത്രമേ കണ്ടുള്ളൂ. കേസിന്റെ കാര്യങ്ങൾക്കും തന്റെ തറവാട്ടിലേക്കും വല്ലപ്പോഴും വരുമ്പോഴുമൊക്കെ അയാൾ അവരെ എല്ലാവരെയും വീട്ടിൽ

പോയി കാണുകയും കേസിന്റെ കാര്യങ്ങൾ അറിയിക്കുകയും ചെയ്തു വന്നു. ഒരിക്കൽ കോവിൽ അലി ഹാജി പറഞ്ഞു.

''നീ ഇനിയിപ്പോ ഇതിന് വേണ്ടി ഇങ്ങനെ ബുദ്ധിമുട്ടേണ്ട. ഇത്രയും ദൂരെ നിന്ന് വന്നിട്ട് ഈ കേസും നടത്തിയിട്ട് എന്താ കാര്യം? ഇവിടെ ആർക്കും ഇതിലൊന്നും ഒരു താല്പര്യവും ഇല്ല.''

''ഞാൻ ഒറ്റയ്ക്ക് എന്ത് ചെയ്യാനാണ്. നീ ഇവിടെ ഉണ്ടായിരുന്നെങ്കിൽ ഞാൻ കൂടെ നിൽക്കുമായിരുന്നു. ഇന്ന് എല്ലാവർക്കും വീട്ടിലേക്ക് വഴി കിട്ടിയപ്പോൾ ആർക്കും ഇതിനെപ്പറ്റി ഒരു സംസാരവും ഇല്ലാതായി.''

ജമാലുദ്ദീനും അതുതന്നെയാണ് പറഞ്ഞത്.

''ഇനി വേണ്ട, മതി, അവസാനിപ്പിക്കാം.''

ജമാലുദ്ദീൻ പോലും അങ്ങനെ പറഞ്ഞപ്പോൾ വല്ലാത്ത നിരാശയാണ് അയാളിൽ ഉണ്ടാക്കിയത്. പിന്നീടൊരിക്കലും ഈ കേസിന്റെ ദിവസവും സമയവും ആരെയും അറിയിച്ചില്ല. എങ്കിലും കേസിന്റെ ദിവസത്തിന് ഒരാഴ്ച മുന്നേ പതിവുപോലെ വക്കീൽ ആപ്പീസിൽ നിന്നും ഗുമസ്തൻ ആന്റണി സ്റ്റാമ്പ് കാർഡിൽ കേസ് ഡേറ്റും വക്കീലിനെ വന്ന് കാണാനും പറഞ്ഞ് കൊണ്ടുള്ള സ്ഥിരം ഓർമ്മപ്പെടുത്തൽ അയച്ചുകൊണ്ടിരിക്കും. ചിലപ്പോൾ ആന്റണി വിളിച്ചു പറയുകയും ചെയ്യും. ചെന്നൈയിൽ നിന്നും വീട്ടിലേക്ക് വിളിക്കുമ്പോൾ ഭാര്യ പറയും കേസിന്റെ കത്ത് വന്നിട്ടുണ്ടെന്ന്. നാട്ടിൽ വരുന്ന സമയത്താണ് എങ്കിൽ പോകാതിരിക്കാറില്ല. ശീലിച്ചു പോയില്ലേ. അല്ലെങ്കിൽ വക്കീലിനെ വിളിച്ച് ലീവ് പറയും. അങ്ങനെ വീണ്ടും തനിക്ക് ഒഴിഞ്ഞു മാറാനാവാത്ത ഒരു ബന്ധനമായി തുടർന്നു. മടുപ്പ് തോന്നി കേസിൽ നിന്നും പിന്മാറാം എന്ന് കരുതിയപ്പോൾ സഹോദരൻ ഹിഷാം പറഞ്ഞു

''വേണ്ട മോനേ, നീ ഒറ്റയ്ക്ക് ഇതുവരെ എത്തിച്ചതല്ലേ. ഈ കേസിൽ നിന്നും പിന്മാറിയാൽ ആ ഒറ്റ കാരണത്താൽ കേസ് പരാജയപ്പെടും. പിന്നീടൊരിക്കലും ചാരത്ത് റോഡിൽ മുട്ടുന്ന ഒരു വഴിയായി ഇത് മാറില്ല. നമ്മളായിട്ട് അതിന് തടസ്സം വരരുത്. അതുകൊണ്ട് നീ ഇതുവരെ ചെയ്തതുപോലെ തന്നെ മുന്നോട്ട് പോവുക.''

ഹിഷാം ലീവിന് വന്നതായിരുന്നു. ജ്യേഷ്ഠനും കൂടി പറഞ്ഞപ്പോൾ കരുതി,

''ശരി വീഴുംവരെ താങ്ങിപ്പിടിക്കാം, മുന്നോട്ട് തന്നെ.''

കാലങ്ങൾ വീണ്ടും കടന്നുപൊയ്ക്കൊണ്ടിരുന്നു. വഴി പഞ്ചായത്ത് ഏറ്റെടുക്കുകയും ടാർ ചെയ്യുകയും ചെയ്തു. വഴി പ്രശ്നവുമായി തുടക്കത്തിൽ തന്നെ നിസ്സഹകരണം സ്വീകരിച്ചിരുന്ന സി.എം.

പോക്കറും തന്റെ മകളുടെ വിവാഹനിശ്ചയം കഴിഞ്ഞപ്പോൾ പിന്മാറിയ കുഞ്ഞമ്മദും പള്ളായിൽ മഹ്മൂദും വലിയപറമ്പത്ത് കബീർ ഹാജിയുമൊക്കെ പ്രായാധിക്യം കൊണ്ടും ജോലി നഷ്ടപ്പെട്ടും കച്ചവടം പൊളിഞ്ഞും പ്രവാസം ഉപേക്ഷിച്ച് നാട്ടിൽ തിരിച്ചെത്തി. വരുമ്പോൾ പന്ത്രണ്ടടിയിൽ ടാർ ചെയ്ത വീതികൂടിയ സൗകര്യമായ പുതുവഴിയായിരുന്നു അവരെ സ്വാഗതം ചെയ്തത്. കാറിന്റെ പിൻസീറ്റിൽ കൈ നിവർത്തി വെച്ച് ചാരിയിരുന്ന് യാത്ര ചെയ്യുമ്പോൾ അവർ ആരും ഓർത്തില്ല ഇവിടെ ഈ വഴിയിൽ ഇത്രവും സൗകര്യമൊരുക്കാൻ കഷ്ടപ്പെട്ടതും ഇന്നും കഷ്ടപ്പെടുന്നതുമായ മാജിദിന്റെ കഠിനാദ്ധ്വാനങ്ങളെക്കുറിച്ച്.

മാജിദ് കുറേശ്ശെയായി തന്റെ വീട് പണികൾ നടത്തിക്കൊണ്ടിരുന്നു. മിക്ക ദിവസങ്ങളിലും പണിയുടെ ആവശ്യാർത്ഥം അവിടെ വന്നുപൊയ്ക്കൊണ്ടിരുന്നു. നിസ്കാര സമയത്ത് പള്ളിയിൽ പോകുമ്പോൾ എല്ലാവരെയും കാണാറുണ്ടായിരുന്നു. തന്റെ അസാന്നിധ്യത്തിൽ അവിടെ ചില ചർച്ചകൾ നടക്കുന്നതായി അയാൾ അറിഞ്ഞു. മാജിദിന്റെ പറമ്പിൽ നിന്നും പന്ത്രണ്ടടി സ്ഥലം അളന്ന് അവിടം വരെയും റോഡ് ഒരേ അളവിൽ ആക്കുക. ഇപ്പോൾ വണ്ടി പോകാൻ വിട്ടിരിക്കുന്ന എട്ട് അടി സ്ഥലത്തിന് മാറ്റം വരുത്തണം. ഇതായിരുന്നു ആവശ്യം. അതിൽ പഴയ റോഡ് മീറ്റിംഗിൽ പങ്കെടുത്തിരുന്ന മുൻ പ്രവാസികളും ചേർന്ന് അതൊരു വാർധക്യ പുരാണക്കമ്മറ്റിയായി രൂപാന്തരം പ്രാപിച്ചു. യുവാക്കൾക്ക് അതിൽ സ്ഥാനം ഉണ്ടായിരുന്നില്ല. എങ്കിലും സൈദുവിനെയും സവാദിനെയും ചില അഭിപ്രായങ്ങൾ ചോദിക്കാനും മറ്റുമായി പലതവണ ഇവർ വിളിച്ചെങ്കിലും അവരാരും അതിൽ പങ്കെടുക്കാനും തയ്യാറായില്ല. മാത്രവുമല്ല റോഡിന്റെ വിഷയത്തിൽ ഇനി ഞങ്ങൾ ഒരിക്കലും ഇടപെടുകയുമില്ല എന്നവർ തീർത്തു പറയുകയും ചെയ്തു. സലിയെ വിളിച്ചെങ്കിലും സലിയും അതിൽനിന്നും വിട്ടുനിന്നു. രണ്ട് തലയും കത്തിച്ച് ലക്ഷ്യം നേടിയപ്പോൾ അന്ന് പിന്മാറിയതാണ് സലി. അതുപോലെതന്നെ പഴയതെല്ലാം മറന്ന് പട്ടാളം മൂസയെയും അവർ സമീപിച്ചെങ്കിലും മൂസയും സഹകരിച്ചില്ല.

സത്യത്തിൽ പട്ടാളം മൂസ നിരപരാധിയായിരുന്നു. തന്റെ ഭാര്യവീട്ടുകാരുടെ സ്വത്ത് സംരക്ഷിക്കുവാൻ അവർ ആവശ്യപ്പെട്ടത് പ്രകാരം അന്ന് ഇറങ്ങിപുറപ്പെട്ടത് ഇത്രയും വലിയ പുകിലാകുമെന്നും തന്നെ പരിസരവാസികൾ കുറ്റക്കാരനാക്കി ഒറ്റപ്പെടുത്തുമെന്നും മൂസ കരുതിയിരുന്നില്ല. അതുകൊണ്ട് തന്നെ തന്റെ യാത്രകൾ പുതിയ വഴിയിലൂടെ ആവാതിരിക്കാൻ ശ്രദ്ധിച്ചുപോന്നു. എന്നാൽ മാജിദിന് സത്യം അറിയാമായിരുന്നു. സലിയുടെ കുതന്ത്രത്താൽ

പട്ടാളം വെറുതെ കരുവാക്കപ്പെടുകയായിരുന്നു. ആയിടെയാണ് പട്ടാളം മൂസയുടെ മകൻ ഫാരിസ് നാട്ടിലെത്തുന്നത്. തന്റെ ബാല്യകാല സുഹൃത്തും സതീർത്ഥ്യനുമായ ഫാരിസ് നാട്ടിൽ വരുമ്പോഴെല്ലാം വഴിയുമായി ബന്ധപ്പെട്ട ചർച്ചകൾ അവനുമായും നടത്താറുണ്ട്. നിലവിലുള്ള തർക്കവും കേസും പരസ്പരമുണ്ടായ അകൽച്ചയും അവസാനിപ്പിക്കാൻ മുൻകൈയെടുക്കണമെന്നും ആവശ്യപ്പെട്ടിരുന്നു. ഫാരിസിന് തന്റെ അമ്മാവന്മാരിൽ സ്വാധീനം ചെലുത്താൻ കഴിയുമായിരുന്നെന്ന് മാജിദിന് അറിയാം.

അവരൊക്കെയും ഗൾഫിലായതിനാൽ പ്രതിപക്ഷത്തുള്ളവരുമായി ബന്ധപ്പെടാൻ സാധിക്കാത്ത സാഹചര്യത്തിലായിരുന്നു മാജിദ്. അതുകൊണ്ടുതന്നെയാണ് ഫാരിസ് നാട്ടിലേക്കു വരുന്ന കാത്തിരുന്നത്. ഫാരിസ് വന്നതറിഞ്ഞപ്പോൾ വൈകാതെ ഫാരിസിനെ കണ്ടു. കാര്യങ്ങൾ പറഞ്ഞു ബോധ്യപ്പെടുത്തി. എന്നാൽ പ്രതീക്ഷയ്ക്ക് വകയുള്ള മറുപടിയായിരുന്നില്ല കിട്ടിയത്. ഈ കേസുമായി ബന്ധപ്പെട്ട് തന്റെ പിതാവിനെക്കുറിച്ച് പത്രത്തിൽ വാർത്ത വന്നതിലും അമ്മാവന്മാർ പണം കൊടുത്ത് വാങ്ങിയ ഭൂമി ധിക്കാരപൂർവ്വം പൊതുവഴിയാക്കാൻ മാജിദ് അടക്കം ഇവിടെയുള്ള ആളുകൾ ശ്രമിക്കുകയായിരുന്നു എന്നാണ് ഫാരീസും പറഞ്ഞത്. വൈരാഗ്യം നിറഞ്ഞ ഫാരിസിന്റെ സംസാരത്തിൽ മാജിദ് പകച്ചു പോയി. ഒരിക്കലും തന്റെ സുഹൃത്തിൽ നിന്ന് ഇങ്ങനെ ഒരു പെരുമാറ്റം മാജിദ് പ്രതീക്ഷിച്ചില്ല.

അമ്മാവൻ

സാമ്പത്തിക പ്രതിസന്ധികൾ മൂലം മാജിദിന്റെ വീട് പണി നിർത്തിവെച്ചു. ബിസിനസ്സുകളിൽ നിന്നും ഫണ്ട് വരുന്നതിൽ കാര്യമായ കുറവ് സംഭവിച്ചു. താൻ തകർച്ചയിലേക്കാണ് നീങ്ങുന്നതെന്ന് ബോധ്യപ്പെട്ടു. വലിയ ഇടവേളകൾക്ക് ശേഷം പിന്നീട് പണികൾ നടന്നു. ഇതിനിടയിൽ പള്ളി കേന്ദ്രീകരിച്ചുകൊണ്ട് രൂപം കൊണ്ട റിട്ടയേർഡ് പ്രവാസി കമ്മറ്റിയുടെ നിർബന്ധത്തിന് വഴങ്ങി ഒരു ദിവസം തറവാട്ടിലെ മൂത്ത അമ്മാവൻ മാജിദിനെ വിളിച്ച് ചില കാര്യങ്ങൾ ചെയ്യാൻ ആവശ്യപ്പെട്ടു. മറ്റുള്ള കമ്മറ്റിക്കാർക്ക് മാജിദിന്റെ മുഖത്ത് നോക്കിപ്പറയുവാനുള്ള ധൈര്യം ഇല്ലായിരുന്നു. കോവിൽ അലിഹാജിയും ബക്കറും സി.എം പോക്കറും ജമാലുദ്ദീനും മഹ്മൂദും കൂട്ടു ചേർന്നിരുന്നു. അമ്മാവൻ പറഞ്ഞു.

''മാജിദ് നീ എന്താണീ കാണിക്കുന്നത്. ആളുകൾ നിന്നെ പറ്റി ഓരോന്ന് പറയുന്നത് കേൾക്കുമ്പോൾ എനിക്ക് പ്രയാസം ഉണ്ട്.''

മാജിദ് സ്തബ്ധനായി.

''എന്നെക്കുറിച്ചോ, മാമ എന്താണീ പറയുന്നത്. ഞാൻ നാട്ടുകാർക്ക് പറയാൻ മാത്രം ഒരു കൊള്ളരുതായ്മയും ഇതുവരെയും ചെയ്തിട്ടില്ലല്ലോ.''

''പിന്നെ, ഇല്ലാണ്ട്. നീ എല്ലാവരുടേയും തെങ്ങും മാവും ഒക്കെ മുറിപ്പിച്ച് അവരുടെ സ്ഥലവും എടുത്ത് റോഡ് ഉണ്ടാക്കിയിട്ട് നിന്റെ പറമ്പിൽ എത്തിയപ്പോൾ നീ വഴി എട്ടടിയാക്കി കുറച്ചു. ഒരു തെങ്ങു പോലും മുറിച്ചില്ല.''

''ഓഹോ, ഇതൊക്കെയാണോ കുറ്റങ്ങൾ. ഇതൊക്കെ പറയുന്നവർ ഇത്രയും കാലം എവിടെയായിരുന്നു. ഇന്നും എന്റെ കയ്യിലെ പണവും മുടക്കി കേസ് നടത്തുന്നത് ഞാനാണ്. അല്ലാതെ ഇവരാരും അല്ലെന്ന് മാമ അവരോട് പറയണം. പിന്നെ കേസ് അവസാനിക്കട്ടെ, അപ്പോൾ എനിക്കറിയാം ഈ വഴി പന്ത്രണ്ടടിയിൽ അവിടെ മുട്ടിക്കാൻ. അതിനെനിക്ക് ആരുടേയും സഹായവും വേണ്ടി വരില്ല.''

''നീ ആരോടാണ് സംസാരിക്കുന്നത് എന്ന് മറക്കരുത്.''

''അറിയാം, പക്ഷേ, എനിക്ക് മറുപടി പറഞ്ഞല്ലേ പറ്റൂ, മാമ ഈ വിഷയം എന്നോട് പറയാൻ ഏൽക്കണ്ടായിരുന്നു. അവർ എന്നോട് നേരിട്ട് പറയാതെ മാമയെ ഇത് പറയാൻ ഏൽപിച്ചത് ശരിയായില്ല. അല്ലെങ്കിൽ അവർ ആരാണ് ഇത് എന്നോട് പറയാൻ. അതിനുള്ള എന്ത് യോഗ്യതയാണ് അവർക്കുള്ളത്. ഇന്നലെ ഗൾഫിൽ നിന്നും വന്ന് ജോലിയും കൂലിയും ഇല്ലാതിരിക്കുമ്പോൾ ഓരോന്ന് ഒപ്പിക്കാനുള്ള ഈ പുറപ്പാട് അത്ര നല്ലതിനല്ല.''

''നീ ആ പറഞ്ഞത് എന്നേയും കൂടി ഉദ്ദേശിച്ചിട്ടല്ലേ?''

അമ്മാവന്റെ സ്വരം മാറിത്തുടങ്ങിയപ്പോൾ മാജിദ് ശാന്തനാവാൻ ശ്രമിച്ചു.

''മാമാ, ഞാൻ എന്താണ് വേണ്ടത്. മാമ എന്റെ ഉപ്പയുടെ സ്ഥാനത്താണ്. അങ്ങനെ എന്നെ മനസ്സിലാക്കി പറയുന്നത് എന്തും ഞാൻ അനുസരിക്കും. എന്നാൽ ഈ പുതിയ കമ്മറ്റിയിലെ ഒരാളായി അന്യരെ പോലെ സംസാരിച്ചാൽ എന്നോട് ക്ഷമിക്കണം. ഞാനനുസരിക്കില്ല.''

''നിന്നെപ്പറ്റി ആളുകൾ പറയുന്നത് കേൾക്കുമ്പോൾ സഹിക്കാഞ്ഞിട്ടാണ് ഞാൻ പറയുന്നത്. നീ അത് മനസ്സിലാക്കണം.''

''ഞാൻ ചിലത് പറയാൻ മാമ അനുവദിക്കണം. ഈ ചർച്ച നമുക്കിടയിൽ ശത്രുത സൃഷ്ടിക്കുകയേ ഉള്ളൂ. ഇത്രയും കാലം ഈ നാട്ടിൽ ആർക്കും ഇല്ലാത്ത ഈ അഭിപ്രായം പെട്ടെന്ന് ഇവർക്ക് തോന്നാനുള്ള കാരണം വേറെ പണിയൊന്നും ഇല്ലാത്തതുകൊണ്ട് മാത്രമാണ്. ഞാൻ ഇപ്പോൾ തന്നെ എട്ട് അടി സ്ഥലം ആണ് വിട്ടിട്ടുള്ളത്. ശരിക്കും ആറടിയല്ലേ ഞാൻ വിടേണ്ടതുള്ളൂ. പിന്നെ ഞാനാണ് ഈ വഴിക്ക് തടസ്സം നിൽക്കുന്നത് എന്ന രീതിയിലുള്ള ഈ പുതിയ ആരോപണം ആസൂത്രിതമാണ്. അതിൽ എന്റെ മാമയും ഉണ്ടാവരുത് എന്നേ എനിക്ക് പറയാനുള്ളൂ. ഇപ്പോൾ എന്റെ എതിർ പക്ഷത്തിന്റെ പ്രതിനിധിയായി സംസാരിക്കുന്നത് മാമ ആയതിനാൽ ഞാൻ അതിന് കൃത്യമായി മറുപടി നൽകുകയാണ്. ഈ കേസിന്റെ വിധി വരാനായിട്ടുണ്ട്. കുറേ ആയി പുന്നത്തൂർക്കാർ കോടതിയിൽ വരാത്തതുകൊണ്ട് എക്സ് പാർട്ടിയാണ്. അവർ കേസിന് ഹാജരാവുകയോ ആവശ്യമായ തെളിവുകൾ സമർപ്പിക്കുകയോ ചെയ്യുന്നില്ല. അതുകൊണ്ട് കേസ് നമ്മുടെ ഭാഗം ജയിക്കാനാണ് സാധ്യത. അതോടെ ഞാൻ ഈ കേസിൽ നിന്നും പിന്മാറും. എനിക്ക് മടുത്തു. ഈ നന്ദികെട്ടവർക്ക് വേണ്ടി ഇനിയും വയ്യ. നമ്മൾ കേസ് ജയിച്ചാൽ പുന്നത്തൂക്കാർ മേൽക്കോടതിയിൽ അപ്പീൽ പോകും. ആ കേസും ചുരുങ്ങിയത് നാലഞ്ച് കൊല്ലം നടക്കും. അവിടെയും നമ്മൾ

കേസിന് പോയാൽ പിന്നെ അവർ സമീപിക്കുക ഹൈക്കോടതിയെ ആയിരിക്കും. കാരണം അവർക്ക് അവരുടെ സ്വത്ത് സംരക്ഷിക്കണം. അതിനൊപ്പം നമ്മുടെ ഭാഗത്ത് നിന്ന് ആര് കേസിന് പോകാൻ. ഇപ്പോൾ തന്നെ കൊല്ലം കുറേ ആയി ഞാൻ ഒറ്റയ്ക്ക് കഷ്ടപ്പെടുന്നു. അന്ന് നിങ്ങളൊക്കെ ഗൾഫിലാണ്. ഇന്ന് മാമയോട് വല്യ വർത്താനം പറയുന്ന ഈ സി.എം. പോക്കർക്കയൊക്കെയുണ്ടല്ലോ അയാളൊക്കെ അന്ന് പറഞ്ഞ മറുപടി ഞാൻ മറന്നിട്ടില്ല. കോവിലെ അലി ഹാജിയോടാണ് അയാൾ പറഞ്ഞത്. എന്നിട്ട് ആ അലി ഹാജിയും ഇന്ന് സി എമ്മിന്റെ കൂടെ കൂടി എനിക്കെതിരെ നിൽക്കുന്നു. നിങ്ങൾ ആദ്യം ഈ കേസ് ഒത്തുതീർപ്പാക്കാൻ പറ്റുമോ എന്ന് നോക്ക്. എന്നിട്ട് ചെറിയ മാമയുടെ മതിൽ പൊളിച്ച് ആറടി അവിടന്നും ബിരിയാണി ബീരാൻ വിറ്റ സ്ഥലത്ത് നിന്നും ആറടി വീതം എടുത്തിട്ട് നിങ്ങൾ റോഡ് പന്ത്രണ്ടടിയിൽ മുട്ടിച്ചോളൂ. എനിക്ക് ഒരു എതിർപ്പും ഇല്ല. അതിന് മുന്നേ ഞാൻ എന്തിനാണ് എന്റെ പറമ്പിൽ വെറുതെ ഒരു പന്ത്രണ്ടടി റോഡുണ്ടാക്കി വെക്കുന്നത്. കേസ് അവർ ജയിച്ചാൽ അവർ നടക്കാനുള്ള വഴിമാത്രം വിട്ടിട്ട് ഇവിടെ അതിര് കെട്ടും. അപ്പോൾ ഈ റോഡ് എന്റെ പറമ്പിൽ വെറുതെ കിടക്കുകയല്ലേ ഉള്ളൂ. ഈ കാരണം പറഞ്ഞുകൊണ്ട് തന്നെയാണ് ബീരാൻ അന്ന് തന്നെ ആറടി സ്ഥലം വിടാഞ്ഞതും കേസ് തീർന്നാൽ തരാം എന്ന് പറഞ്ഞതും.''

''മാജിദ്, നീ പറഞ്ഞത് മുഴുവനും ഞാൻ കേട്ടു. ഇനി ഞാൻ പറയുന്നത് നീ കേൾക്കുക. അനുസരിക്കുക. അതായത്, വഴി അവിടെ മുട്ടും എന്നത് ഉറപ്പാണ്. കേസ് ഞങ്ങൾ നടത്തും.''

മാജിദ് ഒന്ന് പുഞ്ചിരിച്ചു.

അമ്മാവൻ തുടർന്നു

''നീ പലരുടെയും തെങ്ങുകൾ മുറിച്ചിട്ടുണ്ടല്ലോ ഈ വഴിക്ക് വേണ്ടി. അതുകൊണ്ട് ആ വഴിയിലെ നാല് തെങ്ങുകൾ നീ മുറിക്കണം. പിന്നെ...''

ബാക്കി പറഞ്ഞു കേൾക്കാൻ നിൽക്കാതെ മാജിദ് ചോദിച്ചു

''മാമ എന്താണീ പറയുന്നത്. ഞാൻ തെങ്ങ് മുറിപ്പിച്ചതും സ്ഥലം എടുത്തതും അവർക്കും കൂടെ വീട്ടിലേക്ക് വഴി ഉണ്ടാക്കികൊടുക്കാനാണ്. അല്ലാതെ എനിക്ക് വേണ്ടി മാത്രം അല്ലല്ലോ. എന്റെ വീട്ടിലേക്ക് എന്ന് പറയാൻ എനിക്കന്ന് ഇവിടെ വീടുപോലും ഉണ്ടായിരുന്നില്ല. ഞാൻ ചെയ്തത് മാമാക്കും കൂടി വേണ്ടിയായിരുന്നു. വഴി വന്നപ്പോൾ അവസാനത്തെ ഭൂമി എന്റേതായിപ്പോയി. അതാണോ എന്റെ കുറ്റം. ഇപ്പോൾ ഞാൻ വിട്ട എട്ടടി സ്ഥലത്തുകൂടി ഒരു

പ്രശ്നവും ഇല്ലാതെ വാഹനങ്ങൾ പോകുന്നുണ്ടല്ലോ പിന്നെന്തിനാണ് കായ്ഫലം ഉള്ള ആ തെങ്ങുകൾ ഇപ്പോൾ മുറിക്കുന്നത്. ഇനി അവരുടെ ഒക്കെ തെങ്ങുകൾ മുറിച്ചതുകൊണ്ട് ആവശ്യമില്ലെങ്കിലും എന്റെ തെങ്ങും മുറിച്ചെങ്കിലേ നിങ്ങൾക്കൊക്കെ സമാധാനം കിട്ടൂ എന്നാണോ നിങ്ങൾ പറയുന്നത്. എല്ലാം ഞാൻ ചെയ്യും കേസിന്റെ അന്തിമ വിധി വന്നിട്ട്. അതും ഞാൻ കരുതുന്നത് എന്റെ വീടിന്റെ പിന്നിലൂടെ വഴി മാറ്റണം എന്നാണ്. പിന്നെ, മാമ ഒന്ന് ചിന്തിക്കാൻ വേണ്ടി മാത്രം പറയുകയാണ് അടുത്ത ജന്മത്തിൽ പട്ടിയാകും എന്ന് കരുതി ഇപ്പോൾ തന്നെ കുരച്ചുകൊണ്ടിരിക്കണോ?''

അയാളുടെ ആ പ്രയോഗം അമ്മാവന് അത്ര രസിച്ചില്ല.

''നീ ധിക്കാരിയാണ്. എന്നോട് എന്ത് പറയണം എങ്ങനെ പറയണം എന്നൊക്കെ നീ മനപ്പൂർവം മറക്കുകയാണ്.''

''ക്ഷമിക്കണം മാമ, മാമ എന്റെ എതിർപക്ഷത്ത് നിന്ന് സംസാരിക്കുമ്പോൾ എനിക്ക് അതേ രൂപത്തിൽ മറുപടി പറഞ്ഞേ പറ്റു. അത് എന്റെ അമ്മാവനോടുള്ള ബഹുമാനക്കുറവ് കൊണ്ടല്ല.''

''എനിക്കതൊന്നും കേൾക്കണ്ട നീ തെങ്ങ് മുറിക്കുമോ ഇല്ലയോ. നിന്റെ അമ്മാവനാണ് ചോദിക്കുന്നത്.''

അമ്മാവന്റെ ആ ചോദ്യത്തിൽ അവർക്കിടയിലുള്ള അനിർവചനീയമായ ഒരു ബന്ധത്തിന്റെ ആഴത്തിൽ പതിഞ്ഞ സ്വരമുണ്ടായിരുന്നു എന്ന് മാജിദ് തിരിച്ചറിഞ്ഞു.

''മാമ ഇനി ഈ വിഷയത്തിൽ നമുക്കിടയിൽ തർക്കമില്ല. എന്റെ അമ്മാവന് ആവശ്യമുള്ള അത്രയും തെങ്ങ് മുറിക്കാൻ ഞാൻ സമ്മതം നൽകുന്നു. ഇനി ഈ വിഷയത്തിൽ എന്നോട് ചോദിക്കേണ്ടതില്ല.''

മാജിദ് അതും പറഞ്ഞ് പുറത്തേക്ക് പോയി. ആ യാത്ര അത്രയൊന്നും അയാൾക്ക് തുടരാൻ സാധിച്ചില്ല. ഓരോ കാലടികളും പുറകോട്ട് വലിക്കുന്നതായി മാജിദിന് തോന്നി. മനസ്സിൽ എന്തെന്നില്ലാത്ത ഭാരം അധികരിച്ചുകൊണ്ടിരുന്നു. അയാളിൽ രക്തസമ്മർദ്ദം ക്രമാതീതമായി അധികരിക്കുകയായിരുന്നു. അമ്മാവനോട് അയാൾ എടുത്ത നിലപാടുകളും പറഞ്ഞ വാക്കുകളും മനസ്സിൽ കുറ്റബോധത്തിന്റെയും ക്ഷമാപണത്തിന്റെയും എങ്ങലടികൾ സൃഷ്ടിച്ചു. താൻ ആരോടാണ് ഈ സംസാരിച്ചതൊക്കെയും? താൻ എന്തൊക്കെയോ പറഞ്ഞിരിക്കുന്നു. പറഞ്ഞതൊക്കെയും മറ്റുള്ളവർക്കുള്ള മറുപടികളായിരുന്നുവെങ്കിലും അതൊക്കെയും കേട്ടതും അറിഞ്ഞതും അമ്മാവൻ മാത്രമാണ്. ഈ പ്രായത്തിനിടയിൽ ഒരിക്കലും അമ്മാവനോട് എതിരെ ഒന്നും പറഞ്ഞു ശീലിച്ചവനായിരുന്നില്ലല്ലോ താൻ. അതിന് ധൈര്യമുള്ളവരല്ല താനും ഉമ്മയും മറ്റു സഹോദരങ്ങളും. എന്നിട്ടും ഒറ്റ നിമിഷം കൊണ്ട് എല്ലാം കീഴ്മേൽ മറിഞ്ഞിരിക്കുന്നു. അന്യനോടെന്നപോലെ അമ്മാവനോട് സംസാരിച്ചിരിക്കുന്നു.

അമ്മാവൻ തന്റെ ഭാഗത്ത് നിന്നുകൊണ്ട് തനിക്കുവേണ്ടി ന്യായവും നീതിയും പറയാതെ ശത്രുപക്ഷമായി മാറിനിൽക്കുന്ന വർക്ക് വേണ്ടി സംസാരിച്ചതുകൊണ്ടാണ് തനിക്കങ്ങനെയൊക്കെ പറയേണ്ടി വന്നതും പെട്ടെന്ന് അവിടെനിന്ന് ഇറങ്ങിപ്പോരേണ്ടി വന്നതും. അയാൾ തന്നോട്തന്നെ ഓരോന്ന് പറഞ്ഞും ചിന്തിച്ചും നടക്കവേ പെട്ടെന്ന് നിന്നു. എന്നിട്ടയാൾ തിരികെ നടക്കാനൊരുങ്ങി. ഇല്ല, താനങ്ങനെ ഒന്നും പറയാൻ പാടില്ലായിരുന്നു. അമ്മാവൻ അദ്ദേഹത്തിന്റെ സമപ്രായക്കാരും ഗൾഫിൽ ഉണ്ടായിരുന്നപ്പോൾ എന്നും കണ്ടിരുന്നവരും ഇപ്പോഴും എന്നും കാണുന്നവരുമായ നാട്ടു കാർക്കൊപ്പം കൂടുന്നതുകൊണ്ടാവും എന്നെ നിർബന്ധിക്കുവാനൊ രുങ്ങിയത്. ഒരുപക്ഷേ, അവർ പെങ്ങളുടെ മക്കളിൽ അമ്മാവാനുള്ള സ്വാധീനവും സ്വാതന്ത്ര്യവും പറഞ്ഞു അമ്മാവനെ നിർബന്ധിച്ചി ട്ടുണ്ടാവാം. അപ്പോൾ എല്ലാം ഞാൻ പറഞ്ഞു ശരിയാക്കാം അവൻ എന്റെ മോനല്ലേ, എന്ന് അദ്ദേഹം അവർക്ക് വാക്കും കൊടുത്തു കാണും. മനസ്സിൽ അങ്ങനെ നടക്കുമെന്ന് ഉറപ്പിക്കുകയും ചെയ്തിട്ടു ണ്ടാകും. ആ സ്വാതന്ത്ര്യവും ധൈര്യവുമാകാം ഇപ്പോൾ താനുമായി ഇങ്ങനെ ഒരു സംസാരത്തിന് അമ്മാവനെ പ്രേരിപ്പിച്ചത്. അതിനാ വശ്യമായ വിധം സംസാരങ്ങൾ മറ്റുള്ളവർ നിർവഹിച്ചും കാണും. അയാൾ കണക്ക് കൂട്ടി. അപ്പോഴും അമ്മാവൻ എന്തേ തന്നെക്കുറിച്ച് ചിന്തിക്കാതെ പോയത്. ഈ വിഷയത്തിലും തനിക്കായി സംസാരി ക്കേണ്ട ആളല്ലേ അമ്മാവൻ? അമ്മാവനല്ലാതെ മറ്റാരാണ് എന്തെ ങ്കിലും പറയുകയോ ചെയ്യുകയോ ചെയ്യുക. ആ അമ്മാവൻ ഇന്ന് അവർക്കൊപ്പം കൂടി അവരുടെ ഏകപക്ഷീയമായ തീരുമാനങ്ങൾ തന്നോട് പറയുകയും അതിന് തന്നെ നിർബന്ധിക്കുകയും ചെയ്ത തിനാലല്ലേ തനിക്ക് അങ്ങനെയൊക്കെ പറയേണ്ടി വന്നത്. സ്വയം ആശ്വസിക്കാൻ ശ്രമിച്ചെങ്കിലും അയാൾക്ക് അതിന് സാധിച്ചില്ല. അതിനെല്ലാം മേലെയായിരുന്നു, അയാളുടെ മനസ്സിന്റെ കുറ്റബോധം. അത് സൃഷ്ടിച്ച വിങ്ങലുകൾ.

മാജിദിന് ഇരിക്കണമെന്നും കിടക്കണമെന്നും തോന്നി. അത്രയ്ക്ക് ക്ഷീണം അയാളെ തളർത്തിയിരുന്നു. അപ്പോൾ അരികിൽ കാണുന്ന പള്ളിയെ നോക്കി. പ്രാവുകൾ വട്ടമിട്ട് പറക്കുകയും ചേക്കേറുകയും ചെയ്യുന്ന ആ പള്ളിയുടെ മിനാരങ്ങൾ അയാളെ വിളിക്കുന്നതായി തോന്നി. നിസ്കാരത്തിന്റെ സമയമല്ല ഇത്. അതുകൊണ്ട് തന്നെ അവിടുത്തെ അന്തേവാസികളായ ആ പ്രാവിൻകൂട്ടങ്ങളല്ലാതെ മറ്റാരും അവിടെ ഉണ്ടാവില്ലന്ന് അറിയാമായിരുന്നു. പിന്നെ ഒന്നും ചിന്തിച്ചില്ല, ആ പള്ളിയെ ലക്ഷ്യമാക്കി നടന്നു. പള്ളിമുറ്റത്ത് കാലെ ടുത്ത് വെച്ചപ്പോൾ തന്നെ മനസ്സിൽ അഭയം കിട്ടിയതുപോലെ തോന്നി. വേഗത്തിൽ നടന്നു ചെന്ന് തണുത്ത വെള്ളം കോരിയെ ടുത്ത് മുഖവും കൈകാലുകളും കഴുകി ചെവിയും തലയും തടവി.

പള്ളിയുടെ അകത്തളത്തിൽ കയറി നിന്നുകൊണ്ട് പിടയ്ക്കുന്ന ഹൃദയത്തിന്റെ നോവുകളാലേ നിസ്കരിച്ചു. അരികിലെ ചുവരിൽ ചാരിയിരുന്നുകൊണ്ടയാൾ ഓർത്തു.

വർഷങ്ങൾക്ക് മുൻപ് അകാലത്തിൽ പൊലിഞ്ഞുപോയ തന്റെ പിതാവിന്റെ അസാന്നിധ്യം തങ്ങൾ മൂന്നു മക്കളെയും ഉമ്മയെയും അറിയിക്കാതെ വളർത്തിയെടുത്ത് പഠിപ്പിച്ചു വലുതാക്കിയ തറവാട്ടിലെ വല്യമ്മാവനെക്കുറിച്ച്. വിവാഹപ്രായം കഴിഞ്ഞു തുടങ്ങവേ, അമ്മാവനോട് അമ്മാവന്റെ ഉമ്മ പറഞ്ഞു.

''മോനേ കബീറേ, നിനക്ക് കല്യാണം കഴിക്കണ്ടെടാ. നിന്റെ പ്രായമുള്ളവർക്കെല്ലാം മക്കൾ രണ്ടും മൂന്നും ആയിരിക്കുന്നു. തറവാട്ടിലെ മൂത്തവനാണ് നീ. നീ ഇങ്ങനെ വൈകിക്കുമ്പോൾ പിന്നെ വാഹിദിന്റെ കാര്യവും വൈകില്ലേ, അവനും കല്യാണം കഴിക്കാനായി. നീ അത് മറക്കരുത്. ഉമ്മ പറഞ്ഞത് കേട്ടില്ലേ നീയ്യ്. ഇന്നലെ ഉപ്പയും എന്നോടിത് പറഞ്ഞു. നിന്നോട് പറയാനുള്ള മടികൊണ്ടാണ്, ഉപ്പാക്കും മനസ്സിൽ നല്ല വിഷമമുണ്ട്. ഉമ്മാടെ മോനെന്താ അതൊന്നും ഓർക്കാത്തത്? ഇന്നലെ ബ്രോക്കർ ഹനീഫ ഒരു കാര്യം പറഞ്ഞിരുന്നു. നാളെ നമുക്കൊന്ന് പോയി നോക്കിയാലോ മോനേ.''

''ഉമ്മാ... നമുക്ക് യത്തീമായ മൂന്ന് മക്കളെയാണ് അല്ലാഹു തന്നിട്ടുള്ളത്. അവറ്റങ്ങളൊന്നു വലുതായി വന്നിട്ട് അവൾക്കൊരു തണലായി കാണാതെ എനിക്കൊരു കല്യാണം വേണ്ട.''

''യാ അല്ലാഹ്, എന്റെ ഈ പൊന്നുമോന് ഒരാപത്തും വരുത്തരുതേ, ന്റെ കുഞ്ഞുമക്കൾ ഒന്ന് വെള്ളം തോർന്ന് വറ്റാകുന്നതും കാത്തിരിക്കുന്ന എന്റെ ഈ മോന് നീ സുബർക്കം കൊടുക്കണേ അല്ലാഹ്...''

മാജിദ് ഉമ്മ പറഞ്ഞ ആ കഥകളോരൊന്നും ഒരൽപനേരം ഓർത്തപ്പോൾ കണ്ണുകൾ നിറഞ്ഞു തുളുമ്പിയിരുന്നു. അമ്മാവൻ തങ്ങൾക്ക് വേണ്ടി സഹിച്ചത് കുറച്ചൊന്നുമല്ല. വിവാഹം പോലും ഞങ്ങൾക്കായി വൈകിപ്പിച്ച മഹാത്യാഗിയായിരുന്നു അദ്ദേഹം. ആ അമ്മാവനോടാണ് താനിന്ന് അധികം സംസാരിച്ചത്. അത് അദ്ദേഹത്തിന്റെ ഹൃദയത്തിൽ ആഴമുള്ള മുറിവുകൾ തീർത്തിട്ടുണ്ടങ്കിൽ അത് മായ്ക്കാൻ ഇനി എന്റെ ഹജ്ജുകൾക്കുപോലും സാധിക്കില്ല. പറക്കമുറ്റാതെ യത്തീമായിരുന്ന ആ മക്കൾ ഇന്ന് തനിക്കെതിരെ വിരൽ ചൂണ്ടുവാൻ പാകത്തിന് വളർന്നു വലുതായിരിക്കുന്നു എന്നെങ്ങാനും ഒരു നിമിഷമെങ്കിലും അമ്മാവന്റെ അന്തരംഗം മന്ത്രിച്ചാൽ തീർന്നു ബാക്കിയെല്ലാം. അയാൾ ഓർത്തു. പിന്നെ ഒന്നും ചിന്തിച്ചില്ല. 'യാ അല്ലാഹ് അങ്ങെനിക്ക് മാപ്പ് തരണം. എന്റെ അമ്മാവന്റെ മനസ്സിൽ

എന്നോടുള്ള വെറുപ്പ് നിറയ്ക്കരുതേ' എന്ന് മാത്രം പ്രാർത്ഥിച്ചു കൊണ്ടയാൾ ധൃതിയിൽ പള്ളിയിൽ നിന്നും എഴുന്നേറ്റുകൊണ്ട് അമ്മാവന്റെ അടുത്തേക്ക് കുതിച്ചു. വീട്ടിലെത്തിയപ്പോൾ അമ്മാവൻ ഉമ്മറത്ത് ചാരുകസേരയിൽ ചെറിയൊരു മയക്കത്തിൽ കിടക്കുക യായിരുന്നു. മാജിദ് അടുത്തേക്ക് ചെന്നിട്ട് ആ കസേരയ്ക്കരികിൽ നിലത്ത് മുട്ട് കുത്തിയിരുന്നുകൊണ്ട് അമ്മാവന്റെ കൈകൾ പിടിച്ചു മാപ്പിരന്നു. അപ്പോൾ സ്വന്തം പിതാവിനെ പോലെ അമ്മാവൻ അയാളെ മാറിലേക്ക് ചേർത്ത് പിടിച്ച് പുറത്ത് തലോടിയിട്ട് പറഞ്ഞു.

''സാരമില്ല മോനേ, നീ വന്നപ്പോൾ എന്റെ മനസ്സ് സമാധാന മായി. ഇനി മരിച്ചാലും എനിക്ക് വിരോധമില്ല.''

പെട്ടെന്ന് പൊട്ടിക്കരഞ്ഞുപോയി. അത്രയും വേദനിച്ചിരുന്നു തന്റെ അമ്മാവനെന്ന് അപ്പോഴാണ് അയാൾ മനസ്സിലാക്കിയത്.

''മാജിദ്, നീയെന്റെ മോനാണ്. സാരമില്ല.''

അമ്മാവൻ അത്ര മാത്രമേ പറഞ്ഞുള്ളൂ. ബാക്കിയെല്ലാം ആ മുഖത്ത് പ്രകടമായ സന്തോഷത്തിലും സംതൃപ്തിയിലും വായി ക്കാമായിരുന്നു. അമ്മാവൻ അത് പറഞ്ഞിട്ട് വളരെ തിരക്കിൽ അക ത്തേക്ക് നോക്കിക്കൊണ്ട് പറഞ്ഞു.

''ഡോ, ദാ മാജിദ് വന്നുട്ടാ... വേഗം ചോറ് ശരിയാക്കിക്കോ. ഇന്ന് ഊണിന് മാജിദും ഉണ്ട്.''

അന്ന് അമ്മാവനും കുടുംബവുമൊത്ത് ഉച്ചയൂണും കഴിഞ്ഞ് പിരിയുമ്പോൾ മാജിദിന്റെ മനസ്സിൽ അളവറ്റ ശാന്തിയും സമാധാ നവും ഉണ്ടായിരുന്നു.

ദിവസങ്ങൾക്കു ശേഷം അയാൾ വന്നു നോക്കിയപ്പോൾ അമ്മാവൻ പറഞ്ഞ നാല് തെങ്ങുകളും മുറിച്ചു മാറ്റിയിരിക്കുന്നു. വഴിയുടെ മൂലയിൽ നിൽക്കുന്ന ഒരു തെങ്ങ് മാത്രമേ ഇനി ആ ഭാഗത്തുള്ളൂ. അതിലാണെങ്കിൽ നിറയെ തേങ്ങ പിടിച്ചിട്ടുമുണ്ട്. പക്ഷേ തെങ്ങ് മുറിച്ചു എന്നതുകൊണ്ട് വണ്ടി പോകുന്നതിൽ ഒരു മാറ്റവും സംഭ വിച്ചില്ല. വണ്ടികളൊക്കയും പഴയ വഴികളിലൂടെ തന്നെ പൊയ്ക്കൊ ണ്ടിരുന്നു. അപ്പോൾ അയാൾ ഓർത്തു. തെങ്ങ് മുറിച്ചിട്ട് എന്ത് കാര്യമുണ്ടായി എന്ന്. ഇതൊരു വാശി തീർക്കലാണ്. എന്തിനോ വേണ്ടി, ആർക്കോ വേണ്ടിയുള്ള വാശി. അതിന് തന്റെ അമ്മാവനെ കരുവാക്കിയെന്ന് മാത്രം.

മീറ്റിങ്ങ്

മാജിദ് കോപ്പി റൈറ്റും സിഡി ബിസിനസ്സിനുമൊപ്പം കൺസ്ട്രക്ഷനിലേക്കും കാൽ വെക്കുകയും ചെയ്ത സമയം. ചെന്നൈ ആസ്ഥാനമായി പ്രവർത്തിക്കുന്ന ഒരു പരസ്യക്കമ്പനിയുടെ പ്രതിനിധി മാജിദിനെ സമീപിച്ചു. അവരുടെ പരസ്യങ്ങൾ മാജിദ് പുറത്തിറക്കുന്ന സിഡികളിൽ ഉൾപ്പെടുത്തിയാൽ പകരം ബിൽഡിംഗ് കൺസ്ട്രക്ഷന് ആവശ്യമായ ഫിറ്റിങ്ങ്സ് നൽകാം എന്ന വ്യവസ്ഥയിൽ ചർച്ചകൾ നടന്നു. പുതിയ കാൽവെപ്പിന് ഈ ഓഫർ മുതൽക്കൂട്ടാവുമെന്ന് മനസ്സിലാക്കിയ മാജിദ് അത് സമ്മതിച്ചുകൊണ്ട് കരാർ ഉണ്ടാക്കി. അതുപ്രകാരം ആദ്യത്തെ വർക്കിന് സമാനമായ സംഖ്യയ്ക്കുള്ള ഫിറ്റിംഗ്സുകൾ ഒരു കണ്ടെയ്നർ നിറയെ ചെന്നൈയിൽ നിന്നും വന്നു. അവ കൺസ്ട്രക്ഷൻ നടക്കുന്ന ഓരോ സൈറ്റിലും ഇറക്കിവെപ്പിച്ചു. കൂട്ടത്തിൽ മാജിദിന്റെ വീട് പണിക്ക് ആവശ്യമായ സാധനങ്ങളും സൈറ്റിൽ ഇറക്കി. അത് തറവാടിന്റെ ടെറസ്സിന്റെ മുകളിൽ അടക്കി ഒതുക്കി വെച്ചുകൊണ്ടിരിക്കെ മാജിദ് തന്റെ പുരയിടത്തിനോട് ചേർന്ന് പോകുന്ന വഴിയരുകിൽ സംഭവിച്ച മാറ്റം കാണുവാൻ ഇടയായി.

ബിരിയാണി ബീരാന്റെ അതിരിൽ പുതിയ ഒരു വേലിക്കെട്ട്. നേരത്തെ അവിടെ അതിര് വേലികെട്ടി തിരിച്ചിരുന്നുവെങ്കിലും പിന്നീട് ബീരാൻ അത് പൊളിച്ചുമാറ്റിയിരുന്നു. തന്റെ വസ്തുവിന്റെ വില്പനയ്ക്ക് വേണ്ടിയുള്ള സൗകര്യാർത്ഥം ആയിരുന്നു അത്. ബീരാൻ നിയമാനുസൃതം വഴിക്കു വേണ്ടി സ്ഥലം വിട്ടിട്ടില്ലങ്കിലും അതിരിൽ വേലിക്കെട്ട് ഒഴിവാക്കിയിട്ടതിനാൽ അതൊരു കച്ചവടതന്ത്രമായിരുന്നു എന്ന് മാജിദിന് അറിയാം. എന്നാൽ ബീരാന്റെ സ്ഥലത്തിലൂടെ വണ്ടികൾ പോയിരുന്നുമില്ല. മാജിദ് ഇരിങ്ങാലക്കുടയിലും ബിസിനസ്സ് യാത്രകളിലും ആയിരുന്നതിനാൽ അവിടുത്തെ കാര്യങ്ങൾ ഒന്നും അറിയാറുമില്ലായിരുന്നു. ടെറസിൽ നിന്നും താഴെയിറങ്ങി വന്ന മാജിദ് അമ്മാവനോട് ചോദിച്ചു.

“ഇതെന്താ മാമ അവിടെ പുതിയ ഒരു വേലിക്കെട്ട്?”

“ആ, അതോ, അത് ബീരാന്റെ സ്ഥലം വാങ്ങിയവര് അത് മറിച്ചു വിറ്റു. ഇപ്പോൾ ഇതല്ലേ നാട്ടിലെ പ്രധാന കച്ചോടം. പറമ്പ് കച്ചോടം. ഇപ്പോൾ വാങ്ങിച്ചവര് കെട്ടിച്ചതാ.”

“എന്നെ ഒന്ന് വിളിക്കാമായിരുന്നു. അതിര് കെട്ടുമ്പോൾ ഞാനും കൂടെ അറിയണ്ടേ, അയൽപക്കത്ത് വരുന്നത് പുതിയ ആൾക്കാരാകുമ്പോൾ ഒന്ന് പരിചയപ്പെടാനും അത് നല്ലതായിരുന്നു.”

“ആരായിരിക്കും ആ സ്ഥലം വാങ്ങിച്ചവർ. അവർ ഇവിടെ താമസിക്കുവാൻ തന്നെയാകുമോ അതോ കച്ചവടത്തിനാകുമോ, താമസിക്കുവാനാണെങ്കിൽ തന്റെ അയൽവാസികളാകുവാൻ വരുന്ന ഇവർ നല്ലവരാകുമോ, ഈ വഴിയുടെ പ്രശ്നങ്ങൾ ഒക്കെ അറിഞ്ഞിട്ടുണ്ടാകുമോ. എന്തായാലും അന്യനാട്ടിൽ നിന്നും വന്നു താമസിക്കുവാനാണെങ്കിൽ അവർക്ക് വഴി വേണ്ടി വരുമല്ലോ, ഇൻഷാ അല്ലാഹ് സഹകരിക്കുന്ന നല്ല മനസ്സിന്റെ ഉടമകളാണെങ്കിൽ അവർക്ക് വഴിക്കുള്ള സൗകര്യം ചെയ്തു കൊടുക്കണം. ഇതിലെ റോഡ് വന്നില്ലെങ്കിലും അവർക്ക് വഴിയുണ്ടാകണം. അയൽപക്കബന്ധത്തെപ്പറ്റി അത്രമാത്രം പ്രാധാന്യത്തോടെയാണ് ഖുർആൻ പറഞ്ഞിട്ടുള്ളത്.”

മാജിദ് വിചാരിച്ചു.

ദിവസങ്ങൾ കടന്നു പോയി. മാജിദിന്റ വീടുപണികൾ അൽപാൽപമായി നടന്നു വന്നു. പണികൾ ജോലിക്കാരെ ഏൽപിച്ചുകൊണ്ട് മാജിദ് അത്യാവശ്യമായി ചെന്നൈയിലേക്ക് പോയി. തിരികെ വന്നപ്പോൾ തൊട്ടപ്പുറത്തെ പുന്നത്തൂർ പറമ്പിൽ ആൾക്കൂട്ടം കണ്ടു. റിട്ടയേർഡ് പ്രവാസിക്കമ്മിറ്റിയിലെ മുഴുവൻ അംഗങ്ങളും ഉണ്ട്. കോവിൽ അലിഹാജി ഒരാളെ വിട്ട് മാജിദിനെ വിളിപ്പിച്ചു. മാജിദ് ചെന്നപ്പോൾ അപരിചിതരായ മറ്റു പലർക്കുമൊപ്പം ഒരു പരിചിത മുഖം അവിടെ കണ്ടു. അത് തന്റെ സ്കൂളിൽ പഠിച്ചിരുന്ന മുസ്തഫയായിരുന്നു. സ്കൂൾ കാലത്തിന് ശേഷം പിന്നെ ഇപ്പോഴാണ് കാണുന്നത്.

മുസ്തഫ തന്റെ സീനിയറായിരുന്നു. ജ്യേഷ്ഠന്റെ ക്ലാസ്മേറ്റ്. മുസ്തഫയുടെ അനുജനും താനുമൊക്കെ ഒരേ ബഞ്ചിൽ ഇരുന്നു പഠിച്ചവരാണ്. മുസ്തഫയെ കണ്ടപ്പോൾ മാജിദ് ചിന്തിച്ചു. ഇവരാകുമോ ബീരാന്റെ പുരയിടം വാങ്ങിയവർ? അയാൾ വളരെ കാലത്തിന് ശേഷം കണ്ടുമുട്ടുന്ന സന്തോഷത്തോടെയും ഹൃദ്യമായ പരിചയത്തോടെയും നടന്ന് ചെന്ന് എല്ലാവർക്കുമായുള്ള സ്നേഹാഭിവാദനം മുസ്തഫയുടെ കൈ പിടിച്ചു മാജിദ് പറഞ്ഞു.

“അസ്സലാമുഅലൈക്കും”

“വ അലൈക്കും സലാം”

എല്ലാവരും സലാം മടക്കി ചൊല്ലി. എന്നാൽ മുസ്തഫയിൽ മാത്രം ഒരു വിമുഖത. അങ്ങനെയായിരുന്നില്ല അയാളിൽ നിന്നും പ്രതീക്ഷിച്ചത്. എങ്കിലും മാജിദ് വിശേഷങ്ങൾ ചോദിച്ചറിഞ്ഞു. മാജിദിന് ഒരു കാര്യം മനസ്സിലായി. ബീരാന്റെ വീടും പറമ്പും രണ്ടാമത് വാങ്ങിയിട്ടുള്ളത് മുസ്തഫയാണെന്നും അയാൾക്ക് താമസിക്കാനാണെന്നും. വല്ല മാനസിക പ്രശ്നങ്ങളോ സംഘർഷങ്ങളോ അതുമായി ബന്ധപ്പെട്ട വിഷാദരോഗങ്ങൾ അങ്ങനെ വല്ലതും മുസ്തഫയെ തളർത്തിയതാണോ എന്നാണ് മാജിദ് ചിന്തിച്ചത്. ദീർഘമായ പ്രവാസം പലരെയും അന്തർമുഖരാക്കിയതായി അയാൾ വായിച്ചിട്ടുണ്ട്. ആ കൂട്ടത്തിൽപെട്ടതാകുമോ മുസ്തഫ എന്ന് ചിന്തിക്കെ, കോവിൽ ബക്കർ എല്ലാവരെയും മുസ്തഫ വാങ്ങിച്ച വീട്ടിലേക്ക് ക്ഷണിക്കുന്നുണ്ടായിരുന്നു. അവിടെ എന്താണ് നടക്കുന്നത് എന്നറിയാതെ മാജിദ് കുറച്ചുനേരം സംശയിച്ചു. സത്യത്തിൽ നേരത്തെ തീരുമാനിക്കപ്പെട്ടതുപോലെ അന്നവിടെ ഒരു മീറ്റിംഗ് നടക്കാനുള്ള ഒരുക്കമായിരുന്നു. അവിചാരിതമായി മാജിദ് എത്തിപ്പെട്ടതിനാൽ അയാളെകൂടി ക്ഷണിച്ചു എന്ന് മാത്രം. അത് മനസ്സിലാക്കിയ മാജിദ് തിരിച്ചുപോകാൻ ഒരുങ്ങി.

കോവിൽ അലിഹാജി പറഞ്ഞു.

‘‘പോകാൻ വരട്ടെ, നമുക്കൊന്ന് കൂടിയിട്ട് പോകാം. നീ വരുമെന്നറിയില്ലല്ലോ. അതുകൊണ്ടാണ് അറിയിക്കാതിരുന്നത്. ഏതായാലും നീ വന്നല്ലോ. മീറ്റിംഗിൽ പങ്കെടുത്തിട്ട് പോകാം. വാ അങ്ങോട്ട് കയറിയിരിക്ക്.’’

‘‘ഇത് എന്തിന്റെ മീറ്റിംഗ് ആണ്. ആരാണ് ഇത് വിളിച്ചു കൂട്ടിയത്. നേരത്തെ എന്നെ അറിയിക്കാത്തതുകൊണ്ട് ഞാൻ മനസ്സിലാക്കുന്നത് ഇതിൽ എനിക്ക് ഒരുവിധ പങ്കും കാണില്ലെന്ന് തന്നെയാണ്. എന്തായാലും നിങ്ങൾ തന്നെ മീറ്റിംഗ് നടത്തുക. എനിക്ക് പോയിട്ട് കുറച്ച് അത്യാവശ്യങ്ങൾ ഉണ്ട്. വല്ല സംഭാവനയോ മറ്റൊ ആണെങ്കിൽ ഞാൻ നൽകിയേക്കാം.’’

അമ്മാവൻ മാജിദിനെ വിളിച്ചു

‘‘മാജിദേ, നീ പോകരുത്. അങ്ങോട്ട് കയറിയിരിക്ക്. നമുക്ക് ഈ വഴിയെ പറ്റി ചിലത് ആലോചിക്കാനുണ്ട്.’’

എല്ലാവരും മുസ്തഫയുടെ വീടിന്റെ ഉമ്മറത്ത് കയറി ഇരുന്നു തുടങ്ങി.

‘‘ഒരു പത്ത് മിനിട്ട് മതി, എന്നിട്ട് മാജിദ് പൊയ്ക്കോളൂ.’’

അടുത്ത് വന്ന് സി എം പോക്കർ പറഞ്ഞു.

മാജിദ് എല്ലാവരെയും നോക്കി. കൂട്ടത്തിൽ ഭൂരിഭാഗവും തന്റെ തറവാട്ടിലെ കാരണവന്മാർ തന്നെ. ഇവരുമായി വിയോജിക്കേണ്ടി

വരുമല്ലോ എന്നോർത്തു കൊണ്ട് അയാൾ നിന്നു. എല്ലാവരും അയാൾ മീറ്റിംഗിൽ പങ്കെടുക്കണം എന്നതരത്തിൽ മാജിദിനെ ആംഗ്യം കാണിച്ചു.

''അങ്ങോട്ട് കയറിയിരിക്ക്.'' അമ്മാവൻ പറഞ്ഞു

അപ്പോഴും വീട്ടുടമസ്ഥനോ ബന്ധുക്കളോ മാജിദിനെ ക്ഷണിച്ചില്ല. തന്റെ കുട്ടിക്കാലത്ത് ഈ വീടിന്റെ മുറ്റത്തും ഉമ്മറത്തും തിണ്ണയിലുമൊക്കെ താനൊരുപാട് ഓടിക്കളിച്ചിട്ടുള്ളതാണ്. അന്ന് ഇവരാരുമായിരുന്നില്ല ഇവിടെ ഉണ്ടായിരുന്നത്. കോമത്ത് കുഞ്ഞു ബീവിത്തയും മക്കളായ ഫരീദും നസീമും അമ്മാറുമൊക്കെയായിരുന്നു. അവരുമായി ഒരേ വീടുപോലെ കഴിഞ്ഞിരുന്ന തന്റെ കുട്ടിക്കാലം ഓർത്തു. മനസ്സില്ലാമനസ്സോടെ മാജിദ് ആ വീടിന്റെ ഉമ്മറത്ത് കയറി തിണ്ണയ്ക്കരികിൽ നിന്നു. അപ്പോൾ ആ വീട്ടിലെ ബന്ധുക്കളിൽ ആരോ ഒരാൾ അകത്ത് നിന്നും ഒരു കസേര കൊണ്ടുവന്ന് അത് ഒരു തുണികൊണ്ട് തുടച്ച് അതിൽ ഇരിക്കാൻ ആവശ്യപ്പെട്ടു. തന്റെ തറവാട്ടു കാരണവന്മാരും അതേ സ്ഥാനത്ത് തന്നെ നാളിതുവരെയും കണ്ട് വരുന്നവരുമായ അയൽപ്പക്കത്തെ പ്രായമുള്ളവർക്ക് മുന്നിൽ ഇരിക്കുവാൻ സംസ്കാരം അനുവദിച്ചില്ല.

''മാജിദേ, നീ അവിടെ ഇരിക്ക്.''

അമ്മാവന്റെ ആജ്ഞപോലുള്ള ആ വാക്ക് കേട്ടപ്പോൾ മറ്റൊന്നും ആലോചിച്ചില്ല അടുത്തുള്ള തിണ്ണയിൽ അയാൾ പെട്ടെന്നിരുന്നു. ഇതെല്ലാം ശരിതന്നെ. വിയോജിപ്പുകൾ തനിക്ക് അവരുടെ മുഖത്ത് നോക്കി പറയാനുള്ള എന്തെങ്കിലും അവർ തന്നോട് പറയുമോ എന്ന് മനസ്സ് ചോദിച്ചുകൊണ്ടിരുന്നു. മാജിദ് ഇരുന്നപ്പോൾ നേതാക്കന്മാരായ കാരണവന്മാർ പരസ്പരം നോക്കി. ആരാണ് ചർച്ചയ്ക്ക് തുടക്കം കുറിക്കേണ്ടത് എന്നായിരുന്നു പരസ്പരമുള്ള ആ നോട്ടത്തിന്റെ അർത്ഥം. അത് മാജിദിന് മനസ്സിലായി. എല്ലാവർക്കും മാജിദിന്റെ മുഖത്ത് നോക്കി എന്തെങ്കിലും പറഞ്ഞു തുടങ്ങാൻ മടി. എന്താണ് ഇവർ പറയാൻ പോകുന്നത്. താനറിയാത്ത എന്ത് സംഭവവികാസമാണ് ഇപ്പോൾ ഇവിടെ ഉണ്ടായിട്ടുള്ളത്. അതും ഈ വഴിയുടെ കാര്യത്തിൽ. കേസിന്റെ അന്തിമവിധിക്ക് ശേഷമല്ലേ ഇനി എന്തൊരു ചർച്ചയ്ക്കും നീക്കങ്ങൾക്കും പ്രസക്തിയുള്ളൂ. ആ കേസിനാണെങ്കിൽ ഇവർക്കൊരു താല്പര്യവും ഇല്ലതാനും. കേസിന്റെ വിധി വരാൻ ഇനി ദിവസങ്ങൾ മാത്രമേയുള്ളൂ. അതിനിടയിൽ ഇവർ എന്ത് ആനക്കാര്യം പറയാനാണ് ഇപ്പോൾ ഈ ബലം പിടിച്ചിരിക്കുന്നത്. മാജിദ് ചിന്തിച്ചു.

മാജിദ് വിനയത്തോടെ പറഞ്ഞു.

‘‘നിങ്ങൾ ക്ഷമിക്കണം, ഞാൻ പറഞ്ഞില്ലേ, എനിക്ക് പോയിട്ട് അത്യാവശ്യം ഉണ്ട്.’’

അത് കേട്ടതും എല്ലാവരും കോവിൽ അലിഹാജിയെ നോക്കി പറഞ്ഞു.

‘‘ഹാജിക്ക പറയും.’’

‘‘ശരി, ഞാൻ തന്നെ പറയാം.’’

‘‘മാജിദേ, നമുക്ക് ഈ റോഡ് ഇവിടെ ഇങ്ങനെ നിർത്തിയാൽ ശരിയാവില്ല. നമുക്കിത് ചാരത്തെ റോഡിൽ മുട്ടിക്കണം. അതിന് നീ നിന്റെ പറമ്പിലെ വഴി വിട്ടു തരണം. റോഡ് വെട്ടി വന്നിട്ട് നിന്റെ പറമ്പിലെത്തിയപ്പോൾ നീ വഴി വീതി കുറച്ചു എന്നാണ് ഇപ്പോൾ നാട്ടിൽ സംസാരം. റോഡിനു വേണ്ടി ആറടി സ്ഥലം വിട്ട് തരാൻ മുസ്തഫ തയ്യാറാണ്. അത് സംസാരിക്കാനാണ് നമ്മൾ ഇപ്പോൾ ഇവിടെ കൂടിയിരിക്കുന്നത്. നീ എന്ത് പറയുന്നു?’’

‘‘നിങ്ങൾ നിർബന്ധിച്ച് പറയിപ്പിച്ചാൽ എനിക്ക് പറയാതിരിക്കാനാവില്ല. പിന്നെ, അതിൽ ബന്ധങ്ങളും ബഹുമാനക്കുറവും ധിക്കാരവും ഒന്നും ആരോപിക്കരുത്.’’

അയാൾ തുടങ്ങി വെച്ചു. കാരണവന്മാരുടെയും നാട്ടുകാരുടെയുമൊക്കെ മുഖം ചുളിഞ്ഞു.

‘‘ആദ്യം ഞാൻ ചോദിക്കട്ടെ, ഈ റോഡ് കേസിലെ പ്രതികളായ സൈദുവും സാവേദും എവിടെ, സലിക്ക എവിടെ. നിങ്ങളെക്കാൾ ഈ മീറ്റിംഗിൽ ഉണ്ടാവേണ്ടത് അവരായിരുന്നല്ലോ?’’

‘‘അവരൊക്കെ വരും. നിനക്ക് പറയാനുള്ളത് പറ.’’

ഉറച്ച ശബ്ദത്തിൽ അലി ഹാജി പറഞ്ഞു.

ആ പറച്ചിലിലെ സ്വരവ്യത്യാസവും പ്ലാനിംഗും അയാൾക്ക് മനസ്സിലായി.

‘‘ശരി, അവർ വരികയോ വരാതിരിക്കുകയോ ചെയ്യട്ടെ, ഞാൻ ചോദിച്ചെന്നേ ഉള്ളൂ, പിന്നെ നിങ്ങൾ പറയുന്നു ഈ റോഡ് അവിടെ മുട്ടിക്കണമെന്ന്. മുസ്തഫ വഴിവിടുമെന്ന്. മുസ്തഫ വഴി വിടാത്തതാണോ ഇവിടുത്തെ പ്രശ്നം, അതിനു വേണ്ടിയാണോ ഞാൻ ഇത്രയും വർഷങ്ങളായി കേസ് നടത്തുന്നത്, ആ കേസിന് വേണ്ടി നിങ്ങളിൽ ആരാണ് ഇതുവരെ എന്തെങ്കിലും ചെയ്തിട്ടുള്ളത്? എട്ടു വർഷമായി നടന്നുവരുന്ന ഈ വഴിയുടെ കേസിനെക്കുറിച്ച് നിങ്ങൾക്ക് വല്ലതും അറിയുമോ, ഈ മുസ്തഫയ്ക്ക് അറിയുമോ, ഈ കേസ് എങ്ങനെയാണ് ഉണ്ടായത് എന്ന് നിങ്ങൾക്കറിയുമോ, ഒരിക്കലെങ്കിലും ഈ കേസിന് കോടതിയിൽ പോയിട്ടുള്ളവരോ അതിന്

പത്തുരൂപയെങ്കിലും ചെലവഴിച്ചവരുമായി ആരെങ്കിലും ഒരാളുണ്ടോ ഈ കൂട്ടത്തിൽ, നിങ്ങൾ പറയുന്നു ഈ റോഡ് മുട്ടിക്കാൻ. അതിന് ഈ കേസ് ജയിച്ചോ, പുന്നത്തൂർക്കാർ സമ്മതിച്ചോ, അതല്ല അവരുടെ ഈ സ്ഥലം നിങ്ങളിൽ ആരെങ്കിലും വാങ്ങിച്ചിട്ട് ഇപ്പോൾ റോഡിന് വിട്ടു നൽകുന്നുണ്ടോ?''

മാജിദിന്റെ സംസാരമദ്ധ്യേ അലി ഹാജി പറഞ്ഞു

''ഞങ്ങൾ നിന്റെ കാരണവന്മാരാണ്. അത് നീ മറക്കരുത്. ഞങ്ങൾ പറയുന്നത് അനുസരിച്ചാൽ മതി നീയ്യ്. ഇങ്ങോട്ടുള്ള പ്രസംഗങ്ങൾ ഒന്നും വേണ്ട.''

കനത്ത ശബ്ദം.

''ക്ഷമിക്കണം, കാരണവന്മാർ ബന്ധങ്ങളെ പൊതുപ്രശ്നങ്ങളിലേക്ക് വലിച്ചിഴക്കരുത്. നിങ്ങൾ പറയുന്നത് കേട്ട് മിണ്ടാതിരിക്കാൻ ഇത് നമ്മുടെ തറവാട്ടു കാര്യമൊന്നുമല്ലല്ലോ.''

മാജിദിന്റെ സ്വരം ഉയർന്നു.

''നീ ധിക്കാരിയാണ്.'' അലിഹാജി പറഞ്ഞു.

''അതെ, കാര്യങ്ങൾ പറഞ്ഞു വരുമ്പോൾ ഞാൻ ധിക്കാരിയാകുന്നു അല്ലേ ശരി, ഞാൻ പോയേക്കാം. ഒന്നോർക്കുക, ഈ വഴി പ്രശ്നം പറഞ്ഞ് വഴക്കാവുന്നവർ നമ്മൾ കുടുംബങ്ങൾ മാത്രമാണ്. അത് മറക്കണ്ട. എന്തായാലും ഞാനില്ലാതെ നിങ്ങൾ നടത്താൻ ഉദ്ദേശിച്ച മീറ്റിംഗ് ആണല്ലോ ഇത്. ഇത് നിങ്ങൾ തന്നെ നടത്തുക.''

അയാൾ എഴുന്നേറ്റു. അപ്പോൾ വെട്ടത്ത് ജമാലുദ്ദീൻ പറഞ്ഞു

''മാജിദ് പോകരുത്. നമുക്ക് കാര്യങ്ങൾ എല്ലാം തുറന്നു സംസാരിക്കാം ഇരിക്ക്. എന്നിട്ട് പറഞ്ഞോളൂ, ഞങ്ങൾ കേൾക്കാം.''

എല്ലാവരും മാജിദിനോട് ഇരിക്കാൻ ആവശ്യപ്പെട്ടു. ദേഷ്യവും പ്രഷറും കയറിയ മുഖം വീർപ്പിച്ചു പിടിച്ച് അലി ഹാജി ഇരുന്ന് അസ്വസ്ഥനായി. അതുവരെയും ഒന്നും പറയാതിരുന്ന മുസ്തഫ പറഞ്ഞു

''മാജിദ്, നീയാണ് ഈ വഴിക്ക് തടസ്സം നിൽക്കുന്നത്. ഞാൻ ഈ സ്ഥലം വാങ്ങിച്ചത് ഇതിലേക്ക് രണ്ട് ഭാഗത്തുനിന്നുമുള്ള വഴി കണ്ടുകൊണ്ടാണ്. അത് തടയാൻ ഞങ്ങൾ സമ്മതിക്കില്ല.''

മാജിദ് അവനെ രൂക്ഷമായൊന്ന് നോക്കി. അപ്പോൾ മുസ്തഫയുടെ അളിയനാണ് എന്ന് പിന്നീട് അറിഞ്ഞ ഒരാൾ ദേഷ്യം നിറഞ്ഞ സ്വരത്തിൽ ഉറക്കെ പറഞ്ഞു

''നീ ഈ വഴി തടയുന്നത് ഞങ്ങളൊന്ന് കാണട്ടെ. ഇത് പുരാതന കാലം മുതലുണ്ടായിരുന്ന വഴിയാഡാ. ഞാനെന്റെ ചെറുപ്പത്തിൽ

ഉപ്പാടെ കയ്യും പിടിച്ച് ഇതിലെ ഒരുപാട് പോയിട്ടുണ്ട്. അത് തടഞ്ഞാൽ എന്തുണ്ടാകുമെന്ന് അന്ന് നിനക്ക് കാണാം.''

അയാളുടെ ''ഡാ'' എന്ന അഭിസംബോധനയും ഭീഷണിസ്വരവും കേട്ട് സമനില തെറ്റിയ മാജിദിന്റെ കണ്ണുകൾ ചുമന്നു. പല്ലുകൾ കടിച്ചുകൊണ്ട് അയാൾ എഴുന്നേറ്റു. തല്ല് നടക്കുമെന്ന് ബോധ്യം വന്നതിനാൽ അടുത്തുള്ളവർ മാജിദിനെ പിടിച്ച് ശാന്തനാകാൻ പറഞ്ഞു. അവരാരും നാളിതുവരെയും മാജിദിന്റെ ഇങ്ങനെ ഒരു മുഖം കണ്ടിരുന്നില്ല.

''ഏതാ ഈ എരണം കെട്ടവൻ, ഇറങ്ങിപ്പോടാ പുല്ലേ ഈ സദസ്സിൽ നിന്ന്. കാര്യങ്ങളറിയാതെ പുലമ്പുന്നോ നീയ്യ്. ഇവനെ കൊണ്ടുവന്നവൻ ആരായാലും ഇപ്പൊ വിളിച്ചുകൊണ്ട് പൊയ്ക്കോളണം.''

മറ്റുള്ളവർ വീണ്ടും ഇരിക്കാനും ശാന്തനാകാനും പറഞ്ഞിട്ടും മാജിദ് ഒതുങ്ങിയില്ല. അയാൾ രോഷം കൊണ്ടു വിറച്ചു.

''നിങ്ങൾക്കറിയുമോ, എന്റെ കാരണവന്മാരാണ് ഇവിടെ കൂടിയതിൽ അധികവും. അവരുടെ മുന്നിലായത് നിങ്ങൾക്ക് നന്നായി.''

അപ്പോൾ പള്ളായിൽ മഹ്മൂദ് മാജിദിനെ വിളിച്ചു

''മാജി, നീ ക്ഷമിക്ക്, അവർ കാര്യങ്ങൾ അറിയാതെ പറഞ്ഞതാണ്. നിന്റെ അയൽപക്കത്തെ പുതിയ താമസക്കാരാണ് ഇവർ. സ്വന്തം കുടുംബം പോലെയല്ലേ നീ അവരെ കാണേണ്ടത്?''

''ഇവരോ, ഹും... അതിന് പറ്റിയൊരു ആൾക്കാരും.''

''അങ്ങനെ ഒന്നും പറയരുത് നീ, പൊതു വിഷയങ്ങളിൽ ഇടപെട്ട് നല്ല അറിവുള്ളവനല്ലേ. ആ നീയല്ലേ ക്ഷമിക്കേണ്ടത്?''

മഹ്മൂദ് അയാളെ ശാന്തനാക്കാൻ ശ്രമിച്ചു

''മുസ്തഫ, നീയും നിന്റെ ഈ അളിയനും പറഞ്ഞതൊന്നും ശരിയായ വാക്കുകളല്ല. മാജിദിനോട് തട്ടിക്കയറാൻ നിങ്ങൾക്ക് എന്താണ് അവകാശം. വീടും പറമ്പും വാങ്ങിക്കുമ്പോൾ ഉള്ള വഴിയെ പറ്റി നിങ്ങളാണ് അന്വേഷിക്കേണ്ടിയിരുന്നത്. അതൊന്നും ചെയ്യാതെ മാജിദിന്റെ മെക്കട്ട് കേറാൻ നോക്കിയാലുണ്ടല്ലോ.''

കോവിൽ ബക്കർ രോഷത്തോടെ പറഞ്ഞു.

അത് കേട്ടപ്പോൾ മുസ്തഫയ്ക്ക് കാര്യം മനസ്സിലായി.

''ബക്കർക്ക, നിങ്ങളൊക്കെ തന്നെയല്ലേ പറഞ്ഞത് റോഡിന് തടസ്സം നിൽക്കുന്നത് മാജിദ് ആണെന്ന്.''

''ആര്, ഞാൻ പറഞ്ഞോ നിന്നോട്. എപ്പോ, എവിടെ വെച്ചു

പറഞ്ഞു. നീ അനാവശ്യം പറയരുത്. മുഖത്ത് നോക്കി നുണ പറയുന്നോ.''

ബക്കർ കോപിച്ച് എഴുന്നേറ്റു.

''ഇല്ല, ബക്കർക്ക പറഞ്ഞു എന്നല്ല ഞാൻ ഉദ്ദേശിച്ചത്.''

അവൻ വിഷയം ശാന്തമാക്കാൻ ശ്രമിച്ചുകൊണ്ട് സി.എം. പോക്കറിന്റെ മുഖത്തേക്ക് നോക്കി. ബക്കർ അപ്പോൾ അവനെ നോക്കി കണ്ണടച്ചു കാണിച്ചു. ഇപ്പോൾ മാജിദിന് മനസ്സിലായി. തന്നെ കണ്ടപ്പോൾ എന്തുകൊണ്ടാണ് മുസ്തഫ വലിയ പരിചയമൊന്നും കാണിക്കാതിരുന്നത് എന്ന്. തന്നെക്കുറിച്ച് തനിക്ക് വേണ്ടപ്പെട്ടവരെന്ന് താൻ കരുതുന്നവർ തന്നെ സൃഷ്ടിച്ചെടുത്ത അഭിപ്രായം താൻ ഒരു വഴിമുടക്കി എന്നതാണ്, എന്ന് അയാൾ തിരിച്ചറിഞ്ഞു.

''കഴിഞ്ഞത് കഴിഞ്ഞു, ഇനി നമ്മൾ തമ്മിൽ വഴക്കാവരുത്. എല്ലാവരും പരസ്പരം മനസ്സിലാക്കിയും ബഹുമാനത്തിലും ഒക്കെ സംസാരിക്കുക. മാജിദേ, നീ ഇരിക്ക്. എന്നിട്ട് നിനക്ക് പറയാനുള്ളത് പറ.''

ജമാലുദ്ദീൻ പറഞ്ഞു, സംസാരം തുടർന്നു.

''ഞാനിരിക്കാം, പക്ഷേ, ഇവനും ഇവന്റെ അളിയനും ഒരക്ഷരം മിണ്ടരുത്.''

അയാൾ മുസ്തഫയെയും അളിയനേയും രൂക്ഷമായി നോക്കിക്കൊണ്ട് തുടർന്നു.

''എനിക്കറിയാത്തതുകൊണ്ടാണ് ഞാനീ ചോദിക്കുന്നത്. ഉത്തരം ഉണ്ടെങ്കിൽ പറയണം. ഇല്ലെങ്കിൽ ഞാൻ പറയുന്നത് കുറച്ചുസമയം മിണ്ടാതിരുന്ന് നിങ്ങൾ കേൾക്കുക, ഈ റോഡ് കേസിലെ ഒന്നാം പ്രതിയാണ് ഞാൻ, അതറിയുമോ നിങ്ങൾക്ക്, എട്ടു കൊല്ലമായി ഈ റോഡിന് വേണ്ടി ഒറ്റയ്ക്ക് കേസ് നടത്തുന്ന ഒന്നാം പ്രതി. ഈ കേസിൽ പുന്നത്തൂർക്കാർ ജയിച്ചാൽ വേണമെങ്കിൽ എനിക്കെതിരെ ശിക്ഷാ നടപടി സ്വീകരിക്കാൻ വരെ വകുപ്പുണ്ട്. അന്ന് ഇന്നത്തെ പോലെത്തന്നെ നിങ്ങൾ ആരും ഉണ്ടാകില്ല. ഞാൻ എന്റെയും കൂടി പണവും സമയവും മുടക്കി വെട്ടിയുണ്ടാക്കിയതാണ് ഈ റോഡ്. അന്ന് നിസ്സഹകരിച്ചുകൊണ്ട് പുറംതിരിഞ്ഞു നിന്നവരാണ് പ്രവാസികളായിരുന്ന നിങ്ങളിൽ പലരും. എന്നിട്ടും ഈ റോഡ് ഇവിടം വരെ കൊണ്ടുവരാനും അത് ടാർ ചെയ്യാനും അതിന്റ കേസ് ഒറ്റയ്ക്ക് നടത്താനും ഇന്നുവരെ എനിക്ക് സാധിച്ചിട്ടുണ്ടെങ്കിൽ ഇൻഷാ അല്ലാഹ് ഈ കേസിന്റെ അന്തിമവിധി വന്നാൽ എനിക്കറിയാം ഈ റോഡ് പന്ത്രണ്ടടിയിൽ ചാരത്തെ റോഡിൽ മുട്ടിക്കാൻ. അതിന് മുന്നേ നിങ്ങൾ ചെയ്തതും ഇനി ചെയ്യാൻ

പോകുന്നതുമായ എല്ലാ പ്രവർത്തികളും വിഡ്ഢിത്തമാണന്ന് ഞാൻ തുറന്നു പറയുന്നു.

ഈ മുസ്തഫയെ കൊണ്ട് വഴി ആറടി വിടാൻ പറയുന്നതും എല്ലാം അനാവശ്യമാണ്. ഇപ്പോൾ എന്റെ പറമ്പിലൂടെ വണ്ടികൾ പോകുന്നുണ്ടല്ലോ. കേസ് കഴിയുന്നത് വരെയും അങ്ങനെതന്നെ പോകട്ടെ. സമയമാകുമ്പോൾ ഞാൻ പറയും, അന്ന് നിങ്ങളില്ലെങ്കിലും വേണ്ടത് ഞാൻ ചെയ്യാം. പിന്നെ എന്നെ അറിയിക്കാതെയുള്ള അനാവശ്യമായ ഈ ചർച്ചകളും തീരുമാനങ്ങൾക്കും ചെലവഴിക്കുന്ന സമയം കേസിന്റെ എതിർകക്ഷികളുമായി ഒരു ഒത്തുതീർപ്പിന്റെയും വിട്ടു വീഴ്ചയുടെയും മാർഗ്ഗം ആലോചിക്കാൻ നിങ്ങൾ ഉപയോഗിക്കുക. നിങ്ങൾ എന്തുകൊണ്ടാണ് ഇന്നുവരെയായി അതിന് ശ്രമിക്കാത്തത്? കോടതിയിൽ കേസ് അവസാനിക്കാത്ത ഈ പ്രശ്നത്തിൽ നിങ്ങൾ കുറച്ചുപേർ ഇവിടെ ഇരുന്ന് വെറുതെ കൂടിയാലോചിച്ചിട്ട് ഒരു കാര്യവുമില്ല. മാത്രവുമല്ല, ഇനി റോഡ് വന്നാൽ തന്നെയും എന്റെ വീടിന്റെ മുന്നിലൂടെയാവില്ല അത് വരിക. പുറകുവശത്തുകൂടി നൽകാനാണ് ഞാൻ ആലോചിക്കുന്നത്. അതിന്റെ പ്രധാന കാരണം വാഹിദ് മാമ അതിരിൽ മതിൽ കെട്ടിയിട്ടുള്ളത് നിങ്ങൾ കണ്ടില്ലേ, അത് ആറടി ഇറക്കിക്കെട്ടിയിരുന്നെങ്കിൽ അതിലൂടെ തന്നെ നമുക്ക് വഴി പന്ത്രണ്ടടിയിൽ എടുക്കാമായിരുന്നു. ഇനി വഴി അതിലെത്തന്നെ വേണമെങ്കിൽ ആ മതിൽ പൊളിക്കേണ്ടി വരും. പിന്നെ, ഒരു കാര്യം കൂടി അഥവാ കേസ് നമ്മൾ ജയിച്ചാൽ പുന്നത്തൂർക്കാർ മേൽക്കോടതിയിൽ പോകും അങ്ങനെ സുപ്രിം കോർട്ട് വരെയും അവർ പോയെന്നിരിക്കും. കാരണം ഇത് അവരുടെ സ്വത്താണ്. നമ്മുടെ കൂട്ടത്തിൽ ഈ ഇരിക്കുന്ന പോക്കർക്കയുടെ പക്കൽ നിന്നും ഗൾഫിൽ വെച്ച് പണം കൊടുത്ത് വാങ്ങിയ അവരുടെ ഭൂമി. അതാണ് കേസ് നടത്തി പിടിച്ചു പറിക്കാൻ നമ്മൾ നോക്കുന്നത്.''

ഇത് പറഞ്ഞപ്പോൾ പോക്കറിന്റെയും മറ്റുള്ളവരുടെയും മുഖത്ത് കുറ്റബോധം തെളിഞ്ഞു. അയാൾ എല്ലാവരെയും ഒന്ന് നോക്കി. അപ്പോൾ പോക്കർ മുഖം കുനിച്ചു.

''അവർക്കൊപ്പം മേൽക്കോടതികളിലേക്ക് ഓടാനുള്ള പണവും ആളെയും ഒരുക്കി നിർത്താൻ നിങ്ങൾക്ക് കഴിയുമോ എന്ന ആരോഗ്യപരമായ വിഷയത്തിൽ ആകട്ടെ ഇനിയുള്ള നിങ്ങളുടെ ചർച്ചകൾ. അല്ലാതെ ഒളിഞ്ഞും പതുങ്ങിയും എന്നെ വിമർശിച്ചതുകൊണ്ടും കുറ്റപ്പെടുത്തിയത് കൊണ്ടൊന്നും കാര്യമില്ല.''

സംസാര മധ്യേ ദേഷ്യം പിടിച്ചുകൊണ്ട് പോക്കറും മുസ്തഫയുടെ ഒരു ബന്ധുവും സംസാരിക്കാൻ ശ്രമിച്ചപ്പോൾ അതിന് അവസരം കൊടുക്കാതെ മാജിദ് തുടർന്നു

''ക്ഷമിക്ക്, ഞാൻ അവസാനിപ്പിക്കുകയാണ്. ഞാൻ നിറുത്തിയാൽ നിങ്ങൾക്ക് സംസാരിക്കാം. അതുകൊണ്ട് വല്യ കാര്യമൊന്നും ഉണ്ടാവാൻ പോകുന്നില്ല. എങ്കിലും എന്നോടുള്ള ദേഷ്യം തീർക്കാം. അവസാനമായി ഒന്നുകൂടി ഞാൻ അറിയിക്കുന്നു. ഈ കേസിന്റെ വിധി ഉടനെ ഉണ്ടാകും. മിക്കതും നമ്മുടെ ഭാഗമാകും ജയിക്കുക. കാരണം അത് എക്സ് പാർട്ടി വിധിയാകും. എന്തായാലും ഇനി ഈ കേസ് തുടർന്ന് കൊണ്ടുപോകാൻ എനിക്ക് താൽപര്യമില്ല. നിങ്ങൾ പറയുന്ന ഏത് വക്കീലിന് വേണമെങ്കിലും ഞാൻ എന്റെ വക്കാലത്ത് ഒപ്പിട്ട് നൽകാം. ഇനിയുള്ള കേസുകൾ നിങ്ങൾ തന്നെ നടത്തുക. ഞാൻ റോഡിന് എതിരല്ല. ഇത്രയും കാലം ഞാൻ ഈ കേസ് നടത്തുന്നത് ഈ റോഡ് പന്ത്രണ്ടടിയിൽ ചാരത്തെ റോഡിൽ മുട്ടിക്കാൻ വേണ്ടി തന്നെയാണ്. എനിക്ക് പറയാനുള്ളത് ഞാൻ പറഞ്ഞു. ഇനി നിങ്ങൾക്ക് പറയാനുള്ളത് കേൾക്കാൻ എനിക്ക് സമയമില്ല. അത് സംഘർഷങ്ങൾക്ക് മാത്രമേ വഴിവെക്കൂ, ഞാൻ പോകുന്നു.''

കേസിന്റെ വിജയവും കേസുകെട്ടും

വക്കീൽ ഓഫീസിൽ നിന്നും ആന്റണി പറഞ്ഞ വിവരം സന്തോഷകരമായിരുന്നു. കേസിൽ മാജിദിന് അനുകൂലമായി വിധി വന്നിരിക്കുന്നു. എന്നാൽ അയാൾ സന്തോഷിച്ചില്ല. കാരണം പുന്നത്തൂർക്കാർ കൃത്യമായി കേസിന് പോകാത്തതുകൊണ്ട് ഉണ്ടായ വിധിയായിരുന്നു അത്. ഇനി അവർ കൂടുതൽ ഗൗരവത്തോടെ കേസ് മേൽക്കോടതിയിൽ അപ്പീൽ കൊടുക്കുകയും കൃത്യമായ തെളിവുകൾ ഹാജരാക്കുകയും ചെയ്യും. അതിനൊപ്പം ഇവിടെ നിന്ന് ആര് നിൽക്കാൻ. അപ്പീലിനെതിരെ കേസിന് പോകാൻ നല്ലൊരു തുക കരുതുകയും വേണം. ഇത്രയും കൊല്ലം ഈ രൂപത്തിൽ കേസ് മുന്നോട്ട് കൊണ്ടുപോകാൻ താൻ പെട്ട പാടിനെക്കുറിച്ച് മാജിദ് ഓർത്തു. ഇവരെങ്ങനെ അപ്പീലിനെതിരെ കേസ് നടത്തും. ഉള്ള തെളിവുകൾ ഉണ്ടാക്കിയെടുത്ത കള്ള തെളിവുകളുമാണ്. അതല്ലാതെ മറ്റെന്തുണ്ട്. അതൊക്കെയും കേസിന്റെ വാദം തുടർന്നാൽ പൊട്ടി തരിപ്പണമാകുകയും ചെയ്യും.

എന്തായാലും താനിനി ഈ കേസിനില്ല. നല്ല രൂപത്തിൽ വക്കീലിന് ഫീസ് കൊടുത്ത് കേസ് കെട്ട് വാങ്ങിക്കണം. എന്നിട്ട് ഇന്നത്തെ റിട്ടയേർഡ് പ്രവാസക്കമ്മറ്റിക്ക് കൈമാറണം. ഇനിയുള്ള കാലം കേസ് അവർ നടത്തി നോക്കട്ടെ എന്ന തീരുമാനത്തിൽ മാജിദ് ഉറച്ചു. അന്ന് വൈകുന്നേരത്തെ ട്രെയിനിൽ മാജിദ് ചെന്നൈയിലേക്ക് പോകുന്നതിനാൽ ഉടനെ തന്നെ അയാൾ എല്ലാവരെയും വിവരം അറിയിക്കുകയും വക്കീൽ ഓഫീസിൽ ചെന്ന് വക്കീലിനെ കാണാനും ഫീസ് സെറ്റിൽ ചെയ്യാനും പറഞ്ഞു. എന്നാൽ ആരും ആ വിഷയത്തിൽ ചെറുവിരൽ അനക്കാൻ പോലും തയ്യാറായില്ല.

മാജിദ് നല്ല തിരക്കിലായിരുന്നു. ബിസിനസ്സ് ആവശ്യാർഥം എന്നും യാത്രകളിൽ മുഴുകിയ സമയം. അതിനിടയിൽ യാത്രയ്ക്കിടയിലും ചെന്നൈയിൽ നിന്നും ഡൽഹിയിൽ നിന്നും ഒക്കെയായി

പല പ്രാവശ്യം റിട്ടയേർഡ് പ്രവാസക്കമ്മറ്റികാരുമായി മാജിദ് ഫോണിൽ ബന്ധപ്പെട്ടിരുന്നു. അവരൊക്കെയും നാളെ പോകും മറ്റന്നാൾ പോകും എന്ന മറുപടിയാണ് അയാളോട് എന്നും പറഞ്ഞത്. ആരും ചെന്നിട്ടില്ലെന്നാണ് വക്കീലിനെ വിളിച്ചപ്പോൾ അറിയാൻ കഴിഞ്ഞത്. ഒപ്പം പുന്നത്തൂർക്കാർ മേൽക്കോടതിയിൽ അപ്പീൽ പോയിട്ടുണ്ടന്നും പറഞ്ഞു.

രണ്ട് മാസങ്ങൾക്കു ശേഷം മാജിദ് നാട്ടിലെത്തി. എല്ലാവരുടേയും അടുത്ത് പോയി അവരെ കാണുകയും കൂടുതൽ വൈകിയാൽ അപ്പീലിനെതിരെ കേസ് കോടതി സ്വീകരിക്കാതിരിക്കുകയും ഇപ്പോൾ നമ്മൾ ജയിച്ചത് പോലെ നാളെ ഏകപക്ഷീയമായി പുന്നത്തൂർക്കാർ കേസ് ജയിക്കുകയും ചെയ്യും എന്നും അതിന് മുന്നേ വക്കീലിന്റെ ഫീസ് കൊടുത്ത് തീർത്ത് കേസ് കെട്ട് തിരികെ വാങ്ങി തൃശ്ശൂർ മേൽക്കോടതിയിൽ മറ്റൊരു വക്കീലിനെ ഏർപ്പാട് ചെയ്യണമെന്നും അയാൾ അവരെ പറഞ്ഞു മനസ്സിലാക്കിയെങ്കിലും സ്ഥിരതയില്ലാത്ത മറുപടിയായിരുന്നു കിട്ടിയത്. പിന്നെയും ദിവസങ്ങൾ കഴിഞ്ഞു പോയി. ഒടുവിൽ ഒരു ദിവസം വെട്ടത്ത് ജമാലുദ്ദീനും കോവിൽ അലി ഹാജിയും മാജിദിന്റെ അമ്മാവനും സൈദുവും സാവേദി നെയുമൊക്കെ പോയി കണ്ട് നിർബന്ധപൂർവ്വം അവരെയും കൂട്ടി അയാൾ വക്കീലിന്റെ അരികിലെത്തി. ഇത്രയും കൊല്ലം കേസ് നടത്തി അത് വിജയിപ്പിച്ചിട്ടും ആ കേസിന്റെ കക്ഷികൾ ഇതുവരെയും വക്കീലിനെ തിരിഞ്ഞു നോക്കാത്തതിലുള്ള ദേഷ്യവും അമർഷവും വക്കീൽ അവരോട് പ്രകടിപ്പിച്ചു. വക്കീൽ പറഞ്ഞു

‘‘എടോ, സാധാരണ കേസിന്റെ വിധിയറിയാൻ കക്ഷികൾ വക്കീലന്മാരെ വിളിച്ച് ശല്യം ചെയ്തു കൊണ്ടിരിക്കും. നിങ്ങൾക്കിത് കേവലം തമാശക്കളിയായിരുന്നു അല്ലേ. അതിന് തെരഞ്ഞെടുക്കേണ്ട വക്കീൽ ഞാനായിരുന്നില്ല.’’

വക്കീൽ കേസ്കെട്ട് ഗുമസ്തൻ ആന്റണിയുടെ മേശപ്പുറത്തേക്ക് എടുത്തിട്ടു

‘‘ബാക്കിയൊക്കെ ആന്റണി പറഞ്ഞ് തരും. അങ്ങോട്ട് പൊയ്ക്കോളൂ എനിക്ക് കേസ് തന്ന കക്ഷികൾ വേറെയും കാത്തു നില്പുണ്ട്.’’

മാജിദ് ഒന്നും പറയാനാകാതെ എഴുന്നേറ്റു. ഒപ്പം മറ്റുള്ളവരും. അവരിൽ ആർക്കും യാതൊരു വിധ വിഷമവും ഉള്ളതായി മാജിദിന് തോന്നിയില്ല. അവരെ ശ്രദ്ധിക്കാൻ നിൽക്കാതെ മാജിദ് ആന്റണിയുടെ അടുത്തേക്ക് ചെന്നു. അപ്പോൾ ജമാലുദ്ദീൻ മാത്രം അയാൾക്കരികിൽ നിൽക്കുകയും മറ്റുള്ളവർ പുറത്തേക്ക് ഇറങ്ങുകയും

ചെയ്തു. ആന്റണി തന്റെ മേശയിൽ നിന്നും ഒരു കടലാസ് മാജിദിന് കൊടുത്തു.

''ഇക്കാ ഇത് വളരെ കുറവാണ്. മറ്റുള്ളവരിൽ നിന്നായിരുന്നെങ്കിൽ മിനിമം ഇരുപത്തി അയ്യായിരം രൂപയെങ്കിലും വക്കീൽ വാങ്ങിക്കും. ഇക്കാക്കറിയാലോ സാറ് ഇവിടത്തെ ഏറ്റവും സീനിയറും തിരക്കുമുള്ള വക്കീലാണെന്ന്.''

മാജിദ് എന്ത് പറയണം എന്നറിയാതെ കുഴങ്ങി.

''ഇക്കാ, എട്ടു കൊല്ലം നിങ്ങളുടെ കേസ് നടത്തി അത് വിജയിപ്പിച്ചു തന്നിട്ട് വക്കീലിന് കൊടുക്കാൻ ഈ സംഖ്യ പോരാ കേട്ടോ, പ്രത്യേകിച്ചും നിങ്ങൾ തമ്മിൽ നല്ലൊരു സുഹൃദ് ബന്ധവും കൂടി ഉള്ളപ്പോൾ.''

''ആന്റണിക്കറിയാലോ, ഇതുവരെയും ഞാൻ ഒറ്റയ്ക്കാണ് കേസ് നടത്തിയത്. ഏതാനും കേസുകളുടേതൊഴികെ മറ്റെല്ലാ കേസിനും ഹാജരാവുകയും ഫീസ് അപ്പപ്പോൾ നൽകുകയും ചെയ്തിട്ടുണ്ട.''

''എനിക്കറിയാം ഇക്കാ, ഈ പൊതു കേസുകൾ എല്ലാം ഇങ്ങനെ തന്നെയാണ്. തുടക്കത്തിൽ കുറേ ആളുകൾ ഉണ്ടാകും. പിന്നെ പിന്നെ എല്ലാവരും പിന്മാറും. അങ്ങനെ കേസ് പരാജയപ്പെടും. ഇവിടെ ഇക്ക കേസുമായി മുന്നോട്ട് പോയതിനാൽ തല്ക്കാലം ജയിച്ചു എന്ന് പറയാം. ഇപ്പോൾ അവർ അപ്പീൽ പോയതിനാൽ ഇനി കളി വേറെയാണ്. കൈ നിറയെ ക്യാഷും കേസ് നടത്താൻ ആളും വേണം, അത് മറക്കണ്ട.''

ആന്റണി ഓർമിപ്പിച്ചു.

''ഇനി ആര് കേസിന് പോകാൻ, കൂടിവന്നാൽ ഏതെങ്കിലും വക്കീലിനെ കണ്ട് വക്കാലത്ത് കൊടുക്കും. അതിനപ്പുറം ആ വഴിക്ക് പിന്നെ ഒരുത്തനും തിരിഞ്ഞ് നോക്കുകപോലും ചെയ്യില്ല. ഇതാണ് ഇനി സംഭവിക്കുക. എന്തായാലും ഞാൻ ഇനി ഒന്നിനും ഇല്ല.''

''ജമാൽക്ക, വക്കീലിന് ക്യാഷ് കൊടുക്കണം. ക്യാഷ് ഉണ്ടോ കയ്യിൽ.''

''എന്റെ കയ്യിൽ ആയിരം രൂപയേ ഉള്ളൂ, അത് മതിയോ.''

''ബാക്കി ആര് തരും. പുറത്ത് നിൽപ്പുണ്ടല്ലോ ചിലർ. അവരോട് ചോദിച്ചു വാങ്ങിക്കൂ ജമാൽക്കാ.''

''അവരാരും പത്ത് പൈസ തരില്ലെന്ന് മാജിദിനറിയില്ലേ. ഇപ്പോൾ തന്നെ നീ നിർബന്ധിച്ചു വിളിച്ചതുകൊണ്ടാണ് വന്നത്. എന്റെ കയ്യിൽ ഒരു അഞ്ഞൂറ് രൂപ കൂടി കാണും. ഞാൻ അതുംകൂടി തരാം.''

“ക്യാഷ് ഇന്ന് തന്നെ കൊടുക്കണമെന്നില്ല. നാളെ ആയാലും മതി. കൂട്ടത്തിൽ എന്നേയും കൂടെ ഒന്ന് പരിഗണിക്കണം ട്ടോ.” ആന്റണി പറഞ്ഞു.

“ജമാൽക്ക, നിങ്ങൾ ആ ആയിരത്തി അഞ്ഞൂറ് രൂപ ഇങ്ങോട്ടെടുത്തെ, എന്റെ കയ്യിലും ആയിരത്തി അഞ്ഞൂറ് കാണും. തൽക്കാലം ഇത് കൊടുത്തിട്ട് നമുക്ക് പോകാം.”

ജമാലുദ്ദീൻ പോക്കറ്റിൽ നിന്നും ക്യാഷ് എടുത്ത് മാജിദിന് കൊടുത്തു. മാജിദ് മൊത്തം മുവ്വായിരം രൂപ ആന്റണിക്ക് കൊടുത്തു കൊണ്ട് പറഞ്ഞു

“ആന്റണീ, തൽക്കാലം ഇത് വാങ്ങിക്കൂ. വിരോധമില്ലെങ്കിൽ കേസ് കെട്ട് തരണം. അല്ലെങ്കിൽ ബാക്കി സംഖ്യ കൂടി തന്നിട്ട് മതി. ആന്റണിയെ ഞാൻ പിന്നീട് പരിഗണിക്കുന്നുണ്ട്. അതുപോരെ ആന്റണി?”

“അത് മതി, അത് മതി. ഇക്കാനെ എനിക്കറിയാലോ. പിന്നെ കേസ്കെട്ട് കൊണ്ടുപൊയ്ക്കോളൂ. വക്കീൽ പ്രത്യേകം പറഞ്ഞിട്ടുണ്ട് കേസ്കെട്ട് നിങ്ങൾക്ക് നൽകാൻ.”

ആന്റണി ക്യാഷ് വാങ്ങിച്ച് കേസ് കെട്ട് മാജിദിന് കൈമാറി.

ഒരു മതിൽ തകരുമ്പോൾ

പുന്നത്തൂർക്കാർ മേൽക്കോടതിയിൽ അപ്പീലുമായി പോയിട്ട് മാസങ്ങൾ കടന്നുപോയിരിക്കുന്നു. ഇനിയും വൈകിയാൽ കേസ് അവർക്ക് അനുകൂലമായി വിധിവരും. എന്തു ചെയ്യണം, എങ്ങനെ ചെയ്യണം, എത്ര രൂപ വേണം, ഏത് വക്കീലിനെയാണ് കാണേണ്ടത് എന്നീ ആലോചനകളിൽ ഓരോ ദിവസവും റിട്ടയേർഡ് പ്രവാസക്കമ്മിറ്റി പള്ളിയിൽ ഒത്തു ചേരും. നിസ്കാരം കഴിഞ്ഞ് പുറത്തിറങ്ങിയാൽ പിന്നെ ഇതാണ് അവരുടെ ചർച്ച.

‘‘കാര്യം നമ്മൾ എന്ത് പറഞ്ഞാലും എട്ട് കൊല്ലം ഈ കേസ് ഒറ്റയ്ക്ക് നടത്തിക്കൊണ്ടുപോയ മാജിദിനെ സമ്മതിക്കണം. അവനുണ്ടായിരുന്നങ്കിൽ കേസിന് ഒരു ധൈര്യമായിരുന്നു.’’

കോവിൽ അലി ഹാജി അത് പറഞ്ഞപ്പോൾ ഹസ്സനാജിയും അതിനോട് യോജിച്ചു.

‘‘അവനായിരുന്നങ്കിൽ ഇപ്പോൾ വക്കീലിനെ കണ്ടെത്തി വേണ്ടത് ചെയ്തേനേ. നമുക്ക് അവനെ ഒന്ന് പോയി കാണുന്നത് നല്ലതല്ലേ. വീട് പണിയുള്ളതിനാൽ അവൻ ഇവിടെ വരാതിരിക്കില്ല.’’

‘‘പക്ഷേ, ഇനി അവൻ ഈ കേസുമായി സഹകരിക്കുമെന്ന് എനിക്ക് തോന്നുന്നില്ല. വേണമെങ്കിൽ ചോദിച്ചു നോക്കാം.’’

‘‘നമുക്ക് സലിയെ ഒന്ന് വിളിച്ചാലോ, കൊല്ലം കുറേ ആയെങ്കിലും ആ പഹയനല്ലേ ഇതെല്ലാം ഒപ്പിച്ചത്?’’

കോവിൽ ബക്കർ പറഞ്ഞു

‘‘സലിക്കിനി അതിനൊന്നും കഴിയില്ല. കിടക്കപ്പായയിൽ നിന്നെഴുന്നേൽക്കാൻ മറ്റൊരാളുടെ സഹായം വേണം. അങ്ങനത്തെ കിടപ്പാ കിടക്കണത്. നിങ്ങൾ നാട്ടിൽ ഇല്ലാതിരുന്നതിനാൽ ഒന്നും അറിഞ്ഞില്ലല്ലേ?’’

ശരിയാണ്, സലി പെട്ടെന്നൊരു ദിവസം തളർന്നു പോയതാണ്. പിന്നെ എഴുന്നേറ്റിട്ടില്ല. ഇപ്പോൾ ചെറിയ ഒരു മാറ്റം ഉണ്ടന്നാണ്

അറിഞ്ഞത്. സലിയെ കാണാൻ ആരെയും അനുവദിക്കില്ല. അസുഖത്തിന് മുൻപും സലി പൂർണ്ണമായും ഞങ്ങളിൽ നിന്നെല്ലാം ഒഴിഞ്ഞുനിന്നു. ആരെങ്കിലും വീട്ടിൽ ചെന്നാൽ പോലും പുറത്തേക്ക് വരില്ല. ആ വീടും പരിസരവും എപ്പോഴും ഒരു മൂകതയിലായി. മുമ്പൊക്കെ കൃത്യമായും രണ്ട് നേരം ടൗണിലേക്ക് നടന്നു പോവുകയും വരികയും ചെയ്തിരുന്ന ആളായിരുന്നു സലി. അവിടെ ഒരു ഷോപ്പിൽ പങ്ക് കച്ചവടം ഉണ്ടായിരുന്നു. ആ യാത്രകളിലായിരുന്നു ഇങ്ങനെ ഒരു റോഡ് വെട്ടുന്നതിനെക്കുറിച്ചുള്ള ചിന്തകൾ സലിയുടെ മനസ്സിൽ തെളിഞ്ഞത്. എന്നാൽ അധിക കാലം ആ വഴി ഉപയോഗിക്കുവാൻ കഴിയാതെ സലി കിടപ്പിലുമായി. കാലം കണക്ക് നോക്കിത്തുടങ്ങിയാൽ അങ്ങനെയാണ്. ചിലർ കിടപ്പിലും മറ്റു ചിലർ നടപ്പിലുമാകും. ഒന്നാലോചിച്ചാൽ യാതൊരു അറ്റവും അതിരുമില്ലാത്ത നടത്തമാകും. അങ്ങനെ ചൂണ്ടിക്കാണിക്കാൻ ഒരുപാട് പേരുണ്ട് സമൂഹത്തിൽ. എല്ലാം നഷ്ടപ്പെട്ടവർ, മനസ്സിന്റെ സമനില തെറ്റിപ്പോയവർ, എല്ലാവരും ഉണ്ടായിട്ടും അനാഥമായിപ്പോയവർ, നിത്യരോഗത്തിന്റെ നിശ്ശബ്ദ വേദനയിൽ മൂകമായിപ്പോയവർ. സലിയും ആ കൂട്ടത്തിൽ എവിടെയോ എഴുതപ്പെട്ടുവോ എന്ന് ആരൊക്കെയോ പറഞ്ഞു കൊണ്ടിരുന്നു.

‘‘എന്നാൽ പിന്നെ നമ്മൾ ഇനി എന്ത് ചെയ്യാനാണ്. കേസ് തീരാൻ ഇനിയും കാലങ്ങൾ കഴിയുമല്ലോ. അതിന് മുൻപ് നമുക്ക് വാഹിദിന്റെ മതില് പൊളിപ്പിച്ചാലോ. എന്നിട്ട് മാജിദ് വിട്ട സ്ഥലവും ഉൾപ്പെടുത്തി പന്ത്രണ്ടടിയിൽ പുന്നത്തൂർ അതിരുവരെയും റോഡുണ്ടാക്കി നിർത്താം. അപ്പോൾ പിന്നെ നമ്മൾ ജയിച്ചാൽ റോഡ് നേരെ മുട്ടുമല്ലോ.’’

‘‘നമ്മൾ തോറ്റാൽ എന്ത് ചെയ്യും?’’

ജമാലുദ്ദീൻ സംശയത്തോടെ ചോദിച്ചു.

‘‘അത് പിന്നീട് പുലിവാലുണ്ടാക്കും. നമ്മൾ ശ്രമിച്ചാൽ വാഹിദിന്റെ മതില് പൊളിപ്പിക്കാം. എന്നിട്ട് ആറടി പിന്നിലേക്ക് മാറ്റിയാൽ ആരാണ് അത് പഴയപോലെ കെട്ടിക്കൊടുക്കുക? അതിനുള്ള ചെലവുകൾ ആര് വഹിക്കും? മാത്രവുമല്ല നാളെ കേസ് തോറ്റാൽ വീണ്ടും പഴയപടി മതിൽ പൊളിച്ച് കെട്ടിക്കൊടുക്കുമോ. അന്ന് ആരൊക്കെ ഈ കൂട്ടത്തിൽ ജീവിച്ചിരിക്കുമോ ഇല്ലയോ എന്ന് ആർക്കറിയാം. അതുകൊണ്ട് കാര്യങ്ങൾ വളരെ ആലോചിച്ചുവേണം ചെയ്യാൻ.’’

കൂട്ടത്തിൽ കൂടിയ സെയ്താലി അർത്ഥശങ്കയ്ക്കിടയില്ലാത്ത വിധം പറഞ്ഞു. എങ്കിലും ചർച്ചകളുടെ അന്തിമ തീരുമാനത്തിൽ വാഹിദിന്റെ മതിൽ പൊളിച്ച് വഴി പന്ത്രണ്ടടിയിൽ ആക്കുക എന്ന

തീരുമാനത്തിൽ അവർ എത്തിച്ചേർന്നു. വാഹിദ് ഗൾഫിൽ നിന്നും ലീവിന് നാട്ടിൽ വന്ന സമയം. റിട്ടയേർഡ് പ്രവാസ സംഘം വാഹിദിനെ കാണാൻ ചെന്നു. പലപ്പോഴും അവർ വാഹിദ് ലീവിന് വരുമ്പോൾ ഈ വിഷയവുമായി ചെന്ന് കണ്ടിട്ടുണ്ട്. അപ്പോഴൊക്കയും അവർ പറയുന്നതും കേട്ട് ആലോചിക്കാം എന്നു മാത്രമേ വാഹിദ് പറയാറുള്ളൂ. അന്നൊക്കെയും ഭാര്യ ഈ വിഷയത്തിൽ അതൃപ്തിപ്പെട്ടുകൊണ്ട് വഴക്കിടാറും ഉണ്ട്. വാഹിദിന്റെ ജ്യേഷ്ഠനും പിന്നെ തറവാട്ടിലെ കാരണവന്മാരായ കോവിൽ അലി ഹാജിയും ബക്കറും മഹ്മൂദും സിഎം പോക്കറും ഒക്കെയായിരുന്നു ആ സംഘത്തിന്റെ മുൻനിരയിൽ ഉണ്ടായിരുന്നത്. മറ്റുള്ളവരൊക്കയും പിന്നിൽ നിൽക്കാറേയുള്ളൂ. വഴക്കും വിദ്വേഷങ്ങളും ഉണ്ടാകുന്നുവെങ്കിൽ അവർ കുടുംബക്കാർ തമ്മിൽ ആയിക്കോട്ടെ എന്നൊരു മനോഭാവം മറ്റുള്ളവരിൽ ഇല്ലാതില്ല.

വാഹിദ് ലീവിന് വന്നപ്പോൾ പ്രസ്തുത വിഷയം അയാൾ മാജിദിനെ അറിയിച്ചിരുന്നു. അപ്പോൾ മാജിദ് പറഞ്ഞിരുന്നു

''മാമ, ആര് പറഞ്ഞാലും ഒരിക്കലും മതിൽ പൊളിക്കാൻ സമ്മതിക്കരുത്. കോടതി വിധിയറിയാതെ ഒന്നും ചെയ്യരുത്. കേസ് മുന്നോട്ട് പോയി അന്തിമമായി നമ്മൾ ജയിക്കുകയും പുന്നത്തൂർക്കാർ ഹൈക്കോടതിയിൽ പോകാതെ പിന്മാറുകയും പന്ത്രണ്ടടിയിൽ ഈ റോഡ് ചാരത്ത് റോഡിൽ മുട്ടുകയും ചെയ്യുന്ന ഒരു സാഹചര്യം വന്നാൽ അപ്പോൾ നമുക്ക് ആലോചിക്കാം.''

മതിൽ പൊളിക്കുക എന്ന കാര്യത്തിനോട് വാഹിദിന്റെ ഭാര്യയ്ക്ക് പൂർണ്ണമായും എതിർപ്പാണ്. അതേച്ചൊല്ലി പലപ്പോഴും അവർക്കിടയിൽ വഴക്കുപോലും ഉണ്ടായിട്ടുണ്ട്. ജ്യേഷ്ഠനും ബന്ധുക്കളും നിരന്തരം ഇങ്ങനെ നിർബന്ധിച്ചു കൊണ്ട് സമ്മർദ്ദത്തിലാക്കുന്നല്ലോ എന്നോർത്ത് അയാൾക്ക് വലിയ പ്രയാസം ഉണ്ടായി. അവരുടെ വാക്കുകൾ കേട്ട് മതിൽ പൊളിക്കുമോ എന്നായിരുന്നു ഭാര്യയുടെ പേടി. വാഹിദ് ഭാര്യയ്ക്കും ബന്ധുക്കൾ അടങ്ങുന്ന നാട്ടുകാർക്കും ഇടയിൽ വീർപ്പു മുട്ടി. മാജിദ് കൂടെ വന്നിട്ട് അവനെക്കൂടെ അറിയിക്കണ്ടേ ഇത്. അപ്പുറത്തെ ഭൂമി അവന്റേതല്ലേ തുടങ്ങിയ കാര്യങ്ങൾ വാഹിദ് അവരോട് ചോദിച്ചപ്പോൾ അലിഹാജി പറഞ്ഞു

''അതൊന്നും നീ നോക്കണ്ട, അവന്റെ കാര്യമൊക്കെ ഞങ്ങൾ വേണ്ടപോലെ ചെയ്യും. പിന്നെ, അവൻ എട്ടടി സ്ഥലം വിട്ടിട്ടുണ്ട്. ഇപ്പോൾ അതിലൂടെയാണ് വണ്ടികൾ പോകുന്നത് അത് നിനക്കറിയാലോ. അതുകൊണ്ട് നീ വെറും നാലടി സ്ഥലമേ വീടേണ്ടതുള്ളൂ. ഇനി അവനെ വിളിച്ച് വരുത്തി ചർച്ച ചെയ്യാൻ നിന്നാൽ പിന്നെ ആറടി നീ വിടേണ്ടി വരും. നിനക്കാണങ്കിൽ സൈഡിൽ സ്ഥലം തീരെ കുറവുമാണ്. മനസ്സിലായോ നിനക്ക്?''

"അല്ല ഇക്കാ, ഞാൻ സമ്മതിച്ചാലും ഇനി അവൻ സമ്മതിക്കാതിരിക്കുമോ. കേസിന്റെ വിധി കാത്തുകൊണ്ടാണല്ലോ അവൻ ഇത് വരെയും സ്ഥിരമായുള്ള വഴി അളന്ന് വിടാത്തതും മതില് കെട്ടാത്തതും."

വാഹിദ് പറഞ്ഞു.

"ഞങ്ങൾ പറഞ്ഞില്ലേ വാഹിദിനോട്, അവന്റെ കാര്യം നീ നോക്കണ്ടാന്ന്. നിന്റെ ജ്യേഷ്ഠന്മാരാണ് ഞങ്ങൾ. ഞങ്ങൾ പറയുന്നത് നീ അനുസരിക്കുക. ഇല്ലെങ്കിൽ പിന്നെ നീയായി നിന്റെ പാടായി. ഇപ്പോൾ നീ സമ്മതിച്ചാൽ മതിൽ ഞങ്ങൾ പൊളിച്ച് നാലടി ഇറക്കി കെട്ടിത്തരും. അതോടെ നിന്റെ ഭാഗം ക്ലിയർ ആയി. ഇത് എന്റെ വാക്കാണ്, ഉറപ്പിച്ചോ നീയ്യ്."

സി.എം. പോക്കർ പറഞ്ഞതിനോട് എല്ലാവരും യോജിച്ചു.

"നാളെ വെളുപ്പിന് ഞാൻ പോവുകയാണ്. എന്താണ് വേണ്ടതെങ്കിൽ നിങ്ങൾ ചെയ്യുക. മതില് പൊളിച്ചിട്ട് കൈ ഒഴിഞ്ഞു പോകരുത്. അവളും മക്കളും ഒറ്റയ്ക്കാണിവിടെ. പൊളിച്ചതുപോലെ തന്നെ ഉടനെ കെട്ടുകയും വേണം."

"അതൊന്നും നീ പേടിക്കണ്ട, പോക്കർക്ക പറഞ്ഞത് നീ കേട്ടില്ലേ പൊളിക്കലും കെട്ടലും ഒരുമിച്ച് നടക്കും."

മഹ്മൂദിന്റെ മറുപടിയിൽ മനസ്സില്ലാമനസ്സോടെ വാഹിദ് സമ്മതം മൂളി അകത്തേക്ക് പോയി. കോപാകുലയായി നിന്ന ഭാര്യയുടെ മുന്നിൽ എന്തുപറയണമെന്നറിയാതെ വാഹിദ് നിന്നു.

"നിങ്ങൾ എന്ത് പണിയാണ് ഈ കാണിച്ചത്. മതില് പൊളിക്കണമെങ്കിൽ തന്നെ അത് മാജിദ് പറഞ്ഞതുപോലെ കേസിന്റെ വിധി വന്നിട്ട് പോരെ? അതിന് മുൻപ് ഇത് ചെയ്തിട്ട് എന്താണ് കാര്യം."

"ഞാൻ എന്താ ചെയ്യുക. നീ കാണുന്നതല്ലേ, നാട്ടിൽ വന്നാൽ അപ്പോൾ വരും ഇവർ. ഇക്കയും ബന്ധുക്കളും ഇങ്ങനെ പറഞ്ഞു പറഞ്ഞ് ഭ്രാന്ത് പിടിച്ചു എനിക്ക്. ഇനി നീയും കൂടെ ഇങ്ങനെ പറഞ്ഞു എന്നെ വിഷമിപ്പിച്ചിട്ട് എന്താണ് കാര്യം. മുപ്പത് ദിവസത്തെ ലീവിന് നാട്ടിൽ വന്നാൽ ഒരു സമാധാനവും തരില്ലാന്ന് വെച്ചാൽ..."

"എത്ര കാലമായി ഇത് തുടങ്ങിയിട്ട് എല്ലാവരും നിങ്ങടെ ആൾക്കാർ തന്നെയല്ലേ, നിങ്ങൾ സമ്മതിക്കേണ്ട ഒരു കാര്യവും ഇല്ലായിരുന്നു. അസൂയയാണ് അവർക്കൊക്കെ അസൂയ. ഈ വീട് വെച്ചതിലും താമസിച്ചതിലും. ഒരു ഗുണവും ഇല്ലാത്ത ഇവരുടെ അടുത്ത് നിന്ന് ഇതൊക്കെ വിറ്റു പെറുക്കി പോവുകയാണ് നല്ലത്. അന്നേ ഞാൻ പറഞ്ഞതാണ് ഈ വീട് ഇവിടെ പണിയെണ്ടന്ന്. അതിനെങ്ങനാ എന്റെ വാക്കല്ലല്ലോ വലുത്. ഇപ്പൊ എന്തായി. നിങ്ങൾടെ ഇക്കയും കൊള്ളാം ബന്ധുക്കളും കൊള്ളാം."

വാഹിദിന്റെ ഭാര്യ പൊട്ടിത്തെറിച്ചു. പെട്ടെന്നുള്ള ദേഷ്യത്തിലല്ല അവരത് പറഞ്ഞത്. അവിടെ വീടുവെക്കാനും ബന്ധുക്കൾക്കിടയിൽ താമസിക്കുവാനും അവർക്ക് ഇഷ്ടമില്ലായിരുന്നു. വിവാഹം കഴിഞ്ഞ ആദ്യ നാൾതൊട്ടേ ഗൾഫിൽ സ്ഥിരമായി താമസിച്ചുപോന്നതിനാലും ജീവിതനിലവാരത്തെ ധാരാളിത്തത്തിൽ കണ്ടുപോയതിനാലും നാട്ടിൽ ഒരു തരി മണ്ണു വാങ്ങിക്കുവാനോ വല്ലതും ബാങ്കിൽ നിക്ഷേപം കരുതാനോ വാഹിദിന് കഴിഞ്ഞിരുന്നില്ല. നാട്ടിലും ബന്ധുക്കളിലും ഉള്ള പ്രവാസികളായ പലർക്കും വീടും സൗകര്യങ്ങളുമൊക്കെ ആയപ്പോഴും വാഹിദിന് മാത്രം ഒരു വീടോ പത്ത് സെന്റ് ഭൂമിയോ ഉണ്ടാവാതിരുന്നതിൽ അടുത്ത ബന്ധുക്കൾക്ക് പ്രയാസം ഉണ്ടായിരുന്നു. അത് കൂടുതലും പ്രകടിപ്പിച്ചിരുന്നത് വാഹിദിന്റെ ഇത്താത്തയും മാജിദിന്റെ ഉമ്മയുമായ നബീസയാണ്. ഒരിക്കൽ അവർ മക്കളോട് പറഞ്ഞു.

‘‘അവന്റെ മക്കൾ വലുതായിത്തുടങ്ങി, ഇനിയും ഇവൻ ഭാവിയെക്കുറിച്ച് ചിന്തിക്കാതെ പോയാൽ ശരിയാവില്ല. ഈ ഗൾഫ് എന്നും ഉണ്ടാകുമോ. നാട്ടിൽ വന്നാൽ കിടക്കാൻ ഒരിടം വേണ്ടേ.’’

‘‘അവർക്കല്ലേ ആ വിചാരം വേണ്ടത്, പിന്നെ അമ്മായിക്കാണെങ്കിൽ ഇവിടെ വീട് വെക്കുന്നതിലൊന്നും തീരെ താല്പര്യവും ഇല്ലല്ലോ.’’ ഹിഷാം പറഞ്ഞു.

നബീസ തുടർന്നു

‘‘അവളുടെ താല്പര്യം നോക്കിയാൽ അവനൊരു വീടില്ലാതെ കഴിയേണ്ടി വരും. പറഞ്ഞുകൊടുക്കാനും നിർബന്ധിച്ച് ചെയ്യിപ്പിക്കാനും ഉപ്പയും ഉമ്മയും ഇല്ലാതെ പോയില്ലേ, പാവം എന്റെ മോൻ, അവൻ എത്ര ചെറുപ്പത്തിലാണെന്നോ പേർഷ്യയ്ക്ക് പോയത്, അതും ലാഞ്ചിക്ക് പോയിട്ട് ബഹറ് നീന്തിയാണ് കരയ്ക്ക് കേറിയത്. അവനൊന്നു രക്ഷപ്പെട്ടപ്പഴാ മക്കളെ നമ്മളും ഒന്ന് നിവർന്നു നിന്നത്. അങ്ങനത്തെ എന്റെ കുട്ടി ഗൾഫിൽ തന്നെ കഴിഞ്ഞു പോന്നാൽ നാളെ അവന്റെ കയ്യിലൊന്നുമുണ്ടാവില്ല.’’

‘‘അതിന് നമ്മൾ എന്ത് ചെയ്യണമെന്നാണ് ഉമ്മ പറയുന്നത്?’’

മക്കളിൽ രണ്ടാമത്തവൻ ഷാഫി ചോദിച്ചു.

‘‘മക്കളേ, തറവാട്ടിൽ ഉമ്മാടെ ഭാഗം പറമ്പ് ഞാൻ അവന് കൊടുക്കാൻ വിചാരിക്കുകയാണ്. അവന് കിട്ടിയതിൽ കുറച്ച് സ്ഥലത്ത് കുളമുള്ളതിനാൽ അവിടെ വീടുപണിയാൻ അവന് താല്പര്യമില്ലെന്നാണ് അറിഞ്ഞത്.’’

‘‘അപ്പോൾ നമുക്ക് ആ സ്ഥലമോ?’’

ഷാഫിക്ക് ആശ്ചര്യമായി.

‘‘അതേ, അത് മതി. നിങ്ങൾക്കാർക്കും ഇപ്പൊ പെട്ടെന്ന് അവിടെ വീടുവെക്കാനൊന്നും പോകുന്നില്ലല്ലോ. ഇനി വെക്കണമെങ്കിൽ അപ്പോൾ നമുക്ക് ശരിയാക്കാം. എന്താടാ നീയൊന്നും പറയാത്തത്?’’

മാജിദിനെ നോക്കി നബീസ ചോദിച്ചു.

‘‘എനിക്കൊന്നും പറയാനില്ല, ഉമ്മയും ഇക്കമാരും എന്ത് തീരുമാനിച്ചാലും എനിക്കത് സമ്മതമാണ്. ഇനി പറമ്പ് പറ്റിയില്ലെന്നും പറഞ്ഞ് മാമ വീട് ഉണ്ടാക്കാതിരിക്കണ്ട.’’

അങ്ങനെയാണ് വാഹിദിന് അവിടെ വീടും മതിലും ഗേറ്റുമൊക്കെ ഉണ്ടായത്. ഇന്നത് പൊളിപ്പിക്കുവാൻ വാഹിദിന്റെ ബന്ധുക്കൾ തന്നെ മുൻകൈയ്യെടുക്കുമ്പോൾ അത് അവരുടെ വീട്ടുകലഹത്തിന് കാരണമാകുന്നതിൽ അത്ഭുതപ്പെടാനില്ല. ഭാര്യയെ വാഹിദ് സമാധാനിപ്പിക്കുവാൻ ശ്രമിച്ചുകൊണ്ടിരുന്നെങ്കിലും തന്റെ ദേഷ്യവും വിരോധവും അവൾ പ്രകടിപ്പിച്ചുകൊണ്ടിരുന്നു.

‘‘സാരമില്ല, നീയൊന്ന് സമാധാനിക്ക്. പോയത് പോട്ടെ, മതിൽ അവർ പൊളിച്ചു കെട്ടിത്തരും. അത് പോക്കർക്ക എന്നോട് വാക്ക് പറഞ്ഞിട്ടുണ്ട്. പിന്നെ നാലടി സ്ഥലം അല്ലേ പോകൂ.’’

‘‘ഇതൊക്കെ പറഞ്ഞിട്ട് നിങ്ങൾ പോകും. പിന്നെ ഞാൻ ഈ വീട്ടിന്റെ അകത്തിരുന്നിട്ട് ആരോട് പറയാനാണ്. കെട്ടിയ മതിലൊക്കെ പൊളിക്കുക എന്നു വെച്ചാൽ, എത്ര അറ്റമെത്തിയ കാര്യമാണ് ഇതൊക്കെ, അതിന് മാത്രം ഇവിടെ എന്ത് റോഡാണ് വരാൻ പോകുന്നത്. നിങ്ങളെ പറഞ്ഞാൽ മതി. അല്ലെങ്കിൽ അവരുടെ മുഖത്ത് നോക്കി പറയണമായിരുന്നു പറ്റില്ലെന്ന്. എന്തേ അവർ മാജിദിനോട് പറയാത്തത്. ഇവർ കുറച്ചാളുകൾ ഗൾഫിൽ നിന്നും വരുന്നതുവരെയും മറ്റ് നാട്ടുകാർക്കൊന്നും ഒരു പ്രശ്നവും ഇല്ലാതിരുന്നല്ലോ. നിങ്ങൾ മാജിദിനെ ഒന്ന് വിവരം അറിയിക്ക്. അവൻ മതില് പൊളിക്കാൻ സമ്മതിക്കരുത് എന്നാണ് എന്നോട് പറഞ്ഞിട്ടുള്ളത്. അരികിൽ കിടക്കുന്ന ഇക്കയും കാരണവന്മാരും നാട്ടുകാരുമൊക്കെ പറയുന്നതിനപ്പുറം അവന്റെ വാക്കിന് ഞാൻ വില കൽപിച്ചാൽ പിന്നെ അത് മതി ഇവരൊക്കെയും ഞാൻ ധിക്കാരിയാണെന്ന് കൂടി പറയാൻ.’’

‘‘സ്വന്തം കാര്യം ആരുടേയും മുഖത്ത് നോക്കി സംസാരിക്കാൻ കഴിയണം. നിങ്ങൾ ഒരു പാവമാണെന്ന് അവർക്കറിയാം. അല്ലെങ്കിൽ മാജിദ് പറഞ്ഞത് പോലെ ഇപ്പോഴൊന്നും വേണ്ട, കേസ് ജയിച്ചാൽ നമുക്ക് മതിൽ പൊളിക്കണം, എന്നല്ലേ അവർ പറയേണ്ടത്?’’

വാഹിദ് ഗൾഫിലേക്ക് പോയപ്പോൾ ജ്യേഷ്ഠനും ബന്ധുക്കളും ചേർന്ന് മതിൽ പൂർണ്ണമായും പൊളിച്ചു മാറ്റി. പൊളിപ്പിക്കുവാനുണ്ടായ ആവേശം അത് കെട്ടിക്കൊടുക്കുന്നതിൽ ആരും കാണിച്ചില്ല.

മതിൽ ഇല്ലാത്തതിനാൽ ചില സാമൂഹ്യവിരുദ്ധരും പട്ടികളുമൊക്കെ ആ വീടിന്റെ മുറ്റത്തും പറമ്പിലും രാത്രികാലങ്ങളിൽ മേയുന്നു എന്ന് മനസ്സിലാക്കിയ വാഹിദിന്റെ ഭാര്യ ഭർത്താവിന്റെ ജ്യേഷ്ഠനോടും മറ്റ് ബന്ധുക്കളോടും കാര്യങ്ങൾ പറഞ്ഞു. താൻ അനുഭവിക്കുന്ന സുരക്ഷിതത്വക്കുറവും ഭയവും അവർക്കൊന്നും ഒരു പ്രയാസവും സൃഷ്ടിച്ചില്ല. പല പ്രാവശ്യം മതിൽ കെട്ടിത്തരണമെന്ന് ആവശ്യപ്പെട്ടിട്ടും അവരാരും തിരിഞ്ഞു നോക്കുകപോലും ചെയ്തില്ല. ഗൾഫിൽ നിന്നും വാഹിദ് എല്ലാവരെയും പലതവണ വിളിച്ചുവെങ്കിലും കാര്യമുണ്ടായില്ല. ഒടുവിൽ വാഹിദും ഭാര്യയും മാജിദിനെ വിളിച്ചു വിവരങ്ങൾ പറഞ്ഞു. പക്ഷേ, മാജിദ് നിസ്സഹായനായിരുന്നു. അയാൾ പലവട്ടം പറഞ്ഞതായിരുന്നു മതിൽ പൊളിക്കാൻ സമ്മതിക്കരുത് എന്ന്. ഇപ്പോൾ എല്ലാം കഴിഞ്ഞതിനുശേഷം തനിക്കെന്താണ് ചെയ്യാനാവുക. ഈ വിഷയത്തിൽ ആരോടും സംസാരിക്കാൻ മാജിദ് കൂട്ടാക്കിയില്ല. അമ്മാവനും ഭാര്യയും ആവർത്തിച്ചു വിളിച്ചപ്പോൾ അയാൾ പറഞ്ഞു

‘‘മതിൽ പൊളിപ്പിച്ചവർ ഒരിക്കലും ആ മതിൽ ഇനി കെട്ടിത്തരാൻ പോകുന്നില്ല. നിങ്ങൾ നിങ്ങളുടെ സുരക്ഷിതത്വമാണ് ആഗ്രഹിക്കുന്നുവെങ്കിൽ സ്വന്തം കയ്യിൽ നിന്നും പണം എടുത്ത് മതിൽ കെട്ടിക്കുന്നതാണ് നല്ലത്.’’

അയാൾ ഓർത്തു, പൊളിപ്പിച്ചവരുടെ ഒരിഞ്ചു ഭൂമിയോ തെങ്ങോ ഒന്നും തന്നെ ഈ വഴിക്കുവേണ്ടി നഷ്ടം വന്നിട്ടില്ല. അവരുടെ വീടുകൾ ഈ റോഡിൽ നിന്നും അകലെയുമാണ്. അവരെല്ലാം ചുറ്റും മതിൽ കെട്ടി ഗേറ്റ് വെച്ച വീട്ടിലാണ് ഉറങ്ങി ഉണരുന്നത്. അതുകൊണ്ട് തന്നെയാണ് മാജിദ് പറഞ്ഞത് സ്വന്തം പണം മുടക്കി മതിൽ കെട്ടിക്കോളാൻ. അതുതന്നെയാണ് ശരിയെന്ന് മനസ്സിലാക്കിയ വാഹിദും ഭാര്യയും ഉടൻ തന്നെ മതിൽ കെട്ടുവാനുള്ള ഏർപ്പാടുകൾ ആരംഭിച്ചു. എത്ര അടിയാണ് റോഡിന് വിടേണ്ടത് എന്നോ എങ്ങനെയാണ് അത് ചെയ്യുക എന്നോ അവർക്ക് അറിയില്ലായിരുന്നു. ആരോടെങ്കിലും ചോദിച്ച് അളവ് വെച്ചുകൊടുക്കാനായി വാഹിദിന്റെ ഭാര്യ ബന്ധുക്കളെ പല തവണ ഫോണിൽ വിളിക്കുകയും എടുക്കാതായപ്പോൾ ചിലരെ നേരിൽ ചെന്ന് കാണുകയും ചെയ്തു. എന്നാൽ അവരൊക്കെയും അതിന്റെ ഉത്തരവാദിത്തം മാജിദിന്റെ തലയിൽ ചാരി പിന്മാറുകയാണുണ്ടായത്. അവർ പറഞ്ഞു

‘‘മാളേ, മാജിദിന്റെയും നിന്റേയുമാണ് ആ അതിര്. അവിടെ ഞങ്ങൾക്കെന്താണ് കാര്യം. നിങ്ങൾ കുടുംബക്കാരല്ലേ, അതുകൊണ്ട് മാജിദിനെ വിളിച്ച് അവനുമായി ആലോചിച്ച് വേണ്ടത് ചെയ്യുക. പിന്നെ, അവനെ അറിയിക്കാതിരിക്കുന്നതാണ് നല്ലത്. അവൻ വന്നാൽ നിങ്ങൾ ആറടി വിടേണ്ടി വരും. അത് മറക്കണ്ട.’’

ഇതുമായി ബന്ധപ്പെട്ട് മാജിദിനെ വിളിക്കാൻ അവർക്ക് തോന്നിയില്ല. ഒരിക്കൽ വിളിച്ചപ്പോൾ മാജിദ് പറഞ്ഞത് നല്ല ഓർമ്മയുണ്ട്.

''മതിൽ പൊളിച്ചതോടെ അവരുടെ കാര്യം കഴിഞ്ഞു. അവർ പിന്മാറി. ഇനി നമ്മൾ തമ്മിലാകട്ടെ എന്നാണ് അവർ കരുതുന്നത്. അതൊരു ചതിയാണ്. നാളെ കേസ് തോറ്റാൽ ഇപ്പോൾ വിടുന്ന സ്ഥലം നിങ്ങൾക്ക് തിരിച്ചു വേണമെങ്കിൽ മതില് ഒരിക്കൽ കൂടി പൊളിച്ച് കെട്ടേണ്ടി വരും. അത് ആര് ചെയ്യും. ഇല്ലെങ്കിൽ എന്റെ മുറ്റത്ത് നിങ്ങൾ വിടുന്ന സ്ഥലം കാലാകാലം എന്റെ ഭൂമിയോട് ചേർന്ന് കിടക്കും. അത് പിന്നെ നാളെ എനിക്കും നിങ്ങൾക്കും ഇടയിൽ ഒരു പ്രയാസമായി നിലനിൽക്കും. ഞാനാണെങ്കിൽ ഈ കേസിന്റെ വിധിവന്നാൽ ഇപ്പോഴുള്ള ഈ വഴി വീടിന്റെ പുറകുവശത്തുകൂടി മാറ്റണം എന്നാണ് കരുതുന്നത്. അങ്ങനെയാകുമ്പോൾ മാമ വിടുന്ന വഴികൊണ്ട് ഒരു പ്രയോജനവും ഉണ്ടാവില്ല. അതുകൊണ്ടാണ് ഞാൻ പറഞ്ഞിരുന്നത് കേസിന്റെ അന്തിമവിധി വരുന്നത് വരെയും മതിൽ പൊളിക്കരുത് എന്ന്.''

മാജിദിന്റെ വാക്കുകൾ ഓർത്തപ്പോൾ ഒരു തീരുമാനത്തിലെത്താതെ ആകെ കുഴങ്ങിപ്പോയി. അവർ വാഹിദിനോട് വിവരങ്ങൾ അറിയിച്ചു.

''എന്തായാലും നീ മാജിദിനെ വിളിക്കുക, ഞാനും വിളിച്ച് വിവരം പറയാം. അവൻ വന്നിട്ട് അളവ് വെച്ചിട്ട് പോകട്ടെ. എത്ര സ്ഥലം പോകുമെന്ന് അറിയാലോ?''

അമ്മാവനും അമ്മായിയും അഭ്യർത്ഥിച്ചപ്പോൾ തിരക്കുകൾ ഉണ്ടായിട്ടും മാജിദ് എത്തി. മതിൽ പൊളിഞ്ഞു കിടക്കുന്നത് കണ്ടപ്പോൾ അയാളുടെ മനസ്സ് പിടച്ചു.

''എന്തൊരു അക്രമമാണ് കാണിച്ചിരിക്കുന്നത്, തെമ്മാടിത്തം.''

വീട്ടിലേക്ക് നടന്നു കയറുമ്പോൾ ഉമ്മറത്ത് നിന്നും രണ്ട് പട്ടികൾ ഇറങ്ങി ഓടുന്നുണ്ടായിരുന്നു. അതുകൂടി കണ്ടപ്പോൾ ദേഷ്യം വന്നു. ഈ മതിൽ പൊളിച്ചുകിടക്കുന്നതിനാൽ അവർ അനുഭവിക്കുന്ന മാനസിക സംഘർഷങ്ങൾ എത്ര വലുതായിരിക്കുമെന്ന് മാജിദിന് അറിയാം. ഉമ്മറത്ത് കയറി ബെല്ലടിച്ചപ്പോൾ വാതിൽ തുറന്ന് അമ്മായി പറഞ്ഞു

''ഹാവൂ, സമാധാനമായി. നീ വന്നല്ലോ. നീ ഇത് കണ്ടില്ലേ കിടക്കണ കിടപ്പ്. ആകെ ഇടിച്ചു പൊളിച്ചിട്ടുകൊണ്ട് അവര് പോയി. മാസങ്ങൾ കഴിഞ്ഞു. മുറ്റത്തും കോലായിലും പട്ടിയും പൂച്ചയും കയറി കിടക്കുവാ ഇപ്പൊ.''

''ഞാൻ കണ്ടു. രണ്ട് പട്ടികൾ എന്നെ കണ്ടപ്പഴാ എണീറ്റ് ഓടിയത്.''

അമ്മായിയുടെ കണ്ണുകൾ നിറഞ്ഞു. അവർ കരഞ്ഞ് പറഞ്ഞു

''നശിച്ചുപോകും അവന്മാര്. അവരോട് പടച്ചോൻ ചോദിക്കാതിരിക്കില്ല. ഒരു കേടും ഇല്ലാത്ത എന്റെ മതില് പൊളിപ്പിച്ചതിന് അനുഭവിക്കും. എങ്കിലും എന്റെ മാജി, ഇതൊക്കെ അറിഞ്ഞിട്ടും ഇവിടം വരെ നീയൊന്ന് വന്നില്ലല്ലോ. ഞങ്ങൾക്കാരാ ഉള്ളത്?''

''സാരമില്ല ഞാൻ അന്ന് പറഞ്ഞതല്ലേ. ഇനി വേണ്ടത് എത്രയും വേഗം ഈ മതിൽ കെട്ടിക്കുകയാണ്, അത് വൈകിക്കരുത്.''

''അതിന് കെട്ടേണ്ട ഭാഗം ഒന്ന് അളന്ന് തരണ്ടേ. അവർ ഇതു വരെയും ഒന്ന് തിരിഞ്ഞു നോക്കുകപോലും ചെയ്തില്ല. എല്ലാം മാജിദിനോട് ചോദിച്ച് ചെയ്യാനാണ് പറഞ്ഞത്.''

''ഞാനെന്ത് ചെയ്യാൻ. എനിക്കിതിൽ യാതൊരു പങ്കുമില്ല. വഴി വിടാനും മതില് പൊളിക്കാനുമൊന്നും ഞാൻ നിങ്ങളോട് പറഞ്ഞിട്ടില്ല. നാളെ പുന്നത്തൂർക്കാർ ജയിച്ചാൽ ഈ വഴി മുടങ്ങും. നിങ്ങൾ ഇപ്പോൾ വിടുന്ന ഈ സ്ഥലം പോയതുതന്നെ. അന്ന് നമ്മൾ തമ്മിലൊരു ഇഷ്ടക്കുറവിനും വഴക്കിനും ഉള്ള പണിയാണ് ഇപ്പോൾ ഇവർ ഒരുക്കിയത്. ഇത് ഞാൻ മുന്നേ പല പ്രാവശ്യവും പറഞ്ഞിട്ടുള്ളതാണ്. നാളെ അവർ പറയും അത് മാജിദ് വന്ന് അളന്നിട്ടാണ് കെട്ടിച്ചത്. ഞങ്ങൾക്കിതിൽ പങ്കില്ല എന്ന്.''

''മാജിദ് നീ എന്തായാലും വന്നതല്ലേ, ഒന്ന് അളവ് വെച്ചു തായോ. നാളെ പണിക്കാരോട് വരാൻ പറയാനാണ്.''

അമ്മായി അഭ്യർത്ഥിച്ചു.

''നാളെ പന്ത്രണ്ടടി റോഡ് ഇതിലെ വരും എന്ന ഉറപ്പുണ്ടെങ്കിൽ ആറടിയാണ് വിടേണ്ടത്. എന്നാൽ ഞാൻ വീണ്ടും പറയുന്നു. കേസിൽ പുന്നത്തൂർക്കാർ മാത്രമേ ജയിക്കൂ. ഇതിലെ പന്ത്രണ്ടടിയിൽ ഒരു റോഡ് ഒരിക്കലും ഉണ്ടാകില്ല. ഇനി ഉണ്ടാകും എന്ന് വിശ്വസിച്ചിട്ടാണ് മതില് കെട്ടുന്നതെങ്കിൽ നിർബന്ധമായും മതിൽ ആറടി ഇറക്കി കെട്ടണം. അല്ലെങ്കിൽ പൊളിച്ച സ്ഥലത്ത് തന്നെ കെട്ടുക. നടവഴി എന്റെ ആധാരത്തിൽ ഉള്ളതാണ്. അത് ഞാൻ തന്നെ കൊടുത്തുകൊള്ളാം. റോഡ് വരുന്ന കാലത്ത് ഞാൻ ഇപ്പോൾ വഴിക്ക് എട്ടടി വിട്ടതിൽ നിന്നും രണ്ടടി എടുത്ത് ബാക്കി ആറടി നൽകും. അതും എന്റെ വീടിന്റെ പുറകിലൂടെ.''

ടാപ്പും അളവിൽ വക്കാനുള്ള കുറ്റിയുമെടുത്ത് മതിൽ കെട്ടേണ്ട സ്ഥലത്തേക്ക് മാജിദ് നടന്നു. അമ്മായിയെ കൊണ്ട് തന്നെ അളവ് പിടിപ്പിച്ച് കുറ്റിയടിച്ചു.

''ഇതാണോ അളവ്, ഇതിപ്പോ വീടിനോട് ചേർന്നല്ലോ.''

“അതെ ഇതാണ് അളവ്. വഴിക്ക് വേണ്ടിയാണ് മതിൽ പൊളിച്ച തെങ്കിൽ ഇനി കെട്ടേണ്ടത് ഇവിടെയാണ്. വഴി വരുന്ന കാലത്ത് ഞാനും ആറടി വിടും.”

“വഴി വന്നില്ലെങ്കിൽ വിടുന്ന സ്ഥലം അപ്പുറത്ത് കിടക്കും അല്ലേ?”

അമ്മായിയുടെ ആ ചോദ്യത്തിൽ എന്തെന്നില്ലാത്ത ആകാംക്ഷ ഉണ്ടായിരുന്നു.

“അതെ, അതുകൊണ്ടാണ് ഞാൻ പറഞ്ഞത് മതില് പൊളി ക്കാൻ പാടില്ലായിരുന്നു എന്ന്.”

മാസങ്ങൾക്കു ശേഷം തന്റെ വീടുപണികൾ കുറേശ്ശെ തീർക്കു ന്നതിന്റെ ഭാഗമായി മാജിദ് അവിടെ ചെന്നപ്പോൾ കണ്ട കാഴ്ച വേദനിപ്പിക്കുന്നതായിരുന്നു. മതിൽ ഇറക്കി കെട്ടിയിരിക്കുന്നത് ആറടിയിലല്ല. വെറും രണ്ടര അടി മാത്രമാണ്.

“നാളെ റോഡ് വന്നാൽ താൻ തന്നെ ബാക്കിവരുന്ന ഒമ്പതര അടികൂടി സ്ഥലം വിടട്ടെ എന്നാണോ ഇവർ വിചാരിക്കുന്നത്. എന്താണ് ഇവരെല്ലാം തന്നോട് ഇങ്ങനെ കാണിക്കുന്നത്. തനിക്കാ ണെങ്കിൽ വീടിന്റെ മുൻഭാഗത്ത് സ്ഥലം കുറവാണെന്നത് ഇവർ കാണുന്നതുമല്ലേ.”

അയാൾ അമ്മാവന്റെ വീട്ടിലേക്ക് ചെന്നു. അമ്മായിയോട് വിവരം അന്വേഷിച്ചു

“അറിയില്ല മാജി. പണിക്കാര് വന്നപ്പോൾ റോഡിന്റെ ആളു കളാണ് അളവും പണിയുമെല്ലാം പറഞ്ഞു കൊടുത്തത്.”

“ആരൊക്കെയുണ്ടായിരുന്നു അപ്പോൾ.”

“സി എം. പോക്കറും ജമാലുദ്ദീനും നമ്മുടെ ഇക്കയും കോവിലെ അലിഹാജിയും അബുക്കയും പിന്നെ മഹ്മൂദും.”

മാജിദ് ഒന്നും പറയാതെ വണ്ടിയുമെടുത്ത് അവരുടെ വീടുകളി ലേക്ക് ചെന്ന് കാര്യങ്ങൾ തിരക്കി.

“മാജി, നീ കരുതും പോലെ ഞങ്ങളല്ല അളവ് വെച്ചു കൊടു ത്തത്. നിന്റെ അമ്മായിയാണ്. നീ വന്ന് അളവ് കാണിച്ചുകൊടുത്ത തല്ലേ, പിന്നെ ഇതൊക്കെ നിങ്ങൾ കുടുംബക്കാർ തമ്മിലുള്ള വിഷ യമാണ്. ഞങ്ങളെ ഇതിലേക്ക് വലിച്ചിടരുത്.”

പോക്കർ അത് പറഞ്ഞപ്പോൾ മറുപടി പറയാൻ ഒരുപാടുണ്ടാ യിരുന്നു അയാൾക്ക്. എന്നാൽ ആരോടും ഒന്നും പറയാതെ തിരിച്ചു പോന്നു.

വെള്ളാങ്ങല്ലൂരിലെ വെള്ളിനക്ഷത്രങ്ങൾ

ഇരിങ്ങാലക്കുടയിലെ വാടകവീട്ടിലെ താമസം ഒട്ടും സമാധാനപരമായിരുന്നില്ല. തന്റെ ബിസിനസ്സ് യാത്രകളിൽ പ്രിയപ്പെട്ട ഭാര്യയും കുഞ്ഞു മക്കളും ആ വീട്ടിൽ ഒറ്റപ്പെടുകയാണെന്നോർക്കുമ്പോൾ താങ്ങാവുന്നതിലേറെ ടെൻഷൻ അനുഭവിക്കുന്നുണ്ട്. ഡൽഹിയിലെ ജോലികൾ കഴിഞ്ഞാൽ പിന്നെ ചെന്നൈയിലേക്കാണ് വന്നെത്തുക. അവിടെ പ്രസാദ് സ്റ്റുഡിയോയിലും വിജയവാഹിനിയിലും ജമിനിയിലും കയറി താൻ സ്വന്തമാക്കിയ ചിത്രങ്ങളുടെ പകർപ്പവകാശം രജിസ്റ്റർ ചെയ്യുകയും ലാബ് കൺഫർമേഷൻ വാങ്ങിക്കുകയും വേണം. ചില ചിത്രങ്ങളുടെ പ്രിന്റ് നെഗറ്റീവിൽ നിന്ന് തന്നെ ഡയറക്റ്റായി എടുക്കേണ്ടതായും വരും. അപ്പോൾ വീണ്ടും വൈകും, ചിലപ്പോൾ അവിടെ നിന്നും പ്രിന്റുകൾ കിട്ടിയില്ല. പഴയ ചിത്രങ്ങളാകുമ്പോൾ അതിന്റെ നെഗറ്റീവും സൗണ്ടുമൊക്കെ നഷ്ടപ്പെടും. ചിലത് കാലപ്പഴക്കത്താൽ ഒട്ടിപ്പിക്കും. അങ്ങനെ വന്നാൽ അടുത്ത പടി എൻ.എഫ്.ഡി.സിയെ സമീപിക്കുകയാണ്. അവിടെ എഗ്രിമെന്റ് കാണിച്ച് ക്യാഷ് അടച്ചാലും പിന്നെയും കൈക്കൂലി കൊടുക്കേണ്ടി വരും. എങ്കിലും കാര്യം നടക്കും. അവിടെയും ഇല്ലെങ്കിൽ പിന്നെ ചാനലുകളിൽ ശ്രമിക്കണം. അതിനും പിന്നെയും ദിവസങ്ങൾ വേണ്ടി വരും എല്ലാം കഴിഞ്ഞ് വീട്ടിലെത്തിയാൽ തന്നെയും ഒരു പകലോ ഒരു രാത്രിയോ മാത്രമേ വീട്ടിൽ നിൽക്കാൻ പറ്റാറുള്ളൂ. യാത്രാമദ്ധ്യേ ചിലപ്പോൾ വീട്ടിൽ പോയിട്ടേ ചാനലുകളിൽ പോകാറുള്ളൂ.

ചാനലുകൾ തിരുവനന്തപുരത്ത് ആയതിനാൽ അടുത്ത യാത്ര അങ്ങോട്ടേക്കാണ്.അവിടെ ഏഷ്യാനെറ്റ്, കൈരളി, സൂര്യ എന്നീ ചാനലുകളിലും ചിത്രാഞ്ജലി സ്റ്റുഡിയോയിലും ദൂരദർശനിലും കയറിയിറങ്ങണം. കോപ്പിറൈറ്റും പ്രിന്റുകൾ സംഘടിപ്പിക്കുകയും ചെയ്യുക എന്നത് വലിയ ബുദ്ധിമുട്ട് തന്നെയാണ്. കോപ്പി റൈറ്റ് വാങ്ങിക്കുക എന്നതുപോലെ എളുപ്പമല്ല അത്. ഓരോ ചിത്രത്തിന്റെയും കോപ്പി കിട്ടുകകൂടി ചെയ്താലേ സി ഡി പഞ്ചിങ് നടക്കൂ.

ചുരുക്കത്തിൽ സിനിമയുള്ളിടത്തെല്ലാം അയാൾക്ക് ഓടിയെത്തേണ്ട തായുണ്ടായിരുന്നു. അപൂർവ്വം ചില സിനിമകൾ എറണാകുളത്തും പഞ്ച് ചെയ്തിരുന്നുവെങ്കിലും ഭൂരിഭാഗവും ഡൽഹിയിൽ തന്നെ യായിരുന്നു. എങ്ങനെയാണങ്കിലും തിരക്ക് തന്നെ. കാരണം ഓരോ ആഴ്ചയിലും ഓരോ ചിത്രങ്ങളുടെ സി ഡി., ഡി വി ഡി റിലീസ് ചെയ്യുന്ന ഒരു വലിയ പ്രസ്ഥാനമായി മാജിദ് ഉൾപ്പെടുന്ന ആ കമ്പനി മാറിയിരുന്നു. ചുരുങ്ങിയ സമയം കൊണ്ട് അത്രമാത്രം സിനിമ കളുടെ കോപ്പി റൈറ്റുകൾ അയാൾ വാങ്ങിക്കൂട്ടിയിരുന്നു. കൂടു തലും മലയാള സിനിമകളും മറ്റ് പ്രോഗ്രാമുകളുമാണ് മാർക്കറ്റിൽ ചൂടപ്പം പോലെ അവയൊക്കെയും വിറ്റ് പോയി. അവയുടെ ഒക്കെ എഗ്രിമെൻറും മെറ്റീരിയലും സംഘടിപ്പിക്കുക എന്ന കാര്യം അത്ര നിസ്സാരമല്ലായിരുന്നു. അതിന് വിശ്രമം ഇല്ലാതെ ഓടിയാലേ സാധി ക്കുമായിരുന്നുള്ളൂ. ഈ മേഖലയിലെ വമ്പന്മാരുമായിട്ടായിരുന്നു മാർക്കറ്റിൽ അയാൾക്ക് മുട്ടാനുണ്ടായിരുന്നത്. അവർ മാസത്തിൽ ഒരു പടം റിലീസ് ചെയ്യുമ്പോൾ ആഴ്ചയിൽ ഒന്ന് വീതം റിലീസ് ചെയ്ത് മാർക്കറ്റിൽ പെട്ടെന്ന് പോപ്പുലറാവാൻ അയാളുടെ കമ്പ നിക്ക് സാധിച്ചു.

സിനിമകളുടെ കോപ്പിറൈറ് മറ്റൊരാൾ കള്ളത്തരത്തിൽ അവ കാശപ്പെടുത്തുക അല്ലെങ്കിൽ പ്രൊഡ്യൂസർ തന്നെ തന്റെ ചിത്രങ്ങൾ ഒന്നിൽ കൂടുതൽ പേർക്ക് വിൽക്കുക തുടങ്ങിയ സംഭവങ്ങൾ കാരണം ചില സിനിമകളുടെ പേരിൽ പൊലീസ് കേസുകളും കോടതി നട പടികളുമൊക്കെ ഉണ്ടാവാറുണ്ട്. ഈ യാത്രാതിരക്കുകൾക്കുള്ളിൽ അതിനുള്ള സമയവും കണ്ടെത്തേണ്ടിയിരുന്നു.

‘‘ഈ അലച്ചിലുകൾ കാണുമ്പോൾ എത്ര കാലമാണ് ഇങ്ങനെ ഓടുക.അതും ഞങ്ങളെ ഈ വാടക വീട്ടിൽ ആക്കിയിട്ട്. ഇങ്ങനെ ഒക്കെ ഓടണോ. ഒരാഴ്ചയെങ്കിലും വീട്ടിൽ നിന്നിട്ട് പോയാൽ പോരെ?’’

ഭാര്യയുടെ സ്വരത്തിൽ പരിഭവവും വിഷമവും ഉണ്ടായിരുന്നു.

‘‘ഈ ഓട്ടം അധിക നാൾ ഉണ്ടാവില്ല. ഈ ബിസിനസ്സും. ഇനിയും കിട്ടാവുന്ന കോപ്പി റൈറ്റുകൾ വളരെ കുറച്ചേയുള്ളൂ. അതും കൂടി വാങ്ങിക്കണം പിന്നെ ഈ അടുത്തിടെ കാലാവധി കഴിയുന്ന ചില ചിത്രങ്ങളുടെ ചാനൽ റൈറ്റുകൾ കൂടിയുണ്ട്. അതുകൂടി ഞാൻ സംസാരിച്ചു വെച്ചിട്ടുണ്ട്. ഇത്രയും കൂടി കിട്ടണമെങ്കിൽ ഈ ഓട്ടം ഇതേപോലെ ഓടിയേ പറ്റൂ. അതുകഴിഞ്ഞാൽ പിന്നെ വീട്ടിൽ തന്നെ യിരിക്കാം.’’

‘‘എന്നാലും ഇങ്ങനെ ഓടണോ. കിട്ടിയതൊക്കെ മതിയില്ലേ, അല്ലെങ്കിൽ വേറെ ആരെയെങ്കിലും അയച്ചുകൂടെ?’’

‘‘നീ കുറച്ചുകൂടെ ക്ഷമിക്കണം. ഈ യാത്രകൾ ഞാൻ തന്നെ ചെയ്യാതെ പറ്റില്ല.’’

ഒരു ദിവസം വെള്ളാങ്ങല്ലൂരിലുള്ള സുഹൃത്തായ ജമീൽ സെയ്ദുവിനെ കാണുകയുണ്ടായി. അവരുടെ സൗഹൃദ സംഭാഷണങ്ങൾക്കിടയിൽ പറഞ്ഞു

''വെള്ളാങ്ങല്ലൂരിലെ ബ്ലോക്ക് ജംഗ്ഷനിൽ നല്ലൊരു വീട് മെയിൻ റോഡ് സൈഡിൽ തന്നെ ഉണ്ട്, അങ്ങോട്ട് താമസം മാറിക്കൂടെ, എന്റെ സുഹൃത്തിന്റെ വീടാണത്. നല്ല ഫാമിലിയെ കിട്ടിയാൽ അത് വാടകക്ക് കൊടുക്കും.''

തൊട്ടടുത്ത് തന്നെ കടകളും പള്ളിയും ആശുപത്രിയും ഉണ്ടെന്ന് ആ സുഹൃത്ത് പറഞ്ഞപ്പോൾ ഭാര്യയുമായി ഇക്കാര്യം മാജിദ് ചർച്ച ചെയ്തു. അവളും യോജിച്ചു. അതുപ്രകാരം ഉടനെ തന്നെ വെള്ളാങ്ങല്ലൂരിലെ ബ്ലോക്ക് ജംഗ്ഷനിലുള്ള ആ വീട്ടിലേക്ക് താമസം മാറി കൂടുതൽ സുരക്ഷിതത്വവും സന്തോഷവും അവരുടെ ജീവിതത്തിൽ ഉണ്ടായി.

ബ്ലോക്ക് ജംഗ്ഷൻ ചെറിയ ഒരു സെന്റർ ആണ്. തൃശ്ശൂർ-കൊടുങ്ങല്ലൂർ റോഡിന് കിഴക്ക് പടിഞ്ഞാറ് മുറിച്ചുകൊണ്ട് പ്ലസ് പോലെയുള്ള ഒരു കൊച്ചു സെന്റർ. അവിടെ തല ഉയർത്തി നിൽക്കുന്ന പള്ളിയുടെ മിനാരങ്ങൾ ശാന്തിയും സമാധാനവുമായ അന്തരീക്ഷം ഉളവാക്കിയിരുന്നു. റോഡിന്റെ നാലു കോർണറുകളിലായി നിൽക്കുന്ന കടകളിൽ പലചരക്കുകട, മുറുക്കാൻ കട, പച്ചക്കറി കട, പണ്ടം പണയം, സ്റ്റേഷനറി, തയ്യൽ ഷോപ്പ് പിന്നെ ചെറുപ്പക്കാരുടെ സംഗമ കേന്ദ്രമായ മുത്തുവിന്റെ ഫുട്‌വെയർ ഷോപ്പും സൊസൈറ്റിയും ഹെൽത്ത് സെന്ററും ബ്ലോക്ക് ഓഫീസുകളും നിറഞ്ഞ ഒരു പറ്റം നല്ല മനുഷ്യരുടെ നാടാണ് ആ സ്ഥലമെന്ന് വൈകാതെ ബോധ്യപ്പെട്ടു. അവരുമായി വളരെ പെട്ടെന്ന് തന്നെ ഹൃദയബന്ധം സ്ഥാപിക്കുവാൻ സാധിച്ചു. നല്ല അയൽപക്കവും പരിസരവും ഉള്ള ആ സ്ഥലത്തെ താമസം യാത്രകളിൽ സമാധാനം നൽകി.

യാത്രകൾക്കൊടുവിൽ വീട്ടിൽ വന്നെത്തുമ്പോഴെല്ലാം പള്ളിയിൽ നിന്നും ബാങ്ക് വിളി കേൾക്കാറുണ്ട്. അപ്പോൾ പള്ളിയിൽ പോയി അയാൾ നിസ്കരിക്കുമായിരുന്നു. അതുവഴി അവിടെ വരുന്ന പ്രദേശവാസികളുമായി സൗഹൃദവും സ്നേഹവും ഉണ്ടാക്കിയെടുക്കുവാൻ സാധിച്ചു. അയാൾ ആ നാട്ടിലെ തന്നെ ഒരു അംഗമായി.

മകനെ അവിടെയുള്ള സ്കൂളിൽ ചേർത്തു. മാജിദിന്റെ യാത്രകളുടെ തിരക്ക് കുറഞ്ഞു വന്നു. ഇനിയും രണ്ട് മൂന്ന് വർഷങ്ങൾ റിലീസ് ചെയ്യാനുള്ള അത്രയും ചിത്രങ്ങളും പ്രോഗ്രാമുകളും ഉണ്ടായിരുന്നു. മാർക്കറ്റിൽ നിന്നും കളക്ഷൻ വന്നുകൊണ്ടിരിന്നു.

ഒരു ദിവസം വൈകുന്നേരം നിസ്കാരം കഴിഞ്ഞ് പള്ളിയിൽ നിന്നിറങ്ങുമ്പോൾ പുറകിൽ നിന്നൊരാൾ സലാം ചൊല്ലി.

"അസ്സലാമു അലൈക്കും."

വളരെ കാലത്തെ സ്നേഹവും പരിചയവും നിറഞ്ഞു നിന്നിരുന്നു ആ അഭിവാദനത്തിൽ. പുഞ്ചിരിച്ച ഒരു മുഖം, കൈ നീട്ടിപ്പിടിച്ച് തന്റെ ഹസ്തദാനത്തിനായി തന്നിലേക്ക് നടന്നടുക്കുന്നു. തിരിച്ച് സലാം മടക്കി ചൊല്ലിക്കൊണ്ട് നീട്ടിപ്പിടിച്ച കൈയുമായി മാജിദ് അയാളുടെ അടുത്തേക്ക് നടന്നു. ഇരുവരും കൈകൾ പിടിച്ചു കുലുക്കി. മാജിദിനെ കെട്ടിപ്പിടിക്കുക കൂടി ചെയ്തപ്പോൾ മാജിദ് അത്ഭുതപ്പെട്ടു.

"ഇത് ആരായിരിക്കും, ഓർക്കാൻ കഴിയുന്നില്ലല്ലോ."

മാജിദ് വിചാരിച്ചെങ്കിലും അപരിചിതത്വം കാണിച്ചില്ല.

"ഞങ്ങളുടെ നാട്ടിലെ അതിഥിയാണല്ലേ. ഞാൻ അഷ്റഫ്, എന്റെ വീട് അടുത്ത സ്റ്റോപ്പിലാണ്. ഇവിടെ വരുമ്പോൾ ഞാൻ ഈ പള്ളിയിലാണ് നിസ്കരിക്കാറ്. ചിലപ്പോൾ സുബ്ഹിക്കും ഉണ്ടാകാറുണ്ട്. അപ്പോഴൊക്കെയും ഞാൻ മാജിദ് സാഹിബിനെ കാണാറുണ്ട്."

മാജിദ് വിചാരിച്ചു, ഇയാൾ തന്റെ പേര് അറിഞ്ഞിരിക്കുന്നു. മാത്രവുമല്ല തന്നെ അഭിസംബോധന ചെയ്തതിൽ ഒരു പ്രത്യേകതയും ഉണ്ട്. തന്റെ പേരിന്റെ കൂടെ സാഹിബ് എന്ന് കൂടി ചേർത്തിരിക്കുന്നു. ജീവിതത്തിൽ ആദ്യമായിട്ടാണ് ഒരാൾ തന്നെ അങ്ങനെ വിളിക്കുന്നത്. അങ്ങനെ ഒരു അഭിസംബോധന നാട്ടിൽ മറ്റെവിടെയും താൻ കേട്ടിട്ടുമില്ല. അത് ബഹുമാനത്തിന്റെയും ആദരവിന്റെയും സ്നേഹത്തിന്റെയും സംബോധനയാണെന്ന് മാജിദിനറിയാം. അതുകൊണ്ടുതന്നെ അത് പ്രകടിപ്പിച്ച അഷ്റഫ് ആളൊരു മാന്യനും സംസ്കാരസമ്പന്നനും ആയിരിക്കുമെന്ന് ഉറച്ചു വിശ്വസിച്ചു. കുശലാന്വേഷണങ്ങൾക്കൊടുവിൽ വിരോധമില്ലെങ്കിൽ എന്റെ കൂടെ കുറച്ചു സമയം ചെലവഴിക്കാമോ എന്നും അഷ്റഫ് ചോദിച്ചു. അഷ്റഫ് തുടർന്നു

"എല്ലാ വ്യാഴാഴ്ചയും ഞങ്ങൾ കുറച്ചുപേർ മഗ്രിബ് നിസ്കാരത്തിന് ശേഷം ഒരുമിച്ചുകൂടി ഖുർആൻ ക്ലാസ്സും സാഹിത്യചർച്ചയും നടത്തുന്നുണ്ട്. അതിൽ പങ്കെടുക്കുവാൻ ഞാൻ ക്ഷണിക്കുന്നു."

"എവിടെയാണ്?"

"ദാ ആ കാണുന്ന ഉസ്മാൻ മാസ്റ്ററുടെ വീട്ടിലാണ്."

"ശരി അഷ്റഫ് പൊയ്ക്കോളൂ, വീട്ടിൽ പറഞ്ഞിട്ട് വരാം."

മാജിദ് അകത്തെത്തിയപ്പോൾ ഭാര്യ അടുക്കളയിൽ തന്റെ പ്രിയപ്പെട്ടവന് വേണ്ടി ഉണ്ടാക്കി വെച്ചിരുന്ന പായസം ഒരു ഗ്ലാസ്സിലേക്ക് പകർന്നെടുക്കുകയായിരുന്നു. അവളുടെ കയ്യിൽ നിന്നും ആ ഗ്ലാസ് വാങ്ങിച്ചിട്ട് കുടിച്ചു.

‘‘സൂപ്പർ പായസം, അടിപൊളി. എനിക്ക് കുറച്ചുകൂടി വേണം ഞാൻ വന്നിട്ട് കുടിച്ചോളാം. ഇവിടത്തുകാരെയൊക്കെ ഒന്ന് പരിചയപ്പെടാമല്ലോ.’’

‘‘വേഗം വരണം. ഞാൻ നോക്കിയിരിക്കും.’’

മാജിദ് റോഡിലേക്കിറങ്ങുമ്പോൾ അഷ്റഫ് അവിടെത്തന്നെ നില്പുണ്ടായിരുന്നു.

‘‘അഷ്റഫ് പോയില്ലേ, ഞാൻ വരുമായിരുന്നല്ലോ.’’

‘‘അത് സാരമില്ല, ആദ്യമായിട്ട് അങ്ങോട്ട് വരുമ്പോൾ ഒറ്റയ്ക്ക് വന്നുകയറുന്നതിൽ സാഹിബിന് ഒരു അപരിചിതത്വം ഉണ്ടാവരുത് എന്ന് കരുതി,’’

‘‘അൽഹംദുലില്ലാഹ്, വളരെ സന്തോഷം. താങ്കൾ പറഞ്ഞത് ശരിയാണ്, നമുക്ക് നടക്കാം.’’

രണ്ടുപേരും ഉസ്മാൻ മാസ്റ്ററുടെ വീടിനെ ലക്ഷ്യമാക്കി നടന്നു. അവരെ കണ്ടതും മാസ്റ്റർ വീടിന്റെ പുറത്തേക്ക് വന്നിട്ട് മാജിദിനെ സ്വീകരിച്ചു. അകത്തേക്ക് കടന്നപ്പോൾ എല്ലാവരും എഴുന്നേറ്റ് നിന്ന് അയാളെ സ്വീകരിച്ചു. മാജിദ് സലാം പറഞ്ഞു

‘‘അസ്സലാമു അലൈക്കും.’’

‘‘വ അലൈക്കും സലാം വ റഹ്മത്തുള്ളാഹി വ ബറക്കാത്തുഹു.’’

കൂട്ടത്തിൽ ഉമ്മർ എന്ന് പേരുള്ള ഒരാൾ പറഞ്ഞു. ‘‘ഞങ്ങൾ എന്നും മാജിദ് സാഹിബിനെ കാണാറുണ്ട്. പരിചയപ്പെടാൻ സാധിച്ചിരുന്നില്ല. എന്തായാലും ഞങ്ങളുടെ ഈ ചെറിയ സദസ്സിലേക്ക് എല്ലാവർക്കും വേണ്ടി ഞാൻ മനസ്സ് നിറഞ്ഞ് സ്വാഗതം ചെയ്യുന്നു.’’

അദ്ദേഹം തന്നെ എല്ലാവരേയും അവരുടെ പേര് പറഞ്ഞുകൊണ്ട് പരിചയപ്പെടുത്തി.

‘‘ഇവർ രണ്ടുപേരും മാഷ്മാരാണ് ഇത് ഉസ്മാൻ മാസ്റ്റർ, മറ്റേത് അബ്ദുൾറഹ്മാൻ മാസ്റ്റർ രണ്ടുപേരും റിട്ടേർഡ് ആയി. പിന്നെ, ഇത് ഹംസ സാഹിബ്. ഇത് കോയ സാഹിബ്, കുഞ്ഞുമുഹമ്മദ്, അബു, അഷറഫ് സാഹിബിനെ പരിചയപ്പെടുത്തേണ്ടല്ലോ. ഞാൻ ഉമ്മർ കുറെ വർഷങ്ങൾ ഗൾഫിലായിരുന്നു. ഇപ്പോൾ ഇവിടെ ആധാരമെഴുത്തും ഭൂമിയുടെ അളവുമൊക്കെയായി കഴിഞ്ഞു പോകുന്നു. വേറെ രണ്ടുപേർ കൂടിയുണ്ട്. പക്ഷേ അവർ പ്രവാസികളാണ്. ത്വൽഹത്തും അയൂബും നാട്ടിൽ വന്നാൽ എല്ലാ യോഗങ്ങളിലും കൃത്യമായി പങ്കെടുക്കും. ഇൻഷാ അല്ലാഹ്, മജീദ് സാഹിബിന് പിന്നീട് പരിചയപ്പെടാം. അവർ വരാറായിട്ടുണ്ട്.’’

കൈകൊടുത്ത് മാജിദിന് കരുതിയ കസേരയിൽ ഇരിക്കാൻ ആവശ്യപ്പെട്ടു.

മാജിദ് അപ്പോഴും ശ്രദ്ധിച്ചത് അവർ പരസ്പരം പേരിനൊപ്പം സാഹിബ് എന്ന് ചേർത്തുകൊണ്ടാണ് വിളിക്കുന്നതും സംസാരിക്കുന്നതും. താനും ഇവരെയൊക്കെ ഇനി അങ്ങനെതന്നെ വിളിക്കാം എന്ന് കരുതി. പ്രായം ചെന്നവരും മദ്ധ്യവയസ്സ് താണ്ടിയവരുമായ കുറച്ച് പേരായിരുന്നു അപ്പോൾ ആ സദസ്സിലുണ്ടായിരുന്നത്. എല്ലാവരിലും സൗഹൃദവും സന്തോഷവും പരസ്പര ബഹുമാനവും സ്നേഹവുമുണ്ട്. ഇതൊരു സാധാരണ മീറ്റിംഗ് അല്ല, മറ്റൊന്നിലുമില്ലാത്ത ഒരു അച്ചടക്കവും സംസ്കാരവും ലാളിത്യവും പക്വതയും പ്രകടമാണ്.

"എങ്കിൽ നമുക്ക് തുടങ്ങാം. മാജിദ് സാഹിബ്, ഞങ്ങൾ എല്ലാ ആഴ്ചയിലും ഇങ്ങനെ കൂടാറുണ്ട്. അല്ലാഹുവിന്റെ വചനങ്ങൾ പഠിക്കുക. അത് അടിസ്ഥാനമാക്കി വർത്തമാന കാലത്തെ ചർച്ച ചെയ്യുക. സമൂഹത്തിന് വേണ്ടി നന്മകൾ ചെയ്യുക, അത് പ്രചരിപ്പിക്കുക. പാവങ്ങൾക്ക് സഹായമാവുക ഇതാണ് ഈ ഒത്തുചേരലിന്റെ ലക്ഷ്യം. ഓരോ ആഴ്ചയിലും ഓരോ അംഗങ്ങളുടെ വീട്ടിലാണ് ഞങ്ങളിങ്ങനെ ഒരുമിച്ച് കൂടാറ്. ഇന്ന് ഖുർആൻ ക്ലാസ്സ് എടുക്കുന്നത് അഷ്റഫ് സാഹിബ് തന്നെയാണ്. ചില ആഴ്ചകളിൽ ഹംസ സാഹിബും ക്ലാസ്സ് എടുക്കും. ഇന്ന് അതിഥിയായി മാജിദ് സാഹിബ് ഉണ്ടന്നറിഞ്ഞതിനാലാണ് തുടങ്ങാൻ സ്വല്പം വൈകിയത്. സത്യത്തിൽ ഇങ്ങനെ ഒരു വൈകൽ ഒരിക്കലും അനുവദിക്കാറില്ല കൃത്യനിഷ്ഠയാണ് ഈ ഒത്തുചേരലിന്റെ മുഖമുദ്ര. അത്യാവശ്യമാണെങ്കിൽ അദ്ധ്യക്ഷന്റെ അനുമതിയോടുകൂടി ഇന്നത്തെ പോലെ സ്വൽപം വൈകും. ഇന്ന് മാജിദ് സാഹിബ് ആണ് ഞങ്ങളുടെ അത്യാവശ്യം."

കോയ സാഹിബ് പറഞ്ഞു നിർത്തിയപ്പോൾ ഹംസ സാഹിബ് പറഞ്ഞു

"എങ്കിൽ നമുക്ക് തുടങ്ങാം. ഇനിയും വൈകണ്ട."

അഷ്റഫ് സാഹിബ് ഖുർആൻ തുറന്ന് വെച്ച് അതിൽ നിന്നും ഏതാനും സൂക്തങ്ങൾ പാരായണം ചെയ്ത് അതിന്റ അർത്ഥവും സാഹചര്യവും വിശദമാക്കി. മാജിദിനെ സംബന്ധിച്ചിടത്തോളം അതൊരു പുതിയ അനുഭവമായിരുന്നു. ഇത്രയും അർത്ഥസമ്പന്നവും ഗഹനവുമായും ഇതുവരെയും ഖുർആൻ കേട്ടിട്ടില്ല. ഹൃദയം തരളിതമായി. താൻ എത്തിപ്പെട്ട സ്ഥലവും പരിചയപ്പെട്ട ആൾക്കാരും ശരിക്കും താൻ അർഹിക്കുന്നത് തന്നെയാണെന്ന് തോന്നി. അവർക്ക് എല്ലാറ്റിനും ഒരു അടക്കവും ചിട്ടയും ഉണ്ടായിരുന്നു. ഖുർആൻ ക്ലാസ്സിന് ശേഷം സാഹിത്യ ചർച്ച ഉണ്ടായിരുന്നു. മുഹമ്മദ് അസദിന്റെ മക്കയിലേക്കുള്ള പാത എന്ന പ്രശസ്തമായ പുസ്തകമായിരുന്നു അപ്പോൾ അവർ വായിച്ചിരുന്നത്. വായിച്ചു കേട്ടിടത്തോളം അത് ഗംഭീരമായി അയാൾക്ക് അനുഭവപ്പെട്ടു. പൊതുവെ വായനാ

പ്രിയനായ മാജിദിന് ആ പുസ്തകത്തോട് ഒരിഷ്ടം തോന്നി ഓരോ ആഴ്ചയിലും അതിൽ നിന്നും കുറച്ച് പേജുകൾ വീതം അവിടെ വായിക്കും. അങ്ങനെ അത് അവസാനിക്കുമ്പോൾ മറ്റൊരു പുസ്തകം തുടങ്ങും അതായിരുന്നു ആ യോഗത്തിന്റെ രീതി.

''നേരത്തെ വായിച്ചിരുന്നത് ടി മുഹമ്മദിന്റെ 'ഭാരതീയ സംസ്കാരത്തിന്റെ അടിയൊഴുക്കുകളും' പിന്നെ, ലാരി കൊളിൻസും ഡോമിനിക് ലാപിയറും ചേർന്നെഴുതിയ 'സ്വാതന്ത്ര്യം അർദ്ധരാത്രിയിലും' ആയിരുന്നു.''

അബ്ദുറഹിമാൻ മാസ്റ്റർ പറഞ്ഞപ്പോൾ മാജിദ് പറഞ്ഞു

''അവയും വിലപ്പെട്ട ഗ്രന്ഥങ്ങൾ തന്നെ, ഞാൻ വായിച്ചിട്ടുണ്ട് എന്റെ ശേഖരത്തിൽ അവ ഉണ്ട്.''

'ലോകം പോയ മാസം' എന്ന ഒരു പരിപാടി മാസത്തിൽ ഒരിക്കലും 'വർത്തമാന കേരളം' എന്ന ഒരു പരിപാടിയും ചർച്ചയും എല്ലാ ആഴ്ചയിലും ഉണ്ടായിരുന്നു. വർത്തമാന രാഷ്ട്രീയവും സാമൂഹ്യവും കലാസാംസ്കാരിക മേഖലകളുമെല്ലാം ആ ചർച്ചയിൽ കടന്നു വരും യോഗാദ്ധ്യക്ഷൻ തീരുമാനിക്കുന്ന ആളാണ് അത് അവതരിപ്പിക്കേണ്ടത്. ആ വിഷയത്തിൽ കാര്യമായ ചർച്ചയും ഉണ്ടാകും. ധാരാളം പത്രവായനയും ടി വി കാണലും നിർബന്ധമായിരുന്നു. മാസം അവസാനത്തെ വ്യാഴാഴ്ച ആയതിനാൽ അന്ന് രണ്ടും ഉണ്ടായിരുന്നു. വിഷയങ്ങളുടെ അവലോകന ചാരുതയും ചർച്ചയുടെ കാതലായ വിഷയങ്ങളും കേട്ടുകൊണ്ടിരുന്ന മാജിദ് ശരിക്കും അത്ഭുതം കൊണ്ടു. കാണുമ്പോൾ നിസ്സാരമെന്ന് തോന്നുന്നവരും പ്രായം ചെന്നവരുമായ ആ സംഘാംഗങ്ങളുടെ കാഴ്ചപ്പാടുകളും അതാത് വിഷയങ്ങളിലെ അറിവും അവതരണവും അവരോടോക്കെയും വലിയ ബഹുമാനം ഉണ്ടാക്കി. യോഗത്തിന്റെ മുഴുവൻ അംഗങ്ങളും പങ്കെടുക്കേണ്ട മീറ്റിംഗ് ആയിരുന്നു അത്. അന്ന് ആർക്കും ലീവ് അനുവദിക്കാറില്ല. വെള്ളിയാഴ്ചയിലെ ജുമുഅ നമസ്കാരം ഒഴിവാക്കാൻ കാരണമായി വരുന്ന അതേ കാരണങ്ങൾ തന്നെയായിരുന്നു ഈ ഒത്തുകൂടലിൽ നിന്നും ലീവ് എടുക്കാനുള്ള കാരണങ്ങൾ ആയി അവർ കണ്ടിരുന്നത്.

കൃത്യതയും ആത്മാർത്ഥതയും സാമൂഹ്യ പ്രതിബദ്ധതയും ഉള്ള സാത്വികരായ ആളുകളുടെ ഒരു കൊച്ചു സംഘത്തിലാണ് താനിപ്പോൾ ഇരിക്കുന്നത് എന്ന ചിന്ത മാജിദിൽ അഭിമാനത്തിന് വക നൽകി. ചർച്ചകൾക്ക് ശേഷം റിപ്പോർട്ട് വായിച്ചു. അതിൽ കഴിഞ്ഞ ആഴ്ചയിലെ പരിപാടികളാണുണ്ടായിരുന്നത്. പിന്നെ, വ്യക്തിഗത റിപ്പോർട്ട് അവതരണമായിരുന്നു. ഓരോ അംഗങ്ങളുടെയും ഒരാഴ്ചത്തെ പ്രവർത്തനങ്ങൾ ഓരോരുത്തരും അവതരിപ്പിച്ചു. അവ ചർച്ച ചെയ്തു. ഓരോരുത്തരും കഴിഞ്ഞ ആഴ്ചത്തെ മീറ്റിംഗിന് ശേഷം

അന്നുവരെ ചെയ്ത സത്കർമങ്ങൾ കേട്ടപ്പോൾ മാജിദ് അത്ഭുത പ്പെട്ടു. ഇങ്ങനെയും ഒരുകൂട്ടം നല്ല മനുഷ്യർ ഉണ്ടോ ഇന്നും ഈ ഭൂമിയിൽ എന്നയാൾ ആലോചിച്ചു. രോഗീസന്ദർശനവും അവശരും ആലംബഹീനരുമായ പാവങ്ങൾക്ക് ചെയ്ത സാമ്പത്തികവും ശാ രീരികവുമായ സഹായവും അയൽപക്കബന്ധങ്ങളിലെ ഊഷ്മള തയും കുടുംബബന്ധങ്ങൾ പുലർത്തുന്നതും തുടങ്ങി ജാതി മത ഭേദമന്യേ അവിടെയുള്ള ഓരോ അംഗവും ഒരാഴ്ചയിൽ ചെയ്ത നന്മകളുടെ നേർചിത്രങ്ങളായിരുന്നു അവിടെ ഓരോരുത്തരും പങ്കുവെച്ചത്. ഓരോ മാസവും തങ്ങളുടെ വരുമാനത്തിൽ നിന്നും ഒരു നിശ്ചിത ശതമാനം ജീവകാരുണ്യ പ്രവർത്തനങ്ങൾക്ക് വേണ്ടി ചെലവഴിക്കുക എന്നത് അവരുടെ ജീവിത ലക്ഷ്യമായി പ്രതിജ്ഞ ചെയ്തിരുന്നു എന്നുകൂടി മനസ്സിലായി.

‘‘ഇവർ സാധാരണ മനുഷ്യരല്ല. ഈ ദേശത്തിന്റെയും ലോക ത്തിന്റെയും വെളിച്ചമാണ്. ഇങ്ങനെയുള്ള ഒരു ജനതയെയാണ് ലോകം തേടിക്കൊണ്ടിരിക്കുന്നത്.’’

അന്ന് യോഗം അവസാനിക്കുമ്പോൾ അതിഥിയായ മാജിദിനും ഒരവസരം നൽകി. പരിചയപ്പെടുത്തുവാനും ഈ യോഗത്തിന്റെ പരിസമാപ്തി കുറിക്കുവാൻ ഉദ്ബോധനമായി എന്തെങ്കിലും ഒന്ന് പറയുവാനും അവർ ആവശ്യപ്പെട്ടു.

കലാ സാഹിത്യ സാംസ്കാരിക മണ്ഡലങ്ങളിൽ പ്രവർത്തിച്ചും സംസാരിച്ചും പരിചയമുള്ളതിനാൽ അയാൾക്ക് അവിടെ സംസാരി ക്കുന്നതിൽ പ്രയാസം ഉണ്ടായില്ല. ചെറിയ അളവിലുള്ള ഖുർആനിക ജ്ഞാനവും വർത്തമാന വാർത്തകളെക്കുറിച്ചുള്ള അറിവും വായനാ ശീലവും അയാൾക്ക് ധൈര്യം നൽകിയെങ്കിലും താൻ ഇപ്പോൾ ഇരിക്കുന്നത് ബൗദ്ധികവും ധൈഷണികവുമായി നല്ല പക്വതയും അതിനനുസരിച്ച ജീവിത പരിചയവും വായനയും അതിലുപരി ദൈവഭയവും ചൈതന്യവും മുതൽക്കൂട്ടുള്ള ഒരു സംഘത്തിനൊപ്പ മാണന്നെന്ന ബോധ്യം ചെറിയ അങ്കലാപ്പുണ്ടാക്കി. എങ്കിലും അവ രുടെ നിർബന്ധത്തിന് വഴങ്ങി സംസാരിച്ചു. ടോൾസ്റ്റോയിയുടെ ഒരു ചെറുകഥയിലൂടെയായിരുന്നു തന്റെ ഉദ്ബോധനം നിർവഹി ച്ചത്. ഏറ്റവും ചുരുങ്ങിയ വാക്കുകളിലെ ആ വർത്തമാനം അവിടെ കൂടിയവരിൽ വലിയ താൽപര്യം ഉണ്ടാക്കി. അപ്പോൾ ഉമ്മർ പറഞ്ഞു

‘‘അൽഹംദുലില്ലാഹ്, മാജിദ് സാഹിബ് ഞങ്ങൾക്കൊരു മുതൽ ക്കൂട്ടാണ്. ഇന്ന് താങ്കൾ അതിഥിയാണെങ്കിലും നാളെമുതൽ ഈ പ്രസ്ഥാനത്തിന്റെ ഒരംഗമായി ഞങ്ങൾക്കൊപ്പം ഉണ്ടാകണം. ഇവിടെ, ഈ മണ്ണിൽ.’’

‘‘ഇതൊരു പ്രസ്ഥാനമാണോ?’’ മാജിദ് ചോദിച്ചു.

‘‘അതേ. ഇതൊരു പ്രസ്ഥാനമാണ്, അൽ ഇൻസാനിയ്യ എന്ന നാമകരണത്തിൽ ഈ പ്രസ്ഥാനം ദേശീയ തലത്തിലും അന്തർ ദേശീയ തലത്തിലും അറിയപ്പെടുന്നു, അഥവാ മനുഷ്യനെ സംബന്ധി ക്കുന്ന എല്ലാവിഷയങ്ങളും ഈ പ്രസ്ഥാനം കൈകാര്യം ചെയ്യുന്നു. നന്മയും നീതിയും സമാധാനവും പുലരുവാൻ ആഗ്രഹിക്കുന്നവ രുടെ ഒരു മഹാ പ്രസ്ഥാനമാണിത്.’’

ഹംസ സാഹിബ് ഇങ്ങനെ പറഞ്ഞുകൊണ്ട് പ്രസ്ഥാനത്തെ പരിചയപ്പെടുത്തുമ്പോൾ മാജിദ് തലകുലുക്കി സമ്മതിച്ചുകൊണ്ട് പറഞ്ഞു:

‘‘ഞാൻ കേട്ടിട്ടുണ്ട്. അൽ ഇൻസാനിയ്യയെക്കുറിച്ച് ധാരാളമായി കേട്ടിട്ടുണ്ട്. ചിലരുടെ പരാമർശങ്ങൾ വായിക്കുകയും ചെയ്തിട്ടുണ്ട്. എന്നാൽ ആദ്യമായിട്ടാണ് നേരിൽ പരിചയപ്പെടുന്നത്.’’

മാജിദിന്റെ മുഖത്ത് സന്തോഷമുണ്ടായിരുന്നു.

‘‘കൂടുതൽ പരിചയപ്പെടണം. ഇതൊരു നിമിത്തമാണ്. അല്ലാഹു അനുഗ്രഹിച്ചാൽ നമുക്ക് ഒരുപാടു ദൂരം ഒരുമിച്ചുപോകാൻ സാധിക്കും.’’

മാജിദിന്റെ ഇരുകൈകളും പിടിച്ചുകൊണ്ട് അബ്ദുറഹ്മാൻ മാസ്റ്റർ പറഞ്ഞു. അപ്പോൾ കോയസാഹിബും ഉസ്മാൻ മാസ്റ്ററും ചിരിച്ചു കൊണ്ട് പറയുന്നുണ്ടായിരുന്നു

‘‘ഉമർ സാഹിബ് പറഞ്ഞതുപോലെ കഴിയുമെങ്കിൽ മാജിദ് സാഹിബ് ഞങ്ങൾക്കൊപ്പം ഈ നാട്ടിൽ ഉണ്ടാകണം. ഈ മഹല്ലിൽ തന്നെ. സ്ഥിരമായിക്കൊണ്ട്. ഇപ്പോൾ ഞങ്ങളും അതാണാഗ്രഹി ക്കുന്നത്.’’

‘‘ഇൻഷാ അല്ലാഹ്.’’

‘‘അടുത്ത ആഴ്ച മുതൽ ജമീൽ സെയ്തുവും വരാമെന്ന് പറഞ്ഞി ട്ടുണ്ട്.’’

ഇസ്മയിൽ മാസ്റ്റർ പറഞ്ഞു.

‘‘ജമീൽ വരുമോ?’’

മാജിദ് സന്തോഷത്തോടെ ചോദിച്ചു.

‘‘വരും.’’

‘‘എന്റെ സുഹൃത്താണ് നല്ല കാഴ്ചപ്പാടുള്ള വ്യക്തിത്വമാണ്.’’

‘‘ഞങ്ങൾക്കൊക്കെ വയസ്സായില്ലേ, ഇനി നിങ്ങളെപോലെയുള്ള ചെറുപ്പക്കാർ വേണം ഇത് മുന്നോട്ട് കൊണ്ടു പോകാൻ.’’

കുഞ്ഞിമുഹമ്മദ് സാഹിബ് അഭിപ്രായപ്പെട്ടു.

അബു സാഹിബ് അതിനെ പിന്താങ്ങികൊണ്ട് പറഞ്ഞു.

‘‘മാജിദ് സാഹിബും അഷ്റഫ് സാഹിബും ജമീൽ സാഹിബും

ഇവിടെ ഉണ്ടെങ്കിൽ, അൽഹം ദുലില്ലാഹ്... ഈ പ്രസ്ഥാനത്തിന് ഇനിയും ഇവിടെ ഒരുപാട് കാര്യങ്ങൾ ചെയ്യാൻ സാധിക്കും.''

മറ്റെല്ലാവരും ഒരുമിച്ച് പറഞ്ഞു

''അതേ, അത് ശരിയാണ് അള്ളാഹു അനുഗ്രഹിക്കട്ടെ.''

യാത്ര പറഞ്ഞിറങ്ങുമ്പോൾ മാജിദ് ചോദിച്ചു

''ഇന്ന് സാഹിത്യ പാരായണത്തിന് ഉപയോഗിച്ച ആ ബുക്ക് എനിക്ക് വായിച്ചാൽ കൊള്ളാമെന്നുണ്ട്. വിരോധമില്ലെങ്കിൽ തന്നാൽ ഞാൻ അടുത്ത ആഴ്ചയ്ക്ക് മുന്നെ തിരിച്ചു നൽകാം. വേറെ കോപ്പി യുണ്ടങ്കിൽ ഒന്ന് സ്വന്തമായി വാങ്ങിക്കുവാനും ഞാൻ ആഗ്രഹി ക്കുന്നു.''

''അതിനെന്താ എടുത്തോളൂ, ഞങ്ങൾക്ക് സന്തോഷമേയുള്ളൂ. അടുത്ത ആഴ്ച വരുമ്പോൾ കൊണ്ടു വന്നാൽ മതി. പിന്നെ ഒരു കാര്യം, അടുത്ത ആഴ്ചത്തെ സാഹിത്യപാരായണം മാജിദ് സാഹിബ് നിർവഹിക്കണം.''

അഷ്റഫ് പറഞ്ഞു. അത് കേട്ടപ്പോൾ എല്ലാവരും അതിനെ പിന്താങ്ങി. ഒടുവിൽ മാജിദ് അത് സ്നേഹപൂർവ്വം സമ്മതിക്കുകയും ആ ബുക്കുമായി അവിടെനിന്നും യാത്ര പറഞ്ഞിറങ്ങുകയും ചെയ്തു. ആ കൊച്ചുസംഘവുമായുള്ള മാജിദിന്റെ നിരന്തര ബന്ധം വൈകാതെ അൽ ഇൻസാനിയ്യയോട് അടുപ്പിച്ചു. അതുവഴി അയാൾ ജില്ലയിൽ അറിയപ്പെടുന്ന പ്രസ്ഥാന പ്രവർത്തകനും സാമൂഹ്യപ്രതിബദ്ധത യുള്ള ആക്ടിവിസ്റ്റും പ്രാസംഗികനുമായി മാറി. ഇടിമുഴക്കം പോലെ തീപാറുന്ന പ്രസംഗങ്ങൾ കേൾക്കാൻ കവലകളിലും സമരമുഖ ങ്ങളിലും ആളുകൾ തടിച്ചുകൂടി. പ്രസ്ഥാന നേതൃത്വങ്ങളിൽ മാജിദ് ചർച്ച ചെയ്യപ്പെട്ടു. മാജിദ്, അയാൾപോലുമറിയാതെ വളരുകയാ യിരുന്നു.

പാർശ്വവൽകൃതരും കുടിയൊഴിപ്പിക്കപ്പെടുന്നവരും ചൂഷണ ത്തിനും അക്രമങ്ങൾക്കും വിധേയരായിപ്പോകുന്നവരുമായ നിസ്സ ഹായരും നിരാലംബരുമായ ജനങ്ങൾക്ക് വേണ്ടിയും പ്രകൃതിയുടെ ആവാസ വ്യവസ്ഥകൾ പിഴുതെറിയുന്ന വികസന നയങ്ങൾക്കെ തിരെയും സംഘടിപ്പിക്കപ്പെട്ട സമര മുഖങ്ങളിൽ മാജീദും നിറസാ ന്നിധ്യമായി. അതുവഴി ജില്ലയിലും പുറത്തുമായി കത്തി നിൽക്കുന്ന സമരമേഖലകളിൽ അറിയപ്പെടുന്ന ആക്ടിവിസ്റ്റുകൾക്കൊപ്പം പങ്കു കൊണ്ടും നിരാഹാരം കിടന്നും പൊലീസിന്റെ ലാത്തിയടികൊണ്ടും മാജിദ് തന്നിലെ സാമൂഹ്യബോധത്തിന്റെ പ്രവർത്തനപദങ്ങളെ തുറന്നു വെച്ചു.

അഴിഞ്ഞാട്ടം

അന്ന് മാജിദ് പതിവിലും കുറച്ച് വൈകിയാണ് വീടുപണിയുന്ന സ്ഥലത്തേക്ക് വന്നത്. തലേ ദിവസം പണികൾ കഴിഞ്ഞ് പോകുമ്പോൾ പണിക്കാർ പറഞ്ഞിരുന്നു വീടിന്റെ പിൻഭാഗത്തുള്ള ഉമ്മറം കെട്ടുവാൻ കുറച്ചു കൂടെ പൊട്ടിയ കട്ടയും കല്ലും വേണമെന്ന്. വീടിന്റെ മുന്നിൽ വഴിയുടെ അതിര് തിരിച്ച് കൂട്ടിയിട്ടിരിക്കുന്ന കല്ലുകളിൽ നിന്നും ആവശ്യത്തിനുള്ളത് എടുത്ത് പണികൾ തുടങ്ങിക്കോളാൻ അപ്പോൾ തന്നെ പണിക്കാരോട് പറയുകയും ചെയ്തിരുന്നു. വീട് പണിയിൽ പൊട്ടിപ്പോയ കല്ലുകളെല്ലാം വഴിയുടെ ഓരത്ത് നീളത്തിൽ കൂട്ടിയിട്ടിരിക്കുകയായിരുന്നു. പിറ്റേന്ന് വന്ന പണിക്കാർ അവിടെനിന്നും പൊട്ടിയ കല്ലുകൾ എല്ലാം എടുത്ത് പണികൾ ആരംഭിച്ചു. കല്ലുകൾ എടുത്ത് മാറ്റിയ ഭാഗത്ത് വഴിയുടെ സ്ഥലം എട്ടടി കഴിഞ്ഞ് വരുന്ന അളവിൽ പഴയപോലെ തന്നെ കല്ലുകൾ അളവിനായി വെക്കുവാനും നിർദേശിച്ചിരുന്നു. അതുപ്രകാരം അതിരിൽ കല്ലുകൾ ഇട്ട് ഉറപ്പിക്കുകയായിരുന്നു. ആ സമയത്താണ് ഒരു സംഘം ചേർന്ന് അവിടെ വന്നത്. അവർ ആ പണിക്കാർക്ക് നേരെ അസഭ്യവർഷവും ഭീഷണികളും തുടർന്നു. അതിന് നേതൃത്വം നൽകിയിരുന്നത് വെട്ടത്ത് ജമാലുദ്ദീന്റെ മകൻ നിഷാദായിരുന്നു. അവൻ തമിഴന്മാരായ രണ്ട് പണിക്കാരെയും ഭീഷണിപ്പെടുത്തിക്കൊണ്ട് പറഞ്ഞു.

‘‘ഡാ അണ്ണാച്ചിമാരെ, വേഗം പണി നിർത്തി സ്ഥലം വിട്ടോ, ഇല്ലെങ്കിൽ നല്ല ഇടി കൊള്ളും നിങ്ങൾക്ക്.’’

‘‘അയ്യാ എന്നാച്ച്, നീങ്കെ എതുക്ക് ഇപ്പടി തിട്ടരുത്. നാങ്കെ ഉങ്കൾക്ക് എന്നാ ദ്രോഹം പണ്ണിയാച്ച്.’’

‘‘ആരോട് ചോദിച്ചിട്ടാടാ ഇവിടെ നിങ്ങൾ മതില് കെട്ടുന്നത്? ഇത് കേസിൽ കിടക്കണ വഴിയാണ്. ഇവിടെ മതില് കെട്ടിയാൽ കെട്ടുന്നവനേം കെട്ടിക്കുന്നവനേം ഞങ്ങള് തല്ലും. പൊയ്ക്കോ വേഗം.’’

അവൻ അലറിക്കൊണ്ടിരുന്നു. ഒപ്പം കൂട്ടിന് വന്ന ശിങ്കിടിമാരും. ശബ്ദം കേട്ട് പുറകു വശത്ത് നിന്നും മലയാളി പണിക്കാർ ഓടി വന്നു. അപ്പോൾ നിഷാദ് ഒരു തമിഴന്റെ കൈ പിടിച്ചു തിരിച്ചു നിൽക്കുന്നതാണ് കണ്ടത്. മറ്റൊരാൾ കോളറിനും കുത്തിപ്പിടിച്ചിരിക്കുന്നു. തമിഴൻ കൈ വേദനിച്ച് കരയുന്നുണ്ടായിരുന്നു. അയാളുടെ കയ്യിൽ നിന്നും തൂമ്പ പിടിച്ചുവാങ്ങിച്ചുകൊണ്ട് വലിച്ചെറിഞ്ഞു. നിഷാദ് ഭീഷണി തുടർന്നുകൊണ്ടിരുന്നു. തമിഴൻ പറഞ്ഞു

''നീങ്കെ യേൻ എന്നൈ അടിക്കിറേൻ, മുതലാളി സോന്നതിനാലെതാൻ നാങ്കെ ഇന്ത വേലൈ സെയ്യകിറേൻ. മുതലാളി ഇപ്പോൾ വന്തിടുവാർ. എന്നെ വിടുങ്കോ തമ്പീ.''

മലയാളി പണിക്കാർ പറഞ്ഞു

''നിങ്ങൾ ഈ ചെയ്യുന്നത് ശരിയല്ല. ആ പാവത്തിനെ വിട്ടേക്ക്, ഞങ്ങൾ കുറേനാളായി ഇവിടെ പണിയുന്നു. ഇതുവരെ ഒരു പ്രശ്നവും ഇവിടെ ഉണ്ടായിട്ടില്ലല്ലോ. പിന്നെ ഇപ്പോൾ നിങ്ങൾ ഈ പാവത്തിനോട് കാണിച്ചത് തീരെ ശരിയായില്ല.''

''ശരിയും തെറ്റും ഒന്നും താൻ എന്നെ പഠിപ്പിക്കേണ്ട. ഇത് പന്ത്രണ്ടടി റോഡ് വരേണ്ട വഴിയാണ്. അവിടെയാ ഇപ്പോൾ മതില് കെട്ടാൻ നോക്കുന്നത്. സമ്മതിക്കില്ല ഞങ്ങൾ.''

നിഷാദ് കോപത്തോടെ പറഞ്ഞു.

''ഓഹ് അതാണോ പ്രശ്നം? ഇവിടെ ഇപ്പൊ ആരും മതില് കെട്ടാൻ പോണില്ല. അല്ലാ മോനേ, നീയാ ജമാലുദ്ദീൻക്കാടെ മോനല്ലേ. ഗൾഫീന്ന് എന്തൊക്കയോ കുഴപ്പവും മറ്റുമൊക്കെയായി ഓടിപ്പോന്നത്?''

കൂട്ടത്തിൽ പ്രായം കൂടുതൽ ഉള്ള ജോസേട്ടൻ പറഞ്ഞപ്പോൾ നിഷാദിന്റെ ആവേശവും ചൂടുമൊക്കെ പെട്ടെന്ന് കുറഞ്ഞു. അവന്റ മുഖം വിളറി. ജോസേട്ടൻ ഓരോരുത്തരെയും നോക്കി തുടർന്നു.

''നീ ബിരിയാണിക്കാരൻ ബീരാന്റെ മോൻ. നീ അജ്മീറിന്റെ മോൻ ല്ലേ, ആ മക്കൾ, ഇപ്പൊ പൊയ്ക്കോ, എന്തെങ്കിലും പറയാനും ചെയ്യാനുമുണ്ടങ്കിൽ ഞങ്ങൾക്ക് വൈകുന്നേരം കൂലി തരുന്ന മാജിക്ക ഉള്ളപ്പോൾ വായോ. എന്നിട്ട് മൂപ്പരോട് നേരിട്ട് പറ എന്താന്ന് വെച്ചാൽ.''

''ഉം, ഇപ്പോൾ ഞങ്ങൾ പോകുന്നു. എന്തായാലും ഈ പണി ഇപ്പോൾ നിറുത്തണം. വാടാ, നമുക്ക് പോകാം. ബാക്കി അവൻ വരട്ടെ.''

അവർ തിരിച്ചുപോയി. അണ്ണാച്ചിമാർ രണ്ടു പേരും പണികൾ നിറുത്തി വെറുതെ നിൽക്കുന്നത് കണ്ടപ്പോൾ ജോസേട്ടൻ പറഞ്ഞു.

''അണ്ണാച്ചി, ചുമ്മാ നിൽക്കല്ലേ, വൈകുന്നേരം കൂലി വാങ്ങിക്കേണ്ടതല്ലേ. പണിയെടുക്കാൻ നോക്ക്.''

“ഇല്ലെ ജോസേട്ടാ എങ്കൾക്ക് ഇനി വേല സെയ്യ മുടിയാത്. മുതലാളി വരട്ടും.”

ജോസേട്ടൻ അയാളുടെ ജോലികളിലേക്ക് തിരിഞ്ഞു. അണ്ണാച്ചിമാർ തോർത്തെടുത്ത് മുഖം തുടച്ച് ഉമ്മറത്ത് കയറിയിരുന്നു. അപ്പോഴാണ് മാജിദ് എത്തിയത്. ഇന്നലെ പറഞ്ഞേൽപിച്ച പണികൾ ചെയ്യാതെ ഉമ്മറത്ത് കയറിയിരിക്കുന്ന അണ്ണാച്ചിമാരെ കണ്ടപ്പോൾ ദേഷ്യം വന്നെങ്കിലും അത് പ്രകടിപ്പിക്കാതെ ചോദിച്ചു.

“എന്നാച്ച്, സൊന്ന വേലൈ പണ്ണലയാ.”

അണ്ണാച്ചിയുടെ മുഖം വിളറി. കണ്ണുകൾ നിറഞ്ഞു. മാജിദിനെ കണ്ട് അരികിലേക്ക് വന്ന ജോസേട്ടനും മറ്റ് പണിക്കാരും ഉണ്ടായ സംഭവങ്ങൾ പറഞ്ഞു. ദേഷ്യം കടിച്ചൊതുക്കി അതൊക്കെയും കേട്ട് നിന്നു മാജിദ്. തുടർന്ന് പണിയാൻ കഴിയാതെ അണ്ണാച്ചിമാർ പോകാൻ ഒരുങ്ങി. ഉച്ചവരെയുള്ള കൂലിയും കൂടാതെ കുറച്ച് രൂപ കൂടുതൽ കൊടുത്ത് അണ്ണാച്ചിമാരെ പറഞ്ഞയച്ചു. മറ്റുള്ള പണിക്കാരോട് അവരവരുടെ പണികളിൽ തുടരാൻ പറഞ്ഞ് അയാൾ വീടിന്റെ മുകളിലേക്ക് കയറിപ്പോയി. ബാൽക്കണിയിൽ വിശ്രമിക്കാറുള്ള കസേരയിൽ ചാരിയിരുന്നിട്ട് മനസ്സിനെ ശാന്തമാക്കാൻ ശ്രമിച്ചു.

ഇത് തനിക്കേറ്റ അപമാനമാണ്. ഒരു തെറ്റും ചെയ്യാത്ത തന്നോട് എന്തിനായിരുന്നു അവൻ ഇത് കാണിച്ചത്? താൻ എന്താണ് വേണ്ടത്. നേരെ അവന്റെ വീട്ടിൽ കയറിച്ചെന്ന് അവനെ വലിച്ചിട്ട് തല്ലിയാലോ? താനിപ്പോൾ പഴയ മനുഷ്യനല്ല. ആത്മീയ സംസ്കരണം ലഭിച്ച സച്ചരിതരുടെ പാതയെ പിൻപറ്റുന്ന സാമൂഹ്യപ്രവർത്തകനാണ്. തന്നിൽ നിന്നും ഒരു തെറ്റും വീഴ്ചയും സംഭവിച്ചുകൂടാ. ഇന്ന് വ്യാഴാഴ്ചയാണ്. ഖുർആൻ ക്ലാസ്സ് ഉള്ള ദിവസമാണ്. ക്ഷമയും സഹനവും മുൻനിർത്തി ക്ലാസ്സ് എടുക്കാൻ യോഗം ഉത്തരവാദിത്തപ്പെടുത്തിയിരിക്കുന്നത് തന്നെയാണ്. ഇപ്പോഴുള്ള കോപം ഒതുക്കുവാനും പ്രകോപിതനാകാതെ വിഷയം കൈകാര്യം ചെയ്യാനും തനിക്ക് സാധിച്ചില്ലായെങ്കിൽ പിന്നെ താൻ ഇതുവരെ നേടിയ സംസ്കരണവും അറിവും നൽകിയ ഔന്നത്യവും കപടമായിപ്പോകുമല്ലോ. തനിക്കും നിഷാദിനുമിടയിൽ എത്ര വലിയ മരുഭൂമികളാണുള്ളത്. അവന്റെ നിലവാരത്തിൽ പെരുമാറാമോ?

നിഷാദ് ഗൾഫിൽ നിന്നും സാമ്പത്തിക തട്ടിപ്പ് നടത്തി ഭീമമായ സംഖ്യയുമായി അവിടെനിന്നും കടന്നു കളഞ്ഞതാണെന്നാണ് നാട്ടിൽ സംസാരം. ഈ സാഹചര്യത്തിൽ താൻ ആ വീട്ടിൽ കയറിച്ചെന്ന് എന്തെങ്കിലും പറയുകയോ മറ്റോ ചെയ്താൽ അതൊരുപക്ഷേ

അവന്റെ മാതാപിതാക്കൾക്ക് വലിയ പ്രയാസം ഉണ്ടാക്കും. പ്രത്യേകിച്ച് ജമാലുദ്ദീൻക്കയും കുടുംബവുമായി തനിക്ക് നല്ലൊരു ബന്ധമാണുള്ളത്. അയൽപക്ക ബന്ധങ്ങളും അവരോടുള്ള പെരുമാറ്റവും സ്നേഹവും ക്ഷമയും ബാധ്യതകളുമൊക്കെ വിശുദ്ധ ഖുർആനിൽ താൻ എത്ര തവണ വായിച്ചിട്ടുള്ളതുമാണ്. ആ തന്നിൽ നിന്നും ഒരു തെറ്റും സംഭവിക്കരുത്.

അന്യായമല്ലേ അവനീ കാണിച്ചത്. അയാളുടെ മനസ്സ് വീണ്ടും വികാരം ചുരത്തി. മുന്നെ താനും അവന്റെ പിതാവും ചേർന്ന് ഈ റോഡ് വെട്ടി വരുമ്പോൾ തന്നെ അവൻ തനിക്കുനേരെ മോശമായി സംസാരിച്ചു വന്നതാണ്. അന്ന് തൊട്ടേ അവന് തന്നോട് എന്തോ ഒരു പകയുണ്ട്. അതെന്താണെന്ന് ചോദിക്കാതെ വയ്യ. ഇപ്പോൾ തന്റെ വീട്ടുമുറ്റത്ത് വരെ വന്നിട്ടവൻ ധിക്കാരം കാണിച്ചിരിക്കുന്നു. ഇതിങ്ങനെ വിട്ടാൽ പറ്റില്ല. തല്ലിയില്ലങ്കിലും ഇതിനെതിരെ പ്രതികരിച്ചില്ലെങ്കിൽ നാളെയും അവൻ ആവർത്തിച്ചെന്നിരിക്കും. അതിനാൽ അവന്റ വീട്ടിലേക്ക് പോവുക തന്നെ.''

മാജിദ് ഇപ്രകാരം ഉറപ്പിച്ചു.

''മാജിദ്, ഒന്നിങ്ങു വന്നേ. ഒരു കാര്യം പറയട്ടെ.''

അമ്മാവനാണ്.

അയാൾ തറവാട്ടിലേക്ക് ചെന്നു. അമ്മാവൻ അയാളെ ഡൈനിങ് ഹാളിലേക്ക് കൂട്ടികൊണ്ട് പോയി.

മേശപ്പുറത്തെ ജഗ്ഗിൽ നിന്നും തണുത്ത വെള്ളം ഒരു ഗ്ലാസ് ഒഴിച്ച് കൊടുത്തു. അപ്പോഴും മാജിദിന്റെ മുഖത്ത് ദേഷ്യമുണ്ടായിരുന്നു.

''നീ വെള്ളം കുടിക്ക്. മോനേ, ഉണ്ടായ സംഭവങ്ങൾ എല്ലാം ഞാൻ അറിഞ്ഞു. സാരമില്ല. ആ ചെക്കൻ വളരെ മോശക്കാരനാണ്. ഗൾഫിൽ നിന്നും വന്നത് തന്നെ ആരെയൊക്കയോ പറ്റിച്ചിട്ടാണെന്നാ കേൾക്കണേ, നീ ഇപ്പോൾ അങ്ങോട്ട് പോകണ്ട. അവരെ പോലെയല്ലല്ലോ നമ്മൾ.''

''പോകരുതെന്ന് മാമ എന്നോട് പറയരുത്. അവൻ ഇവിടെ വന്ന് കാണിച്ചത് വലിയ ധിക്കാരമാണ്. അവനോട് കാര്യം പറഞ്ഞില്ലെങ്കിൽ പിന്നെ ഞാൻ ആണാണെന്ന് പറഞ്ഞീട്ട് എന്ത് കാര്യം?''

''നിന്റെ വിഷമവും കാര്യത്തിന്റെ ഗൗരവവും ഞാൻ മനസ്സിലാക്കുന്നുണ്ട്. പക്ഷേ, നീ അവിടെ പോയി വല്ല വിഷയം ഉണ്ടായാൽ അത് പിന്നെ കൂടുതൽ പ്രയാസങ്ങൾ അല്ലേ ഉണ്ടാകൂ. അവന്റ വാപ്പ ജമാലുദ്ദീനെ ഞാൻ ഒന്ന് കാണട്ടെ, ഞാൻ സംസാരിക്കാം. അത്

വരെ നീ ഒന്നും പറയണ്ട. ഇപ്പോൾ നീ പണിക്കാരുടെ അടുത്തേക്ക് തന്നെ പൊയ്ക്കോ. നീ പോയി ഒന്ന് ഉളൂ എടുക്ക്. എന്നിട്ട് രണ്ട് റക്കഅത്ത് നിസ്കരിച്ചിട്ട് പൊയ്ക്കോ, അതെങ്കിലും ഞാൻ പറയുന്നത് നീ ഒന്ന് അനുസരിക്ക്.''

അത് കേട്ടപ്പോൾ മാജിദ് ശാന്തനായി. ദേഷ്യം വരുമ്പോൾ നിൽക്കുകയാണെങ്കിൽ ഇരിക്കുവാനും എന്നിട്ടും ദേഷ്യം കുറഞ്ഞില്ലങ്കിൽ ഉളൂ എടുക്കണമെന്നും നിസ്കരിക്കണമെന്നും പറഞ്ഞ മുഹമ്മദ് നബിയുടെ വാക്കുകൾ മാജിദ് ഓർത്തു. തണുത്ത വെള്ളം കൊണ്ട് മുഖവും കൈ കാലുകളും കഴുകി. ഇപ്പോൾ മനസ്സ് ശാന്തമായി. ഉളൂവിന് ശേഷമുള്ള പ്രാർത്ഥനയും കഴിഞ്ഞ് മാജിദ് അകത്തേക്ക് വരുമ്പോഴേക്കും ഹാളിൽ അമ്മാവൻ നിസ്കരിക്കുവാനുള്ള മുസല്ല ശരിയാക്കി ഇട്ടിരുന്നു. ശാന്തമായ മനസ്സുമായി നിസ്കരിച്ചു.

''ഇനി നീ പൊയ്ക്കോ പക്ഷേ, ആ ചെക്കനോട് സംസാരിക്കരുത്. അവന്റ വാപ്പ ജമാലുദ്ദീൻ ഉണ്ടാകും അവനെ കണ്ട് സമാധാനത്തോടെ കാര്യങ്ങൾ പറയുക.''

അമ്മാവൻ ഇപ്രകാരം പറഞ്ഞപ്പോൾ സമ്മതിച്ചുകൊണ്ട് അയാൾ വീട്ടിൽ നിന്നും ഇറങ്ങി നടന്നു. നടക്കുമ്പോൾ മനസ്സ് നിറയെ പ്രാർത്ഥനയായിരുന്നു. മൊബൈൽ ശബ്ദിച്ചു. അളിയനായിരുന്നു. അൻവർ കരീം. എറണാകുളം ഹൈകോർട്ട് വക്കീലാണ്. ഇപ്പോൾ വക്കീൽ മാത്രമല്ല ഗവണ്മെന്റ് പ്ലീഡർ കൂടിയാണ്. പൊലീസും ജഡ്ജിയും മന്ത്രിമാരും കോർപറേറ്റുകളും ഗുണ്ടകളും ഒക്കെയായി കൊച്ചിയിലെ വലിയൊരു അധോലോക സാമ്രാജ്യത്തിന്റെ സൗഹൃദവുമായുള്ള വലയത്തിലാണ് അദ്ദേഹം. കോടതിയിൽ കേസ് നടത്തി കൊല്ലങ്ങളോളം വാദിച്ചിട്ടല്ല ഓരോ കേസും അളിയൻ അവസാനിപ്പിക്കാറ്. കോടതിക്ക് പുറത്തുള്ള സെറ്റിൽമെന്റാണ് കൂടുതലും. എല്ലാം വലിയ വലിയ കേസുകൾ. ലക്ഷങ്ങളും കോടികളും കൈമാറി ഒത്തുതീർപ്പിൽ എത്തിക്കുന്ന കേസുകൾ. ചിലപ്പോൾ തല്ലും വെട്ടും കുത്തും ഒക്കെ നടക്കും. കുടിയൊഴിപ്പിക്കലും കയ്യേറ്റവും ഉണ്ടാകും. എന്നാൽ എല്ലാം നിയമത്തിന്റെ പിൻബലത്തിലും കൃത്യമായ തെളിവുകളും രേഖകളും ഉണ്ടാക്കികൊണ്ടുതന്നെ. പത്രവാർത്തകളിൽ അൻവർ വക്കീൽ സ്ഥിരം സ്ഥാനം പിടിക്കാറുണ്ട്. കേസ് ഏറ്റെടുത്താൽ അത് ഒത്തുതീർപ്പിൽ എത്തിയിരിക്കും. എന്ത് വില കൊടുത്തും അത് ചെയ്തിരിക്കും. ഭീഷണിയും തല്ലും പണവും പൊലീസിനേയും കോടതിയും അതിനുവേണ്ടി ഉപയോഗിക്കും. അതുകൊണ്ട് തന്നെ ഇത്തരം കേസുകളുടെ തിരക്കുകളാണ് എന്നും. വക്കീലിന്റെ അടുത്ത് പോകണമെങ്കിൽ ചാക്ക് നിറയെ പണം

കരുതണം എന്ന് മാത്രം. സുപ്രീം കോടതിയിലും ഡൽഹിയിലുമൊക്കെ വക്കീലിന് ബന്ധങ്ങളുണ്ട്. വലിയ രാഷ്ട്രീയ കേസുകളും കൊലയും തുടങ്ങി ധാരാളം കേസുകൾ കൈകാര്യം ചെയ്യുന്നുണ്ട്. മാജിദ് ഫോൺ എടുത്തു.

''ഹലോ, അളിയാ എന്താ അവിടെ പ്രശ്നം, കാര്യങ്ങൾ ഞാൻ അറിഞ്ഞു, നൈന എന്നെ വിളിച്ചിരുന്നു.''

''അളിയൻ ഒന്നുകൊണ്ടും പേടിക്കണ്ട. അവന്റെ അഡ്രസ്സ് മാത്രം എനിക്ക് വാട്സാപ്പ് ചെയ്യൂ. ബാക്കികാര്യം ഞാനേറ്റു.''

''അളിയാ, ഇത് അതിനുമാത്രമുള്ള പ്രശ്നം ഒന്നും ഇല്ല. നമ്മുടെ തൊട്ടടുത്ത വീടാണ് അവന്റേത്. ഞാൻ അറിയുന്ന കുടുംബവും ആൾക്കാരുമാണ്.''

പറഞ്ഞു തീരും മുമ്പേ അളിയൻ പറഞ്ഞു

''ആ വിചാരം അവനുണ്ടായില്ലല്ലോ. ഉണ്ടായിരുന്നെങ്കിൽ അവനീ തെമ്മാടിത്തരം കാണിക്കുമോ. അളിയന്റെ വീട്ടിൽ വന്ന് പണിക്കാരെ തല്ലുക എന്നത് അളിയനെ തല്ലിയതിന് തുല്യമാണ്. ഇതിൽ വകുപ്പ് കുറേയുണ്ട്. വീട്ടിൽ അതിക്രമിച്ചുകടക്കൽ, നിർമ്മാണത്തിന് തടസ്സം സൃഷ്ടിക്കൽ, ജോലിക്കാരെ ഭീഷണിപ്പെടുത്തലും മർദ്ദിക്കലും, അളിയന്റെ അഭാവത്തിൽ അളിയനെ തല്ലുമെന്ന് ജോലിക്കാരോട് ഭീഷണി മുഴക്കൽ തുടങ്ങി അവനെ ഉള്ളിലിടാനുള്ള വകുപ്പുകൾ. അത് ഞാൻ ചെയ്തോളാം. അളിയൻ ഉടൻ തന്നെ അവന്റെ അഡ്രസ്സ് അയയ്ക്ക്. പിന്നെ നൈനയ്ക്ക് നല്ല വിഷമം ഉണ്ട്. അവൾക്ക് പ്രയാസം ഉണ്ടായാൽ അത് ഞങ്ങൾക്ക് സഹിക്കില്ല. എന്റെ കൂടെ ഇക്കയും ഉണ്ട്. ഞാൻ ഇക്കാക്ക് കൊടുക്കാം.''

''അളിയാ ഏതാണ് ആ നായിന്റെ മോൻ. പിള്ളേരെ വിടട്ടെ ഞാൻ. ഇന്ന് തന്നെ അവനുള്ള പണികൊടുക്കാം. ഇവൻ പറയുന്ന കേസും വകുപ്പും ഒന്നും വേണ്ട. രണ്ടെണ്ണം ചൂടോടെ പൊട്ടിച്ചാൽ മതി. അത് നമ്മുടെ പിള്ളേര് ചെയ്തോളും. ബാക്കിയൊക്കെ പിന്നെ. അളിയൻ അവിടെ നിൽക്ക്. ഞാൻ ഉടനെ തന്നെ അങ്ങോട്ട് വരാം.''

കാര്യങ്ങൾ ആകെ കൈവിട്ട് പോകുന്നതായി മാജിദിന് തോന്നി. നടത്തത്തിന്റെ വേഗത കുറച്ച് അയാൾ നിന്നു. അവർ വന്നാൽ ആകെ പ്രശ്നമാകുമെന്ന് അയാൾക്കറിയാമായിരുന്നു. ഇത് സാരമില്ല. തന്റെ അയൽപക്കവും കൊച്ചുനാൾമുതലേ അറിയുന്നവരുമാണ്. തനിക്ക് തന്നെ സംസാരിച്ചു തീർക്കാവുന്നതേയുള്ളൂ. നിഷാദ് വിവരം കെട്ടവനായതുപോലെ താനും അങ്ങനെ ആകാൻ പാടില്ലല്ലോ. തല്ലും കേസും വഴക്കും എന്നൊക്കെ പറയുന്നത് അത്രമാത്രം പ്രശ്നങ്ങൾ ഉണ്ടെങ്കിലല്ലേ വേണ്ടു. ജമാലുദ്ദീന്റേയും ആ കുടുംബത്തിന്റേയും മുഖമാണ് അയാൾ അപ്പോൾ ഓർത്തത്. അളിയന്മാർ

എന്തിനും പോന്നവരാണ്. അവരോട് മുട്ടിനിൽക്കാൻ ഒരിക്കലും അവനാവില്ല. ഈ നിഷാദ് എന്ന് പറയുന്നവന് തന്നെ മാത്രമല്ലേ അറിയൂ, അതും കുട്ടിക്കാലത്ത് ഓടിക്കളിച്ചിരുന്ന മാജിദിനെ മാത്രം. ആ ധൈര്യത്തിൽ നിന്നുണ്ടായ ആവേശവും ബുദ്ധിമോശവുമാണ് അവൻ കാണിച്ചത്. എന്നാൽ താനും അങ്ങനെ ചെയ്യാൻ പാടുണ്ടോ?

സമൂഹത്തിലും സമുദായത്തിലും സേവനപ്രവർത്തനങ്ങൾക്കും ഐക്യത്തിനും സമരങ്ങൾക്കുമൊക്കെ നേതൃത്വം നൽകുന്ന തന്നിൽ നിന്നും ഒരിക്കലും ഒരു തെറ്റും വീഴ്ചയും ഉണ്ടാകാൻ പാടില്ല. നിഷാദ് ചെയ്തത് തെമ്മാടിത്തരം തന്നെയാണെങ്കിലും സാരമില്ല, ഇത് താൻ തന്നെ പരിഹരിക്കണം. അളിയന്മാരെ ഇതിൽ ഉൾപ്പെടുത്തരുത്. അയൽപക്കബന്ധങ്ങളിൽ ഒരിക്കലും വിള്ളലുകൾ ഉണ്ടാവരുത്. അതിന് തന്റെ വിട്ടുവീഴ്ചകൊണ്ട് മാത്രമേ സാധിക്കൂ. ക്ഷമിച്ചുകൊണ്ട് സൗഹൃദത്തിന്റെ പരിധികൾ ലംഘിക്കാതെ ഈ പ്രശ്നം പരിഹരിച്ചേ പറ്റൂ.

ഇങ്ങനെയെല്ലാം ചിന്തിച്ചുറച്ചുകൊണ്ട് പതുക്കെ നടക്കാൻ തുടങ്ങിയപ്പോൾ ഫോൺ വീണ്ടും ശബ്ദിച്ചു. റിങ് ടോൺ കേട്ടപ്പോൾ തന്നെ മനസ്സിലായി അത് ഭാര്യയാണെന്ന്.

‘‘എവിടെയാ ഇപ്പോൾ. അവന്റ വീട്ടിലേക്ക് പോകണ്ട ട്ടാ. ഇക്ക അങ്ങോട്ട് വരുന്നുണ്ട്. എന്താ വേണ്ടതെങ്കിൽ അവര് ചെയ്തോളും. ഇത് അങ്ങിനെ വിട്ടാൽ പറ്റില്ല തിരിച്ചുപോരേ വേഗം.’’

തനിക്കൊന്നും പറയാൻ കഴിയാത്ത വിധം കാര്യങ്ങൾ എല്ലാം അവൾ അറിഞ്ഞിരിക്കുന്നു.

‘‘മോളേ, നിന്നോട് ഇതാര് പറഞ്ഞു.’’

‘‘മാമ പറഞ്ഞിട്ട് അമ്മായിയാണ് ഉണ്ടായ സംഭവങ്ങൾ എന്നെ വിളിച്ചു പറഞ്ഞത്. ഉടനെ എന്തങ്കിലും ചെയ്യണം മാജി വെട്ടത്ത് ജമാലുദ്ദീന്റെ വീട്ടിലേക്ക് പോയിട്ടുണ്ട്. അവിടെ ചെന്ന് വല്ല തല്ലും വഴക്കും നടക്കുമോ എന്നാണ് പേടി. ആ നിഷാദ് അത്രയും മോശമായിട്ടാണ് അവിടെ വന്ന് പെരുമാറിയത് എന്നും പറഞ്ഞു. പിന്നെ ഞാൻ ഒന്നും നോക്കിയില്ല ഇക്കാനെയും കുഞ്ഞിക്കാനെയും വിളിച്ച് വിവരം പറഞ്ഞു. അവര് വിളിച്ചിരുന്നില്ലേ?’’

‘‘ഉം വിളിച്ചിരുന്നു.’’

‘‘ഇത് ഞാൻ ജനിച്ചു വളർന്ന എന്റെ നാടാണ്. ഇവർ നമ്മുടെ അയൽപക്കവും. ആ ചെക്കൻ കുരുത്തം കെട്ടവനായിപ്പോയതുകൊണ്ട് സംഭവിച്ചതാണ്. സാരമില്ല. ഞാൻ ജമാലുദ്ദീൻക്കയെ കണ്ട് കാര്യം പറഞ്ഞു പോരാം. വേറെ ഒരു പ്രശ്നവും ഇല്ല. നീ ഇക്കമാരെ വിളിച്ച് പറയൂ, ഇങ്ങോട്ട് വരണ്ടന്ന്. അവർ കൈകാര്യം ചെയ്യുന്നത് പോലത്തെ ഒരു പ്രശ്നം അല്ല ഇത്.’’

“എന്തായാലും അവർ വന്നോട്ടെ, മാജു ഇപ്പോൾ അങ്ങോട്ട് പോകണ്ട. ചിലപ്പോൾ അവർ വീട്ടിൽ കയറി ആക്രമിച്ചു എന്നെല്ലാം പറഞ്ഞ് കേസുകൊടുത്താൽ അത് പിന്നെ നമുക്ക് പ്രശ്നമാകുമെന്നാണ് ഇക്ക പറഞ്ഞത്. അതുകൊണ്ടാണ് ഇപ്പോൾ അങ്ങോട്ട് പോകേണ്ടന്നു പറയുന്നത്. ചിലപ്പോൾ അവനെന്തെങ്കിലും കാണിച്ചാലോ. എനിക്ക് അതോർത്തിട്ടാണ് സമാധാനക്കുറവ്.”

“നീ വിഷമിക്കണ്ട. ഒന്നും സംഭവിക്കാൻ പോകുന്നില്ല. ഞാനവിടെ പോയി അവന്റെ ഉപ്പാനെയും ഉമ്മാനെയുമൊക്കെ കണ്ടിട്ട് വരാം. അവരൊക്കെ പാവങ്ങളാണ്. നല്ല സ്വഭാവവും സ്നേഹവുമുള്ളവർ. നമ്മുടെ കുടുംബവുമായി ബന്ധമുള്ളവർ. നീ ഒന്നുകൊണ്ടും പേടിക്കണ്ട. എന്റെ ഭാഗത്ത് നിന്ന് ഒരു വീഴ്ചയും സംഭവിക്കില്ല, ഉറപ്പ്. അളിയന്മാർ വന്നാലാണ് ഇത് കുഴപ്പമാവുക. അതുകൊണ്ട് അവരോട് വരണ്ടന്ന് വിളിച്ച് പറയൂ വേഗം. ഞാൻ ജമാലുദ്ദീൻക്കയെ കണ്ട് കാര്യങ്ങൾ പറഞ്ഞു മനസ്സിലാക്കിയിട്ട് വിളിക്കാം.”

മുഖാമുഖം

മാജിദ് നിഷാദിന്റെ വീട്ടിലെത്തി. ഗേറ്റ് കടന്ന് ചെന്ന് ഉമ്മറത്തെ ബെൽ സ്വിച്ചിൽ കൈവെക്കുമ്പോൾ പുറകിൽ നിന്നും പ്രായമായ ഒരു സ്ത്രീ ശബ്ദം കേട്ടു.

''അല്ലാഹ് ഇതാര്, മാജിദല്ലേ. ഈ റോഡ് വെട്ടലും വർത്താനോം ഒക്കെ കയിഞ്ഞേപ്പിന്നെ അന്നേ ഇങ്ങോട്ടൊന്നും കണ്ടിട്ടില്ലല്ലാ.''

നിഷാദിന്റെ വല്ലിമ്മയാണ്. പ്രായം ഏറെയായെങ്കിലും കാഴ്ചയ്ക്കും ഓർമ്മയ്ക്കുമൊന്നും കുറവൊന്നുമില്ല.

''ആ, വല്ലിമ്മ ഇവിടെ ഉണ്ടായിരുന്നോ. ഞാൻ കണ്ടില്ലല്ലോ?''

വല്ലിമ്മ മാജിദിന്റെ രണ്ട് കൈകളിലും പിടിച്ച് സ്വന്തം മകനെപോലെ വാത്സല്യത്തോടെ പറഞ്ഞു.

''വല്ലിമ്മ അവിടെ കൊറച്ച് മൊളക് തൈയ്യ് വെച്ചുണ്ടാക്കീണ്ട് മോനേ... ഇപ്പൊ അത് പൂവിട്ട്ക്ക്ണ്... അയിന്റെ കടേല് കൊറച്ച് മുള്ള് വെക്കായിരുന്നു. അല്ലെങ്കി ഇപ്പോ തന്നെ അതൊക്കെയും കോയികൾ കൊത്തിക്കളയും. ന്റെ മോനേ, ഈ കോയീനെ കൊണ്ട് തോറ്റു. ഒന്നും കുത്തിക്കുയിച്ചിട്ട് ഇണ്ടാക്കാൻ പറ്റണില്ല. ആ, ഇയ്യ് വാ ഈ കോലാമേൽ കേറി ഇരിക്ക്. പിന്നെ എന്താ അന്റെ ഉമ്മാടെ വിവരം. അവൾക്ക് വെശമം ഒന്നൂല്ലല്ലോ. ഇപ്പോൾ തറവാട്ടിലേക്കൊന്നും വരാറില്ലേ. കുറേ മുന്നേ പോവിലെ സൈതൊമ്മത് മരിച്ചപ്പോഴാണ് ഞാനവളെ കണ്ടത്. മയ്യത്ത് കാണാൻ വന്നപ്പോൾ. അവളോട് വലിയുമ്മാടെ സലാം പറയണം ട്ടാ.''

''ആ തീർച്ചയായും പറയാം.''

''ഇക്കമാരൊക്കെ പെർശ്യേലാണ് ല്ലേ. അനക്ക് എത്രയാളാ മക്കള്.''

''രണ്ടാൺകുട്ടികളാ വല്ലിമ്മാ.''

''അത് പോരാ, ഒരു പെൺകുട്ടീം വേണം. എങ്കിലേ കുടുംബത്തീല് ബർക്കത്തും കൃപേം ഉണ്ടാകൂ. അല്ലാ ഈയ്യുപ്പോ എന്തേ ഇങ്ങട്ട് വന്നേ. ഞാനത് ചോയിച്ചില്ല അന്നോട്.''

ഇത്രയും സ്നേഹവും അടുപ്പവുമുള്ള ഈ കുടുംബത്തിൽ തനിക്കെന്താണ് പറയാനാവുക.

"അല്ല കുട്ട്യേ ഇയ്യെന്താ വന്നത്."

"ഒന്നൂല്ല വല്ലിമ്മാ, ഞാൻ കുറേ ആയി ജമാലുദ്ദീൻക്കാനെ കണ്ടിട്ട്. കണ്ടിട്ട് പോകാമെന്നു വിചാരിച്ചു, ഉണ്ടോ ഇവിടെ?"

"ഓനവിടെണ്ടായിരുന്നു. ഞാൻ നോക്കട്ടെ ട്ടാ. മോനിരിക്ക്."

വല്ലിമ്മ അകത്തേക്ക് കടക്കുമ്പോൾ അകത്ത് പരുങ്ങിനിൽക്കുന്ന നിഷാദിനെ കണ്ടിട്ട് വല്ലിമ്മ ചോദിച്ചു

"നീയെന്താ ഇവിടെ ഇങ്ങനെ നിൽക്കണേ. ജമാലു എന്ത്യേടാ. പുറത്ത് മാജിദ് ഇരിക്കണുണ്ട്. നമ്മളെ വല്യറമ്പിലെ മാജി."

"ഉപ്പ കിടക്കുകയാണ് വല്ലിമ്മ. ഇപ്പോൾ വിളിക്കണ്ട. വല്ലിമ്മ പൊയ്ക്കോളൂ. മാജിദിനോട് ഞാൻ പറഞ്ഞോളാം."

മാജിദ് പുറത്ത് വന്നതും വല്ലിമ്മയുമായി സംസാരിക്കുന്നതും നിഷാദ് അകത്തിരുന്ന് കണ്ടിരുന്നു. എന്തിനായിരിക്കും മാജിദ് വന്നത്. പ്രശ്നം വല്ലതും ഉണ്ടാകുമോ. ഉപ്പയുള്ളതാണ്. വീട്ടിൽ അറിയുമോ. മാജിദ് തന്റെ വീട്ടിലേക്ക് വരുമെന്ന് അവൻ ഒരിക്കലും വിചാരിച്ചിരുന്നില്ല.

"ശ്ശോ, വേണ്ടായിരുന്നു."

"നീയെന്താ ഇവിടെ നിൽക്കണത് കോലായിമ്മേൽക്ക് ചെല്ലടാ. പാത്തുമ്മുകുട്ടി എന്ത്യേ, അവന് കുടിക്കാനെന്തെങ്കിലും കൊടുക്കണം."

നിഷാദ് പതുക്കെ ചമ്മിയ മുഖവുമായി ഉമ്മറത്തേക്ക് വന്നു.

"എന്താ നിഷാദേ, നിനക്ക് സുഖം തന്നെയല്ലേ."

"നമുക്ക് അങ്ങോട്ടിരിക്കാം."

നിഷാദ് കസേര എടുത്തുകൊണ്ട് ഉമ്മറത്തിന്റെ ഒരറ്റത്തേക്ക് മാറ്റി വെച്ചു. സംസാരിക്കുന്നത് അകത്തേക്ക് കേൾക്കരുതെന്നാണ് അവൻ ഉദ്ദേശിച്ചത്.

"ജമാലുദ്ദീൻക്കയില്ലേ ഇവിടെ?"

"ഉപ്പ കിടക്കുകയാണ്. ഇപ്പോൾ വിളിക്കണ്ട. എന്തുണ്ടെങ്കിലും നമുക്ക് സംസാരിക്കാം. ഉപ്പാനെ അറിയിക്കരുത്, പ്ലീസ്."

തന്റെ വീട്ടിൽ വന്ന് തന്നെ വെല്ലുവിളിക്കുകയും പണിക്കാരെ തല്ലുകയും പണികൾ നിറുത്തിവെപ്പിക്കുകയും ചെയ്ത ഒരു പാവം ഗുണ്ടയുടെ നിസ്സഹായ മനസ്സിനെയും ആ മുഖഭാവങ്ങളെയും കണ്ടപ്പോൾ മാജിദിന് ഉള്ളിൽ ചിരിയാണ് വന്നത്.

''നിഷാദ്, നാം തമ്മിൽ പ്രായത്തിൽ ചെറിയ ഒരു വ്യത്യാസമേ കാണൂ, ഈ മണ്ണിലാണ് നമ്മൾ ഓടിക്കളിച്ചു വളർന്നത്. ഇന്നുവരെ നമ്മുടെ കുടുംബങ്ങൾ തമ്മിലോ നമ്മൾ തമ്മിലോ ഒരുവിധ പ്രശ്നവും ഉണ്ടായിട്ടില്ല. നിന്റെ ഉപ്പയുമായിട്ടാണ് എനിക്ക് കൂടുതൽ ബന്ധം. അദ്ദേഹം നല്ലൊരു മനുഷ്യനാണ്. എനിക്ക് അദ്ദേഹത്തോട് ബഹുമാനവും സ്നേഹവും ഉണ്ട്. അതുകൊണ്ടാണ് നീ ഇന്ന് എന്റെ വീട്ടിൽ വന്ന് കാണിച്ച അക്രമത്തിന് ഞാൻ ഇപ്പോൾ ശാന്തമായി പ്രതികരിക്കുന്നത്. നിനക്കറിയുമോ, നീ ചെയ്ത കുറ്റങ്ങൾ എന്തൊക്കെയാണെന്ന്. മനപ്പൂർവം കുഴപ്പം ഉണ്ടാക്കണമെന്ന് ആഗ്രഹിച്ച് സംഘം ചേർന്ന് കൊണ്ട് എന്റെ സ്ഥലത്ത് അതിക്രമിച്ചു കടക്കൽ, പണിക്കാരെ ഭീഷണിപ്പെടുത്തൽ, അവരെ മർദ്ദിക്കൽ, നിർമ്മാണ പ്രവർത്തനങ്ങൾ ബലമായി നിർത്തിവെപ്പിക്കൽ തുടങ്ങി നിനക്കെതിരെ ചുമത്താവുന്ന കുറ്റങ്ങളും വകുപ്പുകളും ധാരാളമാണ്. മറ്റാരായാലും അതാണ് ചെയ്യുക. ഇപ്പോൾ നീ കണ്ടില്ലേ നിന്റെ വല്ലിമ്മ എന്നോട് കാണിച്ച സ്നേഹവും പെരുമാറ്റവും. ഇനി നിന്റെ ഉമ്മയും ഉപ്പയും ഇപ്പോൾ പുറത്തുവന്നാൽ അവരും ഇതുപോലെ തന്നെയാണ് എന്നോട് പെരുമാറുക. ആ സ്നേഹവും ബഹുമാനവും അയൽപക്കബോധവും എനിക്ക് ഉള്ളതുകൊണ്ടാണ് ഞാൻ ശാന്തനായി ഇപ്പോൾ ഇങ്ങോട്ട് വന്നത്. നീ ജമാലുദ്ദീൻക്കാനെ വിളിക്ക്, എനിക്ക് സംസാരിക്കേണ്ടത് അദ്ദേഹത്തിനോടാണ്.''

''വേണ്ട മാജിദ് പ്ലീസ്, ഞാൻ പറഞ്ഞില്ലേ ഉപ്പാനെ അറിയിക്കേണ്ട. ഉപ്പാക്ക് ഒന്നും അറിയില്ല. നിന്റെ ബന്ധു ആയ പള്ളായിൽ മഹ്മൂദ്ക്കയാണ് ഞങ്ങളെ വിളിച്ചു പറഞ്ഞത്.''

''മഹ്മൂദ്ക്കയോ, എന്ത് വിളിച്ച് പറഞ്ഞത്, എന്റെ വീട്ടിൽ വന്ന് കുഴപ്പങ്ങൾ ഉണ്ടാക്കാനോ?''

മാജിദ് അത്ഭുതത്തോടെ ചോദിച്ചു. മഹ്മൂദ് ഉമ്മയുടെ മൂത്താപ്പയുടെ മകനാണ്. നല്ല സ്നേഹവും അടുപ്പവും ഉള്ളവർ. കാണുമ്പോൾ ബഹുമാനത്തോടെ മാമ എന്നാണ് മഹ്മൂദ്നെ വിളിക്കാറ്. അങ്ങനെയുള്ള ഒരാൾ തനിക്കെതിരെ ഇങ്ങനെ ഒരു ആരോപണം ഉന്നയിച്ചത് എന്തിന്. മാജിദിന് വിശ്വസിക്കാനായില്ല. അതുകൊണ്ടുതന്നെ അയാൾ വീണ്ടും അവനോട് ചോദിച്ചു.

''മഹ്മൂദ്ക്കയോ?''

''അതെ, അല്ലാഹു സത്യം. നീ അവിടെ വഴി മുടക്കികൊണ്ട് മതിൽ കെട്ടുകയാണ്. അതുകൊണ്ട് പെട്ടെന്ന് അത് തടുക്കണം. ഇല്ലെങ്കിൽ പിന്നെ പള്ളിയിലേക്ക് പോകാൻ പോലും ഈ വഴി ഉണ്ടാവില്ല എന്നാണ് പറഞ്ഞത്. അതുകൊണ്ടാണ് പെട്ടെന്നുള്ള ഒരു ആവേശത്തിന് ഞങ്ങൾ അവിടെ പോയതും അങ്ങനെ

ചെയ്തതും. എന്നാൽ അവിടെ വന്നപ്പോൾ നിന്റെ പണിക്കാർ പറഞ്ഞപ്പോഴാണ് ഞങ്ങൾ കാര്യം അറിഞ്ഞത്. പുറകുവശത്തെ പണിക്ക് വേണ്ടി അവിടെ കൂട്ടിയിട്ട കല്ലുകൾ എടുക്കുകയായിരുന്നു എന്ന്. എനിക്ക് തെറ്റ് പറ്റി, നീ ക്ഷമിക്കണം. ഇനി ഇതിന്റെ പേരിൽ ഒരു പ്രശ്നം ഉണ്ടാവരുത്.''

''സത്യമാണോ നീ പറയുന്നത്. മഹ്മൂദ്ക്ക അങ്ങനെ പറഞ്ഞോ?''

''അതെ, അല്ലാഹുവാണേ സത്യം. മഹ്മൂദ്ക്ക പറഞ്ഞിട്ടാണ് ഞാൻ അത് ചെയ്തതത്.''

''ശരി, അയാൾ പറഞ്ഞാലും നീ അത് ചെയ്യാൻ പാടുണ്ടോ. അയാൾക്ക് എന്തെങ്കിലും സംശയമുണ്ടങ്കിൽ എന്നോട് ചോദിക്കാമായിരുന്നു. നിനക്കും എന്നോട് ചോദിക്കാമായിരുന്നില്ലേ. നമ്മൾ അയൽപക്കത്ത് കഴിയുന്നവരല്ലേ, പിന്നെ ആരെങ്കിലും പറയുന്നത് കേട്ട് ഇറങ്ങിപ്പുറപ്പെടാൻ നീയെന്നു മുതലാണ് വാടക ഗുണ്ടയായത്. അതുപോലെ ഞാനും പ്രവർത്തിച്ചാൽ എന്താകും. ശരി, ഞാൻ പോകുന്നു. നിന്റെ ഉപ്പയെ ഞാൻ ഇപ്പോൾ കാണുന്നില്ല. ഇപ്പോൾ എനിക്ക് കാണേണ്ടത് അയാളെയാണ്. നിന്നെക്കൊണ്ട് ഇത് ചെയ്യിച്ച ആ മഹ്മൂദ്നെ. അയാളെ മാത്രമല്ല, നിന്റെ കൂടെ ഉണ്ടായിരുന്ന എല്ലാവരെയും.''

മാജിദ് മഹ്മൂദ്ന്റെ വീട്ടിലെത്തിത്തി കോളിംഗ് ബെല്ലടിച്ചു. വാതിൽ തുറന്നത് അയാൾ അമ്മായി എന്ന് വിളിക്കുന്ന മഹ്മൂദ്ന്റെ ഭാര്യയായിരുന്നു.

''ആ, മാജിദോ, വാ കയറിയിരിക്ക്. എന്താ അവിടെ നിൽക്കുന്നത് വാ... അകത്തേക്ക് വാ...''

''ഇല്ല, ഞാൻ ഇരിക്കുന്നില്ല. മാമയുണ്ടോ ഇവിടെ. ഒന്ന് കണ്ടിട്ട് പോകണം എനിക്ക്.''

''നീ ഇപ്പൊ വന്നിട്ടല്ലേ ഉള്ളൂ. അതിന് മുന്നേ പോകണമെന്നോ. നീ ഇങ്ങോട്ട് കയറി ഇരിക്ക്. എന്തായി വീട് പണികൾ തീരാറായോ. ഉടനെ താമസം ഉണ്ടാകുമെന്ന് കേട്ടല്ലോ. ഉമ്മാടെ വിവരം എന്താണ്.''

നിഷാദിന്റെ വീട്ടിൽ പോയപ്പോൾ ഉണ്ടായ അതേ അനുഭവം തന്നെ ഇവിടെയും. അയാൾ ഓർത്തു. തനിക്കൊന്ന് ദേഷ്യവും അമർഷവും പ്രകടിപ്പിക്കാൻ പോലും തോന്നിപ്പിക്കാത്തവിധം സ്നേഹബന്ധങ്ങളുടെയും കുടുംബബന്ധങ്ങളുടെയും നൂലിഴകളിൽ ഇവരൊക്കെയും തന്റെ സാന്നിധ്യത്തെ ബന്ധിക്കുന്നു. ഇവരോട് ഞാനെങ്ങനെയാണ് പ്രതികരിക്കുക എന്നു വിചാരിച്ച് ശാന്തനായി. മാജിദ് കയറിയിരുന്നു.

''വീട് പണി നടക്കുന്നുണ്ട്. ഇൻ ഷാ അല്ലാഹ്, ഉടനെ താമസിക്കണം. ഉമ്മ സുഖമായിരിക്കുന്നു. നിങ്ങൾക്കെല്ലാം സുഖമാണല്ലോ. മക്കളുടെ വിശേഷങ്ങൾ എന്തൊക്കെയാണ്?''

അവർ സംസാരിച്ചുകൊണ്ടിരിക്കെ മഹ്മൂദ് പുറത്തേക്ക് വന്നു

''ആ, നീയെപ്പോ വന്നു?''

''ഇപ്പോൾ വന്നേയുള്ളൂ.''

''നീ ഇവന് കുടിക്കാൻ എന്തെങ്കിലും എടുക്ക്.''

''ഇപ്പോൾ കൊണ്ടുവരാം, അല്ലാ, മാജിക്ക് എന്താ വേണ്ടത് ചായയോ ജ്യൂസോ, നല്ല പഴുത്ത പ്രിയോർ മാങ്ങ ഉണ്ട്. ഇവിടുത്തെ മാവിൽ ഉണ്ടായതാ.''

''നീ ജ്യൂസ് എടുത്തോ, ഈ ചൂട്ടത്ത് ചായ വേണ്ട, അല്ലേ മാജി?''

''അസ്സലായി ട്ടോ, മാമ പറഞ്ഞയച്ച നിഷാദും പിള്ളേരും അവിടെ വന്ന് പറഞ്ഞതുപോലെ ഒക്കെ ചെയ്തിട്ടുണ്ട്. എന്നെ തല്ലാൻ മാത്രം പറ്റിയില്ല.''

''മാജീ...''

''വേണ്ട, മിണ്ടരുത്. ഞാൻ പറയുന്നത് കേട്ടാൽ മതി. വെറുതെ ന്യായീകരണങ്ങളും തർക്കങ്ങളും പറഞ്ഞ് വീട്ടുകാരെ അറിയിക്കേണ്ട. ഞാൻ നിഷാദിനെ മാത്രമല്ല മറ്റുള്ളവരെയും കണ്ടിട്ടാണ് വരുന്നത്. കാര്യങ്ങളെല്ലാം വിശദമായി അവർ പറഞ്ഞു. അതുകൊണ്ട് അവരെ ഏൽപിച്ചിട്ട് നടക്കാതെ പോയ ആ ഒരു തല്ലുണ്ടല്ലോ അതിനാണ് ഞാൻ വന്നത്. നേരിൽ കണ്ടപ്പോൾ അവർക്കൊന്നും എന്നെ തല്ലേണ്ടെന്നാ പറഞ്ഞത്. മാമ തല്ലിക്കോളൂ. എന്നിട്ട് എന്തിനായിരുന്നു ഇതെല്ലാം എന്ന് എന്നോട് പറയണം.''

മഹ്മൂദിന്റെ മുഖം വിളറി. ഇടയ്ക്കിടെ അകത്തേക്ക് നോക്കിക്കൊണ്ട് പറഞ്ഞു

''നീ ഒന്നും കരുതരുത്. ഇവിടെ ആരും ഇത് അറിയരുത്. നമുക്ക് പിന്നെ സംസാരിക്കാം നീ ഇപ്പോൾ പൊയ്ക്കോ മാജി.''

''ഓഹോ, അപ്പോൾ എന്തോ ഉണ്ട് അല്ലേ. അത് അറിഞ്ഞിട്ടേ ഞാൻ പോകുന്നുള്ളൂ. ഇപ്പോൾ ഞാൻ മാമ എന്ന് വിളിക്കുന്നത് എന്നെക്കൊണ്ട് മാറ്റി വിളിപ്പിക്കരുത്. നിങ്ങൾ എന്നെ അന്യനായി കണ്ടതിന് ശേഷമാണ് ആ പിള്ളേരെകൊണ്ട് ഇതൊക്കെ ചെയ്യിപ്പിച്ചത്. പക്ഷേ, ഞാനിപ്പോഴും കുടുംബബന്ധങ്ങളെയും അയൽപക്ക ബന്ധങ്ങളെയും സ്നേഹിക്കുന്നു. ബഹുമാനിക്കുന്നു. അതുകൊണ്ടാണ് നിങ്ങളുടെ അടുത്ത് വന്നത്. ഇല്ലെങ്കിൽ എനിക്കും നിങ്ങളെ പോലെ ചെയ്യാമായിരുന്നു. അത് മറക്കരുത്.''

‘‘ഒന്നുമില്ല മാജി, സത്യമായിട്ടും ഒന്നുമില്ല.’’

‘‘ഒന്നുമില്ലാതെ പിന്നെ എന്തിന് ഇത് ചെയ്തു. ഞാൻ എന്ത് തെറ്റാണ് മാമയോട് ചെയ്തത്?’’

‘‘നീയൊന്നും ചെയ്തിട്ടില്ല. നമ്മൾ തമ്മിൽ ഒരു പ്രശ്നവും ഇല്ല.’’

‘‘പിന്നെ എന്തിനാണ് ഇത് ചെയ്തത് എന്നാണ് ഞാൻ ചോദിക്കുന്നത്, അത് പറയൂ.’’

‘‘മാജി, ഞാൻ പറയാം. വലിയ പള്ളിയിലേക്ക് പോയി വരുമ്പോൾ നമ്മുടെ സി.എം. പോക്കർക്കാനെയും കോവിൽ ബക്കർക്കാനേയുമൊക്കെ ഞാൻ കണ്ടിരുന്നു. അപ്പോൾ അവരാണ് പറഞ്ഞത് നീ അവിടെ മതില് കെട്ടി വഴി മുടക്കാൻ പോവുകയാണ് പണികൾ തുടങ്ങിയിട്ടുണ്ട്, ഇപ്പോൾ തന്നെ എന്തെങ്കിലും ചെയ്തില്ലങ്കിൽ പിന്നെ നമുക്ക് വഴി ഉണ്ടാവില്ല എന്ന്. ഞങ്ങൾക്കൊക്കെ നിന്നോട് വന്ന് നേരിൽ പറയാൻ ഒരു മടിയുണ്ടായിരുന്നു. അതുകൊണ്ടാണ് നിഷാദിനെയും പിള്ളേരെയും കണ്ട് പറഞ്ഞത്. നീയെന്നോട് ക്ഷമിക്കണം. നീ അവിടന്ന് ഇറങ്ങിയപ്പോൾതന്നെ നിഷാദ് എന്നെ ഫോൺ വിളിച്ച് കാര്യങ്ങൾ പറഞ്ഞപ്പോഴാണ് ഞാൻ സത്യം അറിയുന്നത്. അത് കഴിഞ്ഞപ്പോൾ ഷാനുവും ഷറഫുവും ഒക്കെ വിളിച്ചിട്ട് എന്നെ വഴക്ക് പറഞ്ഞു. അതെല്ലാം കേട്ട് ഞാനാകെ വിഷമിച്ചിരിക്കയായിരുന്നു. ഭാഗ്യത്തിന് അമ്മായി തറവാട്ടിൽ പോയിരുന്നതിനാൽ അവളൊന്നും അറിഞ്ഞില്ല. നീ വരുന്നതിന് തൊട്ട് മുൻപാണ് അവൾ വന്നത്. അവൾ ഒന്നും അറിയരുത്.’’

അമ്മായി ജൂസുമായി വന്ന് മാജിദിനും മഹ്മൂദിനും കൊടുത്തു. പകുതി കുടിച്ചിട്ട് ഗ്ലാസ് ടീപോയിൽ വെച്ചു. അപ്പോൾ മഹ്മൂദ് തന്റെ ഗ്ലാസ്സിൽ നിന്നുകൂടെ പകുതി മാജിദിന്റെ ഗ്ലാസ്സിൽ ഒഴിച്ച് കൊണ്ട് പറഞ്ഞു.

‘‘നീ കുറച്ചുകൂടി കുടിക്ക്. നല്ല ചൂടല്ലേ ദാഹം കാണും.’’

മാജിദ് അത് കുടിക്കാതെ പോയാൽ ബന്ധങ്ങളിൽ അകലം ഉണ്ടെന്ന് മഹ്മൂദ് മനസ്സിലാക്കുമല്ലോ എന്നുകരുതി അയാൾ കുടിച്ചു. അമ്മായി അകത്തേക്ക് പോയി. മാജിദ് എഴുന്നേറ്റുനിന്ന് പറഞ്ഞു

‘‘ഈ വഴിയുടെ വിഷയത്തിൽ എനിക്കെതിരെയുള്ള നിങ്ങളുടെ ഗൂഢാലോചന സംഘം ഇപ്പോഴും വർക്ക് ചെയ്യുന്നു എന്നാണ് എനിക്ക് മനസ്സിലാകുന്നത്. മാമ, നമ്മൾ ഒരു കുടുംബമാണ്. ഈ വിഷയത്തിൽ പരസ്പരം തല്ലുകൂടുന്നത് നമ്മൾ തമ്മിലാവട്ടെയെന്നാണ് മറ്റുള്ളവർ കരുതുന്നത്. അതിന് ചെവി കൊടുക്കരുത്. എന്തുണ്ടെങ്കിലും എന്നോട് നേരിട്ട് ചോദിക്കാമല്ലോ നിങ്ങൾക്ക്. ശത്രുവിനെ പോലെ എന്നെ നിങ്ങൾ മാറ്റി നിറുത്തുന്നതിലാണ് വിഷമം.

പിന്നെ, ഈ വഴി മുടക്കാനല്ല കഷ്ടപ്പെട്ട് ഞാനിത് ഉണ്ടാക്കിയതും കേസ് നടത്തുന്നതും. വഴികൊണ്ട് എന്നേക്കാൾ മുന്നേ നേട്ടമുണ്ടാക്കിയവരാണ് നിങ്ങൾ ഓരോരുത്തരും. അതുകൊണ്ടാണ് ഇപ്പോൾ ഇവിടുത്തെ വീടുകളിലെ കാർപോർച്ചിൽ കാറുകൾ കിടക്കുന്നത്.''

മഹ്മൂദ് തന്റെ കാർപോർച്ചിൽ കിടക്കുന്ന കാറിലേക്ക് നോക്കി.

''അന്ന് നിങ്ങളൊക്കെ കേസിനുവേണ്ടി പത്ത് രൂപ പോലും നൽകാതെ ഗൾഫിൽ സമ്പാദിക്കുകയായിരുന്നു. ഞാനിവിടെ കേസും കോടതിയുമായി കഷ്ടപ്പെടുകയും. ഇന്ന് നിങ്ങളൊക്കെ നാട്ടിൽ സെറ്റിലായി. സൗകര്യത്തോടെ വരാനും പോകാനും വീട്ടുമുറ്റത്തു റോഡായപ്പോൾ അത് ഉണ്ടാക്കിത്തന്ന എന്റെ നെഞ്ചത്ത് കേറാനാണ് നിങ്ങൾ ശ്രമിക്കുന്നത്. അതിന് പകരം ആ പുന്നത്തൂർക്കാരുമായി ഒന്ന് സംസാരിക്കാനോ കേസ് മുന്നോട്ട് കൊണ്ടുപോകാനോ നിങ്ങൾ തയ്യാറാകുന്നില്ല. അവസാനമായി ഒന്ന് മാത്രം പറയുന്നു, ഇനിയും എന്റെ മെക്കട്ട് കേറാൻ വന്നാൽ എനിക്കും അതുപോലെ പ്രതികരിക്കേണ്ടി വരും. അന്ന് ഞാൻ ഇന്നത്തെ പോലെ നമ്മുടെ ബന്ധങ്ങളെയും അയൽപക്കങ്ങളെയും പരിഗണിച്ചെന്നു വരില്ല.''

മാജിദ് ഇറങ്ങി നടന്നു.

ഫോൺ പറഞ്ഞു; മനസ്സ് പറഞ്ഞത്

മാജിദ് തന്റെ സ്വപ്നഭവനത്തിന്റെ പണികൾ നടക്കുന്നിടത്തുനിന്നും തിരികെ വന്ന് ഭാര്യയുമൊത്ത് ചായ കുടിച്ചുകൊണ്ടിരിക്കെ അവൾ പറഞ്ഞു

''വാടക വാങ്ങിക്കാൻ വഹാബ്ക്ക വന്നിരുന്നു.''

''എന്നിട്ട്?''

''വെക്കേഷനു മുമ്പ് വീട് ഒഴിഞ്ഞു കൊടുക്കണം എന്ന് പറഞ്ഞു.''

''ഇനിയിപ്പോ നമ്മളെന്താ ചെയ്യുക. വെക്കേഷന് അധികം ഇല്ലല്ലോ. ഇതുപോലെ സൗകര്യമുള്ളൊരു വീട് കണ്ട് പിടിക്കാനും അങ്ങോട്ട് മാറാനുമൊക്കെ എത്ര ബുദ്ധിമുട്ടാണ്, മടുത്തു.''

''അതൊന്നും സാരമില്ല. ഇനി വേറെ വീടും മാറ്റവും ഒന്നും വേണ്ട, മനസ്സുവെച്ചാൽ നമുക്ക് നമ്മുടെ വീട്ടിൽ തന്നെ താമസിക്കാം.''

''എന്താ മാജു ഒന്നും മിണ്ടാത്തത്. നമുക്ക് വീട് മാറിക്കൊടുത്തല്ലേ പറ്റൂ. ഗൾഫിലുള്ള വീട്ടുടമസ്ഥൻ കുടുംബവുമായി വരുന്നുണ്ടെന്നാണ് പറഞ്ഞത്. അയാളുടെ ഭാര്യ ഇനി പോകുന്നില്ലെന്ന്. മക്കളെ ഇവിടുത്തെ സ്കൂളിലാണത്രെ ചേർക്കുന്നത്.''

''മാജു, എന്താണിങ്ങനെ ഒന്നും പറയാതിരിക്കുന്നത്. ആ ചായ കുടിക്ക്. ചൂടാറുന്നു.''

''മതി, വേണ്ട.''

''ഇതെന്തുപറ്റി?''

''ഒന്നുമില്ല, ഓരോന്ന് ഓർത്തപ്പോൾ...''

''നമ്മുടെ വീട്ടിലേക്ക് മാറാം എന്ന് പറഞ്ഞത് കൊണ്ടാണോ? നമുക്ക് പൂർണ്ണമായും എല്ലാ പണികളും കഴിയാനൊന്നും നിൽക്കണ്ട, തേപ്പും ഫ്ളോറിങ്ങും കഴിഞ്ഞാൽ കയറിക്കൂടാമെന്നാണ് ഞാൻ ഉദ്ദേശിച്ചത്. അടുത്ത വർഷം മക്കളെ അവിടെ സ്കൂളിൽ ചേർക്കുകയും ചെയ്യാലോ.''

"നീയെന്താണീ പറയുന്നത്, എനിക്കും ആഗ്രഹമില്ലാഞ്ഞിട്ടാണോ? അതിനൊക്കെ ലക്ഷങ്ങൾ എത്ര വേണമെന്നറിയുമോ നിനക്ക്. തേപ്പും ഫ്ളോറിങ്ങും മാത്രം മതിയോ, ബാത്ത് റൂം, കിച്ചൻ, കബോർഡുകൾ, സ്റ്റെയർ, മതിൽ, ഗേറ്റ് പെയിന്റിംഗ് ശ്ശോ... അതൊന്നും ശരിയാവില്ല."

"മാജൂ, ആദ്യം മനസ്സൊന്നു സമാധാനമാക്കൂ. എന്നിട്ട് ഞാൻ പറയുന്നത് കേൾക്ക്. എല്ലാ പണികളും കഴിഞ്ഞ് താമസിക്കണമെന്ന് തന്നെയാണ് എന്റെയും ആഗ്രഹം. പക്ഷേ, അതിനുള്ള സാഹചര്യം നീണ്ടുപോകുമ്പോൾ ആഗ്രഹങ്ങളെ മാറ്റിചിന്തിക്കാൻ ശ്രമിക്കുകയല്ലേ നല്ലത്. നമ്മൾ പ്രാക്ടിക്കലാവണം. എങ്കിലേ നമുക്ക് സമാധാനം ഉണ്ടാകൂ. ഞാൻ കുറേ ആയി ഇത് പറയാൻ ആഗ്രഹിക്കുന്നു. എന്റെ സന്തോഷമാണ് മാജു ആഗ്രഹിക്കുന്നതെങ്കിൽ എനിക്കിതാണ് ഇഷ്ടം."

അയാൾ അവളെ തന്റെ അടുത്തേക്ക് ചേർത്ത് നിർത്തി

"നീ വല്ലാതെ മാറിയിരിക്കുന്നു. കൂടുതൽ പക്വതയും കാര്യബോധവും നിനക്കുണ്ടായിട്ടുണ്ട്. നിനക്കിഷ്ടവും തൃപ്തിയും അതാണെങ്കിൽ നമുക്കങ്ങനെ ചെയ്യാം. എനിക്കതിൽ തടസ്സമില്ല."

"ഇനി അതിനുള്ള ഫണ്ട് കണ്ടെത്തണം. ബാങ്കിൽ വളരെ ചെറിയ ഒരു സംഖ്യ മാത്രമാണുള്ളത്. മാർക്കറ്റിൽ നിന്നും കിട്ടാനുള്ള പണം പെട്ടെന്നൊന്നും കിട്ടുമെന്ന് തോന്നുന്നുമില്ല. പല ഷോപ്പുകളും പൂട്ടിപ്പോയി. ഉള്ളവർക്കാണങ്കിൽ കച്ചവടവും കുറഞ്ഞു. പിന്നെ ഫണ്ടിന് വേറെ എന്തെങ്കിലും വഴി നോക്കണം. ഒപ്പം ആ കേസുകളും നടത്തിക്കൊണ്ടു പോകണം. വൈകിയാലും പണം കിട്ടാതിരിക്കില്ല ലക്ഷങ്ങളുണ്ടല്ലോ."

"ഞാനൊരു കാര്യം പറയാം. നമ്മുടെ ഭൂമിയുടെ പിൻഭാഗത്തെ പറമ്പിലേക്ക് പുന്നത്തൂർക്കാർ നമ്മളോട് വഴി ചോദിച്ചിരുന്നില്ലേ, നമുക്ക് അതൊന്ന് ആലോചിച്ചാലോ. അവർ അത്രയും അത്യാവശ്യമായല്ലേ അന്ന് വന്നിരുന്നത്."

"ഉം, പലപ്പോഴും അവർ വന്നിട്ടുണ്ട്, എങ്കിലും അത് വേണോ, ഉള്ളതിൽ നിന്നും വിൽക്കുക എന്ന് പറഞ്ഞാൽ അതൊക്കെ മോശമല്ലേ. അതും വഴിക്ക് രണ്ട് മൂന്ന് സെന്റ് വരും. പിന്നെ, നമുക്കും തറവാടിനും ഇടയിൽ അങ്ങനെ ഒരു വഴി അവിടെ ശരിയാവില്ല. അത് വേണ്ട."

"മാജൂ, സ്വത്തും പണവുമെല്ലാം നമ്മുടെ ആവശ്യങ്ങൾക്ക് ഉപയോഗിക്കുവാനുള്ളതല്ലേ. അത് ആവശ്യത്തിന് ഉപകരിക്കുന്നില്ലങ്കിൽ പിന്നെ അതുകൊണ്ടൊക്കെ എന്ത് കാര്യം. അവർക്കാണെങ്കിൽ

അത് വലിയൊരു സഹായവും കൂടിയാകും. ഈ ഒരാവശ്യവുമായി അവർ കുറേ പ്രാവശ്യം നമ്മുടെ വീട്ടിൽ വന്നതുമല്ലേ വഴിക്കാകുമ്പോൾ ന്യായവിലയിലും അധികം എന്നല്ലേ പറയാറ്.''

''അതെ, ന്യായവില അപ്പോൾ മോഹവിലയായി മാറും, എങ്കിലും...''

''ഒരെങ്കിലും ഇല്ല. ആവശ്യക്കാരന് ദുരഭിമാനം തോന്നേണ്ടതില്ല. മാജു അയാളെ വിളിക്ക്. കാര്യം നടന്നാൽ നമുക്ക് ഇവർ പറഞ്ഞ സമയത്തിന് മുന്നേ തന്നെ വീട് ഒഴിഞ്ഞു കൊടുക്കാലോ.''

''നിന്റെ ഇഷ്ടം അതാണെങ്കിൽ അതാണ് എന്റെയും. പക്ഷേ, അതുകൊണ്ടൊന്നും പണികൾ കഴിയില്ല. അതാണ് എനിക്ക് ടെൻഷൻ. പണികൾ തീർക്കുന്നുവെങ്കിൽ നല്ല ലേറ്റസ്റ്റ് മെറ്റീരിയൽ ഉപയോഗിക്കണം. പൂർണ്ണമായും ഇന്റീരിയർ ചെയ്യണം, പിന്നെ മതില് കെട്ടി ഗേറ്റ് വെക്കണം. അതിന് മിനിമം മുപ്പത്തഞ്ച് ലക്ഷം രൂപയെങ്കിലും വേണ്ടി വരും.''

''മാജൂ, ഞാൻ പറഞ്ഞില്ലേ, നമ്മൾ പ്രാക്ടിക്കലാവണം. ഒന്ന് ചിന്തിച്ചു നോക്കൂ, നമ്മുടെ വീടിന്റെ പണികൾ ഒരു നാലഞ്ചുകൊല്ലം മുമ്പ് കഴിഞ്ഞിട്ടുണ്ട് എന്ന് വെക്കുക. സ്വാഭാവികമായും നമ്മൾ അന്നത്തെ മോഡൽ സാധങ്ങൾ ഉപയോഗിച്ചിട്ടായിരിക്കുമല്ലോ പണികൾ ചെയ്തുകാണുക, എന്നാൽ ഇന്ന് നോക്കുമ്പോൾ അതൊക്കെയും പഴയ മോഡൽ ആയിക്കാണും. അത്രയേ കരുതേണ്ടതുള്ളൂ, ഒരഞ്ചു കൊല്ലം മുമ്പ് നമ്മളവിടെ താമസിച്ചിട്ടുണ്ട് എന്ന്. ഇപ്പോൾ നമ്മുടെ ബഡ്ജറ്റ് അനുസരിച്ചുള്ള പണികൾ ചെയ്യുക. എന്നിട്ട് പെട്ടെന്ന് പണികൾ തീർത്ത് കയറിക്കൂടുക. ബാക്കിയെല്ലാം പിന്നെയും ആകാലോ. ക്യാഷ് പോരാതെ വരുന്നുവെങ്കിൽ ബാക്കിയുള്ള എന്റെ മാലയും വളയുമൊക്കെ വിൽക്കാം. ഒന്നും വിഷമിക്കണ്ട, എല്ലാം ശരിയാകും.''

അയാൾ അവളെത്തന്നെ നോക്കിയിരുന്നു.

''ഉം, എന്താ ഇങ്ങനെ നോക്കണേ.''

അയാൾ എഴുന്നേറ്റ് അവളുടെ കൈപിടിച്ച് അയാളുടെ അരികിലേക്ക് ചേർത്ത് നിറുത്തി

''നീയെന്റെ ഭാഗ്യവും സുകൃതവുമാണ് പെണ്ണേ.''

പെട്ടെന്ന് മാജിദിന്റെ കണ്ണുകൾ നിറഞ്ഞു. കണ്ണുനീർ തുള്ളികൾ കവിളിലൂടെ ഉതിർന്നു വീണു. അത് കണ്ട് അവൾ കൈകൾ കൊണ്ട് രണ്ട് കവിളുകളും തുടച്ചിട്ട് പറഞ്ഞു

''എന്താ മാജു ഇത്. കുട്ടികളെ പോലെ കരയുന്നോ. മാജു ചെയ്തതെല്ലാം എനിക്കും മക്കൾക്കും വേണ്ടിയല്ലേ. അവയിൽ

ചിലത് നേട്ടമായപ്പോൾ മറ്റ് ചിലത് നഷ്ടമായി. അതല്ലേ ജീവിതം. എല്ലാറ്റിലും നേട്ടം മാത്രം പ്രതീക്ഷിക്കാമോ നമുക്ക്. കഴിഞ്ഞതൊന്നും സാരമില്ല. മാജു വിഷമിക്കരുത്.''

''കേസ് നടക്കുന്നുണ്ടല്ലോ, കുറച്ച് കഴിഞ്ഞാലും വിധി നമുക്കനുകൂലമല്ലേ ആകൂ. അതും കാത്ത് വീടുപണി നീട്ടി വെക്കേണ്ട എന്നേ ഞാൻ പറയുന്നുള്ളൂ.''

''ഉം, നീ പറഞ്ഞതാണ് ശരി.''

അപ്പോഴാണ് ഫോൺ വന്നത്.

''ഉം, ആരാണെന്ന് നോക്ക്, ചിലപ്പോൾ പണിക്കാരാകും. രാത്രി വിളിക്കാമെന്ന് പറഞ്ഞിരുന്നു. ഇന്ന് മുടക്കമായതിനാൽ നാളെയും ലീവാണെന്ന് പറയാനാകും. രണ്ട് ദിവസം വന്നാൽ പിന്നെ നാല് ദിവസം വരില്ലല്ലോ.''

''ഹലോ... ആ ഉണ്ടല്ലോ, കൊടുക്കാം. ദാ മാജൂനെ വിളിക്കുന്നു. വഴി ചോദിച്ച ജലീൽക്കയാണ്. നമ്മൾ ഇപ്പോൾ പറഞ്ഞല്ലേ ഉള്ളൂ, ഇത് പടച്ചോനായിട്ട് കൊണ്ടുവരുന്നതാണ്. വേണ്ടെന്ന് വെക്കരുത്.''

''എന്താണ് വിശേഷം? പിന്നെ ഒരു വിവരവും ഉണ്ടായില്ലല്ലോ.''

''അൽഹംദുലില്ലാഹ് സുഖമായിരിക്കുന്നു. മാജിദ് നമ്മൾ അന്ന് പറഞ്ഞ കാര്യം ഉണ്ടല്ലോ, പറഞ്ഞ വിലയിൽ തന്നെ വഴിക്കുള്ള സ്ഥലം വാങ്ങിക്കാൻ ഞങ്ങൾക്ക് സമ്മതമാണ്. മാജിദിന് വിയോജിപ്പൊന്നും ഇല്ലല്ലോ.''

സ്പീക്കർ ഓൺ ചെയ്ത് സംസാരിച്ചിരുന്നതിനാൽ അവളും അത് കേൾക്കുന്നുണ്ടായിരുന്നു. അവൾ ഉടനെ മാജിദിന്റെ മുഖത്ത് നോക്കി സമ്മതമാണെന്നും പറഞ്ഞ വിലയിൽ തന്നെ വഴിക്കുള്ള സ്ഥലം നൽകാമെന്നും പറയാൻ ആംഗ്യം കാണിച്ചു.

''വിയോജിപ്പൊന്നും ഇല്ല. ഞാൻ വാക്ക് പറഞ്ഞതിൽ മാറ്റമില്ല.''

''ശരി, എങ്കിൽ നമുക്ക് നാളെത്തന്നെ കരാർ എഴുതാം. പകുതി സംഖ്യ നാളെത്തന്നെ നൽകാം. ബാക്കി ഒരു മാസത്തിനുള്ളിൽ. അപ്പോൾ രജിസ്റ്റർ ചെയ്യാം.എന്താ അതു പോരെ?''

അയാൾ അവളെ നോക്കി. അവൾ തലയാട്ടി സമ്മതം അറിയിച്ചു.

''ഓ, അതുമതി അതുമതി, പിന്നെ ഞാൻ പറഞ്ഞ കാര്യങ്ങൾക്ക് മാറ്റം ഉണ്ടാവരുത്. ആ വഴിയിൽ ആജീവനാന്തം എനിക്ക് അവകാശം വേണം. എന്റെ വീടിന്റെ പണി കഴിഞ്ഞാൽ ഇപ്പോഴുള്ള വഴി പുറകുവശത്ത് കൂടെ മാറ്റാനുള്ളതാണ്. അപ്പോൾ ഒരു തടസ്സം ഉണ്ടാവരുത്.''

“ഇല്ല മാജിദ്, അതിലൊന്നും ഒരു മാറ്റവും ഇല്ല. അതെല്ലാം നമ്മൾ പറഞ്ഞതുപോലെ തന്നെ. എന്നാൽ പിന്നെ നാളെ കാണാം. വെക്കട്ടെ.”

വളരെ സന്തോഷത്തോടുകൂടി അവൾ ദൈവത്തെ സ്തുതിച്ചു കൊണ്ട് പറഞ്ഞു

“അൽഹംദു ലില്ലാഹ്, അല്ലാഹു നമ്മെളെ കൈവിട്ടില്ല. ഇപ്പോ ഴാണ് ആശ്വാസമായത്.”

“അതേ, പടച്ചവനെ എത്ര സ്തുതിച്ചാലും മതിയാവില്ല. എങ്കിലും ഇതുകൊണ്ടൊന്നും പണി തീർക്കുവാൻ സാധിക്കില്ലല്ലോ എന്നോർക്കു മ്പോൾ വിഷമമുണ്ട്. ഒരാഴ്ച കൂടി കഴിഞ്ഞാൽ പണികൾ നിർത്തേണ്ടി വരുമെന്നാണ് ഞാൻ കരുതിയിരുന്നത്.”

“ഒന്നും പേടിക്കണ്ട മാജൂ. എല്ലാം ശരിയാകും. നാം ഉത്സാഹി ക്കുകയും തുടങ്ങുകയും ചെയ്യുക. നമ്മൾ അറിയാത്ത വഴിയിൽ അല്ലാഹു എല്ലാം സാധിപ്പിച്ചു തരും. മാജു പോയി നിസ്കരിക്ക്. ഞാൻ ചപ്പാത്തി ഉണ്ടാക്കട്ടെ. ഇന്ന് നേരത്തെ ഭക്ഷണം കഴിച്ച് കിടക്കാം.”

അവൾ കിച്ചണിലേക്ക് നടന്നു. മാജിദ് നിസ്ക്കാരപ്പായയിലേക്കും.

ഒറ്റയ്ക്കിരിക്കുമ്പോൾ

വീട് പണി തീർന്നു. മാജിദ് നാട്ടിൽ താമസം ആരംഭിച്ചു. ഇപ്പോൾ തന്നെ നല്ലൊരു സംഖ്യ ലോൺ ഉണ്ട്. മാർക്കറ്റിൽനിന്നും മറ്റും കിട്ടാനുള്ള ക്യാഷ് കിട്ടിയിരുന്നെങ്കിൽ ഒരു പ്രശ്നവുമില്ല. ഈ സാഹചര്യത്തിൽ ഇങ്ങനെയെങ്കിലും സ്വന്തം വീട്ടിൽ താമസിക്കുവാൻ കഴിഞ്ഞത് എത്രയോ ഭാഗ്യമായി. ഇനി മതിലും ഗേറ്റും ഉണ്ടാക്കി വീടിന് സുരക്ഷിതത്വം വരുത്തണം. ഇപ്പോൾ ചവിട്ടുപടിക്കരികിലൂടെയാണ് വാഹനങ്ങൾ പോകുന്നത്. വാതിൽ തുറന്നു വെക്കാൻ സാധിക്കാത്തവിധം പൊടി പടലങ്ങൾ അകത്തേക്ക് വരുന്നുണ്ട്. അതുകൊണ്ട് മുൻവശത്തെ വാതിൽ എപ്പോഴും അടഞ്ഞുതന്നെ കിടക്കും. അലമാരകൾ ഉണ്ടാക്കിയിട്ടില്ല. കിച്ചനും ഒന്നും ചെയ്തിട്ടില്ല. വാതിലുകൾ ഉള്ളത് താൽക്കാലികമാണ്. ഫർണിച്ചറുകൾ വാങ്ങിക്കണം. മുകളിലെ പണികളും ഒന്നും ആയിട്ടില്ല ഫ്ളോറിൽ വെറും സിമന്റ് കൊണ്ടുപോലും ഫിനിഷിങ് ചെയ്യാൻ കഴിഞ്ഞില്ല.

ഭിത്തികൾ തേച്ച് വെള്ളപൂശി എന്നല്ലാതെ മറ്റ് എത്രയോ പണികളാണ് ഇനിയും ബാക്കിയുള്ളത്. മാജിയുടെ ഉമ്മ പറഞ്ഞതുപോലെ ''വെയിലും മഴയും പുറത്തായല്ലോ, മക്കൾക്ക് ചുരുണ്ടു കൂടാൻ.''

മാജിദും അത്രതന്നെ ഇപ്പോൾ ചിന്തിക്കുന്നുള്ളൂ. മറ്റുള്ളവരുടെ വാടകവീട്ടിൽ എന്നും ഒരു വാടകക്കാരനായി കഴിയുന്നതിലും എത്രയോ അഭിമാനകരമാണ് സ്വന്തം വീട്ടിലുള്ള ഈ ജീവിതം. താമസം മാറിയത് അയാളുടെ ജീവിത മാർഗ്ഗത്തെയും തെല്ലൊന്ന് ബാധിക്കാതിരുന്നില്ല. എല്ലാം അവസാനിപ്പിച്ചിട്ടായിരുന്നല്ലോ ഇങ്ങോട്ട് പോന്നത്. അതിന്റേതായ പ്രയാസങ്ങൾ കണ്ടു തുടങ്ങി. എങ്കിലും ബാങ്കിൽ മാസം തോറും പലിശ അടയ്ക്കുന്നതിൽ അയാൾ വീഴ്ച വരുത്തിയിരുന്നില്ല. കരുതൽ പണത്തിൽ നിന്നും കൃത്യമായി അത് അടഞ്ഞു പോന്നു, ഇങ്ങനെ എത്രകാലം? ഇനിയും കുറച്ച് മാസം കൂടെ അതിൽ മുടക്കം വരില്ലായിരിക്കാം. അപ്പോഴേക്കും കിട്ടാനുള്ള ഫണ്ടുകൾ കിട്ടിയാൽ ഒന്നും സാരമില്ല. കുറച്ചു സംഖ്യ പലിശയിനത്തിൽ പോയി എന്നുമാത്രം കരുതാം.

ആറുമാസത്തിനുള്ളിൽ കാര്യങ്ങൾ വിചാരിച്ചതുപോലെ സംഭവിച്ചില്ലെങ്കിൽ ഭാവി പ്രശ്നം തന്നെയാണ്. മക്കൾ സ്കൂളിലും ഭാര്യ ജോലിക്കും പോയി. അയാൾ ആ വീട്ടിൽ ഒറ്റപ്പെട്ടു. വായിക്കാൻ വാങ്ങിച്ച പുസ്തകങ്ങൾ പലതും പാതിയിൽ മടക്കിവെക്കും. ചിലത് ഒന്ന് മറിച്ചു നോക്കുകപോലും ചെയ്തിട്ടില്ല. സത്യത്തിൽ ആ ഇരിപ്പ് അയാളിൽ വലിയ പ്രയാസങ്ങൾ ഉണ്ടാക്കിയിരുന്നു. ഭാര്യയോട് ജോലിക്ക് പോകരുതെന്ന് പറയാനും സാധിക്കാത്ത ഒരവസ്ഥയായിരുന്നു. വാടകവീട്ടിൽ താമസിക്കുമ്പോഴും അവൾ ജോലിക്ക് പോയിരുന്നു. തന്റെ ബിസിനസ്സ് യാത്രകളിൽ വീട്ടിൽ ഒറ്റപ്പെടുന്ന മുഷിപ്പ് മാറ്റുവാനായിരുന്നു അവൾ ജോലിക്ക് പോകാം എന്ന തീരുമാനിച്ചത്.

അപ്പോൾ മാജിദിന് അവളുടെ വാക്കുകൾ ഓർമ്മയിലെത്തി.

“മാജൂ, എല്ലാം പോസറ്റീവ് ആയി കാണൂ, കോടതിയിലുള്ള നമ്മുടെ കേസുകൾ കഴിഞ്ഞാൽ പിന്നെ പ്രശ്നം ഇല്ലല്ലോ. ജോലി അപ്പോൾ തന്നെ നമുക്ക് അവസാനിപ്പിക്കാം. ഈ സാഹചര്യത്തിൽ നമ്മൾ രണ്ട് പേരും മുഖത്തോട് മുഖം നോക്കിയിരുന്നിട്ട് എന്ത് കാര്യം. അത് കൂടുതൽ പ്രയാസങ്ങളേ സൃഷ്ടിക്കൂ.”

സ്കൂൾ വിട്ട് വരുന്ന മക്കളേയും പിന്നെ അവളെയും കാത്ത് അയാൾ ഓരോന്ന് ചിന്തിച്ച് വെറുതെയിരിക്കും. ആ ഇരിപ്പിൽ അയാൾക്ക് ഒട്ടും താൽപര്യമില്ലായിരുന്നു. അങ്ങനെ ഇരുന്ന പരിചയവും ഇല്ലായിരുന്നല്ലോ. എന്നും യാത്രകളായിരുന്നില്ലേ, ചെന്നൈയിലും ഡൽഹിയും ബാംഗ്ലൂരും മറ്റുമായി തിരക്കിട്ട യാത്രകൾ. പിന്നെ സാമൂഹ്യ, രാഷ്ട്രീയ, കലാ, സാഹിത്യ, സാംസ്കാരിക പ്രവർത്തനങ്ങൾ.

ജീവിതത്തിൽ കടന്നുപോയ ഇന്നലെകളുടെ കയ്പേറിയ അനുഭവങ്ങൾ ഓരോന്നും ഓർത്തുകൊണ്ട് ആ വീടിന്റെ ഉമ്മറത്തെ ചാരുകസേരയിൽ ഒറ്റയ്ക്കിരിക്കുമ്പോൾ വലിയൊരു ഏകാന്തതയും മൂകതയും അയാൾക്കു ചുറ്റിലും വലം വെച്ചുനിന്നു. അപ്പോൾ മുന്നിലെ വഴിയിലൂടെ ഏണിയുമേന്തി പോയിരുന്ന തെങ്ങ് കയറ്റക്കാരൻ ഭാസ്ക്കനോട് അയാൾ ചോദിച്ചു

“എങ്ങോട്ടാ ഭാസ്ക്കരാ ഏണിയുമായി, ഇന്നെവിടെയാ കയറ്റം?”

“തൊട്ട് തന്നെ, പുന്നത്തൂർക്കാരുടെ പറമ്പിലാണ്. അവിടുത്തെ റഹീംക്ക വന്നിട്ടുണ്ട്. കുറെ നേരമായി പുള്ളി കാത്ത് നിൽക്കുന്നു.”

“റഹീംക്കയോ, ആ വ്യക്തിയെ എനിക്കൊന്ന് കാണണമായിരുന്നു.”

“എന്തിനാ ഇക്കാ, വല്ല പ്രശ്നത്തിനോ മറ്റൊ ആണോ നിങ്ങള് രണ്ടാളും ശത്രുക്കളല്ലേ. അയാളല്ലേ ഈ വഴിയുടെ പേരിൽ ഇക്കാക്കെതിരെ ഇല്ലാത്ത കേസുകൊടുത്ത് കോടതി കയറ്റിയത്.”

''എനിക്കാരോടും ശത്രുതയില്ല ഭാസ്കരാ, ഞങ്ങൾ തമ്മിൽ ഇന്ന് വരെ കണ്ടിട്ട് പോലുമില്ല.''

''ശരിയാ, ഇക്കാനെ ഞങ്ങൾക്കറിഞ്ഞൂടെ. ഇതൊക്കെ ആ സലിക്ക ഒപ്പിച്ച പണിയല്ലേ, അതാർക്കാ അറിയാത്തത്?''

''ഉം, സാരമില്ല, എല്ലാം ഒന്ന് കണ്ട് സംസാരിച്ചാൽ തീരുന്ന പ്രശ്നമേയുള്ളൂ. ഇവിടെ ആർക്കും ഇന്ന് വരെയും അതിനൊന്നും സമയമുണ്ടായില്ല. ആ, നീ പൊയ്ക്കോ, നമ്മൾ സംസാരിച്ച വിവര മൊന്നും പറയണ്ട, പിന്നേയ് ഇവിടെം തെങ്ങ് കയറാനായിട്ടുണ്ട്. അത് മറക്കണ്ട.''

''ഇല്ലക്കാ, ഇവിടെ നമുക്ക് തിങ്കളാഴ്ച കയറാം.''

ഏണിയുമെടുത്ത് ഭാസ്ക്കരൻ നടന്നു. മാജിദ് അകത്തേക്ക് കട ന്നിട്ട് ജനൽ തുറന്ന് അപ്പുറത്തെ പറമ്പിലേക്ക് നോക്കി. തെങ്ങ് കയറ്റക്കാർക്കൊപ്പം വെള്ള ഷർട്ടും മുണ്ടും ധരിച്ച് നിൽക്കുന്ന ഒരാളെ കണ്ടു. അപ്പോൾ അയാൾ മനസ്സിൽ പറഞ്ഞു ഇദ്ദേഹമാണോ ആ വ്യക്തി. കഴിഞ്ഞ എട്ട് വർഷക്കാലം അന്യായമായി എന്നെ കോടതി കയറ്റിയ ആൾ. എങ്കിലും അയാളെ നേരിൽ കാണുവാൻ തന്നെ തീരുമാനിച്ചു. ശത്രുവാണെങ്കിലും അയാളെയും കേൾക്കുക, അറി യുക എന്ന സാമാന്യ മര്യാദയുടെ ഭാഗമായിരുന്നു ആ തീരുമാനം. ഒരുപക്ഷേ അത് പ്രശ്നപരിഹാരങ്ങൾക്ക് ഒരു തുടക്കമായെങ്കിലോ എന്നാണ് ചിന്തിച്ചത്. മറ്റാരും അത് ചെയ്യില്ല. തലമൂത്ത നാട്ടുകാരണ വന്മാരോടും ബന്ധുക്കളോടും താൻ ഈ കാര്യം പല പ്രാവശ്യം പറഞ്ഞതാണ്. പക്ഷേ ആരും ഇന്നുവരെയും അതിന് തയ്യാറായില്ല. തനിക്ക് അതിനൊരു അവസരം ഉണ്ടാക്കണമെന്നും അല്ലെങ്കിൽ പ്രസ്തുത വിഷയത്തിന്റെ രഞ്ജിപ്പിന് വേണ്ടി സംസാരിക്കണമെന്നും ഫാരിസിനോട് അയാൾ പല തവണ പറഞ്ഞിരുന്നതാണ് പക്ഷേ, ഫാരിസ് ഇത്തരം ഒരു അനുരഞ്ജനത്തിന്റെ പാതയിലേക്ക് വരിക യുണ്ടായില്ല. റഹ്മാനുമായി പരസ്പരം അറിയില്ലെങ്കിലും പലപ്പോഴും അയാൾ ആലോചിച്ചിട്ടുണ്ട്. തന്റെ എതിർകക്ഷിയായ ഈ വ്യക്തിയെ ഒന്ന് കാണാൻ കഴിഞ്ഞെങ്കിൽ എന്ന്. ഇന്നാണ് അതിനുള്ള അവ സരം വന്നിരിക്കുന്നത്. അയാൾ ധൃതിയിൽ വസ്ത്രം മാറി വീട്ടിൽ നിന്നും പുറകുവശത്തെ പറമ്പിലേക്ക് നടന്നു.

പ്രതിയും വാദിയും

മാജിദ് റഹീമിനെ കണ്ടപ്പോൾ തനിക്ക് ആ മുഖം പരിചയമുണ്ടല്ലോ എന്നോർത്തു. റഹീമിന്റെ പിതാവ് മണ്മറഞ്ഞ പഞ്ചായത്ത് പ്രസിഡന്റായിരുന്ന പുന്നത്തൂർ അബുവിന്റെ മുഖ സാദൃശ്യമായിരുന്നു അതിന് കാരണം. കുഞ്ഞു നാളിൽ കണ്ടു ശീലിച്ച ആ മുഖം അയാളുടെ മനസ്സിൽ ഉണ്ടായിരുന്നു. ഇപ്പോൾ റഹീമിനെ കാണുമ്പോൾ മജീദ് ഓർത്തത് അബുവിനെയാണ്. റഹീം അയാളെ ശ്രദ്ധിക്കുന്നുണ്ടായിരുന്നില്ല. ജോലിക്കാരൊക്കെയും മാജിദിനെ അറിയുന്നവരാണ്. അവരൊക്കെയും അയാളെത്തന്നെ നോക്കിനിൽക്കുന്നു.

മാജിദും റഹീമും കണ്ടുമുട്ടിയാൽ എന്തു സംഭവിക്കും എന്നൊരാശങ്ക ജോലിക്കാർക്കുള്ളതുപോലെ. കാരണം ഈ വഴിയുമായി ഇതുവരെയും സംഭവിച്ചിട്ടുള്ള എല്ലാ കാര്യങ്ങളും കൃത്യമായി അറിയാമായിരുന്നു. മാജിദ് പുറകിലേക്ക് നോക്കിയപ്പോൾ ഭാസ്ക്കരൻ തെങ്ങിന്റെ പകുതിയിൽ ഇരുന്ന് രംഗം വീക്ഷിക്കുകയാണ്.

"അസ്സലാമു അലൈക്കും."

റഹീം തിരിഞ്ഞു നോക്കി.

"വ അലൈകും സലാം."

റഹീമിന്റെ മുഖത്ത് നിറഞ്ഞ അപരിചിത്വം. എന്നാൽ പുഞ്ചിരിച്ച് കൈകൾ നീട്ടിക്കൊണ്ട് മാജിദ് നിന്നു. റഹീം പെട്ടെന്ന് കൈ കൊടുത്ത് അയാളുടെ മുഖത്തേക്ക് സൂക്ഷിച്ച് നോക്കി.

"സുഖമാണല്ലോ റഹീംക്ക, എന്നാണ് നാട്ടിലെത്തിയത്."

അപ്രതീക്ഷിതവും എന്നാൽ ഏറെ പരിചയം നിറഞ്ഞതുമായ അയാളുടെ ആ സ്നേഹാന്വേഷണങ്ങൾ റഹീമിനെ കുഴക്കി.

"ക്ഷമിക്കണം എനിക്ക് മനസ്സിലായില്ല. കുറേ വർഷങ്ങളായി ഗൾഫിലായിരുന്നതിനാൽ പലരുമായും പരിചയം കുറവാണ്. ആരാ, ഓർമ്മ വരുന്നില്ല."

‘‘ഇപ്പോൾ എന്നെ താങ്കൾ അറിയില്ല. ഇതിന് മുൻപ് ഒരിക്കൽ പോലും നാം തമ്മിൽ കണ്ടിട്ടുപോലുമില്ല. എങ്കിലും താങ്കൾ എന്നെ അറിയും. എന്നെ മറക്കാൻ താങ്കൾക്കാവില്ല. അത്രയും ബന്ധമുണ്ട് നാം തമ്മിൽ. ദീർഘമായ എട്ടു വർഷത്തെ ബന്ധം. പറഞ്ഞാൽ താങ്കൾക്ക് ഓർമ്മ വരും.’’

‘‘ഖത്തറിൽ വെച്ചാണോ നമ്മൾ പരിചയം, എനിക്ക് തീരെ ഓർക്കാൻ പറ്റുന്നില്ല.’’

‘‘എന്റെ പേര് മാജിദ്, വലിയപറമ്പത്തെയാണ്. ഇപ്പോൾ താങ്കൾക്ക് ശത്രുവാണ്.’’

‘‘ശത്രുവോ?’’

‘‘ഇതാണ് സത്യം. ഞാൻ ശത്രുവായിട്ടും താങ്കൾക്കെന്നെ അറിയില്ല. ഇപ്പോൾ താങ്കൾക്ക് ബോധ്യമായില്ലേ, ജീവിതത്തിൽ ഒരിക്കൽ പോലും കാണാത്തവരാണ് നാം എന്ന്. താങ്കൾക്ക് മാത്രമല്ല, താങ്കളുടെ ഉമ്മയ്ക്കും എന്നെയും ബാക്കി നാല് പേരെയും അറിയില്ല. ആ ഞാനാണ് വർഷങ്ങൾക്ക് മുന്നെ താങ്കളുടെ വീട്ടിൽ വന്ന് ആ ഉമ്മയെ ഭീഷണിപ്പെടുത്തിയതും താങ്കളുടെ ഈ ഭൂമി അന്യായമായി കൈയ്യേറി വഴി വെട്ടിയതും വസ്തുവഹകൾക്ക് നാശം ചെയ്തതും അല്ലേ?’’

തെങ്ങുകയറ്റ തൊഴിലാളികൾ പണികൾ നിറുത്തി ചുറ്റും കൂടി നിന്നു.

‘‘ഭാസ്കരാ, നിങ്ങൾ പോയി നിങ്ങളുടെ പണിയെടുത്തോളൂ. ഇവിടെ പ്രശ്നങ്ങൾ ഒന്നുമില്ല.’’

മാജിദ് അവരെ നോക്കി അത് പറഞ്ഞപ്പോൾ അവരൊക്കെയും അവരവരുടെ ജോലികളിലേക്ക് തിരിഞ്ഞു.

‘‘ഇവർക്കെല്ലാം അറിയാം. ഇവരൊക്കെയും ആദ്യം മുതലേ ഈ വഴിയുണ്ടാക്കാൻ കല്ലുവെട്ടിയും മണ്ണിട്ടും എനിക്കൊപ്പം ഉണ്ടായിരുന്നവരാണ്.’’

മാജിദ് ഇത്രയും പറഞ്ഞപ്പോൾ റഹീമിന് കാര്യങ്ങൾ മനസ്സിലായി തുടങ്ങി.

‘‘എന്നെ അറിയാത്ത നിങ്ങളാണ് എനിക്കും മറ്റുള്ളവർക്കും എതിരെ നിങ്ങളുടെ ഉമ്മയെക്കൊണ്ട് കള്ളക്കേസ് കൊടുപ്പിച്ചത്. കോടതിയിലാണ് നാം കാണുന്നതെങ്കിൽ പ്രതികൾ ആരെന്നറിയാതെ നിങ്ങളും ഉമ്മയും വട്ടം കറങ്ങിയേനേ.’’

‘‘മാജിദ് എന്നോട് ക്ഷമിക്കണം. നാട്ടിലില്ലാതിരുന്ന എനിക്ക് എന്റെ സ്വത്ത് അന്യാധീനപ്പെട്ട് പോകുന്നത് തടയുക എന്ന ലക്ഷ്യം മാത്രമേ ഉണ്ടായിരുന്നുള്ളൂ. അതുകൊണ്ടാണ് കോടതിയിൽ പോയത്.’’

"അതിന് നിരപരാധികളുടെ പേരിലാണോ കേസ് കൊടുക്കുക? ഒരിക്കൽ പോലും കണ്ടിട്ടില്ലാത്ത ഞാൻ എന്നു മുതലാണ് നിങ്ങൾക്ക് ശത്രു ആയത്?"

"ഈ വിഷയത്തിൽ ഒരു പ്രവാസിയായ എന്റെയും കുടുംബത്തിന്റെയും പ്രയാസം മാജിദ് മനസ്സിലാക്കണം. ഞങ്ങളുടെ പറമ്പിലേക്ക് ഒരു വഴിക്ക് വേണ്ടി പൊന്നും വില കൊടുത്ത് വാങ്ങിയ ഭൂമി നാട്ടുകാർ കയ്യേറുന്നു എന്നറിയുമ്പോൾ എനിക്ക് മറ്റെന്താണ് ചെയ്യാനാവുക?"

"ശരി, അതിന് ഇതുമായി ഒരു ബന്ധവുമില്ലാത്ത, ഇവിടെ താമസക്കാരൻ പോലുമല്ലാത്ത എന്റെയും ജ്യേഷ്ഠന്റെയും പേരിലാണോ നിങ്ങൾ കേസ് കൊടുക്കുക. അതുകൊണ്ട് നിങ്ങൾക്ക് എന്താണ് നേടാനായത്. പിന്നെ, ഇത്രയും കാലം കൊണ്ട് ഈ വഴി നൂറു ശതമാനവും ഒരു പൊതുവഴിയായിമാറിക്കഴിഞ്ഞിരിക്കുന്നു. നിങ്ങൾ എന്റെ പേരിൽ കേസുകൊടുത്തതുകൊണ്ട് മാത്രമാണ് ഇന്ന് നിങ്ങൾക്ക് ഈ ഗതി വന്നത്. ഇല്ലെങ്കിൽ അന്നുതന്നെ നിങ്ങൾക്ക് വഴിക്ക് വേണ്ടി വാങ്ങിച്ച ഈ ഭൂമിയുടെ അതിരിൽ ഗേറ്റ് വെക്കാമായിരുന്നു. അങ്ങനെ സംഭവിക്കരുത് എന്നാണ് നിങ്ങൾ വിശ്വസിച്ച നിങ്ങളുടെ ആ വ്യക്തി ആഗ്രഹിച്ചത്. അത് അന്ന് നിങ്ങൾ മനസ്സിലാക്കിയില്ല."

"മാജിദ്, എനിക്ക് കിട്ടിയ ചില ഇൻഫോർമേഷന്റെ അടിസ്ഥാനത്തിലാണ് ഞാൻ നിങ്ങളുടെ ഒക്കെ പേരിൽ കേസുകൊടുക്കുവാൻ നിർബന്ധിതനായത്. മനഃപൂർവ്വമല്ല. അത് ഇത്രമാത്രം വർഷങ്ങൾ നീണ്ടുപോകുമെന്നോ നാട്ടിൽ എനിക്കെതിരേ ശത്രുതയുണ്ടാക്കുമെന്നോ ഒരുപാട് പണച്ചിലവ് വരുമെന്നോ ഒന്നും ഞാൻ കരുതിയിരുന്നില്ല. ഈ വഴി എനിക്ക് വിറ്റ സി.എം. പോക്കർക്ക പോലും ഇന്ന് ശത്രുപക്ഷത്തായി. പിന്നെ നിങ്ങളുടെ പേരുകൾ വിളിച്ചു പറയുകയും കേസുകൊടുക്കുവാൻ നിർബന്ധിക്കുകയും ചെയ്തവരും ഇപ്പോൾ കൂടെയില്ലാതായി."

"ഞാൻ ഒന്ന് ചോദിച്ചാൽ നിങ്ങൾ സത്യം പറയുമോ റഹീംക്കാ. എനിക്കറിയാം, എങ്കിലും നിങ്ങളിൽ നിന്നും ആ സത്യം കേൾക്കാനുള്ള ആഗ്രഹം കൊണ്ടാണ്."

"പറയാം, ചോദിക്കൂ മാജിദ്."

"ആരാണ് എനിക്കും മറ്റുള്ളവർക്കുമെതിരേ നിങ്ങളെക്കൊണ്ട് കേസ് കൊടുപ്പിച്ചത്. അതിന് ഞങ്ങളുടെ പേരും വിവരങ്ങളും നിങ്ങളോട് വിളിച്ചു പറഞ്ഞു തന്നത്. സത്യം പറയണം."

''അത് മറ്റാരുമല്ല, നിങ്ങളെയും എന്നേയും ഈ കേസിലേക്ക് തള്ളി വിട്ടത് സലിയാണ്, കട്ടാറത്തെ സലി. മാജിദ്, ഇത് ഞാൻ പറഞ്ഞു എന്ന് പറഞ്ഞാലും എനിക്ക് വിഷമമില്ല. അല്ലാതെ മൂസ മാമായല്ല. നിങ്ങൾ ആ പാവത്തിനെയാണ് തെറ്റിദ്ധരിച്ചത്.''

''മതി, സന്തോഷമായി. ഇനി എന്താണ് നിങ്ങളുടെ ഉദ്ദേശ്യം. കേസുമായി മുന്നോട്ട് പോകാൻ തന്നെയാണോ?''

''അല്ലാതെ മറ്റെന്താണ് എനിക്ക് ചെയ്യാൻ സാധിക്കുക. പണം കൊടുത്തു വാങ്ങിയ ഭൂമി, അതും ഇത്രയും കാലം കേസും നടത്തിയിട്ട് ഇനിയും അത് പൊതുവഴിക്ക് വേണ്ടി വിട്ട് കൊടുക്കുക എന്നത് ചിന്തിക്കാൻ പോലും സാധിക്കില്ല. അതാണോ ശരി, എന്താണ് മാജിദിന്റെ അഭിപ്രായം?''

''ഭാസ്ക്കരാ, അത് ചക്കര തെങ്ങല്ലേ. രണ്ട് കരിക്ക് ഇട്ടോളൂ. ഇളംകരിക്ക് മതി.''

''ഞാൻ സത്യത്തിനും നീതിക്കും ഒപ്പം മാത്രം നിൽക്കുന്ന ഒരാളാണ്. വഴിക്കും വെള്ളത്തിനും കിടപ്പാടത്തിനുമായിട്ടുള്ള ഒട്ടനവധി സമരങ്ങളിൽ സജീവമായ ഒരാൾ. അതുകൊണ്ട്, ഈ വിഷയത്തിലെ സത്യവും നീതിയും നിങ്ങളുടെ ഭാഗത്താണ് ഞാൻ കാണുന്നത്. അത് തുടക്കം മുതലേ ഞാൻ പറഞ്ഞിട്ടുമുണ്ട്. നിങ്ങൾ ചതിക്കപ്പെടുകയായിരുന്നു എന്ന്. താങ്കൾക്കും കൂടെ ഈ വഴി വേണമെന്നുണ്ടെങ്കിൽ കേസുകൾ അവസാനിപ്പിക്കുക. സന്തോഷത്തോടെയും സ്നേഹത്തോടെയും ഈ വഴി പൊതുവഴിയായി വിട്ട് കൊടുക്കുക. പിന്നെ ഞാൻ മനസ്സിലാക്കുന്നത്, ഈ വഴി ഏറ്റവും കൂടുതലായി ഉപകാരം ചെയ്യുക നിങ്ങൾക്ക് തന്നെയാണ്. വിശാലമായ ഈ ഭൂമിയിലേക്ക് പന്ത്രണ്ടടിയിൽ രണ്ട് ഭാഗത്ത് കൂടെയും ടാർ ചെയ്ത റോഡുണ്ടാവുക എന്നത് വലിയ ഒരു നേട്ടമായാണ് നിങ്ങൾ കാണേണ്ടത്. ഇല്ലെങ്കിൽ ഈ വഴി എന്റെ പടിയിൽ വന്ന് അവസാനിക്കും.''

റഹീം ഒന്ന് പകച്ചു. ഈ വഴി മുടങ്ങും എന്ന് അയാൾ കരുതിയിരുന്നില്ല. താൻ വാങ്ങിയ വഴിക്കൊപ്പം ഇപ്പുറത്ത് പുതുതായി വന്ന വഴിയും യഥേഷ്ടം തനിക്ക് ഉപയോഗിക്കാൻ സാധിക്കും എന്നാണ് അയാൾ കരുതിയിരുന്നത്.

''അതെന്താ മാജിദ് അങ്ങനെ?''

''അത് അങ്ങനെയാണ് നാട്ടുകാരുടെ തീരുമാനം. നിങ്ങൾ അങ്ങനെ ഞങ്ങളുടെ വിയർപ്പിന്റെ ഫലം അനുഭവിക്കേണ്ട എന്ന് സാരം.''

''മാജിദ്, എനിക്ക് ഒറ്റയ്ക്ക് ഒരു തീരുമാനമെടുക്കാനാവില്ല. ഞങ്ങൾ കുറേ മക്കൾ ഉണ്ട്. പിന്നെ, ഇത്രയും കാലത്തിനിടെ ഇവിടെ

നിന്നും ഒരാളും ഇന്നുവരെയും ഞങ്ങളോട് ആരോടും ഈ വഴിയെ പ്പറ്റി ഒന്നും പറഞ്ഞിട്ടില്ല. ഗൾഫിൽ വെച്ചും ഇവിടെ വെച്ചും ബന്ധ പ്പെട്ട പലരെയും പലപ്പോഴും കാണാറും സംസാരിക്കാറും ഉള്ള താണ്. ഇന്ന് മാജിദ് ഇത്രയും സംസാരിച്ചപ്പോൾതന്നെ വളരെ സന്തോഷമായി.''

''ഞാൻ എപ്പോഴും താങ്കളുമായി സംസാരിക്കുവാൻ സന്നദ്ധ നായിരുന്നു. ഫാരിസിനോട് ഞാൻ അത് പറയുകയും ചെയ്തിട്ടുണ്ട്. പക്ഷേ, അവർക്കൊന്നും അതിൽ വലിയ താൽപര്യം കണ്ടില്ല. പിന്നെ എന്നെങ്കിലും താങ്കളെ നേരിൽ കാണാൻ കഴിയുമ്പോൾ കാര്യങ്ങൾ സംസാരിക്കണം എന്നു കരുതിയിരുന്നു. സന്തോഷമുണ്ട്. ഇനി ഈ കേസുകൾ അവസാനിപ്പിക്കാനുള്ള ശ്രമങ്ങൾ ഉണ്ടാകണം ഈ വഴി ആ റോഡിൽ മുട്ടിക്കുവാനുള്ള സന്മനസ്സ് കാണിക്കണം. അതു കൊണ്ട് നിങ്ങൾക്ക് നന്മ മാത്രമേ ഉണ്ടാകൂ.''

''ഞാൻ പറഞ്ഞില്ലേ, ഇത് ഞങ്ങൾ, മക്കൾ എല്ലാവർക്കും അവ കാശം ഉള്ള ഭൂമിയാണ്. ഇപ്പോൾ തന്നെ കേസിന് കുറേ പണം ചെലവായിട്ടുണ്ട്. പിന്നെ വഴിക്കുവേണ്ടി ഈ സ്ഥലം സി.എം. പോക്കർക്കാടെ പക്കൽ നിന്നും വാങ്ങിക്കുവാനും അന്ന് നല്ലൊരു സംഖ്യ ഞങ്ങൾ അയാൾക്ക് കൊടുത്തിട്ടുണ്ട്. ആ മനുഷ്യൻ കാരണ മാണ് ഇതെല്ലാം സംഭവിച്ചത്. അയാൾ അന്നൊക്കെ ഉപ്പയും ഞങ്ങളു മായി വളരെ അടുത്ത സ്നേഹവും ബഹുമാനവും കാണിച്ചിട്ട് നല്ല വിലയ്ക്ക് ഭൂമിയും ഞങ്ങൾക്ക് വിറ്റു. ഇപ്പോൾ ഗൾഫിൽ നിന്നും നാട്ടിൽ വന്ന് നിന്നപ്പോൾ ആ ഭൂമി പൊതുവഴിയാക്കാൻ അയാൾ നാട്ടുകാർക്കൊപ്പം കൂട്ടുനിൽക്കുന്നു. അതിലും വലിയൊരു ചതിയും വഞ്ചനയും മറ്റെന്താണുള്ളത്?

ഭാസ്ക്കരൻ ചെത്തി മിനുക്കിയ രണ്ട് കരിക്കുമായി അവർക്ക രികിലേക്ക് വന്നു. റഹീമിന്റെയും മാജിദിന്റെയും കൈകളിലേക്ക് ഓരോന്ന് കൊടുത്തു.

''നല്ല മധുരം, ഇത് വല്ലിപ്പ വെച്ച തെങ്ങാണ്, ചക്കരത്തെങ്ങ്.''

മാജിദ് ഒരു കവിൾ കുടിച്ചിട്ട് പറഞ്ഞു

''അതെ, അതെ, നല്ല മധുരം.''

''റഹീംക്ക, ഞാനൊന്ന് പറയട്ടെ, കഴിഞ്ഞതെല്ലാം കഴിഞ്ഞു. നമുക്ക് എല്ലാവർക്കുമായി ഒരു ഒത്തുതീർപ്പിന്റെ മാർഗ്ഗം ആലോ ചിച്ചു കൂടെ?''

''അതൊന്നും അത്ര പെട്ടെന്ന് നടക്കുന്ന കാര്യമല്ല മാജിദ്. കാരണം, ഈ കേസുമായി ബന്ധപ്പെട്ട് ലക്ഷങ്ങൾ ഇപ്പോൾ തന്നെ

ചെലവ് വന്നിട്ടുണ്ട്. അതിനൊക്കെ ഒരു പരിഹാരം കൂടി കാണാതെ പെട്ടെന്നൊന്നും പറയാൻ പറ്റുകയില്ല. മാത്രവുമല്ല ഈ വിഷയവുമായി ഞാനും ഈ നാട്ടുകാരുമൊക്കെ കുറച്ച് മുന്നേ മൂസാ മാമാടെ വീട്ടിൽ ഒരു മീറ്റിംഗ് കൂടിയിരുന്നു. മാജിദ് അറിഞ്ഞിട്ടില്ലേ അത്?''

''ഓഹോ, അങ്ങനെയും ഒരു മീറ്റിംഗ് ഇവിടെ നടന്നിരുന്നോ, ഞാൻ ഒന്നും അറിഞ്ഞിട്ടില്ല, എന്നോടാരും ഒന്നും പറഞ്ഞിട്ടുമില്ല. എന്നിട്ട് എന്തായിരുന്നു തീരുമാനം. എന്തായാലും പരസ്പരം ചർച്ചകൾ തന്നെയാണ് വേണ്ടത്.''

''കേസ് എന്തായാലും ഞങ്ങൾ ജയിക്കുമെന്നതിൽ തർക്കമില്ല. അന്ന് ഞങ്ങളുടെ ഭാഗത്ത് നിന്നും കോടതിയിൽ ഹാജരാകാനും ആവശ്യമായ രേഖകൾ കൊടുക്കാനും കഴിയാത്തതിന്റെ പേരിൽ എക്സ് പാർട്ടി വിധിയാണ് നിങ്ങൾക്ക് കിട്ടിയത്. ഇനി അങ്ങനെ സംഭവിക്കില്ല. ഞാൻ ഇനി ഗൾഫിലേക്ക് പോകുന്നുമില്ല. നാട്ടിൽ സെറ്റിലായി. അതുകൊണ്ടുതന്നെ കേസുകൾ ഇപ്പോൾ കൃത്യമായി നടക്കുന്നുണ്ട്. പിന്നെ, ഈ വഴിയുടെ അരികിലുള്ള എല്ലാവരുടേയും ഭൂമിയുടെ ആധാരത്തിന്റെ പകർപ്പുകളും ഡീറ്റെയ്ൽസും ഞാൻ കോടതിയിൽ കൊടുത്തിട്ടുണ്ട്. പുരാതന കാലം മുതൽ അതിലെല്ലാം കാണുന്നത് നടവഴിയെന്നാണ്. നിങ്ങളുടെ ഭാഗത്ത് നിന്ന് ഇപ്പോഴാരും കോടതിൽ ഹാജരാകുന്നുമില്ല. ഇങ്ങനെ പോയാൽ പെട്ടെന്ന് വിധിയുണ്ടാകും. ഇനി ഇവിടെയും കേസ് തോറ്റാൽ ഞാൻ ഹൈക്കോടതിയിൽ പോകും അങ്ങനെ സുപ്രിം കോടതിവരെ പോകാനും ഞാൻ ഒരുക്കമാണ്. കാരണം ഇത് ഞങ്ങളുടെ മണ്ണാണ്. അത് സംരക്ഷിക്കുന്ന ചൂട് നിങ്ങൾക്കുണ്ടാകില്ല. അതുകൊണ്ട് തീരുമാനങ്ങൾ എടുക്കേണ്ടത് നിങ്ങളാണ്. ഒന്നുകിൽ മാന്യമായ നഷ്ടപരിഹാരം നൽകുക, അല്ലെങ്കിൽ കേസുമായി മുന്നോട്ട് പോവുക. ഈ വിഷയമാണ് അന്ന് ഞാൻ ആ മീറ്റിംഗിൽ പറഞ്ഞത്. അത് എന്റെ അവകാശവുമാണ്.''

''എത്രയാണ് ആവശ്യപ്പെട്ടത്, അവർ എന്താണ് പറഞ്ഞത്?''

''വെറും അഞ്ചു ലക്ഷം മാത്രം. അത് അവർക്ക് തരാവുന്നതല്ലേയുള്ളൂ. ഒരു വഴിക്ക് വേണ്ടിയുള്ള വിലയോ ഞങ്ങൾക്ക് നഷ്ടം വന്ന അഭിമാനക്ഷതത്തിന്റെ വിലയോ കേസിന് ചെലവഴിച്ച സംഖ്യയും ബുദ്ധിമുട്ടും ഒന്നും കണക്കിലെടുക്കാത്ത ഒരു വിലയാണ് ഞാൻ ചോദിച്ചിട്ടുള്ളൂ, അത് നൽകാൻ അവർ തയ്യാറല്ല. വേണമെങ്കിൽ ഒരു ലക്ഷം രൂപ പിരിവെടുത്ത് തരാമെന്ന്. പിന്നെ, അവർ എല്ലാവരും പറഞ്ഞ ഒരു വാക്കുണ്ട്.''

''അതെന്താ?''

“അവർക്കൊക്കെ അവരുടെ വീട്ടുപടിക്കൽ റോഡ് ഉണ്ടത്രേ, അതിനാൽ ഈ റോഡ് മറ്റേ റോഡിൽ മുട്ടിയില്ലങ്കിലും ഞങ്ങളാരും പുറത്തിറങ്ങാതെയിരിക്കില്ലന്ന്. ധിക്കാരമല്ലേ മാജിദ് ആ പറഞ്ഞത്? പിന്നെന്തിനാ ഇവർ എന്റെ ഭൂമി തട്ടിയെടുക്കാൻ ശ്രമിക്കുന്നത്. വെറുതെയല്ല ഇവരാരും കോടതിയിൽ കേസിന് ഹാജരാകാത്തത്?”

“റഹീംക്കാ.., നിങ്ങൾക്കറിയുമോ എന്റെ മാത്രം വിയർപ്പിന്റെ ഫലമാണ് ഈ റോഡ്. പലരും കൂടെ നിന്നുവെന്നല്ലാതെ അവരുടെ ആവശ്യം കഴിഞ്ഞപ്പോൾ ഒരുത്തനും ഉണ്ടായിട്ടില്ല. എനിക്കാണെ ങ്കിൽ പിന്മാറാൻ തോന്നിയില്ല. കാരണം ഞാനൊരു സാമൂഹ്യ പ്രവർത്തകൻ കൂടിയാണ്.”

“എനിക്കറിയാം, എന്റെ വക്കീൽ പറഞ്ഞിട്ടുണ്ട് മാജിദിനെപ്പറ്റി. നിങ്ങളുടെ സാമൂഹിക ഇടപെടലുകളും പൊതുപ്രവർത്തങ്ങളു മെല്ലാം ഞാൻ പത്രത്തിൽ വായിച്ചിട്ടുണ്ട്. പക്ഷേ, അത് നിങ്ങളാ ണെന്ന് ഞാൻ അറിഞ്ഞിരുന്നില്ല.”

“ശരി, എന്നിട്ട് എന്ത് പറഞ്ഞിട്ടാണ് നിങ്ങൾ അന്ന് ആ മീറ്റിംഗിൽ നിന്നും പിരിഞ്ഞത്. പിന്നീട് അതുമായി സംസാരം വല്ലതും ഉണ്ടായോ?”

“ഇല്ല, അങ്ങനെ ഒരു ലക്ഷം ഔദാര്യം പറ്റി കേസ് അവസാനി പ്പിക്കേണ്ട ഗതികേട് പുന്നത്തൂർ അബുവിന്റെ മക്കൾക്കും കുടുംബ ത്തിനും വന്നിട്ടില്ലെന്ന് പറഞ്ഞുകൊണ്ട് ഞാൻ ഇറങ്ങിപ്പോവുക യാണുണ്ടായത്. ഇതെവിടുത്തെ മര്യാദയാണ് മാജിദ്, താങ്കൾ പറ. വർഷങ്ങൾക്ക് മുൻപ് പൊന്നും വില കൊടുത്തു വാങ്ങിയ ഭൂമി ധിക്കാരപൂർവ്വം കയ്യേറി വഴിയുണ്ടാക്കുക. പ്രശ്നം അവസാനിക്കട്ടെ എന്ന് പറഞ്ഞ് സാധിക്കാവുന്ന ഒരു ഉപാധി വെച്ചപ്പോൾ അത് പോലും അംഗീകരിക്കാത്ത ഇവര് പിന്നെ എന്താണ് പ്രതീക്ഷിക്കു ന്നത്. ഞാൻ ഭൂമി വെറുതെ വിട്ട് കൊടുക്കുമെന്നോ. എനിക്കറിയാം എന്ത് ചെയ്യണമെന്ന്.”

“റഹീംക്ക, നിങ്ങളുടെ വികാരം എനിക്ക് മനസ്സിലാകും. ഞാൻ പറഞ്ഞില്ലേ നീതിയുടെയും സത്യത്തിന്റെയും ഭാഗത്ത് മാത്രമാണ് ഞാൻ നിൽക്കുക. അതുപ്രകാരം ഞാൻ നിങ്ങൾക്കൊപ്പമാണ്. നിങ്ങൾക്ക് നിങ്ങളുടെ സ്ഥലത്ത് മതിൽ കെട്ടുകയോ ഗേറ്റ് വെക്കു കയോ ചെയ്യാം. ഞാൻ ഒരിക്കലും എതിരല്ല. നിരപരാധിയായ എനി ക്കെതിരെ കേസ് കൊടുത്തതുകൊണ്ട് മാത്രമാണ് എനിക്കിതിൽ ഇടപെടേണ്ടി വന്നത്.”

“മാജിദ് ഞാൻ ഇപ്പോൾ പറയുന്നു എനിക്ക് നിങ്ങൾ ഒരിക്കലും വഴി തരേണ്ട. ഇതിലേ വഴി ഇല്ലാത്തതുകൊണ്ടായിരുന്നു അന്ന് വർഷങ്ങൾക്ക് മുൻപ് ഞങ്ങളുടെ പറമ്പിലേക്ക് ഈ വഴി വാങ്ങിച്ചത്.

അത് ഞങ്ങൾക്ക് മാത്രമായി തന്നെ കോടതി നൽകുകയും ചെയ്യും. മാജിദ് നടക്കാനുള്ള വഴി മാത്രം വിട്ടാൽ മതി.

''അങ്ങനെയല്ല റഹീംക്ക. സത്യം പറയാലോ, ഞാൻ അത്യാവശ്യം ഒരു വാഹനം പോകാനുള്ള വഴി വിട്ടിട്ടേ മതില് കെട്ടുകയുള്ളൂ, നടവഴി മാത്രമേ നൽകൂ എന്ന് ഞാൻ തുടക്കത്തിൽ പറഞ്ഞത് നിങ്ങളെ മനസ്സിലാക്കാനാണ്. വണ്ടിപോകാൻ പാകത്തിന് ഒരു വഴി ഇട്ടില്ലെങ്കിൽ പിന്നെ ഞാനൊരു പൊതുപ്രവർത്തകനായി ഈ മണ്ണിൽ ജീവിക്കുന്നതിൽ എന്തർത്ഥമാണുള്ളത്. ആ വഴി എന്റെ വീടിന്റെ മുന്നിലൂടെയാകില്ല പിന്നിലൂടെ ആകുമെന്ന് മാത്രം.''

''പിന്നിലൂടെയോ, അതിന് അവിടെ വലിയ കുളമല്ലേ, അതിന്റെ അതിര് കെട്ടിയെടുക്കാൻ വലിയ ചെലവ് വരില്ലേ മാജിദ്. മാത്രവുമല്ല അതിൽ കുറേഭാഗം സ്ഥലം ഞങ്ങളുടേതുമാണ്.''

അവർ സംസാരിച്ചുകൊണ്ട് മാജിദിന്റെ വീടിന്റെ പുറകുവശത്തേക്ക് എത്തി. കയ്യിൽ കുടിച്ചൊഴിഞ്ഞ കരിക്ക് രണ്ടുപേരും ആ കുളത്തിലേക്ക് വലിച്ചെറിഞ്ഞു. മാജിദ് സ്ഥലം കാണിച്ചു കൊടുത്തു കൊണ്ട് പറഞ്ഞു

''റഹീംക്ക, ഞാൻ ഒന്നുകൂടി പറയുന്നു, നിങ്ങൾ സഹകരിക്കുന്നുവെങ്കിൽ, നാലടി മാത്രം സ്ഥലം നിങ്ങൾ ഇവിടെ വിട്ട് തന്നാൽ ബാക്കി എട്ടടിയും ഞാൻ എടുത്ത് ഇതിലെ റോഡ് കൊണ്ടുപോകും. നിങ്ങളുടെ അതിരിന്റെ മുഴുവൻ ഭാഗവും കുളത്തിൽ നിന്നും കെട്ടി ഉയർത്താം. അതിന്റെ ചെലവുകൾ ഞാൻ വഹിക്കാം. അങ്ങനെ നിങ്ങൾക്കും ഉപകാരമാകുന്ന ഈ വഴി പ്രശ്നം അവസാനിപ്പിക്കാം.''

''ഞാൻ വീട്ടിൽ എല്ലാവരുമായും ഒന്ന് ആലോചിക്കട്ടെ. എന്തായാലും നഷ്ടപരിഹാരം ഇല്ലാതെ പറ്റില്ല. അതൊന്ന് മാജിദും ആലോചിക്കുക. മാജിദിന് നേരിട്ട പ്രയാസങ്ങളിൽ എനിക്ക് ഖേദമുണ്ട്. ഒന്നും മനപ്പൂർവം ആയിരുന്നില്ല.''

''അതൊന്നും സാരമില്ല. എനിക്ക് പ്രയാസം ഉണ്ടായിരുന്നു എന്നാൽ ഇപ്പോൾ ഇല്ല. താങ്കളെ നേരിൽ കണ്ട് സംസാരിച്ചപ്പോൾ അതെല്ലാം തീർന്നു. നമുക്ക് ഇനിയും കാണാം. താങ്കൾ പറഞ്ഞ കാര്യങ്ങളെപ്പറ്റി ഞാനും ഒന്ന് ആലോചിക്കട്ടെ.''

രണ്ടുപേരും രണ്ടു വഴിയിലൂടെ നടന്നകന്നു.

വിൽക്കാൻ വെച്ച സ്വപ്നങ്ങൾ

പതിവുപോലെ കടന്നുപോയ വേനലും മഴയും പലവുരു ഭൂമിയിൽ ജീവന്റെ തുടിപ്പുകൾ ഉയർത്തുകയും ഉണക്കുകയും ചെയ്തു. എന്നാൽ കാലാഗമനങ്ങളിൽ മാറ്റമില്ലാത്ത ജീവിതാനുഭങ്ങളുമായി മാജിദ് മുന്നോട്ട് പൊയ്ക്കൊണ്ടിരുന്നു. കോടതിയിൽ വിജയം പ്രതീക്ഷിച്ച ബിസിനസ്സ് കേസുകൾ അനിശ്ചിതത്വത്തിലേക്ക് വഴുതി വീണു. വലിയ ഫണ്ട് വരികയും പ്രശ്നങ്ങൾ ഒറ്റയടിക്ക് തീർക്കാൻ സാധിക്കുകയും ചെയ്യാവുന്ന പ്രതീക്ഷകൾ അസ്തമിച്ചു.

"എന്തെങ്കിലും പെട്ടെന്ന് ചെയ്തേ പറ്റൂ."

മാജിദ് തന്റെ പ്രിയപ്പെട്ടവളുമായി ആലോചിച്ചു. നാട്ടിൽ ഒരു ജോലിക്ക് പോവുക എന്നത് അസാധ്യമാണ്. ഈ പ്രായം വരെയും ആരുടെ കീഴിലും അങ്ങനെ ഒരു ജോലി ചെയ്ത് ജീവിച്ച പരിചയം ഇല്ല. കലയും സാഹിത്യവുമൊക്കെയായിരുന്നു പ്രവർത്തന മേഖല. അതുമായി ബന്ധപ്പെട്ട ബിസിനസ്സ് തന്നെയാണ് ചെയ്തു വന്നതും.

"ഇനി എന്തെങ്കിലും ജോലിക്ക് പോകാമെന്നു വെച്ചാൽ എന്ത് ജോലിയാണ് അറിയുക. ചെന്നൈയിൽ സിനിമയ്ക്കൊപ്പം റെസ്റ്റോറന്റ് മേഖലയിൽ കുറച്ചുകാലം ഉണ്ടായിരുന്നു. പക്ഷേ, അതിനും ധാരാളം പണം വേണം. ഉള്ളതെല്ലാം വിറ്റു പെറുക്കിയും മറ്റു വഴികളിലൂടെയും കുറച്ച് ഫണ്ട് വേണമെങ്കിൽ ഉണ്ടാക്കാം. എന്നാൽ അതും കൂടി പരാജയപ്പെട്ടാൽ പിന്നെ ഒരിക്കലും കരകയറാൻ കഴിയാത്ത പതനമായിരിക്കും സംഭവിക്കുക. നീയെന്താ ഒന്നും മിണ്ടാത്തത്?"

"പറയുമ്പോൾ വിഷമം തോന്നുമെങ്കിലും നമ്മുടെ മുന്നിൽ ഒറ്റ വഴിയെ ഇപ്പോൾ ഞാൻ കാണുന്നുള്ളൂ."

"എന്താ അത്?"

"ഈ വീടും പറമ്പും നമുക്ക് വിൽക്കാം."

"ബാധ്യതകൾ ഒഴിവായിട്ടുള്ള ജീവിതത്തേക്കാൾ സ്വസ്ഥവും സന്തോഷവും നിറഞ്ഞ ഒരു ജീവിതം ഈ ഭൂമിയിൽ വേറെയുണ്ടാകുമോ. ഇനിയുള്ള കാലം നമുക്ക് അതാണ് വേണ്ടത്."

‘‘നീ ഇപ്പോൾ പറഞ്ഞത് എന്റെ മനസ്സാണ്. ഞാൻ നിന്നോട് പറയാൻ ഭയപ്പെട്ട എന്റെ മനസ്സ്. കുറച്ചു ദിവസമായി ഞാൻ ഇതിനെപ്പറ്റി ആലോചിക്കുന്നു. ഇപ്പോൾ നീ തന്നെ ഇത് പറഞ്ഞപ്പോൾ എനിക്ക് സമാധാനമായി.’’

‘‘എന്റെ മാജിയെ എനിക്കിങ്ങനെ കാണാൻ വയ്യ. എത്ര സന്തോഷത്തിലും സൗകര്യത്തിലും ജീവിച്ചുപോന്നതാ നമ്മൾ.’’

‘‘ഏയ്, എന്താ ഇത്, എന്റെ പൊന്നു എന്തിനാ കരയുന്നത്?’’

അയാൾ അവളെ തന്റെ മാറോട് ചേർത്ത് പിടിച്ചുകൊണ്ട് അവളുടെ മൂർദ്ധാവിൽ ചുംബിച്ചു.

‘‘എനിക്കറിയാം, മാജു എത്ര കഷ്ടപ്പെട്ടിട്ടാണ് ഈ വീട് പണിതത്. അതും എത്ര കൊല്ലം പ്രയാസപ്പെട്ടിട്ട്. ഓരോ കല്ലും ചെത്തിമിനുക്കി പണിയുമ്പോൾ മാജു പറയുമായിരുന്നു എന്റെ സ്വപ്നമാണ് ഇതിലെ ഓരോ കല്ലുമെന്ന്. ആ സ്വപ്നങ്ങളെയാണ് ഞാനിന്ന് വിൽക്കാൻ പറഞ്ഞത്, എന്നോട് ക്ഷമിക്കൂ മാജു...’’

അവൾ നിയന്ത്രണം വിട്ട് കരഞ്ഞു.

‘‘സാരമില്ല, നീയിങ്ങനെ കരയുന്നത് കാണാനുള്ള ശക്തിയെനിക്കില്ല. നീ കരയാതിരിക്കാനാണ് ഇത്രയും കാലം ഞാനെന്റെ കണ്ണുനീർ തുള്ളികളെ പിടിച്ചുവെച്ചത്. എന്റെ സന്തോഷത്തിനും സമാധാനത്തിനുമായി കൊതിക്കുന്ന നിന്റെ മനസ്സിനോട് എനിക്ക് തീർത്താൽ തീരാത്ത കടപ്പാടുണ്ട്.’’

‘‘എന്ത് കടപ്പാട്, ഇതെന്റെ കടമയാണ്. മാജൂന്റെ സന്തോഷവും സമാധാനവും മാത്രമാണ് എന്റെ ജീവിതം. ഉള്ളപ്പോൾ എത്ര പ്രൗഢിയായിട്ടാണ്. മാജു എന്നെയും മക്കളെയും നോക്കിയത്. അത് മറക്കാൻ എനിക്കാവില്ല. പക്ഷേ, വീട് വിൽക്കാൻ ഞാൻ പറഞ്ഞുനാവെടുത്തങ്കിലും എന്റെ ഹൃദയം തകർന്നുപോയി മാജൂ.’’

‘‘നീ കരയരുത്. നമുക്ക് വീട് വിൽക്കാം. എന്നിട്ട് ഇതിനേക്കാൾ നല്ലൊരു വീട് പണിയാം. നമ്മൾ ആദ്യം പ്ലാൻ ചെയ്തത് പോലെ, നടുമുറ്റം ഉള്ള നാലുകെട്ട്. നീ ഇത് പറയും മുന്നേ തന്നെ ഞാൻ വിൽപ്പനയെപ്പറ്റി ആലോചിച്ചതാണ്. പക്ഷേ, നിന്നോട് പറയാനുള്ള ധൈര്യം എനിക്കില്ലായിരുന്നു. സാരമില്ല, നീ പറയാറില്ലേ, എല്ലാം ശരിയാകുമെന്ന്, ഞാനും അത് പറയുന്നു എല്ലാം ശരിയാകും.’’

രണ്ടുപേരും പരസ്പരം നോക്കി പുഞ്ചിരിച്ചു, കണ്ണീരിനിടയിലും.

കഴുകൻ

പലരും വീട് കാണാനെത്തി. കൂടുതലും ബ്രോക്കർമാരായിരുന്നു. ഇരയെ കൊത്തിവലിക്കാൻ വട്ടമിട്ട് പറക്കുന്ന കഴുകന്മാരെ പോലെയാണ് അയാൾക്ക് അവരെ തോന്നിയത്. മോട്ടോർ സൈക്കിളിലും ഓട്ടോയിലും കാറിലുമൊക്കെയായി ദിവസവും പലരും വന്നുകൊണ്ടിരുന്നു. അയാൾ അനുഭവിക്കുന്ന സാമ്പത്തിക പ്രതിസന്ധിയേക്കാൾ അയാൾക്ക് പ്രയാസം നേരിട്ടത് ഈ ബ്രോക്കർമാരുടെ കയറിയിറക്കമായിരുന്നു. ഓരോരുത്തരും വരുമ്പോഴും പോകുമ്പോഴും അയാളുടെ അഭിമാനമാണ് നഷ്ടമാകുന്നത് എന്ന തോന്നൽ. വന്നവരൊക്കെയും കച്ചവടപരമായി ഓരോന്ന് പറഞ്ഞ് തന്റെ സ്വപ്നഭവനത്തെ നിസ്സാരമാക്കി. മാജിദിന് അപ്പോൾ തോന്നി, വീട് വില്പന പുറത്ത് പറയേണ്ടായിരുന്നു. വല്ല ഗൾഫിലോ മറ്റോ പോയി എന്തെങ്കിലും ജോലി ചെയ്താൽ മതിയായിരുന്നു എന്ന്.

കഷ്ടപ്പെട്ടുണ്ടാക്കിയ ആ വീടിനുള്ള കുറ്റങ്ങളും കുറവുകളും അവരിൽ നിന്നാണ് ആദ്യമായി അറിയുന്നത്. വീട് നിർമ്മാണത്തിൽ ഇത്രയും നല്ല അറിവും പരിചയവുള്ള മഹത്തുക്കളായ എഞ്ചിനീയർമാരും ആർക്കിടെക്റ്റുമാരുമായിരുന്നു ഇവരെല്ലാം എന്ന് അന്നാണ് അയാൾക്ക് മനസ്സിലായത്. റോഡ് സൈഡിലെ കലുങ്കിലും പീടികത്തിണ്ണയിലും മറ്റുമൊക്കെ സൊറ പറഞ്ഞ് ബീഡി വലിച്ചും മുറുക്കാൻ ചവച്ചും ചൊറി മാന്തിയും ഇരുന്നവരുടെ കഴിവും പാണ്ഡിത്യവും അനുഭവിച്ചറിയാൻ കഴിഞ്ഞപ്പോൾ അയാൾ അതിശയിച്ചുപോയി. ന്യൂ ജനറേഷൻ ബ്രോക്കർ യുവാക്കളും ഒട്ടും പിന്നിലല്ല. എല്ലാവരും വീട് നിർമ്മാണത്തിലും വാസ്തു ശാസ്ത്രത്തിലുമൊക്കെ മാസ്റ്റർ ഡിഗ്രിയുള്ളവരാണ് എന്ന് പെട്ടെന്നയാൾ തിരിച്ചറിഞ്ഞു. വീടിന്റെ ഉയരം വീതി എലിവേഷൻ അതിന്റെ ഓരോ ഘട്ടങ്ങളിലെയും നിർമ്മാണ വീഴ്ചകൾ പോരായ്മകൾ ഒക്കെ അവർ പറയും. ഉപയോഗിച്ച മരം ഫ്ളോറിങ് മുറികളുടെയും അടുക്കളയുടെയുമൊക്കെ അളവുകൾ, ചുവരിന്റെയും സീലിങ്ങിന്റെയും ഡിസൈൻ,

ഭിത്തി കനം തുടങ്ങി ഫാനും ലൈറ്റിനും പിന്നെ ആ ഭൂമിക്ക് പോലും കുറ്റം. മുവായിരം സ്ക്വയർ ഫീറ്റ് വീടിന് വലിയ ആറ് മുറികളും അഞ്ച് ബാത്ത് റൂമും ഒന്നും പോരെന്നാണ് അവരുടെ പക്ഷം. ചിലർ പറഞ്ഞത് ഭൂമിയുടെ കിടപ്പിലും ശാസ്ത്രീയമായി എന്തോ കാര്യമായ പ്രശ്നങ്ങൾ ഉണ്ടെന്നാണ്. പൊതുവെ ഇവരൊക്കെയും ഏത് ഭൂമിയും വീടും കണ്ടാലും പറയുന്ന കുറ്റങ്ങൾ ഒന്ന് തന്നെയാണെന്ന് അയാൾക്ക് പിന്നീട് മനസ്സിലായി. പലപ്പോഴായി വന്നുപോയവർ എല്ലാവരും പറയുന്നത് ഒന്നുതന്നെ. ഇതെല്ലാം ഇവർ മനഃപാഠമാക്കിയിരിക്കയാണ്. മൂക്കറ്റം കടം വന്ന് ആത്മഹത്യയുടെ വക്കിലെത്തിയവരാണ് വീട് വിൽക്കാൻ വെച്ചിരിക്കുന്നതെങ്കിൽ കുറ്റങ്ങളും കുറവുകളും പറയുന്നത് കൂടും. എല്ലാം നിശ്ശബ്ദനായി കേട്ട് നിന്നുകൊണ്ട് അവരോട് മാജിദ് ചോദിച്ചു

''അല്ല, ഈ വീടിന് പറയാവുന്ന നന്മകൾ എന്തെങ്കിലുമുണ്ടോ?''

അവർ അത് കേൾക്കാത്തപോലെ മുന്നോട്ട് നടന്നു. കുറച്ചു കഴിഞ്ഞ് വീണ്ടും ചോദിച്ചു

''ശരി, ഉള്ള കുറ്റങ്ങളും കുറവുകളും വെച്ച് കച്ചവടം നടത്തിയാൽ തന്നെ നമുക്ക് എന്ത് വില കിട്ടും?''

''ഇരുപത്തിയാറ് സെന്റ് സ്ഥലവും മൂവ്വായിരം സ്ക്വയർ ഫീറ്റ് വീടിനും കൂടി മാക്സിമം കിട്ടാൻ പോകുന്ന വില നാൽപത്തിയഞ്ച് അല്ലെങ്കിൽ അമ്പത്തഞ്ച് ലക്ഷം രൂപയാണ്. അതിൽ നിന്നും മൂന്ന് ശതമാനം കമ്മീഷനും കൊടുക്കണം?''

ഭൂമിയുടെ വില പോലും തികയാത്ത ആ പറച്ചിലിൽ മാജിദിന് സങ്കടം സഹിക്കാനായില്ല. ആ പ്രദേശത്ത് ഒരു സെന്റ് ഭൂമിക്ക് അപ്പോൾ മൂന്ന് ലക്ഷം വിലയുണ്ടായിരുന്നു. ഇനി അത്യാവശ്യക്കാരനായതുകൊണ്ട് വില കുറച്ചാൽ തന്നെയും ഇവരൊക്കെ എത്ര കുറഞ്ഞ വിലയാണ് പറയുന്നത്. അതുകൊണ്ട് തന്നെ അയാൾ അവരെയൊക്കയും ക്ഷമയോടെ തിരിച്ചയയ്ക്കുകയാണുണ്ടായത്. അവരുടെ വിലകൾ കേട്ടപ്പോൾ മാജിദ് വിചാരിച്ചു.

''വീട് പണിയാൻ തന്നെ ഇതു വരെ തനിക്ക് നാൽപത് ലക്ഷത്തിനു മേലെ ചെലവ് വന്നിട്ടുണ്ട്, എന്നിട്ടാണോ ഇവർ കണ്ണിൽ ചോരയില്ലാതെ ഈ നിസ്സാര വില പറയുന്നത്?''

വീടിന്റെ ഓരോ കല്ലുകൾക്കും പ്രത്യേകതയുണ്ടായിരുന്നു. സാധാരണ കല്ലുകളേക്കാൾ പത്തിരട്ടിവിലയായിരുന്നു അതിന്. ഏറ്റവും ദൃഢത കൂടിയ കല്ലുകളായതിനാൽ അത് ഒരെണ്ണം ചെത്തിമിനുക്കി എടുക്കുവാൻ പോലും വലിയ കൂലിച്ചെലവ് വന്നിട്ടുണ്ട്. പൗരാണിക മാതൃകയിൽ ഒരു വീട് അയാളുടെ സ്വപ്നമായിരുന്നു. വീട്ടിനകത്ത്

മഴവെള്ളം വീഴുന്ന ചുറ്റും വരാന്തയോട് കൂടിയ ഒരു നടുത്തളം കൂടിയുണ്ടായിരുന്നു ആ പ്ലാനിൽ. പിന്നീടാണ് അത് വേണ്ടന്ന് വെച്ചത്. വീടിന്റെ പണികൾക്കുള്ള കല്ലുകൾ ദൂരെ സ്ഥലങ്ങളിൽ നിന്നുമാണ് കൊണ്ടുവന്നിട്ടുള്ളത്. എത്ര പണം മുടക്കിയും കഷ്ട പ്പെട്ടിട്ടുമാണ് ഈ വീട് പണിതിട്ടുള്ളത് എന്നുപോലും പരിഗണി ക്കാതെ അറിയുന്നവർ പോലും ഇങ്ങനെ വില പറഞ്ഞു രസിക്കു മ്പോൾ അനുഭവപ്പെട്ട പ്രയാസം വലുതായിരുന്നു. എങ്കിലും ഒന്നും പുറത്തുകാണിക്കാതെ അവരോട് ചിരിച്ചുകൊണ്ട് സംസാരിച്ചു.

ഒരു മനുഷ്യൻ ഒന്ന് തളർന്നു എന്നു കണ്ടാൽ പിന്നെ അയാളെ പരമാവധി ചൂഷണം ചെയ്യുക എന്ന കച്ചവട മനസ്ഥിതി എത്ര ഗുരുതരമായ സംഭവങ്ങളാണ് നാട്ടിൽ ഉണ്ടാക്കിയിട്ടുള്ളത് എന്ന് ഒരു നിമിഷം ഓർത്തു. തനിക്ക് പരിചിതമായ പലരുടെയും അവസ്ഥ കൾ മനസ്സിൽ കണ്ടു. താനും ആ കൂട്ടത്തിൽ ഉൾപ്പെടുകയാണോ എന്ന് ഭയപ്പെട്ടു. അസുഖവും ബാങ്ക് ലോണും പെൺമക്കളുടെ കല്യാണവും മറ്റുമൊക്കെയായി കടം കേറി കഷ്ടപ്പെടുന്നവരുടെ വസ്തു വഹകൾ ഏറ്റവും കുറവ് വിലയ്ക്ക് കച്ചവടം ഉറപ്പിച്ച് ചെറിയ ഒരു സംഖ്യ മാത്രം അച്ചാരവും കൊടുത്ത് അതിന്റെ കമ്മീഷനും വാങ്ങിച്ചു ജീവിക്കുന്ന പുതിയ ഒരു ജീവിത സമ്പ്രദായം നാട്ടിൽ തുടങ്ങിയിരിക്കുന്നു. അഡ്വാൻസ് കൊടുത്ത് എഗ്രിമെന്റ് എഴുതി യാലുടൻ തന്നെ അതിന്റെ ഇരട്ടിവിലയിൽ ആ വസ്തു മറ്റു പലർക്കും കൈമാറി ലക്ഷങ്ങൾ സമ്പാദിക്കുന്ന ബ്രോക്കർമാരും റിയൽ എസ്റ്റേറ്റ് കുത്തകകളും നിറഞ്ഞ കപടലോകമാണ് ഇതെന്ന് ചിന്തിച്ചു. അങ്ങനെ വീടും പറമ്പും വിൽക്കേണ്ടിവന്നവർ പലരുമുണ്ട്.അവരിൽ പലരും ഇന്ന് വാടക വീട്ടിലാണ്. മറ്റു ചിലർ തെരുവിലും. കണ്ണീരിൽ കുതിർന്ന ഒരുപാട് കഥകളുണ്ട് ഈ റിയൽ എസ്റ്റേറ്റ് മേഖലയ്ക്ക് പറയാൻ. മറ്റു വഴികളില്ലാതാകുമ്പോളാണ് വീടും പറമ്പുമൊക്കെ വിൽക്കു ന്നവർ ആ തീരുമാനത്തിലെത്തുന്നത്. അത്യാവശ്യം ഉള്ളതിനാൽ കിട്ടുന്ന അഡ്വാൻസ് ഉടനെ വാങ്ങിക്കും. പിന്നെ എഗ്രിമെന്റ് കാലാ വധിക്ക് മുൻപ് തന്നെ തങ്ങളുടെ കിടപ്പാടവും പറമ്പും ഇരട്ടി വിലയ്ക്ക് മറ്റു പല കൈകളിലൂടെയും മറിഞ്ഞു പോകുന്നത് നിസ്സഹായരായി നോക്കിയിരുന്നു വിലപിക്കും അവർക്ക് അതിനല്ലേ കഴിയൂ?

''വാങ്ങിക്കുന്നയാളുടെ അളിയൻ വരാനുണ്ട്. അദ്ദേഹമാണ് അന്തിമമായി ഇത് വേണമോ വേണ്ടയോ എന്ന് പറയുക.''

ഇത്രയും പറഞ്ഞിട്ട് ബ്രോക്കർമാർ പോകും.

പിറ്റേന്നാണ് അളിയന്റെ വരവ്. എല്ലാം ഇവർ പറഞ്ഞു വെക്കുന്ന ആളുകൾ തന്നെയാണ്. ഇതാണ് കച്ചവടത്തിന്റെ ക്ലൈമാക്സ്.

ഇതിന് അളിയൻ വരവ് എന്നാണ് പറയാറ്. ഈ സമയങ്ങൾ വില്പന ക്കാരന് മാനസിക സംഘർഷങ്ങളുടെ മൂർദ്ധന്യം അനുഭവപ്പെടുന്ന നേരമാണ്. അളിയന്റെ അന്തിമ വാക്കിലാണ് ഇനിയെല്ലാം. അയാൾക്ക് ഇഷ്ടപ്പെടാനാണ് പിന്നെ മുഴുവൻ പ്രാർത്ഥനയും. അവസാനം അളിയൻ വരും. ചിലപ്പോൾ പെങ്ങളും കൂടെക്കാണും. കാരണം വസ്തു വില്പനക്കാരന്റ വീട്ടിൽ ചിലപ്പോൾ നേതൃത്വം അയാളുടെ ഭാര്യയ്ക്കാവും. അന്തിമ തീരുമാനം അവളുടേതായിരിക്കും. അപ്പോ ഴാണ് പെങ്ങളുടെ ഇടപെടൽ. സ്ത്രീകൾക്കുള്ള മരുന്ന് സ്ത്രീകൾ തന്നെയാണെന്നാണ് അവരുടെ അനുഭവം. അവർ വന്നാൽ വീണ്ടും ചില കുറ്റങ്ങളും കുറവും പറഞ്ഞ് ഈ കച്ചവടം വേണ്ട എന്ന നില പാടിൽ അളിയൻ പോയി കാറിൽ കയറിയിരിക്കും. അപ്പോഴേക്കും ബ്രോക്കർമാർ പറഞ്ഞതിലും ചെറിയ ഒരു തുക കൂടെ കുറച്ചിട്ട് വില്പനക്കാരെ കൊണ്ട് സമ്മതിപ്പിക്കാൻ ആവുന്നതും ശ്രമിച്ചു കൊണ്ടിരിക്കും. ആ സംഖ്യ കമ്മീഷൻ കൂടാതെ ബ്രോക്കർമാർക്ക് വെള്ളം കളിക്കുള്ളതാണ്, അഥവാ കള്ളുകുടിക്കാനുള്ളതാണ്. കളിപ്പണം എന്നാണ് അതിനെ പറയുക.

കച്ചവടം നടന്നാൽ അന്ന് തന്നെ അവർ ആഘോഷിക്കും. ഒടു വിൽ അളിയൻ കാർ സ്റ്റാർട്ട് ചെയ്യുമ്പോൾ ബ്രോക്കർമാർ കുറച്ചു പറഞ്ഞ സംഖ്യയിൽ തന്നെ വില്പനക്കാരനെക്കൊണ്ട് കച്ചവടം ഉറപ്പിച്ചിരിക്കും. ഉടനെ അളിയൻ ഇറങ്ങി വന്ന് അഡ്വാൻസ് കൊടുക്കും. പിടയ്ക്കുന്ന ഹൃദയത്തിന്റെ നോവുതാളങ്ങളെയും ചോര വരണ്ട മുഖഭാവങ്ങളെയും സാക്ഷിയാക്കി ആ നിസ്സഹായ ഹസ്തങ്ങൾ അത് വാങ്ങിക്കും. വേറെ വഴിയില്ലല്ലോ. അതിൽ നിന്നും അപ്പോൾ തന്നെ ബ്രോക്കർമാർ കമ്മീഷൻ തുകയിലേക്കുള്ള അഡ്വാ ൻസ് എടുക്കും. അവർക്കിത് മുതൽമുടക്കില്ലാത്ത ബിസിനസ്സാണ്. നല്ലതുപോലെ നുണ പറഞ്ഞുകൊണ്ട് ഇരയെ വീഴ്ത്താനുള്ള കഴിവ് മാത്രമാണ് അവർക്കുണ്ടാവേണ്ടത്. വിൽക്കുന്നവരോട് അവരുടെ വീടിനും പറമ്പിനും കുറ്റങ്ങൾ പറഞ്ഞു വില കുറയ്ക്കും. വാങ്ങുന്ന വനോട് ആ വീടിന്റെയും പറമ്പിന്റെയും നന്മകളും പറയും. അത്രയേ വേണ്ടൂവെങ്കിലും അതിന് പ്രത്യേകമായ ഒരു കഴിവ് തന്നെ വേണ മെന്നാണ് അവർക്കിടയിലും സംസാരം.

വീടുവില്പനയോടനുബന്ധിച്ച് പുതിയ ചില പാഠങ്ങളും മാജിദ് പഠിക്കുകയായിരുന്നു. അത് ഒരു പുതിയ അറിവായിരുന്നു.

തിരുവനന്തപുരത്ത് നിന്നുള്ള ഫോൺകോൾ

സാമ്പത്തിക പ്രതിസന്ധികൾക്കിടയിൽ മാജിദ് കൊടുത്ത കേസുകളിൽ ഒരെണ്ണം കോടതിക്ക് പുറത്തുള്ള ഒത്തുതീർപ്പിന്റെ ഫോർമുലയുമായി പ്രതികളുടെ വക്കീൽ വിളിച്ചു. മാജിദ് വിട്ടുവീഴ്ചയ്ക്കും അനുരഞ്ജനത്തിനും തയ്യാറാണെങ്കിൽ കുറച്ച് സംഖ്യ തന്ന് കേസ് അവസാനിപ്പിക്കാൻ തന്റെ കക്ഷികൾ തയ്യാറാണെന്ന് വക്കീൽ അറിയിച്ചു. എതിർകക്ഷിയുടെ മകൻ വരുത്തിവെച്ച കടങ്ങളിൽ ഉഴലുകയായിരുന്നു ആ മാതാപിതാക്കൾ. എല്ലാ ബാധ്യതകളും കേസുകളും പ്രായമായ അച്ഛനും അമ്മയ്ക്കും ഭാരമായി നൽകി ആ മകൻ ആത്മഹത്യ ചെയ്യുകയാണുണ്ടായത്. കഥകൾ അറിയാവുന്നതുകൊണ്ട് മാജിദ് നഷ്ടപരിഹാരം ഒന്നും ആവശ്യപ്പെട്ടിരുന്നില്ല. തനിക്ക് ലഭിക്കേണ്ട സത്യവും നീതിയുമുള്ള സംഖ്യയ്ക്ക് വേണ്ടി മാത്രമാണ് അയാൾ കേസിന് പോകാൻ നിർബന്ധിതനായത്. അതും മാസങ്ങളോളം കാത്തിരുപ്പിനൊടുവിൽ.

അതിനിടയിൽ ഒരു നേരത്തെ ആഹാരത്തിനുപോലും പ്രയാസപ്പെട്ട സമയങ്ങൾ ഉണ്ടായിട്ടുണ്ട്. ഒന്നോ രണ്ടോ കിലോ അരി വാങ്ങി വന്ന് ചോറുണ്ടാക്കി കഴിച്ച അനുഭവം ഒരിക്കൽ പോലും അയാളുടെ കുടുംബത്തിന്റെ ചരിത്രത്തിൽ ഇല്ലാതിരുന്നിട്ടും ചെയ്യേണ്ടി വന്നിട്ടുണ്ട്. തന്നെ അറിയാത്ത ദൂരത്ത് നിന്നും കടകളിൽ നിന്നയാൾ രണ്ടും മൂന്നും കിലോ അരി വാങ്ങിക്കൊണ്ടു വന്ന് വിശപ്പടക്കി. വീട്ടുചെലവിന് ഒരു ചാക്ക് മുഴുവൻ അരിയെടുക്കാറായിരുന്നു പതിവ്, അതും ഏറ്റവും വില കൂടിയ മുന്തിയ അരി. പക്ഷേ, ഏറ്റവും പാവപ്പെട്ടവരെപ്പോലെ അരിയും പൊതിഞ്ഞ പൊതിയുമായി വീട്ടിലേക്ക് വന്ന് കയറുമ്പോൾ അയാൾ ഓർക്കും. ഇതാണ് ജീവിതം, അല്ല ഇതാണ് യഥാർത്ഥ ജീവിതം.

രാത്രിയാകുമ്പോഴാണ് അസ്വസ്ഥതയുടെ നെഞ്ചിടിപ്പ് കൂടുതൽ അനുഭവപ്പെടാറ്. കുട്ടികളും ഭാര്യയും ഉറങ്ങുമ്പോൾ ഓർക്കും പെട്ടെന്ന് ഒരു അപകടമോ അസുഖമോ സംഭവിച്ചാൽ താൻ എന്തു ചെയ്യും.

ആശുപത്രിയിൽ പോകാനോ മരുന്ന് വാങ്ങിക്കുവാനോ വകയില്ലാത്ത കൈകളുമായി കിടക്കേണ്ടിവരുന്ന ആ രാത്രികളെയായിരുന്നു അപ്പോഴൊക്കെ ഭയപ്പെട്ടിരുന്നത്. കാർപോർച്ചിൽ നിർത്തിയിട്ടിരുന്ന കാറിലും മോട്ടോർ സൈക്കിളിലും ചിലപ്പോൾ പെട്രോൾ വറ്റിയിട്ട് ദിവസങ്ങളായിക്കാണും. പെട്രോൾ തീർന്ന് ദിവസങ്ങളോളം വാഹനം വഴിയിൽ നിർത്തിയിടേണ്ടി വന്ന അനുഭവങ്ങൾ പോലും ആ സമയങ്ങളിൽ ഉണ്ടായിട്ടുണ്ട്. പതിവിലും വിപരീതമായി റോഡിലൂടെ നടന്നു പോകേണ്ടി വരുമ്പോൾ പരിചയക്കാർ ചോദിക്കും

''എന്തേ നടക്കുന്നത്, വണ്ടിക്കെന്തു പറ്റി?''

''ഏയ്, ഒന്നുമില്ല, ചുമ്മാ ഒന്ന് നടക്കാമെന്ന് വെച്ചു.''

അത് കേൾക്കുമ്പോൾ ആരും ഒന്നും സംശയിക്കാറില്ല.

പത്രവും പാലും പോലും വേണ്ടെന്നുവെച്ച കാലം. കറന്റ് ബില്ല് അടക്കേണ്ട അവസാന ദിവസങ്ങളുടെ ആഗമനം ഉണ്ടാക്കിയിരുന്ന നെഞ്ചിടിപ്പ് ചെറുതൊന്നുമല്ല. സമൂഹത്തിൽ ഇരുട്ടിലായിപ്പോകേണ്ട സന്ദർഭങ്ങളെ വല്ലാതെ ഭയപ്പെട്ടു. അനിശ്ചിതത്വത്തിന്റെ അലമാലകളിൽ മുങ്ങിത്താഴുമ്പോൾ ചിലപ്പോഴൊക്കെ ദൈവത്തിന്റെ സഹായ ഹസ്തങ്ങൾ നീണ്ടുവരാറുണ്ട്. അതെന്നും മുന്നോട്ടുപോകുവാനുള്ള ആത്മവിശ്വാസം വർദ്ധിപ്പിച്ചു.

വഴിയിലായാലും വീട്ടിലായാലും പ്രതീക്ഷയോടെ സഹായ അഭ്യർത്ഥനയുമായി മാജിദിനെ സമീപിക്കുന്നവരായിരുന്നു അയാളുടെ ഏറ്റവും വലിയ വേദന. ഇല്ലെന്ന് പറഞ്ഞ് തിരിച്ചയയ്ക്കാൻ മനസ്സ് വരാത്തതുകൊണ്ട് അയാൾ കയ്യിലുള്ളത് മടികൂടാതെ അവർക്ക് കൊടുക്കും. അതൊരു പക്ഷേ, മക്കളുടെ സ്കൂൾ ഫീസിനോ കറന്റ് ബില്ലിനോ മറ്റോ ആയി കരുതി വെച്ചതായിരിക്കും. എങ്കിലും അയാൾക്ക് മുന്നിൽ കൈനീട്ടിയവരെ ഒരിക്കലും നിരാശപ്പെടുത്തിയിട്ടില്ല. അതുതന്നെയാണ് പുണ്യം എന്ന് വിശ്വസിച്ചു. അത്തരം കഠിനമായ ഘട്ടങ്ങളിലെല്ലാം പ്രയാസങ്ങളുടെ ഒന്ന് രണ്ട് ദിവസങ്ങൾ കടന്നുപോകുമ്പോൾ ഏതെങ്കിലും വഴികളിലൂടെയായി കുറച്ച് സംഖ്യ അയാളുടെ കൈകളിൽ എത്തുക പതിവായിരുന്നു. അതിന്നും ഒരത്ഭുതമായി തോന്നാറുണ്ട്. ദാനധർമ്മങ്ങളുടെ തണലായിട്ടാണ് ഇത്തരം അപ്രതീക്ഷിതമായി വന്നെത്തുന്ന പണത്തെ കണ്ടിരുന്നത്.

വക്കീൽ വീണ്ടും വിളിച്ചു.

''വിരോധമില്ലെങ്കിൽ ഒന്ന് നേരിൽ കാണണം, കുറച്ചു കാര്യങ്ങൾ സംസാരിക്കാനുണ്ട്.''

നേരിൽ കാണണമെങ്കിൽ തിരുവനന്തപുരത്തേക്ക് പോകണം. എല്ലാം ചെലവ് തന്നെ. തന്റെ വക്കീലും അവിടെ ആയതിനാൽ അങ്ങോട്ട് പോയല്ലേ പറ്റൂ. കേസുകൾ അവസാനിക്കുന്നെങ്കിൽ അവസാനിക്കട്ടെ. ഇനിയും കേസുകൾ തുടർന്ന് കൊണ്ടുപോകാനുള്ള

ഒരവസ്ഥയിലല്ലല്ലോ താനും. അതുപ്രകാരം വളരെ മോശമല്ലാത്ത ഒരു സംഖ്യ കിട്ടിയിരുന്നെങ്കിൽ ആവട്ടെ. ''ഞാൻ ഒന്ന് ആലോചിക്കട്ടെ'' എന്നു മാത്രം പറഞ്ഞുകൊണ്ട് ഫോൺ വെച്ചു. വീട്ടിലെത്തി ഭാര്യയുമായി സംസാരിച്ചപ്പോൾ അവൾ പറഞ്ഞത് ആശ്വാസമേകി.

''സാരമില്ല, നഷ്ടപരിഹാരം ഒന്നും ചോദിക്കണ്ട. നമ്മുടെ അസ്സലിൽ നിന്നും അൽപം കുറഞ്ഞാലും വിരോധമില്ല. മാജു സമ്മതിച്ചേക്ക്. അവരും കേസും കോടതിയുമായി കഷ്ടപ്പെടുകയാവുമല്ലോ. സ്വന്തം മകൻ പോലും നഷ്ടപ്പെട്ട അവർക്ക് നമ്മളായിട്ട് ഒരു ദ്രോഹവും ഉണ്ടാക്കരുത്. നമ്മുടെ കടങ്ങൾക്ക് പലിശയും മറ്റും കൂടിയിട്ട് കുറേ കഴിഞ്ഞ് ഈ കേസുകൾ ജയിച്ചിട്ട് പണം കിട്ടുന്നതിലും നല്ലതല്ലേ അധികം നഷ്ടം വരാതെ ഉള്ളത് കിട്ടുന്നത്.''

ബാങ്കിലെ ഒരു ലോണെങ്കിലും തീർക്കാലോ. എന്തായാലും പോകാമെന്നു തീരുമാനിച്ചു. വക്കീലിനെ വിളിച്ചു. സൗകര്യപ്പെടുന്ന ഒരു ദിവസത്തേക്ക് ട്രെയിൻ ടിക്കറ്റെടുക്കാൻ റിസർവേഷൻ കൗണ്ടറിൽ ചെന്നു നിൽക്കെ അപരിചിതമായ ഒരു നമ്പറിൽ നിന്നും ഫോൺ വന്നു.

''നമസ്കാരം, ഇത് തിരുവനന്തപുരം ക്രൈം ബ്രാഞ്ച് ഹെഡ് ഓഫീസിൽ നിന്നുമാണ്. മിസ്റ്റർ മാജിദ് അല്ലേ?''

''അതേ, മാജിദ് ആണ്, എന്താണ് കാര്യം?''

''താങ്കൾ ഒന്ന് ലൈനിൽ തുടരുമോ, സാറിനെ കണക്ട് ചെയ്യാം.''

''യെസ് സാർ, മാജിദ് ഹിയർ.''

''ഇത് ക്രൈം ബ്രാഞ്ച് സി ഐ വിജയരാഘവൻ ആണ്, തിരുവനന്തപുരത്ത് നിന്ന്. ഞാൻ വിളിച്ചത് പ്രൊഫസ്സർ വിനോദിന്റെ മകനുമായുള്ള താങ്കളുടെ കേസിനെക്കുറിച്ച് ഒരു സെറ്റിൽമെന്റ് സംസാരിക്കുവാനാണ്. ഇത് തികച്ചും വ്യക്തിപരമായ ഫോൺ കാൾ ആണ്. അദ്ദേഹം എന്റെ ഒരു ബന്ധു കൂടിയാണ്. തെളിവുകളും ന്യായവുമെല്ലാം താങ്കളുടെ ഭാഗത്താണ് എന്നറിയാം. ഈ കേസിൽ വിജയവും താങ്കൾക്ക് തന്നെയാവും. എന്നാൽ അതിന് ഇനിയും ഒരുപാട് കാലതാമസം നേരിട്ടേക്കാം. അതുകൊണ്ട് നമുക്ക് ഇതൊന്ന് ഔട്ട് ഓഫ് കോർട്ട് സെറ്റിൽമെന്റ് ആക്കിക്കൂടെ?''

''സാർ, എന്നെ വിളിച്ചതിലും സംസാരിച്ചതിലും സന്തോഷമുണ്ട്. കേസ് അവസാനിപ്പിക്കുന്നതിൽ എനിക്ക് വിരോധമില്ല. എങ്ങനെയാണ് എന്ന് അറിഞ്ഞാൽ കൊള്ളാം. വലിയ ഒരു സംഖ്യയുടെതാണല്ലോ കേസ്. മാത്രവുമല്ല അയാളുടെ സ്വത്തുക്കൾ ഞാൻ അറ്റാച്ച് ചെയ്തതും സാർ അറിഞ്ഞിരിക്കുമല്ലോ. വാല്യൂവിന്റെ കോർട്ട് ഫീയും കോടതിയിൽ കെട്ടിയിട്ടുണ്ട്. അതിന് തന്നെ എനിക്ക് ലക്ഷങ്ങൾ ആണ് ചെലവ് വന്നത്. പിന്നെ ഇതുവരെയുള്ള വക്കീൽ ഫീസ് ബിസിനസ്സിൽ എനിക്ക് നേരിട്ട നഷ്ടം. ഭീമമായ സാമ്പത്തിക

നഷ്ടം ഏൽക്കേണ്ടി വന്ന ഒരാളാണ് ഞാൻ. മറ്റ് മാർഗങ്ങൾ ഇല്ലാത്തതുകൊണ്ടാണ് അദ്ദേഹത്തിന്റെ സ്വത്ത് അറ്റാച്ച് ചെയ്തത്. അല്ലാതെ അനർഹമായ അദ്ദേഹത്തിന്റെ ഒരു പൈസ പോലും നേടുന്നതിന് വേണ്ടിയല്ല. ഞാൻ അത് ആഗ്രഹിക്കുന്നുമില്ല.''

''എല്ലാം നമുക്ക് നേരിട്ട് വിശദമായും വ്യക്തമായും സംസാരിക്കാം. താങ്കൾ ഒന്ന് ഇവിടം വരെ വന്നാൽ നന്നായിരുന്നു. താങ്കളുടെ വക്കീലും ഉണ്ടല്ലോ ഇവിടെ, അദ്ദേഹത്തെയും കൂട്ടിക്കോളൂ.''

''സാർ, എനിക്ക് കുറച്ച് സമയം തരണം. ഒന്ന് ആലോചിക്കേണ്ടതുണ്ട്.''

''ശരി, ആയിക്കോളൂ, എന്നാൽ അധികം വൈകരുത്.''

അയാൾ തിരുവനന്തപുരം സെക്രട്ടറിയേറ്റിലുള്ള സുഹൃത്ത് രാജേന്ദ്രനെ വിളിച്ചു. രാജേന്ദ്രൻ ചീഫ് സെക്രട്ടറിയുടെ പേർസണൽ സ്റ്റാഫിൽ ഒരാളാണ്. മാജിദുമായി അടുത്ത ബന്ധമുള്ളയാൾ. ഡൽഹിയിൽ പോകുമ്പോൾ കേരള ഹൗസിലും ട്രാവൻകൂർ ഹൗസിലുമൊക്കെ നല്ല താമസവും ഭക്ഷണവും രാജേന്ദ്രനാണ് ശരിയാക്കി കൊടുക്കാറ്. കുശലാന്വേഷണത്തിനും ജോലിത്തിരക്കിന്റെ ഇടയിലുള്ള ഫോൺ ബിസിയെക്കുറിച്ചുള്ള പറച്ചിലിനും ഒടുവിൽ മാജിദിനോട് വിളിച്ച വിവരം അന്വേഷിച്ചു. മാജിദ് വിവരങ്ങൾ പറഞ്ഞു.

''ഇത്രേയുള്ളൂ, പ്രൊഫസറുടെ കാര്യമല്ലേ അതെനിക്കറിയാലോ.''

ശരിയാണ്, ഈ കേസുമായി ബന്ധപ്പെട്ട എല്ലാ കാര്യങ്ങളും രാജേന്ദ്രനറിയാം. അയാളാണ് വർക്കലയിലുള്ള പ്രൊഫസറുടെ ഭൂമി അറ്റാച്ച് ചെയ്യാനും കേസ് നടത്താൻ വക്കീലിനെയും ഏർപ്പാടാക്കിക്കൊടുത്തത്.

''അല്ല മാജിദ്, ആരാണ് ആ സി.ഐ? പേര് ഓർമ്മയുണ്ടോ?''

''ഒരു വിജയരാഘവൻ എന്നാണ് പറഞ്ഞത്.''

''ആ... ആ... മനസ്സിലായി, നമ്മുടെ ചൂണ്ട രാഘവൻ. അവനാള് സ്വൽപം പിശകാണ്. എന്തെങ്കിലും കാശ് കിട്ടുന്ന കാര്യമാണെങ്കിലേ പുള്ളി ഇടപെടൂ. ഇതിൽ അങ്ങേർക്ക് ചില പ്രതീക്ഷകൾ ഉണ്ടാകും. സാരമില്ല. നമുക്ക് അയാളോട് അവന്റെ ഏമാനെക്കൊണ്ട് തന്നെ കാര്യം അന്വേഷിപ്പിക്കാം. ക്രൈം ബ്രാഞ്ച് ഡിപ്പാർട്ട്മെന്റ് എന്നു മുതലാണ് കോടതിയിലുള്ള കേസിന്റെ മധ്യസ്ഥം സംസാരിക്കാൻ തുടങ്ങിയത് എന്ന്, അത് അന്വേഷിക്കണമല്ലോ.''

''രാജാ ഇയാള് വല്ല പുലിവാലും ഒപ്പിക്കുമോ?''

''മാജിദ് പേടിക്കണ്ട ഇത് ഞാനേറ്റു. ഇപ്പോൾ മിനിസ്റ്റർ ഇവിടെ ഉണ്ട്. അങ്ങേര് പോയാൽ ഉടൻ തന്നെ ഞാൻ കാര്യം അന്വേഷിച്ച് മാജിദിനെ വിളിക്കാം, പോരേ. ഒന്നും പേടിക്കണ്ട.''

''ഓക്കേ രാജാ, നീയവിടെ ഉള്ളപ്പോൾ എനിക്കെന്ത് പേടി.''

''ഓക്കേ, ഞാൻ പിന്നെ വിളിക്കാം.''

രാജേന്ദ്രൻ ഫോൺ വെച്ചു. റിസർവേഷൻ കൗണ്ടറിൽ നിന്നും ടിക്കറ്റെടുത്തുകൊണ്ട് പുറത്തേക്കിറങ്ങി. തന്നെ കാത്തുനിൽക്കുക യായിരുന്ന ഓട്ടോയിൽ കയറി വീട്ടിലേക്ക്. നിശ്ശബ്ദമായ മനസ്സിന്റെ മൗനങ്ങളിൽ മയങ്ങാൻ കൂട്ടാക്കാത്ത അനുഭവങ്ങൾ. ഓട്ടോ റെയിൽവേ ഗേറ്റിന് മുന്നിൽ ചെന്നു നിൽക്കുമ്പോൾ ഗുരുവായൂർ-എറണാകുളം പുഷ്പുൾ ട്രെയിൻ ദീർഘമായ ഹോൺ മുഴക്കിക്കൊണ്ട് അയാളുടെ മുന്നിലൂടെ കടന്നുപോകുന്നുണ്ടായിരുന്നു. അതിനൊപ്പം അന്തരാ ത്മാവിൽ നിന്നും പെട്ടെന്നുയർന്ന ഒരു നിലവിളി അയാളുടെ തല ച്ചോറിൽ വല്ലാത്ത മരവിപ്പ് പടർത്തി. അത് മനുവെന്ന് വിളിക്കുന്ന മനോഹരന്റെ നിലവിളിയായിരുന്നു. ജീവിതാനുഭവങ്ങളുടെ യഥാർത്ഥ മുഖങ്ങളെ അഭിമുഖീകരിക്കാൻ കഴിയാതെ ഒളിച്ചോടിയ മനു ഇതു പോലുള്ളൊരു ട്രെയിനിന്റെ കുതിപ്പിന് മുന്നിലായിരുന്നു കിതച്ചു വീണത്. ആ ദാരുണമായ അന്ത്യത്തെക്കുറിച്ച് ഓർത്തുകൊണ്ട് മാജിദ് നെടുവീർപ്പിട്ടു. ഇരുമ്പു ചക്രങ്ങളാൽ മുറിച്ചുമാറ്റിയ കൈ കാലുകളും ഉടലും അയാളുടെയും അയാളുടെ മാതാപിതാക്കളു ടെയും ചിതറിത്തെറിച്ച സ്വപ്നങ്ങളായി റെയിൽപാതയുടെ ഓര ങ്ങളിൽ ഒരുപാട് നേരം ഉറുമ്പരിച്ചു കിടന്നു.

മനുവിന്റെ മാതാപിതാക്കളുമായി ഒരു ഒത്തുതീർപ്പിന്റെ ചർച്ച യ്ക്ക് തിരുവനന്തപുരത്തേക്ക് പോകുവാൻ വേണ്ടിയാണ് ഇപ്പോൾ മാജിദ് ടിക്കറ്റ് എടുത്തിരിക്കുന്നത്.

സിനിമകളും പ്രോഗ്രാമുകളും തുടങ്ങിയ ഒട്ടനവധി ആസ്വാദന പരിപാടികളുടെ കോപ്പിറൈറ്റുകൾ വാങ്ങി പലരും സിഡി ഡിവിഡി എന്നിവയിൽ പഞ്ച് ചെയ്ത് ചൂടപ്പം പോലെ വില്പന നടന്നിരുന്ന ഏറ്റവും തിരക്കുള്ള ബിസിനസ് കാലമായിരുന്നു അത്. കോപ്പിറൈറ്റ് ഓണേഴ്സിന്റെ മൊത്തക്കച്ചവട ഷോപ്പുകളും നൂറുകണക്കിന് ചെറു കിട വ്യാപരികളുടെ കൊച്ചുകൊച്ചു ഷോപ്പുകളും എല്ലായിടത്തും സജീവമായ കാലം. സിനിമകളും മിമിക്രിയും നാടൻപാട്ടും സ്റ്റാർ നൈറ്റും തുടങ്ങി സ്പോർട്സും കലോത്സവങ്ങൾ പോലും മലയാളി യുടെ സ്വീകരണമുറിയിലെ ടിവിയിലേക്ക് കാസറ്റിൽ നിന്നും സിഡി രൂപത്തിൽ വന്നെത്തുകയും കുടുംബസമേതം അത് ആസ്വദിക്കു കയും ചെയ്തിരുന്ന കാലം. മുൻപരിചയമില്ലാത്ത പുതിയ ബിസി നസ്സിലേക്കാണ് കൃത്യമായ ലക്ഷ്യബോധവും കണക്കുകൂട്ടലുകളു മില്ലാതെ പെട്ടെന്നൊരു ദിവസം മനു കടന്നുവന്നത്. ആ സമയത്ത് തന്നെയാണ് ഇതേ മേഖലയിൽ പ്രവർത്തിപരിചയമുള്ളവരും പ്രസി ദ്ധരുമായ കോർപ്പറേറ്റ് കുത്തകകളുടെ കമ്പനിയും കടന്നുവന്നത്.

അവർക്ക് സ്വന്തമായി ഡൽഹിയിലും ബോംബെയിലും ബാംഗ്ലൂരും തുടങ്ങി ഇന്ത്യയിലും പുറത്തും ധാരാളം സിഡി നിർമ്മാണ യൂണിറ്റുകൾ ഉണ്ടായിരുന്നു. ഒരേ സമയം തന്നെ അവർ ഇന്ത്യയിലെ എല്ലാ സംസ്ഥാനങ്ങളിലും തങ്ങളുടെ കോപ്പി റൈറ്റ് ബിസിനസ്സുകൾക്ക് തുടക്കം കുറിച്ചു. എന്നാൽ അത് കേവലം ഒരു തുടക്കമായിരുന്നില്ല. അതുവരെ മാർക്കറ്റിൽ നിലനിന്നിരുന്ന ചെറുതും വലുതുമായ എല്ലാ കോപ്പി റൈറ്റ് ബിസിനസ്സുകാരെയും മൊത്തം വിലയ്ക്ക് വാങ്ങിക്കൊണ്ടായിരുന്നു അവർ കടന്നുവന്നത്.

മാജിദ് അതിന്റെ ദോഷങ്ങളെക്കുറിച്ച് ശരിക്കും ബോധവാനായിരുന്നു. അതുകൊണ്ടുതന്നെ അസോസിയേഷൻ മീറ്റിങ്ങിൽ അയാൾ അതിനെക്കുറിച്ചു സംസാരിക്കുകയും ഇത്തരം കുത്തകകൾക്ക് നമ്മുടെ കോപ്പി റൈറ്റുകൾ കൊടുക്കേണ്ടതില്ലന്ന് തീരുമാനം കൈകൊള്ളുകയും ചെയ്തു. എന്നാൽ അവരുടെ കൂട്ടത്തിൽ അധിക ലാഭം മോഹിച്ചവർ ഓരോരുത്തരായി അവരുടെ മോഹവലയങ്ങളിൽ വീണു. അവരിൽ നിന്നും വലിയ തുകകൾ കൈപ്പറ്റി മൊത്തം റൈറ്റുകളും സിഡികളും അവർക്ക് വിറ്റുകൊണ്ടവർ നിശ്ശബ്ദരായി. ചിലർ മാജിദിനൊപ്പം പിടിച്ചു നിന്നു. മറ്റു ചിലർ കുറച്ചൊക്കെ പിടിച്ചുനിന്നെങ്കിലും ഒടുവിൽ എല്ലാം അവർക്ക് തന്നെ വിറ്റുകൊണ്ട് മറ്റു മാർഗ്ഗങ്ങൾ സ്വീകരിച്ചു. അങ്ങനെ അതാത് സംസ്ഥാനങ്ങളിലെ ഒട്ടു മിക്ക പ്രമുഖ വ്യാപാരികളെയെല്ലാം അവർ വിലയ്ക്ക് വാങ്ങിക്കൊണ്ടിരുന്നു. മാജിദിനെയും അവർ സമീപിക്കുകയുണ്ടായി. അതേ സമയം മനുവും പ്രസ്തുത ആവശ്യവുമായി നിരന്തരം മാജിദിനെ സമീപിച്ചുകൊണ്ടിരുന്നു.

കാര്യങ്ങൾ മുൻകൂട്ടി കണ്ടതുപ്രകാരം അവരുമായി സഹകരിക്കുവാൻ മാജിദ് കൂട്ടാക്കിയിയില്ല. അസോസിയേഷൻ നിർജീവമാവുകയും അംഗങ്ങൾ തങ്ങളുടെ ബിസിനസുകൾ കുത്തകകൾക്ക് കൈമാറുകയും ചെയ്തു. തനിക്ക് മാത്രമായി പിടിച്ചുനിൽക്കാൻ കഴിയില്ലെന്ന് ബോധ്യപ്പെട്ടപ്പോൾ മാജിദ് മനു നൽകിയ ഓഫർ സ്വീകരിക്കുകയാണുണ്ടായത്. മനു മാജിദിൽ നിർബന്ധം ചെലുത്തുകയും അതുപ്രകാരം അയാളുമായി മനു എഗ്രിമെന്റ് ഉണ്ടാക്കുകയും ചെയ്തു. അതേസമയം ഈ ബിസിനസ്സ് മൊത്തം തല്ലിയൊതുക്കി കോർപ്പറേറ്റുകൾക്ക് മാത്രമായി മാർക്കറ്റിനെ മാറ്റിയെടുക്കുക എന്നതായിരുന്നു അവരുടെ പിണിയാളന്മാരായ ഭരണകൂടങ്ങളുടെ ലക്ഷ്യം. അതിനുവേണ്ടി അവർ ഗവണ്മെന്റിൽ സ്വാധീനം ചെലുത്തി കോപ്പിറൈറ്റ് നിയമത്തിന്റെ പഴുതുകൾ ഉപയോഗിച്ച് പൊലീസിനെ കൊണ്ടവർ ശേഷിക്കുന്ന മുഴുവൻ ഷോപ്പും ഓഫീസുകളും റൈഡ് ചെയ്യിപ്പിച്ചു. ഒരു പുതിയ ഉദ്യോഗസ്ഥന്റെയും വിഭാഗത്തിന്റെയും കീഴിൽ ശക്തമായ നിയമനടപടികളുമായി സർക്കാർ മുന്നോട്ട് നീങ്ങി. ടൺ

കണക്കിന് സിഡികളും ഡിവിഡികളും പൊലീസ് പിടിടിച്ചെടുത്തു. കോടിക്കണക്കിന് രൂപയുടെ ബിസിനസ് നഷ്ടമാണ് ആ മേഖലയ്ക്ക് അപ്പോൾ സംഭവിച്ചത്. പകർപ്പാവകാശ നിയമത്തിന്റെ ലംഘനം ചുമത്തപെട്ട് ധാരാളം പേർ അറസ്റ്റിലായി. പലരുടെയും കടകൾ അടച്ചുപൂട്ടി സീൽ ചെയ്തു. അതുവഴി ജീവിത മാർഗ്ഗം അടഞ്ഞു പോയവർ പലരും ആത്മഹത്യ ചെയ്തു. വമ്പന്മാർക്കെതിരെ പോലും ജാമ്യമില്ലാവകുപ്പുകൾ ചാർത്തികൊണ്ടവർ വേട്ടയാടി. പലരും മാസങ്ങളോളം ഒളിവിൽ പോയി. ഏതോ ഭീകരവാദികളെ പോലെ സിഡി വ്യാപാരികൾ വേട്ടയാടപ്പെട്ടു. കോപ്പി റൈറ്റുകളുടെ തലനാരിഴ കീറിക്കൊണ്ടാണവർ കുറ്റം ചാർത്തിയത്.

സിഡിയിലും അതിന്റെ കവറിലും പ്രിന്റ് ചെയ്യുന്ന ഡീറ്റൈൽസുകളിലും ശൈലികളിൽ പോലും തെറ്റ് കണ്ടെത്തി. ഹോളോഗ്രാം സംവിധാനം കർശനമാക്കുക തുടങ്ങി അതുവരേയും സാധാരണക്കാരന് അജ്ഞാതമായ പല കാര്യങ്ങളും പൊലീസ് ആവശ്യപ്പെട്ടു. വിതരണക്കാരുടെയും വില്പനക്കാരുടെയും സാധാരണക്കാരുടെ പോലും വീടുകളിൽ കയറി പൊലീസ് റൈഡുകളുമായി മുന്നോട്ട് പോയി. മാർക്കറ്റ് മൊത്തം നശിച്ചുകഴിഞ്ഞപ്പോൾ ആ കുത്തക ഭീമന്മാർ അവരുടെ സിനിമകളും പ്രോഗ്രാമുകളും പകർത്തിയ സിഡികളും ഡിവിഡികളുമായി വമ്പൻ മാളുകളിലൂടെ രംഗത്ത് വന്നു. തുടക്കത്തിൽ വളരെ കുറഞ്ഞ വിലകളിലായിരുന്നു അവർ വിപണനം നടത്തിയിരുന്നത്. അത് ജനം ഇരച്ചു കയറി വാങ്ങിച്ചു കൊണ്ടിരുന്നു. മാർക്കറ്റിൽ അവശേഷിക്കുന്ന അവരുടെ സിഡികളൊക്കെയും പെട്ടെന്ന് വിറ്റഴിക്കാൻ അവർക്ക് സാധിച്ചു. അതുവഴി പാവപ്പെട്ടവരായ ചെറുകിട കച്ചവട സ്ഥാപനങ്ങൾ തട്ടു കടകളും മുടിവെട്ട് കടകളും മറ്റുമായി മാറ്റപ്പെട്ടു.

അംഗീകാരമുള്ള ഏജൻസികൾക്ക് മാത്രമായിരുന്നു പുതിയ കമ്പനിക്കാരുടെ ഉല്പന്നങ്ങൾക്കുള്ള വില്പനാനുമതി ഉണ്ടായിരുന്നത്. മാജിദിനെ പോലുള്ളവർക്ക് മാർക്കറ്റിൽ നിന്നും ലഭിക്കേണ്ടിയിരുന്ന ലക്ഷങ്ങൾ നഷ്ടത്തിലായി. അങ്ങനെ സിഡി കച്ചവടം ചെയ്ത് ജീവിച്ചിരുന്ന നൂറുകണക്കിന് ഷോപ്പുടമകളുടെ അന്നം മുട്ടിച്ചുകൊണ്ട് കോർപ്പറേറ്റ് കുത്തകകൾ അരങ്ങ് വാഴുകയും തടിച്ചു കൊഴുക്കുകയും ചെയ്തു. മനു കോർപ്പറേറ്റുകളോട് മത്സരിച്ചു കൊണ്ട് അപ്പോഴും ഫീൽഡിൽ തുടരുകയായിരുന്നു. ഒളിവിൽ കഴിഞ്ഞിരുന്നവരുടെയും മറ്റും പക്കൽ നിന്നും കോപ്പി റൈറ്റുകൾ വാങ്ങിക്കൂട്ടുകയും സമാന്തരമായ, സ്വതന്ത്രമായ, നിർമ്മാണ, വിതരണം തുടങ്ങുകയും ചെയ്തു. എന്നാൽ അത് തികഞ്ഞ പരാജയത്തിലേക്ക് കൂപ്പുകുത്തി.

താൻ മല്ലടിക്കുന്നത് മലയോളം ഭീമാകാരന്മാരായവരോടാണെന്ന് തിരിച്ചറിയാനുള്ള ബുദ്ധിയില്ലായിരുന്നു മനുവിന്. കുത്തകകൾ

അതിലാഭം നൽകാമെന്ന വാഗ്ദാനത്തിൽ മാജിദിനെയും സമീപിച്ചു. എന്നാൽ അവർക്ക് വഴങ്ങാൻ തയ്യാറല്ലായിരുന്നു. റൊക്കം പണം നൽകികൊണ്ട് എഗ്രിമെന്റ് ചെയ്യാം എന്ന് പറഞ്ഞുകൊണ്ട് മാജിദിനേയും അവർ വീണ്ടും സമീപിച്ചു. ആ സംഖ്യ മനു പറഞ്ഞതിൽ നിന്നും ഇരട്ടിയായിരുന്നു. എന്നാൽ മാജിദിന്റെ കോപ്പി റൈറ്റുകൾ നേരത്തെ മനുവിന് കൊടുത്തിരുന്നതിനാൽ മാജിദിനും ഒന്നും ചെയ്യാൻ സാധിക്കാതെയായി. സാമ്പത്തിക സ്ഥിതി വഷളായി ക്കൊണ്ടിരിക്കെ തീരുമാനിച്ചു

''ഇനി പിടിച്ചുനിന്നിട്ട് കാര്യമില്ല മനുവുമായി സംസാരിച്ചുകൊണ്ട് അയാളുടേതുൾപ്പടെ മൊത്തം റൈറ്റുകളും സി ഡികളും ഇവർക്ക് വിൽക്കുക തന്നെ. കിട്ടുന്ന ലാഭം മനു എടുത്തുകൊള്ളട്ടെ. തനിക്ക് അയാളുമായി ചെയ്ത കരാർ പ്രകാരമുള്ള സംഖ്യ മാത്രം കിട്ടി യാൽ മതി.''

എന്നാൽ മനു അതിന് തയ്യാറാവുകയോ എഗ്രിമെന്റ് ചെയ്തത് പ്രകാരമുള്ള സംഖ്യ മാജിദിന് കൊടുക്കുവാൻ ശ്രമിക്കുകയോ ചെയ്തില്ല. കാര്യങ്ങൾ പോകുന്നത് മനുവിനും കൂടി അപകടത്തി ലേക്കാണെന്ന് മനസ്സിലാക്കിയ മാജിദ് അയാളെ കണ്ട് ബോധ്യ പ്പെടുത്താൻ പലപ്പോഴും ശ്രമിച്ചുകൊണ്ടിരുന്നു. അഡ്വാൻസ് നൽകിയ പണം താൻ ഉടനെ തിരിച്ചു നൽകാമെന്നും പകരം താനുമായുള്ള എഗ്രിമെന്റ് റദ്ദു ചെയ്തു തരണമെന്നും മാജിദ് അയാളോട് ആവശ്യ പ്പെട്ടു. അല്ലെങ്കിൽ തന്റേതുൾപ്പടെ കോപ്പി റൈറ്റുകളും സിഡികളും അവർക്ക് വിറ്റുകൊണ്ട് രക്ഷപ്പെടൂ എന്ന് പറഞ്ഞിട്ടുപോലും അയാൾ അതിന് തയ്യാറായില്ല. അത് കടുത്ത സാമ്പത്തിക പ്രതിസന്ധിയിൽ മാജിദിനെ തള്ളി.

ദിവസങ്ങൾ ഇഴഞ്ഞു നീങ്ങവെ ബിസിനസ് മൊത്തം നിലച്ചു. ആവർത്തിച്ചു വന്ന റെയ്ഡുകൾ മനുവിനെ ഒളിവിൽ പോകാൻ നിർബന്ധിതനാക്കി. പതിയെ പതിയെ കാര്യങ്ങളുടെ ഗൗരവം അയാൾ തിരിച്ചറിഞ്ഞു തുടങ്ങി. ഇനി ഒരിക്കലും കരകയറാനാ വാത്ത അഗാധമായ ഗർത്തത്തിലേക്ക് താൻ വീണുകൊണ്ടിരിക്കു കയാണെന്ന് മനു മനസ്സിലാക്കി. അപ്പോഴേക്കും സമയം വല്ലാതെ അതിക്രമിച്ചിരുന്നു. അങ്ങനെ അനുഭവങ്ങളുടെ പാഠങ്ങളിൽ നിന്നും പച്ചയായ ജീവിതത്തെ തിരിച്ചറിയുമ്പോൾ മനു പൂർണ്ണമായും നിസ്സ ഹായനായിക്കഴിഞ്ഞിരുന്നു. കോടികളുടെ നഷ്ടവും കടവും പേറി ഒടുവിൽ അയാൾ തളർന്നുറങ്ങാൻ തെരെഞ്ഞെടുത്തത് അയാളുടെ ജീവിതംപോലെ ഒരിക്കലും കൂട്ടിമുട്ടാത്ത ആ സമാന്തരപാളങ്ങളെ യായിരുന്നു. മാജിദ് മനുവിനെ ഓർത്തുകൊണ്ടിരുന്നു കലങ്ങിയ മനസ്സോടെ.

പ്രതിസന്ധികൾ വിട്ടൊഴിയാതെ

മാജിദ് തന്റെ വീടുവിൽപ്പനയുമായി മുന്നോട്ട് പോകാൻ തന്നെ തീരുമാനിച്ചു. പലരും വരികയും വിലപറഞ്ഞുറപ്പിക്കുകയും ചെയ്തെങ്കിലും കച്ചവടം നടക്കാതെ പോവുകയാണുണ്ടായത്. കാര്യം അന്വേഷിച്ചറിഞ്ഞപ്പോളാണ് മനസ്സിലായത്, വഴിയും അതുമായുള്ള കേസുകളും ആണ് തനിക്കെതിരെ തടസ്സമാകുന്നത് എന്ന്. തന്നെയും വഴി പ്രശ്നവും അറിയാവുന്നവർ തന്നെയാണ് ഈ കച്ചവടത്തിന് പാര പണിയുന്നത് എന്ന് മനസ്സിലായി.

കേസുകൾ പലതും പാതിവഴിയിൽ വെച്ച് വിട്ടൊഴിഞ്ഞു. മാറിവന്ന ജീവിതസാഹചര്യങ്ങൾ മാറ്റമില്ലാതെ തുടരുമ്പോൾ അവയ്ക്കൊപ്പം കേസും കോടതിയുമായി കാലം കഴിക്കുന്നതിൽ അർത്ഥമില്ലെന്ന് കണക്കുകൂട്ടലായിരുന്നു അതിന് പിന്നിൽ. കേസുകൾ നടത്തി വിജയിച്ചാൽ വലിയൊരു സംഖ്യയാണ് കിട്ടാനുള്ളത്. എന്നാൽ അതിനുവേണ്ടി അനിശ്ചിതമായി തുടരുന്ന കാലതാമസം എങ്ങനെ തരണം ചെയ്യുമെന്ന് മാജിദ് ചിന്തിച്ചു. കൃത്യമായി അടച്ചുപോന്നിരുന്ന ബാങ്ക് ലോണുകൾക്ക് മുടക്കം വന്നു. ജീവിതസാഹചര്യം അനുദിനം വഷളായിത്തുടങ്ങി. അത്യാവശ്യങ്ങൾക്ക് പോലും ചെലവഴിക്കാൻ പണമില്ലാതായി. രാഷ്ട്രീയ, സാംസ്കാരിക, സാഹിത്യ മണ്ഡലങ്ങളിൽ നിന്നും വന്നെത്തുന്ന ക്ഷണം സ്വീകരിച്ച് അവിടെ ചെന്ന് പ്രസംഗവും ക്ലാസ്സും കഴിഞ്ഞ് തിരിച്ചു പോരുമ്പോൾ അവർ നൽകുന്ന വണ്ടിക്കൂലിയും മറ്റും വലിയ സംഖ്യയായി തോന്നി. താൻ ഒന്നുമല്ലാതായെന്നും സ്വയം അവസാനിച്ചുകൊണ്ടിരിക്കയാണെന്നും തോന്നി

''ഇല്ല, താൻ അങ്ങനെ തോറ്റുകൊടുക്കേണ്ടവനോ അവസാനിക്കേണ്ടവനോ അല്ല. മുന്നോട്ട് പോകണം, ഒന്നിനും കാത്തു നിൽക്കാതെ കൂടുതൽ കരുത്തോടെ...''

വർഷങ്ങൾ കഴിഞ്ഞ് ലഭിക്കുന്ന വലിയ തുകയേക്കാൾ ഇന്ന് തന്റെയും കുടുംബത്തിന്റെയും ജീവിതച്ചെലവുകൾക്ക് ലഭിക്കേണ്ട

ചെറിയ തുകയാണ് ഏറ്റവും വലുതെന്ന് മാജിദ് തിരിച്ചറിഞ്ഞു. കടങ്ങളില്ലാതെ ജീവിക്കുക എന്നതാണ് ഏറ്റവും സുന്ദരവും സുഖകരമായ ജീവിതം. അതിനായിട്ടായിരുന്നു കേസുകളിൽ പലതും അയാൾ ഭീമമായ നഷ്ടത്തിൽ അവസാനിപ്പിച്ചത്. എല്ലാം കോടതിക്ക് പുറത്തുള്ള ഒത്തുതീർപ്പായിരുന്നു. അതുവഴി കൂട്ടുപലിശയും ജപ്തിയുമായി തന്റെ സ്വസ്ഥത കെടുത്തിയ പല ബാങ്കുകളിലെയും മിക്ക ലോണുകളും അവസാനിപ്പിച്ചു.

തിരുവനന്തപുരം കേസിൽ അവസാനഘട്ട ചർച്ചയ്ക്കും ഒത്തുതീർപ്പിനും വേണ്ടി അയാൾ അവിടെ എത്തി. സുഹൃത്ത് രാജൻ ഏർപ്പാടാക്കിയ ഡിവൈഎസ്പി രമേഷ് നാരായണന്റെ മദ്ധ്യസ്ഥതയിൽ അവരുടെ കാര്യങ്ങളിൽ ചർച്ചയാരംഭിച്ചു. അതിൽ കിട്ടാനുള്ളതെല്ലാം വിട്ടുകൊടുക്കുവാൻപോലും അയാൾ ഒരുക്കമായിരുന്നു. പണത്തോടുള്ള അത്യാർത്തി മൂത്ത് അശ്രദ്ധമായി ബിസിനസ്സുകൾ ചെയ്ത് തങ്ങളുടെ ഏക മകൻ ആത്മഹത്യ ചെയ്യേണ്ടി വന്ന ദുഃഖം താങ്ങാനാവാതെ മധ്യസ്ഥർക്ക് മുന്നിൽ ആ വൃദ്ധദമ്പതികൾ പൊട്ടിക്കരഞ്ഞു. അതുകണ്ടപ്പോൾ പണത്തിനും പ്രതാപത്തിനുമപ്പുറം പച്ചയായ മനുഷ്യന്റെ നിസ്സഹായമായ നിമിഷങ്ങളെയും വേദനകളെയും കുറിച്ച് മാത്രമാണ് മാജിദ് ആലോചിച്ചത്

''അല്ലാഹുവിന്റെ അനുഗ്രഹമുണ്ടെങ്കിൽ തനിക്കിനിയും പ്രായമുണ്ട്. എന്നാൽ തന്റെ മുന്നിലിരുന്ന് കരയുന്ന ഇവർക്ക് ഇനി അതില്ല. അതുകൊണ്ട് അവരുടെ പിടയ്ക്കുന്ന ഹൃദയനൊമ്പരങ്ങളെ അവഗണിച്ചുകൊണ്ട് കേസിന് പോവുക എന്നത് അവരെ കൊല്ലുന്നതിന് തുല്യമാണ്.''

അയാളുടെ മനസ്സ് മന്ത്രിച്ചുകൊണ്ടിരുന്നു.

മകൻ വരുത്തിവെച്ച കോടികളുടെ ബാധ്യതയിൽ കോടതി കയറിയിറങ്ങുകയായിരുന്നു അപ്പോൾ അവർ. പലിശപ്പണം കൊടുത്തു തീർക്കാനാവാതെ മാത്രം അവർക്ക് നഷ്ടപ്പെട്ടത് കോടികളുടെ സ്വത്തുക്കളായിരുന്നു. മകന്റെ പേരിലുണ്ടായിരുന്ന ബിൽഡിങ്ങുകളും ധാരാളം നാളികേരം വിളയുന്ന പറമ്പുകളും വിലകൂടിയ വാഹനങ്ങളും എല്ലാം നേരത്തെ നഷ്ടപ്പെട്ടിരുന്നു. ഇപ്പോൾ മാജിദ് അറ്റാച്ച് ചെയ്തു വെച്ചിരിക്കുന്നത് അവരുടെ അച്ഛനമ്മമാരും ആ മകനും അന്ത്യവിശ്രമം കൊള്ളുന്ന മണ്ണാണ്. നാളെ അവരെയും അടക്കേണ്ടത് ആ മണ്ണിലാണ്. അതുകൊണ്ടാണ് അവർ ആ മണ്ണിനുവേണ്ടി അത്രയും യാചിക്കുന്നത്.

ചർച്ചയ്ക്കിടയിൽ അയാളുടെ ഫോൺ ശബ്ദിച്ചു. നോക്കിയപ്പോൾ ഭാര്യയാണ്. അവൾ കാര്യങ്ങൾ അറിയാൻ വിളിക്കുകയാണ്.

ഇടയ്ക്കിടെ വിളിച്ച് വിവരങ്ങൾ പറയണം എന്ന് അവൾ പറഞ്ഞിരുന്നെങ്കിലും അയാൾക്ക് വിളിക്കാൻ കഴിഞ്ഞിരുന്നില്ല. എന്താണ് താൻ വിളിച്ചുപറയുക എന്നറിയാത്തത് കൊണ്ടാണ് വിളിക്കാതിരുന്നത്. അത്രയും വേദനയും കണ്ണീരും നിറഞ്ഞ കഥകളിലൂടെ പ്രായം ചെന്ന ഒരച്ഛനും അമ്മയും തങ്ങളുടെ ബാക്കിയായ അവസാനത്തെ ഒരു തരി മണ്ണിനുവേണ്ടി തന്റെ കൈകൾ പിടിച്ചു കരയുമ്പോൾ അതിനിടയിൽ അവളെ വിളിച്ചുകൊണ്ട് താനെന്തുപറയാൻ?. ഫോൺ വന്നപ്പോൾ അയാൾ എല്ലാവരെയും നോക്കി

"വീട്ടിൽ നിന്നാണ്."

"സംസാരിച്ചോളൂ, ഫോൺ എടുക്കൂ."

മധ്യസ്ഥനായ ഡിവൈ.എസ്.പി. പറഞ്ഞു.

അയാൾ ഫോൺ എടുത്ത് പുറത്തേക്ക് നടന്നു. പൊലീസ് ഹെഡ് ക്വാർട്ടേഴ്സിന്റെ പുറത്തെ മരച്ചുവട്ടിലെ തണലിൽ നിന്നുകൊണ്ട് തന്റെ പ്രിയപ്പെട്ടവളോട് അവർ അനുഭവിച്ചതും ഇപ്പോൾ അനുഭവിച്ചുകൊണ്ടിരിക്കുന്നതുമായ വ്യഥകൾ പറഞ്ഞു.

"മാജു ഇങ്ങ് പോരേ, നമുക്കൊന്നും വേണ്ട. കുറച്ചധികം പണമല്ലേ പോകുകയുള്ളൂ, എങ്കിലും സ്വന്തം മകനും വീടും പറമ്പും വാഹനങ്ങളും മുഴുവൻ സമ്പാദ്യങ്ങളും നഷ്ടപ്പെട്ട അവരുടെ വിഷമത്തോളം വരില്ലല്ലോ ഒന്നും."

അവൾ അത് പറഞ്ഞപ്പോൾ അയാളും കരുതി ഒന്നും വേണ്ടെന്നു വെക്കാമെന്ന്. വീണ്ടും മീറ്റിംഗിലേക്ക് കയറിയപ്പോൾ അവർ ആകാംക്ഷയോടെ കാത്തിരിക്കുകയായിരുന്നു. എതിർകക്ഷികളായ പ്രൊഫസ്സറും ഭാര്യയും അഭ്യർത്ഥിച്ചു

"മാജിദ്, ഈശ്വരനെ ഓർത്ത് ഞങ്ങളോട് കരുണ കാണിക്കണം. ഈ വയസ്സുകാലത്ത് ഇനി ഒന്നിനും വയ്യ. പെട്ടെന്നെങ്ങാനും വീണുപോയാൽ പിന്നെ ഇങ്ങനെ കൈകൂപ്പി യാചിക്കാൻ പോലും..."

ശബ്ദമിടറി അത് പറഞ്ഞ് പൂർത്തീകരിക്കുന്നതിന് മുന്നേ തന്റെ നേരെ കൂപ്പിയ ആ വൃദ്ധന്റെ കൈകൾ കൂട്ടിപ്പിടിച്ച് അയാളെ തന്റെ മാറോട് ചേർത്തുകൊണ്ടു മാജിദ് പറഞ്ഞു

"അരുത്, അച്ഛൻ എന്റെ നേരെ കൈകൾ കൂപ്പരുത്. അമ്മേ, എനിക്കൊന്നും വേണ്ട, എന്നെ നിങ്ങളുടെ മകനെപ്പോലെ കണ്ടുകൊണ്ട് നിങ്ങൾക്ക് ഈ കാര്യത്തിൽ ശരിയെന്നു തോന്നുന്നത് എന്തും തീരുമാനിക്കാം. അങ്ങനെ ഒരു സെറ്റിൽമെന്റിന് ഞാൻ ഒരുക്കമാണ്. ഇന്നുതന്നെ ആവശ്യമായ രേഖകൾ തയ്യാറാക്കിക്കോളൂ."

നിറഞ്ഞൊഴുകുന്ന കണ്ണുകളുമായി അവർ ഒരേ സ്വരത്തിൽ വിളിച്ചു.

''മോനേ...''

ആർദ്രതയുടെ ആയിരം നാവിനാലുള്ള ആർത്തവിലാപമായിരുന്നു അത്. കുറച്ച് നേരം ആരും ഒന്നും മിണ്ടിയില്ല. ഡിവൈ.എസ്.പിയും വക്കീലന്മാരും മറ്റ് മധ്യസ്ഥരായി അവിടെ കൂടിയിരുന്നവരും തികച്ചും വൈകാരികമായ ആ നിമിഷങ്ങളോട് സമരസപ്പെടാൻ പ്രയാസപ്പെട്ടു. അല്പം കഴിഞ്ഞപ്പോൾ സാരിത്തുമ്പിൽ കണ്ണുനീരും മുഖവും തുടച്ചുകൊണ്ട് ഇടറുന്ന സ്വരത്തിൽ അമ്മ പറഞ്ഞു.

''മോനേ, നീ ഞങ്ങളെ ഞങ്ങളുടെ മോനെപ്പോലെ അച്ഛായെന്നും അമ്മേയെന്നും വിളിച്ചപ്പോൾ അവന്റെ അഭാവം കൊണ്ട് ശൂന്യമായ ഞങ്ങളുടെ മനസ്സുകൾ നിറഞ്ഞു. എത്ര സമ്പത്തിനേക്കാളും വലുതാണ് മോനേ ഓരോ അച്ഛനും അമ്മയ്ക്കും അവരുടെ വയസ്സുകാലത്ത് മക്കളിൽ നിന്ന് കിട്ടുന്ന സ്നേഹത്തിന്റെയും വാത്സല്യത്തിന്റെ ഈ വിളികളും കരുതലും...''

മാജിദ് ഓർത്തു, എത്ര ഉയർന്ന വിദ്യാസമ്പന്നരാണ് രണ്ടുപേരും. ആയിരക്കണക്കിന് വിദ്യാർത്ഥികൾക്ക് അറിവ് പകർന്നു കൊടുത്ത കോളേജ് പ്രൊഫസർമാർ. എന്നിട്ടും കൊച്ചുകുട്ടികളെ പോലെ തനിക്കു മുന്നിൽ ഇരുന്ന് കരയുകയും കൈകൂപ്പി യാചിക്കുകയും ചെയ്യേണ്ടി വന്ന നിസ്സഹായാവസ്ഥ. എല്ലാം പണത്തിന് വേണ്ടി, കടബാധ്യതകളും കേസും വിചാരണയും നഷ്ടങ്ങളും ഇല്ലാതെ അഭിമാനത്തോടെ ജീവിച്ചു മരിക്കുന്നതിന് വേണ്ടിമാത്രം. എത്ര സമ്പാദിച്ചാലും അന്ത്യയാത്രയിൽ ആരും ഒന്നും കൊണ്ടു പോകുന്നില്ല. ക്ഷണികമായ ഒരായുസ്സിലെ ഏറ്റവും ചുരുങ്ങിയ ഒരു കാലയളവിന് വേണ്ടിയാണ് മനുഷ്യൻ ഇവിടെ സമ്പാദിക്കുന്നതും വെട്ടിപ്പിടിക്കുന്നതും തട്ടിപ്പറിക്കുന്നതും. ഒടുവിൽ മറ്റാർക്കൊക്കയോ അനന്തരാവകാശമായി അവയൊക്കെയും കൈമാറുകയും ശൂന്യമായ കൈകളുമായി യാത്ര തിരിക്കുകയും ചെയ്യും. കുറച്ചു ദിവസം പുഴുക്കൾക്കുള്ള വെറും ഭക്ഷണമായി മണ്ണിലൊടുങ്ങും. ഇതിനിടയിൽ ക്ഷമിക്കാൻ സാധിക്കണം, സഹിക്കാനും പൊറുക്കാനും മറക്കാനും സാധിക്കണം. ദാരിദ്ര്യം മനുഷ്യനെ ഭയപ്പെടുത്തും. എന്നാൽ ദൈവവിശ്വാസിയെ ദൈവം ശക്തിപ്പെടുത്തും. അവൻ ദാരിദ്ര്യത്തിലും ദാനം ചെയ്യുന്നവനായിരിക്കും. ഖുർആൻ ക്ലാസ്സുകളിൽ അയാൾ പഠിച്ച ക്ഷമയും വിട്ടുവീഴ്ചയും ജീവിതത്തിൽ പ്രയോഗവത്കരിക്കാൻ സാധിച്ചതിലുള്ള സന്തോഷത്തിലായിരുന്നു അപ്പോൾ മാജിദ്.

''മോനേ, ശ്രീ പത്മനാഭൻ നിനക്ക് തുണയുണ്ടാകും. സത്യമുള്ള മണ്ണാണിത്. നിന്റെ മനസ്സിന്റെ മഹത്വം പത്മനാഭ സ്വാമി കാണുന്നുണ്ട്. ഈ അച്ഛന്റെയും അമ്മയുടേയും പ്രാർത്ഥന എന്നുമുണ്ടാകും. കോടികളുടെ കേസും തീർപ്പും ഉണ്ടായപ്പോഴും രക്തബന്ധുക്കൾ പോലും

ഞങ്ങൾക്ക് ഒരു രൂപയും വിട്ടുതന്നില്ല. എല്ലാവരും എല്ലാം വെട്ടി മുറിച്ചെടുത്തു കൊണ്ടുപോയി. ഇന്ന് എവിടെയോ കിടക്കുന്ന ഒരു ബന്ധവുമില്ലാത്ത മോൻ ഞങ്ങൾക്ക് തിരിച്ചു തരുന്ന ആ മണ്ണ് ഞങ്ങളുടെ ചങ്കാണ്; പൊന്നുമോനും അച്ഛനും മുത്തച്ഛന്മാരും അന്ത്യ വിശ്രമം കൊള്ളുന്ന ഞങ്ങളുടെ തറവാട്ടു മണ്ണ്. ഇത് മറക്കില്ല ഞങ്ങളും ഞങ്ങളുടെ തലമുറയും. നന്ദിയുണ്ട് മോനേ, നന്ദിയുണ്ട്.''

ഹൃദയം തിങ്ങിയ നൊമ്പരങ്ങൾ ഇനിയും പെയ്തു തോരാത്ത കണ്ണുനീർ മഴയായി.

എഴുതി തയ്യാറാക്കിയ സെറ്റിൽമെന്റ് എഗ്രിമെന്റ് വക്കീൽ വായിച്ചു കേൾപ്പിച്ചു. മാജിദ് ഒന്നും പറഞ്ഞില്ല. എല്ലാം സമ്മതം എന്നു മാത്രം തലയാട്ടി. ഒടുവിൽ ഒപ്പിടുമ്പോൾ അയാൾ എല്ലാവരെയും ഒന്ന് നോക്കി. ശേഷം എതിർ കക്ഷികളെയും. എന്നിട്ട് ചോദിച്ചു

''ഇതിൽ എനിക്ക് തരാമെന്ന് പറഞ്ഞിരിക്കുന്ന ഈ സംഖ്യ കൂടുതലായി തോന്നുന്നുവെങ്കിൽ ഇനിയും കുറച്ചോളൂ. എനിക്ക് വിരോധമില്ല. ഇന്ന് നാം ഈ എഗ്രിമെന്റ് ഒപ്പിട്ടു എന്ന കാരണത്താൽ നാളെ നിങ്ങളുടെ ഭാഗത്തുനിന്ന് എന്തെങ്കിലും മാറ്റം ഉണ്ടായാൽ പോലും എനിക്ക് മേലാൽ ഒരു പരാതിയും ഉണ്ടാവുകയില്ല.''

മാജിദ് ഇത് പറഞ്ഞപ്പോൾ ഡിവൈ.എസ്.പിയാണ് അതിന് മറുപടി പറഞ്ഞത്.

''ഇല്ല, മിസ്റ്റർ മാജിദ്, ഇതിൽ ഒരു മാറ്റവും ഇല്ല. നിങ്ങൾ ഒപ്പിട്ടു കഴിഞ്ഞാൽ ഇപ്പോൾ തന്നെ ഇതിൽ കാണിച്ച സംഖ്യ നിങ്ങളുടെ ബാങ്കിലേക്ക് ട്രാൻസ്ഫർ ചെയ്യും. ബാക്കി സംഖ്യയുടെ മൂന്ന് ചെക്കുകൾ ബുദ്ധിമുട്ടാവുകയില്ലങ്കിൽ താങ്കൾക്ക് ഇവിടെ വന്ന് എന്നിൽ നിന്നും അതാത് ഡേറ്റിൽ വാങ്ങിക്കാം. അല്ലെങ്കിൽ ബാങ്കിൽ കൊടുത്താലും മതി. ഇതിന് ഞാനാണ് ഉത്തരവാദി, മാജിദ് ഒപ്പിട്ടോളൂ.''

അയാൾ ആ അച്ഛന്റെയും അമ്മയുടേയും മുഖത്തേക്ക് ഒന്നു കൂടെ നോക്കി. പ്രതീക്ഷയും ദുഃഖവും ആശങ്കകളും തളം കെട്ടിയ ആ മുഖം അയാളിൽ നോവുകൾ പെയ്തു. ഓരോ പേജിലും അയാൾ ധൃതിയിൽ ഒപ്പിട്ടു. അപ്പോൾ തന്നെ ഡി വൈ എസ് പി അദ്ദേഹത്തിന്റെ ഫോണിൽ മാജിദിന്റെ അക്കൗണ്ടിലേക്ക് പണം ട്രാൻസ്ഫർ ചെയ്ത മെസ്സേജ് കാണിക്കുവാൻ ഫോണിന്റെ ഡിസ്പ്ലേ ഓൺ ചെയ്ത് മാജിദിനോട് പറഞ്ഞു

''മാജിദ്, ക്യാഷ് താങ്കളുടെ അക്കൗണ്ടിൽ ക്രെഡിറ്റ് ആയിട്ടുണ്ട്. ഇത് ബാലൻസ് ക്യാഷിനുള്ള എഗ്രിമെന്റിൽ എഴുതിയ ആ മൂന്ന് ചെക്കുകളാണ്. ഇതിന്റെ ക്യാഷ് വാങ്ങിക്കാൻ ഇങ്ങോട്ട് വരുമല്ലോ അല്ലേ?''

''ഇല്ല, ഈ കേസുമായി ബന്ധപ്പെട്ട് ഇനി ഞാൻ വരില്ല.''

മാജിദ് യാത്ര പോലും പറയാതെ ഇറങ്ങിനടന്നു.

പുറത്ത് ശക്തിയായ മഴ പെയ്യുന്നുണ്ടായിരുന്നു. ഇരുട്ട് മൂടിത്തുടങ്ങി. അന്തരീക്ഷം കൂടുതൽ കറുത്തു. കനത്ത മഴയും നനഞ്ഞ് അയാൾ നടന്നു. ഡിവൈ.എസ്.പി. തന്റെ കയ്യിൽ ഇരിക്കുന്ന ചെക്കുകളിലേക്കും ശേഷം പ്രൊഫസറുടെ മുഖത്തേക്കും നോക്കി. പ്രൊഫസർ മുഖം താഴ്ത്തി. അപ്പോൾ ഒരു ഇടിമുഴക്കമുണ്ടായി. മഴ നനഞ്ഞുകൊണ്ട് നടന്നു പോകുന്ന മാജിദിനെതന്നെ അവർ നോക്കി നിന്നു. പൊലീസ് ആസ്ഥാനത്തിന്റെ നീളം കൂടിയ പടിയും കടന്ന് മാജിദ് നടന്നകലുമ്പോൾ അതിശക്തമായ കാറ്റിൽ കോരിച്ചൊരിയുന്ന മഴ ആടിയുലയുന്നുണ്ടായിരുന്നു.

റെയിൽവെ സ്റ്റേഷനിലെ ഒരു ഒഴിഞ്ഞ സിമന്റ് ബഞ്ചിൽ അയാൾ ചാരിയിരുന്നു. ട്രെയിനുകൾ പലതും വരികയും പോവുകയും ചെയ്തു. മഴ പെയ്യുകയും തോരുകയും ചെയ്തു. അയാൾക്ക് പനിക്കുന്നതായി തോന്നി. ശരീരത്തിന്റെയും മനസ്സിന്റെയും ചൂടുകൊണ്ടാവാം നനഞ്ഞ വസ്ത്രങ്ങൾ പെട്ടെന്ന് ഉണങ്ങിയിരുന്നു. തനിക്ക് പോകാനുള്ള ട്രെയിൻ വരാൻ ഇനിയും സമയമുണ്ട്. കാത്തിരുന്നേ പറ്റൂ. ഒരിക്കലും കൂട്ടിമുട്ടാത്ത പാളങ്ങൾ ചിന്തിക്കുന്നവർക്ക് വലിയ പാഠമാണെന്ന് അയാൾ ഓർത്തു. അപ്പോൾ അതുവരെയും പിന്നിട്ട ജീവിതവഴികളും അതിലൂടെ താൻ നടന്ന യാത്രകളുടെ ചിത്രങ്ങളും അയാളിൽ തെളിഞ്ഞു.

''എവിടെയാണ് തനിക്ക് പിഴച്ചത്, ശരിക്കും തനിക്ക് പിഴച്ചിട്ടുണ്ടോ? പരാജയപ്പെട്ടവരുടെയും പ്രതീക്ഷകൾ അസ്തമിച്ചവരുടെയും കൂട്ടത്തിലാണോ താൻ...''

അയാൾ സ്വയം ചോദിച്ചു. ഈ ലോകം സ്വാർത്ഥതയുടെയും വഞ്ചനയുടെയും വിളനിലമാണ്. വിശുദ്ധ ഖുർആൻ അത് തന്നെ പഠിപ്പിച്ചിട്ടുണ്ട്. ഈ ലോകജീവിതം ഒരു ചതിച്ചരക്ക് മാത്രമാണ്. മനുഷ്യർ കളിയും തമാശയും വിനോദവും പരസ്പരം പൊങ്ങച്ചം പറച്ചിലും പെരുമ നടിക്കലുമായി മാത്രം കാലം കഴിക്കുന്ന ഒരു വഞ്ചനാ വിഭവമത്രേ ഈ ലോകം. അവിടെയാണ് താനും ഉള്ളത്.

പനിയുടെ കാഠിന്യംകൊണ്ട് അയാൾ വിറച്ചു തുടങ്ങി.

''എന്നെ പുതപ്പിക്കുക... എന്നെ പുതപ്പിക്കുക...''

വിറച്ചുകൊണ്ടിരിക്കെ ആരോടെന്നില്ലാതെ അയാൾ വിളിച്ചു പറഞ്ഞു. അപ്പോൾ അപരിചിതനായ ആരോ ഒരാൾ വന്ന് കട്ടിയുള്ള കരിമ്പടം പുതപ്പിച്ചു. അയാളുടെ കണ്ണുകൾ താനേ അടഞ്ഞു. അയാൾ ഒരിക്കൽ കൂടി സ്വപ്നദൃശ്യങ്ങളുടെ അനുഭവങ്ങൾക്ക് പാത്രമാവുകയാണ്.

അതിഭീകരവും കൂരിരുട്ടുള്ളതുമായ ഒരു രാത്രിയിൽ അഗാധ ഗർത്തത്തിലൊന്നിൽ അയാൾ എറിയപ്പെട്ടിരിക്കുന്നു. കുരിശുപോലെയുള്ള ഏതോ ഒന്നിൽ കൈകാലുകൾ ബന്ധിച്ചിട്ടുണ്ട്. ഒന്നും കാണാനും കേൾക്കാനും ചലിക്കാനും സാധിക്കാത്ത വിധം തികഞ്ഞ നിശ്ശബ്ദതയും ഇരുട്ടും തളം കെട്ടിയ രാത്രിയായിരുന്നു അത്. അലറിക്കരയാൻ ആവതും ശ്രമിക്കുന്നുണ്ട്. എന്നാൽ ശബ്ദത്തെ തൊണ്ടയിൽ തന്നെ ആരോ തടഞ്ഞുവെച്ചിരിക്കയാണ് ഇടയ്ക്കിടെ നീണ്ടുവരുന്ന ഇരുട്ടിന്റെ ബലിഷ്ഠമായ കൈകൾ അയാളുടെ വായും മൂക്കും പൊത്തിപ്പിടിച്ച് ശ്വാസം മുട്ടിച്ചുകൊണ്ടിരുന്നു. മരണത്തിന്റെ കൊള്ളിയാൻ മിന്നുമ്പോൾ ആ കൈകൾ അയച്ച വിടുന്നു. ദാഹാർത്തമായി വെള്ളം കുടിക്കുന്നതുപോലെ അപ്പോൾ അയാൾ ആർത്തിയോടെ ശ്വസിക്കുന്നുണ്ട്. പെട്ടെന്നാണ് ഒരു കാലടി ശബ്ദം അയാൾ കേൾക്കുന്നത്. വിദൂരതയിൽ നിന്നാരോ ഒരാൾ തന്നിലേക്ക് നടന്നടുക്കുകയാണന്ന് അയാൾക്ക് മനസ്സിലായി. ഒരു മിന്നാമിനുങ്ങിന്റേതുപോലുള്ള നേർത്ത വെളിച്ചം മാത്രം അയാൾക്ക് കാണാൻ സാധിച്ചു. ഒപ്പം ആ ജലകന്യയുടെ ഓടക്കുഴൽ ശബ്ദവും നേർത്ത സ്വരത്തിൽ അനുഭവപ്പെട്ടു. പെട്ടെന്ന് വീണ്ടും ആ ബലിഷ്ഠമായ കൈകൾ അയാളെ മൂക്കും വായും വരിഞ്ഞു മുറുക്കി. അയാൾക്ക് ശക്തിയായി ശ്വാസം മുട്ടി. മരണം തന്റെ തൊണ്ടക്കുഴിയിൽ എത്തിയതായി അറിഞ്ഞു. ഉടനെ മരണത്തിന്റെ കൊള്ളിയാൻ മിന്നിയപ്പോൾ ആ കൈകൾ അയഞ്ഞു.

ആർത്തിയോടെ ശ്വാസമെടുത്ത് കണ്ണുകൾ തുറന്നു. അപ്പോൾ നേരം വെളുത്തിരുന്നു. അയാൾ ചുറ്റിലും നോക്കി. തീവണ്ടികളും ആളും ഒഴിഞ്ഞ ആ റെയിൽവേ സ്റ്റേഷനിൽ അയാൾ മാത്രമേ ഉണ്ടായിരുന്നുള്ളൂ. വിദൂരതയിലേക്ക് നീണ്ടു കിടക്കുന്ന റെയിൽപാളങ്ങളിൽ സൂര്യകിരണങ്ങൾ ഉമ്മ വെച്ചുകൊണ്ടിരുന്നു. കാതുകളിൽ മന്ത്രിക്കുന്ന മണിയൻ ഈച്ചകളെപോലെ അകലങ്ങളിൽ നിന്ന് വന്നെത്തുന്ന തീവണ്ടിയുടെ വിദൂര ശബ്ദം അൽപാൽപമായി അയാളിൽ അലച്ചു.

ദൈവം ക്ഷമാശീലർക്കൊപ്പമാണ്

മാജിദ് വീടുവില്പനയിൽ നിന്നും പിന്മാറാൻ നിർബന്ധിതനായി. അത്രയും കുറഞ്ഞ വിലയിൽ വീടും പറമ്പും തട്ടിപ്പറിക്കാൻ നിൽക്കുന്ന ആളുകൾക്ക് തന്റെ വിയർപ്പിന്റെയും സ്വപ്നങ്ങളുടെയും ആകെ ബാക്കിയായുള്ളതുകൂടി നൽകാൻ അയാൾ ഒരുക്കമല്ലായിരുന്നു. സമരമുഖങ്ങളിൽ എന്നും കാർക്കശ്യസ്വഭാവവും നിശ്ചയദാർഢ്യവും കരുത്തും നിറഞ്ഞ താനെന്തിന് സ്വന്തം ജീവിതത്തെ ഇവർക്ക് മുന്നിൽ കീഴൊതുക്കി തകർന്നുപോകണം എന്നയാൾ ചിന്തിച്ചു. പ്രിയപ്പെട്ടവളുമായി ആലോചിച്ചപ്പോഴും ഉത്തരം അരുത് എന്ന് തന്നെയായിരുന്നു. എങ്കിലും എങ്ങനെയാണ് ഈ പ്രതിസന്ധി തരണം ചെയ്യേണ്ടത് എന്നറിയാതെ അയാൾ കുഴങ്ങി.

‘‘വീട് വിൽക്കേണ്ട എന്നുവെച്ചാൽ മറ്റെന്താണ് വഴിയുള്ളത്. ലക്ഷങ്ങളുടെ കടബാധ്യതകൾ ഇനിയും ബാക്കി കിടപ്പുണ്ട്. വലിയതുകകൾ കിട്ടേണ്ട കേസുകൾ എല്ലാം സെറ്റിൽ ചെയ്തു കഴിഞ്ഞിരിക്കുന്നു. ഇനി ആ പ്രൊഫസറുടെ മൂന്ന് ചെക്കിൽ കുറിച്ച കുറച്ചു ലക്ഷങ്ങളെ ബാക്കിയുള്ളൂ. ആ ചെക്ക് വാങ്ങിക്കാതെയാണ് താൻ അന്ന് അവിടന്ന് പോന്നത്. പിന്നീടവർ ഒരിക്കൽ വിളിച്ചുവെങ്കിലും പണം നൽകിയില്ല. വേണമെങ്കിൽ അവർക്ക് തന്റെ അക്കൗണ്ടിലേക്ക് ട്രാൻസ്ഫർ ചെയ്യാമായിരുന്നു. ഇതുവരെയും അതുണ്ടായില്ല. ആ പണം ചോദിച്ചുകൊണ്ട് താനിനി ഒരിക്കലും അവരെ സമീപിക്കുകയുമില്ല. അന്ന് ആ ചെക്ക് വാങ്ങിച്ചിട്ടും എന്ത് കാര്യം. ഡിവൈഎസ് പി പറഞ്ഞാലും ഐ ജി പറഞ്ഞാലും കാര്യമില്ലല്ലോ. പണം നൽകണം എന്ന ഉദ്ദേശ്യം ഉണ്ടെങ്കിലല്ലേ അവർ നൽകൂ. ഉണ്ടായിരുന്നെങ്കിൽ താൻ ഇത്രയൊക്കയും ലക്ഷങ്ങൾ വിട്ട് കൊടുത്തപ്പോഴെങ്കിലും അയാൾ സമ്മതിച്ച ബാക്കി സംഖ്യ തരാമായിരുന്നു. അല്ലെങ്കിൽ അയാൾക്ക് ബാക്കി വന്ന സംഖ്യയ്ക്ക് ഇനി ഉള്ളതിൽനിന്ന് സ്വൽപം ഭൂമിയെങ്കിലും തനിക്ക് തരാമായിരുന്നു. അതൊന്നും അവർ ചെയ്തില്ല. ആരും തന്നെപോലെയല്ല. താൻ വിശ്വസിക്കുകയും വിട്ടുവീഴ്ച കാണിക്കുകയും ചെയ്യുന്ന പോലെ ആരും തന്നോട്

ഇതുവരേയും കാണിച്ചിട്ടില്ല. സാരമില്ല. ''ഇന്നള്ളാഹ മഅസ്സാബിരീൻ.'' (അല്ലാഹു ക്ഷമാശീലർക്കൊപ്പമാണ്.) ക്ഷമിക്കുക. ക്ഷമിക്കുന്നവനെ അല്ലാഹു കൈവിടില്ല. താൻ പഠിച്ച പാഠം അതാണല്ലോ.''

ഉമ്മറത്തേക്ക് കടന്നു വന്ന ഭാര്യ ചോദിച്ചു

''മാജു, മാജു ആരോടാണ് സംസാരിക്കുന്നത്?''

''ഞാനെന്താ ഇപ്പോൾ പറഞ്ഞത്. നീ കേട്ടോ?''

''ആ പ്രൊഫസറുടെ ബാക്കിയുള്ള ചെക്കിന്റെ കാര്യം, പിന്നെ ഒരു ഖുർആൻ വചനവും. ഇന്നള്ളാഹ മ അ സ്സാബിരീൻ. എന്തു പറ്റി മാജൂന്?''

''ഏയ്, ഒന്നുമില്ല. വെറുതെ ഇങ്ങനെ ഓരോന്ന് ആലോചിച്ചപ്പോൾ...''

''സാരമില്ല മാജു, അത് കഴിഞ്ഞില്ലേ. അവരെങ്കിലും രക്ഷപ്പെടട്ടെ, ഇനി അതിനെപ്പറ്റി ചിന്തിക്കേണ്ട. മാജു ഇപ്പോൾ പറഞ്ഞില്ലേ, അതാണ് സത്യം. അല്ലാഹു ക്ഷമിക്കുന്നവർക്കൊപ്പമാണ്. നമ്മൾ ക്ഷമിക്കുന്നില്ലേ അതിന്റെ ഗുണമുണ്ടാകും. അല്ലാഹു ഒരു വഴി കാണിക്കാതിരിക്കില്ല.''

അവൾ ആശ്വസിപ്പിച്ചു.

അന്ന് ജീവിതത്തിന്റെ നിർണ്ണായകമായ തീരുമാനങ്ങൾക്കുള്ള സമയം അതിക്രമിച്ചതായി മാജിദിന് തോന്നി. അങ്ങനെയുള്ള തീരുമാനങ്ങൾക്ക് മുൻപ് അയാൾ തന്റെ ഗുരുതുല്യനും അൽ ഇൻസാനിയ പ്രസ്ഥാനത്തിന്റെ നേതൃസ്ഥാനം വഹിക്കുന്ന മഹാപണ്ഡിതനും ദാർശനികനും താത്ത്വികനുമായ ഹസ്സൻ മാസ്റ്ററുമായി മനസ്സ് തുറക്കുക പതിവായിരുന്നു.അദ്ദേഹം ജീവിതത്തിന്റെ വിഭിന്ന തലങ്ങളിൽ നിന്നുകൊണ്ട് ഏതൊരു സാഹചര്യത്തിന്റെയും പ്രായോഗിക ചിത്രം വരച്ചുകാണിക്കാൻ കഴിവുറ്റ തേജസ്വിയായിരുന്നു. മാജിദ് സ്വന്തം നാട്ടിലേക്ക് താമസം മാറുന്നതിന് മുന്നേയാണ് ഹസ്സൻ മാസ്റ്ററെ പരിചയപ്പെടുന്നത്. അവർ ഒരേ നാട്ടുകാരായിരുന്നുവെങ്കിലും അതുവരെയും പരസ്പരം പരിചയമുണ്ടായിരുന്നില്ല. മാസ്റ്റർ ദീർഘകാലം പ്രവാസിയായിരുന്നതിനാൽ അതിനുള്ള അവസരങ്ങൾ തീരെ ഇല്ലായിരുന്നു. ഇപ്പോൾ ഗൾഫ്വാസം ഉപേക്ഷിച്ച് നാട്ടിൽ സ്ഥിരമായിട്ട് ഏതാനും വർഷമേ ആകുന്നുള്ളൂ. പൂർണ്ണമായും അൽ ഇൻസാനിയ്യയിലൂടെ ജനസേവനത്തിനായി ഉഴിഞ്ഞു വെച്ചതാണ് ആ ജീവിതം. പ്രവാസത്തിലും അദ്ദേഹം അങ്ങനെ ത്തന്നെയായിരുന്നു. മുന്നിൽ നീട്ടുന്ന കൈകളും പൊഴിക്കുന്ന കണ്ണുനീരും ഒരിക്കലും അദ്ദേഹം അവഗണിച്ചിരുന്നില്ല. തന്നാൽ കഴിയുന്നതും പ്രസ്ഥാനത്തെക്കൊണ്ട് കഴിയുന്നതുമായ ഏതൊരു സഹായവും ആർക്കും ചെയ്തുകൊടുത്തിരുന്നു. അതിൽ ജാതി,

മതം രാഷ്ട്രീയം എന്ന വേർതിരിവ് കാണിച്ചിരുന്നില്ല. വീടും കടവും ചികിത്സയും വിവാഹവും വഴക്കും ഡിവോഴ്സും തുടങ്ങി വിവിധ ആവശ്യങ്ങളും പരാതികളും പരിഹാരവുമായി അദ്ദേഹത്തെ സമീപിച്ചവരൊക്കയും പരിഹാരം കണ്ടെത്തിയിരുന്നു. അതുകൊണ്ട് തന്നെ അദ്ദേഹം എന്നും സ്വീകാര്യനാണ്. അദ്ദേഹത്തിന്റെ വീട്ടിൽ വിവിധ ആവശ്യങ്ങളും ആവലാതികളുമായി അകലങ്ങളിൽ നിന്നുപോലും ആരെങ്കിലുമൊക്കെ വന്നു പോകാത്ത ദിവസങ്ങളുണ്ടാവാറില്ല. പ്രായം പോലും പരിഗണിക്കാതെ അദ്ദേഹം സമൂഹവുമായി ബന്ധപ്പെട്ട് സേവനപാതയിൽ സജീവമാണ്.

ആ സമയത്തെല്ലാം മാജിദ് സ്വന്തം നാട്ടിൽ നിന്നും വെള്ളാങ്ങല്ലൂരിലേക്ക് പറിച്ചു നടപ്പെട്ടവനുമായിരുന്നു. എങ്കിലും അവിടെ ആ സേവന സ്നേഹ സംഘവുമായി ബന്ധപ്പെട്ട് പ്രവർത്തിക്കാൻ തുടങ്ങിയപ്പോൾ മുതൽ ഹസ്സൻമാസ്റ്ററെക്കുറിച്ച് അയാൾ ഒരുപാട് കേട്ടിട്ടുണ്ട്. അന്ന് തുടങ്ങിയതാണ് മാസ്റ്ററെ ഒന്ന് പരിചയപ്പെടണം എന്നുള്ള ആഗ്രഹം. മാസ്റ്ററും മാജിദിനെപ്പറ്റി കേൾക്കുകയും പരിചയപ്പെടാൻ ആഗ്രഹിക്കുകയും ചെയ്തിരുന്നു. ജില്ലയിൽ പെട്ടെന്ന് വളർന്നു വരുന്ന കർമ്മോത്സുകനായ ആ പ്രസ്ഥാന പ്രവർത്തകനെയും പ്രാസംഗികനേയും മറ്റാരെപ്പോലെ മാസ്റ്ററും ശ്രദ്ധിച്ചിരുന്നു. സമരമുഖങ്ങളിൽ സജീവമായ മാജിദിന്റെ ചിത്രങ്ങൾ പലകുറി പത്രമാധ്യമങ്ങളിൽ ശ്രദ്ധിച്ചിട്ടുണ്ട്. മാജിദ് തന്റെ നാട്ടുകാരനാണെന്ന് അറിഞ്ഞതു മുതലാണ് പരിചയപ്പെടണമെന്ന ആഗ്രഹം മാസ്റ്ററുടെ മനസ്സിൽ സജീവമായത്.

ഒരിക്കൽ ജില്ലയിലെ ടോൾ വിരുദ്ധ സമരങ്ങളുടെ തീച്ചൂളയിൽ ജ്വലിച്ചുകൊണ്ടിരിക്കെ അവർക്ക് ഒരേ വേദിയിൽ ഒത്തുകൂടാനും പ്രസംഗിക്കുവാനുമൊക്കെ അവസരം ഉണ്ടായതാണ്. പക്ഷേ, മാസ്റ്റർക്ക് കാതിക്കുടം സമരവേദിയിലേക്ക് അടിയന്തിരമായി എത്തേണ്ടി വന്നതിനാൽ ആ അവസരം നഷ്ടമാവുകയാണുണ്ടായത്. ആഴ്ചയിൽ ഒത്തുചേരുന്ന അൽ ഇൻസാനിയ്യയുടെ പ്രാദേശിക ഘടകത്തിലെ ഓരോ മീറ്റിംഗിലും മാസ്റ്റർ മാജിദിനെക്കുറിച്ച് ചർച്ച ചെയ്യുമായിരുന്നു. ഒരു സിനിമ, നാടക പ്രവർത്തകൻ എന്നതിലുപരി മാജിദിനെക്കുറിച്ച് മറ്റൊരു അറിവും അതുവരെയും ആർക്കും അവിടെ ഉണ്ടായിരുന്നില്ല. പ്രത്യേകിച്ചും ധാർമ്മികവും മൂല്യവത്തായതും സാമൂഹ്യപ്രതിബദ്ധതയും ഒത്തിണങ്ങിയ ഒരു പൊതു പ്രവർത്തകൻ എന്ന നിലയ്ക്ക് ഒരിക്കൽ പോലും മാജിദിനെ അവർക്ക് സങ്കൽപിക്കാൻ സാധിച്ചിരുന്നില്ല. എന്നാൽ പിന്നീടവർ അയാളെ അറിയാനും കേൾക്കാനും തുടങ്ങിയപ്പോൾ ആഗ്രഹിച്ചു തുടങ്ങി മാജിദിനെ തങ്ങളുടെ നാട്ടിലേക്ക് കിട്ടിയിരുന്നുവെങ്കിലെന്ന്. അങ്ങനെയിരിക്കെ

യാണ് അവർ അറിഞ്ഞത് മാജിദ് ജന്മനാട്ടിൽ വീട് പണി തുടങ്ങിയിട്ടുണ്ട്, വൈകാതെ തന്നെ തിരിച്ചുവരുമെന്ന്. അതുകേട്ട് അവർ സന്തോഷിച്ചു.

വെള്ളാങ്ങല്ലൂരിലെ അൽ ഇൻസാനിയ പ്രസ്ഥാന ഘടകത്തിന്റെ നേതാവും മാജിദിന്റെ ഉറ്റ സുഹൃത്തുമായ ജമീൽ സൈദാണ് മാജിദിന്റെ നാട്ടുകാരനായ ഹസ്സൻ മാസ്റ്ററെക്കുറിച്ച് ആദ്യമായി അയാളോട് പറഞ്ഞിട്ടുള്ളത്. മാജിദിനു ശേഷമാണ് ജമീൽ സെയ്തു അൽ ഇൻസാനിയ്യയിൽ അംഗമാകുന്നത്. എങ്കിലും സാമൂഹിക സേവനത്തിന്റെയും നിശ്ചയദാർഢ്യത്തിന്റെയും കർമ്മോത്സുക തലങ്ങളിൽ വളരെ വേഗം അയാൾ മുന്നോട്ടു പോയിരുന്നു. അതുവഴി തുടക്കം മുതൽ തന്നെ പ്രസ്ഥാനഘടകത്തിന്റെയും ജില്ലാ സംസ്ഥാന ഭാരവാഹിത്വത്തിന്റെയും നേതൃത്വപദങ്ങളിലെ സ്ഥാനമാനങ്ങളിൽ എത്തുവാൻ അദ്ദേഹത്തിന് സാധിച്ചു. ആത്മവിശുദ്ധിയുടെ അനിർവചനീയ വിചാരങ്ങളിൽ അയാളുടെ മനസ്സ് എപ്പോഴും നിറഞ്ഞു നിന്നു. ജില്ലാ സമിതികളിൽ ജമീൽ സെയ്തു പങ്കെടുക്കാറുണ്ടായിരുന്നു. അവിടെ ഹസ്സൻ മാസ്റ്റർ നയിക്കുന്ന സ്റ്റഡി ക്ലാസ്സുകളെ പറ്റിയും അദ്ദേഹത്തിന്റെ വ്യക്തിത്വവും വിനയവും പെരുമാറ്റവുമൊക്കെ ജമീൽ സെയ്തുവിന് വലിയ മതിപ്പായിരുന്നു. ഓരോ യൂണിറ്റ് യോഗത്തിലും അദ്ദേഹം അത് പ്രകടിപ്പിക്കാറുണ്ടായിരുന്നു.

ഹസ്സൻ മാസ്റ്റർ മാജിദിന്റെ നാട്ടുകാരനാണെന്നറിഞ്ഞപ്പോൾ ജമീൽ സെയ്തുവാണ് മാജിദിനെപ്പറ്റി മാസ്റ്ററോടും പറഞ്ഞത്. ഒരിക്കൽ ജില്ലാ സമിതിയിൽ നിന്നും ഹസ്സൻ മാസ്റ്റർ മാജിദ് പങ്കെടുക്കുന്ന യൂണിറ്റ് സന്ദർശിച്ചിരുന്നു ഇടയ്ക്കൊക്കെ ജില്ലയിൽ നിന്നും നേതൃത്വനിരയിലുള്ള ആരെങ്കിലുമൊക്കെ ഓരോ യൂണിറ്റുകളും സന്ദർശിക്കുകയും റിപ്പോർട്ട് നൽകുകയും പതിവുണ്ടായിരുന്നു. അന്ന് സമർപ്പിക്കുന്ന റിപ്പോർട്ടുകളിൽ ഓരോ പ്രവർത്തകന്റെയും അതുവരെയുള്ള സാമൂഹ്യപ്രതിബദ്ധതയും ജീവകാരുണ്യപ്രവർത്തനങ്ങളും കുടുംബബന്ധങ്ങളും അയൽപക്ക ബന്ധങ്ങളും പിന്നെ സ്വയം ശീലിച്ച ആത്മീയവിശുദ്ധിയും അഭ്യസിച്ച ഖുർആനിക ജ്ഞാനവുമൊക്കെ രേഖപ്പെടുത്തിയിട്ടുണ്ടാകും. ചിലവേള ആത്മീയവും ഭൗതികവുമായ വിഷയങ്ങളിൽ നിന്നും ചോദ്യങ്ങളും സംശയ നിവാരണങ്ങളും ഉണ്ടാകും. അപ്രകാരമുള്ള ദൗത്യത്തിന് ആ മാസം അവിടെ സന്ദർശിച്ചത് ഹസ്സൻ മാസ്റ്ററായിരുന്നു. ആദ്യമായി അവർ പരസ്പരം കാണുന്നതും സംസാരിക്കുന്നതും അന്നാണ്. പതിവു പോലെയുള്ള യോഗനടപടികൾ കഴിഞ്ഞപ്പോൾ മാസ്റ്റർ മാജിദുമായി സംസാരിക്കുവാനാണ് കൂടുതൽ സമയം ചെലവഴിച്ചത്. മറ്റ് അംഗങ്ങളൊക്കയും അതിൽ സന്തോഷിക്കുകയും താല്പര്യം കാണിക്കുകയും ചെയ്തു. രണ്ടുപേരും ഒരേ നാട്ടുകാരും ഒരേ ലക്ഷ്യത്തിന് വേണ്ടി

യുള്ള പ്രസ്ഥാനപ്രവർത്തകരുമാണല്ലോ. മാസ്റ്ററും മാജിദും ഇരുവരുടെയും വീടും ബന്ധുക്കളെയും പറ്റി പറഞ്ഞറിഞ്ഞപ്പോൾ ഇരുവരും വളരെ അടുത്ത ബന്ധമുള്ളവരാണന്ന സത്യം മനസ്സിലാക്കി. മാജിദിന് തന്റെ കുഞ്ഞുനാളിലെ നഷ്ടമായ പിതാവുമായി അടുത്ത ബന്ധമുണ്ടായിരുന്ന ആളാണ് മാസ്റ്ററെന്നും മാജിദിന്റെ തറവാടിന്റെ അടുത്ത സ്ഥലത്താണ് മാസ്റ്ററുടെ വീടെന്നും മറ്റും അറിഞ്ഞപ്പോൾ മാജിദിന് വലിയ ആകാംക്ഷയാണുണ്ടായത്. അതിന്റെ ആഴം എന്നത് അയാളുടെ തിരിച്ചറിവിന്റെ കാലത്തോളം പഴക്കം ചെന്നതാണ്.

മാജിദിന്റെ പിതാവുമായും കുടുംബവുമായുമെല്ലാം വളരെ അടുത്ത ബന്ധമുണ്ടായിരുന്ന ആളായിരുന്നു മാസ്റ്റർ. വർഷങ്ങൾക്ക് മുൻപ്, മാജിദിന്റെ പിതാവ് മരണപ്പെടുന്നതിനും മുൻപ് മാജിദ് കൊച്ചുകുട്ടിയായിരുന്നപ്പോൾ ഹസ്സൻമാസ്റ്റർ പിതാവിന്റെ പ്രിയ ശിഷ്യരിൽ ഒരാളുമായിരുന്നു. ആ കഥകളും സംഭവങ്ങളുമെല്ലാം മാസ്റ്റർ പറഞ്ഞറഞ്ഞിപ്പോൾ മാജിദിന് ഹസ്സൻ മാസ്റ്ററോട് കൂടുതൽ സ്നേഹവും ബഹുമാനവും തോന്നി. പ്രത്യേകിച്ചും തന്റെ പിതാവിനെ കാണുകയും സംസാരിക്കുകയും ചെയ്ത വ്യക്തിയാണെന്ന് മനസ്സിലാക്കിയപ്പോൾ. അയാൾ അങ്ങനെയാണ്. ഓർമ്മവെക്കുന്നതിന് മുന്നേ പിതാവ് നഷ്ടപ്പെട്ട മാജിദിന്റെ ഉള്ളിൽ പേറുന്ന നൊമ്പരം പറഞ്ഞറിയിക്കാൻ പറ്റാത്ത വിധം വലുതാണ്. ഓർമ്മയിൽ പിതാവിന്റെ മുഖമില്ല. ഒരു ഫോട്ടോ പോലും ഇന്നുവരെയും കണ്ടിട്ടില്ല. വളർന്നു വലുതായപ്പോൾ പിതാവിനെ അറിയുന്നവരും അദ്ദേഹത്തിന്റെ സമപ്രായക്കാരും ബന്ധുക്കളുമായ പലരുടെ അരികിലും അയാൾ ഒരു ഫോട്ടോ അന്വേഷിച്ചു പോയിട്ടുണ്ട്, ഇതുവരെയും കിട്ടിയിട്ടില്ല. ഇനിയും അതിനുള്ള സാധ്യത ഇല്ലാത്തവിധം പിതാവിന്റെ സമകാലീനരായ പലരും മരണപ്പെട്ടു.

വർഷങ്ങൾ ഒരുപാട് കടന്നു പോയി. എങ്കിലും പിതാവിനെ പരിചയമുണ്ടായിരുന്നവരാണ് എന്ന് പറയുന്ന ആരിലും മാജിദ് ആ ഒരു പ്രതീക്ഷയും പ്രാർത്ഥനയുമായിട്ടാണ് ഇന്നും സംസാരിക്കാറുള്ളത്. മാസ്റ്റർ പിതാവിനെ അറിയുമെന്ന് പറഞ്ഞപ്പോൾ അദ്ദേഹത്തോടും അയാൾ തന്റെ കണ്ണുകൾ വിടർത്തി കാതുകൾ കൂർപ്പിച്ച് ഉപ്പയുടെ ഒരു ഫോട്ടോ ഉണ്ടാകുമോ കയ്യിൽ എന്ന് ചോദിച്ചു. കാലങ്ങളായി അയാൾ ചോദിക്കുന്ന ആ ചോദ്യത്തിൽ ദാഹാർത്തമായ ഒരു വേഴാമ്പലിന്റെ കരച്ചിലുണ്ടായിരുന്നു. അത് മനസ്സിലാക്കിയത് കൊണ്ടാവാം മാസ്റ്റർ സ്വരം താഴ്ത്തി പറഞ്ഞു

‘‘എന്റെ കയ്യിലില്ലല്ലോ മാജിദ്.’’

മാജിദ് നിശ്ശബ്ദനായി. ഒപ്പം സദസ്സും ആ നിശ്ശബ്ദതയിൽ പങ്കുകൊണ്ടു. അയാളുടെ വിടർന്ന കണ്ണുകൾ താഴ്ന്നു. ആ പ്രതീക്ഷയും

അസ്തമിച്ചു എന്നയാൾ തിരിച്ചറിഞ്ഞു.

''മാഷ്ടെ പരിചയത്തിൽപ്പെട്ട ആരുടെയെങ്കിലും പക്കലുണ്ടാകുമോ ഉപ്പയുടെ ഫോട്ടോ?''

മാസ്റ്ററെ പൊതുവെ എല്ലാവരും അങ്ങനെയാണ് വിളിക്കാറ്. കുട്ടികളും മുതിർന്നവരും സ്നേഹത്തോടെയും ബഹുമാനത്തോടെയും മാഷേ എന്ന് വിളിക്കും. അദ്ദേഹത്തിനും അതുതന്നെയാണ് ഇഷ്ടവും. ചിലർ സാഹിബ് ചേർത്ത് വിളിക്കുമ്പോൾ അദ്ദേഹം പറയും,

''വേണ്ട, മാഷേ എന്ന് മതി. ഇപ്പോഴും കുഞ്ഞുങ്ങളെ പഠിപ്പിക്കുന്ന ആ പഴയ അധ്യാപകനായിരിക്കാനാണ് ഞാനിഷ്ടപ്പെടുന്നത്.''

''മാജിദ്, ഉപ്പയുടെ ഒരു ഫോട്ടോ പോലും കാണാൻ കഴിയാത്തതിലുള്ള പ്രയാസം എനിക്ക് മനസ്സിലാവും. ഇൻഷാ അല്ലാഹ് നമുക്ക് ശ്രമിക്കാം. ഞാൻ അറിയുന്ന ഉപ്പയുടെ സുഹൃത്തുക്കളും ബന്ധുക്കളുമൊക്കെ മരണപ്പെട്ടു. എങ്കിലും അന്വേഷിക്കാം. പിന്നെ, അദ്ദേഹം എന്നെങ്കിലും ഒറ്റയ്ക്കോ കൂട്ടമായിട്ടോ ഫോട്ടോ എടുത്തതായി എനിക്ക് ഓർമ്മയില്ല. ഫോട്ടോ എടുക്കുന്നതിൽ അത്രയൊന്നും താല്പര്യം കാണിച്ചിരുന്നുമില്ല. ഇനി ബോംബെയിൽ ഉണ്ടായിരുന്ന കാലത്തെങ്ങാനും എടുത്തിട്ടുണ്ടെങ്കിലേ കാണൂ.

മാജിദ്, നാം നമ്മുടെ മനസ്സും സമ്പത്തും പ്രാർത്ഥനകളും കർമ്മങ്ങളും ജനസേവനങ്ങളിലൂടെ അല്ലാഹുവിലേക്ക് സമർപ്പിക്കുന്നു. അത് സ്വീകരിച്ചാൽ ഇഹത്തിലും പരത്തിലും വിജയിക്കുന്നവരാണ് നമ്മൾ. ക്ഷണികമായ ഈ ഭൂമിയിലെ ജീവിതത്തേക്കാൾ സുഖവും സന്തോഷവും സമാധാനവും കൈവരിക്കാൻ കഴിയുന്നതാണ് മരണാനന്തര ജീവിതം. അതിനുള്ള ഒരു ഇടത്താവളവും കർമ്മമേഖലയും മാത്രമാണ് ഈ ലോകം. ഇവിടെ ഇന്ന് നാം നല്ലതിനുവേണ്ടി ത്യജിക്കുന്നതും നഷ്ടമാക്കുന്നതുമെല്ലാം നാളെ ശാന്തിയും സമാധാനവുമായി നമ്മെ തേടിയെത്തും, മാജിദ് പഠിച്ചിട്ടില്ലേ.

ഒരു സത്യവിശ്വാസിയിൽ നിന്നും അല്ലാഹു അവരുടെ ശരീരവും സമ്പത്തും സന്താനങ്ങളും സർവ്വസ്വവും വിലയ്ക്ക് വാങ്ങിയിരിക്കുകയാണ്. പകരം ശാശ്വതമായ സ്വർഗം നൽകാമെന്ന വാഗ്ദാനത്തിൽ. അതിനുവണ്ടി അവിശ്രമമായ കർമ്മങ്ങളിലൂടെ നാം ഈ ഭൂമിയിൽ അപരന് സ്വർഗം പണിയണം, ഇവിടെയുള്ള എല്ലാ നരകങ്ങളും ഇല്ലാതാക്കണം. അല്ലാഹു സമ്പത്തും ശരീരവും സന്താനങ്ങളും നമുക്ക് നൽകി അനുഗ്രഹിച്ചിരിക്കുന്നത് അതിനുവേണ്ടിയാണ്.''

സദസ്സ് ശ്വാസമടക്കി മാസ്റ്ററുടെ വാക്കുകൾ കേട്ടുകൊണ്ടിരുന്നു.

സാമൂഹിക ജീവിതത്തിൽ ഒരു പ്രസ്ഥാന പ്രവർത്തകന്റെ സ്ഥാന മായിരുന്നു മാജിദിലൂടെ മാഷ് ഉദ്ബോധിപ്പുച്ചു കൊണ്ടിരുന്നത്

“അപ്പോൾ നാമാണ് ക്ഷമ കൈക്കൊള്ളേണ്ടവർ. നാമാണ് വിട്ട് വീഴ്ച ചെയ്യേണ്ടവർ. വിട്ടുകൊടുക്കേണ്ടവരും ത്യജിക്കേണ്ടവരും സഹിക്കേണ്ടവരും നമ്മളാണ് സമൂഹത്തിന്റെ പുനഃസൃഷ്ടിക്കായുള്ള നമ്മുടെ ഈ യാത്രയിൽ ഒരു ദുർബലതയും നമ്മെ തളർത്തരുത്. ഒരു ദുഃഖവും സ്ഥായിയായി നമുക്കൊപ്പം സഞ്ചരിക്കരുത്. സമൂഹ ത്തിന്റെ കരച്ചിലല്ലാതെ ഒരു കരച്ചിലും നമ്മുടെ കർണ്ണപുടങ്ങളിൽ ഉണ്ടാവരുത്. നമുക്ക് കരയാം, അല്ലാഹുവിനോട് ചോദിക്കാം, നിർ ബന്ധമായും ആവശ്യപ്പെടാം. പാതിരാത്രിയുടെ അന്ത്യയാമങ്ങളിൽ ഉണർന്നെഴുന്നേറ്റ് നിസ്കരിച്ചുകൊണ്ട് നമുക്ക് ഓരോരുത്തർക്കും പ്രാർത്ഥിക്കാം. മാജിദിനോട് മാത്രമല്ല ഞാൻ ഈ പറയുന്നത്. ഇത് നിങ്ങളോടെന്നപോലെ എന്നോടുമുള്ള വർത്തമാനമാണ്.”

മാസ്റ്റർ സംസാരമധ്യേ ഓർമ്മിപ്പിച്ചു. അപ്പോൾ അധ്യാപകന് മുന്നിലെ കുഞ്ഞുങ്ങളെപ്പോലെ അവരൊക്കെയും മാസ്റ്ററുടെ വാക്കു കൾ ശ്രദ്ധിച്ചുകൊണ്ടിരുന്നു.

“ഈ ലോകത്തിന്റെ പ്രവാചകൻ ജനിക്കും മുന്നേ അവിടുത്തെ പിതാവ് മരണപ്പെട്ടിരുന്നു. ജനിച്ച ശേഷം കുറച്ചു കഴിഞ്ഞപ്പോൾ മാതാവും തീർത്തും അനാഥമായിരുന്നില്ലേ അവിടുത്തെ ശൈശ വവും ബാല്യവും യൗവനവുമെല്ലാം. എന്നാൽ പിതൃവ്യനായ അബൂത്വാലിബിലൂടെ അല്ലാഹു അത് നികത്തിയെങ്കിലും മാതാ പിതാക്കളുടെ നഷ്ടം പകരം വെക്കാനില്ലാത്തതാണ്. എന്നിട്ടും തളരാതെയും തകരാതെയും നബി തിരുമേനി തന്റെ ദൗത്യം നിർ വഹിച്ചു. അതുകൊണ്ടാണ് നന്മയുടെ പുലരികൾ മാത്രം പുലരുന്ന ഒരു കൊച്ചു സംഘമായി നമുക്കിന്ന് ഇവിടെ ഇങ്ങനെ ഒത്തുചേരാൻ സാധിച്ചത്, അൽഹംദുലില്ലാഹ്. നാം കാലത്തിനൊപ്പമല്ല സഞ്ചരി ക്കേണ്ടത്. കാലത്തിന് മുന്നേയാണ്. നമ്മുടെ വിഭവങ്ങൾ എന്ന് പറയുന്നത് ഉറച്ച സത്യവിശ്വാസമല്ലാതെ മറ്റൊന്നുമല്ല. ബൗദ്ധികവും ധൈഷണികവുമായി നാം പ്രബുദ്ധരാവണം. യൂണിവേഴ്സിറ്റികളുടെ ബിരുദമല്ല അതിന്നാധാരം. നാം വായിക്കുന്നവരാകണം. ഖുർആൻ പറഞ്ഞതുപോലെ വായിക്കുന്നവർ. അല്ലാഹുവിന്റെ നാമത്തിൽ വായിക്കുന്നവർ. അപ്പോൾ ജ്ഞാനം നമ്മെ തേടിയെത്തും. അത് നമ്മെ ഏത് അന്ധകാരത്തിൽ നിന്നും വെളിച്ചത്തിലേക്ക് നയിക്കും. ആ വെളിച്ചത്തിൽ നമുക്കൊപ്പമുള്ള ഈ സമൂഹവും വഴിനടക്കും.”

മാഷ് എല്ലാവരെയും നോക്കി. എന്നിട്ട് തുടർന്നു:

“ഖുർ ആൻ പറയുന്നുണ്ട്, നിങ്ങൾ നിരാശപ്പെടുകയോ ദുഃഖി

ക്കുകയോ അരുതെന്ന്. നിങ്ങൾ സത്യവിശ്വാസികളാണെങ്കിൽ നിങ്ങൾതന്നെയാണ് ഉന്നതരെന്ന്. മാജിദ്, ഭൂമിയിൽ എപ്പോൾ പൊലിയുമെന്നറിയാത്ത ഈ തുച്ഛ ജീവിതത്തിലല്ല ഇനി ഉപ്പയെ കാണേണ്ടത്. അതും ഒരു ഫോട്ടോയിൽ. മറിച്ച് അല്ലാഹുവിന്റെ അരികിലാണ്, ശാശ്വതമായ ആ സ്വർഗ്ഗ ജീവിതത്തിൽ അനന്തമായ കാലത്തോളം. അതിനായുള്ള കർമ്മപഥങ്ങളിൽ സജീവമാവുക. സമൂഹത്തിന്റെ താങ്ങും തണലുമാകണം നമ്മൾ. അയൽവാസിക്കും അരികുവൽക്കരിക്കപ്പെട്ടവനും ആട്ടിയോടിക്കപ്പെട്ടവനും വേട്ടയാടപ്പെട്ടവനും ദരിദ്രനും ധനികനും നീതിപുലർത്തുകയാണ് നമ്മുടെ ലക്ഷ്യം. സത്യം, ധർമ്മം, നീതി, സമത്വം, സമാധാനം, ത്യാഗം. അതാവണം നമ്മുടെ ജീവിത മാർഗ്ഗം. സാമൂഹ്യ സേവനം നമുക്ക് ദൈവാരാധന. അതാണ് നമ്മുടെ മുദ്രാവാക്യം.''

പ്രായം തളർത്താത്ത നിശ്ചയദാർഢ്യവും വിശ്വാസത്തിന്റെ കരുത്തുമുള്ള ഹസ്സൻ മാസ്റ്റർ യുവതയെ തോൽപ്പിക്കുന്ന പ്രവർത്തനോർജ്ജത്തിന്റെ പര്യായമാണ്. ഒന്നിനുപിറകെ മറ്റൊന്നായി ഇപ്പോഴും തിരക്കാണ് മാസ്റ്റർക്ക്. എങ്കിലും ഏത് തിരക്കിലും മാജിദ് വിളിച്ചാൽ ഫോൺ എടുക്കുകയും സംസാരിക്കുകയും ചെയ്യും. അല്ലെങ്കിൽ തിരിച്ചു വിളിക്കും. ജന്മനാട്ടിലേക്ക് താമസം മാറിയതു മുതൽ മാസ്റ്ററുടെ കീഴിലുള്ള യൂണിറ്റിലായിരുന്നു മാജിദ് പ്രവർത്തിച്ചിരുന്നത്. മാജിദിന്റെ സാന്നിധ്യം കുറച്ചൊന്നുമല്ല മാസ്റ്റർക്ക് തണലേകിയത്. അതുവരേയും അത്രയൊന്നും സജീവമല്ലാതിരുന്ന അവിടം പിന്നെ കുറേശ്ശേയായി സജീവത കൈവരിച്ചു. കലാ, സാഹിത്യ, സാംസ്കാരിക സദസ്സുകൾ സംഘടിപ്പിക്കപ്പെട്ടു.

ജീവകാരുണ്യ പ്രവർത്തനങ്ങൾ സംഘടിപ്പിക്കുന്നതിലും സാമൂഹിക ബന്ധങ്ങൾ ഊട്ടി ഉറപ്പിക്കുന്നതിലും മാസ്റ്റർക്കൊപ്പം മാജിദ് കഠിനാദ്ധ്വാനിയായി. വെള്ളാങ്ങല്ലൂരിൽ നിന്നും പകർന്നു കിട്ടിയ പ്രാസ്ഥാനിക പാഠവവും വളർച്ചയും മാസ്റ്റർക്കൊപ്പമുള്ള പ്രവർത്തനങ്ങളുമായി ചേർന്നപ്പോൾ അത് അയാളിൽ പുതിയ കരുത്തും ഓജസ്സും പ്രകടമാക്കി. ജന്മനാട്ടിൽ സ്വന്തം യൂണിറ്റിൽ പ്രവർത്തിക്കുവാൻ അയാൾക്ക് പുതിയ ഉത്സാഹമായിരുന്നു. മാസ്റ്ററുടെ കാഴ്ചപ്പാടുകൾക്കൊപ്പം മറ്റു സഹപ്രവർത്തകരുമായി ഒത്തുചേർന്ന് ഒട്ടനവധി പരിപാടികൾ അവർ സംഘടിപ്പിച്ചു. ജാതി, മത, വർഗ്ഗ, വർണ്ണ, രാഷ്ട്രീയ, ഭേദങ്ങളില്ലാതെ എല്ലാവരെയും നേരിൽ പോയി കണ്ടുകൊണ്ട് ഒരു സദസ്സിലേക്ക് ക്ഷണിക്കുകയും അവർക്ക് പറയുവാനും കേൾക്കുവാനുമുള്ള അവസരങ്ങൾ ഒരുക്കുകയും ചെയ്തു. അതുവഴി കഥയും കവിതകളും ചർച്ചകളുമായി അവരുടെ പള്ളിയും അനുബന്ധകെട്ടിടങ്ങളും ഒരു മതത്തിന്റെ ആരാധന സ്ഥാപനങ്ങൾ എന്നതിലുപരി നാടിന്റെ സാംസ്കാരിക കേന്ദ്രങ്ങൾ കൂടിയാണെന്ന

ഇസ്ലാമിക കാഴ്ചപ്പാടുകൾ സമൂഹത്തിലേക്ക് സന്നിവേശിപ്പിക്കുവാൻ സാധിച്ചു.

വിശേഷ ദിവസങ്ങളായ നോമ്പിനും പെരുന്നാളിനും മറ്റും നാട്ടിലെ സുമനസ്സുകൾ അവരുടെ പള്ളിയിൽ ഒത്തുചേർന്നു. ആശയങ്ങളും ആശംസകളും കൈമാറി പരസ്പരം ആലിംഗനം ചെയ്ത് ഒന്നിച്ചിരുന്ന് ആഹരിച്ചുകൊണ്ടവർ ഏകോദര സഹോദരങ്ങളായി. അന്നോളം സമൂഹത്തിൽ നിലനിന്നിരുന്ന വിവിധ മത, വർഗ്ഗ, രാഷ്ട്രീയ അകൽച്ചകളും തെറ്റിദ്ധാരണകളും തിരുത്തപ്പെട്ടു. പാശ്ചാത്യർ ഭീകരതയുടെയും തീവ്രതയുടെയും നുകങ്ങളിൽ ബന്ധിച്ച ഇസ്ലാം പരലോക മോക്ഷം വിഭാവന ചെയ്യുന്ന കേവലം ഒരു മതമല്ലന്നും അതിനൊപ്പം അത് സഹവർത്തിത്വത്തിന്റെയും സാമൂഹ്യ പ്രതിബദ്ധതയുടെയും പ്രായോഗിക മാർഗ്ഗങ്ങൾക്ക് കൂടി ശക്തമായ ഊന്നൽ നല്കുകയും കുടുംബവും രാഷ്ട്രീയവും സാമൂഹ്യവും സാമ്പത്തികവുമായ ഒട്ടനവധി മേഖലകളിൽ കൃത്യവും വ്യക്തവുമായ ദിശാബോധവും കാഴ്ചപ്പാടുകളുമുള്ള ഒന്നാണെന്നും അതുവഴി മാത്രമേ ഒരാൾ പൂർണ്ണമായും മുസ്ലിമാകൂ എന്നും അവർ സഹോദര സമുദായങ്ങളുമായി സംവദിച്ചു. തെറ്റിദ്ധരിപ്പിക്കപ്പെടുന്ന ലോകത്ത് സമൂഹം പരസ്പരം അറിയാനും അടുക്കാനും സാധിക്കേണ്ടതിന്റെ പ്രസക്തികളായിരുന്നു ഓരോ ഒത്തുചേരലിന്റെയും കാതൽ. മാസ്റ്റർക്ക് ഏറ്റവും ആത്മസംതൃപ്തി പകർന്നു കിട്ടിയ സന്ദർഭങ്ങളായിരുന്നു അത്.

ജില്ലയിലെ വിവിധ പ്രവർത്തനങ്ങളിൽ സജീവമായിരുന്ന മാജിദ് തന്റെ നാട്ടുകാരനാണെന്നറിഞ്ഞതുമുതൽ അദ്ദേഹം ആഗ്രഹിച്ചതായിരുന്നു അയാളെ മാസ്റ്ററുടെ നാട്ടിലേക്കുതന്നെ കിട്ടിയിരുന്നെങ്കിലെന്ന്. അതുപോലെ തന്നെ സംഭവിച്ചു. മാജിദ് ഇന്ന് മാസ്റ്റർക്കൊപ്പം അദ്ദേഹത്തിന്റെ പ്രിയ ശിഷ്യനായി സമൂഹത്തിന്റെ ഉന്നമനത്തിനായി പ്രവർത്തിക്കുന്നു. മാസ്റ്റർ വളരെ സന്തോഷവാനാണ്. എന്നാൽ ഈ സന്തോഷങ്ങളിലും പ്രവർത്തനങ്ങളിലും ഉള്ളിൽ തേങ്ങുന്ന മാജിദിനെ തിരിച്ചറിയാൻ മാസ്റ്റർക്ക് അധികം സമയം വേണ്ടിവന്നില്ല.

യോഗങ്ങളിൽ മാസത്തിലൊരിക്കൽ പ്രവർത്തകർ സമർപ്പിക്കേണ്ട പ്രവർത്തന റിപ്പോർട്ടുകളിൽ ഓരോ പ്രവർത്തകന്റെയും കുടുംബം, അയൽപക്കം, സാമ്പത്തികം തുടങ്ങിയ വിഷയങ്ങളിൽ വല്ല പ്രയാസങ്ങളും പ്രശ്നങ്ങളുമുണ്ടങ്കിൽ യൂണിറ്റ് ആ വിഷയം ചർച്ച ചെയ്യുകയും അതിന് ഉചിതമായ തീരുമാനങ്ങൾ അവിടെനിന്ന് ഉണ്ടാവുകയും ചെയ്യുമായിരുന്നു. പ്രവർത്തകരുടെ പൊലീസ് സ്റ്റേഷനും കോടതിയും ഇത്തരത്തിലുള്ള പ്രാദേശിക യൂണിറ്റുകളായിരുന്നു.

എത്ര വലിയ വിഷയങ്ങളായാലും യൂണിറ്റിലോ ഏരിയയിലോ; എന്നിട്ടും അവസാനിക്കാതെ വന്നാൽ ജില്ലയിലോ അതുമല്ലങ്കിൽ സ്റ്റേറ്റ് കൂടിയാലോചനാ സമിതിയിലോ എടുക്കുന്ന മധ്യസ്ഥ പ്രകാരം അത് അവസാനിക്കുമായിരുന്നു. അവസാനിപ്പിക്കണം എന്നുതന്നെ യാണ് ചട്ടം. ഒരിക്കലും പ്രസ്ഥാനത്തിലെ ഒരംഗവും പൊലീസും കോടതിയുമായി തങ്ങളുടെ വിലപ്പെട്ട സമയവും സമ്പത്തും നശി പ്പിച്ചുകളയരുത് എന്നത് പ്രസ്ഥാനത്തിന്റെ ഉറച്ച തീരുമാനമാണ്.

ഏതൊരു വിഷയത്തിലും പ്രവർത്തകന് പ്രസ്ഥാനം നൽകുന്ന ശിക്ഷണം, ക്ഷമയും വിട്ടുവീഴ്ചയുമാണ്. സഹനവും ത്യജിക്കുവാ നുള്ള മനസ്സുമാണ്. അതുവഴി അപ്പോൾ അനുഭവമാകുന്ന വിഷ മവും നഷ്ടവും നാളെ നേട്ടവും സമാധാനവുമായി അനുഭവപ്പെടു മെന്ന അദ്ധ്യാപനം നെഞ്ചിലേറ്റിയവരും അത് അനുഭവിച്ചവരും കൂടിയാണ് അതിലെ പ്രവർത്തകരിൽ ചിലരെങ്കിലും. മാജിദിന്റെ റിപ്പോർട്ടുകൾ എന്നും സംതൃപ്തമായിരുന്നു. മറ്റുള്ള അംഗങ്ങൾ അവരുടെ പ്രശ്നങ്ങൾ തുറന്നുപറയുമ്പോഴും അതിന് പരിഹാരങ്ങൾ കണ്ടെത്തുമ്പോഴും മാജിദ് ഒന്ന് ശങ്കിക്കാറുണ്ട്. അയാൾ അപ്പോൾ മനസ്സിൽ ചോദിക്കാറുണ്ട്.

''താൻ ദുരഭിമാനിയാണോ അല്ലെങ്കിൽ തനിക്കും എത്രയെത്ര പ്രശ്നങ്ങളാണുള്ളത്. അതിരൂക്ഷമായ സാമ്പത്തിക പ്രതിസന്ധി യുണ്ട്. കുടുംബബന്ധങ്ങളിലും ചില വിള്ളലുകളുണ്ട്. വഴി പ്രശ്ന വുമായി ബന്ധപ്പെട്ട അസ്വാസ്ഥ്യങ്ങളുണ്ട്. താമസമാക്കിയിട്ടില്ലങ്കിലും അയൽപക്കത്ത് വരാൻ പോകുന്നവർ വഴിയുമായി ബന്ധപ്പെട്ട് തന്നോട് അകൽച്ചയിലാണ്. റിപ്പോർട്ടുകളിൽ താനൊന്നും എഴുതാറി ല്ലല്ലോ. ഇവിടെയല്ലാതെ മറ്റെവിടെയാണ് തനിക്ക് തന്റെ ഭാരങ്ങൾ ഇറക്കിവെക്കാനാവുക. മറ്റ് ആരാണ് അത്രയും ഗൗരവത്തോടെയും ശ്രദ്ധയോടെയും തന്നെ കേൾക്കുക. അടുത്ത റിപ്പോർട്ടിൽ എല്ലാം പറയണം. അല്ലെങ്കിൽ വേണ്ട, കുറച്ചുകൂടെ കഴിയട്ടെ എല്ലാം താനെ ശരിയായങ്കിലോ. അതുകൊണ്ട് തൽക്കാലം ഇങ്ങനെ തന്നെ പോകട്ടെ, ആവശ്യം വരുമ്പോൾ അറിയിക്കാം. എല്ലാം പറയണമെന്നും അത് ചർച്ച ചെയ്ത് പരിഹാരത്തിനായി ശ്രമിക്കണമെന്നാണല്ലോ ചട്ടം. പ്രസ്ഥാന അംഗങ്ങൾ പരസ്പരം ഒരു കുടുംബവും കൂടപ്പിറപ്പുകളു മാണെന്നിരിക്കെ താനിതൊക്കെയും മറച്ചുവെക്കുന്നത് അപരാധം കൂടിയാണ്. മറ്റുള്ളവർ ഒരു മടിയും കൂടാതെ അവരുടെ പ്രശ്നങ്ങൾ റിപ്പോർട്ടിൽ എഴുതുകയും തുറന്ന് പറയുകയും ചെയ്യുമ്പോൾ അതിൽ ചർച്ച ചെയ്യാനും ഉപദേശ നിർദേശങ്ങൾ പറയാനും അതി നായി പ്രവർത്തിക്കാനുമൊക്കെ തനിക്കെന്ത് ധാർമ്മിക ന്യായമാ ണുള്ളത്?''

അയാൾ സ്വയം ചോദിച്ചു കൊണ്ടിരുന്നു. ദുഃഖങ്ങളും പ്രയാസ

ങ്ങളും ഉള്ളിലൊതുക്കി ഹസ്സൻ മാസ്റ്റർക്കൊപ്പം സാമൂഹ്യപ്രവർത്തനങ്ങളിൽ വ്യാപൃതനായിരിക്കെ ഒരിക്കൽ മാസ്റ്റർ ചോദിച്ചു

''മാജിദ്, കാര്യങ്ങൾ ഒക്കെ എങ്ങനെയാണ് കഴിഞ്ഞുപോകുന്നത്. മാജിദിന് ഇപ്പോൾ എന്തെങ്കിലും ബിസിനസ്സോ ജോലിയോ മറ്റുമൊന്നും തന്നെയില്ലാതെയിങ്ങനെ... ഇങ്ങോട്ട് താമസം മാറിയതിന് ശേഷം ഞാൻ മാജിദിനെ ശ്രദ്ധിക്കാറുണ്ട്. അതുകൊണ്ടാണ് ചോദിക്കുന്നത്. പലപ്പോഴായി ചോദിക്കണം എന്ന് കരുതിയതാണ്.''

ജീവിതത്തിൽ ആദ്യമായാണ് ഒരാൾ തന്റെ ക്ഷേമം തിരക്കുന്നത്. താനിന്ന് കൂടപ്പിറപ്പുകൾ പോലും വിസ്മരിച്ച ഒരദ്ധ്യായമായിരിക്കെ. സ്വാഭാവികമായ ഒരന്വേഷണമല്ല മാസ്റ്ററുടേത്. അത്, നൂറു ശതമാനവും ആത്മാർത്ഥത നിറഞ്ഞ ഇസ്‌ലാമിക മര്യാദയുടെയും ബാധ്യതയുടെയും ഭാഗം കൂടിയാണ്. അതുകൊണ്ട് തന്നെ മാസ്റ്ററുടെ ആ ചോദ്യങ്ങൾ അയാളുടെ അകക്കാമ്പിലെവിടെയൊക്കയോ നീറ്റലുകളും ഒപ്പം സന്തോഷവുമുണ്ടാക്കി. അയാളുടെ കൺകോണുകളിൽ കണ്ണുനീർത്തുള്ളികൾ ചെറിയ നനവുണ്ടാക്കി. ഹൃദയതാളത്തിൽ നേരിയ വ്യതിയാനവും അനുഭവപ്പെട്ടു. അപ്പോൾ മാസ്റ്റർ അയാളുടെ മറുപടിക്കായി മുഖത്തേക്ക് തന്നെ നോക്കിയിരുന്നു

''മാഷേ...''

അയാൾ ഒന്ന് വിളിച്ചു. പിന്നെ അധരങ്ങളിൽ നിന്നും അടരാൻ വെമ്പിയ വാക്കുകളോട് അരുതെന്ന് ചൊല്ലിയ ഹൃദയം പറഞ്ഞു.

''വേണ്ട സമയമായിട്ടില്ല.''

എന്നാൽ അയാളുടെ നിശ്ശബ്ദതകളിലും അടക്കിവെച്ച അനുഭവയാഥാർത്ഥ്യങ്ങളുടെ ശബ്ദഘോഷം മാസ്റ്റർക്ക് കേൾക്കുവാൻ സാധിച്ചിരുന്നു. അതുകൊണ്ടാവാം മാസ്റ്റർ തുടർന്നത്

''മാജിദ്, നീ പറയാതെ തന്നെ നിനക്കുള്ള പ്രയാസങ്ങളുടെ ഭാരം എനിക്ക് അറിയാൻ സാധിക്കുന്നുണ്ട്. അത് എന്തൊക്കെയാണ് എന്ന് മാത്രമേ അറിയാത്തതുള്ളൂ. അഭിമാനിയായ നിനക്കത് തുറന്ന് പറയാനുള്ള പ്രയാസമുണ്ട് അല്ലേ, എന്നാൽ നമുക്കിടയിൽ അത് വേണ്ട. ദൈവമാർഗ്ഗത്തിൽ ജീവിതം സമർപ്പിച്ച സച്ചരിതരാണ് നമ്മൾ. നമ്മുടെ കുറവുകളും വിഷമതകളും നമുക്കിടയിൽ തുല്യ ദുഃഖങ്ങളാണ്. അതുകൊണ്ട് എന്തുണ്ടെങ്കിലും മനസ്സ് തുറക്കുക. നമുക്ക് പരിഹാരം കാണാൻ സാധിക്കും. അല്ലാഹുവില്ലേ നമുക്കൊപ്പം?''

മാസ്റ്ററുടെ വാക്കുകൾ അയാളിൽ ശാന്തത നിറച്ചു. അയാളുടെ കണ്ണുകൾ വിടർന്നു. കാതുകൾ മാസ്റ്ററുടെ ഓരോ വാക്കുകൾക്കും വേണ്ടി തുറന്നിരുന്നു. ഹൃദയതാളങ്ങളിലെ തിടുക്കം കുറഞ്ഞു വന്നു. മാസ്റ്റർ തുടർന്നു.

''വെള്ളാങ്ങല്ലൂരിൽ ഉണ്ടായിരുന്ന മാജിദ് അല്ല ഇപ്പോൾ ഉള്ള

മാജിദ് അല്ലേ?''

അയാൾ തല കുലുക്കികൊണ്ട് സമ്മതിച്ചു. അപ്പോൾ അടരാൻ മടിച്ച കണ്ണുനീർതുള്ളികൾ പൊഴിഞ്ഞു വീണു.

മാസ്റ്റർ അയാളുടെ ചുമലിൽ കൈവെച്ചുകൊണ്ട് പറഞ്ഞു

''പോയി വുളു ചെയ്തിട്ട് വരൂ, ഏതായാലും നിസ്കരിക്കാനുള്ള സമയവുമായല്ലോ. ഇപ്പോൾ ബാങ്ക് കൊടുക്കും.''

അത് പ്രവാചകന്റെ ചര്യയിൽ പെട്ട ഒന്നാണ്. പ്രയാസങ്ങളും ദുഃഖങ്ങളും ഉണ്ടാകുമ്പോൾ ഒന്ന് വുളു എടുക്കുക എന്നത്. അപ്പോൾ വുളുവിന്റെ ജലകണങ്ങൾ വിശ്വാസിയുടെ വേദനകളും പ്രയാസങ്ങളും കഴുകിക്കളയും. അയാൾ വുളു എടുക്കുവാനായി എഴുന്നേറ്റ് നിന്നിട്ട് മാസ്റ്ററെ ഒന്ന് നോക്കി. അപ്പോൾ അയാൾ പറയാറുള്ളത് പോലെ മാസ്റ്റർ പറഞ്ഞു

''ഇന്നല്ലാഹ മഅ സ്സാബിരീൻ മാജിദ്, അല്ലാഹു ക്ഷമാശീലർക്കൊപ്പമാണ്.''

അയാളും അത് ഏറ്റു പറഞ്ഞു

''ഇന്നല്ലാഹ് മഅ സ്സാബിരീൻ.''

മാസ്റ്ററോടൊപ്പം ഒരുമിച്ചുള്ള നിസ്കാരവും കഴിഞ്ഞ് അന്ന് പിരിഞ്ഞതാണയാൾ. തന്നെക്കുറിച്ച് പൂർണ്ണമായും അറിയുന്ന ആളാണ് ഹസ്സൻ മാസ്റ്റർ. തന്റെ പ്രയാസങ്ങളിൽ പലപ്പോഴും താങ്ങും തണലുമായി നിന്നയാൾ. അടുത്ത മീറ്റിങ്ങിന് ഇനിയും ദിവസങ്ങളുണ്ട്. അതുവരെ കാത്തുനിൽക്കാൻ തനിക്കാവില്ല. മനസ്സ് അത്രയും അസ്വസ്ഥമായിത്തുടങ്ങുന്നതുപോലെ അയാൾക്ക് തോന്നി. പിന്നെ വൈകിച്ചില്ല. ഫോൺ എടുത്ത് മാസ്റ്ററെ വിളിച്ചു. അത്യാവശ്യമായി കാണണം എന്ന് പറഞ്ഞപ്പോൾ മാസ്റ്റർ അയാളോട് ചെല്ലാൻ പറഞ്ഞു. അപ്പോൾ തന്നെ അയാൾ മാസ്റ്ററുടെ വീട്ടിലേക്ക് പോയി. മാജിദ് ചെല്ലുമ്പോൾ അയാളെ പ്രതീക്ഷിച്ചിട്ടെന്നപോലെ പൂമുഖത്ത് മാസ്റ്റർ ഉണ്ടായിരുന്നു.

''അസ്സലാമു അലൈക്കും.''

അയാൾ മാസ്റ്റർക്ക് സലാം പറഞ്ഞുകൊണ്ട് കൈ കൊടുത്തു. അയാളുടെ കൈപിടിച്ചുകൊണ്ട്

''വ അലൈക്കും സലാം വ റഹ്മത്തുല്ലാഹി വ ബറക്കാത്തുഹു.''

മാസ്റ്റർ സലാം മടക്കി ചൊല്ലിയിട്ട് അകത്തേക്ക് വരാൻ പറഞ്ഞു. മാസ്റ്റർ അകത്തേക്ക് കടന്നു. ഒപ്പം അയാളും. അത് മാസ്റ്ററുടെ മുറിയാണ്. നിറയെ പുസ്തകങ്ങൾ അടക്കിവെച്ച അലമാരകളാൽ ചുറ്റപ്പെട്ട ആ മുറിയുടെ നടുവിലെ ചാരുകസേരയിൽ മാസ്റ്റർ ഇരുന്നു.

കസേരയുടെ നീളൻ കൈകളിൽ ഇരിക്കുന്ന, എഴുതാനുപയോഗിക്കുന്ന എഴുത്തുപലകയിൽ നിന്നും എഴുതി പകുതിയാക്കിയ കുറച്ച് കടലാസുകളും പേനയും ഒരു തടിച്ച പുസ്തകവും മാസ്റ്റർ എടുത്ത് തൊട്ടടുത്ത മേശയിൽ വെച്ചു. അറബിയിൽ നിന്നുള്ള ഏതോ പ്രധാനപ്പെട്ട ഒരു ഗ്രന്ഥമായിരുന്നു അത്. പൂർണ്ണമായും തന്നെ കേൾക്കാൻ വേണ്ടിയാണ് ആ ഒരുക്കങ്ങൾ എന്ന് മാജിദിന് മനസ്സിലായി.

‘‘ബുദ്ധിമുട്ടായോ ഞാൻ വന്നത്?’’

ഹേയ്, മാജിദ് ഇരിക്ക് എന്ന് പറഞ്ഞുകൊണ്ട് അദ്ദേഹം അകത്തേക്ക് നോക്കി ഒന്ന് ഉറക്കെ വിളിച്ചു

‘‘ഡോ...’’

ആ വിളിയുടെ അർത്ഥം, അതിഥി വന്നിട്ടുണ്ട്. കുടിക്കാൻ ചായ വേണം എന്നായിരുന്നു. മാസ്റ്റർ അങ്ങനെയാണ്. തന്റെ മുറിയിൽ കയറാവുന്ന ആര് വന്നാലും അകത്തേക്ക് നോക്കി ‘ഡോ’ എന്ന് വിളിക്കും. ചായയും എന്തെങ്കിലും ഒരു സ്നാക്സും നൽകാതെ ആരെയും പറഞ്ഞയയ്ക്കാറില്ല. ഭാര്യയും റിട്ടയേർഡ് ടീച്ചറാണ്. പ്രായവും അസുഖങ്ങളും ആരോഗ്യത്തെ ക്ഷയിപ്പിച്ചുവെങ്കിലും വീട്ടിലെ അത്യാവശ്യങ്ങളെല്ലാം ഇപ്പോഴും ടീച്ചർ തന്നെയാണ് ചെയ്യുന്നത്. അയാൾ ചിന്തിച്ചു, പാവം ടീച്ചർ. ഇപ്പോൾ തനിക്ക് വേണ്ടി ചായ ഉണ്ടാക്കുന്ന തിരക്കിലാവുമെന്ന്. ‘‘മാഷേ, ടീച്ചറെ ബുദ്ധിമുട്ടിക്കണ്ടായിരുന്നു, ഞാൻ ചായ കുടിച്ചതാണ്.’’

‘‘കള്ളം പറയരുത്, എത്ര ചെറിയ കാര്യത്തിനാണെങ്കിലും.’’

‘‘ഞാൻ വന്നത് അത്യാവശ്യമായി ഒരു കാര്യം പറയുവാനാണ്.’’

‘‘പറയൂ, എന്തുണ്ടെങ്കിലും പറഞ്ഞോളൂ.’’

‘‘എനിക്കൊരു ജോലി അത്യാവശ്യമാണ്. ദിവസങ്ങൾ കഴിയുന്തോറും ബാധ്യതകൾ കൂടുകയാണ്. ബാങ്ക് ലോണുകൾ മുടക്കം വന്നിട്ട് കുറേ ആയി. നിയമനടപടികൾ എന്തെങ്കിലും ഉണ്ടായാൽ പിന്നെ എനിക്ക് പിടിച്ചുനിൽക്കാൻ സാധിക്കില്ല. ബാധ്യതകൾ വീട്ടാനുള്ളതിനേക്കാൾ പത്തിരട്ടിയിലധികം സംഖ്യ കിട്ടാനുണ്ട്. അതും പ്രതീക്ഷിച്ചാണ് ഇത്രയും കാലം ഞാൻ കാത്തുനിന്നത്. അതിൽ പെട്ട പല കേസുകളും ചെറിയ സംഖ്യ വാങ്ങി നഷ്ടത്തിൽ അവസാനിപ്പിച്ചു. അപ്പപ്പോഴത്തെ ബുദ്ധിമുട്ടുകൊണ്ടാണ് അങ്ങനെ ചെയ്തത്. ഇനിയും കിട്ടാനുള്ളതിന്റെ പുറകെ പോവാനുള്ള ആത്മവിശ്വാസം ഇപ്പോൾ എനിക്കില്ല. അതുകൊണ്ടാണ് ഞാൻ ഇങ്ങോട്ട് വന്നത്. റിപ്പോർട്ടിൽ എഴുതി നൽകേണ്ടതോ മീറ്റിംഗിൽ ചർച്ച ചെയ്യേണ്ടതോ അല്ല എന്റെ വിഷയം എന്നെനിക്ക് തോന്നിയതു

കൊണ്ടാണ് ഞാനത് ചെയ്യാതിരുന്നത്. പിന്നെ, ഇപ്പോൾ ഞാൻ ഈ പറയുന്നത് മീറ്റിംഗിൽ അല്ലെങ്കിലും എന്റെ നേതാവിനോടാണല്ലോ. പ്രസ്ഥാനഘടനയിൽ തന്നെ ഇതെടുക്കുന്നതിൽ സന്തോഷമേയുള്ളൂ. മാഷ് പറയുന്നതുപോലെ ഞാൻ ചെയ്യൂ. അതിനുശേഷമേ ഞാൻ മറ്റൊരു വഴി അന്വേഷിക്കുകയുള്ളൂ.''

അയാൾ കാര്യങ്ങൾ ചുരുക്കി അവതരിപ്പിച്ചു. അപ്പോൾ അകത്തുനിന്നും ടീച്ചർ വിളിച്ചത് കേട്ടിട്ടാണെന്ന് തോന്നുന്നു മാസ്റ്റർ അകത്തേക്ക് പോയി. ചായയുമായി തന്നെ തിരികെ വന്നു. മാസ്റ്റർ മാജിദിനെ നോക്കി പറഞ്ഞു

''കുടിക്ക്, ചായ ചൂട് ആറിയാൽ പിന്നെ രുചിയുണ്ടാവില്ല.''

''അൽഹംദുലില്ലാഹ്, എല്ലാറ്റിനും അതിന്റേതായ സമയമുണ്ട്. ഇതുവരെയുള്ളതെല്ലാം മറക്കുക. പ്രയാസങ്ങളുടെയും പ്രതിസന്ധികളുടെയും ആകെ തുകയാണ് ജീവിതം. അതിൽ തളരാതെയും തകരാതെയും പിടിച്ചു നിൽക്കണം. അടഞ്ഞ വഴികൾ തുറക്കുന്നതും നോക്കി നിന്ന് നേരം കളയുന്നവനല്ല ബുദ്ധിമാൻ. അല്ലാഹു നിശ്ചയിച്ചാൽ നേടുവാൻ കുറച്ചു സമയം മതി. ആ വഴി നാം കണ്ടെത്തുകയും അതിൽ പ്രവേശിക്കുകയും ചെയ്യണം. ഇൻഷാ അല്ലാഹ് ഞാനൊന്ന് ആലോചിക്കട്ടെ. മാജിദ് ഒന്നുകൊണ്ടും വിഷമിക്കേണ്ടതില്ല. നമ്മുടെ ഒട്ടനവധി സഹോദരങ്ങളും പ്രവർത്തകരുമൊക്കെ ഗൾഫ് നാടുകളിലുണ്ടല്ലോ. എന്തായാലും ഇന്നുമുതൽ പൊതു പ്രവർത്തനങ്ങളിൽ പങ്കെടുക്കുമ്പോൾ നിയമ നടപടികൾക്ക് വിധേയമാകും വിധം ഒന്നിലും ഇടപെടാതിരിക്കുക. അത് മാത്രം ശ്രദ്ധിച്ചാൽ മതി. മറ്റ് വിഷയങ്ങൾ ചർച്ച ചെയ്യാനില്ലെങ്കിൽ മാജിദ് സമാധാനമായി പൊയ്ക്കോളൂ. അല്ലാഹു അനുഗ്രഹിക്കട്ടെ.''

ഗൗരവമേറിയ വിഷയങ്ങളിൽ അദ്ദേഹം അധികം സംസാരിക്കാറില്ല. ആരും ആ വിഷയത്തിൽ മാസ്റ്ററോട് കൂടുതൽ വിശദീകരിക്കാറില്ല. അദ്ദേഹത്തിനത് ഇഷ്ടവുമല്ല. പ്രവർത്തിക്കേണ്ടത് സംസാരിച്ചു തീർക്കേണ്ടതല്ല, അത് പ്രവർത്തിച്ചു തന്നെ തീർക്കേണ്ടതാണെന്നുള്ളതാണ് മാസ്റ്ററുടെ ജീവിതം. അത് കൃത്യമായി അറിയുന്നത് കൊണ്ടും അയാൾ മറ്റൊന്നും പറഞ്ഞില്ല. തനിക്ക് ഏറെ അനുകൂലവും ധൈര്യം പകരുന്നതുമായ മാസ്റ്ററുടെ വാക്കുകൾക്ക് അയാൾ നന്ദി പറഞ്ഞു

''ജസാക്കല്ലാഹ്. (നന്ദി)''

പ്രവാസത്തിലേക്ക് ഒരു ചിന്ത

സൊസൈറ്റിയിൽ മുടക്കം വന്ന ഗഡുക്കൾ അടച്ചു തീർത്ത് പുറത്തിറങ്ങുവാൻ തിരിഞ്ഞപ്പോഴാണ് സുഹൃത്തായ ഫസലിനെ അയാൾ കണ്ടത്. കുശലാന്വേഷണത്തിന് ശേഷം അവിടെ വന്ന വിവരങ്ങൾ അവർ പങ്കുവെച്ചു. ഫസൽ ഒരു വിദേശ യാത്രയ്ക്കുള്ള പണം സ്വരൂപിക്കുവാൻ വന്നതാണ്. കയ്യിൽ പൊതിഞ്ഞ സ്വർണ്ണം കാണിച്ച് പറഞ്ഞു.

‘‘ഇത് പണയം വെക്കണം.’’

നേരത്തെ ഗൾഫിലും പിന്നെ റഷ്യയിലും വീണ്ടും ഗൾഫിലുമൊക്കെയായിരുന്നു ഫസൽ. പരിചയ സമ്പന്നനായ ഒരു സേഫ്റ്റി ഓഫീസറാണ്.

‘‘ഞാൻ ഇപ്പോൾ ഓസ്ട്രേലിയയിലേക്ക് പോകാനുള്ള ശ്രമത്തിലാണ്. അവിടെ പല കമ്പനികളും എന്റെ ജോലിക്ക് കൂടുതൽ ശമ്പളം നൽകുന്നുണ്ട്. എങ്ങനെയെങ്കിലും അവിടെ ഒന്നെത്തിപ്പെട്ട് മൂന്നോ നാലോ വർഷം പിടിച്ചു നിന്നാൽ പിന്നെ നാട്ടിൽ വന്ന് സെറ്റിലാവാം. അതാണ് ഇപ്പോഴത്തെ ലക്ഷ്യം. അല്ലാതെ ജീവിത കാലം മുഴുവനും മരുഭൂമിയിൽ കിടന്ന് വെയിലുകൊണ്ടാൽ തിരികെ വരും കാലത്ത് സമ്പാദ്യമായി അസുഖങ്ങളെ ഉണ്ടാകൂ.’’

ഫസലിന്റെ വാക്കുകളിൽ പ്രകടമായ, കൃത്യമായ പ്ലാനിങ്ങുകളും ജീവിത വീക്ഷണങ്ങളും കണ്ട് മാജിദിന് ഫസലിനോട് മതിപ്പു തോന്നി. തുടർന്നും പല കാര്യങ്ങളും പറഞ്ഞു കേട്ടപ്പോൾ മാജിദിന്റെ മനസ്സിൽ ഒരു ചിന്തയുണർന്നു. തനിക്കും എന്തുകൊണ്ട് ഇത്തരം രാജ്യങ്ങളിലേക്ക് ഒന്ന് ശ്രമിച്ചുകൂട? പ്രവാസം സ്വീകരിക്കാൻ മനസ്സിനെ സന്നദ്ധമാക്കിയതു മുതൽ മാജിദിനെ അലട്ടിയ ഏറ്റവും വലിയ പ്രയാസങ്ങളിൽ ഒന്നായിരുന്നു ഗൾഫിലേക്കാണങ്കിൽ അവിടെ തനിക്ക് അഭിമുഖീകരിക്കേണ്ടി വരുന്ന ബന്ധുക്കൾ, നാട്ടുകാർ, കൂട്ടുകാർ എന്നിവരെക്കുറിച്ചുള്ള ചിന്തകൾ. നിരാശനും എല്ലാം തകർന്നവനുമായി അവിടെ എത്തിപ്പെട്ട് മറ്റുള്ളവർക്കൊരു ഭാരമായി അവരുടെ ചെലവിലും സഹായങ്ങളിലുമായി ജീവിക്കേണ്ടിവരുന്നത്

അഭിമാനക്കുറവായിട്ടാണ് മാജിദിന് തോന്നിയത്. ഇത്രയും കാലം ഗൾഫിൽ പല രാജ്യങ്ങളിലും തന്റെ ബന്ധുക്കളും സഹോദരങ്ങളുമുണ്ടായിട്ടും ഈ പ്രായം വരെയും തനിക്ക് അങ്ങോട്ട് പോകേണ്ടിവന്നിട്ടില്ല.

''നീ ഭാഗ്യവാനാണ് മാജിദ്, കുടുംബവും മക്കളുമായി നാട്ടിൽ തന്നെ സ്വതന്ത്രവും സുഖവുമായി ജീവിക്കാൻ സാധിക്കുന്നുണ്ടല്ലോ. കാറും വീടും മറ്റ് സൗകര്യങ്ങളുമെല്ലാം നീ നാട്ടിൽ നിന്നുകൊണ്ട് തന്നെ ഉണ്ടാക്കിയില്ലേ, കലയും കവിതയും സാഹിത്യവും രാഷ്ട്രീയവും മറ്റുമായി സ്വന്തം നാട്ടിൽ കിട്ടുന്ന ഈ ജീവിതമാണ് ഏറ്റവും വലുത്.''

പ്രവാസികളായ സുഹൃത്തുക്കൾ നാട്ടിൽ വരുമ്പോൾ പറയുമായിരുന്നു.

അവരൊക്കെയും പഠനം കഴിഞ്ഞ ഉടനെ ഗൾഫിലേക്ക് പോയവരാണ്. ചിലർ അതിന് മുന്നേയും നാട് വിട്ടിരുന്നു. അതുകൊണ്ട് തന്നെ അയാളുടെ കൂടെ പഠിച്ചവരോ സമപ്രായക്കാരോ ബന്ധുക്കളോ അയൽവാസികളോ ആയി ആരും തന്നെ ഇന്ന് നാട്ടിൽ ഇല്ല. ലീവിന് വരുമ്പോൾ കാണുന്ന ബന്ധം മാത്രമേ അയാൾക്കിന്ന് അവരുമായുള്ളൂ. അങ്ങനെ ലീവിന് വന്ന ഒരാളാണ് ഫസൽ. അല്ല, ഉള്ള ജോലി ഉപേക്ഷിച്ചു വന്നു എന്നതാകും ശരി. തിരികെ ആ കമ്പനിയിലേക്ക് പോകാതെ കൂടുതൽ ജീവിത വിഭവങ്ങളുടെ സമാഹരണത്തിന് വേണ്ടി മറ്റൊരു രാജ്യത്തേക്ക് പോകാനുള്ള ശ്രമത്തിലാണിപ്പോൾ. സംസാരമദ്ധ്യേ ഫസലിന്റെ ടോക്കൺ ബെൽ മുഴങ്ങി.

''മാജിക്കാ, ഇപ്പോൾ വരാട്ടോ. ഞാനിതൊന്ന് വെക്കട്ടെ. ബുദ്ധിമുട്ടാവില്ലങ്കിൽ പോകുമ്പോൾ നമുക്ക് ഒരുമിച്ചുപോകാം. എന്നെയും കൊണ്ടുപോകണം.''

''അതിനെന്താ ഫൈസൽ, നമുക്ക് ഒരുമിച്ച് പോകാം. ഫസൽ ഒരു കാര്യം ചെയ്യൂ, ഇവിടത്തെ കാര്യങ്ങൾ കഴിഞ്ഞാൽ നേരെ സൂപ്പർ മാർക്കറ്റിലേക്ക് പോരെ, ഞാൻ അവിടെയുണ്ടാകും. വീട്ടിലേക്ക് കുറച്ച് സാധനങ്ങൾ വാങ്ങിക്കാനുണ്ട്. പിന്നെ എന്റെ കാറ് അവിടെയാണ് പാർക്ക് ചെയ്തിട്ടുള്ളത്.''

വീട്ടിലേക്കുള്ള യാത്രയിൽ ഫസലിന്റെ യാത്രാപ്ലാനിങ്ങിനെക്കുറിച്ചും ഏജൻസിയെക്കുറിച്ചുമൊക്കെ വിശദമായി ചോദിച്ചറിഞ്ഞു.

''ഇതുവരെയും എനിക്ക് വിശ്വസിക്കാവുന്ന ഏജൻസിയാണിത്. മൂന്ന് പ്രാവശ്യമായി ഞാൻ ഇവരുടെ വഴിയേ പോയി വരുന്നു.''

''ഫസൽ; ഇപ്പോൾ ഞാനും നാട്ടിൽനിന്നും പോകാൻ ആഗ്രഹിക്കുന്നു. വേണമെങ്കിൽ ഗൾഫിലേക്ക് പോകാൻ സാധിക്കും. എങ്കിലും എനിക്കതിൽ തൃപ്തിക്കുറവാണ്. അപകർഷതാബോധമാണ്

അതിന് കാരണം എന്നതാണ് ശരി. മറ്റുവഴികളില്ലെങ്കിൽ അതുതന്നെ ശ്രമിക്കേണ്ടി വരും.''

അയാളത് പറഞ്ഞപ്പോൾ ഫസൽ ആശ്ചര്യപ്പെട്ടു.

''മാജിക്ക എന്താണ് ഈ പറയുന്നത്. ഇത്രയും സൗകര്യത്തിലും സ്വാതന്ത്ര്യത്തിലും ഇവിടെ ജീവിക്കുമ്പോൾ, എന്തിനാണ് ഇങ്ങനെ ഒരു ചിന്ത?''

അയാൾ പെട്ടെന്ന് കാർ ബ്രേക്കിൽ കാൽ വെച്ചു. വണ്ടി റോഡിന്റെ സൈഡിലേക്ക് ഒതുക്കി നിറുത്തിയിട്ട് ഹാൻഡ് ബ്രേക്ക് വലിച്ചു വെച്ചു. എന്നിട്ട് എ സി കുറച്ചുകൂടെ തണുപ്പ് കൂട്ടിക്കൊണ്ട് പറഞ്ഞു.

''ഫസൽ, കുറച്ചു പ്രശ്നങ്ങൾ ഉണ്ട്. അതിന്റെ ഭാഗമായിട്ടാണ് ഞാനിന്ന് സൊസൈറ്റിയിൽ വന്നത്. ഇതുവരെയുള്ള ഡ്യൂസും പലിശയും ചേർത്ത് മൂന്ന് ലക്ഷത്തി എഴുപത്തി മൂവായിരത്തി നാനൂറ്റി ഇരുപത്തിയാറ് രൂപയാണ് ഞാൻ അവിടെ അടച്ചത്. അതിൽ ഏറിയ ഭാഗവും പലിശയാണ്.''

''അസ്തഗ്ഫിറുല്ലാഹ്, എന്താണീ കേൾക്കുന്നത്. ഒരു പ്രസ്ഥാന പ്രവർത്തകനായ മാജിക്കയാണോ ഈ പലിശയുമായി ബന്ധം തുടരുന്നത്. അതും അത്യാവശ്യമെങ്കിൽ ഖുത്തുബ പോലും നിർവ്വഹിച്ചു വരുന്ന മാജിക്ക....''

മാജിദിന്റെ കണ്ണുകൾ നിറയുകയും ഹൃദയതാളം മുറുകുകയും ചെയ്തു.

''അസ്തഗ്ഫിറുല്ലാഹ്...''

ഒരു മുസ്ലീമിന് പലിശ വാങ്ങുന്നതും കൊടുക്കുന്നതും അതിന് സാക്ഷിയാകുന്നതും അതിനുവേണ്ടി എഴുതുന്നതും അതിന്റെ രേഖകൾ സൂക്ഷിക്കുന്നതുപോലും വ്യഭിചാരവും കൊലയും കളവും സക്കാത്ത് നിഷേധവും പോലെ വലിയ പാപം ആയിരിക്കെ, അതും ഒരു ഇസ്ലാമിക പ്രസ്ഥാന പ്രവർത്തകനായ അയാൾക്ക് എങ്ങനെ ഇത്രയും വലിയ തെറ്റ് ചെയ്യാൻ സാധിക്കുന്നു എന്നതായിരുന്നു ഫസൽ ആശ്ചര്യപ്പെട്ടതിന്റെയും ചോദിച്ചതിന്റെയും അടിസ്ഥാനം. അതുകൊണ്ട് തന്നെയായിരുന്നു അയാൾ മിണ്ടാതെ ഇരുന്നത്.

''മാജിക്ക, ഞാൻ വിഷമിപ്പിക്കാൻ പറഞ്ഞതല്ല. താങ്കളെ പോലുള്ള ഒരാൾ... പലിശ എനിക്കും അനുവദിക്കപ്പെട്ടതുകൊണ്ടല്ല ഞാനും പണയം വെക്കാൻ വന്നത്. വിൽക്കാറാണ് പതിവ്. ഇതിപ്പോ എന്റെ സ്വർണ്ണമല്ല, അനിയത്തിയുടെതാണ്. വേഗം എടുത്തു കൊടുക്കണം. പണയം വെക്കാതെ വേറെ വഴിയില്ലല്ലോ.''

മാജിദ് വണ്ടിയിൽ നിന്നു ടിഷ്യൂ പേപ്പർ എടുത്തുകൊണ്ട് മുഖം തുടച്ചു. അപ്പോൾ എയർ കണ്ടീഷന്റെ കുളിരിലും അയാൾ വിയർക്കുന്നുണ്ടായിരുന്നു.

''ഫസൽ, ഇഷ്ടമുണ്ടായിട്ടല്ല ഇതൊന്നും. വേറെ വഴിയില്ലാഞ്ഞിട്ടാണ്. എന്റെ വീട് പോലും വിൽക്കാൻ ശ്രമിച്ചതാണ് ഞാൻ. അല്ലാതെ ഇവിടെ വ്യവസ്ഥാപിതമായ ഒരു സക്കാത്ത് വ്യവസ്ഥയൊന്നും ഇല്ലല്ലോ എനിക്ക് കൈ നീട്ടാൻ. ഇസ്‌ലാമിൽ നിന്ന് പള്ളിയും നോമ്പും നിസ്ക്കാരവും ഹജ്ജും മാത്രമല്ലേ നമ്മുടെ സമുദായത്തിന് ആവശ്യമുള്ളു. ഇത്തരം ഘട്ടങ്ങളിൽ എനിക്ക് വിൽക്കാൻ വീടെങ്കിലും ഉണ്ട്. അതില്ലാത്തവരുടെ അവസ്ഥയാണ് ഞാൻ ചിന്തിക്കാറ്. അസുഖങ്ങളും കല്യാണവും പഠനവും തുടങ്ങി വിവിധ ആവശ്യങ്ങൾക്കായി പലിശയിൽ ആഴ്ന്നു പോകുന്ന വലിയ വിഭാഗം മുസ്‌ലിം ജനതയുണ്ട് ഈ നാട്ടിൽ. ആരാണ് അവരെ സഹായിക്കുക. ഓരോ മുസ്‌ലിമിന്റെയും ധനത്തിൽ അടിഞ്ഞു കൂടി അവർക്കത് മാലിന്യമാകുന്ന പാവപ്പെട്ടവന്റെ അവകാശമായ സക്കാത്ത് സമൂഹത്തിലെ അർഹതപ്പെട്ടവന്റെ കൈകളിലേക്ക് എന്നാണോ എത്തിക്കാൻ സാധിക്കുന്നത് അന്നേ ഈ മാജിദും ഫസലും ഇല്ലാതാകൂ.''

''ചെറിയ വാക്കുകളിലാണെങ്കിലും ഒരു വലിയ ഖുത്ബ കേട്ടത് പോലെയുണ്ട് മാജിക്കയുടെ സംസാരം.''

''ഖുത്ബയിൽ നിന്നും ഞാൻ പരമാവധി വിട്ടുനിൽക്കാറാണ് പതിവ്. പിന്നെ നമ്മുടെ ചില ചെറിയ പള്ളികളിൽ ഖത്തീബിനെ കിട്ടാത്ത പല സന്ദർഭങ്ങളും ഉണ്ടാവാറുണ്ട്. വെള്ളിയാഴ്ചകളിൽ പ്രതീക്ഷയോടെ ജുമുഅ നിസ്ക്കരിക്കാൻ വന്നവർ ഖത്തീബ് വരാത്തതിനാൽ പള്ളിയിൽ നിന്നും പിരിഞ്ഞു പോകേണ്ടി വരുന്ന അവസ്ഥ ഒരു മുസ്ലീമിന് എത്ര വേദനാജനകമാണ്. അത്തരം സന്ദർഭങ്ങളിൽ മാത്രമേ ഞാനിപ്പോൾ ഖുത്ബ നിർവഹിക്കാറുള്ളൂ. ചില പള്ളികളിൽ ജുമുഅക്ക് ഞാൻ ചെന്നിരുന്നതിന് ശേഷമേ ഖത്തീബ് വന്നിട്ടില്ലെന്നുപോലും അറിയാറുള്ളത്. പിന്നെ എന്തുചെയ്യാൻ, പലിശ കൊടുക്കുന്നതൊക്കെ അല്ലാഹുവിൽ ഭരമേൽപിക്കും. കുറ്റബോധത്തോടെ ഖുത്ബ നിർവ്വഹിക്കും. അപ്പോഴും നിങ്ങൾ പ്രവർത്തിക്കാത്തത് വിളിച്ചു പറയരുത് എന്ന ആ ഖുർആനിക വചനങ്ങൾ എന്നിൽ മുറിവേൽപിച്ചുകൊണ്ടിരിക്കും. ഇനിയും വയ്യെനിക്ക്, അതുകൊണ്ടാണ് പ്രവാസം ആഗ്രഹിക്കുന്നത്. നിനക്കെന്നെ സഹായിക്കാൻ പറ്റുമോ?''

''ഇൻഷാ അല്ലാഹ്, മാജിക്ക ഇത്രയും പറഞ്ഞതിൽ നിന്നും കാര്യങ്ങൾ എല്ലാം വ്യക്തമാണ്. ഇനി അതേപ്പറ്റി നമുക്ക് സംസാരിക്കേണ്ട, എന്നോട് ക്ഷമിക്കണം. പിന്നെ പ്രവാസം, ജോലി, നമുക്ക് ശ്രമിക്കാം. എങ്കിലും മാജിക്കയ്ക്ക് പറ്റുന്ന ഒരു ജോലി എന്താണുണ്ടാവുക എന്നാണ് ഞാൻ ചിന്തിക്കുന്നത്. കൊള്ളാവുന്ന എന്തെങ്കിലും ജോലിക്കുള്ള പ്രായവും അതിക്രമിച്ചില്ലേ, അതാണ് പ്രശ്നം. ഞാൻ തന്നെ എക്സ്പീരിയൻസിലാണ് പിടിച്ചു നിൽക്കുന്നത്. ഇപ്പോൾ ഞാൻ പോകാൻ ശ്രമിക്കുന്നത് പുതിയ ഒരു രാജ്യത്തേക്കാണ്.''

''കൂട്ടത്തിൽ എനിക്ക് കൂടെ ശ്രമിക്കണം. ഇനി പോകുമ്പോൾ ആ ഏജൻസിയെ കാണാൻ ഞാനും കൂടെ വരാം. പിന്നെ ജോലിയെ പ്പറ്റിയൊന്നും എനിക്ക് ടെൻഷനില്ല. മോശമല്ലാത്ത ശമ്പളം കിട്ടുന്ന ഏത് ജോലിയാണെങ്കിലും ചെയ്യാൻ ഞാൻ ഒരുക്കമാണ്. ലേബർ ആയിട്ടാണങ്കിൽ പോലും.''

അയാളുടെ സംസാരത്തിൽ ഒരു ജോലിയുടെ ആവശ്യത്തിന്റെയും അതിനായുള്ള ദൃഢനിശ്ചയത്തിന്റെയും വികാരത്തിന്റെ തീവ്രത ഫസലിന് ബോധ്യമായി.

''മാജിക്ക, നിങ്ങൾക്ക് ഡ്രൈവിംഗ് ജോലി പറ്റുമോ. ഡ്രൈവർ വേക്കൻസികൾ ഉണ്ട്. ഗൾഫിനേക്കാൾ മാന്യമായ സാലറി, ഫുഡ്, താമസം, ടിക്കറ്റ് എന്നിവയെല്ലാം ലഭിക്കും. എനിക്ക് വന്ന ജോബ് വേക്കൻസി ലിസ്റ്റിൽ ഡ്രൈവർ ഉണ്ടായിരുന്നു. ഞാൻ ചോദിക്കാം. ലൈസൻസ് കമ്പനി എടുത്തു തരും. നമ്മൾ പോരുമ്പോൾ അതിന്റെ ചെലവുകൾ കൊടുത്താൽ മതി. അങ്ങനെയാണ് പതിവ്. വിശദ മായി നമുക്ക് ചോദിച്ചറിയാം.''

ഫസൽ ഇത് പറഞ്ഞപ്പോൾ മാജിദിൽ പ്രതീക്ഷയുടെ നാമ്പു കളുണർന്നു.

''ഫസൽ നല്ല കാര്യങ്ങൾ നാളേക്ക് വെക്കേണ്ട. നീ ബിസ്മി ചൊല്ലി വിളിക്ക്. ഇപ്പോൾ തന്നെ നമുക്ക് അറിയാമല്ലോ.''

ഫസൽ സമ്മതിച്ചു. ഉടനെ ഫോൺ എടുത്തുകൊണ്ട് ഏജന്റ് മുരളിയെ വിളിച്ചു. മുരളി ഹരിപ്പാട് സ്വദേശിയാണ്. ഫസലിനെ പല തവണ പറഞ്ഞയച്ചതും ഇയാളാണ്. മുരളി ഫോൺ എടുത്ത പ്പോൾ ഫസൽ കാര്യങ്ങൾ പറഞ്ഞു.

''ഡ്രൈവർ വേക്കൻസിയിൽ രണ്ട് ഒഴിവുകൾ മാത്രമാണ് ഇനി ബാക്കിയുള്ളത്. ഇന്ന് തന്നെ വന്ന് പാസ്പോർട്ടിനും ലൈസൻ സിനും ഒപ്പം അമ്പതിനായിരം രൂപ അഡ്വാൻസ് നൽകി ബുക്ക് ചെയ്താലേ അത് കിട്ടൂ. അതിനുള്ള റസീപ്റ്റ് ഞങ്ങൾ നൽകും. വേറെ രണ്ട് പേർ വരാമെന്ന് പറഞ്ഞിട്ടുണ്ട്. ആദ്യം ക്യാഷ് നൽകുന്ന വർക്ക് അത് കൊടുക്കും. നാളെ കുറച്ചു പേരുടെ ഡീറ്റെയിൽസ് പേപ്പറുകൾ അയയ്ക്കണം. ഫസൽ പറഞ്ഞ ആൾ റെഡിയാണെ ങ്കിൽ എത്രയും പെട്ടെന്ന് വരാൻ പറയൂ.''

''ഓ, അമ്പതിനായിരമോ?''

''നമുക്ക് വിശ്വസിക്കാമോ ഫസൽ?''

''മാജിക്ക സംശയിച്ചുകൊണ്ട് ഒന്നും ചെയ്യരുത്. ഞാൻ അഡ്വാൻസ് കൊടുക്കുന്നത് ഒരു ലക്ഷമാണ്. ആലോചിച്ചിട്ട് ചെയ്താൽ മതി. വിപരീതമായാൽ അത് ഞാൻ പറഞ്ഞതു കാരണമെന്ന് പിന്നീടൊ രിക്കലും പറയരുത്.''

“ഇല്ല ഫസൽ, എന്നും എന്റെ വിധികളെയും തെറ്റുകളെയും ഞാൻ ഒരിക്കലും മറ്റൊരാളിൽ ആരോപിച്ചിട്ടില്ല. ശരി, നമുക്ക് പ്രൊസീഡ് ചെയ്യാം. ബാങ്ക് സമയം കഴിഞ്ഞല്ലോ, ഇപ്പോഴാണെങ്കിൽ എന്റെ കയ്യിൽ കുറച്ചു പണമുണ്ട്. കിട്ടാനുള്ളതിൽ നിന്ന് ഇന്ന് കുറച്ചു കിട്ടി. അതിൽ നിന്നാണ് ബാങ്കിലെ ലോണിലേക്ക് അടച്ചത്. അത് ഏറെക്കുറെ പലിശയുമായിപ്പോയി, എന്താ ചെയ്യുക. അല്ലെങ്കിൽ ക്യാഷ് അവരുടെ എക്കൗണ്ടിലേക്ക് അയയ്ക്കാമായിരുന്നു ഇനി എന്ത് ചെയ്യും. ഒന്ന് ചെയ്താലോ, ഇപ്പോൾ തന്നെ ഈ വണ്ടിയിൽ പോയാലോ മാക്സിമം നാല് അഞ്ച് മണിക്കൂറു കൊണ്ട് നമുക്കവിടെ എത്താം. ഫസലിന്റെയും ക്യാഷും ഡീറ്റൈൽസും കൂടെ കൊടുക്കാമല്ലോ.”

“എന്തായാലും ക്യാഷും മറ്റ് ഡോക്യുമെന്റുകളും കൊടുക്കാൻ താൻ നാളെ പോകാനിരിക്കുകയുമാണല്ലോ. എങ്കിൽ പിന്നെ ഇന്ന് തന്നെ പോകുന്നതിൽ തെറ്റില്ല. അതും കാറിലല്ലേ. അപ്പോൾ തന്നെ തിരിച്ചു പോരുകയുമാകാം. പിന്നെ, മാജിക്കയുടെ ജീവിതത്തിന് അതൊരു ഗുണമാണെങ്കിൽ അങ്ങനെ സംഭവിക്കട്ടെ.”

ഉടനെ വരാം, ഒരുങ്ങി നിൽക്കുക എന്ന് പറഞ്ഞുകൊണ്ട് മാജിദ് ഫസലിനെ അയാളുടെ വീട്ടിൽ വിട്ടുകൊണ്ട് തന്റെ വീട്ടിലേക്ക് തിരിച്ചെത്തി. ഭാര്യയോട് വിവരങ്ങൾ പറഞ്ഞു. മറുപടിയായി എന്ത് പറയണമെന്നറിയാതെ അവൾ നിന്നു. അയാൾ പോകുവാനുള്ള ഒരുക്കങ്ങൾ തുടങ്ങി. ഇട്ടുടുത്ത ഡ്രസ്സ് മാത്രമേയുള്ളൂ. എങ്കിലും മുഖം തുടക്കാനും കഴുകാനും കുടിക്കാനുമുള്ള വെള്ളവും സോപ്പും ടവ്വലുമൊക്കെ എടുത്തു വെച്ചു. ലൈസൻസും വണ്ടിയുടെ പേപ്പറുകളും എടുത്തു. കൂട്ടത്തിൽ ഒരു ടോർച്ചും. പിന്നെ അലമാര തുറന്നു സ്വർണ്ണവും പണവും വെക്കുന്ന വലിപ്പ് തുറന്നിട്ട് അതിൽ ഉള്ള ക്യാഷ് മുഴുവനും എണ്ണി എടുത്തു.

“എന്തിനാ ഇത്രയും ക്യാഷ്. സൊസൈറ്റിയിൽ അടച്ചതിന്റെ ബാക്കിയായുള്ളത് അത് മാത്രമല്ലേയുള്ളൂ. അതിൽ നിന്ന് വേണം സ്കൂൾ ഫീസും സൂപ്പർ മാർക്കറ്റിലെ ബാലൻസും കറന്റ് ബില്ലും കുറിയും മറ്റുമൊക്കെ അടഞ്ഞുപോകാൻ. പിന്നെ ഇനിയെന്തെങ്കിലും ഫണ്ട് വരുന്നതുവരെ ജീവിക്കണ്ടേ നമുക്ക്. നേരം വെളുത്താൽ പേപ്പറുകാരനും പാൽക്കാരനും പണത്തിന് വരും. ഞാൻ നാളെയാണ് ഡേറ്റ് പറഞ്ഞിട്ടുള്ളത്.”

“ഉം, എല്ലാം അറിയാലോ എനിക്ക്. ഇത് അപ്രതീക്ഷിതമായി വന്നുചേർന്ന ഒരു അവസരമാണ്. ഒരുപക്ഷേ, നമ്മൾ രക്ഷപ്പെട്ടാലോ?”

“അപ്പോൾ മാജു പ്രവാസജീവിതത്തിലേക്ക് പോകാൻ തന്നെ തീരുമാനിച്ചു അല്ലേ?”

അവളുടെ ആ സ്വരത്തിലാണ് ആദ്യമായിട്ടയാൾ അവളുടെ നിരാശയും നോവും അറിയുന്നത്.

അവളെ തന്നിലേക്ക് ചേർത്ത് നിറുത്തിക്കൊണ്ടയാൾ പറഞ്ഞു

''നീ വിഷമിക്കരുത്. ഇനിയും പരീക്ഷണങ്ങൾക്ക് നിന്നു കൊടുക്കാൻ നമുക്കെവിടെ സമയം. മറ്റൊരു വഴിയും നമുക്ക് മുന്നിലില്ലല്ലോ. എന്റെ തീരുമാനങ്ങളിലാണല്ലോ നിങ്ങളുടെ ഭാവിയും സ്വപ്നങ്ങളും നിറം വെക്കുന്നത്. അതുകൊണ്ട് ഞാൻ തീരുമാനിച്ചു. പിന്നെ, ഇതിനേക്കാൾ നല്ലതും വിശ്വസിക്കാവുന്നതുമായി മറ്റൊന്നും ചൂണ്ടിക്കാണിക്കാനും ആരുമില്ലല്ലോ. ഉള്ളവരൊക്കെയും നമ്മെ സഹായിക്കേണ്ടിവന്നെങ്കിലോ എന്ന് കരുതി അകന്നു പോയിരിക്കുകയല്ലേ?''

''അപ്പോൾ മാസ്റ്ററോട് പറഞ്ഞത്...''

''അതിൽ പ്രതീക്ഷക്കുറവൊന്നും എനിക്കില്ല. എന്നാൽ കുറച്ചു കൂടെ സമയമെടുക്കും എന്നാണ് മാസ്റ്റർ പറഞ്ഞത്. ഗൾഫിൽ എനിക്ക് പറ്റുന്ന ഒരു ജോലി ശരിയാക്കുവാനുള്ള പ്രയാസമാണത്രെ എല്ലാവരും പറയുന്നത്. എങ്കിലും അതും നമുക്ക് കൈവിടണ്ട. മാഷ് പറഞ്ഞതല്ലേ. ഏതാണോ ആദ്യം തുറക്കുന്ന വാതിൽ, അതിൽ പ്രവേശിക്കുവാൻ മാത്രം നിർബന്ധിതനായിരിക്കുന്നവനല്ലേ ഞാനിപ്പോൾ. അത് പറയാതെ തന്നെ മാഷ്ക്ക് അറിയാലോ. ഞാൻ ഇന്ന് ഹരിപ്പാട് പോയി വരട്ടെ.''

''അത് വേണ്ട, ഈ വിവരം ഇപ്പോൾ തന്നെ മാഷെ വിളിച്ച് പറഞ്ഞിട്ട് വേണം പോകാൻ. മാഷെപ്പോലെ മറ്റാർക്കാണ് നമ്മുടെ കാര്യത്തിൽ അത്രയും ശ്രദ്ധയും പ്രാർത്ഥനയുമുള്ളത്?''

''ശരിയാണ്, അങ്ങനെ ചെയ്യാം'' എന്ന് പറഞ്ഞുകൊണ്ട് ഫോണെടുത്ത് മാസ്റ്ററെ വിളിച്ചു വിവരം പറഞ്ഞു. പോകാനിറങ്ങുമ്പോൾ അവൾ അയാളെ വിളിച്ചു.

''മാജൂ...''

അവളുടെ കണ്ണുകൾ ഈറനണിഞ്ഞിരുന്നു. അയാൾ അവളെ ചേർത്തുപിടിച്ചു. അപ്പോൾ അയാളുടെ കണ്ണുകളും ഈറനണിഞ്ഞിരുന്നു.

''നീ വിഷമിക്കരുത്. ശരിയേത് തെറ്റേതെന്ന് തിരഞ്ഞെടുക്കാൻ നമുക്കിപ്പോൾ സമയമില്ല ഇത് ശരിയാകുമെന്ന് മാത്രമാണ് എന്റെ മനസ്സ് പറയുന്നത്. അതിനല്ലേ എനിക്ക് പറ്റൂ, മറ്റ് വിസ തട്ടിപ്പിനെപോലെ ഇതിൽ ഭയപ്പെടാനൊന്നുമില്ലല്ലോ. നമ്മുടെ ഫസലിനെ രണ്ട് പ്രാവശ്യം കൊണ്ടുപോയവരാണല്ലോ ഇവർ. ആ ഒരു ധൈര്യമാണെനിക്കുള്ളത്. പിന്നെ, ഫസലും പോരുന്നുണ്ടല്ലോ കൂടെ.''

അയാൾ പുറത്തിറങ്ങി വണ്ടിയിൽ കയറി സ്റ്റാർട്ട് ചെയ്തു. വണ്ടി അകലേക്ക് ഓടിമറയുന്നതും നോക്കി പ്രാർത്ഥന നിറഞ്ഞ മനസ്സുമായി പൂമുഖപ്പടിയിൽ അവൾ നിൽക്കുന്നത് മാജിദ് കണ്ടു.

സമരവും സങ്കടവും

ദിവസങ്ങൾ കടന്നുപോയപ്പോൾ ചെന്നൈയിലെ റിക്രൂട്ട്മെന്റ് ഹെഡ് ഓഫീസിൽ നിന്നും ഒരു നിശ്ചിത ദിവസത്തിൽ അവിടെ എത്തണമെന്ന് അറിയിച്ചുകൊണ്ടുള്ള ലെറ്റർ മാജിദിന് ലഭിച്ചു. ഒപ്പം ഹരിപ്പാട് നിന്ന് മുരളിയുടെ ഫോൺ കോളും ഉണ്ടായി. ചെല്ലുന്നതിന് മുൻപ് രണ്ടാം ഘട്ട ഗഡുവായ ഒരു ലക്ഷം അവരുടെ അക്കൗണ്ടിലേക്ക് ട്രാൻസ്ഫർ ചെയ്തിരിക്കണമെന്നും നിർദ്ദേശിച്ചിരുന്നു. ബാക്കി വരുന്ന ഒരു ലക്ഷം വിസയും ടിക്കറ്റും കയ്യിൽ കിട്ടുമ്പോൾ കൊടുക്കണം. മൊത്തം മൂന്ന് ലക്ഷമാണ് കൊടുക്കേണ്ടത്. ശേഷിക്കുന്ന അമ്പതിനായിരം ജോലിയിൽ നിന്ന് കിട്ടുന്ന ആദ്യശമ്പളത്തിൽ നിന്നും അവർ എടുക്കും എന്നായിരുന്നു വ്യവസ്ഥ. എന്നാൽ രണ്ടാംഘട്ട ഗഡു എങ്ങനെയാണ് അടയ്ക്കുക എന്ന് ഒരു നിശ്ചയവും മാജിദിനില്ലായിരുന്നു, എന്നിട്ട് വേണ്ടേ മൂന്നാംഘട്ടത്തെക്കുറിച്ച് ചിന്തിക്കുവാൻ.

ആദ്യ ഗഡുവായ അമ്പതിനായിരം എടുത്തു കൊടുത്തത് തന്നെ അന്ന് കിട്ടിയതിൽ ബാക്കിയുണ്ടായിരുന്നതിൽ നിന്നുമാണ്. അതുകൊണ്ട് ശേഷം അനുഭവിക്കേണ്ടി വന്ന പ്രയാസങ്ങൾ കുറെയുണ്ടായിരുന്നു. എന്തുചെയ്യും? ആരോട് പറയും എന്നോർത്ത് അയാൾ ആകെ അസ്വസ്ഥനായി. എങ്ങനെയെങ്കിലും പണം ഒപ്പിച്ച് പോകാൻ കഴിഞ്ഞാൽ രണ്ട് മാസം കൊണ്ട് വീട്ടാവുന്നതേയുള്ളൂ ഇതിന്റെ ബാധ്യത. ചിലവുകൾ കഴിച്ച് ഒന്നേകാൽ ലക്ഷമാണ് ശമ്പളം പറഞ്ഞിട്ടുള്ളത്. ഇത്രയും സംഖ്യ മറ്റ് ഏത് ജോലിയിൽ നിന്നാണ് ലഭിക്കുക. പ്രയാസങ്ങളിൽ നിന്നും ശരിക്കും രക്ഷപ്പെടാനുള്ള ഒരേ ഒരു മാർഗ്ഗമാണിത്. ആരാണ് തന്നെ സഹായിക്കുക. ആലോചിച്ചു കൊണ്ടേയിരുന്നു.

ഫസൽ ക്യാഷ് ഒപ്പിക്കുവാനുള്ള നെട്ടോട്ടത്തിലാണ്. അവർ പരസ്പരം കാണുകയും കാര്യങ്ങൾ ചർച്ച ചെയ്യുകയും ചെയ്തു.

ഫസൽ അയാളുടെ ബന്ധു മിത്രാദികളെയും സുഹൃത്തുക്കളെയുമെല്ലാം പോയി കണ്ടു. കാര്യങ്ങൾ പറഞ്ഞു. പലർക്കും അതൊന്നും കേൾക്കാൻ പോലും താല്പര്യമുണ്ടായില്ല. ചിലർ സഹായിക്കാമെന്നേറ്റു. അയാളുടെ ശമ്പളം കൂടുതലായതിനാൽ കൊടുക്കേണ്ട സംഖ്യയും കൂടുതലായിരുന്നു. ഒടുവിൽ ഒരു വിധം രണ്ടാംഘട്ടം കൊടുക്കേണ്ട സംഖ്യ ഫസലിന് ശരിയായി. അപ്പോഴും മാജിദിന് ആവശ്യമായത് ശരിയായില്ല. ഒടുവിൽ ബാങ്കിലെ മാനേജരെ തന്നെ വിളിക്കാമെന്ന് വെച്ചു. ഇതുവരെ മുടക്കം വന്ന സംഖ്യയും പലിശയുമെല്ലാം അടച്ചു തീർത്തതിനാൽ അവിടെ പണയപ്പെടുത്തിയ തന്റെ വസ്തു വഹകളിൽ കൂടുതൽ ലോൺ ലഭിക്കുവാൻ പ്രയാസം ഉണ്ടാകില്ല. മാനേജർ തന്റെ സുഹൃത്തും തന്നെക്കുറിച്ച് അറിയുന്ന ആളുമായതിനാൽ ലോൺ പെട്ടെന്ന് കിട്ടുമെന്നും മാജിദ് ചിന്തിച്ചു. നേരത്തെ സമീപിച്ചപ്പോൾ മാനേജർ അത് പറഞ്ഞിരുന്നു. തന്റെ യാത്രയ്ക്ക് ആവശ്യമായതിൽ കൂടുതൽ സംഖ്യ എടുക്കണം. താൻ പോയാലും ശമ്പളം കൃത്യമായി കിട്ടിത്തുടങ്ങും വരെയും വീട്ടു ചെലവും ലോണുകളും കുറികളും മറ്റും മുടക്കമില്ലാതെ മുന്നോട്ട് പോകണമല്ലോ.

താനില്ലാതെയാകുമ്പോൾ അവൾ വല്ലാതെ പ്രയാസപ്പെടും. അവൾക്കിതൊന്നും ഒറ്റയ്ക്ക് മാനേജ് ചെയ്യാൻ സാധിക്കില്ല. മൂന്ന് നാല് മാസത്തേക്കെങ്കിലും ഒരു കരുതൽ പണം ബാങ്കിൽ ഉണ്ടാവണം. അതിന് വസ്തുവിന്മേൽ അധിക ലോൺ എടുക്കുകയല്ലാതെ വേറെ വഴിയില്ല. അന്തിമമായി ആലോചിച്ചുകൊണ്ട് അങ്ങനെ ഒരു തീരുമാനത്തിലെത്തി. നേരത്തെ ചില പ്രതിസന്ധി ഘട്ടങ്ങളിൽ ഇങ്ങനെ ലോൺ എടുക്കുന്നതിനെപ്പറ്റി അയാൾ ആലോചിച്ചതായിരുന്നു. പക്ഷേ, ഭാര്യ സമ്മതിക്കാത്തതുകൊണ്ടാണ് അന്ന് അത് ചെയ്യാതിരുന്നത്. ഇന്നിപ്പോൾ പിടിച്ചുനിൽക്കാനുള്ള ഒരു വഴി തുറന്നു നിൽക്കെ ഇനിയും ഇത് ചെയ്യാതെ മറ്റൊരു വഴിയുമില്ലന്ന് അവളെ പറഞ്ഞു മനസ്സിലാക്കി. അരുതെന്ന് പറയാനുള്ള ശക്തിയില്ലായിരുന്നു അവൾക്കും.

പരസ്പരം മൂകമായി അകലേക്ക് നോക്കിയിരുന്ന അവരുടെ നിശ്ശബ്ദതയെ ഭേദിച്ചുകൊണ്ട് അയാളുടെ ഫോൺ ബെല്ലടിച്ചുകൊണ്ടിരുന്നു. ഫോൺ എടുക്കാൻ അയാൾ ശ്രമിച്ചില്ല, അവളും. ഫോൺ വീണ്ടും തുടർന്നു. കുറച്ചു നേരം കഴിഞ്ഞപ്പോൾ അവൾ ഫോൺ എടുത്തു. നോക്കിയപ്പോൾ അത് ഹസ്സൻ മാസ്റ്ററാണ്.

''അല്ലാഹ്, മാജു ഇത് മാഷായിരുന്നു. വേഗം തിരിച്ചു വിളിക്ക്.''

''അസ്സലാമു അലൈക്കും.''

“വ അലൈക്കും അസ്സലാം വ റഹ്മത്തുല്ലാഹ്, ഞാൻ കുറച്ചു തിരക്കിലായിരുന്നു മാഷേ.”

“സാരമില്ല, ഞാൻ വിളിച്ചത്, ബി.ഒ.ടിയുടെ ഭാഗമായി കുടിയൊഴിപ്പിക്കൽ ഭീഷണി നിലനിൽക്കുന്ന തീരദേശ ഹൈവേയിൽ ഇന്ന് നാലര മണിക്ക് ഒരു പൊതുപരിപാടി വെച്ചിട്ടുണ്ട്. മുഖ്യ പ്രഭാഷകൻ ഗോപൻ മാരാർ ആയിരുന്നു. പക്ഷേ അദ്ദേഹം മറ്റൊരു സമരപരിപാടിയിൽ പങ്കെടുത്തതിന് അറസ്റ്റ് ചെയ്യപ്പെട്ടിരിക്കുകയാണ്. അതുകൊണ്ട് മാജിദ് ആ പരിപാടിയിൽ ഇന്ന് പ്രസംഗിക്കണം. സംഘാടകർ മാജിദിനെ കിട്ടുമോ എന്നാണ് എന്നോട് ആദ്യം ചോദിച്ചത് വലിയ സദസ്സും പരിപാടിയുമാണ്.”

“മാഷ് ഇപ്പോൾ വീട്ടിലുണ്ടോ, ഉണ്ടെങ്കിൽ ഞാൻ ഉടനെ അങ്ങോട്ടുവരാം. നമുക്ക് നേരിട്ട് സംസാരിക്കാം.”

“ഞാൻ വീട്ടിലുണ്ട്, ഇങ്ങോട്ട് വന്നോളൂ, ഞാൻ അവരോട് എന്താണ് പറയേണ്ടത്. അവർ എന്നെ വിളിച്ചുകൊണ്ടിരിക്കുകയാണ്.”

“ഞാൻ ഇതാ ഇറങ്ങി മാഷേ...”

“എന്താ കാര്യം മാജു, എന്തിനാ ഇത്ര ധൃതിയിൽ പോകുന്നത്. മാഷ് എന്താ പറഞ്ഞത്?”

“ഇന്ന് നടക്കുന്ന ഒരു അർജന്റ് മീറ്റിങ്ങിനെക്കുറിച്ച് പറയാനാണ്. ഞാൻ പ്രസംഗിക്കണമെന്ന്. പോയിട്ട് ഉടനെ വരാം ബാക്കി വന്നിട്ട് പറയാം.”

പ്രസംഗം കഴിഞ്ഞു. ധാരാളം ജനങ്ങൾ അവിടെ തടിച്ചുകൂടിയിരുന്നു. വികസനത്തിന്റെ പേരിൽ പുറം തള്ളപ്പെടുന്നവരുടെ ശബ്ദമായിരുന്നു അയാളുടെ മൂർച്ചയുള്ള ഓരോ വാക്കിലൂടെയും പുറത്തേക്ക് വന്നത്.

“റോഡും പാലവും അതിവേഗ റെയിലും കെട്ടിടങ്ങളും ഷോപ്പിംഗ് മാളുകളും എല്ലാം നമുക്ക് വേണം. അതിൽ നമുക്കാർക്കും എതിർപ്പില്ല. മാത്രവുമല്ല നമ്മൾ അതിന് അനുകൂലവുമാണ്. പക്ഷേ, അതിന് വേണ്ടി കുടിയൊഴിപ്പിക്കപ്പെടുന്നവരുടെ നൊമ്പരങ്ങൾ കാണാനും കേൾക്കുവാനും ഭരണകൂടങ്ങൾക്ക് സാധിക്കേണ്ടതുണ്ട്. ഒരായുസ്സ് കൊണ്ട് സ്വരുക്കൂട്ടിയ വീടും പുരയിടവും ഒറ്റ നാളുകൊണ്ട് തല്ലിത്തകർത്തിട്ട് ഈ ജനങ്ങളെ അരികുവൽകരിക്കുന്ന വികസന നയങ്ങളോടാണ് നമുക്ക് എതിർപ്പുള്ളത്. അവരുടെ പുനരധിവാസത്തെക്കുറിച്ചോ ഇരകൾക്ക് ലഭിക്കേണ്ട പര്യാപ്തമായ നഷ്ടപരിഹാര

വിതരണത്തെക്കുറിച്ചോ കൃത്യവും വ്യക്തവുമായ ഒരു തീരുമാനങ്ങളും കൈക്കൊള്ളാൻ നാളിതുവരെയുള്ള ഗവണ്മെന്റുകൾക്ക് സാധിച്ചില്ല എന്നിടത്താണ് ഈ പ്രതിഷേധങ്ങളുടെ ആത്മാവുണരുന്നത്. സർക്കാർ നൽകുമെന്ന് പറയുന്ന സംഖ്യയ്ക്ക് ഒരു വീട് വെക്കാനുള്ള ഭൂമി വാങ്ങാൻ പോലും കഴിയില്ലെന്നിരിക്കെ, പിന്നെ എങ്ങനെയാണ് അതുകൊണ്ടവർ വീടുണ്ടാക്കുക? ഇവിടെ, വിട്ടുകൊടുക്കേണ്ടത് ചിലർക്ക് മുഴുവൻ മണ്ണും കിടപ്പാടവുമാണ്. ചിലർക്കത് നേർപകുതിയോ അതിൽ കൂടുതലോ ആണ്. ശേഷിക്കുന്നവകൊണ്ട് മറ്റൊന്നിനും തികയാത്തവിധം ഉപയോഗ ശൂന്യമായിട്ടുമാണ് ലഭിക്കുക. അതുകൊണ്ട് എന്താണ് ഇവർക്ക് ചെയ്യാൻ സാധിക്കുക. ഇതും പോരാഞ്ഞ് ഇപ്പോഴിതാ റോഡിന്റെ വീതി ക്രമാതീതമായി വർദ്ധിപ്പിക്കുവാൻ പോകുന്നു എന്നും കേൾക്കുന്നു. അത് നാല്പതും നാല്പത്തിയഞ്ചും മീറ്റർ വരെയുമാകാൻ സാധ്യതയുണ്ടെന്നാണ് അറിയാൻ കഴിയുന്നത്. എങ്കിൽ കാര്യങ്ങൾ വീണ്ടും വഷളാകുകയേ ഉള്ളൂ, ഞാനൊന്ന് ചോദിക്കട്ടെ, ഇവിടെ നിന്ന് നിങ്ങൾ കുടിയൊഴിപ്പിക്കപ്പെടുന്ന ഈ ജനതയുംകൂടി വോട്ട് ചെയ്തിട്ടല്ലേ അധികാരസംഘങ്ങളേ നിങ്ങൾ എം.എൽ.എമാരും മന്ത്രിമാരുമായത്. ഈ ഇരകളും പെറ്റുവളർന്നതും ജീവിക്കുന്നതും ഈ രാജ്യത്തല്ലേ.

സ്വന്തം ജനതയെ തകർത്തുകൊണ്ടാവരുത് നിങ്ങളുടെ ഒരു വികസനവും ഈ മണ്ണിൽ ഉണ്ടാവേണ്ടത്. അവരെ തഴുകിയും തലോടിക്കൊണ്ടുമാവണം അത് സംഭവിക്കേണ്ടത്. അല്ലെങ്കിൽ അതിനുവേണ്ടി നിങ്ങൾ ആരിൽ നിന്നൊക്കെയോ വാങ്ങിച്ച ആ അച്ചാരത്തുകയുണ്ടല്ലോ അത് എത്രയും പെട്ടെന്ന് തിരിച്ചുകൊടുക്കുന്നതാണ് നിങ്ങൾക്ക് നല്ലത്. പെറ്റു വളർന്ന ഈ മണ്ണിൽ തന്നെ വേണം ഈ ജനതയ്ക്കൊരു വീട് അല്ലങ്കിൽ നിങ്ങൾ ഒരുക്കേണ്ടത് ഞങ്ങൾക്കൊരു ജയിലറയോ കല്ലറയോ ആണ്. അത് പുൽകാൻ തയ്യാറായ ഒരു ജനതയാണ് ഞങ്ങൾ.''

ഇത്രയും പറഞ്ഞ ശേഷം അയാൾ അവിടെ കൂടിയ ജനാവലിയോട് ചോദിച്ചു

''അതല്ലേ നമ്മുടെ തീരുമാനം?''

അപ്പോൾ എല്ലാവരും ഒരേ സ്വരത്തിൽ പറഞ്ഞു.

''അതെ, ഇവിടെ തന്നൊരു
വീടില്ലെങ്കിൽ ജയിലറ തരിക,
കല്ലറ തരിക, സമരമിരിക്കും
സമരമിരിക്കും മരണംവരെയും
സമരമിരിക്കും.''

അതൊരു ഉറച്ച തീരുമാനവും പ്രഖ്യാപനവുമായിരുന്നു. കണ്ണും കാതും അടഞ്ഞുപോയ ഭരണകൂടങ്ങളെ ഉണർത്താൻ സമരമുഖങ്ങളിൽ അവർ വിളിച്ചു പോന്ന മുദ്രാവാക്യം. മാജിദിന്റെ തൂലികയിൽ നിന്നും ജനിച്ചതായിരുന്നു അത്. ജില്ലയിലെ സമരങ്ങൾക്കും പ്രതിഷേധങ്ങൾക്കും മിക്കവാറും നോട്ടീസും ലഘുലേഖകളും മുദ്രാവാക്യങ്ങളും എഴുതുന്നതും അയാളുടെ ഉത്തരവാദിത്തങ്ങളിൽ പെട്ടതായിരുന്നു. ആവേശോജ്ജ്വലമായ പ്രസംഗം കേട്ട് ജനം കയ്യടിക്കുകയും മുദ്രാവാക്യങ്ങൾ വിളിക്കുകയും ചെയ്തുകൊണ്ടിരുന്നു. ഉദ്യോഗസ്ഥന്മാർ വന്ന് അളന്നെടുത്ത് അടയാളപ്പെടുത്തി പോകുമ്പോൾ തന്നെ സമരക്കാർ അവിടെ പ്രതിഷേധത്തിന്റെയും പ്രതിരോധത്തിന്റെയും ശക്തമായ മതിലുകൾ തീർത്തു. കടുത്ത ചെറുത്തു നില്പിനെ ഭയന്ന് അന്നവർ നടപടികൾ നിറുത്തി വെക്കാൻ നിർബന്ധിതരായി പിന്മാറുകയാണുണ്ടായത്. എങ്കിലും വീണ്ടും കൂടുതൽ പൊലീസും സന്നാഹങ്ങളുമായി ശക്തി ഉപയോഗിച്ചു കൊണ്ട് കുടിയൊഴിപ്പിക്കലിന് തയ്യാറായി. അടുത്ത ദിവസം അവർ വരുമെന്ന സന്ദേശത്തെ തുടർന്ന് അടിയന്തിരമായി വിളിച്ചു ചേർക്കപ്പെട്ട പൊതുപരിപാടിയായിരുന്നു അത്.

യോഗം കഴിഞ്ഞ ഉടനെ ഹസ്സൻ മാസ്റ്ററെ നേരിൽ വന്ന് കാണണമെന്നും മാജിദ് അനുഭവിക്കുന്ന പ്രശ്നങ്ങൾക്ക് പരിഹാരമുണ്ടാക്കാൻ ശ്രമിക്കാമെന്നും മാസ്റ്റർ അന്ന് പറഞ്ഞിരുന്നു. അതുകൊണ്ട് തന്നെയാവാം അന്നത്തെ പ്രസംഗത്തിൽ മിതത്വം പാലിക്കുവാനും തീവ്രത കുറയ്ക്കുവാനും മാസ്റ്റർ പ്രത്യേകം പറഞ്ഞിരുന്നത്. മാസ്റ്റർക്കറിയാം പ്രസംഗവേദിയിൽ മാജിദ് തീപ്പൊരിയാണ്. ദൃഢമായ സ്വരത്തിൽ തീ പാറുന്ന വാക്കുകൾകൊണ്ടയാൾ ഒറ്റ ശ്വാസത്തിൽ തന്നെ ദീർഘനേരം നിറുത്താതെ പ്രസംഗിക്കും. കേൾവിക്കാരന്റെ ശ്വാസം മുറിഞ്ഞാലും അയാൾ നിറുത്തിയിട്ടുണ്ടാവില്ല. അയാളെ കേൾക്കാൻ ജനങ്ങൾക്ക് ആവേശമാണ്.

പ്രസംഗം തുടങ്ങിയാൽ പിന്നെ ആരും ശബ്ദിക്കില്ല. അയാൾ എല്ലാം മറന്നുകൊണ്ട് പ്രസ്തുത വിഷയത്തിൽ ഊന്നി സംസാരിച്ചു കൊണ്ടിരിക്കും. പങ്കെടുക്കുന്ന പരിപാടികളെല്ലാം അരികുവൽക്കരിക്കപ്പെട്ടവർക്കും കുടിയൊഴിക്കപ്പെട്ടവർക്കും വേണ്ടിയാകുന്നതിനാൽ അധികാരസംഘങ്ങളോട് എന്നും അയാൾക്ക് വിദ്വേഷമുണ്ട്. അതു കൊണ്ടുതന്നെ വാക്കുകളിൽ ആ വിദ്വേഷവും അമർഷവും കൂർത്ത ശരങ്ങളായി പുറത്തുവരും. ഇപ്പോൾ തന്നെ ധാരാളം കേസുകൾ അയാളുടെ പേരിലുണ്ട്. ഓരോ പൊതു പരിപാടിയിലും പൊലീസിന്റെ ഒന്നോ രണ്ടോ രഹസ്യാന്വേഷണ ഉദ്യോഗസ്ഥൻമാർ വേഷം മാറി വന്നെത്തുക പതിവാണ്. അവർ പ്രസംഗങ്ങൾ റെക്കോർഡ്

ചെയ്യുകയും യോഗം നിരീക്ഷിക്കുകയും ചെയ്യുന്നുണ്ടാകും. അപ്പോൾ തന്നെ റിപ്പോർട്ടുകൾ മേലേയ്ക്ക് അയയ്ക്കുകയും ചെയ്യും.

മാജിദ് പ്രവാസം സ്വീകരിക്കാൻ ഒരുങ്ങുന്നതുകൊണ്ട് മാജിദിന് ഒരു തടസ്സവും പ്രയാസവും നേരിടേണ്ടി വരരുത് എന്ന് മാസ്റ്റർ ആഗ്രഹിച്ചിരുന്നു. ആ പരിപാടിക്ക് മാജിദിനെ പറഞ്ഞയയ്ക്കാൻ ആഗ്രഹിച്ചതല്ല. പക്ഷേ, സംഘാടകർ നിർബന്ധിച്ചതുകൊണ്ടു മാത്രമാണ് അദ്ദേഹം മാജിദിനെ അയച്ചത്. ആ വിഷയം മാസ്റ്റർ അയാളോട് പറയുകയും പ്രസംഗത്തിൽ കൂടുതൽ മിതത്വവും സൂക്ഷ്മതയും പാലിക്കണമെന്ന് നിർദ്ദേശിക്കുകയും ചെയ്തിരുന്നു. അതെല്ലാം ഓർത്തുകൊണ്ടാണ് മാജിദ് അന്ന് പ്രസംഗം തുടങ്ങിയതെങ്കിലും പ്രസംഗത്തിന് സ്റ്റേജിലേക്ക് കയറുന്നതിന് മുൻപ് അവിടെ കൂടിയവരിൽ നിന്നും കുടിയൊഴിപ്പിക്കൽ ഭീഷണി നേരിടുന്നവരുമായി സംസാരിച്ചപ്പോൾ, അവർ അനുഭവിക്കുന്ന ഭീതിയും ആശങ്കകളും സശ്രദ്ധം കേൾക്കുകയുണ്ടായി. അത് ഹൃദയത്തിൽ ആഴത്തിലുള്ള മുറിവുകളുണ്ടാക്കിയിരുന്നു. പിന്നെ, പ്രസംഗത്തിൽ മിതത്വമല്ല സംഭവിച്ചത്. ആയിരം യാഗാശ്വങ്ങളുടെ സ്വതന്ത്രമായ കുതിപ്പും കിതപ്പുമായിരുന്നു. കൊടുങ്കാറ്റുകൾക്കിടയിലെ ശാന്തതയായിരുന്നു ഓരോ ശ്വാസനിശ്വാസങ്ങൾക്കിടയിൽനിന്നും ജനം അനുഭവിച്ചത്. ഒരു മൊട്ടുസൂചി വീണാൽ പോലും മുഴക്കം സൃഷ്ടിക്കുമാറുള്ള നിശ്ശബ്ദതയായിരുന്നു വേദിയിലും പ്രതിഷേധനഗരിയിലും നിറഞ്ഞു നിന്നത്. പ്രസംഗത്തിനിടയ്ക്ക് അയാൾ ജനങ്ങളോട് ചില ചോദ്യങ്ങൾ ആവർത്തിക്കുകയും പ്രതിഷേധത്തിന്റ മുദ്രാവാക്യം വിളിക്കാൻ ആവശ്യപ്പെടുകയും ചെയ്തു. അത് അയാളുടെ ഒരു ശൈലിയായിരുന്നു. അപ്പോൾ ജനം പറയും

"ഇവിടെത്തന്നൊരു വീടില്ലെങ്കിൽ
ജയിലറ തരിക കല്ലറ തരിക,
സമരമിരിക്കും സമരമിരിക്കും
മരണം വരെയും സമരമിരിക്കും."

മാജിദ് കത്തിജ്വലിച്ചു നിന്നു.

മാസ്റ്റർ യോഗവിവരങ്ങളും പ്രസംഗ വിശേഷങ്ങളും അപ്പപ്പോൾ അറിഞ്ഞിരുന്നു. ഹസ്സൻ മാസ്റ്റർ ചിന്തിച്ചിരുന്നത് മാജിദിനെക്കുറിച്ചായിരുന്നു. ഇത്രയും കരുത്തുറ്റ ഒരു പ്രസ്ഥാന പ്രവർത്തകനെയാണല്ലോ നാടിന് നഷ്ടമാകാൻ പോകുന്നത് എന്നാണ് അദ്ദേഹം ആദ്യം വിഷമിച്ചത്. തന്നെപോലുള്ളവർ അസ്തമിക്കാറായി. പുതിയ തലമുറയിലെ യുവത്വം ആധുനിക വിഭവങ്ങളിൽ അടിമപ്പെട്ടിരിക്കുന്നു. ഓരോ പ്രസ്ഥാന പ്രവർത്തകന്റെയും മയ്യത്ത് എടുക്കുന്നതോടെ

ആ വീട്ടിൽ നിന്നും പ്രസ്ഥാനത്തിന്റെയും മയ്യത്ത് എടുക്കുകയാണ് ഫലത്തിൽ സംഭവിക്കുക. തനിക്കും സംഭവിക്കാൻ പോകുന്നതും അതുതന്നെ. തന്റെ മക്കളാരും ഈ വഴിയിൽ വന്നില്ല. മാസ്റ്റർ നെടുവീർപ്പിട്ടു. അനീതിക്കും അക്രമത്തിനും നേരെ ചൂണ്ടേണ്ട വിരലുകളും മുഷ്ടികളും ഇപ്പോൾ മൊബൈൽ ഫോണിൽ കുത്തിക്കൊണ്ടിരിക്കുന്നു. വർഗ്ഗീയവും വംശീയവുമായ അതിക്രമങ്ങളുടെ അതിർവരമ്പുകൾ സർവ്വതും ഭേദിക്കപ്പെട്ടിരിക്കുന്ന ഈ കാലത്തും രാഷ്ട്രീയ അടിമത്തം പേറുകയാണ് അണികൾ ചെയ്യുന്നത്. എത്ര വലിയ തെറ്റുകളും ദ്രോഹങ്ങളും ചെയ്താലും അവർ നേതാക്കന്മാരെ സപ്പോർട്ട് ചെയ്യുകയും അവർക്ക് വേണ്ടി കൊല്ലുകയും കൊല്ലപ്പെടുകയും ചെയ്യുന്നു. സേവനത്തിന്റെയും സഹാനുഭൂതിയുടെയും സുമനസ്സുകളിൽ ഭരണകൂടം ഭയം വിതച്ച് മരവിപ്പിച്ചിരിക്കുന്നു. തുറന്നു പറയാനും പ്രവർത്തിപ്പിക്കുവാനും സർവ്വർക്കും ഭയമാണ്.

അശരണരെയും അരികുവൽക്കരിക്കപ്പെട്ടവരെയും പീഡിതരെയും സഹായിക്കാൻ ഇന്ന് ഈ പ്രസ്ഥാനമല്ലാതെ മറ്റാരുമില്ലെന്നിരിക്കെ എന്തുകൊണ്ടാണ് ഇവ തിരിച്ചറിയാതെ പോകുന്നത്. പ്രതിഷേധത്തിന്റെയും പ്രതിരോധത്തിന്റെയും സമരമുഖങ്ങൾ ജനാധിപത്യ രീതിയിൽ സൃഷ്ടിക്കുകയാണ് അൽ ഇൻസാനിയ. സത്യത്തിനും നീതിക്കും സമാധാനത്തിനുമല്ലേ മനുഷ്യരായ നാം നിലകൊള്ളേണ്ടത്, എന്നിട്ടും... സാരമില്ല, കർമ്മം ചെയ്യുകയാണല്ലോ നമ്മുടെ നിയോഗം. കർമ്മഫലം നൽകേണ്ടവൻ അല്ലാഹുവാണല്ലോ.

മാജിദ് വരുന്ന വണ്ടിയുടെ ശബ്ദം കേട്ടാണ് മാസ്റ്റർ ചിന്തയിൽ നിന്നുമുണർന്നത്. ജനലഴികൾക്കുള്ളിലൂടെ മാജിദിനെ കണ്ടു. എഴുന്നേറ്റ് പുറത്തേക്ക് ചെന്നിട്ട് പറഞ്ഞു.

''ഇറങ്ങേണ്ട മാജിദ്, വണ്ടിയിൽ തന്നെ ഇരുന്നോളൂ.''

മാസ്റ്റർ വസ്ത്രം മാറാൻ അകത്തേക്ക് പോയപ്പോൾ അയാൾ വണ്ടിയിൽ തന്നെയിരുന്നുകൊണ്ട് ആലോചിച്ചു. എങ്ങോട്ടായിരിക്കും മാഷ് താനുമായി പോകാൻ ഒരുങ്ങുന്നത്. എവിടെയെങ്കിലും പോവേണ്ടതായി മാഷ് പറഞ്ഞിരുന്നുമില്ലല്ലോ.

''പോകാം.''

''നമ്മൾ എങ്ങോട്ടാണ്. ഇടത്തോട്ടോ വലത്തോട്ടോ വണ്ടി തിരിക്കേണ്ടത്?''

''വലത്തോട്ട്.''

തൊട്ടുമുന്നിൽ കാണുന്ന ജംഗ്ഷൻ എത്തുന്നതിന് മുന്നേ മാഷ് തുടർന്നു.

‘‘നേരെ പൂവ്വത്തൂരിലേക്ക് വിട്ടോ, നമ്മൾ പോകുന്നത് ഡോക്ടർ സൈദിനെ കാണാനാണ്. വിവരങ്ങളെല്ലാം ഞാൻ പറഞ്ഞിട്ടുണ്ട്. മാജിദിന് ആവശ്യമായ ഒന്നര ലക്ഷം രൂപ ഡോക്ടർ തരാമെന്ന് പറഞ്ഞിട്ടുണ്ട്.’’

‘‘എന്തേ നിറുത്തിയത്?’’

‘‘അപ്പോൾ മാഷ് എല്ലാ കാര്യങ്ങളും ഡോക്ടറോട് പറഞ്ഞോ?’’

‘‘പറഞ്ഞു, അതിൽ എന്തെങ്കിലും തെറ്റുണ്ടന്ന് നീ കരുതരുത്. പലിശയുമായി വീണ്ടും ഒരു ഇടപെടൽ, ഇനിയും അത് വേണ്ട. ഞാനുണ്ടായിരിക്കെ അത് അനുവദിക്കുവാൻ എനിക്കാവില്ല. നീ വണ്ടിയെടുക്ക്. ഡോക്ടർക്ക് പോകേണ്ടതുണ്ട്.’’

അയാൾ ഒന്നും പറഞ്ഞില്ല, പതുക്കെ വണ്ടി നീങ്ങിക്കൊണ്ടിരുന്നു. കൊച്ചുനാൾ മുതലേയുള്ള ബന്ധമാണ് ഡോക്ടർക്ക് തന്റെ കുടുംബവും താനുമായിട്ടുള്ളത്, താൻ ഇത്രയും മോശമായ ഒര വസ്ഥയിലൂടെ കടന്നുപോകുന്നു എന്നറിയുമ്പോൾ ഡോക്ടർ എന്ത് വിചാരിക്കും എന്ന് മാജിദ് ഓർത്തു. ജീവ കാരുണ്യപ്രവർത്തനത്തിനും മറ്റ് സേവന സാംസ്കാരിക ആവശ്യങ്ങൾക്കുമായി ഒരുപാട് പ്രാവശ്യം താൻ ഡോക്ടറെ സമീപിച്ചിട്ടുള്ളതാണ്.

ആര് സഹായം അഭ്യർത്ഥിച്ചാലും ആ കൈകൾ ഒരിക്കലും അദ്ദേഹം തട്ടാറില്ല. വലിയ സംഖ്യയുടെ സഹായം ആവശ്യമുള്ളവരും അപരിചിതരുമായ ആരെങ്കിലും വന്നാൽ മാത്രമേ ഡോക്ടർ പിന്നെ നോക്കാം... അറിയിക്കാം... എന്നൊക്കെ പറയാറുള്ളൂ. അത് കൃത്യമായും അന്വേഷിക്കുകയും ബോധ്യപ്പെടുകയും ചെയ്താൽ അവർക്ക് ആവശ്യമായ സഹായം ചെയ്യാൻ വൈകിക്കാറുമില്ല. മിക്കതും ഇത്തരം അന്വേഷണങ്ങളുടെ ചുമതല ഹസ്സൻ മാസ്റ്ററുടെ വഴിയേയാണ് നടക്കാറ്. പലപ്പോഴും മാജിദിനെ തന്നെയാണ് മാസ്റ്റർ അന്വേഷണം ഏൽപ്പിക്കാറുള്ളത്. ഡോക്ടർക്ക് അത്രയും വിശ്വാസമായിരുന്നു ആ കൊച്ചു സംഘത്തെ. എത്രയോ പേരുടെ അപേക്ഷയും ആവശ്യവുമായി താൻ ഈ ഡോക്ടറുടെ വിസിറ്റിംഗ് റൂമിലിരുന്ന് സംസാരിച്ചിട്ടുള്ളതാണ്. ഇന്നിതാ താനും ആ സഹായത്തിന്റെ ആവശ്യക്കാരനായി മാറിയിരിക്കുന്നു. എത്ര പെട്ടെന്നാണ് കാലം ചില ചിത്രങ്ങൾ മായ്ക്കുന്നതും വരയ്ക്കുന്നതും.

വണ്ടിയോടിച്ചുകൊണ്ടിരിക്കെ അയാളുടെ ചിന്തകൾ കണ്ണുകളെ നനയിച്ചു. ദീർഘമായ നിശ്ശബ്ദതയ്ക്ക് ഭംഗം വരുത്തി മാസ്റ്റർ അയാളുടെ മനസ്സിന്റെ സംഘർഷങ്ങൾ വായിച്ചുകൊണ്ട് പറഞ്ഞു

‘‘മാജിദ്, ഇതിൽ അഭിമാനത്തിന്റെയും ദുരഭിമാനത്തിന്റെയും ഒന്നും വിഷയം വരുന്നില്ല. നമുക്കും ഡോക്ടർക്കും ഇടയിൽ അതിന്റെ

ആവശ്യവുമില്ല. ഡോക്ടർ കൃത്യമായും തന്റെ സമ്പത്തിനെക്കുറിച്ച് നല്ല ബോധ്യമുള്ള ഒരാളാണ്. അർഹമായ സക്കാത്തിന് പുറമെ ദാനധർമ്മങ്ങൾക്ക് അദ്ദേഹം ഒരു കുറവും വരുത്താറില്ല. നിനക്കറിയുമോ, ആ മനുഷ്യനെപ്പറ്റി? ഓരോ ദിവസവും രോഗികളെ നോക്കി കിട്ടുന്ന ആ സംഖ്യയുണ്ടല്ലോ അതിന്റെ തൊണ്ണൂറ്റി ഒമ്പത് ശതമാനവും അദ്ദേഹം ചെലവഴിക്കുന്നത് ജീവകാരുണ്യപ്രവർത്തനത്തിനും സേവനത്തിനുമാണ്. ധാരാളം കുടുംബങ്ങൾക്ക് അദ്ദേഹം റേഷനും മരുന്നും മുടങ്ങാതെ നൽകിക്കൊണ്ടിരിക്കുന്നുണ്ട്. പല കുട്ടികളുടെയും വിദ്യാഭ്യാസവും വിവാഹവും നടത്തിക്കൊടുക്കുന്നുണ്ട്. പക്ഷേ, ആരും അത് അറിയുന്നില്ല. ആരും അറിയരുതെന്ന് അദ്ദേഹത്തിന് നിർബന്ധവുമുണ്ട്.''

''ശരിയാണ് മാഷേ, ഒരിക്കൽ ഡോക്ടർ എന്നോട് പറഞ്ഞിരുന്നു, നിങ്ങൾക്കൊപ്പം രംഗത്തിറങ്ങി പ്രവർത്തിക്കാൻ കഴിയാത്തതിൽ എനിക്ക് ദുഃഖമുണ്ട്. ഇപ്പോൾ പ്രായമായി, നല്ല പ്രായത്തിലും അതിന് സാധിച്ചില്ല എന്ന്. അന്ന് ഞാൻ എൻഡോസൾഫാൻ ദുരിതബാധിതർക്കുള്ള സഹായ ഫണ്ട് ശേഖരണത്തിന് അദ്ദേഹത്തിന്റെ അടുത്ത് പോയതായിരുന്നു.''

''നിന്നെക്കുറിച്ച് നല്ല മതിപ്പാണ് ഡോക്ടർക്ക്. ഒരിക്കൽ യാത്രയ്ക്കിടെ കൊരട്ടിയിലോ മറ്റോ വെച്ച് നിന്റെ പ്രസംഗം കേട്ടതായി പറഞ്ഞിരുന്നു എന്നോട്. വണ്ടി സൈഡിലൊതുക്കി കുറച്ചു നേരം നിന്നെ കേട്ടു. നാടകവും സിനിമയുമായി നടന്നിരുന്ന നിന്നിലെ മാറ്റത്തിൽ അദ്ദേഹം അന്ന് വളരെ സന്തോഷം പ്രകടിപ്പിച്ചിരുന്നു. അത് അറിയാവുന്നത് കൊണ്ടാണ് നിന്റെ വിഷയം ഞാൻ പറഞ്ഞത്.''

''അപ്പോൾ ഡോക്ടർ എന്ത് പറഞ്ഞു മാഷേ?''

''ഒരിക്കലും പലിശയുമായി ബന്ധപ്പെടുത്തരുത്. ആവശ്യമായ സംഖ്യ ഞാൻ നൽകാം, മാഷ് അത് മാജിദിന് കൊടുത്തോളൂ എന്നാണ് പറഞ്ഞത്.''

''മാഷേ, ഈ സംഖ്യ എപ്പോൾ തിരിച്ചു കൊടുക്കേണ്ടി വരും. പെട്ടെന്ന് കൊടുക്കാൻ കഴിയുന്ന ഒരു ഡേറ്റ് പറയാൻ എനിക്കാവില്ലെന്ന് മാഷ്ക്ക് അറിയാമല്ലോ.''

''എല്ലാം എനിക്കറിയാം. അതുകൊണ്ട് തന്നെ, ഈ സംഖ്യ മാജിദ് തിരിച്ചുകൊടുക്കേണ്ടി വരില്ല.''

''ക്ഷമിക്കണം മാഷേ, എനിക്കാ സംഖ്യ വേണ്ട. ഇന്നലെവരെ സക്കാത്ത് കൊടുത്തവനാണ് ഞാൻ. ആ ഞാനിന്ന് സക്കാത്തോ സദക്കയോ വാങ്ങിക്കേണ്ടി വരികയെന്നത് ചിന്തിക്കാൻ പോലും സാധിക്കുന്നില്ല. വേറെ വഴിയില്ലാത്തതുകൊണ്ട് മാത്രമാണ് ഇപ്പോൾ

ഈ സഹായം സ്വീകരിക്കാമെന്ന് കരുതുന്നത്. അത് തിരിച്ചുകൊടുക്കേണ്ട ഒരു കടമായിട്ട് മാത്രമേ വാങ്ങിക്കാൻ പറ്റൂ.''

''മാജിദ്, നിന്നെ എനിക്കറിയാം, നിന്റെ അഭിമാന ബോധത്തെയും. തിരിച്ചുകൊടുക്കേണ്ട പണമായിട്ട് തന്നെ നീ വാങ്ങിച്ചാൽ മതി. എന്നോട് മാത്രമാണ് ചെല്ലാൻ പറഞ്ഞത്. കൂടുതൽ സംസാരിക്കാതിരിക്കുന്നതാകും നല്ലത്. മനസ്സിലായോ?''

മാസ്റ്ററുടെ ആ ചോദ്യത്തിന് ഒരു കാരണവരുടെ സ്വരമുണ്ടായിരുന്നു. വണ്ടി ഡോക്ടറുടെ ഗേറ്റിൽ നിന്നു. അവർ വണ്ടിയിൽ നിന്നിറങ്ങുമ്പോൾ അപ്പുറത്തെ ഗേറ്റ് വഴി അവസാനത്തെ രോഗിയും പടിയിറങ്ങുന്നുണ്ടായിരുന്നു. പരിശോധന മുറിയിലും വരാന്തയിലും ലൈറ്റുകൾ അണഞ്ഞു. മാസ്റ്റർ കോളിംഗ് ബെൽ അടിച്ചപ്പോൾ ഡോക്ടർ തന്നെയാണ് വാതിൽ തുറന്നത്.

''മാജിദ്, ഇന്ന് പ്രസംഗം ഗംഭീരമായിരുന്നു അല്ലേ? അവിടെ നിന്നൊരാൾ എന്നെ വിളിച്ചിരുന്നു. നമ്മുടെ കൗൺസിലർ രാധാകൃഷ്ണൻ പരിപാടി ഗംഭീരമായെന്നു പറഞ്ഞു. മാജിദ്, ഇതൊക്കെ വിട്ടെറിഞ്ഞു പോയാൽ പിന്നെ ആരാ ഇവിടെ മാഷ്ക്ക് ഒരു തുണയായിട്ടുള്ളത്?''

''അതൊരു സത്യം തന്നെയാണ്. പക്ഷേ, മാജിദിന് പോയേ കഴിയൂ, ചുവരുണ്ടങ്കിലല്ലേ ചിത്രം വരയ്ക്കാൻ പറ്റൂ.''

മാഷ് അത് പറഞ്ഞപ്പോൾ ചിരിച്ചുകൊണ്ട് ഡോക്ടർ ഒരു മിനിറ്റ് എന്നു പറഞ്ഞുകൊണ്ട് അകത്തേക്ക് പോയി. മാജിദ് മാസ്റ്ററുടെ മുഖത്തേക്ക് നോക്കി.

''ഞാനും അറിഞ്ഞു, ഇന്ന് മൈക്കിന് മുമ്പിൽ കത്തിക്കയറിയെന്ന്. വന്ന ഉടനെ ഇങ്ങോട്ട് പോന്നതിനാൽ അതേപ്പറ്റി ഒന്നും സംസാരിക്കാൻ കഴിഞ്ഞില്ല. അപ്പോൾ ഞാൻ പറഞ്ഞതൊക്കെ സ്റ്റേജിൽ എത്തി ആൾക്കൂട്ടത്തെ കണ്ടപ്പോൾ നീ മറന്നു അല്ലേ?''

''അതുകൊണ്ടല്ല മാഷേ, അവരുമായി സംസാരിച്ചപ്പോൾ, അവരുടെ വിഷമങ്ങൾ...''

എന്ന് മാജിദ് പൂർത്തീകരിക്കുന്നതിന് മുന്നേ ഡോക്ടർ കടന്നുവന്നു. അദ്ദേഹം കയ്യിൽ കരുതിയ ഒരു കവർ മാസ്റ്റർക്ക് നൽകി.

''ഇത് എത്രയാണ്?''

''മാഷ് പറഞ്ഞത് മുഴുവനും ഉണ്ട്. ഒന്നരയല്ലേ പറഞ്ഞത്?''

ഡോക്ടർ സംശയം പ്രകടിപ്പിച്ചു.

''അതെ.''

മാസ്റ്റർ തലയാട്ടി. എന്നിട്ട് കയ്യിൽ വാങ്ങിച്ച കവർ മാജിദിനെ ഏൽപിച്ചു.

''മാജിദ്, ഇനി കഴിയുന്നതും പലിശയുമായി ബന്ധപ്പെടരുത്. അല്ലാഹു ബർക്കത്ത് നൽകട്ടെ.''

ഡോക്ടർ അത് പറഞ്ഞപ്പോൾ അയാൾ ഒരു നിമിഷം കൊച്ചു കുട്ടിയെ പോലെ നിന്നു കണ്ണുകൾ നിറഞ്ഞൊഴുകുകയും തൊണ്ട ഇടറുകയും ചെയ്തിരുന്നു.

''എന്റെ ജീവിതത്തിൽ ആദ്യമായാണ് ഞാൻ മറ്റൊരാളിൽ നിന്നും ഇങ്ങനെ ഒരു സഹായം കൈപ്പറ്റുന്നത്. ഇൻഷാ അല്ലാഹ്. എത്രയും വേഗം ഞാനിത് തിരിച്ചു നൽകും. ദുആ ചെയ്യണം.''

''ഹേയ്, മാജിദ് എന്താ ഇത്. എനിക്കറിയാലോ മാജിദിനെ. എന്നെ അന്യനായി കാണുന്നുവെങ്കിൽ മാത്രമേ മാജിദിന് ഇതിൽ വിഷമിക്കേണ്ടതുള്ളൂ, സാരമില്ല. ധൈര്യമായിരിക്കൂ.''

ഡോക്ടർ ചുമലിൽ തട്ടിക്കൊണ്ട് ആശ്വസിപ്പിച്ചു. ഒരു രൂപ പോലും മതിയായ ഉറപ്പില്ലാതെ ഒരാൾ മറ്റൊരാൾക്ക് കൊടുക്കാൻ മടിക്കുന്ന ഈ കാലത്ത് ഇത്രയും വലിയൊരു സംഖ്യ ഒരു മടിയുമില്ലാതെ ഡോക്ടർ നൽകുമ്പോൾ, അയാൾക്കത് സ്വീകരിക്കുന്നതിൽ ചില നൊമ്പരങ്ങളുണ്ടായിരുന്നു. അത് മനസ്സിലാക്കിക്കൊണ്ട് തന്നെ ഡോക്ടർ തുടർന്നു

''മാജിദ്, സമ്പത്ത് എന്നത് അല്ലാഹുവിന്റേതല്ലേ, നാം മനുഷ്യർ അതിന്റെ കൈകാര്യ കർത്താക്കൾ മാത്രമാണല്ലോ, ഇന്ന് നമ്മുടെ കൈയ്യിലാണെങ്കിൽ നാളെ അത് മറ്റൊരാളുടെ കൈയിലാകും, ആ എനിക്ക് പോകാൻ സമയമായി.''

ഡോക്ടർ ക്ലോക്കിൽ നോക്കി പറഞ്ഞു

''മാജിദ് പെട്ടെന്ന് തന്നെ ആവശ്യങ്ങൾ നിർവഹിക്കുക. കൂടുതൽ എന്തെങ്കിലും വേണമെങ്കിലും ചോദിക്കാൻ മടിക്കരുത്.''

ഡോക്ടർ യാത്ര പറഞ്ഞിറങ്ങുമ്പോൾ എന്തുപറയണമെന്നറിയാതെ ഹസ്സൻമാസ്റ്ററും മാജിദും പരസ്പരം നോക്കി. മാജിദിന്റെ മനസ്സ് നിറയെ പ്രാർത്ഥനകൾ മാത്രമായിരുന്നു.

ആസ്ട്രേലിയ ഇനിയും ദൂരെയാണ്

ആസ്ട്രേലിയയിലേക്ക് പോകാനുള്ള നാളുകൾ എണ്ണിക്കൊണ്ട് മാജിദ് തന്റെ ദിനരാത്രങ്ങൾ തള്ളി നീക്കി. എന്നാൽ ഏജന്റ് പല വിധ സാങ്കേതിക കാരണങ്ങളും പറഞ്ഞതുകൊണ്ട് യാത്ര ദീർഘിച്ചു. മുരളിയുമായി ബന്ധപ്പെട്ടപ്പോൾ "കുറച്ചു വൈകിയാലും എല്ലാം ശരിയാകും, ക്യാഷ് നഷ്ടപ്പെടില്ല. വിശ്വാസക്കുറവുണ്ടങ്കിൽ തിരിച്ചു നൽകാം" എന്ന് പറഞ്ഞുകൊണ്ടിരുന്നു. വിശ്വാസമാണല്ലോ എല്ലാം. വിശ്വസിക്കാതെ മറ്റെന്ത് ചെയ്യാൻ എന്നോർത്തു. പൊതു പരിപാടികളിൽ നിന്ന് പൂർണ്ണമായും വിട്ടു നിന്നു. ഡോക്ടറെ കാണുമ്പോൾ എന്തു പറയണമെന്നറിയാതെ കുഴങ്ങി. അദ്ദേഹത്തെ കാണേണ്ട സാഹചര്യങ്ങളിൽ നിന്നും മനഃപ്പൂർവം ഒഴിഞ്ഞു മാറി. ജീവിതത്തിൽ ആദ്യമായാണ് മറ്റൊരാളിൽ നിന്നും മുഖം മറയ്ക്കാൻ ശ്രമിക്കുന്നത്. അതോർത്ത് വേദനിച്ചു. താൻ വഞ്ചിക്കപ്പെടുകയാണോ എന്നയാൾ സംശയിച്ചു. മാസ്റ്ററെ കാണുമ്പോഴും അയാളുടെ ഉള്ളിന്റെ ഉള്ളിൽ പറഞ്ഞറിയിക്കാനാവാത്ത വിഷമം. എങ്കിലും ആഴ്ചകളിലുള്ള യൂണിറ്റ് മീറ്റിങ്ങുകളിലും പങ്കെടുക്കുകയും മാസ്റ്ററുമായി കാര്യങ്ങൾ ചർച്ച ചെയ്യുകയും ചെയ്തു.

അങ്ങനെയിരിക്കെ ഒരു ദിവസം വിസ ഉടനെ റെഡിയാകുമെന്ന് ഒരറിയിപ്പുണ്ടായി. സത്യത്തിൽ സന്തോഷത്തേക്കാളുപരി പ്രയാസമാണ് തോന്നിയത്. ഇനി ദിവസങ്ങളുടെയും മണിക്കൂറുകളുടെയും ദൈർഘ്യം മാത്രമേ തനിക്കീ നാട്ടിൽ സ്ഥാനമുള്ളൂ എന്ന വേദന. തനിക്കെല്ലാം ഇവിടെ ഉപേക്ഷിക്കേണ്ടി വരുന്ന സാഹചര്യങ്ങളെക്കുറിച്ചോർത്ത് അസ്വസ്ഥത. ഇപ്പോൾ തന്നെ പല പൊതുപരിപാടികളിലും കേവലം ഒരു കാഴ്ചക്കാരനും കേൾവിക്കാരനുമായി മാറി നിൽക്കുകയാണ്. ഇനി പൂർണ്ണമായും ഇവിടെനിന്നും നഷ്ടമാകുകയാണെന്നോർത്തപ്പോൾ ഈ യാത്ര വേണ്ടെന്നു വെച്ചാലോ എന്നു പോലും തോന്നിത്തുടങ്ങി.

''മാഷേ, എനിക്ക് പഴയതുപോലെ പൊതുപരിപാടികളിൽ പങ്കെടുത്ത് മുദ്രാവാക്യം വിളിക്കണം. ആട്ടിയോടിക്കപ്പെട്ടവർക്കും വേട്ടയാടപ്പെട്ടവർക്കും വേണ്ടി പ്രസംഗിക്കണം. സമരമുഖങ്ങളിൽ നിന്നുകൊണ്ട് ഇനിയും പൊലീസിന്റെ ലാത്തിയടി കൊള്ളണം. അറസ്റ്റ് വരിച്ച് ജയിലിൽ കിടക്കണം. ഞാനിവിടന്ന് പോയാൽ പിന്നെ ഞാൻ ഞാനല്ലാതാകും. ഇപ്പോഴുള്ള ഈ അടങ്ങിയിരുത്തം എനിക്ക് മരണതുല്യമാണ് മാഷേ. എനിക്ക് സമൂഹത്തിൽ ജീവിക്കണം. അശരണർക്കും പാർശ്വവൽക്കരിക്കപ്പെട്ടവർക്കുമൊപ്പം ഈ മണ്ണിൽ തന്നെ ജീവിക്കണം മാഷേ....''

മാസ്റ്റർ പറഞ്ഞു.

''മാജിദ്, നീ കരുതുന്നത് പോലെയല്ല ഈ ലോകം. അനുദിനം മാറിക്കൊണ്ടിരിക്കുകയാണ്. ആ മാറ്റങ്ങൾക്കൊപ്പം സഞ്ചരിക്കാൻ കഴിയാത്തവരാണ് നമ്മെപ്പോലുള്ള കുറച്ചു മനുഷ്യർ. അവർക്ക് നിർവ്വഹിക്കുവാനുള്ളത് ആവേശം കൊണ്ടുണ്ടാകുന്ന വൈകാരിക ദൗത്യമല്ല. മറിച്ച് ക്ഷമ കൊണ്ടും സഹനം കൊണ്ടും ജനാധിപത്യം അനുശാസിക്കുന്ന മഹത്തരമായ സമരങ്ങളിലൂടെയുള്ള നവോത്ഥാനമാണ്. പിന്നെ നീ ഒന്ന് മനസ്സിലാക്കണം ഒരു യഥാർത്ഥ വിപ്ലവകാരി ആദ്യം കുടുംബബന്ധങ്ങളിലെ ഉത്തരവാദിത്വം നിർവഹിക്കുന്നവനാണ്. കുടുംബമാകുന്ന സമരത്തിൽ ക്ഷമയും സംയമനവും പാലിച്ച് അവിടെ നമ്മെ ആശ്രയിക്കുന്നവർക്ക് സ്വാതന്ത്ര്യവും ജീവിത വിഭവങ്ങളും വിദ്യാഭ്യാസവും നൽകുന്നവനാണ്. മറ്റുള്ള ഒരു ശൈലിയും നമ്മുടേതല്ല. മനസ്സിലാകുന്നുണ്ടോ നിനക്ക്?

മാജിദ്, അന്ന് ഡോക്ടർ പറഞ്ഞത് നീ മറന്നുപോയോ, എല്ലാവർക്കും എല്ലാവിധ പ്രവർത്തനങ്ങൾക്കും എപ്പോഴും സാധിക്കില്ല. സമൂഹത്തിൽ ചിലർ സമരം ചെയ്യുമ്പോഴും ചിലർ ആശയറ്റ് തളർന്നു വീഴുമ്പോഴും അവർക്ക് താങ്ങും തണലും നൽകാൻ മറ്റു ചിലർ ഉണ്ടാകും. ആളും അർത്ഥവും ഓരോ ചലനങ്ങൾക്കും ആവശ്യമാണ്. ഇവിടം വിട്ട് പോയാൽ അത് നീ മറക്കാതിരിക്കുക. സമൂഹത്തിൽ നിറഞ്ഞു നിന്നുകൊണ്ട് സമരവും സേവനം ചെയ്യുന്നത് പോലെ തന്നെയാണ് അകലെയിരുന്നു ചെയ്യുന്ന സാമ്പത്തികസഹായവും.''

ഏറ്റവും അടുത്തവരോട് മാത്രം പോകുന്നതിനെക്കുറിച്ച് പറഞ്ഞു. സാമൂഹ്യപ്രവർത്തനങ്ങളുടെ ജില്ലാ ഭാരവാഹിത്വത്തിൽ നിന്നും പ്രാദേശിക ഉത്തരവാദിത്വങ്ങളിൽ നിന്നും ഒഴിഞ്ഞു നിന്നു. ജനകീയ വിഷയങ്ങളിൽ ഇടപെട്ടതിന് അയാളുടെ പേരിൽ ചുമത്തപ്പെട്ട കുറ്റങ്ങളും കേസുകളും മുന്നോട്ട് കൊണ്ടുപോകുവാൻ ആവശ്യമായ

കാര്യങ്ങളിൽ ചർച്ചകളും മറ്റും ചെയ്ത് വക്കീലിനെ കണ്ട് ധാരണ യുണ്ടാക്കി.

തന്റെ വീട്ടു മുറ്റത്ത് നിലനിൽക്കുന്ന ആ വഴിപ്രശ്നത്തിന് ഒത്തു തീർപ്പിലൂടെ പരിഹാരം കാണണമെന്ന് അഭ്യർത്ഥിച്ചുകൊണ്ട് അതു മായി ബന്ധപ്പെട്ടവരോട് സംസാരിച്ചു. കേസും വഴിയുമായി ബന്ധ പ്പെട്ട എല്ലാവരുടെ അരികിലും ചെന്ന് യാത്രയെക്കുറിച്ചും തുടർ ന്നുള്ള വഴിയുടെ നീക്കത്തെക്കുറിച്ചും പറഞ്ഞു. കൂട്ടത്തിൽ ആയിടെ പ്രവാസത്തിൽ നിന്നും ലീവിന് വന്ന ബഷീർ അലിയോടും ഫാരിസി നോടും കൂടി കാര്യങ്ങൾ പങ്കുവെച്ചു. വർഷങ്ങളായി അവർ ഓരോ ലീവിന് വരുമ്പോഴും അയാൾ പോയി കാണാറുണ്ടായിരുന്നു. അവർ ആരും അതിന് യാതൊരു പ്രാധാന്യവും കൊടുത്തില്ലെങ്കിൽ പോലും. പുന്നത്തൂർകാരുമായി ഒരു പരസ്പര വിട്ടുവീഴ്ച സെറ്റിൽ മെന്റിലൂടെ കേസ് ഒത്തുതീർപ്പാക്കുവാനുള്ള ശ്രമങ്ങൾ ഒറ്റയ്ക്ക് തന്നെ നടത്തിക്കൊണ്ടിരുന്നു.

ദിവസങ്ങൾക്ക് ശേഷം വഴിയുടെ കേസിൽ പുന്നത്തൂർക്കാർ ജയിച്ചതായി അറിഞ്ഞു. അവർ ഹാജരാക്കിയ തെളിവുകളും വാദ ങ്ങളും മറികടക്കുവാൻ പ്രതിഭാഗത്തിന് സാധിച്ചിരുന്നില്ല. സാധിക്കു വാൻ ആവശ്യമായ യാതൊരുവിധ രേഖകളും ഇല്ലായിരുന്നു. പിന്നെ കേസ് വാദിക്കുവാൻ വർഷങ്ങളായി ഒരു വക്കീൽ പോലും കോടതി യിൽ ഹജരായിട്ടുമില്ല. ആദ്യ കേസുകൾ മാജിദ് വിജയിപ്പിച്ചു കൊടു ത്തതിനുശേഷം മറ്റൊരാളും അതുമായി ബന്ധപ്പെട്ട് കോടതിയിൽ പോയിട്ടില്ല. വക്കീലിന് ഫീസ് കൊടുക്കാത്തതിനാലും ഉത്തരവാ ദിത്തം ഏറ്റെടുത്ത് കേസ് നടത്താൻ ആരും ഇല്ലാത്തതിനാലും കേസ് തെളിവിന്റെ അടിസ്ഥാനത്തിൽ പൂർണ്ണമായും പുന്നത്തൂർ കുടുംബത്തിന് അനുകൂലമായ വിധിയുണ്ടായി. ആ വിഷയവും അവിടെയുള്ളവർ അറിയുന്നതുപോലും മാജിദ് പറഞ്ഞപ്പോഴാണ്.

ഇതേസമയം ഫാരിസ് അമ്മാവനായ പുന്നത്തൂർ റഹീമുമായി വഴി പ്രശ്നം ചർച്ച ചെയ്യുന്നുണ്ടായിരുന്നു.

''ഫാരിസ്, കേസ് നമ്മൾ ജയിക്കുമെന്നത് ഉറപ്പുതന്നെ, എങ്കിലും മാജിദിന്റെ അതിർത്തിയിൽ വല്ല തടസ്സവും നേരിട്ടാൽ പിന്നെ ഇപ്പോൾ അവിടം വരെയും വന്നു നിൽക്കുന്ന ആ പുതിയ വഴി നമുക്ക് കിട്ടാതെ വരില്ലേ, മാജിദ് എന്നോട് മുടക്കമൊന്നും പറഞ്ഞിട്ടി ല്ലെങ്കിലും മറ്റ് ആളുകൾ അയാളെ സമ്മർദ്ദത്തിലാക്കിയാൽ ഒരു പക്ഷേ...''

''ഇല്ല, അങ്ങനെ വരില്ല. കാരണം മാജിദും അവിടെയുള്ളവരും തമ്മിൽ അത്ര നല്ലൊരു ബന്ധമല്ല ഇപ്പോൾ നിലനിൽക്കുന്നത്.

നമ്മുടെ തീരുമാനവും കേസിന്റെ വിധിയും ഉണ്ടാകുന്നതിന് മുൻപ് തന്നെ മാജിദിനോട് പന്ത്രണ്ടടി സ്ഥലം വിട്ടുകൊടുക്കാൻ അവർ ആവശ്യപ്പെട്ടതു മുതൽ അവർ തമ്മിൽ അത്ര സ്വരച്ചേർച്ചയിലല്ല. നമുക്കത് നല്ലതാണ്. മാത്രവുമല്ല ബിരിയാണി ബീരാന്റെ സ്ഥലം എടുത്ത മുസ്തഫയും മാജിദിനോട് വിരോധത്തിലാണ്. ഈ സാഹ ചര്യത്തെ നമുക്ക് പ്രയോജനപ്പെടുത്താൻ സാധിക്കും.''

''അത് എങ്ങനെ?''

''പറയാം, ഇപ്പോഴല്ല. അങ്ങനെ ഒരു സാഹചര്യം വരുമ്പോൾ. മാമ ടെൻഷനാവണ്ട.''

''നീയും മാജിദും സുഹൃത്തുക്കളല്ലേ, നിന്നോട് ഈ വിഷയം പണ്ടു മുതലേ പറഞ്ഞിരുന്നു എന്ന് ഒരിക്കൽ എന്നോട് മാജിദ് പറഞ്ഞിട്ടുണ്ട്.''

''ശരിയാണ്, ഞാൻ ലീവിന് വരുമ്പോഴെല്ലാം മാജിദ് പറയാ റുണ്ട്, ഇപ്പോഴും പറഞ്ഞിരുന്നു. എന്നാൽ, എനിക്കീ വിഷയത്തിൽ ഒരു റോളും ഇല്ല എന്നാണ് ഞാൻ അവനോട് പറഞ്ഞിരിക്കുന്നത്. അവസാനം വരെ അത് അങ്ങനെതന്നെ കൊണ്ടുപോകണം.എങ്കിലേ ചെയ്യേണ്ടത് ചെയ്യേണ്ട സമയത്ത് എനിക്ക് ചെയ്യാൻ പറ്റൂ.''

ഫാരിസ് അമ്മാവനെ സമാധാനിപ്പിച്ചു.

അസ്വസ്ഥമാകുന്ന ചിന്തകൾ

ഒഴിഞ്ഞു കിടക്കുന്ന വീടിന്റെ മുറ്റവും റോഡും ഒരുവിധ സുരക്ഷിതത്വവും തന്റെ കുടുംബത്തിന് നൽകുന്നില്ല. ഒരു വേലിയോ മതിലോ കെട്ടി അതിര് തിരിക്കാൻ ഇതുവരെയും തനിക്ക് മാത്രം കഴിയുന്നില്ലല്ലോ എന്നോർത്ത് മാജിദിന് പ്രയാസം തോന്നി. പെട്ടെന്ന് വിസ വന്ന് പോകേണ്ടി വന്നാൽ എന്ത് സുരക്ഷിതത്വമാണ് തന്റെ വീടിനുള്ളത്. വീടിന് ചുറ്റി പോകുന്ന വഴി പൂർണ്ണമായും തുറന്ന് കിടക്കുന്നതിനാൽ വഴിയേത്, മുറ്റമേത് എന്ന് തിരിച്ചറിയാൻ പറ്റില്ല. വാഹനങ്ങളും കാൽനടക്കാരുമൊക്കെ മിക്കപ്പോഴും മുറ്റത്തുകൂടിയാണ് സഞ്ചാരം. ഉമ്മറത്തെ നീളം കൂടിയ തിണ്ണയിലെ തൂണുകളൊന്നിൽ ചാരിയിരുന്നുകൊണ്ട് ചിന്തിക്കുകയായിരുന്നു മാജിദ്.

അതിരുകളും മതിലുകളുമില്ലാത്ത ഒരു ലോകത്തെ സ്വപ്നം കാണുന്ന മനസ്സായിരുന്നു മാജിദിനുണ്ടായിരുന്നത്. അതുകൊണ്ടു തന്നെ ഗോത്രകാല സംസ്കൃതിയെക്കുറിച്ച് അയാൾ ഓർത്തു. അതിരുകളും ആധാരങ്ങളുമില്ലാതെ മനുഷ്യർ വലിയ മൈതാനങ്ങളിലെന്നപോലെ ഒരു കുടുംബമായി ജീവിച്ച ആ കാലത്തെക്കുറിച്ച്. തന്റെ കൊച്ചുനാളിൽ പള്ളിക്കൂടത്തിൽ പോകുമ്പോഴും ഗ്രാമങ്ങളിലെ ഇടവഴികളിലും പാടത്തും പറമ്പിലും ഓടിക്കളിക്കുമ്പോഴും ഉത്സവത്തിനും പള്ളിപ്പെരുന്നാളിനും ചന്ദനക്കുടം നേർച്ചകൾക്കുമൊക്കെ കൂട്ടുചേർന്ന് പങ്കെടുക്കുമ്പോഴും താൻ ഈ ഗ്രാമങ്ങളിലെ വീടുകൾക്കൊന്നും ഇന്നുള്ള അതിരുകളും മതിലുകളും കണ്ടിട്ടില്ല. ചുരുക്കം ചില വീടുകൾക്ക് മാത്രം ചില വേലിക്കെട്ടുകൾ കണ്ടിട്ടുണ്ട്. മറ്റുള്ളിടത്തെല്ലാം അതിരുകളിൽ ഉണ്ടായിരുന്നത് കൂടുതലും നിരനിരയായി നിൽക്കുന്ന മരങ്ങളായിരുന്നു. വീട്ടിയും ആഞ്ഞിലിയും പ്ലാവും മാവും തേക്കും. മരങ്ങളാൽ സമ്പന്നമായിരുന്നു അന്ന് ആ അതിരുകൾ.

ഇന്നത്തെപോലെ മുറിച്ചുമാറ്റപ്പെട്ട അകലം വീടുകൾക്കിടയിൽ അന്നുണ്ടായിരുന്നില്ല. ഇന്നിപ്പോൾ അടുത്തടുത്ത വീടുകൾക്ക്

ചുറ്റും വലിയ മതിലുകൾ കെട്ടിപ്പൊക്കിയിരിക്കുന്നു. അവയ്ക്കിടയിലൂടെ ലക്ഷ്മണരേഖപോലെ കടന്നുപോകുന്ന നടവഴികളും റോഡും. ഇന്നിതാ, തനിക്ക് മുന്നിലൂടെയും ഒരു ലക്ഷ്മണരേഖ രൂപപ്പെടുവാൻ പോകുന്നു. ഈ സമൂഹം തനിക്കും അതിർവരമ്പുകൾ നൽകിയിട്ടുണ്ട്. അവിടെ താനും ഒരു മതിലുയർത്താൻ നിർബന്ധിക്കപ്പെടുകയാണ്.

''മാജിദ് ചുറ്റുമതിൽ കെട്ടണം. ഇന്നത്തെ കാലത്ത് വീടിന് സുരക്ഷിതമാക്കാതെ ആരും ഇടാറില്ലല്ലോ.'' വീട്ടിൽ വരുന്നവർ പറയുമായിരുന്നു.

ശരിയാണ് തൊട്ടു പിറകിൽ ഉപയോഗശൂന്യമായ കുളവും കാടുമുള്ളതിനാൽ ഇഴജന്തുക്കളും കുറുക്കനും പട്ടികളുമൊക്കെ ഉമ്മറത്തും മുറ്റത്തും വന്നെത്തുക പതിവാണ്. മഴക്കാലമാകുമ്പോൾ അത് കൂടും. വീട് വെച്ചിട്ടും അതിന് ചുറ്റും ഒരു മതിൽ കെട്ടി സുരക്ഷിതമാക്കാൻ തനിക്ക് സാധിക്കാതെ പോകുന്നല്ലോ എന്നോർത്തിട്ടാണ് എന്നും മാജിദ് ഉറങ്ങാൻ കിടക്കാറ്. വഴിയും മതിലും ഒന്നുമില്ലാതിരുന്നവർക്ക് ഇപ്പോൾ എല്ലാമായി. അതിനെല്ലാം കഷ്ടപ്പെട്ട തനിക്കുമാത്രം ഒന്നിനും കഴിഞ്ഞില്ല. ഓർക്കുമ്പോൾ നിരാശ മാത്രം. ഇപ്പോൾ താൻ ഉണ്ടല്ലോ എന്ന ഒരു സമാധാനമുണ്ട് പക്ഷേ, നാളെ താൻ പോയാൽ... അയാൾ അങ്ങനെ ഓരോന്നും ആലോചിച്ചിരുന്നു. കണ്ണുകൾ അടഞ്ഞു. കാതുകൾ ഒഴിഞ്ഞു. ശരീരം പട്ടുപോലെ തളർന്നു. ശ്വാസഗതിയുടെ നേർത്ത ചലനം മാത്രം.

> അയാളുടെ കാതുകളിൽ ആ ജലകന്യയുടെ മധുരമായ ഓടക്കുഴൽ നാദം ഒഴുകിയെത്തി. അവൾ അയാൾക്ക് അരികിലെത്തുകയും അവളുടെ മനോഹരമായ വിരലുകളിൽ ഒന്ന് മാജിദിന് നേരെ നീട്ടുകയും ചെയ്തു. അതിൽ പിടിച്ചതും അനന്തവും അനിർവചനീയവുമായ കാഴ്ചകളിലേക്ക് അവൾ കൂട്ടിക്കൊണ്ടുപോയി. ഇപ്പോൾ ആകാശത്തിന്റെ അനന്തതിയിലാണുള്ളത്. ഒറ്റക്കാഴ്ചയിൽ തന്നെ പൂർണ്ണമായും ഭൂമിയെ കാണുന്നുണ്ട്. വൃത്താകൃതിയിൽ കാണപ്പെട്ട ഭൂമിയിലേക്ക് അയാൾ മെല്ലെ മെല്ലെ ഊർന്നിറങ്ങിത്തുടങ്ങി. ഭൂമി ഒരു വിരിപ്പുപോലെ പരന്നു വരുന്നതായി അയാൾ കണ്ടു.
>
> അവിടെ അതിരുകളും മതിലുകളും ആധാരങ്ങളുമില്ലാത്ത ഒരു ലോകത്തെയാണ് കാണുവാൻ കഴിഞ്ഞത്. ചന്തകൾ തുറന്ന് വെക്കപ്പെട്ടിരിക്കുന്നു. കടകളിലൊന്നും സൂക്ഷിപ്പിക്കാരോ നടത്തിപ്പുകാരോ ഇല്ല. ആളുകൾ വരികയും ആവശ്യമുള്ള സാധനങ്ങൾ എടുക്കുകയും അതിന്റെ

വിലയായ പണം അവിടെ വെക്കുകയും ചെയ്തുകൊണ്ടിരുന്നു. ഓരോന്നിലും അതിന്റെ വിലകൾ എഴുതിയിരുന്നു. അതുകൊണ്ടുതന്നെ പണം എണ്ണി തിട്ടപ്പെടുത്താനും പരിശോധിക്കുവാനും അവിടെ ആരും ഇല്ല. പച്ചക്കറികളും പഴങ്ങളും സാധാരണയുള്ളതിനേക്കാൾ വലുപ്പവും നിറവും മണവും മധുരവും നിറഞ്ഞതായിരുന്നു. അകിട് നിറഞ്ഞ പശുക്കളാൽ സമ്പന്നമായിരുന്നു അവിടുത്തെ പച്ച വിരിച്ച മേച്ചിൽപുറങ്ങൾ. വിവിധ വർണ്ണങ്ങളും മധുരമായ ശബ്ദങ്ങളുമുള്ള അനേകം പക്ഷികളെക്കൊണ്ട് അലംകൃതമായിരുന്നു വൃക്ഷങ്ങൾ. തെളിനീരൊഴുകുന്ന ധാരാളം അരുവികൾ അയാൾക്കവിടെ കാണുവാൻ സാധിച്ചു. അവിടെയുള്ള വീടുകൾക്കൊന്നിനും വാതിലുകൾ ഇല്ലായിരുന്നു. രാജാവും പ്രജയും തുല്യരായ പൗരന്മാരായി ജീവിതം നയിക്കുന്ന ഒരു ലോകമായിരുന്നു അത്.

''മാജു, ഒരു ഫോണുണ്ട്. വേഗം വന്നെടുക്ക്. എനിക്ക് അകത്ത് നൂറ് കൂട്ടം പണിയുണ്ട്.''

ഭാര്യയുടെ ശബ്ദം തന്റെ സ്വപ്നക്കാഴ്ചകൾക്ക് ഭംഗം വരുത്തി.

അയാൾ സ്വപ്നത്തിൽ നിന്നുമുണർന്ന് ചുറ്റിലും നോക്കി. അപ്പോൾ സൈക്കിളിൽ പരസ്പരം മത്സരിച്ചുകൊണ്ട് കുറച്ച് കുസൃതിക്കുട്ടികൾ റോഡിലൂടെയും അയാളുടെ കാലിനരികിലൂടെ മുറ്റത്തിലൂടെയുമായി അതിവേഗം കടന്നുപോയി.

''ഏത് ദിവസവും പുറപ്പെടേണ്ടി വരും ഒരുങ്ങിയിരിക്കുക, ബാലൻസ് ക്യാഷ് റെഡിയാക്കിവെക്കുക'' എന്ന ഒരു സന്ദേശം ചെന്നൈയിൽ നിന്നും. അന്ന് തന്നെ ഹരിപ്പാട് നിന്ന് മുരളിയും അയാളെ വിളിച്ചു. മാജിദും ഫസലും പോകാൻ തയ്യാറായി. വിസയ്ക്ക് കൊടുക്കേണ്ട ശേഷിക്കുന്ന പണം കൂടെ ശരിയാക്കണം. അത് മാജിദിനെ വിഷമിപ്പിച്ചു.

ഒരു ലക്ഷം കൂടി വേണം. താൻ പോയാൽ കുടുംബത്തിന്റ ജീവിതത്തിന് യാതൊരുവിധ തടസ്സവും ഉണ്ടാവാതിരിക്കാൻ ആവശ്യമായ കരുതൽ പണവും ഒപ്പിക്കണം. ബാങ്കിൽ വീണ്ടും ഗഡുക്കൾ മുടക്കം വന്നു തുടങ്ങി. എല്ലാം ചേർന്ന് ഇനിയും ലക്ഷങ്ങൾ ഉണ്ടെങ്കിലേ എല്ലാം നടക്കൂ. അവർ പറഞ്ഞതുപ്രകാരം രണ്ട് മാസത്തെ ശമ്പളം എടുത്താൽ ഈ പ്രശ്നങ്ങൾ എല്ലാം പരിഹരിച്ചു തുടങ്ങാവുന്നതേയുള്ളൂ. എന്നാൽ ഇനിയും എങ്ങനെയാണ് താൻ അത്രയും സംഖ്യ ഉണ്ടാക്കുക. ആരിൽ നിന്നാണ് വാങ്ങിക്കുക? ഇനിയും ഡോക്ടറെ പോലെ മറ്റൊരാൾ ഇല്ലല്ലോ തനിക്ക് മുന്നിൽ. ആലോ

ചിച്ച വഴികളൊക്കയും പാഴ്‌വഴികളായിരുന്നു. എന്തായാലും മാസ്റ്ററെ പോയി കാണണം. പരിഹാരം ആവശ്യപ്പെട്ടുകൊണ്ടല്ല. തന്റെ വ്യഥ കൾ പങ്കുവെക്കാനും മനസ്സിന്റെ ഭാരം ഇറക്കിവെക്കുവാനും ആ സന്ദർശനം ഉപകരിക്കുമെന്ന് അയാൾക്കറിയാമായിരുന്നു. താൻ ആരാണെന്നും എന്താണെന്നും അറിയുകയും മനസ്സിലാക്കുകയും ചെയ്യുന്ന വേറെ ആരുമില്ല. അപ്രതീക്ഷിതമായി അയാളെ കണ്ട പ്പോൾ മാസ്റ്റർ ചോദിച്ചു.

''വിസ വന്നോ മാജിദ്?''

''ഇല്ല, ഉടനെ കിട്ടും, പാസ്സായിട്ടുണ്ട് എന്നാണ് അറിഞ്ഞത്.''

''ഉം... അപ്പോൾ ബാക്കി സംഖ്യ ഒപ്പിക്കേണ്ടി വരും ല്ലേ? മാജിദ്, അല്ലാഹുവിലുള്ള ശുഭാപ്തി വിശ്വാസമാണ് സത്യവിശ്വാസിയുടെ ജീവിതത്തിന്റെ കാതൽ. പ്രതിസന്ധി ഘട്ടങ്ങളിൽ അപ്രതീക്ഷിത സഹായങ്ങൾ ഉണ്ടാകുന്നത് അത്തരക്കാർക്കാണ്. മാജിദിന് അത് അനുഭവപ്പെട്ടിട്ടില്ലേ?''

''തീർച്ചയായും.''

''ദൈവസഹായത്തിൽ നിരാശ വേണ്ട. അത് തുടരുക തന്നെ ചെയ്യും. ഞാൻ പറഞ്ഞു വരുന്നത് മനസ്സിലാകുന്നുണ്ടോ നിനക്ക്? നീ പേടിക്കണ്ട, എല്ലാം ശരിയാകും. പിന്നെ, ആവശ്യക്കാരന് ഔചിത്യം പാടില്ല എന്നൊരു ചൊല്ലുണ്ട്. അതുകൊണ്ട് നിനക്ക് തരും എന്ന് വിശ്വസിക്കുന്നവരെ സമീപിക്കുക. അതിൽ തെറ്റില്ല. പോയാൽ ഒരു വാക്ക്. കിട്ടിയാൽ പ്രശ്നങ്ങൾക്കുള്ള പരിഹാരം. നീ പരിഭ്രമിക്കണ്ട. നിന്നെ മനസ്സിലാക്കും എന്ന് തോന്നുന്നവരോട് മാത്രം ചോദിക്കുക. ഒരു മാസത്തെ അവധി പറയുക. ഇൻഷാ അല്ലാഹ്, അതിനുള്ളിൽ നമുക്ക് കൊടുക്കുവാൻ സാധിക്കും. നീ വിഷമിക്കണ്ട. പണം ഇല്ലാത്തതിന്റെ പേരിൽ നീ പോകാതിരിക്കില്ല. എന്തായാലും കുറച്ച് ദിവസം കൂടിയുണ്ടല്ലോ. നമുക്ക് ക്ഷമയോടെ കാത്തിരിക്കാം.''

രണ്ട് ദിവസങ്ങൾ കഴിഞ്ഞപ്പോൾ. വിസയുടെ കോപ്പി മെയിലിൽ വന്നു. നെഞ്ചിടിപ്പ് കൂടി വന്നു. ക്യാഷ് അയച്ചാൽ ഡേറ്റ് കൺഫേം ചെയ്തുകൊണ്ട് ടിക്കറ്റ് അയയ്ക്കുമെന്ന് അതിൽ എഴുതിയിരുന്നു. ഫസലിനും മെയിൽ ലഭിച്ചു. അവർ പരസ്പരം കാര്യങ്ങൾ ചർച്ച ചെയ്തു. ഫസലിന്റെ ഫണ്ട് ശരിയായിട്ടുണ്ടന്നറിഞ്ഞു. ഇനി മാജി ദിന്റെ കൂടി ശരിയായാലേ ഒരുമിച്ചുള്ള യാത്ര നടക്കൂ.

''ഫസൽ നീ പൊയ്ക്കോളൂ, ഞാൻ എത്തിക്കൊള്ളാം. എനി ക്കായി കാത്തുനിൽക്കരുത്.''

''മാജിക്കയില്ലാതെ പോകുന്നതിൽ എനിക്ക് പ്രയാസമുണ്ട്. എന്റെ ഫണ്ട് തന്നെ ഒരു വിധം ശരിയാക്കുകയായിരുന്നു, അല്ലെങ്കിൽ...''

"വേണ്ട, എനിക്കായി കാത്തുനിൽക്കരുത് ഫസൽ പോകാൻ തയ്യാറാവുക. അവസരങ്ങൾ ആർക്കുവേണ്ടിയും കാത്ത് നിൽക്കില്ല. അപ്പോൾ അവസരം ലഭിക്കുന്നവരും കാത്തു നിൽക്കരുത്."

വീട്ടിലെത്തിയപ്പോൾ അതുവരെയുള്ള സാഹചര്യങ്ങൾ ഭാര്യയുമായി പങ്കുവെച്ചു. പലിശയ്ക്ക് കിട്ടുന്നുവെങ്കിൽ അതാണ് നല്ലത്, ഇഷ്ടമുണ്ടായിട്ടല്ല. എങ്കിലും ബന്ധുക്കളോട് ചോദിക്കാൻ അവൾക്ക് തീരെ ഇഷ്ടമില്ലായിരുന്നു. ജീവിതത്തിന്റെ വിവിധ ഘട്ടങ്ങളിലൂടെ അവൾ അവരെയൊക്കയും നല്ലതുപോലെ തിരിച്ചറിഞ്ഞതാണ്. അയാളും അതിന് ഒരുക്കമല്ലായിരുന്നു. പിന്നെ സുഹൃത്തുക്കളാണ് ഉള്ളത്. അവരൊക്കെയും വലിയ പരാധീനതയിലുമാണ്. വേറെ ആരെ സമീപിക്കും എന്ന് ചിന്തിച്ചുകൊണ്ടിരിക്കെയാണ് വെള്ളാങ്ങല്ലൂരിൽ നിന്നും ബാബു വിളിക്കുന്നത്. അവിടന്ന് താമസം മാറിയപ്പോഴും ബാബുവുമായുള്ള ബന്ധം അറ്റുപോയിരുന്നില്ല.

അവർ പരസ്പരം ഫോൺ ചെയ്യുകയും ഇടയ്ക്കൊക്കെ കുടുംബസമേതം വീടുകളിൽ സന്ദർശനം നടത്താറുമുണ്ടായിരുന്നു. ബാബു സ്നേഹവും വിശ്വാസവും നിറഞ്ഞ നല്ലൊരു കലാകാരൻ കൂടിയാണ്. മാജിദിൽ അയാൾക്കുള്ള വിശ്വാസം കൊണ്ടാവാം പല പ്രതിസന്ധികളിലും അയാൾ മാജിദിനോട് തുറന്ന് പറയുകയും അങ്ങനെ അത്തരം വിഷമഘട്ടങ്ങളെ തരണം ചെയ്യാറുമുണ്ട്.

ഇപ്പോൾ എന്തിനാവും ബാബു വിളിച്ചത് എന്ന് ഓർക്കവേ ഫോൺ എടുക്കാതെ കുറച്ചു നേരം അയാൾ അതിലേക്ക് തന്നെ നോക്കിക്കൊണ്ടിരുന്നു.

"എന്തേ ഫോൺ എടുക്കാഞ്ഞത്, ആരാ വിളിച്ചത്?"

"ബാബുവാണ്."

"എന്നിട്ടാണോ എടുക്കാതിരുന്നത്, മോശമായി."

അവൾ അത് പറഞ്ഞപ്പോൾ അയാൾക്ക് കുറ്റബോധമുണ്ടായി. അയാൾ ഒന്നും പറയാതെ ഫോണിലേക്ക് തന്നെ നോക്കിക്കൊണ്ടിരിക്കെ ഭാര്യയുടെ ഫോൺ ശബ്ദിച്ചു. അവൾ അത് എടുത്തു നോക്കിയിട്ട് പറഞ്ഞു

"ബാബുവാണ്."

"ഹലോ, സുഖാണോ നിനക്ക്. അളിയനില്ലേ അവിടെ, ഞാൻ വിളിച്ചു. കുറേ നേരം ബെല്ലടിച്ചല്ലോ പക്ഷേ, എടുത്തില്ലല്ലോ."

മാജിദിനെ അയാൾ അളിയനെന്നാണ് വിളിക്കാറ്. അവളുടെ സഹോദരന്റെ സുഹൃത്തായിരുന്നു ബാബു.

“ഇവിടെയുണ്ട്. ഞങ്ങൾ വീടിന്റെ പുറത്താണ് ബാബുവേട്ടാ, ഫോൺ അകത്ത് ചാർജിന് വെച്ചിരിക്കുകയാണ്. അതാ, കേട്ടില്ല.”

“പിന്നെന്താ വിശേഷം. ഇങ്ങോട്ട് വന്നിട്ട് കുറേ ആയല്ലോ.”

“ശരി ഞാൻ കൊടുക്കാം.”

അവൾ ഫോൺ മാജിദിന്റ കയ്യിൽ കൊടുത്തു. അയാൾ ഫോൺ വാങ്ങി സംസാരിച്ചു. അവൾ അയാളുടെ അരികിൽ ചേർന്നു നിന്നു. സംസാരമദ്ധ്യേ മാജിന്റ യാത്രയെക്കുറിച്ചും ബാബു ചോദിച്ചു. മാജിദിന്റെ മറുപടിയിൽ എന്തോ ഒരു വിഷാദം നിഴലിക്കുന്നതായി ബാബുവിന് തോന്നിയിരുന്നു.

“അളിയാ, എന്തുപറ്റി, സംസാരത്തിൽ എന്തോ ഒരു പ്രയാസം തോന്നുന്നല്ലോ. എന്തായാലും നമുക്ക് പരിഹാരമുണ്ടാക്കാം. അളിയൻ ഒന്ന് പറഞ്ഞാൽ മതി ട്ടോ, വിഷമിക്കണ്ട. ക്യാഷ് എന്തങ്കിലും ആവശ്യമുണ്ടങ്കിൽ ഉടനെ പറയണം. മടി കാണിക്കരുത്.”

അയാൾക്ക് ആത്മധൈര്യവും പിന്തുണയും ആശ്വാസവും നൽകിക്കൊണ്ടാണ് ബാബു സംസാരിച്ചത്. നിരാലംബവും നിസ്സഹായവുമായ നേരത്ത് താങ്ങും തണലും കരുത്തും കരുണയുമായി വന്നെത്തുന്നവനല്ലേ യഥാർത്ഥ സുഹൃത്ത്. തനിക്ക് വാഗ്ദാനം നൽകുന്നു. അയാളുടെ മനസ്സിൽ എന്തെന്നില്ലാത്ത ശാന്തത. അയാൾ ബാബുവിനോട് കാര്യങ്ങൾ പറഞ്ഞു. എല്ലാം നിശ്ശബ്ദമായി കേട്ടു നിന്ന ബാബു ഒന്ന് മാത്രമാണ് ചോദിച്ചത്. മാജിദിന്റെ ബാങ്ക് അക്കൗണ്ട് നമ്പറും ഡീറ്റൈൽസും. അപ്പോൾ തന്നെ അത് അയച്ചു. ഉടനെ അക്കൗണ്ടിൽ അമ്പതിനായിരം രൂപ ക്രെഡിറ്റ് ആവുകയും ചെയ്തു. ഒരു മെസ്സേജും ഉണ്ടായിരുന്നു.

“ഡിയർ അളിയൻ, ആവശ്യമായ മുഴുവൻ സംഖ്യയും തരണമെന്നാണ് ആഗ്രഹിച്ചത്. സാധിച്ചില്ല. എനിക്ക് വിഷമം ഉണ്ട്. സാധിക്കുമെങ്കിൽ ബാക്കിയുള്ളത് മറ്റാരിൽ നിന്നെങ്കിലും വാങ്ങിക്കുക. ആ സംഖ്യ ഞാൻ കൊടുത്തുകൊള്ളാം. ഇപ്പോൾ ഇല്ലാത്തതുകൊണ്ടാണ്. എന്നോട് ക്ഷമിക്കുമല്ലോ.”

അത് വായിച്ചപ്പോൾ അയാളുടെ കണ്ണുകൾ നിറഞ്ഞു. സ്വന്തമെന്ന് ചൊല്ലി കൂടെ നിന്ന് സഹായിക്കുന്ന ഈ സൗഹൃദത്തിനു മുന്നിൽ താൻ എത്രയോ ധന്യനാണ്.

“ബാബു സ്നേഹം കൊണ്ട് നമ്മെ കീഴ്പ്പെടുത്തിയിരിക്കുന്നു.”

ഇനിയും ആരോടാണ് താൻ സഹായം ചോദിക്കേണ്ടത്. മാഷ് പറഞ്ഞതു പോലെ ആവശ്യക്കാരന് ഔചിത്യം തോന്നേണ്ട കാര്യമില്ല. പ്രശ്നങ്ങൾ പൂർണ്ണമായി പരിഹരിക്കണമെങ്കിൽ ഇനിയും പണം ആവശ്യമാണ്. അതിനെന്താണ് ഒരു വഴി. ഇതുവരെയും

കാത്തിരുന്നതും പ്രതീക്ഷിച്ചതുമായ ആ സന്ദർഭം കൈയെത്തും ദൂരത്തിൽ നിന്നുകൊണ്ട് തന്നെ നോക്കി ചിരിക്കുകയാണ്. തനിക്ക് പ്രിയപ്പെട്ടവരും തന്നെ പ്രിയപ്പെട്ടവരുമായവർ ഇനിയും ധാരാള മുണ്ട്. എന്നാൽ തന്നെ അടുത്തറിയുന്നവരായും മനസ്സിലാക്കുന്ന വരായും അധികം ഇല്ലല്ലോ എന്നയാൾ വിഷമിച്ചു. ഒരു ബിൽഡിങ് പണികൾ പൂർത്തീകരിക്കുവാൻ വേണ്ട അവസാനത്തെ കല്ലിനെ ന്നപോലെ മാജിദിന് ആവശ്യമായ ബാക്കി സംഖ്യ സഹായിക്കാൻ സാധിക്കുന്ന സൗഹൃദ മുഖങ്ങളിൽ ഒരാളെയാണ് മാജിദ് ഇപ്പോൾ തേടുന്നത്.

ആ തേട്ടം ഒരിക്കലും നിഷ്ഫലമാകാത്തവിധം അയാൾക്ക് പ്രയോജനം ചെയ്യുന്നതാകണം. ചോദിച്ചാൽ കിട്ടണം, ഇല്ലെങ്കിൽ അത് അപമാനവും നിരാശയുമാണ് പകരം നൽകുക. ഓർമ്മകളും ചിന്തകളും വരച്ച ചിത്രങ്ങളിൽ പല മുഖങ്ങളും പലകുറി കടന്നു പോയി. ആരിലും ശ്രദ്ധ നിറുത്തുവാൻ മാജിദിന് കഴിഞ്ഞില്ല.

ഒരാൾ ഉദാരമനസ്സുള്ളവനായാൽ പിന്നെ ആവശ്യത്തിനും അല്ലാ തെയും ആളുകൾ അയാളെ സമീപിക്കും. രാഷ്ട്രീയം, മതം, സാംസ് കാരികം, ജീവകാരുണ്യം തുടങ്ങി പല മേഖലയിൽ നിന്നും ആളുകൾ ഒഴുകിയെത്തും. കൊടുക്കുന്നത് കുറഞ്ഞുപോയാലോ അല്ലെങ്കിൽ പിന്നെ നൽകാം എന്ന് പറഞ്ഞാലോ ചിലപ്പോൾ അയാളെപ്പറ്റി മോശമായി പറഞ്ഞു നടക്കുകയും ചെയ്യും. സമൂഹത്തിൽ പല ബന്ധങ്ങളും സാമ്പത്തിക സഹായം ചെയ്തതിന്റെ പേരിൽ മാത്രം നഷ്ടമാവുകയും പിന്നീടത് വഴക്കും ശത്രുതയും വിളിച്ചു വരുത്തി യതായും അനുഭവമുണ്ടായിരുന്നു. അത്തരം സാഹചര്യങ്ങളിൽ ചില മധ്യസ്ഥയിൽ പങ്കെടുക്കുമ്പോൾ മാജിദ് പറയും

‘‘നിങ്ങൾ ആരെയെങ്കിലും സാമ്പത്തികമായി സഹായിക്കാൻ ആഗ്രഹിക്കുന്നുവെങ്കിൽ അത് കടമായി നൽകാതിരിക്കുക. ഉള്ളത് മനസ്സറിഞ്ഞ് ദാനമായി നൽകുക. കാരണം അത് നിങ്ങൾക്ക് ആത്മ ശാന്തിയും സന്തോഷവും പ്രദാനം ചെയ്യും. കടം തിരിച്ചുകിട്ടാ താകുമ്പോൾ മനസ്സിൽ ദേഷ്യവും ചതിക്കപ്പെട്ടു എന്ന തോന്നലു മാണ് നൽകുക. അത് ബന്ധങ്ങളെ അകൽച്ചയിലേക്കും ശത്രുത യിലേക്കും നയിക്കും.’’

അപ്പോഴാണ് ജലീൽ ഷാഫിയെന്ന സുഹൃത്തിന്റെ മുഖം മാജി ദിന്റെ ഓർമ്മയിൽ തെളിഞ്ഞത്. ഗൾഫിലും നാട്ടിലുമൊക്കെ ധാരാളം ബിസിനസ്സ് സംരംഭങ്ങളും തിരക്കുമുള്ള ആൾ. ജീവകാരുണ്യ സേവനപ്രവർത്തനങ്ങൾക്ക് അകമഴിഞ്ഞ് സഹായിക്കുന്ന മനസ്സി നുടമ. മാജിദിനെ കാണുമ്പോഴും വിളിക്കുമ്പോഴും എപ്പോഴും വിശേഷങ്ങൾ അന്വേഷിക്കാൻ സമയം കണ്ടെത്തുമായിരുന്നു. അതു

കൊണ്ടുതന്നെ അദ്ദേഹത്തിനോടുകൂടി തന്റെ മനസ്സ് തുറക്കുന്നതിൽ വിരോധമുണ്ടാകില്ലെന്ന മാജിദിന് തോന്നി. ഹസ്സൻ മാഷെപോലെ അയാൾക്ക് മനസ്സ് തുറക്കാനും കാര്യങ്ങൾ ചർച്ച ചെയ്യാനും കഴിയുന്ന ഒരു സുഹൃത്തായിരുന്നു ജലീൽ ഷാഫി എന്ന പ്രവാസി. അദ്ദേഹം നാട്ടിൽ വരുമ്പോൾ അവർ പലപ്പോഴും കണ്ടുമുട്ടാറുണ്ടായിരുന്നു. ജീവിതത്തിന്റ ചില നിർണ്ണായകഘട്ടങ്ങളിൽ അവർ മനസ്സ് തുറക്കുകയും പരസ്പരം പരിഹാരം തേടുകയും പതിവായിരുന്നു. മാജിദ് തന്റെ ജീവിതത്തിന്റെ താളം പിഴയ്ക്കുന്നു എന്നറിഞ്ഞപ്പോൾ ആദ്യം അത് പങ്കുവെച്ചത് ജലീൽ ഷാഫിയോടാണ്.

''ജലീൽക്ക, കാൽചുവട്ടിലെ മണ്ണ് ഇളകുന്നതായി തോന്നുന്നുണ്ട്.''

''നീ പേടിക്കണ്ട, എന്റെ സഹായം വേണമെങ്കിൽ പറയാൻ മടിക്കരുത്. ഒമാനിലേക്ക് ഒരു വിസയ്ക്ക് നീ വിഷമിക്കണ്ട. പിന്നെ ഇളക്കമുള്ള മണ്ണിൽ അധികം ചവിട്ടി നിൽക്കുന്നത് ബുദ്ധിയല്ല.''

''ഏയ്, പ്രവാസത്തിലേക്ക് ഞാനില്ല. മാത്രവുമല്ല ഇവിടന്ന് വിട്ടാൽ പിന്നെ കിട്ടാനുള്ളത് ഒന്നും കിട്ടുകയില്ല. കിട്ടിയാലും ഇനിയും പ്രവാസത്തിലേക്ക് എനിക്ക് എവിടെ പ്രായം?''

അന്നൊക്കെ കോടതിയിലുള്ള കേസിൽ നിന്നും ലക്ഷങ്ങൾ കിട്ടുമെന്നും എന്നിട്ട് പെട്ടെന്ന് തന്നെ പുതിയ ചില ബിസിനസ്സുകൾ തുടങ്ങണം എന്നുതന്നെയായിരുന്നു അയാൾ കരുതിയിരുന്നത്. ജീവിതസാഹചര്യങ്ങൾ കൂടുതൽ സങ്കീർണ്ണതകളിലേക്കാണ് ആ യാത്ര ചെന്നെത്തിച്ചത്. അപ്പോഴൊക്കെയും ചില ഇടവേളകളിൽ ഷാഫി അയാളെ ഗൾഫിൽ നിന്നും വിളിച്ചുകൊണ്ടിരുന്നു. ജലീൽ ഷാഫി അയാളുടെ സമ്മതത്തിനും ആവശ്യപ്പെടലിനും കാത്തുനിൽക്കാതെ അയാളുടെ അക്കൗണ്ടിലേക്ക് ചെറിയ സംഖ്യകൾ ട്രാൻസ്ഫർ ചെയ്യുമായിരുന്നു. അതൊരു അനിർവ്വചനീയ സൗഹൃദത്തിന്റെ തുടർച്ചയായിരുന്നു. ഷാഫിയെന്ന മനുഷ്യസ്നേഹിയുടെ ഉദാരതയുടെ തുടർച്ച. എന്നിട്ട് പറയും

''മാജിദ്, നീ ഇങ്ങനെ തളർന്നുപോകേണ്ടവനല്ല.അവിടെ പ്രയാസങ്ങളുണ്ടങ്കിൽ ഇങ്ങോട്ട് പോരുക. നിന്നെപ്പോലെ ഒരാൾക്ക് ചെയ്യാവുന്ന പല പണികളും ഇവിടെയുണ്ട്.''

ആ ക്ഷണം സ്നേഹത്തോടെ നിരസിക്കുകയും തന്റെ ലക്ഷ്യങ്ങളടെ പൂർത്തീകരണത്തിന് വേണ്ടി ശ്രമിച്ചുകൊണ്ടിരിക്കുകയുമാണ് ചെയ്തത്. അതുകൊണ്ടു തന്നെ ജലീൽ ഷാഫിയിൽ തന്റെ ആവശ്യങ്ങൾ ഇനിയും തുടർന്നാൽ അത് ആവർത്തനവും സ്നേഹ വിശ്വാസങ്ങൾക്കിടയിലെ വിടവുകൾക്ക് കാരണമാവുകയും ചെയ്യുമോ

എന്നും ഭയപ്പെട്ടു. കുറച്ച് കാലങ്ങളായി അവരുടെ സൗഹൃദങ്ങളിൽ മനപ്പൂർവം ഒന്നും പങ്കുവെക്കാറില്ല. ഷാഫി അന്വേഷിക്കുമ്പോൾ

‘‘അൽഹം ദുലില്ലാഹ്, കുഴപ്പമില്ല.എല്ലാം ഭംഗിയായി പോകുന്നു’’ എന്ന് മാത്രം പറഞ്ഞുകൊണ്ടയാൾ അവസാനിപ്പിക്കും. അപ്പോഴും ഷാഫി പറയും

‘‘എന്തെങ്കിലും ആവശ്യമുണ്ടങ്കിൽ നീ എന്നോട് പറയണം.’’

ആത്മാർത്ഥതയും സ്നേഹ വിശ്വാസങ്ങളും നിറഞ്ഞ ഷാഫിയുടെ സൗഹൃദത്തിലും ഉദാരമനസ്സിന്റെ വിശാലതയിലും അഭിമാനിച്ചുകൊണ്ട് മാജിദ് പ്രാർത്ഥിക്കും

‘‘അല്ലാഹുവേ ഇത്തരം നല്ല മനുഷ്യർക്ക് നീ ദീർഘായുസ്സും ബർക്കത്തും അനുഗ്രഹങ്ങളും നൽകേണമേ...’’

മറ്റൊരു മുഖവും അയാളുടെ കണ്ണിൽ നിൽക്കുന്നില്ല. അവസാനത്തെ ശ്രമമെന്ന നിലയിൽ ഷാഫിയെ കാണുവാൻ തീരുമാനിച്ചു. അദ്ദേഹത്തെ കണ്ട് കാര്യങ്ങൾ വിശദമാക്കിയപ്പോൾ ഒരു മടിയും കൂടാതെ ശേഷിക്കുന്ന സംഖ്യ മുഴുവൻ നൽകിക്കൊണ്ട് അവരുടെ സൗഹൃദ ബന്ധങ്ങളിലെ മാജിദിന്റെ ദൃഢവിശ്വാസത്തെ ജലീൽ ഷാഫി ബലപ്പെടുത്തി.

ഇപ്പോൾ എല്ലാം ശരിയായി. ആസ്ട്രേലിയ അത്രയൊന്നും അകലെയല്ലെന്ന് അയാൾക്ക് തോന്നി. താൻ പിന്നിട്ട ജീവിതപാതയിലേക്ക് തിരിഞ്ഞുനോക്കുമ്പോൾ കരിങ്കല്ലിൽ തീർത്ത നാഴിക്കല്ലുകൾ പോലെ ഡോക്ടറും ബാബുവും ജലീൽ ഷാഫിയും പിന്നെ തനിക്ക് എല്ലാമായ മാഷും മനോമുകുരത്തിൽ തെളിഞ്ഞുനിൽക്കുന്നു. അവസാന നിമിഷങ്ങളിലെ ജീവജലമായി ഊഷരമായ മണ്ണിലേക്ക് പെയ്തിറങ്ങിയ മഴ പോലെ അവർ മാജിദിന്റെ ജീവിത പാഠങ്ങൾക്ക് നനവേകി.

അന്നും ഉറക്കത്തിന്റെ മധ്യത്തിൽ അയാൾ സ്വപ്നം കണ്ടു. ശരിക്കും യാഥാർത്ഥ്യബോധ്യം നൽകിയ കാഴ്ചകളായിരുന്നു അത്.

> വിശാലമായ വീതിയും നീളവും കൂടിയ വിജനമായ ഒരു വഴിയിൽ നടന്നുകൊണ്ടയാൾ ഒറ്റയ്ക്ക് യാത്ര ചെയ്യുകയാണ്. അതിപുരാതനമായ ഒരു കാലത്തിന്റെ മധ്യാഹ്നമായിരുന്നു അത്. തകർന്നടിഞ്ഞ ഗോപുരങ്ങളും കൊട്ടാരങ്ങളും നഗരങ്ങളും കാലപ്പഴക്കത്തിൽ ജീർണ്ണതയെ പുൽകിയതായി കണ്ടു. അവിടെ ജീവന്റെ തുടിപ്പുകൾ അവശേഷിച്ചിരുന്നില്ല. നരച്ചുപോയ ആകാശ മേലാപ്പിൽ ഒരു പറവയോ മണ്ണിൽ ഒരു പച്ചപ്പുൽനാമ്പുപോലും കാണാൻ കഴിഞ്ഞില്ല. കുറച്ചു കൂടി ദൂരങ്ങൾ പിന്നിട്ടപ്പോൾ മഹാ

യുദ്ധങ്ങൾ കഴിഞ്ഞ രണഭൂമിയിലൂടെയാണ് താൻ നടന്നു നീങ്ങുന്നതെന്ന് ബോധ്യമായി. ചത്തുമലച്ച ആയിരക്കണക്കിന് പടയാളികളുടെയും കുതിരകളുടെയും തകർന്ന തേരുകളുടെയും ചിതലെടുത്ത അസ്ഥിപഞ്ജരങ്ങളായിരുന്നു അവിടം നിറയെ ഉണ്ടായിരുന്നത്. തുരുമ്പെടുത്ത് ദ്രവിച്ച ആയുധങ്ങളും പടയങ്കികളും ചിതറിക്കിടന്നിരുന്നു. പൊള്ളുന്ന വെയിലിൽ ഉണങ്ങിക്കരിഞ്ഞ മനുഷ്യശരീരങ്ങളും കണ്ടു.

എങ്ങോട്ടെന്നറിയാത്ത യാത്ര. ചുട്ടു പഴുത്ത മണൽ പാതയിൽ നഗ്നപാദമായുള്ള ആ നടത്തം അയാളിൽ അതികഠിനമായ ദാഹവും ക്ഷീണവും. തൊണ്ട വരണ്ടുണങ്ങിയിരിക്കുന്നു. വിരലുകളിൽ നിന്നും ചോര പൊടിയുന്നതായി അയാൾ അറിഞ്ഞു. പെട്ടെന്നാണ് യുദ്ധാരവങ്ങളുടെ പടഹധ്വനി അയാളുടെ കാതിൽ ഉയർന്നത്. കുതിരക്കുളമ്പടിയും വാളുകൾ ഏറ്റുമുട്ടുന്നതും വെട്ടും മുറിവുമേറ്റവരുടെ ദീനരോദനങ്ങളും കേട്ടു. അയാൾ ഭയവിഹ്വലനായി വിറച്ചുകൊണ്ടിരുന്നു. അപ്പോൾ അതിശക്തമായ മണൽക്കാറ്റടിച്ചുകൊണ്ട് എല്ലാ കാഴ്ചയും മറഞ്ഞു. സാവകാശം അന്തരീക്ഷം ശാന്തമാകുമ്പോൾ ആ ജലകന്യകയുടെ ഓടക്കുഴൽ നാദം തേടിയെത്തി. ദാഹാർത്തമായ ശരീരത്തിലും മനസ്സിലും അത് കുളിര് പെയ്യിച്ചു. ചുറ്റിലും അവളെ തിരഞ്ഞു, കാണാൻ കഴിഞ്ഞില്ല. ദാഹം കഠിനമായി അനുഭവപ്പെട്ടു. ഒരിറ്റുവെള്ളത്തിനായി അലഞ്ഞു. പെട്ടെന്നാണ് ആകാശം മേഘാവൃതമായത്. ശക്തിയായ ഇടിമുഴക്കം ആവർത്തിച്ചു. അപ്പോൾ മിന്നൽപ്പിളരുകളിലൂടെ മാത്രം അവളെ കണ്ടു. നിലാവിന്റെ വെണ്മപോലെ അവൾ പ്രകാശിച്ചുകൊണ്ടിരുന്നു. അതിശക്തമായി മഴ പെയ്തു തുടങ്ങി. കോരിച്ചൊരിയുന്ന മഴ. എന്നിട്ടും തനിക്കുമുകളിൽ ആരോ അദൃശ്യമായ കുട പിടിച്ചതുപോലെ അയാളുടെ വഴികളും ശരീരവും ഒരിറ്റുകൊണ്ടുപോലും നനഞ്ഞിരുന്നില്ല. മഴ ചുറ്റിലും കോരിച്ചൊരിയുകയാണ്. എന്നാൽ മിഴികൾ പെയ്ത മഴയിൽ നനഞ്ഞിരുന്നു.

യാത്രയയപ്പ്

കാറും കോളും ഒഴിഞ്ഞ ആകാശം തെളിഞ്ഞതുപോലെ മാജിദിന്റെ മനസ്സും തെളിഞ്ഞു. ഇപ്പോൾ വേർപാടിന്റെ നോവുകൾ മാത്രം. ഭാര്യയേയും മക്കളെയും സുഹൃത്തുക്കളെയും ജീവനുതുല്യം സ്നേഹിച്ചു പ്രവർത്തിച്ച പ്രസ്ഥാനത്തെയും വിട്ടെറിഞ്ഞ് പോകേണ്ടി വരുന്ന മനസ്സിന്റെ നോവുകൾ. സ്വന്തവും ബന്ധവും സുഹൃത്തുക്കളുമില്ലാത്ത ലോകത്തിന്റെ ഏതോ ഒരു ദിക്കിലേക്കാണ് പോകുന്നത് എന്ന യാഥാർത്ഥ്യം അയാളിൽ ആധി പടർത്തി. ഭാര്യയ്ക്കും ഓർക്കുമ്പോൾ വലിയ പ്രയാസമുണ്ട്. പക്ഷേ, അവർ പരസ്പരം വിഷമിക്കരുതെന്ന് കരുതി ഒന്നും പറഞ്ഞില്ല.

യാത്രയ്ക്ക് മുൻപ് ഏറ്റവും അടുത്തവരെ വീട്ടിലേക്ക് വിളിക്കണം. ഒരു നേരം എല്ലാവരും ഒത്തുചേർന്ന് ഭക്ഷണം കഴിക്കണം എന്ന് മാജിദ് തീരുമാനിച്ചു. ആഴ്ചയിൽ നടക്കാറുള്ള അവരുടെ മീറ്റിങ്ങും ഈ ആഴ്ച തന്റെ വീട്ടിൽ വെച്ച് നടത്താനുള്ള ഒരുക്കങ്ങൾ ചെയ്തു. അതിലേക്ക് മറ്റുള്ളവരെയും വിളിക്കാം എന്ന് കരുതി. അങ്ങനെ ഒരു ദിവസം വൈകുന്നേരം എല്ലാവരും വീട്ടിൽ ഒത്തുചേർന്നു.

പൊതുരംഗത്ത് തന്നെ താനാക്കി വളർത്തിയ വെള്ളാങ്ങല്ലൂരിലെ അൽ ഇൻസാനിയ്യ യൂണിറ്റിൽ നിന്നും കുറച്ച് അംഗങ്ങൾ കൃത്യസമയത്തിനു മുന്നേ എത്തി. വരാൻ കഴിയാത്തവരോട് മാജിദ് നേരിട്ട് പോയി യാത്ര പറഞ്ഞിരുന്നു. എങ്കിലും അന്നവർ ഫോണിലൂടെ തങ്ങളുടെ പ്രാർത്ഥനകളിൽ നിറച്ച സ്നേഹം പങ്കുവെച്ചു. സദസ്സിൽ ജമീൽ സെയ്തു ഓർമ്മകൾ പങ്കുവെച്ചു.

‘‘മാജീദ് സാഹിബ് വന്നതിനുശേഷമാണ് ഞാനീ പ്രസ്ഥാനത്തിൽ വന്നത്. അന്നുമുതൽ ഞങ്ങൾ ഒരുമിച്ചായിരുന്നു എല്ലാ പ്രവർത്തനങ്ങളും ചെയ്തിരുന്നത്. ഞങ്ങളുടെ യൂണിറ്റിൽ നിന്നും ഇദ്ദേഹം ഇങ്ങോട്ട് പോന്നതുതന്നെ എന്നെ സംബന്ധിച്ചിടത്തോളം വലിയ നഷ്ടമായിരുന്നു. എങ്കിലും, ജില്ലയിലെ പ്രവർത്തനപഥത്തിൽ

ഇദ്ദേഹം നിറഞ്ഞുനിന്നിരുന്നതുകൊണ്ട് ഞങ്ങൾക്കിടയ്ക്കിടെ കാണാനും സംസാരിക്കുവാനും സാധിക്കുമായിരുന്നു. ഇപ്പോൾ നാട്ടിൽ നിന്നും പറിച്ചുനടപ്പെടുന്നുവെന്ന് ഓർക്കുമ്പോൾ പ്രയാസ മുണ്ട്. രാത്രികളിൽ ഞങ്ങൾ ഒരുമിച്ച് പോസ്റ്റർ പതിക്കുമ്പോഴും ചുമർ എഴുതുമ്പോഴും തൊട്ടരികിൽ തന്നെ വിവിധ രാഷ്ട്രീയ ഭൗതിക സംഘനകളുടെ പ്രവർത്തകരും അത്തരം പ്രവർത്തനങ്ങളുമായി രംഗത്ത് ഉണ്ടാകാറുണ്ട്. അപ്പോൾ മാജീദ് സാഹിബ് പറയുമായി രുന്നു, 'ജമീൽ സാഹിബ് അവർ ഭൗതിക പ്രണയത്താൽ പോസ്റ്റർ ഒട്ടിക്കുന്നു, നമ്മളോ, ആത്മീയപ്രണയത്താലും' അവരുടെ പോസ്റ്ററു കളും എഴുത്തുകളും മായുകയും കീറിപ്പറിയുകയും ചെയ്യുന്നതോടെ ഇല്ലാത്തതാകുന്നു. എന്നാൽ നമ്മുടെതോ അനശ്വരമായ കർമ്മമായി രേഖപ്പെടുത്തപ്പെടുന്നു.''

സദസ്സിൽ എല്ലാവരും മാജിദീനെ നോക്കി. അയാൾ വിതുമ്പുന്ന ഓർമ്മകളുമായി തല കുനിച്ചിരുന്നു. ജമീൽ തുടർന്നു

''അത്മീയതയും ഭൗതികതയും തമ്മിൽ മാറ്റുരക്കാൻ സാധിച്ച ആ സന്ദർഭങ്ങൾ എനിക്ക് തുടർന്നുള്ള പ്രവർത്തനങ്ങൾക്ക് ഊർജ്ജം നൽകിയിട്ടുണ്ട്. എന്നാൽ ഇനിയുള്ള പ്രവർത്തനങ്ങൾക്ക് ജില്ലയിൽ ഇദ്ദേഹം ഉണ്ടാകില്ലല്ലോ എന്ന് ഓർക്കുമ്പോൾ ആ ശൂന്യത വളരെ വലുതാണ്.''

ജമീൽ സെയ്തുവിന്റെ തൊണ്ട ഇടറിയിരുന്നു. ആത്മീയ സൗഹൃ ദയത്തിന്റെ അളവറ്റ ആ നിമിഷങ്ങൾ അനിർവചനീയമായിരുന്നു. അൽ ഇൻസാനിയ്യയുടെ പ്രവർത്തകർ യാത്ര പറഞ്ഞിറങ്ങുമ്പോൾ ഒന്നും പറയാതെയും ചോദിക്കാതെയും മൂകമായ മനസ്സുമായി എല്ലാം കണ്ടും കേട്ടും അവർക്കൊപ്പം ബാബുവും ഉണ്ടായിരുന്നു. ബാബുവും കുടുംബവും നേരത്തെ തന്നെ എത്തിയിരുന്നു. ബാബു വിനായിരുന്നു അയാൾ പോകുന്നതിൽ പ്രയാസം. യോഗ പരിപാടി കളും യാത്രാ ആശംസകളും അർപ്പിച്ചുകൊണ്ട് ഓരോരുത്തരും സംസാരിച്ചു. അപ്പോഴൊക്കെയും മറ്റാരും കാണാതെ ബാബുവിന്റെ ഹൃദയം പിടയ്ക്കുന്നുണ്ടായിരുന്നു. മീറ്റിംഗ് കഴിഞ്ഞ് എല്ലാവരും യാത്ര പറഞ്ഞിറങ്ങിയപ്പോൾ ബാബുവും ഫാമിലിയും മാത്രം ബാക്കി യായി.

''അളിയാ, അളിയന് ഇങ്ങനെ പോകേണ്ടി വരുമെന്ന് ഞാനൊ രിക്കലും കരുതിയിരുന്നില്ല. അളിയാ, അളിയൻ പോകാതിരിക്കാൻ ഒരു വഴിയുമില്ലേ?''

''ഇല്ല ബാബു, എനിക്ക് പോയേ പറ്റൂ. പോകാതിരിക്കാൻ കഴി യുന്ന മറ്റൊരു വഴിയും മുന്നിലില്ല. പോയിട്ട് വേണം എനിക്കായി

ജീവിക്കാൻ. മക്കൾക്കായി ജീവിക്കാൻ. അതിന് കുറച്ചെങ്കിലും ജീവിതവിഭവങ്ങൾ സമാഹരിച്ചല്ലേ പറ്റൂ.''

അയാൾ അത് പറയുമ്പോൾ രണ്ടുപേരുടേയും കണ്ണുകളിൽ കണ്ണുനീർ നിറഞ്ഞിരുന്നു. നിർമലമായ സ്നേഹത്തിന്റെയും സുഹൃദ് ബന്ധത്തിന്റെയും നേർചിത്രമായിരുന്നു അത്. അവർ കളിക്കൂട്ടുകാരോ സതീർത്ഥ്യരോ ആയിരുന്നില്ല. എങ്കിലും പരസ്പരം അറിയാനും ആരായാനും മനസ്സിലാക്കാനും സഹായിക്കാനും സാധിക്കുന്ന മനസ്സിന്റെ ഉടമകളായിരുന്നു.

ഇടിവെട്ടേറ്റവനെ കടിച്ച പാമ്പ്

പോകാനുള്ള ടിക്കറ്റും കാത്തിരുന്ന് ദിവസങ്ങൾ കടന്നപൊയ്ക്കൊണ്ടിരുന്നു. പോകാൻ കഴിയുമെന്ന് പറഞ്ഞ ദിവസവും കഴിഞ്ഞു. സുഹൃത്തുക്കളും ബന്ധുക്കളും "പോകുന്നില്ലേ... പോയില്ലേ" എന്നും ചോദിച്ചു തുടങ്ങി. അവരോടൊക്കെ എന്ത് പറയണമെന്നറിയാതെ മാജിദ് കുഴങ്ങി.

അയാളും ഫസലും മാറി മാറി വിളിച്ചിട്ടും മുരളി ഫോൺ എടുത്തില്ല. ചെന്നൈയിൽ ഫോൺ എടുത്തവർ ആരും തന്നെ തൃപ്തികരമായി ഉത്തരം പറഞ്ഞതുമില്ല. കാര്യങ്ങളെ പെട്ടെന്ന് അപഗ്രഥിച്ചറിയാൻ സാധിച്ചിരുന്ന മാജിദിന് അത് തിരിച്ചറിയാൻ അധികം സമയം വേണ്ടി വന്നില്ല. അതുകൊണ്ടുതന്നെ ഫസലിനോട് അയാൾ അത് പറഞ്ഞു

"ഫസൽ നമ്മൾ വഞ്ചിക്കപ്പെട്ടിരിക്കുന്നു."

"മാജിക്കാ..."

സ്തബ്ധനായിപ്പോയ ഫസൽ പെട്ടെന്ന് അയാളെ വിളിച്ചു.

"നിങ്ങളെന്തായീ പറയുന്നത്. നമ്മൾ വഞ്ചിക്കപ്പെട്ടുവെന്നോ, അപ്പോൾ നമുക്കിനി പോകാൻ കഴിയില്ലേ, നമ്മൾ കൊടുത്ത ലക്ഷങ്ങൾ..."

"അതെ, സംശയിക്കണ്ട. ഇപ്പോൾ മുതൽ എല്ലാം പോയി എന്ന് വിശ്വസിക്കാൻ ശീലിക്കുക. മറ്റൊരു വഴി കണ്ടെത്താൻ ശ്രമിക്കുക. അതേ മാർഗ്ഗമുള്ളൂ."

അയാൾ ഉറപ്പിച്ച് പറഞ്ഞു. ആകെ തളർന്ന് അവശനായിപ്പോയി ഫസൽ. മാജിദ് അവനൊപ്പം ഇരുന്നു.

"ഇതാണ് ലോകം, നാം ശ്വസിക്കുന്ന അവസാനശ്വാസം പോലും തട്ടിപ്പറിക്കാൻ തക്കം പാർത്തു നടക്കുന്നവരുടേതും കൂടിയാണ് ഇത്. അവർ ജീവിക്കുന്നത് ഇങ്ങനെയാണ്. ഛെ, ഞാൻ പോലും

ചതിക്കപ്പെട്ടല്ലോ എന്നോർക്കുമ്പോൾ എനിക്ക് വിഷമമല്ല, ലജ്ജ യാണ് തോന്നുന്നത്.''

''നമുക്ക് ചെന്നൈ വരെ പോയി നോക്കിയാലോ. മാജിക്കാക്ക് സ്വന്തം നാടുപോലെ പരിചയമുള്ളതല്ലേ അവിടെ. ഈ യാത്ര ശരി യായില്ലെങ്കിൽ പിന്നെ എനിക്ക് പിടിച്ചു നിൽക്കാനാവില്ല. അതു കൊണ്ട് നമുക്കൊന്ന് പോയി നോക്കാം.''

''ഇനി, അതിന് കൂടി നാം പണം കണ്ടെത്തണം. അതും വേസ്റ്റ് തന്നെ.''

മാജിദ് ക്ഷുഭിതനായി.

''ഫസൽ, വികാരമല്ല ഇപ്പോൾ വേണ്ടത്. വിവേകമാണ്. ഇതു വരെയും നമുക്കില്ലാതെ പോയതും അത് തന്നെയായിരുന്നു. എനി ക്കാണെങ്കിൽ രാത്രിയും പകലും തിരിച്ചറിയാനാകാത്തവിധം അന്ധത ബാധിച്ചിരിക്കുന്നു. എങ്കിലും ഞാൻ പറയട്ടെ ഇനി കരഞ്ഞതു കൊണ്ടോ, വഞ്ചിക്കപ്പെട്ടതിൽ സ്വയം കുറ്റപ്പെടുത്തിയിട്ടോ ഒരു കാര്യവുമില്ല. പകരം കരുത്തോടെ മറ്റു മാർഗ്ഗം അന്വേഷിക്കുക.''

''മാജിക്കാ, ഞാനൊരു സാധാരണ മനുഷ്യനാണ്. നിങ്ങൾക്കുള്ള മനഃശക്തിയും ധൈര്യവും ജീവിതാനുഭവങ്ങളൊന്നും എനിക്കില്ല. ഉള്ള ജോലിയും കളഞ്ഞിട്ടാണ് ഞാനീ ജോലിക്ക് പോകാമെന്ന് കരുതിയത്. സമ്പാദിച്ചു കൂട്ടാനൊന്നുമല്ല. എത്രയും വേഗം ഒരു ചെറിയ വീട് പണിത് പ്രവാസം മതിയാക്കി എന്റെ കുഞ്ഞുമക്കളും കുടുംബവുമൊത്ത് ഇവിടെ ജീവിക്കാനുള്ള കൊതികൊണ്ടാണ്. അതിനുവേണ്ടി എത്രപേരുടെ മുന്നിൽ കൈനീട്ടിയിട്ടാണ് ഞാനീ പണം മുഴുവനും സ്വരൂപിച്ചത്. അതിപ്പോ ഇങ്ങനെ ആയിപ്പോയല്ലോ എന്റെ അല്ലാഹ്. ഞാനിതെങ്ങിനെയാണ് വീട്ടിൽ പറയുക?''

ഫസൽ ശരിക്കും വാവിട്ട് കരയുകയാണ്. നിയന്ത്രണം വിട്ട് കരയുന്ന ഫസലിനെ ചുമലിൽ തട്ടി ആശ്വസിപ്പിച്ചുകൊണ്ട് അയാൾ പറഞ്ഞു

''കരയരുത്, അല്ലെങ്കിൽ വിഷമിക്കരുത് എന്നൊന്നും ഞാൻ പറയില്ല. പകരം കുറേ കരയുക, വിഷമിക്കുക. അത് ഇപ്പോഴത്തെ പ്രഷർ കുറയ്ക്കും. കുറച്ച് കഴിയുമ്പോൾ നീ തനിയെ ശാന്തമാകും. അപ്പോൾ ആലോചിക്കുക, കരച്ചിലും വിഷമവും പരിഹാരമാണോ അതോ കരുത്തോടെ അടുത്ത വഴി തേടുകയാണോ ഏതാണ് വേണ്ടത് എന്ന്. നീ എന്നെക്കുറിച്ച് ചിന്തിച്ചിട്ടുണ്ടോ പലപ്പോഴും പൊള്ളുന്ന അനുഭവങ്ങളേറ്റ് ക്ഷീണിച്ചുപോയ ഒരാളാണ് ഞാൻ. കഷ്ടപ്പെട്ടുണ്ടാക്കിയ കിടപ്പാടം പോലും വിൽക്കാൻ വെച്ചവൻ. എന്നിട്ടും ഞാൻ തളരുകയോ തകരുകയോ ചെയ്തിട്ടില്ല. കാരണം

എനിക്കൊരു കുടുംബമുണ്ട്. അവർക്ക് ഞാൻ മാത്രമേ ഉണ്ടാകൂ. എനിക്ക് പകരമാവാൻ മറ്റൊരു ബന്ധത്തിനും കഴിയില്ലന്ന സത്യ മാണ് അതിന് കാരണം. ഇപ്പോൾ ഈ വഴിയും അടഞ്ഞു എന്ന് കരുതി ഞാൻ നിശ്ചലനാകാൻ ഒരുക്കമല്ല.''

''നമ്മൾ ഇനി എന്ത് ചെയ്യും മാജിക്ക?''

''ഫസൽ, ബാലിശമായ ചോദ്യമല്ലേ ഇത്. പോയത് പോയി എന്ന് വിശ്വസിക്കുക. ഇനി അതിന്റെ പുറകിൽ പോയി ഉള്ള സമയം പാഴാക്കാതിരിക്കുക. കിട്ടാനുള്ളതിന് വേണ്ടി അന്വേഷിക്കുക.''

''എങ്കിലും നമുക്കൊന്ന് അന്വേഷിച്ചു പോകണ്ടേ?''

''പോകാം. പക്ഷേ, അതിനും കടം മേടിക്കണ്ടേ. പ്രയോജനം ചെയ്യാത്ത കടങ്ങൾ നമ്മുടെ ഉറക്കം കെടുത്തും.''

''എന്തായാലും നമുക്ക് പോകണം. അതിന്റെ ചെലവുകൾ ഞാൻ വഹിക്കാം. എന്റെ പക്കൽ കുറച്ചുകൂടി പണം ഇരിപ്പുണ്ട്.''

''ഫസൽ, നീ തെറ്റിദ്ധരിക്കരുത്. പണം ചെലവഴിക്കാനുള്ള മടി കൊണ്ടല്ല ഞാനത് പറഞ്ഞത്. അതുകൊണ്ടെന്തെങ്കിലും പ്രയോ ജനം ഉണ്ടാകുമെന്ന വിശ്വാസം ഇല്ലാഞ്ഞിട്ടാണ്.''

ഫസലിന്റെ നിർബന്ധത്തിന് വഴങ്ങി അയാൾ അവനുമായി ആദ്യം ഹരിപ്പാട് മുരളിയുടെ ഓഫീസിലും പിന്നെ ചെന്നൈയിലും ചെന്നിറങ്ങി. അവിടങ്ങളിൽ അവരുടെ ഓഫീസുകൾ എല്ലാം അടഞ്ഞു കിടന്നു. ആരെയും കാണാൻ കഴിഞ്ഞില്ല. ഏതായാലും വന്നതല്ലേ എന്നു കരുതി അവിടെയുള്ള പൊലീസ് സ്റ്റേഷനിൽ അവർ പരാതി കൾ കൊടുത്തു. ചെന്നൈയിൽ മാജിദിന് പരിചയമുള്ള വ്യക്തി കളുമായി കാര്യങ്ങൾ സംസാരിക്കുകയും അവർവഴി കൂടുതൽ അന്വേഷണത്തിനുള്ള അവസരങ്ങൾ ഒരുക്കുകയും ചെയ്തുകൊണ്ട് തിരിച്ചു പോന്നു.

നാട്ടിലെത്തിയ ഉടനെ മാജിദ് നേരെ പോയത് ചാവക്കാട്ടേക്കാണ്. അവിടെയുള്ള അയാളുടെ സുഹൃത്തും റിയൽ എസ്റ്റേറ്റ് ബ്രോക്കറു മായ റാസിക്കിനെ കണ്ട് കാര്യങ്ങൾ പങ്കുവെച്ചു. പോകുന്നതിന് മുമ്പ് റാസിക്ക് വഴി ഒരു പാർട്ടി അയാളുടെ വീടും പറമ്പും വാങ്ങി ക്കുവാൻ വന്നിരുന്നു. വളരെ മോശമായ ഒരു വിലയിൽ ചോദിച്ചത് കൊണ്ട് അന്ന് അയാൾ അവരോട് സംസാരിക്കാൻ അത്ര താല്പര്യം കാണിച്ചില്ല. പിന്നെ പറയാം, ചെന്നൈയിൽ പോയി വരട്ടെ എന്നു പറഞ്ഞുകൊണ്ടാണ് അന്നയാൾ അവരിൽ നിന്നും പിരിഞ്ഞു പോന്നത്. എങ്കിലും അപ്പോൾ റാസിക്ക് പറഞ്ഞിരുന്നു

''ആ പാർട്ടി പറഞ്ഞ വിലയ്ക്കാണങ്കിൽ എപ്പോൾ വേണമെ ങ്കിലും ചെന്നാൽ മതി, അഡ്വാൻസ് നൽകാൻ അവർ തയ്യാറാണ്. മാജിദ് ചെന്നൈയിൽ പോയി വാ. എന്നിട്ട് നമുക്ക് ആലോചിക്കാം.''

എന്നാൽ അത്രയും കുറഞ്ഞ വില പറഞ്ഞപ്പോൾ തന്നെ അയാളുടെ മനസ്സ് വേദനിച്ചിരുന്നു. അതുകൊണ്ടുതന്നെ അവർക്ക് ആ വിലയ്ക്ക് കൊടുക്കേണ്ടതില്ല എന്ന തീരുമാനത്തിലും അവരോടുള്ള വിഷമം കൊണ്ടുമാണ് അയാൾ അന്ന് അവിടന്ന് പോന്നത്. ഒരിക്കൽ ബ്രോക്കർമാർ കയറിയിറങ്ങി പല പല വിലകൾ പറഞ്ഞ് ചളിപ്പിച്ചതാണ് തന്റെ വീടും പറമ്പും. അപ്പോഴൊക്കെയും അയാൾ വീടിന്റെ പുറമെ ഇറങ്ങി നിന്ന് ആ സ്വപ്ന ഭവനം കണ്ണ് നിറയെ നോക്കിക്കാണും. അതിന്റെ കല്ലും മരവും ആർക്കിടെക്റ്റർ ഭംഗിയും നോക്കി നിൽക്കും. എന്നിട്ട് ഓരോ ബ്രോക്കർമാർ പറഞ്ഞ വിലയും ഓർത്തുകൊണ്ട് നെടുവീർപ്പിടും.

ഇപ്പോൾ മാജിദ് അത്യാവശ്യക്കാരനാണ്. ഔചിത്യബോധത്തിന്റെയും അഭിമാന സങ്കല്പങ്ങളുടെയും ഔന്നത്യ ചിന്തകളിൽ നിന്നും ഭൂമിയോളം താഴ്ന്നിരിക്കുന്നു അതുകൊണ്ടാണ് ഇപ്പോൾ വീണ്ടും ആ പാർട്ടിയുടെ അടുത്തേക്ക് പോകുന്നത്. ആ യാത്രയ്ക്ക് മുന്നേ ചെന്നൈയിൽ നിന്ന് തന്നെ അയാൾ തീരുമാനിച്ചിരുന്നു. നഷ്ടത്തിനാണെങ്കിലും തന്റെ പുരയും പറമ്പും വിൽക്കുക തന്നെ എന്ന്. കുറേക്കാലമായി കടങ്ങൾ നൽകുന്ന ബാധ്യതകൾ കവർന്നെടുത്തതാണ് തന്റെ സന്തോഷവും ഉറക്കവും. തൊണ്ടയിൽ തടഞ്ഞ മുള്ളുമായി നടക്കുന്ന അവസ്ഥയാണ് തനിക്കിന്ന്. ഇല്ല, ഇന്ന് ലഭിക്കുന്ന സമാധാനമാണ് നാളെ വരുന്ന സന്തോഷത്തേക്കാൾ വലുത്. തനിക്ക് നഷ്ടപ്പെട്ട, തന്നിലെ തന്നെ താൻ തന്നെ തിരിച്ചു പിടിക്കണം. അതിന് താൻതന്നെയാണ് തീരുമാനങ്ങൾ എടുക്കേണ്ടത്. ഭാര്യയോടല്ലാതെ മറ്റാരോടും തനിക്ക് ആലോചിക്കാനില്ല. പക്ഷേ, എന്തും തന്റെ ശരികൾക്കൊപ്പം നിൽക്കുന്ന പാവം ഒരു പെണ്ണാണവൾ.

മാജുവിന്റെ സന്തോഷത്തിൽ നിന്നും വീണുകിട്ടുന്ന സന്തോഷമേ ഞാൻ ആഗ്രഹിക്കുന്നുള്ളൂ എന്ന് പറയുന്ന തന്റെ പ്രിയപ്പെട്ടവളെക്കുറിച്ചോർക്കുമ്പോഴാണ് ശരിക്കും മാജിദ് തളർന്നുപോകുന്നത്. നിറയെ സ്വർണ്ണാഭരണവും കാറും മറ്റു സൗകര്യങ്ങളുമായി തന്റെ ജീവിതത്തിലേക്ക് വിശ്വാസത്തോടെയും പ്രതീക്ഷകളോടെയും കടന്നുവന്നവളാണവൾ. ആ അവളുടെ കാതിൽ നിന്നും അവസാനത്തെ കമ്മൽ പോലും അഴിച്ചെടുക്കേണ്ട ഗതികേടുണ്ടായിട്ടും അവൾ ചിരിച്ചിട്ടേയുള്ളൂ. എല്ലാ പിന്തുണയും ധൈര്യവും നൽകി തന്നെ സന്തോഷിപ്പിച്ചിട്ടേയുള്ളൂ. ഇപ്പോഴിതാ, ഉള്ള കിടപ്പാടവും പറമ്പും കൈവിടാൻ പോകുന്നു. അതും ഭീമമായ നഷ്ടത്തിന്, അങ്ങനെ ഓരോന്നും ഓർത്തുകൊണ്ടയാൾ കണ്ണീരൊഴുക്കി. വലിയ ശബ്ദമുണ്ടാക്കിക്കരയുവാനാണ് അയാൾ ആഗ്രഹിച്ചത്. എന്നാൽ

ശബ്ദം പുറത്തു വന്നില്ല. പുതിയ ഒരു പാർട്ടിയെ കണ്ടെത്താനും വില ഉറപ്പിക്കാനുമൊന്നും ഇനി സമയമില്ല.

ബാങ്കിൽ നിന്നും കുടിശ്ശിക തീർത്തുകൊണ്ട് ലോൺ പുതുക്കുകയോ അവസാനിപ്പിക്കുകയോ ചെയ്യേണ്ട സമയം അതിക്രമിച്ചു. മറ്റൊന്ന് കോടതിയിൽ നടക്കുന്ന കേസുകളൊന്നിൽ വാദിയായ അയാൾ തെളിവുകളുടെ അഭാവത്തിൽ പരാജയപ്പെടുകയും കോടതി ചിലവിലേക്കും മറ്റും നഷ്ടപരിഹാരമായി എതിർകക്ഷിക്ക് ലക്ഷങ്ങൾ കൊടുക്കുവാൻ വന്ന വിധിയാണ്. കൂടാതെ അയാളുടെ ബിസിനസ്സിൽ പങ്കാളിയായിരുന്ന സുഹൃത്തിന് ലോൺ എടുക്കാൻ ജാമ്യം നിന്ന കേസിൽ സുഹൃത്ത് സംഖ്യ അടയ്ക്കാത്തതിനാൽ ഉടനെ നാലര ലക്ഷം അയാൾ കോടതിയിൽ അടയ്ക്കേണ്ടതിനുമൊക്കെയായി നോട്ടീസുകൾ വന്നിരിക്കുന്നതുമാണ്. അതുകൊണ്ടാണ് ഇനിയൊരു ആലോചനയും ചർച്ചയും വേണ്ടെന്ന് വെച്ചുകൊണ്ട് അയാൾ നേരെ ചാവക്കാട്ടേക്ക് പോയത്. പോകുവാൻ വീട്ടിൽ നിന്നും പടികളിറങ്ങുമ്പോൾ അയാൾ തിരിഞ്ഞ് നിന്നുകൊണ്ട് ഭാര്യയോട് പറഞ്ഞു

''ഞാൻ പോവുകയാണ്.''

കുറച്ചുനേരം കടിച്ചു പിടിച്ച മൗനങ്ങളുമായി മാജിദ് നിന്നു. ഒപ്പം അവളും. അവർ ആറ്റുനോറ്റുണ്ടാക്കിയ ആ വീടും അതിനൊപ്പം അവർ ഒരുമിച്ച് പണിത സ്വപ്നങ്ങളും നഷ്ടപ്പെടുവാൻ പോവുകയാണ്. ഇവിടെ നിന്നും ചാവക്കാട് വരെയെത്തുന്ന ദൈർഘ്യമേ ഇനി അതിനുള്ളൂ.

''നീ മനസ്സുകൊണ്ട് എന്നെ വെറുക്കരുത്. കഴിവുകെട്ടവനായി കരുതരുത്. നഷ്ടപ്പെടുത്താനായിട്ടല്ല ഞാൻ ഒന്നും ചെയ്തത്. എങ്കിലും ഇപ്പോൾ എല്ലാം നഷ്ടപ്പെടുകയാണ്. മുന്നിൽ വേറെ ഒരു വഴിയുമില്ല. നിനക്കറിയാലോ. പുതിയ വഴികൾക്ക് വേണ്ടി നമ്മൾ നടന്നുവന്ന വഴികളത്രയും ഞാനടയ്ക്കുകയാണ്. നീ എന്നെ അനുവദിക്കണം. എനിക്ക് സമ്മതം തരണം. ഞാൻ നമ്മുടെ ഈ വീടും പറമ്പും വിൽക്കുകയാണ്. അവർ ചോദിച്ച വിലയ്ക്ക് തന്നെ...''

അപ്പോൾ തൊട്ടടുത്ത പള്ളിയിൽ നിന്നും ബാങ്ക് കൊടുക്കുന്നുണ്ടായിരുന്നു. ബാങ്കിന് ഉത്തരം നൽകി പ്രാർത്ഥിച്ചുകൊണ്ട് അവർ നിശ്ശബ്ദരായി. ബാങ്ക് കഴിഞ്ഞപ്പോൾ അവൾ പറഞ്ഞു

''മാജു എന്റെ മുന്നിൽ ഒരിക്കലും നിസ്സഹായനാവരുത്, നിരാശനുമാവരുത്. അല്ലാഹുവില്ലേ നമുക്കൊപ്പം. മറ്റുള്ളവർക്കും കുടുംബത്തിനും സഹായങ്ങൾ മാത്രം ചെയ്തിട്ടുള്ള എന്റെ മാജുവിനെ

അല്ലാഹു കൈവിടില്ല. എനിക്കുറപ്പുണ്ട്. നമുക്കൊന്നും നഷ്ടപ്പെട്ടിട്ടില്ല. ഇനി നഷ്ടപ്പെടുകയുമില്ല. ഇൻഷാ അല്ലാഹ്. പോകുമ്പോൾ പള്ളിയിൽ കയറി നിസ്ക്കരിച്ചിട്ട് പൊയ്ക്കോളൂ.''

അയാൾ ആകെ വികാരാധീനനായി. അതുവരെയും സംഭരിച്ച കരുത്തുകൾ ചോർന്നുപോകുന്നതായി തോന്നി. പിന്നീടെന്തെങ്കിലും പറയുവാനോ ഒരടിയെങ്കിലും അനങ്ങുവാനോ കഴിയാതെയായി. മാജിദ് അവളെ തന്നെ നോക്കി നിന്നു. അപ്പോൾ പുഞ്ചിരിച്ചുകൊണ്ട് അവൾ ചോദിച്ചു

''മാജു എന്തേ ഇങ്ങനെ നിന്നുകളഞ്ഞത്, പോകുന്നില്ലേ. നേരം വൈകിയാൽ പള്ളിയിലെ ജമാഅത്ത് കിട്ടില്ല. വേഗം പൊയ്ക്കോ.''

''പിന്നെയും പിന്നെയും നീയെന്നെ തോല്പിക്കുകയാണല്ലോ പെണ്ണേ, എന്നെ സ്നേഹിക്കാനും സഹിക്കാനുമായിട്ടാണോ നിന്നെ അല്ലാഹു സൃഷ്ടിച്ചത്. ഒരിക്കലെങ്കിലും നിനക്കെന്നോട് ഒന്ന് ദേഷ്യപ്പെട്ടു കൂടെ, ശാസിക്കുകയോ ഉപദേശിക്കുകയോ ചെയ്തുകൂടെ? ദേഷ്യവും വഴക്കുമായി കഴിയേണ്ട എത്രയോ സന്ദർഭങ്ങൾ നമ്മുടെ ജീവിതത്തിലുണ്ടായിട്ടുണ്ട്. എല്ലാം എന്റെ തെറ്റുകൾ കൊണ്ടുമാത്രം. എന്നിട്ടും ഒരിക്കൽ പോലും നീയെന്തേ എന്നെ ഒന്ന് വഴക്ക് പറയാത്തത്? നീ ഒന്ന് ദേഷ്യപ്പെടുകയും വഴക്കുണ്ടാക്കുകയും ചെയ്തിരുന്നെങ്കിൽ എനിക്കെന്ത് ആശ്വാസമായിരുന്നെന്നോ?''

അപ്പോഴും അവൾ പുഞ്ചിരിക്കുകയാണ് ചെയ്തത്.

''നീയെന്തേ ഒന്നും പറയാത്തത്. നമ്മുടെ ഈ വീടും പറമ്പും വിൽക്കുവാനാണ് ഞാൻ പോകുന്നത്, അതിന്റെ അഡ്വാൻസുമായിട്ടാണ് ഞാൻ തിരിച്ചു വരിക. എന്നിട്ടും...''

അയാൾ അത് പറഞ്ഞുകൊണ്ടിരിക്കെ പള്ളിയിൽ നിന്നും നിസ്കരിക്കാൻ തുടങ്ങുന്ന പ്രാരംഭ പ്രതിജ്ഞ കേട്ടു തുടങ്ങി.

''മാജു വേഗം പൊയ്ക്കോളൂ. പള്ളിയിൽ നിസ്കാരം തുടങ്ങി.''

ഭാര്യ ഓർമിപ്പിച്ചു. പിന്നെ ഒന്നും പറഞ്ഞില്ല. മനസ്സിന്റെ മുറിവുകളിൽ തൂങ്ങിയ ഭാരങ്ങളും പേറി ധൃതിയിൽ പള്ളിയിലേക്ക് നടന്നു. കാഴ്ചയിൽ നിന്നും മറഞ്ഞകന്നു എന്ന് ഉറപ്പുവന്നപ്പോൾ അവൾ കതകുകൾ അടച്ചു. ശേഷം അതിൽ ചാരിനിന്നിട്ട് വാതിലിൽ തല ചേർത്തുവെച്ചുകൊണ്ട് കണ്ണുകൾ മുറുക്കിയടച്ചു. തുറന്നപ്പോൾ മച്ചിൽ ഒരു എട്ടുകാലി അതിന്റെ വല നെയ്തുകൊണ്ടിരുന്നു.

ആ കച്ചവടം നടന്നില്ല. വീടുവാങ്ങാൻ തയ്യാറായി നിന്നവർക്ക് അപകടത്തിൽ പെട്ട് ജീവനുവേണ്ടി കേഴുന്നവനെ കൊള്ളചെയ്യുന്നവരുടെ മനസ്സായിരുന്നു. നേരത്തെ പറഞ്ഞുറച്ച വിലയിൽ നിന്നും

വീണ്ടും വില കുറയ്ക്കുവാൻ അവർ ആവശ്യപ്പെട്ടു. അയാൾ എത്തിപ്പെട്ടിരിക്കുന്ന ഈ നിർബന്ധിതാവസ്ഥയിൽ തങ്ങൾ പറഞ്ഞ വിലയ്ക്ക് കച്ചവടം ചെയ്യാൻ വഴങ്ങുമെന്നാണ് അവർ കരുതിയത്. അതിനുവേണ്ടി അവർ പ്രധാനമായും ഉന്നയിച്ചത് ആ വഴിയുടെ പ്രശ്നം തന്നെയാണ്. അതെല്ലാം നേരത്തെ പറഞ്ഞും കണ്ടും തീരുമാനം ഉറപ്പിച്ചതാണല്ലോ. എന്നിട്ടും എഗ്രിമെന്റ് എഴുതി അഡ്വാൻസ് വാങ്ങാൻ വന്ന ഈ സമയത്ത് ഓരോന്ന് പറഞ്ഞുകൊണ്ട് വീണ്ടും വില കുറച്ച് ചുളുവിൽ കൈക്കലാക്കാനുള്ള അവരുടെ ശ്രമമായിരുന്നു അതെന്ന് തിരിച്ചറിയാൻ അധികം സമയം വേണ്ടിവന്നില്ല. പിന്നെ ഒന്നും ഓർത്തില്ല. സദസ്സിൽ നിന്നും ചാടി എഴുന്നേറ്റു. എന്നിട്ട് പറഞ്ഞു

‘‘ഈ നേരും നെറിയും കെട്ട കച്ചവടത്തിന് ഇനി താൽപര്യമില്ല. കോടികൾ തന്നാൽ പോലും ഇനി ഞാനത് വിൽക്കുന്നില്ല, പ്രത്യേകിച്ചും നിങ്ങൾക്ക്. സുഹൃത്തേ, എനിക്ക് വാക്കൊന്നേയുള്ളൂ, വാപ്പയും. അതിന് ഒരു കാലത്തും മാറ്റമുണ്ടാകില്ല.’’

അവരുടെ മുഖത്ത് നോക്കി ഉറക്കെ പറഞ്ഞുകൊണ്ട് അവിടെ നിന്നും മാജിദ് പടിയിറങ്ങി.

നിമിത്തം

നെറികെട്ട കച്ചവടത്തിന് വഴങ്ങി കൊടുക്കാതെയുള്ള തിരിച്ചു പോക്കിൽ മാജിദിന്റെ വാഹനം അതിവേഗത്തിൽ മുന്നോട്ട് കുതിച്ചു കൊണ്ടിരുന്നു. എന്നാൽ മനസ്സ് പല പല മുഖങ്ങളിലൂടെയും രംഗ ങ്ങളിലൂടെയും അതിവേഗം പുറകോട്ടും സഞ്ചരിച്ചുകൊണ്ടിരുന്നു. കാസറ്റും സി.ഡിയുമൊക്കെ ഫോർവേഡും റിവേഴ്സും അടിക്കു ന്നതുപോലെ അയാൾ ചില വേള ഓർമ്മകളെയും ചിന്തകളെയും മുന്നോട്ടും പുറകോട്ടും ചലിപ്പിച്ചുകൊണ്ടിരുന്നു. ഇടയ്ക്കിടെ പോസ് ചെയ്തും സ്റ്റോപ്പ് ചെയ്തും ഓരോ മുഖവും അനുഭവങ്ങളെയും അയാൾ ഓർത്തെടുക്കുകയായിരുന്നു. ഒടുവിൽ ഒരു മുഖത്തിൽ അയാൾ പോസ് ചെയ്തു. ഒപ്പം വണ്ടി ബ്രേക്ക് ചെയ്ത് സൈഡൊ തുക്കി നിറുത്തി.

അയാളുടെ സഹോദര തുല്യനായ ഒരു സുഹൃത്തിന്റേതായി രുന്നു ആ മുഖം. കൊച്ചു നാൾ മുതൽ തന്നെയും കുടുംബത്തെയും അറിയുന്ന മുഹമ്മദ് അലിയായിരുന്നു അത്. മുഹമ്മദ് അലി ഗൾഫി ലാണ്, ഖത്തറിൽ. അവിടത്തെ ഒരു പ്രധാന പത്രത്തിൽ ഫോട്ടോ ഗ്രാഫറാണ്. അവിടെ പോയിട്ട് വർഷങ്ങൾ ഏറെ കഴിഞ്ഞിരിക്കുന്നു. ഇടയ്ക്കൊക്കെ ലീവിന് നാട്ടിൽ വരുമ്പോൾ അവർ പരസ്പരം കാണാറും വിശേഷങ്ങൾ പങ്കുവെക്കാറുമുണ്ടായിരുന്നു.

അന്ന് രാത്രിയിൽ അവസാനവട്ട ആലോചനയ്ക്കും ശേഷം അയാൾ ഭാര്യയോട് പറഞ്ഞു.

‘‘ഞാൻ നമ്മുടെ അലിക്കയെ ഒന്ന് വിളിച്ച് ഒരു വിസ ആവശ്യ പ്പെടട്ടെ. നീയെന്ത് പറയുന്നു?’’

‘‘ഉം, വിളിച്ചോളൂ. അലിക്കയല്ലേ. പറ്റുമെങ്കിൽ ചെയ്യാതിരിക്കില്ല.’’

അവൾ മറുപടി പറഞ്ഞതും പിന്നെ അയാൾ മറ്റൊന്നും ഓർത്തില്ല. ഉടനെ ഫോൺ എടുത്ത് ഖത്തറിലേക്ക് വിളിച്ചു. ബാലൻസ് വളരെ കുറവായിരുന്നതിനാൽ തനിക്ക് പറയാനുള്ളത് മുഴുവൻ പറയാൻ

സാധിക്കുമോ, അതിന് മുൻപ് ഫോൺ കട്ടാവുമല്ലോ എന്നയാൾ ഭയപ്പെട്ടിരുന്നു. കട്ടായാൽ അലിക്ക തിരിച്ചു വിളിക്കും എന്ന് കരുതി. കാരണം അത്തരം ചെറിയ കാര്യങ്ങളിൽ പോലും ദീർഘവീക്ഷണ മുള്ള ആളായിരുന്നു മുഹമ്മദ് അലി. എങ്കിലും അവസാന നിമിഷം പോലും വിളിക്കണോ വേണ്ടയോ എന്ന് ചിന്തിച്ചു. മറ്റുള്ള വഴി കളത്രയും അടഞ്ഞുപോയ മാജിദിന് മുന്നിൽ ഇതൊരു അവസാന വാതിലായിരുന്നു. ഇങ്ങനെ ഒരാവശ്യവുമായി മുഹമ്മദ് അലിയെ വിളിക്കേണ്ടിവരുമെന്ന് മാജിദും തന്നെ വിളിക്കുമെന്ന് മുഹമ്മദ് അലിയും ചിന്തിച്ചിരുന്നില്ല. മുഹമ്മദ് അലിക്കറിയാമായിരുന്നു മാജിദ് ഒരിക്കലും പ്രവാസം ആഗ്രഹിക്കുന്നില്ലെന്ന്. കലയും സാഹിത്യവും നിറഞ്ഞ സാംസ്കാരിക മണ്ഡലത്തിൽ നിറഞ്ഞു നിൽക്കുവാനാണ് ഇഷ്ടപ്പെടുന്നതെന്ന്. അല്ലായിരുന്നുവെങ്കിൽ തന്റെ നാടും വീടും ഗൾഫിലേക്കൊഴുകുമ്പോൾ മാജിദ് മാത്രം നാട്ടിൽ പിടിച്ചുനിന്ന് തന്റെ സ്ഥാനം അടയാളപ്പെടുത്തുകയില്ലായിരുന്നു. അവരുടെ സൗഹൃദസംഭാഷണങ്ങളിൽ ഒരിക്കൽ മാജിദ് പറഞ്ഞിരുന്നു

''ഗൾഫിലേക്ക് ഞാനില്ല അലിക്കാ, അവിടെ വന്ന് സമ്പാദിക്കു ന്നതിനേക്കാൾ ഞാൻ ഇഷ്ടപ്പെടുന്നത് ഞാൻ എന്ന വ്യക്തി ഇവിടെ ജീവിച്ചിരുന്നു എന്ന് അടയാളപ്പെടുത്തുന്നതിലാണ്.''

അയാൾ അതൊക്കെയും ഒരു നിമിഷംകൊണ്ട് ഓർത്തെടുത്തു. എങ്കിലും അവസാന നിമിഷം വരേയും പട പൊരുതി കീഴൊതുങ്ങി കൊടുക്കേണ്ടി വരുന്ന സേനാധിപന്റെ മനസ്സായിരുന്നു അപ്പോൾ അയാൾക്കുണ്ടായിരുന്നത്. കൊല്ലുകയോ ബന്ധിയാക്കുകയോ ചെയ്യില്ലെന്ന വിശ്വാസവും തന്റെ രാജ്യവും തന്നെയും സ്വതന്ത്രമാ ക്കുന്ന അളവറ്റ പ്രതീക്ഷയും പേറുന്ന മനസ്സായിരുന്നു അത്. അല്ലാഹു വിനെ മനസ്സിൽ ധ്യാനിച്ചുകൊണ്ട് അയാൾ വിളിച്ചു. ആദ്യ ബെല്ലിൽ തന്നെ മുഹമ്മദ് അലി ഫോൺ എടുത്തു

''അസ്സലാമു അലൈക്കും അലിക്ക ഞാൻ മാജിദ് ആണ്.''

''വ അലൈക്കും സലാം'' എന്ന് പറഞ്ഞ ഉടനെ കട്ട് ചെയ്യുകയും അപ്പോൾ തന്നെ തിരിച്ചു വിളിക്കുകയും ചെയ്തു.

''നീ ഒന്ന് മിസ്സ്ഡ് കോൾ ചെയ്താൽ പോരേ, ഞാൻ തിരിച്ചു വിളിക്കുമല്ലോ, പിന്നെ എന്താണ് വിശേഷം?''

''വിശേഷം ഉണ്ട് അലിക്കാ, എനിക്കുടനെ ഒരു വിസ വേണം. പിന്നെ ഒരു ജോലിയും. അലിക്കാക്ക് എന്നെ സഹായിക്കാൻ പറ്റുമോ? പറ്റുമെങ്കിൽ ബാക്കി വിശേഷങ്ങളൊക്കയും അവിടെ വന്നിട്ട് പറയാ നാണ് ആഗ്രഹിക്കുന്നത്.''

അയാളുടെ പെട്ടെന്നുള്ള ആവശ്യത്തിന്റെ ആ തുറന്നു പറച്ചി ലിലും മനസ്സും അതേ അർത്ഥത്തിലും ആഴത്തിലും മനസ്സിലാ ക്കുകയായിരുന്നു അപ്പോൾ മുഹമ്മദ് അലി ചെയ്തത്. അത്രയും പറഞ്ഞപ്പോൾ മറ്റൊന്നും ചോദിക്കാനും പറയാനും ശ്രമിക്കാതെ അലി പറഞ്ഞു

''ഇൻഷാ അല്ലാഹ്, നീ ഉടനെ പാസ്പോർട്ടിന്റെ കോപ്പി അയ യ്ക്ക്. എന്നിട്ട് പുറപ്പെടാൻ തയ്യാറാവുക.''

രണ്ട് ദിവസങ്ങൾ കഴിഞ്ഞപ്പോൾ മുഹമ്മദലി വിളിച്ചറിയിച്ചു.

''മാജിദ് നിനക്ക് വിസ കിട്ടിയിട്ടുണ്ട്. മെയിൽ തുറന്നു നോക്ക്. ഞാൻ അയച്ചിട്ടുണ്ട്. ഉടനെ പുറപ്പെടാൻ ഒരുങ്ങിക്കോളൂ,''

അയാൾ ഉടനെ തന്റെ ഫോണിൽ മെയിൽ നോക്കി. തനിക്ക് പോകേണ്ട വിസ കണ്ടു. അതിഭക്തനായ ഒരു മനുഷ്യൻ അത്ഭുത വിഗ്രഹം കണ്ടപോലെ അയാൾ ആ വിസയിലേക്ക് തന്നെ നോക്കി കൊണ്ടിരുന്നു.

''അൽഹംദുലില്ലാഹ്.''

ഹൃദയത്തിന്റെ നനവോടെ ദൈവത്തിന് സ്തുതി പറഞ്ഞുകൊണ്ട് വെറും നിലത്തയാൾ സാഷ്ടാംഗം നമിച്ചു. അപ്പോൾ മണ്ണിൽ മുട്ടിയ നെറ്റിത്തടത്തിലേക്ക് ഒഴുകിയൊലിച്ച കണ്ണുനീർ തുള്ളികൾക്ക് ഉപ്പു രസം കൂടുതലായിരുന്നു.

ചെന്നൈ

വിസ വന്നപ്പോൾ ടിക്കറ്റെടുക്കാൻ മാജിദിന്റെ പക്കൽ ഒരു രൂപ പോലുമില്ലായിരുന്നു. ഇനിയും ആരോട് ചോദിക്കാൻ. എന്ത് പറഞ്ഞിട്ട് ചോദിക്കാനാണ്. ജീവിതത്തിൽ ഒരിക്കൽ മാത്രം ഉപയോഗിക്കേണ്ടതും ഉപയോഗിച്ചാൽ ഫലപ്രദമാകുന്നതുമായ ബന്ധങ്ങളും അവസരങ്ങളുമാണ് താൻ ഇതുവരെയും ഉപയോഗിച്ചത്. വിസയുടെ കാലാവധിയും ഒരു മാസം വൈകിയിരിക്കുന്നു. ഇനിയും പോകാൻ വൈകുന്നതിൽ പ്രയാസമുണ്ട്. എന്താണ് വൈകുന്നതെന്ന് മുഹമ്മദാലിയും വിളിച്ചു ചോദിച്ചു.

''മാജിദ് നിനക്ക് ടിക്കറ്റെടുക്കാൻ എന്തെങ്കിലും പ്രയാസം ഉണ്ടോ? ഉണ്ടെങ്കിൽ പറയണം. ഞാൻ ടിക്കറ്റ് അയച്ചുതരാം.''

അതുകേട്ടപ്പോൾ ഫോണും പിടിച്ചു നിന്ന് നിശ്ശബ്ദനാകാനേ മാജിദിന് കഴിഞ്ഞുള്ളൂ. താനൊരിക്കലും പ്രതീക്ഷിക്കാത്തതും ചിന്തിക്കാത്തതുമായ സ്നേഹം പകർന്ന് നൽകി, കാണാമറയത്ത് മുഹമ്മദലി നിൽക്കുമ്പോൾ ഇതിൽപരം മറ്റെന്തു വേണം തനിക്ക് ലഭിക്കാൻ. മാജിദിന്റെ മറുപടിക്ക് വൈകിയപ്പോൾ മുഹമ്മദലി വീണ്ടും ചോദിച്ചു

''മാജിദ്, നീയെന്താണ് ഒന്നും മിണ്ടാത്തത്. നിനക്കത്രയും പ്രയാസമുള്ളതുകൊണ്ടല്ലേ എന്നെ വിളിച്ചത്. ആ പ്രയാസം ഉൾക്കൊണ്ടവനാണ് ഞാൻ. അതുകൊണ്ട് ടിക്കറ്റ് ആവശ്യമാണെങ്കിൽ പറയണം. അടുത്ത മാസം കഴിഞ്ഞാൽ പിന്നെ റമദാൻ തുടങ്ങുകയാണല്ലോ, നോമ്പിന് ഇവിടെ ജോലിക്കാര്യം എന്തെങ്കിലും ശരിയാവുക പ്രയാസമാണ്.''

''ഞാൻ വരാം അലിക്കാ. ടിക്കറ്റ് അയയ്ക്കേണ്ട. ഇവിടെ കുറച്ച് ഉത്തരവാദിത്തങ്ങൾ അവസാനിപ്പിക്കേണ്ടതുണ്ട്. അതുകൊണ്ടാണ് വൈകുന്നത്.''

ടിക്കറ്റ് കൂടി ചോദിക്കാൻ അഭിമാനബോധം അനുവദിക്കാത്തതുകൊണ്ടാണ് അപ്പോൾ നുണ പറയേണ്ടി വന്നത്. ദിവസങ്ങൾ വീണ്ടും

ഇഴഞ്ഞു നീങ്ങവെ യാത്രയുടെ കാര്യത്തിൽ ഒരു തീരുമാനത്തി ലെത്താൻ സാധിക്കാതെയായി. അപ്പോഴാണ് ചെന്നൈയിൽ നിന്നും ഒരു ഫോൺ കോൾ. സുഹൃത്തും പഴയ സിനിമാ പാർട്ണറുമായ ഫാറൂഖ്. രണ്ടുപേരുടേയും പേരിൽ വിജയ വാഹിനി കളർ ലാബിൽ ഇരിക്കുന്ന ഇംഗ്ലീഷ് സിനിമകളുടെ സൗത്ത് ഇന്ത്യൻ റൈറ്റിന് വേണ്ടി ആരോ സമീപിച്ചെന്നു പറയുവാനാണ് ഫാറൂഖ് വിളിച്ചത്. പൊങ്ക ലിന് മുൻപ് പുതിയ സിനിമകൾ ഇല്ലാത്തതുകൊണ്ട് തിയേറ്റർ പലതും പ്രയാസത്തിലാണ് പഴയ പടങ്ങൾ പോലും ഓടിക്കുകയാ ണത്രെ.

"നമ്മ പടങ്കൾ ശീഘ്രം റിലീസ് പണ്ണ മുടിഞ്ചാൽ നല്ല പ്രോഫിറ്റ് കെടക്കും. ചെന്നൈയിൽ നമ്മ കടങ്കെളെല്ലാം മാത്തി അന്ത ലാബ് വിഷയങ്കളെയെല്ലാം മുടിച്ച് പുതു ഓഫീസും പുതു പടങ്കളും എടുത്ത് ഓട്ടലാം, ധാരളമാം സമ്പാദ്യം പണ്ണലാം."

ഫാറൂഖ് പറഞ്ഞത് വളരെ സന്തോഷത്തിലാണ്. മറുഭാഷാ ചിത്ര ങ്ങളിൽ തുടർച്ചയായുണ്ടായ പരാജയം കാരണം അയാൾ നിറുത്തി യതായിരുന്നു ആ ഫീൽഡ്. എന്നാൽ ഫാറൂഖ് ചെറിയ ചിത്രങ്ങളുടെ കമ്മീഷൻ ഏജന്റ് ആയി അവിടത്തന്നെ തുടർന്നു. സൗത്ത് ഇന്ത്യ യിൽ ഇനിയും റിലീസ് ചെയ്തിട്ടില്ലാത്ത ഏതാനും ഇംഗ്ലീഷ് സിനിമ കളും കേരളത്തിലും തമിഴ്നാട്ടിലും റിലീസ് ചെയ്തിട്ടില്ലാത്ത ഹിന്ദി സിനിമകളും ഇപ്പോഴും അവരുടെ പേരിൽ ലാബിൽ ഉണ്ട്. എന്നാൽ ലാബിൽ കഴിഞ്ഞ ചിത്രങ്ങളുടെ ബാലൻസ് നിൽക്കുന്നതിനാൽ അത് കൊടുത്തു തീർക്കാതെ മറ്റൊരു വർക്കും അവിടെ നിന്നും ചെയ്യാനാവില്ല.

ഇപ്പോൾ വന്നിരിക്കുന്ന പാർട്ടികൾ നല്ലൊരു വിലയ്ക്ക് സിനി മകൾ എടുക്കുകയും ലാബിലെ ബാധ്യതകൾ അവസാനിപ്പിച്ചു കൊടുക്കാമെന്നും ഫാറൂഖിനോട് സമ്മതിച്ചിട്ടുണ്ട്. അവർ നേരത്തെ ഈ സിനിമകൾ കണ്ടിട്ടുള്ളവരാണ്. അതിന്റെ ബിസിനസ് സാധ്യ തകൾ അറിഞ്ഞുകൊണ്ടാണ് അവർ വന്നിരിക്കുന്നത്. മുംബൈ യിലെ ആഡ് ലാബിലും ഹൈദരാബാദിലെ രാമോജി ഫിലിം സിറ്റി യിലും വെച്ച് പ്രസ്തുത ചിത്രങ്ങൾ പ്രിവ്യൂ കാണാനിരിക്കുമ്പോൾ മാജിദിനും ഫാറൂക്കിനുമൊപ്പം ഈ പാർട്ടിയും ഉണ്ടായിരുന്നു. അന്ന് അവർ പറഞ്ഞതിനേക്കാൾ പതിന്നാല് ലക്ഷം കൂടുതൽ കൊടുത്തി ട്ടാണ് ഈ സിനിമകളുടെ സൗത്ത് ഇന്ത്യൻ റൈറ്റ് ഇവർ സ്വന്ത മാക്കിയത്.

ഇപ്പോൾ വന്നിരിക്കുന്ന ഈ ബിസിനസ്സ് നടന്നാൽ ഫറൂഖ് പറഞ്ഞതുപോലെ രണ്ടുപേരും രക്ഷപ്പെടും. മാജിദിന് അതിൽ എതി രഭിപ്രായം ഒന്നുമുണ്ടായിരുന്നില്ല. എങ്കിലും താനിന്ന് ആ പഴയ

മാജിദ് അല്ലെന്ന് ഓർത്തു. ആത്മീയോന്നതിയുടെ വിശുദ്ധ വിഹായസ്സിലേക്ക് സേവനവും സംസ്കരണവുമായി ചിറകു നിവർത്തിയ ദൈവത്തിന്റെ വിനീത വിധേയനാണ്. സിനിമയും അതിന്റെ വരുമാനങ്ങളും ഇന്നയാൾ ആഗ്രഹിക്കുന്നില്ല. മാത്രവുമല്ല പൂർണ്ണമായും ചെന്നൈയോടും സിനിമയോടും ഗുഡ് ബൈ പറഞ്ഞതുമാണ്.

മൗണ്ട് റോഡിലെ മീരാൻ സാഹിബ് സ്ട്രീറ്റിലും കോടമ്പത്തെ സിനിമാ ലാബുകളും സ്റ്റുഡിയോകളുമായ വിജയ വാഹിനിയിലും പ്രസാദിലും ജെമിനിയിലും എ.വി.എമ്മിലുമൊന്നും ഇനിയും സിനിമയുമായി കയറിയിറങ്ങാൻ താത്പര്യമുണ്ടായിരുന്നില്ല. പക്ഷേ ഈ ബിസിനസ് നടന്നാലേ ഫാറൂഖ് രക്ഷപ്പെടൂ. ഒന്നിന് പിറകെ ഒന്നൊന്നായി പരാജയപ്പെട്ട പടങ്ങൾ അയാളെ വലിയ കടക്കാരനാക്കി. കുടുംബവുമൊത്ത് ചെന്നൈയിൽ താമസിക്കുന്ന അയാൾ പലിശപ്പണത്തിന്റെ പിരിമുറുക്കത്തിൽ നിന്നും രക്ഷപ്പെടാനുള്ള അവസാനത്തെ ഒരു മാർഗ്ഗമായിട്ടാണ് ഇതിനെ കണ്ടത്. തുല്യപങ്കാളിയായതിനാൽ മാജിദിന്റെ തീരുമാനത്തിലായിരുന്നു അയാളുടെ ഭാവി. ഫാറൂഖിന്റെ നിർബന്ധവും പണത്തിന്റെ അത്യാവശ്യവും തന്റെ തീരുമാനങ്ങളിൽ വിട്ടുവീഴ്ചകൾക്ക് അയാളെ നിർബന്ധിതനാക്കി.

അങ്ങനെ നീണ്ട ഒരു കാലയളവിന് ശേഷം മാജിദ് വീണ്ടും ചെന്നൈ നഗരത്തിൽ കാലുകുത്തി. മാജിദിനെ വരവേൽക്കാൻ ഫാറൂഖ് റെയിൽവേ സ്റ്റേഷനിൽ കാത്ത് നിന്നിരുന്നു. കണ്ടതും അയാൾ ഓടിവന്ന് ആലിംഗനം ചെയ്തു. റെയിൽവേ സ്റ്റേഷനിലെ സ്ഥിരം പരിചയക്കാരനായ നല്ലമുത്തുവിന്റെ ടീ ഷോപ്പിൽ നിന്നും അവർ കടുപ്പത്തിലുള്ള ഓരോ ചായ കുടിച്ചു. അയാൾ ചെന്നൈയിൽ കാലുകുത്തിയ അന്നുമുതലുള്ള ശീലമായിരുന്നു അത്. ട്രെയിൻ ഇറങ്ങിയാൽ നല്ലമുത്തുവിന്റെ ഒരു സ്പെഷ്യൽ ടീ കുടിക്കാതെ മാജിദ് പുറത്തിറങ്ങാറില്ല. മാജിദിനെ കണ്ടതും നല്ലമുത്തു ടീസ്റ്റാളിന് ഉള്ളിൽ നിന്നും പുറത്തേക്ക് വന്ന് കണ്ട സന്തോഷം പങ്കു വെച്ചു

"കടവുളേ, ഇത് യാര്. നമ്മ മാജി സാറുങ്കളാ, അയ്യാ സാമീ നീങ്കെ നല്ലായിരുക്കാ. യേൻ റൊമ്പ നാളാ ഇങ്കെ വരാമേയിരുന്തേൻ..."

നല്ലമുത്തു അങ്ങനെ ഓരോ വിശേഷങ്ങളും പരിഭവവും പറഞ്ഞുകൊണ്ടിരുന്നു. കുശലാന്വേഷണങ്ങൾക്ക് ശേഷം ഫാറൂഖ് തന്റെ സ്വന്തം കാറിൽ മാജിദിനെ അയാളുടെ ഇഷ്ടവാസസ്ഥലമായ വുഡ്ലാന്റ് ഹോട്ടലിലെ നൂറ്റിപതിനൊന്നാം നമ്പർ റൂമിലേക്ക് കൊണ്ടുപോയി. യാത്രയിൽ മാജിദിനോട് ഫാറൂഖ് നല്ലമുത്തുവിന്റെ ബഹുമാനത്തിന്റെയും സ്നേഹത്തിന്റെയും കഥ ചോദിച്ചു.

''യേൻ ഭായ് ഉങ്കളുക്കും അന്ത ചായയെ കടക്കാരനുക്കും നടുവിൽ... അന്ത ആൾ ഉങ്കളെ ആണ്ടവൻ മാതിരി താൻ നിനക്കരുത്.''

മാജിദ് പുഞ്ചിരിക്കുക മാത്രം ചെയ്തു. വണ്ടി ഓടിക്കൊണ്ടിരുന്നു.

''റൊമ്പ നാളാ നാൻ ഇന്ത കേൾവിയെ ഉങ്കട്ട് കേക്ക വിറുമ്പിറേൻ ആണാൽ ഇപ്പോത് താൻ അത്ക്ക് ടൈം വന്തത്.''

''എന്ത കേൾവി ഭായ് കേളുങ്കോ.''

നല്ലമുത്തുവിന് ആണും പെണ്ണുമായി ഒരേ ഒരു മകൾ മാത്രമേയുള്ളൂ. പഠിക്കാൻ മിടുക്കിയായ അവൾക്ക് പെട്ടെന്നൊരു അസുഖം വന്ന് ഓപ്പറേഷൻ അനിവാര്യമായി വന്ന ഒരു സമയം, സഹായിക്കാനാളില്ലാതെ നല്ലമുത്തു മിഴിച്ചുനിന്നപ്പോൾ ഒരു കൂടപ്പിറപ്പിനെപോലെ അയാളെ സഹായിച്ചത് മാജിദായിരുന്നു.

ആ സമത്ത് കടയിൽ നിരാശനായിരിക്കുമ്പോഴാണ് പതിവുപോലെ മാജിദ് ട്രെയിനിറങ്ങി നല്ലമുത്തുവിന്റെ കടയിലേക്ക് ചായ കുടിക്കാൻ ചെന്നത്. അപ്പോൾ എന്തെങ്കിലും പണം കിട്ടുമെന്നറിഞ്ഞിട്ടല്ല നല്ലമുത്തു അയാളോട് തന്റെ സങ്കടം പറഞ്ഞത്. നേരത്തെ പലരോടും ചോദിച്ചിട്ടും ആരും സഹായിക്കാനില്ലെന്നുറപ്പായപ്പോൾ നല്ലമുത്തു വെറുതെ പറഞ്ഞിരുന്നു

''അന്ത കേരളക്കാരൻ മാജി സാറെ പാത്താൽ കേക്കലാം, ആണ്ടവൻ പുണ്യത്തില് ഏതാവത് ഒരു ഉദൈവി കൊടുപ്പാരവർ.''

അങ്ങനെ വിശ്വസിക്കാൻ കാരണം അത് മാജിദിന്റെ വിനീതവും കരുണാർദ്രവുമായ പെരുമാറ്റമായിരുന്നു. പ്രതീക്ഷ കൈവിടാതെ നല്ലമുത്തു അയാളോട് തന്റെ സാഹചര്യവും സങ്കടങ്ങളും പറഞ്ഞു. പിന്നെ ഒട്ടും താമസമുണ്ടായിരുന്നില്ല. നല്ലമുത്തുവിനെ സഹായിക്കാൻ മാജിദ് മടികാണിച്ചില്ല. ഓപ്പറേഷൻ കഴിഞ്ഞ് അവൾ ജീവിതത്തിലേക്ക് തിരികെ വന്നു. അന്നുമുതൽ നല്ലമുത്തുവിന് കൺകണ്ട ദൈവമാണ് മാജിദ്. അന്നൊക്കെ മാജിദിന് നല്ല ബിസിനസ്സും വരുമാനവും ഉണ്ടായിരുന്ന സമയമായിരുന്നു.

''ബായി നീങ്കെ റൊമ്പ കൊടുത്തുവെച്ചവങ്കെ, ഏഴൈകളുക്ക് ഉദൈവി പൺട്രത് മട്ടും താൻ കടശ്ശി വരും മിച്ചം, മീതിയെല്ലാമെ മലൈ വെള്ളം മാതിരി പോയിടും.''

''അതെ ഭായി, ധർമ്മം താൻ തലൈ കാക്കും. അത് താൻ സത്യം.''

അത് ശരിക്കും അയാളുടെ അപ്പോഴത്തെ ജീവിതാനുഭവത്തിന്റെ സത്യസന്ധമായ സാക്ഷ്യമായിരുന്നു.

അയാൾക്ക് ചെന്നൈയിലേക്ക് വരുവാൻ പോലും വണ്ടിക്കൂലിയില്ലാതെ പ്രയാസപ്പെട്ടിരുന്നു. ഒടുവിൽ കോയിൻ പൊട്ടുപോലും

തല്ലിപ്പൊട്ടിച്ച് ചില്ലറകൾ പെറുക്കിയെടുത്തിട്ടായിരുന്നു ടിക്കറ്റെടു ത്തത്. എങ്ങനെയെങ്കിലും ഇവിടെ എത്തണം ബാക്കി എല്ലാം ഫാറൂഖ് ചെയ്തുകൊള്ളാം എന്ന ഉറപ്പിലാണ് അയാൾ ട്രെയിൻ കയറിയത്.

മാജിദ് വരുന്നതറിഞ്ഞപ്പോൾ ഫാറൂഖ് നേരത്തെ ബുക്ക് ചെയ്ത തായിരുന്നു വുഡ്ലാൻഡിലെ ആ മുറി. എത്ര തിരക്കുള്ള യാത്ര യിലാണെങ്കിലും മാജിദ് ആ മുറി ബുക്ക് ചെയ്തിട്ടേ ചെന്നൈയി ലേക്ക് വരാറുള്ളൂ. അത് ഫാറൂഖിന് അറിയാമായിരുന്നു. മുറിയിൽ മറ്റാരെങ്കിലും ഉണ്ടെങ്കിൽ തന്നെയും ഹോട്ടൽ ജീവനക്കാർ മാജിദ് ചെല്ലുമ്പോൾ ആ മുറി ഒഴിവാക്കി കൊടുക്കുമായിരുന്നു. കാരണം സ്വന്തം വീടുപോലെയുള്ള ഒരു ഹൃദയബന്ധം ഉണ്ടായിരുന്നു ആ മുറിയുമായി. മാത്രവുമല്ല പിന്നിട്ട ഒരുപാട് വർഷങ്ങൾ അവിടെ താമസിച്ചിട്ടുണ്ട്. കുളിച്ച് ബ്രേക്ക് ഫാസ്റ്റ് കഴിച്ചിറങ്ങുമ്പോൾ പറഞ്ഞ തുപോലെ ബിസിനസ് പാർട്ടി വന്നു. വിലയിൽ ധാരണയുണ്ടാവു കയും കാര്യങ്ങൾ ഉറപ്പിക്കാൻ പോകുന്ന സാഹചര്യം അടുത്തപ്പോൾ ഫാറൂഖ് മാജിദിനെ സ്വകാര്യം വിളിച്ചുകൊണ്ടു പറഞ്ഞു

''ഭായി, നീങ്കെ ഗൾഫുക്ക് പോകവേണ്ട. ഇന്ത ഇംഗ്ലീഷ് പടത്തൂടെ ചെന്നൈ സിറ്റി സെന്റർ മട്ടും നമുക്ക് റിലീസ് പണ്ണലാം. അന്ത കളക്ഷൻ മട്ടും പോതും നമുക്ക് സമ്പാദിക്കിറത്ക്ക്. നീങ്ക യോസി ച്ചിടുങ്കോ.''

''ഇല്ല ഭായി, യോസിക്കിരുതുക്ക് യെത്മൈ ഇല്ലൈ. എനക്ക് ഇനി ഇന്ത വ്യാപാരം ശരിയാ വരാത്. ഇപ്പൊ യെനക്ക് കൊഞ്ചം പണം താൻ തേവൈ. അത് മട്ടും പോതും. മീതിയെല്ലാമെ ഉങ്കൾക്ക്.''

ഫാറൂഖ് വാ പൊളിച്ചുപോയി.

''മീതി യെല്ലാമെ എനക്കാ.''

''ഭായി, നീങ്കെ എനക്ക് നൻപർ മട്ടുമല്ലൈ അണ്ണൻ താൻ. എവളോ വർഷം നമ്മ പൊളപ്പുക്കാകെ ഇന്ത ചെന്നൈ നഗരത്തില് ഉഴൈ ച്ചാച്ച്. ആണാലും വെട്രി കിടപ്പതില്ലൈ. ഉങ്കൾക്ക് നമ്പിക്കയിരുന്താൽ ഇപ്പൊ താൻ അന്ത ടൈം. നീങ്കെ പണ്ണുങ്കൊ. സിനിമാവേ സമ്പന്തപ്പെട്ട എല്ലാമേ നാൻ ഉങ്കൾക്കാകെ കൊടുക്ക പോകിറേൻ. ഇന്ത വ്യാപാര ത്തിൽ, മുടിഞ്ചാൽ എനക്ക് വെറും പത്തു ലക്ച്ചം മട്ടും പോതും. മീതിയെല്ലാം ഉങ്കൾക്ക്.''

ഫാറൂഖിന് വിശ്വസിക്കാനായില്ല.

ചെന്നൈയിൽ രണ്ട് മൂന്ന് ദിവസം ചെലവഴിച്ചുകൊണ്ട് കാര്യ ങ്ങൾ എല്ലാം ഭംഗിയായി നിർവഹിച്ച് ആ ബിസിനസ്സ് നടത്തി മാജിദ്

തിരിച്ചു പോരുമ്പോൾ വെറും പത്ത് ലക്ഷം മാത്രമാണ് അയാൾ ഫാറൂഖിൽ നിന്നും വാങ്ങിച്ചത്. ബാക്കി വരുന്ന മുതലും ലാഭവും കൂടാതെ എല്ലാ സിനിമകളുടെയും എല്ലാ റൈറ്റുകളും പൂർണ്ണമായും ഫാറൂഖിന് കൈമാറികൊണ്ട് അയാൾ എഗ്രിമെന്റ് ഒപ്പിട്ടു നൽകി. ലാബിൽ ആവശ്യമായ ലെറ്ററുകളും എഗ്രിമെന്റ് കോപ്പിയും കൊടുത്ത് ഫാറൂഖിന്റെ കാറിൽ തന്നെ യാത്ര തിരിച്ചു. ഫാറുഖ് ഒരിക്കലും ചിന്തിക്കാത്ത ഒരു കാര്യം. ഫാറുഖ് വണ്ടി ഓടിച്ചുകൊണ്ടിരുന്നു. അണ്ണാ ഫ്ളൈ ഓവറും തൗസന്റ് ലൈറ്റും പിന്നിട്ട് വണ്ടി ഓടി ക്കൊണ്ടിരുന്നു. കുറച്ച് കഴിഞ്ഞപ്പോൾ സ്വരം താഴ്ന്ന വാക്കുകളിൽ ഫാറുഖ് മാജിദിനെ വിളിച്ചു

"ഭായ്... നീങ്കെ പെരിയ മനസ്സുക്ക് ഉടമൈതാൻ. വെളിനാട്ടുക്ക് പോകവേണ്ട, ഇന്ത വ്യാപാരത്തൂടെ നമ്മ തപ്പിക്കപോറേൻ ഏന്റ്റ് സൊന്നാൽ നീങ്കെ ഒത്തുക്കമൊട്ടെ. ഒരുനാൾ ഇന്ത ചെന്നൈ നഗര ത്തിൽ ഓഫീസ് പോട്ട് രാജാ മാതിരി വ്യാപാരം പണ്ണി വാഴ്ന്ത നീങ്കെ ഇപ്പൊത് വെളിനാട്ട് പോയി ഉഴക്കപോറേൻ. എതുക്കയ്യാ ഇന്ത സോദനൈ ആനാൽ..."

ഫറൂക്കിന്റെ പിടയ്ക്കുന്ന വാക്കുകൾക്ക് ഇടയ്ക്കിടെ ഭംഗം വന്നു കൊണ്ടിരുന്നു. മാജിദ് ഒന്നും പറഞ്ഞില്ല. ഫാറൂഖിന് പറയാനുള്ളത് കേൾക്കുകയായിരുന്നു

"ഭായ്, നീങ്കെ പോണാലും എനക്ക് എന്ന കെടച്ചാലും അത് ഉങ്കൾക്കാകെ എങ്കിട്ട് ഇരിക്കും, നാൻ എരുന്താലും അത് ഉങ്കൾക്ക് വന്ത് സേരും, ഇത് കടവുൾ മേൽ ആണൈ..."

അയാളുടെ കണ്ണുകൾ നിറഞ്ഞിരുന്നു.

"റൊമ്പ സന്തോഷം ഭായ്, നീങ്കളും എനക്ക് നൻപൻ മട്ടും ഇല്ലൈ. എൻ അൻപ് സഹോദരൻ താൻ. ആനാൽ ഒന്ന് മട്ടും നീങ്കെ യോസിച്ചിടുങ്കോ. എനക്കാകെ ഒന്നുമേ നീങ്കെ സേർത്തു വെക്ക ക്കൂടാത്. ഇനിയും എനക്കാകെ യഥാവത് ഇരുന്താൽ അത് ഇങ്കയ ല്ലൈ, അന്ത പാലൈ വനത്തിൽ താൻ എനക്കാകെ ആണ്ടവൻ എടുത്ത് വെച്ചിരിക്കും. അത് അങ്കെ പോണാൽ താൻ കെടക്കും."

അയാൾ പുറത്തേക്ക് സൂക്ഷിച്ചു നോക്കി. എന്നിട്ട് എന്തോ കുറേ നേരമായി തിരഞ്ഞത് കിട്ടിയത് പോലെ പറഞ്ഞു.

"ആ ഭായി സ്ലോ പണ്ണുങ്കെ, മെതുവാ പോകലാം. എനക്ക് മീരാൻ സാഹിബ് തെരു ഒൻട്ര് പാക്കണം. അങ്കെ നമ്മ ഓഫീസ് നിന്ത ഇടവും."

മാജിദ് ആവശ്യപ്പെട്ടതനുസരിച്ച് ഫാറൂഖ് വണ്ടി മീരാൻ സാഹിബ് തെരുവിലൂടെ ഓടിച്ചു. ഗതകാലത്തിന്റെ ബ്ലാക്ക് ആന്റ് വൈറ്റ്

ചിത്രങ്ങൾ കണക്കെ മനസ്സിൽ തന്റെ നഷ്ടവർഷങ്ങൾ പെട്ടെന്ന് കടന്നു പോയി.

''മീരാൻ സാഹിബ് സ്ട്രീറ്റ്.''

അതാണ് ചെന്നൈ സിനിമ ഡിസ്ട്രിബ്യൂഷൻ വ്യവസായിക ളുടെ ലോകം. സൗത്ത് ഇന്ത്യൻ സിനിമയുടെ ഒരു പ്രിന്റും അവിടെ വരാതെ പോകില്ല. പിന്നെ ഇംഗ്ലീഷ് ചിത്രങ്ങളും അവിടെനിന്നാണ് വിതരണം ചെയ്യപ്പെടുന്നത്. ഒരു കൊച്ചു സ്ട്രീറ്റ്. പക്ഷേ, ഇടുങ്ങിയ റോഡിന്റെ ഇരുവശങ്ങളിലുമായി ഒന്ന് ഒന്നിനോട് ഒട്ടി നിൽക്കുന്ന മൂന്നും നാലും നിലകളുള്ള കെട്ടിടങ്ങളാണ് അധികവും. അതി ലെല്ലാം നൂറുകണക്കിന് സിനിമാവിതരണ ഓഫീസുകൾ പ്രവർ ത്തിക്കുന്നുണ്ട്. ചിലയിടത്ത് ഒരു റൂമിൽ തന്നെ നാല് ഓഫീസുകൾ ഉണ്ടാകും. ഒരു മേശയും ഒരു കസേരയും ഫോണുമായി ഇരിക്കു ന്നവരാണ് അധികവും. എല്ലാ മുറികളിലും ചുവരിൽ നിറയെ സിനിമ കളുടെ ഷോ കാർഡുകളും അവർ വിശ്വസിക്കുന്ന ദൈവങ്ങളുടെ ചില്ലിട്ട ചിത്രങ്ങളും തൂങ്ങിക്കിടപ്പുണ്ടാകും താഴെ ഫിലിം പെട്ടികൾ അട്ടിയിട്ടിരിക്കും. അതിനുള്ളിൽ കഷ്ടിയേ കാണൂ ഒരു മേശയ്ക്കും കസേരയ്ക്കും ഉള്ള സ്ഥലം. അങ്ങനെയിരുന്നവരായിരുന്നു പിന്നീട് പല പല വമ്പൻ ഹിറ്റ് ചിത്രങ്ങളും തീയേറ്ററുകളിൽ എത്തിച്ചത്. അവിടെയായിരുന്നു മാജ് കംബൈൻസിന്റെ പ്രൗഢമായ ഓഫീസ്. ഇപ്പോൾ ആ കെട്ടിടം തന്നെ പൊളിച്ചുപോയിരിക്കുന്നു. അവിടെ യുള്ളത് നല്ലൊരു ഹോട്ടലാണ്. ഹോട്ടൽ ഡർബാർ. കാറിൽ ഇരുന്ന് എല്ലാം കണ്ടുകൊണ്ട് മുന്നോട്ട് പോയിക്കൊണ്ടിരിക്കെ അയാൾ പറഞ്ഞു

''ഭായ്, കൊഞ്ചം ഓരമാ നിപ്പാട്ടിട്.''

ഫാറൂഖ് വണ്ടി നിറുത്തി. അയാൾ ഡോർ തുറന്നിറങ്ങി. സ്വൽപം നടന്നു. എന്നിട്ട് ഒരു ബിൽഡിങ്ങിന്റെ രണ്ടാം നിലയിലേക്കുള്ള ഇടുങ്ങിയ ഗോവണിയുടെ ചവിട്ടുപടികൾ കയറി. ഓരോ കാൽ വെപ്പിലും ഓർമ്മകൾ പിന്നിട്ട ജീവിതപ്പടവുകളിൽ അയാൾ അമർ ത്തിച്ചവിട്ടുകയായിരുന്നു. സിനിമാ വിതരണത്തിലേക്ക് വരുന്നതിന് മുൻപ് പ്രൊഡ്യൂസർ കുപ്പായം അണിയവേ രണ്ട് ചിത്രങ്ങൾ നൽകിയ പരാജയത്തിൽ ഫിനാൻസ് തിരിച്ചടയ്ക്കാൻ കഴിയാതെ കടം കേറി വട്ടം കറങ്ങിയ സമയം ഒരു നാൾ അവിടെ കയറി നിന്നായിരുന്നു ജീവിതത്തിൽ ആദ്യമായി വിശപ്പ് എന്താണെന്ന് അറിഞ്ഞത്.

അവിടെ ഓഫീസ് ഉണ്ടായിരുന്ന ഒരു സുഹൃത്തിനെ കാണാൻ വന്നതായിരുന്നു. കുറച്ച് പണം കടം നൽകാമെന്ന് ഉറപ്പ് പറഞ്ഞ തിനാൽ. കോടമ്പാക്കത്തെ സാലി ഗ്രാമത്തിൽ നിന്നും അവിടം

വരെ എത്താനുള്ള വണ്ടിക്കൂലി കടം വാങ്ങിച്ചിട്ടാണ് എത്തിയത്. അത് കൊടുത്തു കഴിഞ്ഞപ്പോൾ പോക്കറ്റ് ശരിക്കും കാലിയായി. പിന്നെ സുഹൃത്ത് വന്നാൽ പണം കൊണ്ട് പോക്കറ്റ് നിറയുമല്ലോ എന്ന് കരുതിയപ്പോൾ പേഴ്സിന്റെ ഏറ്റവും അടിയിലെ പോക്കറ്റിൽ മടക്കി വെച്ചിരുന്ന ഒരു പത്തുരൂപ നോട്ടെടുത്ത് മുന്നിൽ കൈനീട്ടിയ യാചകന് കൊടുത്തു. ഇല്ലെങ്കിൽ രണ്ട് ബണ്ണും കഴിച്ച് ഒരു ചായയും കുടിച്ചാലും പിന്നെയും കുറച്ച് ബാക്കി കാണുമായിരുന്നു. ചില ദിവസങ്ങൾ അങ്ങനെയും ജീവിച്ചിട്ടുണ്ട്. അന്ന് ശരിക്കും പട്ടിണിയിലായി. തലേ ദിവസം രാവിലെ രണ്ട് ഇഡ്ഡലിയും ഒരു ചായയും കഴിച്ചതാണ്. പിന്നെ ഒന്നും കഴിച്ചിട്ടുണ്ടായിരുന്നില്ല.

വിശപ്പ് അതിന്റെ ക്ഷമയുടെ നെല്ലിപ്പടിയിലേക്ക് ഇറങ്ങി വരുന്നതായി അനുഭവപ്പെട്ടിരുന്നു. പണവുമായി വന്നെത്തുന്ന സുഹൃത്തിനെ പ്രതീക്ഷിച്ച് അയാളുടെ ഓഫീസിൽ കാത്തിരുന്ന് മടുക്കുമ്പോൾ അയാൾ പുറത്ത് ബാൽക്കണിയിൽ കുറച്ചുനേരം വന്ന് നിന്നുകൊണ്ട് സുഹൃത്ത് വരുന്നുണ്ടോ എന്ന് നോക്കുമായിരുന്നു. ഒപ്പം പരിസരങ്ങളിലെ കാഴ്ചകളും കാണും. താഴെയുള്ള കൊച്ചു ചായക്കടകളിൽ ആളുകൾ വരികയും പോവുകയും ചെയ്യുന്നുണ്ട്. അന്ന് നൂൺ ഷോയും മാറ്റിനിയും കളിക്കേണ്ട സിനിമകളുടെ റീലുകൾ സൈക്കിൾ റിക്ഷകളിൽ പെട്ടികളിൽ കയറ്റിയും ഇറക്കിയും തെരുവ് സജീവമാണ്. പുതിയ ചിത്രങ്ങളുടെ പോസ്റ്ററുകൾ ഒട്ടിക്കുന്ന കരാർ തൊഴിലാളികൾ തെരുവിലെ ചുവരുകൾ ചുരണ്ടി വൃത്തിയാക്കുന്നുമുണ്ട്.

''സിനിമ നിർമ്മാണം ഇത്ര പെട്ടെന്ന് വേണ്ടായിരുന്നു. ആദ്യം വിതരണമായിരുന്നു പഠിക്കേണ്ടിയിരുന്നത്. അതാവുമ്പോൾ ചെറിയ സംഖ്യയ്ക്ക് ഒന്നോ രണ്ടോ പടങ്ങൾ എടുത്താൽ വലിയ കുഴപ്പം വരാതെ മുന്നോട്ട് പോകാമായിരുന്നു.''

അയാളുടെ മനസ്സ് ഒന്നൊന്നായി സംഭവിച്ച പരാജയങ്ങളും വീഴ്ചകളും വിലയിരുത്തി. ഇനിയതൊന്നും ഓർത്തിട്ട് കാര്യമില്ല, പുതിയ വഴികൾ തേടുകയാണ് വേണ്ടത്. ഓഫീസിന്റെ അകത്ത് അധികനേരം അയാൾക്ക് ഇരിക്കാനും പറ്റിയില്ല. കറന്റ് ബില്ലും വാടകയും കൊടുക്കാത്തതിനാൽ അവിടെ കറന്റില്ലായിരുന്നു. ചില ഓഫീസുകളുടെ അവസ്ഥ ഇങ്ങനെയൊക്കെ ആയിരുന്നു. അതുകൊണ്ട് തന്നെ ഇടയ്ക്കിടെ ബാൽക്കണിയിൽ വന്നിട്ടയാൾ താഴേക്ക് നോക്കി നിൽക്കും. രാവിലെ മുതൽ തുടങ്ങിയ നിൽപ്പാണത്. ഇപ്പോൾ നട്ടുച്ചയായിരിക്കുന്നു. രാവിലെ താഴെ കടകളിൽ നിന്നും ആളുകൾ ഭക്ഷണം കഴിക്കുന്നതും ചായയും ജ്യൂസും കുടിക്കുന്നതുമൊക്കെ കണ്ടപ്പോൾ അത് നോക്കി നിൽക്കാൻ അയാൾക്ക് വിഷമമുണ്ടായി.

അയാൾ അകത്തേക്ക് തന്നെ പോയിരുന്നു. അല്ലാതെ എന്തു ചെയ്യാൻ, തിരിച്ചു സാലിഗ്രാമത്തിലെ റൂമിലേക്ക് പോകണമെങ്കിൽ കൈയ്യിൽ ഒരു രൂപ പോലും ഇല്ല സുഹൃത്ത് വന്നെങ്കിൽ മാത്രമേ എല്ലാം നടക്കൂ.

ആരുടെയും അനുവാദത്തിനായി കാത്തുനിൽക്കാത്ത സമയ സഞ്ചാരം തുടർന്നുകൊണ്ടിരുന്നു. മറിച്ചു നോക്കിയ മാഗസിനുകൾ വീണ്ടും മറിച്ചു നോക്കി. ചുവരിലെ ചിത്രങ്ങളിൽ വീണ്ടും വീണ്ടും കണ്ണോടിച്ചു. എല്ലാം മടുപ്പുണ്ടാക്കുന്നത് തന്നെ. എന്നാൽ ജനൽപ്പാളികൾക്കരികിൽ കൂടുകൂട്ടിയ കുരുവിക്കിളികളുടെ കാഴ്ച മാത്രം അയാളിൽ യാതൊരു മടുപ്പും ഉണ്ടാക്കിയില്ല. എത്ര അടക്കും ചിട്ടയോടും കൂടിയാണ് ആ പക്ഷികൾ ജീവിക്കുന്നത്. കൂട്ടിലെ കുഞ്ഞുങ്ങൾക്ക് കൃത്യമായി ആഹാരം കൊടുക്കുന്നത്. അയാൾ അത് നോക്കിയിരുന്നു. പെട്ടെന്നാണ് താഴെ നിന്നും ഒരു ബഹളം കേട്ടത്. അയാൾ ബാൽക്കണിയിലേക്ക് ചെന്നു നിന്നു. താഴെ രണ്ടുപേർ തമ്മിൽ വഴക്കാണ്. ചിത്രങ്ങളുടെ കമ്മീഷൻ കിട്ടാത്തതുമായി ബന്ധപ്പെട്ടതായിരുന്നു. അങ്ങനെയുള്ള വഴക്കുകൾ ആ തെരുവുകളിൽ ഇടയ്ക്കിടെ ഉണ്ടാവാറുള്ളതാണ്. ആരൊക്കെയോ അവരെ പിടിച്ചു മാറ്റി. അയാൾ അത് കണ്ടുനിൽക്കേ ഒരാൾ മൂന്ന് ചക്രസൈക്കിളിൽ കയറ്റി വെച്ച് കൊണ്ടുവന്ന വലിയ വട്ടച്ചെമ്പുകൾ അയാളുടെ ശ്രദ്ധയിൽ പെട്ടു. അതിൽ എന്തോ എഴുതി വെച്ചതായി അയാൾ കണ്ടു. തമിഴ് ഒഴുക്കോടെ വായിക്കാൻ അറിയില്ലെങ്കിലും അയാൾ പെറുക്കിയെടുത്ത അക്ഷരങ്ങൾ കൂട്ടിച്ചേർത്ത് വായിക്കാൻ ശ്രമിച്ചു. നൂർജഹാൻ ദം ബിരിയാണി. അയാൾ വായിച്ചു. ബിരിയാണിക്കാരൻ ആഗമനം അറിയിച്ചുകൊണ്ട് സൈക്കിളിൽ കെട്ടിയ മണിയടിച്ചു.

ദം പൊട്ടിക്കുവാൻ തുടങ്ങിയപ്പോൾ വിശപ്പ് കൂടി. ആളുകൾ ചുറ്റും കൂടി. തൊട്ടപ്പുറത്തെ തെരുവുകളിലുമൊക്കെ ഇതേ സമയത്തും വൈകുന്നേരവും ഇതുപോലുള്ള ബിരിയാണി കച്ചവടക്കാർ വന്നെത്തുക പതിവാണെങ്കിലും നൂർജഹാൻ ബിരിയാണിക്കാണ് കൂടുതൽ രുചിയുള്ളത്. അതുകൊണ്ട് ആളുകൾ പെട്ടെന്ന് കൂട്ടം കൂടുകയും ബിരിയാണിച്ചെമ്പ് കാലിയാവുകയും ചെയ്യും. ബിരിയാണിയുടെ മണവും കച്ചവടക്കാരൻ ആളുകളുടെ ശ്രദ്ധ ആകർഷിക്കുവാൻ ആ പാത്രത്തിൽ ചോറ് കോരിക്കൊണ്ട് തട്ടി ശബ്ദമുണ്ടാക്കുന്നതും വിശപ്പിന് ആക്കം കൂട്ടി.

താഴെനിന്നും മുകളിലേക്കുയരുന്ന കോഴി ബിരിയാണിയുടെ കൊതിപ്പിക്കുന്ന മണം അയാളുടെ നാസാദ്വാരങ്ങളിലും രസനയിലും അതുവരെയില്ലാത്ത ആർത്തി പരത്തി. അന്നാണ് ജീവിതത്തിൽ

ആദ്യമായി അയാൾ മറ്റൊരാളുടെ ഭക്ഷണം കണ്ട് കൊതിക്കുന്നതും വായിൽ വെള്ളമൂറുന്നതും. ജീവിതത്തിൽ വിശപ്പിന്റെ വിലയറിഞ്ഞതും അന്നുതന്നെ. ജീവിതത്തിൽ മറ്റെന്തൊക്കെ മറന്നാലും ചെന്നൈയിലെ മീരാൻ സാഹിബ് സ്ട്രീറ്റ് ഒരിക്കലും മറക്കാനാവില്ല.

ഗോവണി നടന്നു കയറി അയാൾ ബാൽക്കണിയിൽ നിന്ന് താഴേക്ക് നോക്കി. അപ്പോൾ ഒരിക്കൽ കൂടി നൂർജഹാൻ ബിരിയാണിക്കാരനെയും അയാളുടെ മണിയടി നാദവും ആൾക്കൂട്ടങ്ങളും കണ്ടു. പിന്നെ ചവിട്ടുപടികൾ ഓരോന്നായി താഴേക്ക് ചവിട്ടി. കാറിന്റെ അടുത്തെത്തിയപ്പോൾ ഫാറൂഖ് കാർ സ്റ്റാർട്ട് ചെയ്തു. ഡോർ തുറന്ന് കാറിൽ കയറിയ മാജിദ് ഫാറൂഖിനോട് പോകാം എന്ന് മാത്രം പറഞ്ഞു. വണ്ടി നേരെ റെയിൽവേ സ്റ്റേഷനിലേക്ക്. വർഷങ്ങൾക്ക് മുന്നേ സിനിമാമോഹങ്ങളുമായി ചെന്നൈയിൽ വന്നതും പിന്നീട് കടന്നു വന്ന വിവിധ ഘട്ടങ്ങളും.

കാർ റെയിൽവേ സ്റ്റേഷനിൽ എത്തി. ഫാറൂഖ് പാർക്കിംഗിൽ വണ്ടി ഒതുക്കി നിർത്തി മാജിദിനൊപ്പം പ്ലാറ്റ്ഫോമിലേക്ക് നടന്നു. നല്ലമുത്തുവിന്റെ ടീ ഷോപ്പിന് മുന്നിലെത്തി നിന്നു. മുത്തു വിശേഷങ്ങൾ ചോദിച്ച് അവർക്ക് ചായ കൊടുത്തു. ചായ കുടിച്ച് യാത്ര പറയുമ്പോൾ അയാൾ ഒരു പാർസൽ കൂടി മാജിദിന് നൽകി. മാജിദ് നല്ലമുത്തുവിനെ ഒന്ന് നോക്കി. അപ്പോൾ നല്ലമുത്തു വികാരാധീനനായി പറഞ്ഞു

''ഇത് ഉങ്കൾക്ക് നൈറ്റ് ശാപ്പാട്. നീങ്കെ നല്ലാ ശാപ്പിടണം. അയ്യാ, നീങ്കെ എങ്കെ പോണാലും നല്ലാ വരും സാമി. ഉങ്കൾക്കാകെ നാനും എൻ കൊളൈന്തയും ആണ്ടവൻ ഇടൈത്തിലെ പ്രാർത്ഥിക്കിരേൻ.''

അയാൾ നല്ലമുത്തു നൽകിയ പാർസൽ പൊതിയും പിടിച്ച കൈകൾ കൂപ്പി ട്രെയിൻ ലക്ഷ്യമാക്കി നടന്നു. എന്ത് പറയണമെന്നറിയാതെ ഫാറൂഖും ഒപ്പം അനുഗമിച്ചു. കമ്പാർട്ട്മെന്റിനരികിൽ നിന്നുകൊണ്ട് അയാൾ ചുറ്റിലും നോക്കി. ട്രെയിൻ പുറപ്പെടാനുള്ള അവസാന വിസിൽ ശബ്ദിച്ചു. പച്ച ലൈറ്റും തെളിഞ്ഞു. വികാരാധീനനായി ഫാറൂഖ് അയാളുടെ കൈപിടിച്ചുകൊണ്ട് പറഞ്ഞു.

''നീങ്കെ നല്ലാ വരും ഭായ്, കണ്ടിപ്പാ നല്ലാ വരും. ഇനി ഉങ്കൾക്ക് കവലയേ ഇരിക്കാത്. നമ്മ രണ്ടു പേരും സേർന്ത് താൻ ഇന്ത കഷ്ടങ്ങളെയെല്ലാമെ താങ്കണെ, ആനാൽ ഇപ്പോത് അതിലിരുന്ത് പത്ത് കാശ് വരുമ്പോത് അത് എനക്ക് മട്ടും കൊടുത്തിക്കിട്ട് നീങ്കെ ആണ്ടവനിൽ നമ്പിക്കൈ വെച്ച് അറേബ്യാവുക്ക് പോകിറേൻ. അത് താൻ എനക്ക് മനവലി, സീക്രം എന്നുടെ കടങ്ങൾ മുടിച്ച് നാനും എൻ

ഫാമിലിയും സൗഖ്യമായിരിക്കരുതുക്ക് ഇന്ത എമൗണ്ട് ധാരാളമാ പോതും. മിച്ചത്തിലിരിരുന്ത് എനക്ക് നല്ല പടിയാ വ്യാപാരം പണ്ണിക്കലാം.''

ട്രെയിൻ മെല്ലെ നീങ്ങിത്തുടങ്ങിയിരുന്നു. ട്രെയിനിൽ കയറിയ മാജിദിന്റെ കൈകൾ ഫാറുഖിന്റെ കൈവെള്ളയിൽ നിന്നും പിടിയയഞ്ഞു. അപ്പോൾ ഫാറൂഖ് തന്റെ ഇരു കൈകളും ഉയർത്തി മേലേക്ക് നോക്കി തുടർന്നു.

''അല്ലാഹുത്തആല ഉങ്കൾ പാതയിലും പയണത്തിലും നിറയെ ബർക്കത്ത് കൊടുക്കട്ടും.''

ഫാറൂഖ് കണ്ണടച്ചു പ്രാർത്ഥിച്ചു. ട്രെയിൻ അതിന്റെ വേഗത്തിലായി. മാജിദ് വാതിലിൽ നിന്ന് അപ്പോഴും ഫറോക്കിനെയും ചൈന്നൈ സെൻട്രൽ സ്റ്റേഷനെയും നോക്കി നിന്നു. അകലത്തിൽ ഒരു പൊട്ടുപോലെ അത് കാണുന്നതുവരെയും അങ്ങനെത്തന്നെ നിന്നു. അപ്പോൾ ആലപ്പി എക്സ്പ്രസ്സ് പാളങ്ങളെയും ചെന്നൈ നഗരത്തെയും പുറകോട്ട് തള്ളിമാറ്റിക്കൊണ്ട് കുതിച്ചു പാഞ്ഞു. പുതിയ ലക്ഷ്യത്തിലേക്കും ജീവിതത്തിലേക്കും കുതിക്കുന്ന അയാളുടെ മനസ്സുപോലെ.

പ്രവാസവാസം

മാജിദ് ചെന്നൈയിൽ നിന്നെത്തിയപ്പോൾ തനിക്ക് ലഭിച്ച പണത്തിൽ നിന്നും ബാങ്കിൽ അതുവരെയും ബാക്കിയുണ്ടായിരുന്ന പലിശയും തുടർന്ന് വരുന്ന മൂന്ന് മാസത്തേക്ക് ആവശ്യമായ ലോണും കൂടി അടച്ചു തീർത്തു. മറ്റ് അത്യാവശ്യം കൊടുത്തു തീർക്കേണ്ട കട ങ്ങളും മൂന്ന് മാസം തന്റെ കുടുംബത്തിന് കഴിയാൻ ആവശ്യമായ സംഖ്യയും കരുതി വെച്ചു. അപ്പോഴേക്കും കയ്യിലുള്ള പണമൊക്ക തീർന്നു. ശേഷിക്കുന്നത് കൊണ്ടാണ് ഇനി ടിക്കറ്റ് എടുക്കേണ്ടതും പോകേണ്ടതും. ടിക്കറ്റിന് ശ്രമിച്ചപ്പോൾ ഡയറക്റ്റ് ഫ്ളൈറ്റുകൾക്ക് ടിക്കറ്റ് തുക വളരെ കൂടുതലാണ്. പിന്നെ കുറവുള്ളത് കുറച്ച് വളഞ്ഞ വഴിയാണ്. കോയമ്പത്തൂർ-ചെന്നൈ ഡൽഹി-ഖത്തർ. അതിന് ടിക്കറ്റ് വില കുറവുണ്ട്. അതുകൊണ്ട് കുറച്ചു ബുദ്ധിമുട്ടിയാലും സാരമില്ലെന്ന് കരുതി അയാൾ ആ കണക്ഷൻ ഫ്ളൈറ്റിൽ പോകു വാനുള്ള ടിക്കറ്റ് തന്നെ എടുത്തു. ഉടനെ മുഹമ്മദ് അലിയെ വിളിച്ചു കൊണ്ട് ഫ്ളൈറ്റ് ഇറങ്ങുന്ന ഡേറ്റും സമയവുമെല്ലാം പറഞ്ഞു.

‘‘ധൈര്യമായി പോരുക, ഇൻഷാ അല്ലാഹ് ഞാൻ എയർ പോർട്ടി ലുണ്ടാകും.’’

‘‘അൽഹംദുലില്ലാഹ്.’’

യാത്ര തീരുമാനിച്ചുറച്ചപ്പോൾ മുതൽ മനസ്സ് കൂടുതൽ പ്രയാസ ത്തിലായി. ഹസ്സൻ മാസ്റ്ററുടെ അടുത്തേക്ക് പോകാൻ തീരുമാനിച്ചു. ഖത്തറിൽ എത്തിയാലുള്ള കാര്യങ്ങളെല്ലാം മാസ്റ്റർ ശരിയാക്കുമെ ന്നാണ് പറഞ്ഞിരുന്നത്. അദ്ദേഹത്തിന്റെ ശിഷ്യന്മാരും സുഹൃത്തു ക്കളും പരിചയക്കാരുമായി ധാരാളം പേർ ഇന്നും അവിടെയുണ്ട്. അവരൊക്കെയും നല്ല ജോലിയും ബിസിനസുമായി മുന്നോട്ട് പോകുന്നവരാണ്. അവർ വിചാരിച്ചാൽ തനിക്കൊരു ജോലി ലഭി ക്കുവാൻ അത്ര ബുദ്ധിമുട്ടുണ്ടാവില്ല. അതിനെല്ലാം പുറമെ ആദർശ വിശുദ്ധിയും പരക്ഷേമ തല്പരതയും ഉള്ള ഒരു കൂട്ടം പ്രസ്ഥാന പ്രവർത്തകരും അവിടെയുണ്ട്. നാട്ടിൽ നിറഞ്ഞു നിന്ന തന്നെ

പ്പോലുള്ള ഒരു പ്രവർത്തകന് അവിടെ ചെന്നിട്ട് ഒന്നും ചെയ്യാനി ല്ലെങ്കിലും ആ സൗഹൃദങ്ങളും ബന്ധങ്ങളും തനിക്ക് ഗുണകരമാ കാതിരിക്കില്ല. എന്തായാലും മാഷെ കാണുക തന്നെ. അയാൾ എഴുന്നേറ്റു.

“നീ വിഷമിക്കണ്ട. അവിടെ ചെന്നാൽ താമസിക്കാനും ഭക്ഷണ ത്തിനും ഒരു ജോലി കണ്ടെത്തുവാൻ സഹായിക്കാനുമുള്ള എല്ലാ ഏർപ്പാടും ഞാൻ ചെയ്തിട്ടുണ്ട്.”

അയാൾക്ക് ആശ്വാസമായി.

“മാജിദ്, എനിക്ക് പറയാനുള്ളതൊക്കയും ഞാൻ നിന്നോട് നേരത്തെ പറഞ്ഞിട്ടുണ്ടല്ലോ. പിന്നെ, ഇവിടത്തെപോലെ സമര ങ്ങളും പ്രതിഷേധങ്ങളുമൊന്നും അവിടെയില്ലങ്കിലും; അതിലൂടെ യെല്ലാം നേടിയെടുക്കേണ്ട അവകാശങ്ങൾക്കും ആവശ്യങ്ങൾക്കും എന്നും കരുത്തും താങ്ങും തണലും നൽകാൻ കഴിയുന്നവരാണ് പ്രവാസികൾ. അവർ നൽകുന്ന സഹായങ്ങളും പിന്തുണയും പ്രാർ ത്ഥനയും ഇവിടുത്തെ നമ്മുടെ പ്രവർത്തനങ്ങളെക്കാൾ വലുതാണ്. സ്വന്തം കുടുംബച്ചെലവിന് പോലും തികയാത്ത ശമ്പളത്തിൽ നിന്നുപോലും അവർ നാട്ടിലെ സേവന പ്രവർത്തനങ്ങൾക്കും ജീവ കാരുണ്യങ്ങൾക്കും വേണ്ടി നിശ്ചിത സംഖ്യ മാസം തോറും മാറ്റി വെക്കുന്നുണ്ട്. ഇൻഷാ അല്ലാഹ്, അതൊക്കെയും നിനക്കവിടെ പോയാൽ ബോധ്യമാകും. ഇവിടെ ഇപ്പോൾ ഉപേക്ഷിക്കേണ്ടി വന്ന സമരവീര്യങ്ങളും പോരാട്ടങ്ങളും ആ മാർഗ്ഗത്തിൽ നിനക്ക് തുണ യായി വരും.”

അലമാരയിൽ നിന്നും ഒരു പുസ്തകമെടുത്ത് മാസ്റ്റർ മാജിദിന്റ കയ്യിൽ കൊടുത്തു. എന്നിട്ട് പറഞ്ഞു

“മാജിദ് ഇതിൽ എല്ലാമുണ്ട്.”

അയാൾ ആ പുസ്തകത്തിന്റെ പേര് വായിച്ചു

“ലാ തഹ്സൻ. ദുഃഖിക്കരുത്. അഥവാ നിരാശപ്പെടുകയോ വി ഷമിക്കുകയോ ചെയ്യരുത്.”

അയാൾ മാസ്റ്ററെ നോക്കി. എത്ര അർത്ഥഗർഭമാണ് ആ തല ക്കെട്ട്. പൊതുവെ വായനാപ്രിയനായ അയാൾക്ക് അത് അപ്പോൾ തന്നെ വായിച്ചു തുടങ്ങാനും തോന്നി.

“സമയം കിട്ടുമ്പോൾ നീ വായിക്കണം, യാത്രയിലോ മറ്റോ. അവിടെ ചെന്നിറങ്ങുമ്പോഴേക്കും നിന്റെ മനസ്സ് ഒരു പുതിയ പാത യിൽ ആകുവാൻ ഇത് നല്ലതാണ്.”

“തീർച്ചയായും ഞാൻ വായിക്കും മാഷേ.”

യാത്ര പറഞ്ഞിറങ്ങുമ്പോൾ മാസ്റ്റർ അയാളെ ഗാഢമായൊന്ന് കെട്ടിപ്പിടിച്ചു.

''നിന്നെ അല്ലാഹു അനുഗ്രഹിക്കട്ടെ. ഇവിടെ ഈ പ്രസ്ഥാന യാത്രയിൽ നീ എനിക്കെന്റെ വലംകൈയ്യായിരുന്നു.''

മാസ്റ്ററുടെ വാക്കുകൾക്കിടയിലെവിടെയോ ഒരിടർച്ച. അപ്പോൾ അടരുവാൻ വയ്യാത്തൊരു ആത്മീയ ബന്ധത്തിന്റെ ആഴം അറിഞ്ഞു. അൽ ഇൻസാനിയ എന്ന പ്രസ്ഥാനം അതിന്റെ അണികളിൽ തീർക്കുന്ന സാഹോദര്യത്തിന്റെയും കർത്തവ്യത്തിന്റെയും ആത്മവിശുദ്ധിയും വിശ്വാസവും എത്ര വലുതാണെന്ന് അനുഭവിക്കുകയായിരുന്നു.

ഒരു ദിനം കൂടി ഇരുട്ടി വെളുത്താൽ താൻ പോകേണ്ട ദിവസമായി. അതിനിടയിൽ പലപ്പോഴും മാഷ് തന്ന പുസ്തകം വായിക്കാൻ ശ്രമിച്ചതാണ്. ഓരോ സൗകര്യക്കുറവുകൾ വായന തുടങ്ങാൻ അനുവദിച്ചില്ല. എങ്കിലും ബാഗിൽ ഒരു നിധിപോലെ അത് എടുത്തു വെച്ചു. പോകുന്നതിന് മുൻപ് ചെയ്തു തീർക്കേണ്ട ജോലികളെല്ലാം അവസാനിപ്പിച്ചു. ആസ്ട്രേലിയയിലേക്ക് പോകാൻ യാത്ര പറഞ്ഞവരോട് ഒരിക്കൽ കൂടെ യാത്ര ചോദിക്കാൻ മടിയായിരുന്നു. എങ്കിലും ഡോക്ടറോടും ജലീൽ ഷാഫിയോടും ബാബുവിനോടും തുടങ്ങി തനിക്ക് ഏറ്റവും അടുത്തവരോട് മാത്രം യാത്ര പറഞ്ഞു.

ഒരു സുരക്ഷിതത്വവും ഇല്ലാതെ റോഡും മുറ്റവും തിരിച്ചറിയാതെ കിടക്കുന്ന വഴിയും തന്റെ വീടിനെയും കുടുംബത്തെയും കുറിച്ചായിരുന്നു ദെണ്ണം. കുഞ്ഞുമക്കളെയും ഭാര്യയേയും ആ വീട്ടിൽ ഒറ്റയ്ക്കാക്കി പോകേണ്ടി വരുന്നതിലുള്ള ദുഃഖവും വിഷമവും വളരെ വലുതായിരുന്നു. ആയിടെയായി കളവും കുട്ടികളെ തട്ടിക്കൊണ്ടു പോകലുമൊക്കെ അധികരിച്ച വാർത്തകൾ പ്രചരിക്കുന്നുണ്ടായിരുന്നു. അതുകൊണ്ട് റോഡിന്റെ നിർമ്മാണവും കേസുമായി തനിക്കൊപ്പം നിന്നവരും തന്നെ ശത്രുപക്ഷത്ത് കണ്ടവരുമായ എല്ലാവരോടും യാത്ര പറഞ്ഞു. ഒപ്പം വഴിയെക്കുറിച്ചും അവരെ ഓർമ്മിപ്പിച്ചു. താൻ പോകുന്നുവെന്നും കേസ് ഒരു തീർപ്പിലെത്തിക്കാൻ ശ്രമിച്ചുകൊണ്ട് തന്റെ വീടിനൊരു മതിൽ കെട്ടി സുരക്ഷിതത്വം ഉണ്ടാക്കാൻ സഹായിക്കണമെന്നും അവരോടെല്ലാം അഭ്യർത്ഥിച്ചു. അവരൊക്കെയും അയാളെ മുഴുവനും കേട്ടെങ്കിലും എന്തെങ്കിലും മറുപടി പറഞ്ഞില്ല. ഒടുവിൽ ഫാരിസിനെയാണ് അയാൾ കണ്ടത്.

''ഫാരിസ്, ഞാൻ യാത്ര പറയാനാണ് വന്നത്. നാളെ പോവുകയാണ്.''

''ആ, ഞാനറിഞ്ഞു. ഖത്തറിൽ നിന്നും ഇന്നലെ ഒരാൾ വിളിച്ച പ്പോൾ പറഞ്ഞിരുന്നു. മാജിദ് ചെല്ലുന്ന വിവരം. മാജിദിനെ പോലെ ഒരാൾക്ക് അവിടെ നിന്നുപോവുക പ്രയാസമായി തോന്നും. എന്നാൽ ഖത്തർ നല്ല രാജ്യമാണ്. അവിടുത്തെ ജനങ്ങളും നല്ലവരാണ്. ഒരു ജോലിയൊക്കെ ശരിപ്പെട്ടാൽ പിന്നെ ഒക്കെ ശരിയാകും. ഒരുപാട് കൊല്ലം ഞാനുണ്ടായിരുന്നല്ലോ അവിടെ.''

''ഉം, ഞാൻ വന്നത് യാത്ര പറയാൻ മാത്രമല്ല. കൂട്ടത്തിൽ ആ റോഡിന്റെ വിഷയത്തിൽ ഒരു നല്ല സെറ്റിൽമെന്റ് ഉണ്ടാക്കാൻ ഫാരിസ് മുൻകൈ എടുക്കണം എന്നുകൂടി പറയാനാണ്. നിനക്കറിയാലോ, റോഡും മുറ്റവും ചേർന്ന് കിടക്കുന്നതിനാൽ കുടുംബത്തിന് സുര ക്ഷിതത്വക്കുറവുണ്ട്. ഇതുവരെ ഞാനുള്ളതുകൊണ്ട് കുടുംബം അതറിഞ്ഞില്ല. ഇനി ഞാൻ പോയാൽ അങ്ങനെയാവില്ലല്ലോ.''

''മാജിദ് ക്ഷമിക്കണം. മാമമാരുമായി ഞാൻ ആ വിഷയത്തിൽ ഇടപെടില്ല. നിന്നോട് അന്ന് തന്നെ പറഞ്ഞിട്ടുണ്ടല്ലോ. അവർ അതിലെ ഒരിക്കലും വഴി തരില്ല. ഇപ്പോഴാണങ്കിൽ കേസ് അവർ ജയിച്ച സ്ഥിതിക്ക് ഉടനെ തന്നെ അപ്പുറം ഗേറ്റ് വെച്ച് അടയ്ക്കാനാണ് സാധ്യത. ഇപ്പുറം നടവഴി മാത്രമാകും വിടുക. പിന്നെ നിനക്ക് മതിൽ കെട്ടാൻ എന്താണ് തടസ്സം? നീ ഒരു വണ്ടിപോകാനുള്ള സൗകര്യം ചെയ്ത് മതിൽ കെട്ടിക്കോ. അതിന് ആരെയും കാത്ത് നിൽക്കണ്ട.''

''വണ്ടി പോകാനുള്ള സൗകര്യമോ, ആർക്ക്? എന്റെ അതിരിൽ നിന്റെ അമ്മാവൻ മതിൽ കെട്ടി നടക്കാനുള്ള നാലടി മാത്രം വിടുക യുള്ളൂവെങ്കിൽ പിന്നെ ഞാൻ ആർക്കാണ് വണ്ടി പോകാൻ സൗകര്യം ചെയ്യേണ്ടത്. ഫാരിസിന് വേണമെകിൽ ഞാൻ നൽകാം. അതിന് നിന്റെ അമ്മാവൻ സമ്മതിക്കുമെങ്കിൽ എനിക്ക് വിരോധം ഇല്ല. ഞാൻ അദ്ദേഹത്തോട് ഒരിക്കൽ അത് പറയുകയും ചെയ്തിട്ടുണ്ട്. മാത്രവുമല്ല വഴി നൽകാൻ ഉദ്ദേശിക്കുന്നത് എന്റെ വീടിന്റെ പുറകു വശത്ത് കൂടിയാണ്.''

''നീ ഈ റോഡ് കൊണ്ടുവന്നതോടെ എല്ലാവരും അവരവരുടെ വീടിന് ഗേറ്റും മതിലുമൊക്കെ ഉണ്ടാക്കിയല്ലോ. നിനക്ക് മാത്രമാണ് അതൊന്നുമില്ലാത്തത്. ഞാൻ ഗൾഫിലായിരുന്നങ്കിലും നിന്റെ പരി ശ്രമങ്ങളെക്കുറിച്ച് എനിക്കറിയാം. പിന്നെ എനിക്ക് അമ്മാവന്മാരു മായി ഇക്കാര്യത്തിൽ തർക്കിക്കുവാൻ സാധിക്കില്ല. നീ വേണ്ടത് ചെയ്തോളൂ.''

മാജിദ് പറഞ്ഞു.

''ഫാരിസ്, വഴിയും വെള്ളവും വെളിച്ചവും കിടപ്പാടവും അതില്ലാത്തവർക്ക് എത്തിക്കുവാൻ ഭരണകൂടങ്ങളോട് ഒരുപാട് കലഹിച്ചവനാണ് ഞാൻ. ആ ഞാൻ എന്റെ ഇഷ്ടം ചെയ്യുക എന്നത് ചിന്തിക്കുവാൻ പോലും കഴിയില്ല. അതും സ്വന്തം മണ്ണിൽ. അതുകൊണ്ടാണ് നല്ലൊരു റോഡ് വരുന്നതിലൂടെ ഈ പ്രശ്നം അവസാനിക്കുവാൻ ഇത്രയും വർഷമായി കാത്തിരിക്കുന്നത്. ഇന്നല്ലെങ്കിൽ നാളെ ഇതൊരു പന്ത്രണ്ടടി വഴിയായി ചാരത്തെ റോഡിൽ മുട്ടണം. ഇന്ന് കേസ് നിന്റെ അമ്മാവന്മാർ ജയിച്ചിട്ടുണ്ടങ്കിലും അവർ വിചാരിച്ചാൽ അവിടെ നല്ലൊരു റോഡ് ഉണ്ടാകും. അത് അവർക്കും നിനക്കുമാണ് ഏറ്റവും കൂടുതൽ ഉപകാരം ചെയ്യുക. അതുകൊണ്ട് ഫാരിസ് നീ ശ്രമിക്കണം എന്നു മാത്രമാണ് പറയാനുള്ളത്. നിന്നെ പോലെ മറ്റൊരാൾക്കും അതിന് കഴിയില്ല.''

ഫാരിസ് പറഞ്ഞു

''ഞാൻ വീണ്ടും പറയുന്നു, നീ എന്നോട് ക്ഷമിക്കണമെന്ന്.''

''ഞാൻ പറഞ്ഞില്ലേ, എനിക്കിതിൽ ഇടപെടാനാവില്ല. പക്ഷേ, നമ്മൾ എന്നും നല്ല സുഹൃത്തുക്കൾ തന്നെയാകും. നീ വിളിക്കണം വിശേഷങ്ങൾ അറിയിക്കണം.''

വിട പറയുമ്പോൾ

സൂര്യൻ പതിവുപോലെ പ്രഭാകിരണങ്ങൾ വിതറിക്കൊണ്ട് കിഴക്കൻ മലമുകളിലെവിടെയോ ഉദിച്ചുയർന്നു. വേർപാടിന്റെ നിഴൽപാടുകൾ വരച്ച വികൃത ചിത്രങ്ങളെ നോക്കി മാജിദും ഭാര്യയും മൂകരായി. വിടവാങ്ങലിന്റെ വിചാരവികാരങ്ങളെയും വഹിച്ച് സമയരഥമുരുണ്ടു നീങ്ങി. യാത്രയ്ക്കുള്ള വസ്ത്രങ്ങൾ ഇസ്തിരി ചെയ്യുമ്പോഴും അവ പെട്ടിയിലൊതുക്കുമ്പോഴും അവർ ഒന്നും പറഞ്ഞില്ല. കുട്ടികൾക്കും മനസ്സിലായിരിക്കുന്നു; തങ്ങളുടെ പ്രിയപ്പെട്ട പാപ്പ പോകാൻ ഇനി ഇത്തിരിനേരമേ ബാക്കിയുള്ളൂ എന്ന്.

വന്നുപോയ സുഹൃത്തുക്കളോടും ബന്ധുക്കളോടും അവർ സംസാരിച്ചതും ചിരിച്ചതുമെല്ലാം കൃത്രിമമായിട്ടായിരുന്നു. വിവാഹശേഷം അവർ വേർപിരിഞ്ഞതത്രയും ബിസിനസ്സ് ആവശ്യങ്ങൾക്കുള്ള യാത്രകൾക്കായിരുന്നു. അതും കുറഞ്ഞ ദിവസങ്ങൾ മാത്രം. ഇപ്പോൾ പോകുന്നത് അങ്ങനെയല്ലല്ലോ. ഇനി എന്ന് വരും, കാണും, ജീവിക്കും? ഇരുവരുടെയും മനസ്സിൽ അനിശ്ചിതത്വത്തിന്റെയും നിസ്സഹായതയുടെയും അലകടൽ ഇരമ്പിക്കൊണ്ടിരുന്നു.

ഇതുവരെയുള്ള ശാന്തതപോലും നഷ്ടപ്പെടുകയാണോ അതോ നഷ്ടപ്പെട്ട ശാന്തത തിരികെ വരാനുള്ള പേറ്റു നോവാണോ ഈ വേദന എന്നറിയാതെ ശബ്ദം വറ്റിയ ആയിരം നാവിനാൽ അവർ കരഞ്ഞുകൊണ്ടിരുന്നു.

“ഇറങ്ങുകയല്ലേ? ഇനിയും വൈകണ്ട, ടിക്കറ്റും പാസ്പോർട്ടും ശരിക്കും നോക്കിക്കോളൂ. ഒന്നും മറക്കണ്ട. ലഗേജ് ഞാൻ വണ്ടിയിൽ വെച്ചിട്ടുണ്ട്.”

അളിയൻ മുനീറിന്റെ ഓർമ്മപ്പെടുത്തൽ മാജിദിന്റെ മൗനങ്ങളെ ഭേദിച്ചുകൊണ്ട് അവരുടെ മുറിയിലെത്തി.

അളിയന്റെ ശബ്ദം വേർപാടിന്റെ സൈറൺ പോലെയാണ് അവർക്ക് അനുഭവപ്പെട്ടത്. സമയം അതിക്രമിച്ചിരിക്കുന്നു. ഇനി അധികമില്ല. അവൾ പെട്ടെന്നയാളെ കെട്ടിപ്പിടിച്ചുകൊണ്ട് പൊട്ടി പൊട്ടിക്കരഞ്ഞു.

"വേണ്ട, പോകണ്ട. മാജു ഈ വീട് വിറ്റോളൂ, കിട്ടുന്ന വിലയ്ക്ക്. കടങ്ങളാണ് മാജുവിനെ എന്നിൽ നിന്നും തട്ടിപ്പറിക്കുന്നത്. വേണ്ട. എവിടെയും പോകണ്ട. ദൂരെ ദൂരെ എവിടെയെങ്കിലും പോയി ഒരു കൊച്ചു വീട് വാങ്ങി ജീവിക്കാം നമുക്ക്."

അയാൾ അവളുടെ വാ പൊത്തിപ്പിടിച്ചുകൊണ്ട് നെഞ്ചോടു ചേർത്തു. മൂർദ്ധാവിൽ ചുംബിച്ചുകൊണ്ട് കണ്ണീർ വാർത്തു.

"ഇതുവരെയും എനിക്ക് ധൈര്യവും സ്ഥൈര്യവും നൽകിയ എന്റെ നൈനുവാണോ ഈ പറയുന്നത്?" അയാൾ സ്വയം നിയന്ത്രിച്ചു.

"നീ മാത്രമാണ് എന്റെ ശക്തി. തളരരുത്, പതറരുത്. കുഞ്ഞു മക്കൾക്ക് ഇനി നീയേ തുണയുള്ളൂ, അത് മറക്കരുത്. എല്ലാം ശരിയാകും. അല്ലാഹുവില്ലേ നമുക്കൊപ്പം."

"ഞാൻ വണ്ടിലേക്ക് പോകുന്നു. അളിയൻ വന്നോളൂ. ഇപ്പൊത്തന്നെ നേരം വൈകി. പാലക്കാട്-കോയമ്പത്തൂർ റോഡ് കുറച്ച് മോശമാണെന്നാണ് കേട്ടത്."

മുനീർ വീണ്ടും ഓർമിപ്പിച്ചു. പിന്നെ വൈകിയില്ല, മാജിദ് വാതിൽ തുറന്ന് പുറത്തേക്ക് നടന്നു.

ഒപ്പം അയാളുടെ കയ്യിൽ മുറുകെ പിടിച്ചുകൊണ്ട് അവളും. ഓടിവന്ന മക്കൾ പാപ്പ എന്ന് വിളിച്ചുകൊണ്ടയാളെ കെട്ടിപ്പിടിച്ചു. ഒരു കയ്യിൽ ഭാര്യയേയും മറുകയ്യിൽ മക്കളേയും ചേർത്ത് പിടിച്ചുകൊണ്ട് പതറാത്ത മനസ്സും ചുവടുകളുമായി മുറ്റത്തേക്കിറങ്ങുമ്പോൾ അളിയൻ മുനീർ കാർ സ്റ്റാർട്ട് ചെയ്തു നിറുത്തിയിരുന്നു.

മക്കളേയും ഭാര്യയേയും ചേർത്ത് പിടിച്ചുകൊണ്ടയാൾ അല്പ സമയം ആ മുറ്റത്ത് നിന്നു.

"അളിയാ..."

മുനീർ സ്വരം താഴ്ത്തി വിളിച്ചു. അപ്പോൾ സ്ഥലകാല ബോധത്തിന്റെ യാഥാർഥ്യത്തിലേക്കായാൾ തിരിച്ചു വന്നു.

"പാപ്പ പോകട്ടെ മക്കളെ."

കണ്ണുനീരൊഴുകുന്ന മുഖം കൈകൊണ്ട് മറച്ചു പിടിച്ചിട്ടയാൾ പറഞ്ഞു. പിന്നെ അളിയനെ നോക്കി പോകാം എന്ന അർത്ഥത്തിൽ തലയാട്ടി.

അയാൾ ധൃതിയിൽ നടന്നു കാറിൽ കയറി. പെട്ടെന്ന് അവളും ഒപ്പം കറിയിരുന്നു. അപ്പോൾ മക്കളും വണ്ടിയിലേക്ക് കയറി. അയാൾ ഒന്നും പറഞ്ഞില്ല. അവരെ തന്റെ അരികിലേക്ക് ചേർത്തിരുത്തിക്കൊണ്ട് മുനീറിനോട് പറഞ്ഞു.

‘‘അളിയാ, ഇനി വൈകണ്ട, പോകാം.’’

‘‘ഇവരെക്കൊണ്ടുപോകണോ? കുട്ടികൾക്ക് നാളെ സ്കൂൾ ഉള്ള തല്ലേ. ക്ഷീണിച്ച് അവശരാകും.’’

‘‘സാരമില്ല, ഇവർ വന്നോട്ടെ.’’

പിന്നെ മുനീർ ഒന്നും പറഞ്ഞില്ല, മാജിദും.

വണ്ടി ഓടിക്കൊണ്ടിരുന്നു.

രാത്രി വളരെ വൈകിയാണ് കോയമ്പത്തൂർ എത്തിയത്. മക്കൾ യാത്രാക്ഷീണംകൊണ്ട് തളർന്നുറങ്ങിയിരുന്നു. അവൾ മാജിദിന്റെ കൈയും മുറുകെ പിടിച്ചുകൊണ്ട് ഒരുപോള കണ്ണടക്കാതെ അയാ ളുടെ തോളിൽ ചാരിയിരുന്നു. വണ്ടി പാതിരാത്രിയും പിന്നീടവേ കോയമ്പത്തൂരിൽ എത്തി.

‘‘ഇനി ഉറങ്ങാൻ അധികം സമയമില്ല. ഇപ്പോൾ തന്നെ തിരിച്ചാൽ വെളുപ്പിന് വീട്ടിലെത്താം. അളിയന് ഒരു മുറിയെടുത്ത് കുളിച്ച് ഫ്രഷ് ആയിട്ട് വേണ്ടേ പോകാൻ. ഇവിടെ മുറിയെടുക്കാം, എന്നിട്ട് ഞങ്ങൾ പൊയ്ക്കോട്ടെ അളിയാ.’’

‘‘അത് വേണ്ട, ദീർഘമായ ഈ യാത്ര, അതും വിശ്രമം ഇല്ലാതെ, വേണ്ട... വേണ്ട. ഇന്ന് ഇവിടെ താമസിച്ച് ഉറങ്ങിയെണീറ്റ് കുളിയൊ ക്കെക്കഴിഞ്ഞു വല്ലതും കഴിച്ചിട്ട് പോയാൽ മതി.’’

മുറിയെടുത്ത് കിടന്നപ്പോൾ എല്ലാവരും പെട്ടെന്ന് ഉറങ്ങിപ്പോയി. അത്രയും ക്ഷീണം നൽകുന്നതായിരുന്നു ആ യാത്ര.

എങ്കിലും കിടന്നിട്ടും അയാൾക്ക് ഉറങ്ങാൻ സാധിച്ചില്ല. യാത്ര യുടെ ക്ഷീണം. പെട്ടെന്നങ്ങാനും ഉറങ്ങിപ്പോയാലോ എന്ന് ഭയന്ന് അയാൾ മുഖം കഴുകിയും ഓരോന്ന് ചിന്തിച്ചും അരിച്ചകലുന്ന രാത്രിക്കൊപ്പം സമയം തള്ളിനീക്കി. മാജിദ് അവിടെ കണ്ട കസേര യിലിരുന്നു. അധികം വൈകിയില്ല, പുറകിൽ നിന്നും ആരോ അയാളുടെ രണ്ട് കണ്ണുകളും പൊത്തിപ്പിടിച്ചു.

അയാൾ പെട്ടെന്ന് മയങ്ങി. വീണ്ടും ആ സ്വപ്നാനുഭവങ്ങളി ലേക്ക് സഞ്ചരിച്ചു.

> ഒരു മഹാസമ്മേളനത്തിനെന്നപോലെ ധാരാളം ആളു കൾ ഒന്നിച്ചു നടന്നു പൊയ്കൊണ്ടിരിക്കുന്നു. ആരും ആരെയും കാത്തുനിൽക്കാതെയും ഒന്നും പറയാതെയും പുറകിലോട്ട് നോക്കാതെയുമാണ് എല്ലാവരും അവരുടേ തായ ലക്ഷ്യങ്ങളിലേക്ക് അതിവേഗം നടക്കുന്നത്. അവ രൊക്കെയും ഒരേ ദിവസവും സമയവും ഒരുപോലെ കണ്ട

ഒരു സ്വപ്നത്തിന്റെ യാഥാർത്ഥ്യം തേടിയായിരുന്നു ആ യാത്ര. അങ്ങകലെ വിദൂരമായ ചക്രവാളത്തിനുമപ്പുറം മരണമില്ലാത്ത ജീവിതത്തിന്റെ ആഡംബര ലോകമായിരുന്നു അവരുടെ ലക്ഷ്യം. സ്വർണ്ണം കൊണ്ടും വെള്ളികൊണ്ടും ഉണ്ടാക്കിയായതായിരുന്നു ആ മോഹന ലോകം എന്നവർ വിശ്വസിച്ചു. മരതകത്തിന്റെ പച്ചപ്പും ഇന്ദ്രനീലിമയും അവിടെ ഇടകലർന്നിരുന്നു. ചൂടും തണുപ്പുമില്ലാത്തതും എന്നാൽ എപ്പോഴും ഇളം കാറ്റ് തലോടിക്കൊണ്ടിരിക്കുന്നതുമായിരുന്നു അവിടം. വിവിധ വർണ്ണങ്ങളിലുള്ള പക്ഷികളും അരുവികളും പൂക്കളും അവിടെ ഉണ്ടായിരുന്നു. തേനൂറുന്ന പഴങ്ങളും പാനീയങ്ങളും പട്ടുമെത്തകളും പരിചരകാരും നിറഞ്ഞ പറുദീസയായിരുന്നു അത് എന്ന അവരുടെ ധാരണ അങ്ങോട്ടുള്ള പ്രയാണത്തിന് വേഗത വർധിപ്പിച്ചു.

ദീർഘനേരം ആ ഒഴുക്കിനൊപ്പമെന്നപോലെ അയാളും നടന്നുകൊണ്ടിരുന്നു. ഏറെ ദൂരങ്ങൾ താണ്ടിയപ്പോഴാണ് അയാൾ അത് കണ്ടത്. വളരെ താഴ്ചയിലേക്ക് പതിക്കുന്ന വെള്ളച്ചാട്ടം കണക്കെ ആ വലിയ ആൾക്കൂട്ടം അഗാധ ഗർത്തത്തിലേക്ക് പതിച്ചുകൊണ്ടിരിക്കുകയാണ്. അത് അയാൾക്ക് മാത്രമേ കാണാൻ കഴിഞ്ഞിരുന്നുള്ളൂ. ഉയരത്തിൽ അഗ്നി ആളിക്കത്തുന്ന താഴ്വരയായിരുന്നു അത്. അതിലേക്ക് വീഴാൻ തുടങ്ങുന്നതിന് തൊട്ട് മുൻപ് മാത്രമാണ് ആൾക്കൂട്ടങ്ങൾക്ക് അത് മനസ്സിലാക്കാൻ സാധിക്കുന്നുള്ളൂ, അപ്പോൾ അവരൊക്കെയും തിരിഞ്ഞോടുവാൻ ശ്രമിക്കുന്നുണ്ടങ്കിലും പുറകിൽ നിന്നുള്ള ജനങ്ങളുടെ ശക്തിയായ തള്ളിച്ച അവരെ കൂട്ടത്തോടെ ആ ഗർത്തത്തിലേക്ക് എറിഞ്ഞുകൊണ്ടിരുന്നു. പുറകിലുള്ളവർ അവിടെ നിന്നും ആർത്തലച്ചുകൊണ്ട് ഓടിരക്ഷപ്പെടാൻ ശ്രമിച്ചുകൊണ്ടിരുന്നെങ്കിലും അവർക്ക് പുറകിലോട്ട് ഒരൽപം പോലും ചലിക്കാൻ കഴിഞ്ഞിരുന്നില്ല. ഇരുഭാഗങ്ങളിലും ഉയർന്ന ഭിത്തികൾപോലെ പാറക്കെട്ടുകൾ കാരണം വശങ്ങളിലേക്കുള്ള സഞ്ചാരവും അവർക്ക് അസാധ്യമാക്കി.

താനും അസ്തമിക്കാറായിരിക്കുന്നു. ഈ വഴിയുടെ അവസാനമാണ് മരണം കാത്തുനിൽക്കുന്നത് എന്ന് അയാൾ തിരിച്ചറിഞ്ഞു. ഇനി തനിക്കും ആ മരണത്തിന്റെ താഴ്വരയിലേക്ക് പതിക്കാൻ മാത്രകൾ മാത്രമേ ദൂരമുള്ളൂ. ധൃതിയിൽ ഓടിക്കൊണ്ടിരിക്കുന്ന ഈ ജനം തങ്ങളുടെ ജീവിതവേഗം വർദ്ധിപ്പിച്ചുകൊണ്ടിരിക്കുന്നത് മരണത്തിന്റെ

മഹാഗർത്തങ്ങളിലേക്കാണെന്ന് അവർ അറിയുന്നില്ലല്ലോ, അയാൾ ചിന്തിച്ചു. അയാൾ തിരിഞ്ഞു നടക്കാനോ രക്ഷപ്പെടാനോ ശ്രമിച്ചില്ല. പെട്ടെന്നാണ് അയാളുടെ മൂർദ്ധാവിൽ ഒരു വലിയ ജലകണം വന്നു വീണത്. മുകളിലേക്ക് നോക്കി. അവിടെ കൂരിരുട്ട് പോലെ കട്ടപിടിച്ച കാർമേഘം തങ്ങിനിന്നിരുന്നു. ആ ഇരുണ്ട ആകാശത്തിൽ തൂവെള്ള നിറത്തിലുള്ള എണ്ണമറ്റ പ്രാവുകൾ വട്ടമിട്ട് പറക്കുന്നുണ്ടായിരുന്നു. ആകാശത്തിലേക്ക് തുറന്ന കണ്ണുകളുമായി അയാൾ അവിടെ നിശ്ചലനായി.

ജനക്കൂട്ടം അയാളെ സ്പർശിക്കാതെ ഒഴിഞ്ഞുമാറിക്കൊണ്ട് ധൃതിയിൽ മരണത്തിലേക്ക് കുതിച്ചുകൊണ്ടിരുന്നു. കരിങ്കല്ല് പോലെ താൻ നിശ്ചലനായിരിക്കുന്നു എന്നയാൾക്ക് മനസ്സിലായി. കണ്ണുകൾ മാത്രമേ ചലിപ്പിക്കാൻ സാധിച്ചിരുന്നുള്ളൂ. പ്രാവുകൾ താഴ്ന്നു പറക്കാനാരംഭിച്ചു. അതിലൊന്ന് അയാളുടെ ശിരസ്സിൽ വന്നിരിക്കുകയും അതിന്റെ ചിറക് കുടയുകയും ചെയ്തു. ജനക്കൂട്ടം ഇതൊന്നും കാണുകയും അറിയുകയും ചെയ്യുന്നുണ്ടായിരുന്നില്ല. അവർ കൂട്ടത്തോടെ അഗ്നിയുടെ ഗർത്തത്തിലേക്ക് പതിച്ചുകൊണ്ടിരുന്നു. പിന്നീട് പ്രാവ് അയാളുടെ ശിരസ്സിൽ നിന്നും വലതു ചുമലിലേക്ക് ഇറങ്ങിയിരുന്നു. അയാളുടെ വലതു കൈ സാവകാശം മുകളിലേക്ക് ഉയർന്നു പൊങ്ങി. പ്രാവ് ഒന്നുകൂടെ ചിറകുകുടഞ്ഞുകൊണ്ട് മേലേക്ക് പറന്നുയർന്നു. അപ്പോൾ അയാളുടെ കൈവിരലുകൾ തൂവെള്ള പ്രാവുകളായി രൂപാന്തരം പ്രാപിച്ചു. അവ സാവകാശം മുകളിലേക്ക് പറക്കുവാനാരംഭിച്ചു. അനവധി പ്രാവുകളുടെ കൂട്ടമായിരുന്ന ഒരു ശരീരം ഒറ്റയൊറ്റയായി വേർപ്പെട്ടു. കൈകാലുകളും ശിരസ്സും പ്രാവുകളായി മാറിക്കൊണ്ട് ആകാശത്തിന്റെ ഉയരങ്ങളിലേക്ക് അൽപാൽപമായി പറന്നുപോയി. ഉറക്കമുണരുമ്പോൾ കണ്ണുകളിൽ നിന്നും മൃദുലവും നേർത്ത തണുപ്പുള്ളതും സുഗന്ധം വമിക്കുന്നതുമായ രണ്ട് കൈകൾ സാവകാശം അയഞ്ഞുപോകുന്നതായി അയാൾക്ക് അനുഭവപ്പെട്ടു. അപ്പോൾ അയാളുടെ കാതുകളിൽ ആ ഓടക്കുഴലിന്റെ മധുരമായ ശബ്ദം കേൾക്കുന്നുണ്ടായിരുന്നു.

എയർപോർട്ടിൽ ആരും എത്തിത്തുടങ്ങിയിട്ടില്ല. അവിടെ ജീവനക്കാർ മാത്രമേയുള്ളൂ അയാളാണ് അവിടത്തെ ആദ്യത്തെ യാത്രക്കാരൻ. മക്കൾക്ക് സ്കൂളിൽ എത്തേണ്ടതുള്ളതിനാൽ ആണ്

നേരത്തെ എത്തിയത്. ഇനിയും യാത്രയ്ക്ക് മൂന്നു മണിക്കൂർ കഴി യണം. സാരമില്ല എയർപോർട്ടിൽ ഇരിക്കാം എന്ന് കരുതി. പാതി രാത്രിയിൽ ഖത്തറിൽ ചെന്നിറങ്ങും വരെയും വിവിധ എയർപോർട്ടു കളിൽ മണിക്കൂറുകൾ നീളമുള്ള ഇരുത്തം തന്നെയാണല്ലോ. അയാൾ ഓർത്തു.

എല്ലാവരും വണ്ടിയിൽ നിന്നിറങ്ങി. ഡിക്കിയിൽ നിന്നും തന്റെ ബാഗ് എടുത്തുകൊണ്ട് മുനീർ അരികിലെത്തി.

പിന്നെ ഒന്നും കേൾക്കാനോ പറയാനോ നിൽക്കാതെ അയാൾ നടക്കുവാനാഞ്ഞപ്പോൾ അയാളുടെ കൈയ്യിൽ അവളുടെ കൈകൾ മുറുക്കെ പിടിച്ചിരുന്നു. ഒരു നിമിഷം അയാൾ നിന്നു. പിന്നെ അവ ളെയും ചേർത്ത് പിടിച്ചുകൊണ്ട് അയാൾ എയർപോർട്ട് ഗേറ്റിലേക്ക് നടന്നു. ഒപ്പം പാപ്പാ എന്ന് വിളിച്ചു കൊണ്ട് മക്കളും ഓടിയെത്തി. ഗേറ്റിലെത്തിയ അയാൾ അവസാനമായി അവരെ മാറി മാറി ഉമ്മ വെച്ചു. പിന്നെ തകരുന്ന മനസ്സും ശ്വാസവുമായി ഒന്നും പറയാതെ അയാൾ നടന്നു. ഒരിക്കൽ കൂടി അവൾ അയാളുടെ കൈകളിൽ പ ിടിച്ചെങ്കിലും തിരിഞ്ഞു നോക്കാതെ അവളുടെ കൈയ്യിൽ നിന്നും തന്റെ കൈ ഊരിയെടുത്ത് നടന്നകന്നു. മൗനം തളം കെട്ടിയ നേര ങ്ങളിൽ നിന്നും ഒന്നും കേൾക്കാനോ പറയാനോ നിൽക്കാതെ കണ്ണീ രൊഴുകുന്ന കവിളുമായി അവൾ നിന്നു.

അങ്ങനെ ആ മരുഭൂമിയിൽ ഒരു പൊള്ളുന്ന രാത്രിയിൽ...

ഓരോ എയർപോർട്ടുകളിലും മണിക്കൂറുകൾ നീണ്ട കാത്തിരിപ്പുകൾക്കൊടുവിൽ വിമാനങ്ങളിൽ കയറിയും ഇറങ്ങിയും അയാൾ ആ യാത്ര തുടർന്നു. കോയമ്പത്തൂർ നിന്നും ചെന്നൈയിലേക്കുള്ള യാത്രയിൽ വിമാനം ചെന്നൈ ആകാശത്തിന്റെ നീലിമയിൽ പറന്നെത്തിയപ്പോഴാണ് മറ്റെല്ലാം മറന്നത്. താൻ ചെന്നൈയിൽ ആയിരുന്നപ്പോൾ മിക്കവാറും വൈകുന്നേരങ്ങൾ ചെലവഴിച്ചിരുന്ന മറീന ബീച്ചിന്റെ ആകാശത്ത് നിന്നുള്ള കാഴ്ച അത്രയും മനോഹരമായിരുന്നു. മാത്രവുമല്ല ഈ കടലിൽ സൂര്യൻ അസ്തമിക്കാറില്ല എന്ന കൗതുകവും അന്ന് അയാളിൽ ആദ്യമൊക്കെ താല്പര്യമുണ്ടാക്കി. വിമാനത്തിന്റ സൈഡ് സീറ്റിൽ ഇരുന്നുകൊണ്ട് ആ കാലങ്ങൾ ഓർത്തു.

ബീച്ചിനടുത്തുള്ള ട്രിപ്ലിക്കനിലെ സൈഡൊജി സ്ട്രീറ്റിൽ ഇരുപത്തിയെട്ടാം നമ്പർ കെട്ടിടത്തിന്റെ മൂന്നാമത്തെ നിലയിലെ താമസം അയാൾക്ക് വിസ്മരിക്കാനാവില്ല. തിരക്കൊഴിഞ്ഞ ദിവസങ്ങളിൽ വൈകുന്നേരം നടക്കാനിറങ്ങുന്നത് മറീന ബീച്ചിലേക്കായിരുന്നു. അവിടെ അണ്ണാദുരൈ, എം.ജി.ആർ. എന്നീ പ്രമുഖരുടെ സമാധിക്കരികിലും പാർക്കിലുമൊക്കെ നടന്ന ഗതകാലസ്മരണയിൽ അയാൾ താഴേക്ക് നോക്കി. വിമാനം കരയിൽ നിന്നും നേരെ പറന്നുകൊണ്ടിരിക്കുന്നത് മറീന കടലിന്റെ ആകാശ നീലിമയിലേക്കാണ്. കുറേ ദൂരം പിന്നിട്ടപ്പോൾ കടലോരം കാഴ്ചയിൽ നിന്നും മറഞ്ഞിരുന്നു. ചെന്നൈ നഗരവും മീനമ്പാക്കം എയർപോർട്ടും എതിർ ദിശയിലാണല്ലോ. കരയിലെ സ്വർണ്ണ മണൽപരപ്പിലേക്ക് നീലപ്പട്ടിന്റെ അഗ്രത്തിൽ തുന്നിപ്പിടിപ്പിച്ച മുത്തുമണികൾ ചിതറുന്നതുപോലെ തിരമാലകൾ ഇരച്ചുകയറിയിറങ്ങുന്ന കാഴ്ച അതിമനോഹരം. മറീന ബീച്ചിന് ഇങ്ങനെയും ഒരു സൗന്ദര്യമുണ്ടെന്നറിയാനും അത് അനുഭവിക്കുവാൻ കഴിഞ്ഞതിലും ഭാഗ്യമായി തോന്നി. ഡൽഹിലിറങ്ങുമ്പോൾ മുഗൾചരിത്രമുറങ്ങുന്ന മണ്ണിനുമുകളിൽകൂടി പറന്നതും

ചരിത്രസ്മാരകങ്ങളുടെ ആകാശക്കാഴ്ച കാണാൻ കഴിഞ്ഞതുമെല്ലാം അയാളുടെ യാത്രയെ ധന്യമാക്കി.

ഡൽഹിയിലും കാത്തിരിപ്പിന്റെ നീണ്ട മണിക്കൂറുകൾ തള്ളി നീക്കിക്കൊണ്ട് ക്ഷമ നശിക്കേ അനൗൺസ്മെന്റ് വന്നു. അങ്ങനെ ജെറ്റ് എയർവെയ്സിന്റെ വിമാനത്തിൽ ചെന്നിരുന്നു. കുടുംബം, കുട്ടികൾ, വീട്, നാട്, ബാല്യം, കൗമാരം അയാൾ പിന്നിട്ട വഴികളത്രയും മനസ്സിൽ നിറഞ്ഞു. ഏറ്റവും നൊമ്പരപ്പെടുത്തിയത് വീട്ടിൽ നിന്നും ഇറങ്ങുമ്പോൾ ഉമ്മ പെയ്ത കണ്ണീരും പ്രാർത്ഥനയുമായിരുന്നു. ഉപ്പ മരിക്കുമ്പോൾ ഒന്നര വയസ്സ് മാത്രം പ്രായമുണ്ടായിരുന്ന അയാളെ വളർത്തി വലുതാക്കിയപ്പോഴും അയാളുടെ ജീവിതത്തിന്റെ വിവിധ ഘട്ടങ്ങൾക്ക് ഒപ്പം നിന്ന് സാക്ഷ്യം വഹിച്ചപ്പോഴും ആ ഉമ്മ ഒരിക്കലും അറിഞ്ഞിരുന്നില്ല തന്റെ ഈ മകനെയും ഒടുവിൽ കാലം തന്നിൽ നിന്നും പ്രവാസത്തിലേക്ക് എത്തിക്കുമെന്ന്. മറ്റുള്ള മക്കൾ അവരുടെ ചെറുപ്രായത്തിൽ തന്നെ നാട്ടിൽനിന്നും പോയതിനാൽ ഉമ്മയ്ക്ക് അതൊരു പ്രയാസമായി അനുഭവപ്പെട്ടില്ല. എന്നാൽ മാജിദ് ഉമ്മയ്ക്ക് അങ്ങനെയായിരുന്നില്ല. എപ്പോഴും ഒരു താങ്ങും തണലുമായിരുന്നു. പെട്ടെന്നൊരു ദിവസം അതില്ലാതെയാകുമ്പോൾ...? ഉമ്മക്ക് പുറത്തൊന്നു പോകണമെങ്കിൽ മാജിദിനൊപ്പമേ പോകൂ. ഡോക്ടറെ കാണാനും ബന്ധുവീട് സന്ദർശനത്തിനും വിവാഹങ്ങൾക്കും തുടങ്ങി എല്ലാറ്റിനും മാജിദ് വേണം. അയാളും മക്കളും കുടുംബവും ആ ഉമ്മയുമായി സ്വസ്ഥം ജീവിതം ജീവിച്ചു തീർക്കേണ്ട ഈ പ്രായത്തിലും കാലത്തുമാണ് ഇപ്പോൾ കുടുംബം പോറ്റാൻ തന്റെ മകൻ മരുഭൂമിയിലേക്ക് പോകുന്നത് എന്നതിൽ ആ ഉമ്മ നൊമ്പരപ്പെട്ടു.

''മോനേ, നീ പോയാൽ പിന്നെ ഈ ഉമ്മയ്ക്ക് ആരാണുള്ളത്. എന്റെ മോനില്ലാത്ത ഈ വീട്ടിൽ പിന്നെ എന്ത് സന്തോഷവും സമാധാനവുമാണ് ഉമ്മാക്കുണ്ടാവുക. മോനേ, ഉമ്മാക്ക് പെട്ടെന്നെന്തെങ്കിലും പറ്റിയാൽ പിന്നെ ആരാണുണ്ടാവുക. കണ്ണടയും നേരത്ത് എന്റെ അരികിൽ ഉണ്ടാകുമെന്ന് കരുതിയ എന്റെ പൊന്നു മോനാണ് നീ...''

ഉമ്മയുടെ വാക്കുകളും ഓർമ്മകളും അയാളിൽ കണ്ണുനീർ വീഴ്ത്തി.

സഹയാത്രികർ സുഖമായുറങ്ങുകയാണ്. ഒന്ന് കണ്ണടക്കാൻ പോലും കഴിയാതെ അയാൾ ജനലിനരികിലെ സീറ്റിൽ പുറത്തേക്ക് നോക്കിയിരുന്നു. മേഘക്കീറുകൾക്കുള്ളിൽ നിന്നും പൂർണ്ണചന്ദ്രൻ

എത്തിനോക്കുന്നതും പിന്നെ ഇരുട്ടുമൂടിയ ആകാശം പാൽനിറം തൂകുന്നതും അയാൾ നോക്കിക്കണ്ടു. കോയമ്പത്തൂരിൽ നിന്ന് ചെന്നൈയിലേക്ക് പോകുമ്പോൾ പ്രഭാതസൂര്യന്റെ കിരണങ്ങളേറ്റ് മഴവിൽ വരയ്ക്കുന്ന ആകാശവും അതിന്റെ അസുലഭ കാഴ്ചകളും അയാളിലെ സാഹിത്യ മനസ്സിൽ പുതിയ ചിന്തകളുണർത്തിയിരുന്നു. ഇനി എപ്പോഴാണ് ഒന്നുറങ്ങാൻ സാധിക്കുക. എവിടെയായിരിക്കും താനുറങ്ങുക. ഭക്ഷണം, താമസം എല്ലാം ആരായിരിക്കും നൽകുക. ജോലി ലഭിക്കുമോ. ഇത്രയും പ്രായം ആയ തനിക്ക് ആരാണ് ജോലി നൽകുക? തനിക്ക് പറ്റുന്ന എന്തുജോലിയാണുള്ളത്? മാജിദ് സാഹിബിനെ അങ്ങനെ എന്തെങ്കിലും ജോലിയിൽ എവിടെ യെങ്കിലും കൊണ്ടുപോയി നിറുത്താൻ പറ്റില്ലല്ലോ. അങ്ങനെയുള്ള ആളാണോ അദ്ദേഹം? എന്നീ സംസാരമായിരുന്നല്ലോ ജോലിക്കാര്യം പറഞ്ഞപ്പോൾ മാസ്റ്റർക്ക് അന്ന് കേൾക്കേണ്ടി വന്നത്. അല്ലാതെ ഖത്തറിൽ ജോലിയില്ലാഞ്ഞിട്ടല്ല. അതുകൊണ്ടാണ് മാസ്റ്ററുടെ ശ്രമം പെട്ടെന്ന് വിജയിക്കാതെ പോയതെന്ന് അയാൾക്ക് അറിയാമായി രുന്നു. തനിക്ക് ഒരു മാറ്റവും സംഭവിച്ചിട്ടില്ല.

ഇതിനിടയിലാണ് മാസ്റ്റർ നൽകിയ ലാ തഹ്സൻ എന്ന പുസ്തക ത്തിന്റെ കാര്യം അയാളോർത്തത്. പിന്നെ വൈകിച്ചില്ല, ഓവർ ഹെഡ് ബിന്നിൽ ഇരിക്കുന്ന ബാഗിൽ നിന്നും ആ പുസ്തകം പുറ ത്തെടുത്തു. അതിന്റെ പുറംചട്ടയിലെ പേരു പോലും ആശ്വാസം നൽകി. ഒരു നിമിഷം ധ്യാനനിരതനായി ദൈവനാമത്തിൽ വായിച്ചു തുടങ്ങി. ഖുർആനിന്റെയും ഹദീസുകളുടെയും വശ്യവചസ്സുകളി ലൂടെ ദൈവസന്നിധിയിലും പ്രവാചകസദസ്സിലും എത്തിപ്പെട്ടു. ഓരോ മണിക്കൂറുകളിലും വായനയുടെ ശാന്തി തീരങ്ങളിൽ സൗഖ്യം നേടി. ഒറ്റവായനയിൽ തന്നെ ആ പുസ്തകം അവസാനിക്കുമ്പോൾ അതിജീവനത്തിന്റെയും സഹനത്തിന്റെയും പുതിയ പാഠങ്ങൾ അഭ്യ സിച്ചു കഴിഞ്ഞിരുന്നു.

ഖത്തറിന്റെ മണ്ണിൽ വിമാനം ഇറങ്ങാൻ പോകുന്നു എന്ന സന്ദേശം ഇംഗ്ലീഷിലും ഹിന്ദിയിലും പിന്നെ അറബിയിലും പറഞ്ഞുകൊണ്ടി രുന്നു.

''അവിടെ എവിടെയായിരിക്കും തനിക്കുള്ള ജീവിതവിഭവങ്ങൾ അല്ലാഹു ഒരുക്കിവെച്ചിട്ടുണ്ടാവുക?''

ഇപ്പോൾ സമുദ്രത്തിന് മുകളിലാണ്. പക്ഷേ ആ കടലിൽ നിറയെ കെട്ടിടങ്ങളും ബിൽഡിങ്ങുകളും കാണുന്നുണ്ട്. അത് വലിയ കപ്പലു കളാകുമോ? വിമാനം വീണ്ടും താഴ്ന്നു പറന്നു. അപ്പോൾ വിവിധ

വർണ്ണങ്ങളിൽ തിളങ്ങുന്ന ചിതറിയ രത്നങ്ങളായും ഖത്തർ അനുഭവപ്പെട്ടു. ഇപ്പോൾ എന്തൊരു ഭംഗിയാണ് ഖത്തറിനെ കാണുവാൻ. വ്യത്യസ്ത വർണ്ണങ്ങളിലുള്ള ലൈറ്റുകൾ നിറഞ്ഞ ഒരു വലിയ പ്രദേശം ആണ്. ഖത്തർ അതിന്റെ വർണ്ണ വെളിച്ചത്തിന്റെ മനോഹാരിതയ്ക്ക് മാറ്റുകൂട്ടിക്കൊണ്ട് തന്നെ സ്വീകരിക്കാനൊരുങ്ങി നിൽക്കുകയാണന്ന് തോന്നി. വിമാനത്തിന്റെ ചക്രങ്ങൾ നിലത്തുരഞ്ഞു. അല്ല, ആത്മാവും ശരീരവുമാണ് അപ്പോൾ ഖത്തറിന്റെ മണ്ണിനെ സ്പർശിച്ചത്. എയർപോർട്ടിന്റെ അകത്തുള്ള നടപടികൾ പൂർത്തിയാക്കി പുറത്തേക്ക് നടന്നു. അനന്തമായ മഹാ സാഗരത്തിലേക്കൊഴുകുന്ന ഒരു കൊച്ചു നീരുറവപോലെയാണ് ആ നടത്തം അനുഭവപ്പെട്ടത്. ഈ മഹാസാഗരം തന്നെയും കൈക്കൊള്ളുമോ അതോ പുറംതള്ളുമോ. അനിശ്ചിതത്വ ചിന്തകളും ആവലാതികളും നിറഞ്ഞ മനസ്സ് അയാളുടെ ശക്തി ക്ഷയിപ്പിക്കുകയായിരുന്നു.

താനിതാ ഗൾഫ് മണ്ണിലെത്തിയിരിക്കുന്നു. ആയിരങ്ങളുടെയും പതിനായിരങ്ങളുടെയും ലക്ഷങ്ങളുടെയും അവസാനത്തെ ലക്ഷ്യവും അത്താണിയുമായി നിൽക്കുന്ന അറേബ്യയുടെ മണ്ണിൽ. ഇന്ന് കാണുന്ന ഇത്രയും വികസനത്തിന്റെ വിത്തുകൾ പോലുമില്ലാത്ത ഒരമ്പത് അറുപത് വർഷങ്ങൾക്ക് മുന്നേ ലോഞ്ചുകളിൽ കടൽതാണ്ടി വന്ന് കരയിലേക്ക് നീന്തിക്കയറിയ തന്റെ പൂർവ്വികരെ അയാൾ ആ നടത്തത്തിനൊപ്പം ഓർത്തു. താൻ എവിടേക്കാണ് പോകുന്നത്. ശീതീകരണ യന്ത്രം കുളിരു പെയ്യുന്ന ഈ ഭീമമായ കെട്ടിട സമുച്ചയങ്ങളിൽ നിന്ന് പുറത്തു കടന്നാലുള്ള അവസ്ഥയെന്താകും. ആരാണ് തന്നെ സ്വീകരിക്കുവാനുണ്ടാവുക. വരാനുള്ളത് അലിക്കയാണ്. അദ്ദേഹം വരും, വരാതിരിക്കില്ല. അതു മാത്രമാണ് പ്രതീക്ഷ. ചിലപ്പോൾ മാഷ് പറഞ്ഞ പ്രസ്ഥാന പ്രവർത്തകർ ആരെങ്കിലും കാണുമായിരിക്കും. അല്ലെങ്കിൽ അവരൊക്കെ എന്തിന് വരണം. ഒരേ നാട്ടുകാർ എന്നതിലുപരി മറ്റെന്തു ബന്ധമാണ് തനിക്ക് അവരുമായുള്ളത്. അവരെയൊക്കെ താൻ പണ്ടെങ്ങോ കണ്ടിട്ടുള്ളതാണ്.

പുറത്തേക്കുള്ള വഴിയിൽ എത്തി. തന്നെ കടന്നുപോകുന്ന യാത്രക്കാരെ അടുത്ത് കണ്ടിട്ട് അവരുടെ ബന്ധുക്കളും സുഹൃത്തുക്കളും ആലിംഗനം ചെയ്യുന്നുണ്ട്. വിശേഷങ്ങൾ തിരക്കുന്നുണ്ട്. ചിലർ അവരെ കാത്തുനിന്ന കാറുകളിൽ കയറി പോകുന്നു. മറ്റു ചിലർ ഫോൺ ചെയ്യുന്നു. അയാൾ എയർപോർട്ടിന്റെ പുറംലോകം കണ്ട് മിഴിച്ചു നിൽക്കെ പുറകിൽ നിന്നും ഒരാൾ എക്സ്യൂസ്മി എന്ന് പറഞ്ഞു. വഴിമുടക്കി നിൽക്കുന്ന അയാളോട് ദയവ് ചെയ്ത് സൈഡിലേക്ക് മാറിനിൽക്കുക എന്നതായിരുന്നു അതിന്റെ ഉദ്ദേശ്യം. അയാൾ

ഉടനെ സോറി പറഞ്ഞുകൊണ്ട് മുന്നോട്ട് നടന്നു. അപ്പോൾ ആദ്യം കണ്ടത് അയാളെ തന്നെ നോക്കി ചിരി തൂകി നിൽക്കുന്ന നാട്ടുകാരനായ അഷ്റഫിനെയും മൊയ്ദീനെയുമായിരുന്നു. കുറേ വർഷങ്ങൾക്കൊടുവിലാണ് അവരെയെല്ലാം അയാൾ കാണുന്നത്. തൊട്ടടുത്ത് തന്നെ മുഹമ്മദലിയും നിൽക്കുന്നുണ്ട്. അദ്ദേഹം അയാളെ കണ്ടപ്പോൾ കൈവീശി കാണിച്ചു. അഷ്റഫും മൊയ്ദീനുമൊക്കെ മറ്റാരെയോ സ്വീകരിക്കാൻ വന്നതായിരിക്കുമെന്ന് കരുതി. അയാൾ നടന്നു. എയർപോർട്ടിൽ നിന്നുള്ള എയർകണ്ടീഷൻ നൽകിയിരുന്ന തണുപ്പിൽ നിന്നും മരുഭൂമിയുടെ തനിമ ആശ്ലേഷിച്ചു. നല്ല ചൂട് അനുഭവപ്പെട്ടു. അവരുടെ അടുത്തെത്തിയപ്പോൾ സലാം ചൊല്ലി.

"അസ്സലാമുഅലൈക്കും."

"വ അലൈക്കും സലാം."

മുന്നോട്ട് വന്ന മുഹമ്മദ് അലിയെ അയാൾ ആലിംഗനം ചെയ്തു. അഷ്റഫും മൊയ്ദീനും അയാളെ കൈകൊടുത്ത് സ്വീകരിക്കുകയും കെട്ടിപ്പിടിക്കുകയും ചെയ്തു. അയാളിൽ നിന്നും ബാഗും ലഗേജും വാങ്ങിയപ്പോഴാണ് അവരും സ്വീകരിക്കുവാൻ തന്നെ വന്നവരാണെന്ന് മനസ്സിലായത്. അപ്പോൾ ഓർത്തത് മാസ്റ്ററുടെ വാക്കുകളാണ്.

"നീ ഒന്നും പേടിക്കണ്ട. ഖത്തറിൽ നിനക്ക് ഒരു കുറവും വരില്ല. നമ്മുടെ പ്രവർത്തകർ അവിടെയുണ്ട്."

"ഞാൻ പോയി വണ്ടി കൊണ്ടുവരാം. നിങ്ങൾ ഇവിടെ നിൽക്ക്."

മൊയ്ദീൻ മുന്നോട്ട് നടന്നു. അഷ്റഫും മുഹമ്മദലിയും കുശലാന്വേഷണങ്ങൾ നടത്തി. കൂട്ടത്തിൽ ധൃതിയിൽ മുഹമ്മദലിയിൽ നിന്നും ഫോൺ വാങ്ങി വീട്ടിലേക്ക് വിളിച്ചു. ഒറ്റ ബെല്ലിന് തന്നെ ഫോൺ എടുത്ത ഭാര്യ ചോദിച്ചു.

"എപ്പോഴാ എത്തിയത്? മാജിക്ക് പ്രയാസം ഒന്നുമില്ലല്ലോ? ഭക്ഷണം കഴിച്ചോ? എവിടെയാണ് താമസം? കിടക്കാൻ സൗകര്യമുണ്ടോ? മുഹമ്മദ് അലിക്ക വന്നിട്ടുണ്ടോ?"

"ഒന്നും വിഷമിക്കണ്ട. ഞാൻ എയർപോർട്ടിൽ ഇറങ്ങിയിട്ടേയുള്ളൂ. മുഹമ്മദാലിക്കയും മറ്റു രണ്ട് പേരും ഉണ്ട്. താമസസ്ഥലത്തേക്ക് പോവുകയാണ്. വിശദമായി നാളെ സംസാരിക്കാം. ഇൻഷാ അല്ലാഹ്. ഉമ്മായ്ക്ക് ഫോൺ കൊടുക്കൂ."

"ആ ഉമ്മ അടുത്ത് തന്നെ നിൽപുണ്ട്."

ഉമ്മയോടും അയാൾ അങ്ങനെതന്നെ പറഞ്ഞു.

"നല്ല ചൂടുണ്ടല്ലോ."

"ഇത് സാരമില്ല, ചൂട് തുടങ്ങിയിട്ടേയുള്ളൂ. കുറച്ച് ദിവസങ്ങൾ കൂടി കഴിഞ്ഞാൽ പിന്നെ തൊലി പൊള്ളുന്ന ചൂടായിരിക്കും."

മുഹമ്മദ് അലി പറഞ്ഞു.

അഷ്റഫ് ലഗേജ് എടുത്ത് ഡിക്കിയിൽ കയറ്റി വെച്ച് അകത്ത് കയറി. ഒപ്പം മുഹമ്മദലിയും മാജിദും കയറി. കാറിലെ എയർകണ്ടീഷനിൽ നിന്നും വമിക്കുന്ന ഇളംതണുപ്പിന് എന്തൊരു ആശ്വാസമാണ്. അതിമനോഹരവും ദീപാലംകൃതവുമായ വഴികളിലൂടെ വണ്ടി മുന്നോട്ട് പൊയ്ക്കൊണ്ടിരുന്നു. കൊടിമരം കണക്കെ ഉയരം കൂടിയ തടിച്ച പില്ലറുകളെ ചുറ്റി വരിഞ്ഞ് അറബി ലിപികൾ കത്തുന്നവിധം തയ്യാറാക്കിയ ലൈറ്റുകളും റോഡിന്റെ ഇരുവശങ്ങളിലും പച്ചവിരിച്ച പുൽത്തകിടികളും വിവിധ ആകൃതിയിൽ വെള്ളം വിതറുന്ന ഫൗണ്ടനുകളും അയാൾ നോക്കിയിരുന്നു മുന്നോട്ട് പൊയ്ക്കൊണ്ടിരിക്കെ ഒരു വലിയ തടാകത്തിന് സമാനമായ ഒരിടത്തേക്ക് വാഹനം തിരിഞ്ഞു. അവിടം അതിവിശാലവും അതിമനോഹരവുമായിരുന്നു. അതിന്റെ അക്കരയിലായി മനോഹരങ്ങളായ പടുകൂറ്റൻ കെട്ടിടസമുച്ചയങ്ങൾ കാണാനായി. അവയെല്ലാം വിവിധ വർണ്ണങ്ങൾ വിതറുന്ന ദീപങ്ങൾ കൊണ്ട് അലംകൃതമായിരുന്നു.

‘‘ഇതാണ് കോർണീഷ്.’’

‘‘ഓ...’’

അയാൾ ചോദിച്ചു. പല സുഹൃത്തുക്കളും പലപ്പോഴും ഖത്തറിലെ കോർണീഷിന്റെ വിശേഷം പങ്കുവെച്ചിട്ടുണ്ട്. അത് നേരിൽ കാണാൻ സാധിച്ചിരിക്കുന്നു. വണ്ടി കുറച്ച് നേരം കൂടി ഓടിയതിനു ശേഷം മൊയ്ദീൻ ഒരിടത്ത് സൈഡൊതുക്കി നിറുത്തി. മുഹമ്മദലി ഇറങ്ങി.

‘‘മാജിദ് ഞാൻ ഇവിടെ ഇറങ്ങുന്നു. ഈ ബിൽഡിങ്ങിലാണ് ഞാൻ താമസിക്കുന്നത്. നിനക്കുള്ള താമസവും ഭക്ഷണവും മറ്റുമെല്ലാം ഇവർ ഉദയത്തിൽ ഏർപ്പാട് ചെയ്തിട്ടുണ്ട്. ഞാൻ പോവുകയാണ്. നാളെ അതിരാവിലെയാണ് ഡ്യൂട്ടി.’’

സലാം ചൊല്ലി അയാൾ പിരിഞ്ഞുപോയി. വീണ്ടും വണ്ടി മുന്നോട്ട് പൊയ്ക്കൊണ്ടിരുന്നു. അപ്പോൾ അയാൾ ഓർത്തു. ഉദയം, അത് വളരെ സുപരിചിതമായ നാമം. നാട്ടിലെ ഒട്ടുമിക്ക ജീവകാരുണ്യ പ്രവർത്തനങ്ങൾക്കും ഖത്തറിൽ നിന്നും ധനസഹായം വന്നെത്തിയിരുന്നത് ഉദയത്തിൽ നിന്നാണ്. വീട് വെക്കാനും ചികിത്സയ്ക്കും വിദ്യാഭ്യാസത്തിനും വിവാഹത്തിനുമെല്ലാം നാടിനെ നിർലോഭം സഹായിക്കുന്ന നാട്ടുകാരായ പ്രവാസികളുടെ ഖത്തർ കൂട്ടായ്മയാണ് ഉദയം. അൽ ഇൻസാനിയ്യയുടെ പ്രവർത്തകരും അനുഭാവികളും ആഴ്ചയിലൊരിക്കൽ അവിടെയാണ് ഒത്തുകൂടി നാട്ടിലേക്ക്

ആവശ്യമായ ജീവകാരുണ്യ പ്രവർത്തനങ്ങളുടെ രൂപരേഖ തയ്യാറാക്കിയിരുന്നത്. അവർ 'ഉദയം സഹോദരങ്ങൾ' എന്ന പേരിലാണ് അറിയപ്പെട്ടിരുന്നത്. നാട്ടിൽ നിന്നും ജോലി തേടിയെത്തുന്ന പലർക്കും അതൊരു ഇടത്താവളമാണ്. താമസവും ഭക്ഷണവും നൽകി അവിടത്തെ സുമനസ്സുകൾ എന്നും സ്നേഹത്തിന്റെയും കാരുണ്യത്തിന്റെയും വിശാല കവാടങ്ങൾ അവർക്ക് മുന്നിൽ അവിടെ തുറന്നു വെച്ചിരിക്കും.

ഹസ്സൻ മാസ്റ്ററുടെ വാസസ്ഥലമായിരുന്നു അത്. മാസ്റ്റർ ഉള്ളപ്പോൾ മീറ്റിങ്ങുകളും സ്റ്റഡി ക്ലാസ്സുകളുമായി അവിടം സജീവമായിരുന്നു. നാട്ടിലും ഉദയത്തിന് ഓഫീസ് ഉണ്ട്. മാജിദ് പലപ്പോഴും അവരുടെ ജീവകാരുണ്യ പ്രവർത്തനങ്ങളുമായി സഹകരിച്ചിട്ടുള്ളത് ഓർത്തു. ഒരു സ്ട്രീറ്റിൽ വണ്ടി നിന്നു. മൊയ്ദീനും അഷ്റഫും ഇറങ്ങുകയും മാജിദിനോട് ഇറങ്ങാൻ ആവശ്യപ്പെടുകയും ചെയ്തു. അഷ്റഫ് ബാഗും ലഗേജും എടുക്കുമ്പോൾ വണ്ടി നിൽക്കുന്ന സൈഡിൽ ഉള്ള ഒരു ബിൾഡിങ്ങിന്റെ ഒന്നാം നിലയിലെ ബാൽക്കണിയിൽ നിന്നുകൊണ്ട് ഒരാൾ ചോദിക്കുന്നുണ്ടായിരുന്നു.

''പുറത്ത് കടക്കാൻ ലേറ്റ് ആയോ. മുഹമ്മദലി ഉണ്ടായിരുന്നില്ലേ?''

''അതെ, ലഗേജ് കിട്ടാനും കുറച്ച് വൈകി. മുഹമ്മദലി വരുന്ന വഴി റൂമിലേക്ക് പോയി.''

''ഇതാ മാജിദ് സാഹിബ്, അങ്ങോട്ടേക്ക് അയയ്ക്കുന്നു. ബെഡും മറ്റും എല്ലാം റെഡിയാണല്ലോ അല്ലേ?''

''എല്ലാം റെഡിയാണ്. താഴെക്കൂടി നേരെ വന്ന് വലത്തോട്ട് തിരിയുമ്പോൾ കാണുന്നതാണ് ഇങ്ങോട്ട് കയറുവാനുള്ള സ്റ്റെയർ കേസ്. അതിലെ കയറി വന്നാൽ ആദ്യത്തെ ഫ്ളോറിലെ ഇടതു വശത്തെ വാതിൽ തുറന്നു കിടക്കുന്നുണ്ട്. അകത്ത് ലൈറ്റ് കാണാം.''

അയാൾ പറഞ്ഞു.

''അദ്ദേഹത്തെ അറിയുമോ മാജിദിനെ?'' മൊയ്ദീൻ ചോദിച്ചു

''ഇല്ല.''

''അദ്ദേഹമാണ് അഫീസ് മഞ്ഞിയിൽ. മഞ്ഞിയിൽ എന്ന് പറഞ്ഞാൽ തന്നെ ഇവിടെ അദ്ദേഹം അറിയപ്പെടും. ആൾക്ക് മാജിദിനെ നന്നായി അറിയാം.''

അഷ്റഫ് തമാശയായി പറഞ്ഞു

''അതങ്ങനെയാണല്ലോ, വെളിച്ചപ്പാടിനെ എല്ലാവരും അറിയും എന്നാൽ വെളിച്ചപ്പാട് ആരെയും അറിയില്ല.''

മൊയ്ദീനും അഷ്റഫും ചേർന്ന് ചിരിച്ചപ്പോൾ മാജിദും മനസ്സി ലൊന്ന് ചിരിച്ചു.

“എന്തായാലും നിങ്ങൾക്കിനി വിശദമായി പരിചയപ്പെടാം ഇപ്പോൾ ഞങ്ങൾ പോകട്ടെ. നാളെ ഡ്യൂട്ടിക്ക് പോകാനുള്ളതാണ്. മാജിദ് വേണമെങ്കിൽ ഒന്ന് കുളിച്ചിട്ട് സുഖമായി ഉറങ്ങിക്കോളൂ.”

അവർ രണ്ട് പേരും കാറിൽ കയറി. കാഴ്ചയിൽ നിന്നും വാഹനം അപ്രത്യക്ഷമായപ്പോൾ മേലേക്ക് നോക്കി. അപ്പോൾ അവിടം ശ്യൂന്യ മാണ്. അസഹ്യമായ ചൂടിന്റെ പിടിയിൽ നിന്നും അഫീസ് അകത്തെ എയർകണ്ടീഷന്റെ തണുപ്പിലേക്ക് അഭയം പ്രാപിച്ചിരിക്കുന്നു. ആരും ഇല്ല. അകലെ മെയിൻ റോഡിലൂടെ ഇടവിട്ട് വാഹനങ്ങൾ പോകു ന്നുണ്ട്. മേലേ ആകാശത്തിൽ അധികം ഉയരത്തിലല്ലാതെ പ്ലെയി നുകൾ ഇടവിട്ട് പറന്നുകൊണ്ടിരുന്നു റോഡ് സൈഡിൽ നിറയെ വാഹനങ്ങൾ പാർക്ക് ചെയ്തിരിക്കുന്നു. കടകൾ എല്ലാം അടഞ്ഞു കിടക്കുകയാണെങ്കിലും ഒന്നിനും മുന്നിൽ നാട്ടിലേതുപോലുള്ള ഷട്ടറുകൾ ഇല്ലായിരുന്നു. അതുകൊണ്ട് തന്നെ ചില്ലുവാതിലുകൾ ക്കുള്ളിലൂടെ കടയിലെ സാധനങ്ങൾ മുഴുവനും പുറത്തേക്ക് കാണാ മായിരുന്നു.

ആ രാജ്യത്തെ സുരക്ഷിതത്വത്തെ അതിൽ അടയാളപ്പെടുത്തി യിരുന്നതായി അയാൾക്ക് ബോധ്യപ്പെട്ടു. അപ്പോൾ ജൈദ ടവറി ന്റെയും സോഫിറ്റൽ ഹോട്ടലിന്റെയും പ്രകാശപൂർണ്ണമായ നെയിം ബോർഡുകൾ അയാളെത്തന്നെ നോക്കുന്നതായി തോന്നി. നല്ല ചൂട്. പാതിരാത്രിയിലും മന്ദമായി വന്നെത്തിയ കാറ്റുകളിലും പൊള്ളുന്ന ചൂടുണ്ടായിരുന്നു. അയാൾ ലഗേജും എടുത്ത് മുകളിലേക്ക് കയറി. അഫീസ് പറഞ്ഞത് പ്രകാരം ഡോർ തുറന്ന് കിടപ്പുണ്ടായിരുന്നു. അകത്തു കടന്നപ്പോൾ അയാൾ അടുത്തേക്ക് വന്നിട്ട് പറഞ്ഞു.

“ഇതാണ് താങ്കൾക്കുള്ള ബെഡ്. ഇവിടെ കിടന്നോളൂ. പിന്നെ എന്തെങ്കിലും കഴിക്കണമെങ്കിൽ ഫ്രിഡ്ജിൽ ഫ്രൂട്ട്സും ജൂസ് പാക്കറ്റും ഇരിപ്പുണ്ട്. ഡൈനിങ്ങ് ടേബിളിൽ ഖുബ്ബൂസും പഴവും കാണും. എടുത്ത് കഴിച്ചോളൂ. ഞാൻ കിടക്കട്ടെ. രാവിലെ ഡ്യൂട്ടി യുള്ളതാണ്. നമുക്ക് പിന്നീട് സംസാരിക്കാം.”

ആ മുറിയിലെ അരണ്ട വെളിച്ചത്തിൽ രണ്ടുപേർ കൂടെ അവിടെ ഓരോ ബെഡ്ഡിൽ കിടന്നുറങ്ങുന്നുണ്ടായിരുന്നു. അതുകൂടാതെ മറ്റ് മൂന്ന് മുറികൾ കൂടി അതിലുണ്ട്. അതിലൊക്കെയും ആളുകൾ ഉറ ങ്ങുകയാണെന്ന് മനസ്സിലാക്കി. ആ ഉറക്കിലൂടെ അവരൊക്കെയും രാവിലെ ഡ്യൂട്ടിക്ക് പോകുവാനുള്ള ഊർജ്ജം സംഭരിക്കുകയാവാം. എല്ലാവരും ഒരുപോലെ പറയുന്നല്ലോ.

"രാവിലെ ഡ്യൂട്ടിയുണ്ട്."

ഇതായിരിക്കും ഓരോ പ്രവാസിയും ഗുഡ്നൈറ്റിന് മുന്നേ പറയുന്ന ജീവമന്ത്രം. അയാൾ കുളി കഴിഞ്ഞു വന്ന് പ്രാർത്ഥന നിർവഹിച്ചു കൊണ്ട് കട്ടിലിൽ വന്നിരുന്നു. ആ ഇരുത്തം കുറച്ച് നേരം തുടർന്നു. ഇപ്പോൾ ഖത്തർ ഉറങ്ങുന്നത് നാളെ ഉണർന്ന് ഡ്യൂട്ടിക്ക് പോകുവാനാണ്. എന്നാൽ താൻ ഉറങ്ങാൻ പോകുന്നത് എന്തിനാണ്. കുറച്ച് കഴിഞ്ഞപ്പോൾ കിടന്നു. ആ കിടത്തത്തിന് അതുവരെയുള്ളതിൽ നിന്നും ഒരുപാട് വ്യത്യാസങ്ങൾ ഉണ്ടായിരുന്നു. എയർപോർട്ടുകൾ താണ്ടി വന്ന ദീർഘ യാത്രയുടെ ക്ഷീണം കാരണം അയാളെ കീഴ്പ്പെടുത്താൻ നിദ്രയ്ക്ക് വളരെ പെട്ടെന്ന് സാധിച്ചു.

ഉറങ്ങിത്തുടങ്ങിയതേയുള്ളൂ.

അപ്പോഴേക്കും ആരോ അയാളെ വിളിച്ചു. നല്ല ഉയരവും അതിനൊത്ത ശരീരവുമുള്ള അതിസുമുഖനായ ഒരാളായിരുന്നു അത്. നീളം കൂടിയ തൂവെള്ള വസ്ത്രത്തിലൂടെ പട്ടുനൂൽപോലുള്ള വെള്ള താടിരോമങ്ങൾ അയാളുടെ നെഞ്ചിന് താഴേക്ക് നീണ്ടു കിടന്നിരുന്നു. തലപ്പാവിൽ പതിച്ച വിവിധ വർണ്ണക്കല്ലുകളിൽ നിന്നും പ്രകാശരശ്മികൾ പ്രവഹിച്ചിരുന്നു. മുഖം ചന്ദ്രനെ പോലെ പ്രശോഭിതമായിരുന്നു. മിഴികളിൽ അവർണ്ണനീയമായ ശാന്തത.

അയാൾ കൂടെ ചെല്ലാൻ ആവശ്യപ്പെട്ടപ്പോൾ അനുസരണയുള്ള കുട്ടിയെ പോലെ മാജിദ് അനുഗമിച്ചു. ദീർഘമായ ഇടനാഴിലൂടെ കുറേ നേരം അയാൾക്കൊപ്പം നടന്നിട്ടുണ്ട്. അപ്പോഴൊക്കെയും ആ ജലകന്യയുടെ ഓടക്കുഴൽ ശബ്ദം കേൾക്കാമായിരുന്നു. ചുറ്റിലും കണ്ണോടിച്ചെങ്കിലും അവളെ കാണാൻ കഴിഞ്ഞില്ല. ഒടുവിൽ അവരുടെ നടത്തം അവസാനിക്കുമ്പോൾ നക്ഷത്രങ്ങളാൽ ചിത്രപ്പണി ചെയ്ത ആകാശം കുടപിടിച്ച മരുഭൂമിലാണ് എത്തപ്പെട്ടത്. അവിടെ മഞ്ഞിന്റെ വെണ്മയും മരതകത്തിന്റെ പച്ചപ്പും ഇടകലർന്ന കുതിരയും മയിലും ചേർന്നതു പോലെയുള്ള വലിയ ചിറകുകളോട് കൂടിയ ഒരു ജീവി അയാൾക്കുള്ള വാഹനമായി കാത്ത് നിൽപ്പുണ്ടായിരുന്നു. അതിന്റെ കണ്ണുകളിൽ അഗ്നിയെരിയുന്ന ആയിരം സൂര്യന്മാരുണ്ടന്ന് അയാൾക്ക് തോന്നി. കൂട്ടികൊണ്ട് വന്നയാൾ അതിന്റെ കടിഞ്ഞാൺ അയാളുടെ കയ്യിൽ കൊടുത്തുകൊണ്ട് പറഞ്ഞു

"കാണാത്ത കാഴ്ചയും കേൾക്കാത്ത കേൾവിയും പുതിയ ലോകങ്ങളും കണ്ടു വരൂ."

ഭീമാകാരമായതും ഉയരം കൂടുതലുള്ളതുമായ ആ ജീവി അയാൾക്ക് കയറുവാൻ പാകത്തിൽ അതിന്റെ കൈകൾ മടക്കി കൊടുത്തു. അയാൾ അതിന്റെ പുറത്ത് കയറിയതും കുതിച്ചുപാഞ്ഞു. അതിന്റെ കുളമ്പുകൾ നിലത്തുരയുമ്പോൾ അഗ്നി ചിതറുന്നതായി അയാൾ കണ്ടു. കുറച്ച് ദൂരം പിന്നിട്ടതും അത് ചിറകുകൾ വീശി അയാളെയും കൊണ്ട് അതിവേഗം ഉയരങ്ങളിലേക്ക് പറന്നു. അപ്പോൾ അയാൾക്കരികിലൂടെ വിവിധ നക്ഷത്രങ്ങൾ സഞ്ചരിക്കുന്നുണ്ടായിരുന്നു.

കത്തുന്ന മനസ്സുമായി ഖത്തറിൽ

അയാൾ ഖത്തറിൽ എത്തിയിട്ട് ഒരു മാസം പിന്നിട്ടിരിക്കുന്നു. ജോലിക്ക് വേണ്ടി പലരും ശ്രമിക്കുന്നുണ്ട്. പ്രായവും പരിചയക്കുറവും തന്നെയാണ് പ്രശ്നം. ഒഴിവുള്ള ജോലികൾക്കൊന്നും അയാളെ പ്പോലുള്ള ഒരാളെ ശുപാർശ ചെയ്യാൻ അവർക്ക് സാധിക്കില്ലായി രുന്നു. കാരണം, ചിലപ്പോൾ മണ്ണും പൊടിയും അഴുക്കും വിയർപ്പും പേറേണ്ടി വരും. എന്നാൽ അയാൾ പറയുമായിരുന്നു.

"എന്ത് ജോലിചെയ്യാനും താൻ ഒരുക്കമാണ്. എന്നെ നിങ്ങൾ വേറിട്ട് കാണരുത്. എല്ലാ ചിന്തകളും അവസ്ഥകളും മാറ്റിവെച്ചു കൊണ്ടാണ് ഞാൻ ഇവിടെ വന്നിരിക്കുന്നത്. ആർക്കും ബുദ്ധിമുട്ടാ വാതെ ഇവിടെ നിന്നുകൊണ്ട് കുടുംബം പുലർത്താനാവുന്ന ശമ്പളം കിട്ടുന്ന ജോലി എന്നതിൽ കവിഞ്ഞ് ഞാനൊന്നും ആഗ്രഹിക്കു ന്നില്ല."

പക്ഷേ, മാജിദിനെ ശരിക്കും അറിയുന്നവർക്ക് അങ്ങനെ കാണാൻ കഴിയില്ലായിരുന്നു. പ്രത്യേകിച്ചും മുഹമ്മദലി, അഷ്റഫ്, മൊയ്ദീൻ, മജീദ്, മഞ്ഞിയിൽ, കുഞ്ഞുമുഹമ്മദ് തുടങ്ങിയവർക്ക്. അവർ അയാൾക്ക് ധൈര്യം നൽകി. പല തവണകളിലായി അവിടെ വന്ന് ജോലികിട്ടാതെ തിരിച്ചുപോയവരുടെയും വീണ്ടും വന്ന് നല്ല ജോലി കളിൽ കയറിയവരുടെയും കഥകൾ. അവർ പറയാതെ തന്നെ അയാൾ അതേക്കുറിച്ചെല്ലാം ബോധവാനായിരുന്നു. എങ്കിലും കാത്തു നിൽപിനും തെരെഞ്ഞെടുപ്പിനുമുള്ള പ്രായവും പരിചയസമ്പന്ന തയും തനിക്കില്ലെന്നുള്ള ഉത്തമബോധ്യമാണ് നഷ്ടമാകുന്ന ദിന രാത്രങ്ങളെക്കുറിച്ച് അയാളിൽ നിരാശ പടർത്തിയത്.

ഉദയത്തിലെ മുറികളിൽ നിന്നും എല്ലാവരും രാവിലെ ഉടുത്തൊ രുങ്ങി അവരവരുടെ ജോലികൾക്ക് പോകുമ്പോൾ അയാൾ അടച്ചിട്ട മുറികളുടെ കുളിരുന്ന ഏകാന്തതയിലും ചില വേള വിയർക്കുമാ യിരുന്നു. ഒരിക്കൽ കഴുകി വൃത്തിയാക്കിയ വസ്ത്രം അലമാരയിലെ ഹാങ്കറിൽ തൂക്കിയിടാൻ അശ്രദ്ധമായി അയാൾ തുറന്ന വാതിൽ

റഫീഖിന്റെ അലമാരയുടേതായിരുന്നു. തുറന്നപ്പോൾ കണ്ടത് നീള ത്തിൽ തൂങ്ങിക്കിടക്കുന്ന പാന്റും ഷർട്ടും ഒന്നായി തയ്ച്ച വസ്ത്ര മായിരുന്നു. ജോലി ചെയ്യുമ്പോൾ തൊഴിലാളികൾ ധരിക്കുന്ന ഡ്യൂട്ടിവെയർ ആയിരുന്നു. അയാൾ കുറച്ച് നേരം അതിലേക്കുതന്നെ നോക്കിനിന്നു. അതിരാവിലെ ഈ വസ്ത്രം അണിഞ്ഞുകൊണ്ട് റഫീഖ് ജോലിക്ക് പോകാറുള്ളത് മാജിദ് കാണാറുണ്ടായിരുന്നു. അപ്പോഴൊക്കെയും ജോലിയുടെയും ആ വസ്ത്രത്തിന്റെ മഹത്ത ത്തെയും കുറിച്ച് അയാൾ ചിന്തിച്ചിരിക്കാറുണ്ട്. ഇപ്പോൾ അയാൾക്ക് ആ വസ്ത്രത്തോട് ഒരു പ്രത്യേക ബഹുമാനം തോന്നിത്തുടങ്ങി യിട്ടുണ്ട്. പൂജാമുറിയുടെ വാതിൽ തുറന്ന് ദൈവങ്ങളെന്നു കരുതി ചിത്രങ്ങളിൽ ഭക്തിയോടെ നോക്കിനിൽക്കുന്ന ഒരു വ്യക്തിയുടെ മനസ്സാണ് ഇപ്പോൾ ഉള്ളത്. ആ വസ്ത്രം അങ്ങനെ നോക്കിനിൽക്കെ അയാളുടെ കൈകൾ ആ വസ്ത്രത്തിൽ തലോടി. അതിന്റെ നീള മേറിയ കൈകൾ മെല്ലെയെടുത്ത് മൂക്കിന്നരികിലേക്ക് പിടിച്ചു. അപ്പോൾ കഠിനാദ്ധ്വാനത്തിന്റെ വിയർപ്പുത്തുള്ളികൾ ഒപ്പിയെടുത്ത ഗന്ധം തലച്ചോറിന്റെ തരളിത തലത്തിൽ സുഗന്ധമായി നിറഞ്ഞു. അങ്ങനെ ഒന്ന് ധരിച്ച് ജോലി ചെയ്തുകൊണ്ട് വിയർത്തൊലിക്കുന്ന സ്വന്തം ചിത്രത്തെയാണ് അപ്പോൾ മനസ്സിൽ കണ്ടത്.

ഉദയത്തിന്റെ അംഗങ്ങൾ പങ്കെടുക്കുന്ന ഖത്തറിലെ മലയാളി സമൂഹം സംഘടിപ്പിക്കുന്ന കലാ, സാഹിത്യ, സാംസ്കാരിക, രാഷ്ട്രീയ, മത മണ്ഡലങ്ങളിലെ മീറ്റിങ്ങുകളിലും ഒത്തുചേരലുകളിലും അവർ പോകുമ്പോൾ മാജിദിനേയും കൂടെ കൂട്ടി. അങ്ങനെ അയാ ളുടെ വിരഹവും വേദനയും നിരാശയുമൊക്കെ അകന്ന് നിൽക്കട്ടെ എന്നവർ കരുതി. എന്നാൽ മാജിദ് അതിലൊന്നും അത്ര തൽപര നായിരുന്നില്ല. എങ്കിലും അവർക്ക് വിഷമം തോന്നാതിരിക്കാൻ അവർക്കൊപ്പം പോകുമായിരുന്നു.

നാട്ടിൽ ഇതുതന്നെയായിരുന്നില്ലേ പണി. അതെല്ലാം നിറുത്തി ഇങ്ങോട്ട് വന്നപ്പോൾ ഇവിടെയും അതുതന്നെയാണല്ലോ. വർഷ ങ്ങളായി വലിയ ശമ്പളവും ബിസിനസ് ലാഭങ്ങളും നേടി നാട്ടിൽ ഭൂസ്വത്തും ബിൽഡിങ്ങുകളും വലിയ സമ്പാദ്യങ്ങളും തീർത്തവരുടെ വിടുവായിത്തങ്ങൾ അയാളിൽ പലപ്പോഴും അമർഷം സൃഷ്ടിച്ചിട്ടുണ്ട്. പ്രവാസവാസത്തിൽ കോട്ടും സൂട്ടുമണിഞ്ഞ് എയർകണ്ടീഷന്റെ കുളിരിലിരുന്ന് കേരള രാഷ്ട്രീയവും പാർശ്വവൽകൃതരുടെ ഉയിർ ത്തെഴുന്നേൽപ്പുംകുടിയൊഴിപ്പിക്കലും തുടങ്ങി മത, ജാതി, ന്യൂന പക്ഷ പ്രശ്നങ്ങൾ, കരിനിയമങ്ങൾ ഒക്കെയും ചർച്ച ചെയ്ത് വികാരം കൊള്ളുന്നവരോട് പുച്ഛമായിരുന്നു. നാടിനെയും മണ്ണിനേയും സ്നേഹമുണ്ടങ്കിൽ, അവിടുത്തെ ഭരണകൂടങ്ങളുടെ നെറികേടുക ളോട് ഇവർക്കൊക്കെയും അടങ്ങാത്ത അമർഷവും വിയോജിപ്പും

ഉണ്ടെങ്കിൽ അത് പറയുകയും പ്രവർത്തിക്കുകയും ചെയ്യേണ്ടത് ഇവിടെയല്ലല്ലോ. ശേഷം ചൂട് ബിരിയാണിയും സുലൈമാനിയും കഴിച്ച് പിരിഞ്ഞുപോകുന്ന ചില രാഷ്ട്രീയ ചർച്ചകളോട് വെറുപ്പാ യിരുന്നു.

ഒരിക്കൽ അയാൾ പങ്കെടുത്ത അത്തരം ഒരു പരിപാടിയിൽ സംസാരിക്കുവാൻ അയാൾ നിർബന്ധിക്കപ്പെട്ടു. സുഹൃത്തുക്കളു മൊത്ത് ചെല്ലുമ്പോൾ നാട്ടിലെ നീതി നിഷേധത്തിനും അക്രമ രാഷ്ട്രീയത്തിനും തല തിരിഞ്ഞ വികസന നയങ്ങൾക്കുമെതിരെ ഘോരമായ പ്രസംഗം നടക്കുന്നുണ്ടായിരുന്നു. താൻ ഇത്ര പെട്ടെന്ന് നാട്ടിലെത്തിയോ എന്ന് ചിന്തിക്കുമാറ് ആ പ്രസംഗം ശ്രദ്ധിച്ചു. അതിൽ അതിരപ്പള്ളിയും പ്ലാച്ചിമടയും ബി ഒ ടി യും ചെങ്ങറയും കടന്നു വന്നിരുന്നു. മാജിദ് അവർക്കൊപ്പം അകത്തേക്ക് കടന്നി രുന്നു.

അസഹ്യമായ ശബ്ദഘോഷം എന്നല്ലാതെ മറ്റൊന്നും അയാൾക്ക് തോന്നിയില്ല. കുറച്ച് കഴിഞ്ഞപ്പോൾ ആ പ്രസംഗം അവസാനി ക്കുകയും കൈയടികൾ ഉയരുകയും ചെയ്തു. തുടർന്നു മറ്റൊരാൾ പ്രസംഗിക്കുവാൻ ക്ഷണിക്കപ്പെട്ടു. അയാളും തഥൈവ. ഖത്തറിൽ മറ്റൊരു കേരളവും സമരങ്ങളും ഉണ്ടന്നാണ് അപ്പോൾ മാജിദിന് തോന്നിയത്. പ്രസംഗങ്ങളുടെ സാംഗത്യം എത്ര ചിന്തിച്ചിട്ടും മന സ്സിലായില്ല. അതിനടിമപ്പെട്ടുപോകുന്ന ശാന്തമായ ആ സദസ്സിനെയും. രണ്ടാമത്തെ ആളുടെ പ്രസംഗം കഴിഞ്ഞപ്പോൾ. മൈക്കിലൂടെ അനൗൺസ് ചെയ്ത തന്റെ പേര് കേട്ട് മാജിദ് ഞെട്ടി. ആ പേര് അപരിചിതമായതുകൊണ്ടാവാം വേദിയും സദസ്സും ചുറ്റും നോക്കു ന്നുണ്ടായിരുന്നു. അപ്പോൾ മാജിദിന്റെ ഭൂതവും വർത്തമാനവുമെല്ലാം ചുരുങ്ങിയ വാക്കുകളിൽ ആരോ മൈക്കിലൂടെ വിളിച്ചുപറഞ്ഞു കൊണ്ടിരുന്നു. മാജിദ് ആരെന്നും എന്തെന്നും അയാൾ പങ്കെടുത്ത സമരങ്ങളുടേയും വഹിച്ചിരുന്ന സ്ഥാനമാനങ്ങളുടേയുമൊക്കെ ചുരുങ്ങിയ വിവരണമായിരുന്നു അത്.

മാജിദിനെ കൃത്യമായി അറിയുന്നവരുടെ ആവശ്യപ്രകാരമായി രുന്നു അത് സംഭവിക്കുന്നത് എന്ന് മനസ്സിലായി. തനിക്ക് സംസാരി ക്കാൻ താല്പര്യമില്ലെന്നും പിന്നെ ആവാം ഇപ്പോൾ വേണ്ടന്ന് പറഞ്ഞിട്ടും മൈക്കിലൂടെ മാജിദിന്റെ പേര് വിളിച്ചു പറഞ്ഞുകൊണ്ട് സംഘാടകർ അയാളെ സ്റ്റേജിലേക്ക് ക്ഷണിച്ചു കൊണ്ടിരുന്നു. അയാൾ സ്റ്റേജിൽ കയറി. ഉപചാരപൂർവ്വം സംസാരത്തിന് തുടക്കം കുറിച്ചുവെങ്കിലും കാര്യങ്ങൾ തുറന്നു പറയാൻ ആരംഭിച്ചു. മുഖം നോക്കാതെ എന്നും സംസാരിച്ചു ശീലിച്ച മാജിദിന് അവിടെയും ആരെയും തൃപ്തിപ്പെടുത്താനോ ഭയപ്പെടാനോ കഴിഞ്ഞില്ല.

“പ്രിയമുള്ളവരേ, നിങ്ങളുടെ ഈ ആവേശങ്ങളോടും നിഷ്ഫല മാകുന്ന പ്രസംഗങ്ങളോടും എനിക്ക് ശക്തമായ വിയോജിപ്പാണുള്ളത്. ഇത്രയും ആവേശവും പ്രസംഗപാടവവും നിങ്ങൾക്കുണ്ടങ്കിൽ, നിങ്ങൾ ദീർഘമായ കാലങ്ങളായി ഇവിടെ മാന്യമായ ശമ്പളത്തിൽ ജോലിചെയ്യുന്നവരും സമ്പാദ്യമുള്ളവരുമാണെങ്കിൽ ദയവുചെയ്ത് നാളെ തന്നെ നാട്ടിലേക്ക് പോകണം.”

സദസ്സും വേദിയും നിശ്ചലമായി. മാജിദ് തുടർന്നു.

“നിങ്ങളെ കാത്തിരിക്കുന്ന പതിനായിരങ്ങളുണ്ടവിടെ. ആയി രവും പതിനായിരവും ഏക്കർ ഭൂമി പതിറ്റാണ്ടുകൾക്ക് മുമ്പ് കോർപ്പ റേറ്റുകൾക്ക് പതിച്ചു നൽകി പാവപ്പെട്ടവനെ തെരുവിലേക്ക് വലി ച്ചെറിയുന്ന ഭരണകൂട മാഫിയകളോടും ബ്യൂറോക്രസിയോടും കലഹിക്കുവാൻ നിങ്ങൾക്ക് സാധിക്കേണ്ടതുണ്ട്. മരിച്ചുവീഴുമ്പോൾ റോഡിന്റെ കാന കീറി അതിൽ മറവ് ചെയ്യാൻ വിധിക്കപ്പെട്ടവർക്ക് വേണ്ടി കുത്തഴിഞ്ഞ അധികാരത്തിന്റെ അകത്തളങ്ങളിൽ നിങ്ങളുടെ ശബ്ദം പ്രകമ്പനം കൊള്ളേണ്ടതുണ്ട്. ശബ്ദവും കാഴ്ചയും നഷ്ടപ്പെട്ടു പോയവരുണ്ടവിടെ. ജീവൻ പിരിഞ്ഞ് തണുത്തുറഞ്ഞ ശരീരവുമായി അതൊന്ന് അടക്കം ചെയ്യാൻ ഒരു തുണ്ട് ഭൂമിയില്ലാതെ സ്വന്തം കൂരയുടെ അടുക്കള മാന്തി അതിൽ ശവമടക്കാൻ വിധിക്കപ്പെട്ട വർക്ക് വേണ്ടി നമ്മുടെ നാട്ടിൽ പോയി നിങ്ങൾ ഗർജ്ജിക്കേണ്ടതു ണ്ട്. അവരുടെ കണ്ണും കാതും കരളും ശബ്ദവുമാകണം നിങ്ങൾ. എന്നെപോലുള്ളവർക്ക് ഇനിയും അത് സാധിക്കാനുള്ള സാഹചര്യം പൂർണ്ണമായും നഷ്ടപ്പെട്ടതുകൊണ്ടാണ് ഇവിടെ വരേണ്ടി വന്നത്. ഈ ഒത്തുചേരൽ സുഖമുള്ള ഒരു ഏർപ്പാടാണെന്നാണ് എനിക്ക് തോന്നിയിട്ടുള്ളത്. ജോലി ഭാരങ്ങൾ ഇറക്കിവെച്ചുകൊണ്ട് കുടുംബ വുമൊത്ത് ഒരു കൂട്ടുകൂടൽ.”

അയാളുടെ പറച്ചിലുകളിൽ അനിഷ്ടം തോന്നുന്നവർ വേദിയിലും സദസ്സിലുമുണ്ടായിരുന്നു. അവർ പരസ്പരം നോക്കിക്കൊണ്ടിരുന്നു. ചിലർ പല്ലുകൾ കടിച്ചു, നെറ്റി ചുളിച്ചു. അയാൾ തുടർന്നു

“ഇവിടെ ആർക്കും നോവുകളില്ല. ഇരകളും വേട്ടക്കാരുമില്ല. അതിനാൽ അട്ടഹാസങ്ങളും ദീനരോദനങ്ങളും വിലാപങ്ങളുമില്ല. പ്രിയമുള്ളവരേ, നിങ്ങൾ ക്ഷമിക്കണം. പറയാതിരിക്കാനാവുന്നില്ല. നോവുന്നിടത്താണ് നാവുകൾ ഉയരേണ്ടത്. അല്ലെങ്കിൽ അത് കേവലം വാചകരതി മാത്രമാണ്. എന്നെപ്പോലുള്ളവർ പണിയെടുത്ത് തളർന്ന പ്പോഴാണ് ഇങ്ങോട്ട് വന്നത്. സമ്പാദിക്കാനല്ല. ആരോടും കൈ നീട്ടാതെയും സങ്കടങ്ങൾ പറയാതെയും ജീവിക്കുവാനുള്ള കൊതി കൊണ്ടാണ്. വേറെ വഴിയില്ലായിരുന്നു. എന്നിട്ടും മനസ്സിന്നും

അവിടെ തന്നെയാണ്, അല്ലെങ്കിലെന്നും സമരമുഖങ്ങളിൽ ജ്വലിക്കുന്ന അഗ്നിയാകുവാൻ മാത്രമാണ് എന്നെപ്പോലെയുള്ളവർ ആഗ്രഹിക്കുന്നത്. ഇപ്പോഴും പൊലീസിന്റെ ലാത്തി പതിച്ച അടയാളങ്ങൾ എന്റെ മുതുകിൽ കിടപ്പുണ്ട്. വിവിധ സ്റ്റേഷൻ പരിധികളിൽ കേസുകളുമുണ്ട്. പൊലീസ് ബൂട്സിന്റെ ശരിക്കുള്ള ശബ്ദം നിങ്ങൾ കേട്ടിട്ടുണ്ടോ. അതൊരു തരം സംഗീതമാണ്. ഭയപ്പാടിന്റെ ബാക്ക്ഗ്രൗണ്ട് മ്യൂസിക്. എന്നെപ്പോലുള്ളവരുടെ കാതുകളിൽനിന്നും മനസ്സിൽ നിന്നും അതൊരിക്കലും വിട്ടുമാറില്ല. സമരമുഖങ്ങളിൽ കത്തിജ്വലിച്ച പലരും പിടിച്ചു നിൽക്കുവാനാവാതെ പ്രവാസികളായിട്ടുണ്ട്. ആ ഒഴിവുകൾ പിന്നീട് നികത്തപ്പെടുന്നില്ല. അതുകൊണ്ട് അർപ്പണബോധവും ആവേശവും ഉണ്ടെങ്കിൽ നിങ്ങളിൽ സമ്പാദ്യവും സുരക്ഷിതത്തവും സാമൂഹ്യ പ്രതിബദ്ധതയുമുണ്ടങ്കിൽ നിങ്ങളെ നമ്മുടെ നാട് വിളിക്കുന്നുണ്ട്. ജനസേവനം ഞങ്ങൾക്ക് ദൈവാരാധന എന്ന് വിശ്വസിക്കാൻ നിങ്ങൾക്ക് കഴിയുമെങ്കിൽ ഇന്നുതന്നെ നാട്ടിലേക്ക് പുറപ്പെടാൻ തയ്യാറാവുക.''

അയാൾ സദസ്സിലേക്ക് കണ്ണോടിച്ചുകൊണ്ട് അവിടെ ഇരിക്കുന്ന രണ്ട് വ്യക്തികളെ ചൂണ്ടി പറഞ്ഞു

''ഇതാ ഇരിക്കുന്നു എനിക്ക് മുന്നിൽ രണ്ടു പേർ. അനീസും അത്വീഖും. അനീസ് അത്വീഖ് എന്റെ പ്രിയപ്പെട്ട കൊച്ചനുജന്മാരെ നിങ്ങൾ ഒന്ന് എഴുന്നേറ്റ് നിൽക്കുക.''

അത്ഭുതത്തോടെ അവർ എഴുന്നേറ്റ് നിന്നു. സദസ്സിലുള്ളവർ ആകാംക്ഷയോടെ അവരെ നോക്കി. മാജിദ് തുടർന്നു.

''ഞാൻ ഇപ്പോഴാണ് ഇവരെ കാണുന്നത്. വർഷങ്ങൾക്ക് ശേഷം. ഞാൻ ഇവിടെ വൈകിയെത്തിയതുകൊണ്ട് ഈ പരിപാടിക്ക് മുൻപ് എനിക്കിവരെ കാണാൻ സാധിച്ചില്ല. ഇവർ ഇവിടെയുണ്ടന്നും എനിക്കറിയില്ലായിരുന്നു. എനിക്ക് മുന്നേ നാടുവിടേണ്ടി വന്നവരാണിവർ. സമരമുഖങ്ങളിലെ എന്റെ കൊച്ചനുജന്മാർ. ഞങ്ങൾ ഒരേ സമരങ്ങളിൽ നിറഞ്ഞാടിയവരും ലാത്തിയടിയേറ്റവരും അറസ്റ്റ് വരിച്ചവരുമാണ്.''

ഇത്രയും പറഞ്ഞു കേട്ടപ്പോൾ അവരുടെ രണ്ടുപേരുടെയും കണ്ണുകൾ നിറയുകയും ഹൃദയം തുടിക്കുകയും ചെയ്തു. അവർ മാജിദിനെ ശ്രദ്ധിച്ചു നിന്നു. സമരമുഖങ്ങളിലെ അവരുടെ ആവേശമായിരുന്നു അയാൾ. ഇടിമുഴക്കം തീർക്കാറുള്ള തീപ്പൊരി പ്രസംഗത്തിന്റെ ഉടമയെ അപ്രതീക്ഷിതമായി ഇങ്ങനെ കണ്ടുമുട്ടിയതിലുള്ള അത്ഭുതമായിരുന്നു അവർക്ക്. അപ്പോഴും മാജിദ് പ്രസംഗം തുടരുന്നുണ്ടായിരുന്നു.

''കവലകൾ തോറും നട്ടുച്ച വെയിലേറ്റ് പച്ച മനുഷ്യരുടെ ജീവൽ പ്രശ്നങ്ങൾ മൈക്കിലൂടെ ഞങ്ങൾ വിളിച്ചു പറയുമ്പോൾ ഇതു പോലുള്ള സുഖലോലുപതയുടെ കുളിരുണ്ടായിരുന്നില്ല. വെൽക്കം ജ്യൂസും വിളമ്പാൻ ഒരുക്കിവെച്ച ബിരിയാണിയും സുലൈമാനിയും ഉണ്ടായിരുന്നില്ല. അതുകൊണ്ട് ഇവിടെയുള്ള ഇത്തരം സംഗമങ്ങളുടെയും വൈകാരികമാകുന്ന രാഷ്ട്രീയ ചർച്ചകളുടെയും പ്രസംഗങ്ങളുടെയും ഫലത്തെക്കുറിച്ച് ചിന്തിക്കുവാൻ ഞാൻ നിങ്ങളോട് ആവശ്യപ്പെടുന്നു.''

പ്രസംഗം കഴിഞ്ഞിറങ്ങിയപ്പോൾ അനീസും അത്വീഖും ഓടിവന്ന് കെട്ടിപ്പിടിച്ചു. പിന്നെ അവിടെ കൂട്ടിയവരിൽ അധികം പേരും പരിചയപ്പെട്ടു. പലരും മാജിദിന്റെ പ്രസംഗങ്ങൾ യൂട്യൂബിൽ കണ്ടവരാണ്. അതുകൊണ്ടുതന്നെ മാജിദിനെ പരിചയപ്പെടുവാൻ അവർക്ക് ആവേശമായിരുന്നു. ചിലർ ഫോൺ നമ്പർ വാങ്ങിച്ചു. മറ്റു ചിലർ കൂടെ നിന്ന് സെൽഫിയെടുത്തു. തനിക്കൊരു ഹീറോയുടെ പരിവേഷം ലഭിക്കുന്നതിൽ മാജിദിന് ലജ്ജ തോന്നിയിരുന്നു. അപ്പോഴാണ് പ്രായമുള്ള ഉയരം കുറഞ്ഞ ഒരാൾ തന്നെ തേടി വരുന്നത് കണ്ടത്.

''ഉഷാറായിരിക്കുന്നു. മബ്റൂക് മബ്റൂക്'' എന്ന് പറഞ്ഞ് അയാൾ മാജിദിനെ കെട്ടിപ്പിടിച്ചു.

''ഹസ്സൻ മാഷ് പറഞ്ഞിരുന്നു ഒരു സകല കലാവല്ലഭൻ ഇങ്ങോട്ട് വരുന്നുണ്ടെന്ന്. താങ്കളാണ് ആ ആള് അല്ലേ, മാഷ് പറഞ്ഞതു പോലെതന്നെ പ്രസംഗം അസ്സലായിട്ടുണ്ട്.''

അയാൾ പേഴ്സിൽ നിന്നും വിസിറ്റിംഗ് കാർഡ് എടുത്തിട്ട് മാജിദിന് കൊടുത്തു.

''മാഷ് വിവരങ്ങൾ എല്ലാം പറഞ്ഞിട്ടുണ്ട്. ഒന്നും വിഷമിക്കണ്ട. എല്ലാം നമുക്ക് ശരിയാക്കാം. സൗകര്യംപോലെ എന്നെ വിളിക്കുക.''

മാജിദ് വല്ലാതായി. തന്നെ ശരിക്കും മനസ്സിലാക്കിയിരിക്കുന്നു. ഹസ്സൻ മാസ്റ്റർ തനിക്ക് വേണ്ടി താൻ പോലുമറിയാതെ ആവുന്നതെല്ലാം ചെയ്തിരിക്കുന്നു. എന്നും മാജിദ് ഓർത്തു.

''ക്ഷമിക്കണം, പേര് പറഞ്ഞില്ലല്ലോ.'' മാജിദ് ചോദിച്ചു.

''ആ, ഞാനത് മറന്നു. എന്റെ പേര് അബ്ദുൾ അസീസ്. ആ കാർഡിലുണ്ട്.''

അബ്ദുൾ അസീസ്
മാനേജർ
സീവാൾ എൻജിനീയറിങ് ആൻഡ് കൺസ്ട്രക്ഷൻ
അൽഖോർ, ഖത്തർ.

അനിശ്ചിതത്വത്തിന്റെ ദിനരാത്രങ്ങൾ ഇഴഞ്ഞു നീങ്ങിക്കൊണ്ടിരുന്നു. ഉദയത്തിലെ താമസം സുഖകരമായിരുന്നങ്കിലും മനസ്സിൽ മടുപ്പുളവായിത്തുടങ്ങി. വെറുതെയിരുന്ന് ചെലവില്ലാതെ ഭക്ഷണം കഴിച്ച് ജീവിക്കുകയാണല്ലോ. എന്നാൽ അയാൾക്ക് ഒരുവിധ മാനസിക പ്രയാസവും ബുദ്ധിമുട്ടും ഉണ്ടാവാതിരിക്കാൻ അവിടെയുള്ളവർ ശ്രദ്ധിച്ചിരുന്നു.

“ഒന്നും വിഷമിക്കണ്ട, എല്ലാം ശരിയാകും. ചിക്കൻ ഒരു കഷ്ണം കൂടെ എടുത്ത് കഴിക്ക്.”

ഭക്ഷണം കഴിച്ചുകൊണ്ടിരിക്കെ അയാളുടെ പ്ലേറ്റിലേക്ക് സ്നേഹത്തോടെ ചിക്കൻ വിളമ്പിക്കൊണ്ട് റഫീഖ് പറഞ്ഞു. റഫീഖ് അയാളുടെ നാട്ടുകാരനാണ്. ഹസ്സൻ മാസ്റ്ററുടെ അടുത്ത വീട്ടുകാരൻ. മാജിദിന്റെ ഉപ്പ വീടിന്റെയും അയൽവാസിയുമാണ് അയാൾ. വർഷങ്ങളായി ഖത്തറിൽ ജീവിക്കുകയാണ്. ഉദയത്തിന്റെ പ്രധാന കൈകാര്യകർത്താവും നല്ല കൈപ്പുണ്യമുള്ള പാചക വിദഗ്ധനുമാണ്. റഫീക്കിന്റെ ഭക്ഷണം ഒരിക്കലെങ്കിലും രുചിച്ചവർ പിന്നെ അദ്ദേഹത്തെ മറക്കില്ല. അതുപോലെതന്നെ ബ്ലോഗർ കൂടിയായ മഞ്ഞിയിലും വളരെ നല്ലവനാണ്. ജോലി ആവശ്യാർഥം അവിടെ താമസിക്കുന്നവർക്ക് അത്യാവശ്യം കമ്പ്യൂട്ടർ പരിജ്ഞാനം പകർന്നുകൊടുക്കുവാനും അവരെ സ്പോക്കൺ അറബിക്ക് ശീലിപ്പിക്കുവാനുമൊക്കെ സഹായിക്കുന്ന വ്യക്തി. മാജിദിനും വേർഡും എക്സലും പഠിക്കുവാൻ അദ്ദേഹത്തിന്റെ കമ്പ്യൂട്ടർ കൊടുത്തു. എല്ലാവരും ജോലിക്ക് പോയാൽ അയാൾ കമ്പ്യൂട്ടർ പഠിച്ചു. അന്നത്തെ പ്രസംഗത്തിന് ശേഷം പല പരിപാടികൾക്കും അയാൾ ക്ഷണിക്കപ്പെട്ടു. അപരിചിതർ പോലും ഓരോ പരിപാടികൾക്ക് അയാളെ വണ്ടിയുമായി വന്ന് കൊണ്ടുപോവുകയും കൊണ്ടു വരികയും ചെയ്തു. കലയും സാഹിത്യവും മതവും രാഷ്ട്രീയവും അവർ ഒരുക്കിയ വേദിയിൽ മാജിദ് ചർച്ച ചെയ്തു.

ആയിടെയാണ് മുഹമ്മദ് അലി നാട്ടിൽ പോകുന്നു എന്നറിഞ്ഞത്. അതൊരു ഒറ്റപ്പെടലായിരുന്നു. എത്ര തിരക്കുള്ള ജോലിക്കിടയിലും മാജിദിനെ കാണാനും കുറച്ച് സമയം ചെലവഴിക്കാനും സമയം കണ്ടെത്താറുണ്ടായിരുന്നു. ഖത്തറിലെ മുൻ നിര പത്രത്തിന്റെ ഫോട്ടോഗ്രാഫർ ആയതിനാൽ ജോലി സംബന്ധമായി അദ്ദേഹത്തിന് ഖത്തറിലെ പല പ്രമുഖയിടങ്ങളിലും പോകേണ്ടതുണ്ടായിരുന്നു. വലിയ കമ്പനികളുടെ മീറ്റിങ്ങുകളും ഉത്പന്നങ്ങളുടെ ലോഞ്ചിങ്ങും തുടങ്ങിയ വലിയ പരിപാടികളായിരുന്നു. അത്തരം യാത്രകളിലെല്ലാം അലി മാജിദിനെയും കൂടെ കൂട്ടുമായിരുന്നു.

ഫൈവ് സ്റ്റാർ ഹോട്ടലുകളിലും അറബികളുടെ വലിയ മജ്ലീസുകളിലും വലിയ കോൺഫറൻസ് ഹാളുകളിലും വേദികളിലുമായിരുന്നു പരിപാടികൾ ഏറെയും നടന്നിരുന്നത്. അവിടങ്ങളിൽ അസിസ്റ്റന്റ് ഫോട്ടോഗ്രാഫർ എന്ന് പരിചയപ്പെടുത്തിക്കൊണ്ടായിരുന്നു മുഹമ്മദ് അലി അയാൾക്കുള്ള പാസുകൾ തരപ്പെടുത്തിയിരുന്നത്. മാജിദിന് അതൊക്കെയും സ്വപ്നം കാണാൻ പോലും കഴിയാത്ത അനുഭവങ്ങളായിരുന്നു. വലിയ വലിയ പരിപാടികളും ഇടങ്ങളും അവിടത്തെ ഭക്ഷണങ്ങളും സംസ്കാരവും നേരിട്ട് അടുത്തും അനുഭവിച്ചും അറിയാൻ സാധിച്ചതിൽ മാജിദിന് പറഞ്ഞറിയിക്കാൻ കഴിയാത്ത സന്തോഷമുണ്ടായിരുന്നു. ചിന്തിക്കാൻ പോലും കഴിയാത്ത വിധമുള്ള ഫുഡുകൾ ആയിരുന്നു അയാളെ ഏറെ അത്ഭുതപ്പെടുത്തിയത്. ലോകത്തിലെ വിവിധ തരം ഫ്രൂട്ടുകളും ജ്യൂസും സ്നാക്സും പുഡിങ്ങും ഐസ് ക്രീമും ഭക്ഷണങ്ങളും കൊണ്ട് ആരെയും വിസ്മയിപ്പിക്കുന്നതായിരുന്നു ഓരോ പരിപാടികളും. പരിപാടി കഴിഞ്ഞ് പോരുമ്പോൾ ഓരോ കമ്പനിയും മീഡിയയുടെ ആൾക്കാർക്ക് പാരിതോഷികങ്ങളുടെ കിറ്റും നൽകുക പതിവായിരുന്നു. അപ്പോഴൊക്കെയും മുഹമ്മദ് അലി തന്റെ അസിസ്റ്റന്റ് ക്യാമറമാൻ എന്ന് പറഞ്ഞ് മാജിദിനും ഒരു കിറ്റ് വാങ്ങിക്കൊടുക്കാൻ പ്രത്യേകം ശ്രദ്ധിച്ചിരുന്നു. ആ യാത്രകളിലൂടെയാണ് അയാൾ ആദ്യമായി ഖത്തർ കാണുന്നത്. ഏറെ സുന്ദരവും പ്രൗഢവുമായ ഒട്ടുമിക്ക സ്ഥലങ്ങളുടെയും രാത്രിയും പകലുമുള്ള കാഴ്ചകൾ കണ്ടു.

എല്ലാവരും ജോലിക്ക് പോയിക്കഴിഞ്ഞാൽ പിന്നെ തികഞ്ഞ ഏകാന്തയിൽ കഴിയേണ്ടിവരുന്നത് അയാളിൽ അതിശക്തമായ വിഷാദവും മടുപ്പും ഉണ്ടാക്കി. അതിനിടയിൽ മുഹമ്മദ് അലി വന്ന് കൂട്ടിക്കൊണ്ടുപോകുമ്പോഴായിരുന്നു ആശ്വാസം കിട്ടിയിരുന്നത്. ഇപ്പോൾ അലി നാട്ടിൽ പോകുകയാണ്. രണ്ട് മാസം കഴിഞ്ഞേ തിരികെ വരൂ. താൻ തികച്ചും ഒറ്റപ്പെടാൻ പോകുന്നു എന്ന ചിന്ത മാജിദിനെ അലട്ടി.

''നീ വിഷമിക്കണ്ട. ജോലി ശരിയാകും. ഉടനെ വിസ മാറ്റത്തിന് നാട്ടിൽ വരേണ്ടി വരുമല്ലോ. അപ്പോൾ നമുക്ക് കാണാമല്ലോ.''

മുഹമ്മദ് അലി പറഞ്ഞപ്പോൾ അയാളുടെ ആശങ്കയുടെ മനസ്സ് ചോദിച്ചു ജോലി ശരിയായില്ലെങ്കിലും അടുത്ത മാസം ഖത്തർ വിട്ടല്ലേ പറ്റൂ. അലി പേഴ്സ് തുറന്ന് കുറച്ച് റിയാലുകൾ അയാൾക്ക് നീട്ടി. സ്നേഹത്തോടെ അയാളത് വേണ്ടെന്ന് പറഞ്ഞപ്പോൾ മുഹമ്മദ് അലി പറഞ്ഞു.

"നീ ഇത് വാങ്ങിക്ക്, ഞാനല്ലേ തരുന്നത്. മടിക്കരുത്. കാരണം നിന്നെ ഞാൻ കാണുന്നത് എന്റെ സ്വന്തം അനുജനായിട്ടാണ്."

അയാൾ പിന്നെ ഒന്നും പറഞ്ഞില്ല. അത് വാങ്ങിച്ചു. മുഹമ്മദ് അലി യാത്ര പറഞ്ഞുപോകുമ്പോൾ മാജിദ് ഓർത്തു. താൻ വന്നപ്പോഴും അദ്ദേഹം കുറച്ച് റിയാലുകൾ തനിക്ക് തന്നിരുന്നു. ഇവരോടൊക്കെ ഈ സ്നേഹത്തിനും സഹായത്തിനുമെല്ലാം താനെങ്ങനെയാണ് നന്ദി പ്രകടിപ്പിക്കുക.

ദിവസങ്ങൾ വീണ്ടും അനിശ്ചിതത്വത്തിന്റെ നിമിഷങ്ങളിലൂടെ കടന്നുപൊയ്കൊണ്ടിരുന്നു. പരിചയക്കാർ പലരും വിളിക്കുകും കാണുകയും ചെയ്തു. ചില ഫോൺ ബെല്ലുകൾ സംശയിച്ചുകൊണ്ടാണ് അയാൾ എടുക്കുക. ജോലി ഒന്നും ആയില്ലേ, വിസ കഴിയാറായോ, എന്നാണ് പോകുന്നത്, പോയാൽ വീണ്ടും വരുമോ, വന്നിട്ട് എന്ത് കാര്യം, പ്രായം കൂടുതൽ ഉള്ളതിനാൽ ജോലി കിട്ടുക പ്രയാസമാണ് തുടങ്ങിയ ചോദ്യവും മറ്റും സഹതാപത്തിന്റെ സ്വരം. മാജിദിന്റെ മാനസികവ്യഥകളെ തെല്ലൊന്ന് വേദനിപ്പിക്കാതിരുന്നില്ല.

ഇഫ്ത്വാർ

ദിവസങ്ങൾ കടന്നുപോകവെ വിശുദ്ധ റമദാൻ മാസം ആഗതമായി. നോമ്പ് തുറയുടെ ഇഫ്താർ സംഗമങ്ങളിൽ അയാൾ ഒഴിച്ചുകൂടാൻ കഴിയാത്തതായി. ജാതി, മത ഭേദമന്യേ സംഘടിപ്പിക്കപ്പെടുന്ന വേദികൾ ഏറെ പ്രിയപ്പെട്ടവയായി. ഒരു ദിവസം പരിപാടികൾ ഒന്നുമില്ലാതിരിക്കെ റഫീഖ് ചോദിച്ചു.

"ഇന്ന് പുറത്തെവിടെയെങ്കിലും പരിപാടിയുണ്ടോ, ഇല്ലെങ്കിൽ നമുക്കൊരുമിച്ച് നോമ്പ് തുറക്കാം. ഉദയത്തിലെ നോമ്പ് തുറ വിഭവ സമൃദ്ധമാണ്. പൊതുവെ ഗൾഫിലെ നോമ്പുതുറകൾ സമൃദ്ധമായിരിക്കും. എങ്കിലും പലരും നോമ്പ് തുറയ്ക്ക് പള്ളികളെയാണ് ആശ്രയിക്കാറ്."

വിഭവസമ്പന്നമായ നോമ്പുതുറകളായിരിക്കും ഓരോ പള്ളികളിലും ഒരുക്കിയിട്ടുണ്ടാവുക. അവിടെനിന്നും നിസ്ക്കരിക്കാനുള്ള സൗകര്യവും നോക്കി മിക്കവാറും ആളുകൾ പള്ളികളിലേക്കാണ് പോകാറുള്ളത്. ഉദയം പോലുള്ള കൂട്ടായ്മകളിൽ നോമ്പു തുറയ്ക്കുള്ള കരുതൽ ഉണ്ടാവാറുണ്ട്. റഫീഖിന്റെ കൈപ്പുണ്യത്തിൽ വിഭവങ്ങൾ ഗംഭീരമായിരിക്കും. പുറത്ത് ക്ഷണിക്കപ്പെട്ട പരിപാടികൾ ഇല്ലാത്ത ദിവസങ്ങളിൽ മാജിദ് അവിടെത്തന്നെയാണ് നോമ്പ് തുറക്കാറ്. എന്നാൽ ഇടയ്ക്കൊക്കെ ചില സുഹൃത്തുക്കൾ വണ്ടിയുമായി അയാളെ നോമ്പ് തുറപ്പിക്കുവാൻ കൊണ്ടുപോകാറുണ്ട്. അതുകൊണ്ടാണ് റഫീഖ് ചോദിച്ചത്. എന്നാൽ അന്നേ ദിവസം മാജിദിന്റെ മനസ്സിൽ മറ്റൊരു പരിപാടിയായിരുന്നു ആലോചിച്ചുകൊണ്ടിരുന്നത്. റോഡ് സൈഡിൽ ഉയർത്തിക്കെട്ടിയ വലിയ പന്തലുകളിൽ സന്നദ്ധ സംഘടനകളും ഗവണ്മെന്റുമൊക്കെ നിത്യവും നോമ്പ് തുറ നടത്താറുണ്ട്. ആയിരക്കണക്കിനാളുകൾ വരെ പങ്കെടുക്കുന്ന വലിയ പന്തലുകളും ആ കൂട്ടത്തിൽ ഉണ്ട്.

നാട്ടിൽ ഉള്ളപ്പോൾ അത്തരം പന്തലുകളിൽ ക്യൂ നിന്ന് ഭക്ഷണം കഴിച്ച് വിശപ്പടക്കിയവരുടെ കഥകൾ പലപ്പോഴും കേട്ടിട്ടുണ്ട്. നോമ്പ്

തുടങ്ങിയപ്പോൾ മുതൽ പരിപാടികൾക്ക് വേണ്ടിയുള്ള യാത്രകളിൽ പോകുന്ന വഴികളിലെല്ലാം അങ്ങനെയുള്ള ധാരാളം പന്തലുകൾ കാണാറുണ്ട്. ഉച്ചതിരിയുമ്പോൾ പൊള്ളുന്ന വെയിലിലും നോമ്പ് നോറ്റ് വിയർത്തു കുളിച്ചുകൊണ്ട് ക്യൂ നിൽക്കുന്നവരുടെ കാഴ്ച കൾ പലപ്പോഴും അസ്വസ്ഥത സമ്മാനിച്ചിരുന്നു. അതിൽ ചിലർക്ക് ആ ഒരു നേരത്തെ ഭക്ഷണം മാത്രമായിരിക്കും ഉണ്ടായിരിക്കുക. ജോലി നഷ്ടപ്പെട്ടവരോ ജോലി ലഭിക്കാതെ കഷ്ടപ്പെടുന്നവരുമായ വരോ അല്ലെങ്കിൽ ഏറ്റവും കുറഞ്ഞ ശമ്പളത്തിൽ ജോലി ചെയ്യു ന്നവരോ ആയിരിക്കും അതിൽ അധികംപേരും. നോമ്പും പെരുന്നാളും ആയതിനാൽ കുടുംബത്തിന് സന്തോഷിക്കുവാനും ആനന്ദിക്കു വാനും നാട്ടിലേക്ക് പണമയയ്ക്കുവാനും മറ്റും തങ്ങളുടെ ചെലവു കൾ ചുരുക്കാൻ ഒരു മാസത്തെ ഭക്ഷണം ഇങ്ങനെയുള്ള സൗജന്യ ങ്ങളിലൂടെ ആഹരിക്കുന്നവരും ആ കൂട്ടത്തിലുണ്ടന്നാണ് പിന്നീട യാൾക്ക് മനസ്സിലായത്. അതിൽ ജാതി, മത, വർഗ്ഗ, വർണ്ണങ്ങളുടെ അളവുകോലുകൾ ഇല്ല. വിശക്കുന്നവന് വരാം, കഴിക്കാം. ഒരു തട സ്സവും മുടക്കവും ആരും പറയില്ല. ആവശ്യക്കാർക്കിത് ഏറ്റവും കൂടിയ അനുഗ്രഹത്തിന്റെയും ആശ്വാസത്തിന്റെയും മാസം കൂടി യാണ്. ഈ ഒരു മാസം അറേബ്യയിൽ എവിടെയും ആർക്കും ഭക്ഷണ ത്തിന് ഒരു മുട്ടും ഉണ്ടാവില്ല. അവിടെയിരുന്ന് ഇഷ്ടംപോലെ കഴി ക്കുകയും ശേഷം വേണമെങ്കിൽ പാഴ്സലായി കൊണ്ടുപോവുകയു മാവാം. അതുകൊണ്ടാണ് അവിടങ്ങളിൽ പള്ളികളിലും മറ്റും ഇല്ലാത്ത തിരക്ക്. എല്ലാ രാജ്യക്കാരും ഭാഷക്കാരും മതക്കാരും അതിലുണ്ട്.

അയാൾ കരുതി ഇന്ന് നോമ്പ് തുറക്ക് പന്തലിലേക്ക് പോകാം. മണിക്കൂറുകളോളം മറ്റുള്ളവർക്കൊപ്പം ക്യൂ നിന്ന് കഴിക്കുന്ന ആ ഭക്ഷണത്തിന്റെ രുചിയോളം വരില്ല മറ്റൊരു ഭക്ഷണത്തിനും. അപ്പോൾ അയാളിലെ പച്ച മനുഷ്യൻ ഉണരുകയായിരുന്നു. അനുഭവങ്ങൾ തേടിയെത്തുന്നതും തേടിപ്പിടിക്കുന്നതുമാണ്. നോമ്പുള്ളതിനാൽ നല്ല വിശപ്പുമുണ്ട്. അതുകൊണ്ട് തനിക്ക് ശരിക്കും ആ കൂട്ടത്തിന്റെ നോവും വേവും അനുഭവിക്കാൻ സാധിക്കും. റഫീക്കിനോട് പറഞ്ഞു.

‘‘ഞാൻ ഇന്ന് ഏതെങ്കിലും പന്തലിൽ പോകാൻ ആഗ്രഹിക്കുക യാണ്.’’

അത് കേട്ട ഷമീർ പറഞ്ഞു

‘‘വേണ്ട മാജിക്കാ, നമുക്കൊന്നും അത് പറ്റില്ല. നമുക്കിവിടെയി രുന്ന് ഒരുമിച്ചു കഴിക്കാലോ.’’

അത് കേട്ട് മറ്റൊരാൾ പറഞ്ഞു

“എന്തിനാ മാജിക്കാ അത്, ഇവിടെ നമ്മുടെ റഫീക്കാടെ നല്ല അടിപൊളി ഫുഡ് ഉള്ളപ്പോൾ വല്ല പാക്കിസ്ഥാനിക്കും ബംഗ്ലാദേശുകാരനും ഒപ്പം ക്യൂ നിന്ന് കഴിക്കണോ. അവമ്മാർക്കാണങ്കിൽ വൃത്തിയും വെടിപ്പും ഇല്ല.”

അതുകേട്ടപ്പോൾ അയാൾ അവനെ ഒന്ന് നോക്കി. ശരിയാണ് പൊതുവെ ലേബർമാരും പിക്കപ്പ് വണ്ടികളിലും സ്ക്രാപ്പ് യാർഡുകളിലുമൊക്കെ ജോലി ചെയ്യുന്നവരും ഗ്യാസ് കട്ടർമാരും ആ കൂട്ടത്തിലുണ്ട്. അവർക്ക് വൃത്തി വളരെ കുറവാണ്. അഴുക്കും വിയർപ്പും നിറഞ്ഞ ഒരു വസ്ത്രം തന്നെ അവർ ചിലപ്പോൾ ദിവസങ്ങളോളം ഉപയോഗിച്ചെന്നിരിക്കും. അങ്ങനെ അവരെ കണ്ടുമുട്ടുമ്പോൾ മാജിദിനും അവരോട് ഇഷ്ടക്കുറവ് തോന്നിയിട്ടുണ്ട്. അവർ മണ്ണിനോട് ഒട്ടിനിൽക്കുന്നതാണ് അതിന് കാരണമെന്ന് പിന്നീട് മനസ്സിലായി. അവർ അടുത്ത് വരുമ്പോൾ ദുർഗന്ധം ഉണ്ടാവാറുണ്ട്. അവരുടെ അദ്ധ്വാനഭാരം ചോദിച്ചറിഞ്ഞപ്പോൾ പിന്നെ അവരോടൊരിക്കലും അവജ്ഞ തോന്നിയിട്ടില്ല. വൈകാതെ പന്തലിന്റെ മുന്നിൽ ചെന്നു നിന്നു. പോക്കുവെയിലിന്റെ കിരണങ്ങൾ സൂചിമുനകൾ പോലെ പുറം കുത്തിനോവിച്ചുകൊണ്ടിരുന്നു. വലിയ നാല് വരികൾ കണ്ടു. അതിൽ എവിടെ നിൽക്കണം ഏതിൽ നിൽക്കണം എന്നറിയാതെ ചുറ്റിലും നടന്നു. ഒടുവിൽ ഒരു ക്യൂവിന് പിന്നിൽ നിലയുറപ്പിച്ചു. അപ്പോഴും വെയിൽ തിളയ്ക്കുന്നുണ്ടായിരുന്നു.

മുക്കാൽ മണിക്കൂർ നീണ്ട നിൽപ്പിനൊടുവിൽ അകത്തേക്ക് പ്രവേശിക്കാൻ സാധിച്ചു. പൊള്ളുന്ന ചൂടിൽ നിന്നും പെട്ടെന്ന് കുളിരുന്ന തണുപ്പിലേക്കുള്ള മാറ്റം വലിയ ആശ്വാസം പകർന്നു. അതിവിശാലമായ അത്തരം പന്തലുകൾ എല്ലാം തന്നെ എയർ കണ്ടീഷൻ ചെയ്തതായിരുന്നു. അകത്തു കടക്കുമ്പോൾ തന്നെ വിവിധ തരം ജ്യൂസുകളുടെ ബോട്ടിലുകളും പഴങ്ങൾ നിറച്ച കൊച്ചു ബോക്സുകളും സംഘാടകർ നൽകുന്നുണ്ട്. മാജിദും വാങ്ങിച്ചു. ഭക്ഷണം നിറച്ചുവെച്ചുകൊണ്ടുള്ള വലിയ തളികകൾ ഭംഗിയുള്ള പേപ്പർ കൊണ്ട് മൂടിവെച്ചിരുന്നു. അകത്തുകടന്നവർ ഓടിച്ചെന്ന് ഓരോ തളികൾക്ക് ചുറ്റിലും ഇരുന്നു. ഓരോ തളികയ്ക്ക് ചുറ്റും എട്ടു പേർക്ക് ഇരിക്കാനുള്ള സ്ഥലം ഉണ്ടായിരുന്നു. അത് പ്രകാരം ആളുകൾ ഇരുന്നു. അവർ ഒരു റൂമിൽ താമസിക്കുന്നവരോ ഒരുമിച്ചു ജോലിചെയ്യുന്നവരോ ആയിരുന്നതിനാൽ മാജിദിന് തളികയും ഇരിപ്പിടവും കിട്ടാൻ വൈകി. എങ്കിലും മറ്റൊരിടത്ത് ഒരു വലിയ തളികയ്ക്കരികെ ഇരുന്നു. എല്ലാവരും അവരുടെ കൈകളിലുള്ള ഫ്രൂട്ട്സും ജ്യൂസും ഒന്നിച്ചു വെച്ചു. അതിൽ നിന്നും ഈത്തപ്പഴം മാത്രം മാറ്റി വെച്ചു. തളികയിൽ നിന്നും ആട് ബിരിയാണിയുടെ കൊതിയൂറുന്ന മണം. ബാങ്കിനുള്ള സമയം അടുത്തു വന്നു. വിശപ്പിന്റെ കാഠിന്യം. ദൈവമന്ത്രത്തിന്റെ നിർമ്മല സ്ത്രോത്രങ്ങൾ. ഭക്തിപൂർണ്ണമായ ആ

നേരങ്ങളിൽ ഹാൾ നിശ്ശബ്ദമായി. ആളുകളുടെ ചുണ്ടുകൾ ദൈവനാമ ങ്ങൾ മന്ത്രിച്ചു കൊണ്ടിരിക്കെ ബാങ്കുയർന്നു

''അല്ലാഹു അക്ബർ...

അശ്ഹദു അല്ലാ ഇലാഹ ഇല്ലല്ലാഹ്

അശ്ഹദു അന്ന മുഹമ്മദ റസൂലുല്ലാഹ്...''

ഈത്തപ്പഴം കഴിച്ചുകൊണ്ട് എല്ലാവരും നോമ്പ് തുറന്നു. തണുത്ത വെള്ളം കൊണ്ടും പിന്നെ കുപ്പികളിൽ നിന്നും ഓരോ കവിൾ ജ്യൂസും കുടിച്ചു. ശേഷം തളിക പൊതിഞ്ഞിരിക്കുന്ന പേപ്പറുകൾ പൊളിച്ച് ഭക്ഷണം തുറന്നു വെച്ചു. ചോറിൽ കണ്ടത് ഒരു ആടിന്റെ പകുതിയോളം വരുന്ന മാംസമായിരുന്നു. എട്ട് ഭാഗങ്ങളായി അത് മുറിക്കപ്പെട്ടതായി മാജിദിന് മനസ്സിലായി. കൂട്ടത്തിൽ പ്രായമുള്ള ഒരു പഠാണി ബിസ്മി ചൊല്ലിക്കൊണ്ട് ആ സാഹോദര്യ ഭോജന ത്തിന് തുടക്കം കുറിച്ചു

''ബിസ്മില്ലാഹി റഹ്മാനി റഹീം...''

എല്ലാവരും തളികയിലേക്ക് കൈകൾ നീട്ടി. അയാളും കൈ നീട്ടി. ആ കൂട്ടത്തിൽ പാക്കിസ്ഥാനിയും ഘാനക്കാരനും ബംഗ്ലാ ദേശിയും നേപ്പാളിയും ശ്രീലങ്കക്കാരനുമെല്ലാം ഉണ്ടായിരുന്നു. എല്ലാ വരും ഏകോദര സഹോദരരായി ഒരു പാത്രത്തിൽ നിന്നും ഒന്നിച്ചു ആഹരിക്കുകയും അൽഹംദുലില്ലാഹ് പറഞ്ഞു നിസ്ക്കരിക്കുകയും പിരിഞ്ഞുപോവുകയും ചെയ്തു. അത് ജീവിതത്തിൽ മറക്കാനാ വാത്ത അനുഭവങ്ങളിൽ ഒന്നായി. നോമ്പ് എടുത്തിട്ടാണെങ്കിലും വിശപ്പിന്റെയും സൗജന്യ ഭക്ഷണത്തിന്റെയും വികാരങ്ങൾ നൽകിയ പാഠഭാഗങ്ങൾ മനസ്സിൽ ആവർത്തിച്ചു ചൊല്ലിക്കൊണ്ട് മാജിദ് ആ പന്തലിൽ നിന്നും ഉദയത്തിലേക്ക് നടന്നു.

റമദാൻ അവസാനിക്കുന്നതോടെ ഉദയം സഹോദരങ്ങൾ അസീ സിയ എന്ന സ്ഥലത്ത് സംഘടിപ്പിച്ച ഇഫ്താർ സംഗമശേഷം അഷ് റഫും മൊയ്ദീനും റഫീഖും മഞ്ഞിയിലും ആർ.വിയും കുഞ്ഞു മുഹമ്മദ് തുടങ്ങിയവരും മാജിദിന്റെ ജോലിയെക്കുറിച്ചും അതു വരെയുള്ള ജീവിതസാഹചര്യങ്ങളെക്കുറിച്ചതും ചർച്ച ചെയ്തു.

അഷ്റഫ് പറഞ്ഞു

''മാജിദ് വന്നിട്ട് രണ്ട് മാസം കഴിഞ്ഞിരിക്കുന്നു. ഇദ്ദേഹത്തിന്റെ കാര്യം വളരെ ഗൗരവപൂർവ്വം പരിഗണിക്കണം.''

''അതേ, ഇനിയുള്ള ദിവസങ്ങൾ പെട്ടെന്ന് കടന്നുപോകും, പിന്നെ വിസയുടെ കാലാവധി കഴിയും. വെറും കയ്യോടെ ഇദ്ദേ ഹത്തെ പറഞ്ഞയയ്ക്കരുത്.''

മൊയ്ദീൻ ഓർമ്മപ്പെടുത്തി.

‘‘ആർ.വി എന്ത് പറയുന്നു അന്ന് പറഞ്ഞ കാര്യത്തിൽ പിന്നെ പുരോഗതി ഒന്നും ഉണ്ടായില്ലേ.’’

ആർ.വി. എന്ന ചുരുക്കപ്പേരിൽ വിളിക്കപ്പെടുന്ന മജീദിനോട് കുഞ്ഞുമുഹമ്മദ് ചോദിച്ചു.

‘‘നിങ്ങൾക്കറിയാലോ, ഖത്തർ സ്റ്റീലിലാണ് ഞാൻ ജോലി ചെയ്യുന്നത്. ഗവണ്മെന്റ് സ്ഥാപനമായതിനാൽ അവിടെ ഒരു ചാൻസും ഇല്ല. പിന്നെ ഒരു സുഹൃത്തിന്റ കമ്പനിയിലാണ് വേക്കൻസി ഉള്ളത്, അതിന് ഒരു ഡിഗ്രി മാത്രം പോരാ. മിനിമം അഞ്ച് വർഷത്തെ എക്സ്പീരിയൻസ് അത്യാവശ്യമാണ്. അതുകൊണ്ടാണ് പിന്നെ ഞാനൊന്നും പറയാതിരുന്നത്. വേറെ വേക്കൻസികൾ ഉള്ളതൊന്നും മാജിദിന് പറ്റിയതല്ല.’’

മഞ്ഞിയിൽ പറഞ്ഞു

‘‘എക്സ്പീരിയൻസ് ആണ് പ്രശ്നം. അല്ലെങ്കിൽ സിറ്റി എക്സ് ചേഞ്ചിന്റെ മാനേജർ ജോലി നൽകാമെന്ന് എന്നോട് പറഞ്ഞതായിരുന്നു. എന്റെ നാട്ടുകാരനും മാജിദിനെ ആൾ അറിയുന്നതുമാണല്ലോ.’’

കുഞ്ഞുമുഹമ്മദ് ചോദിച്ചു

‘‘അതിലൊന്നും കാര്യമില്ല, അല്ലാ, നമ്മുടെ അസീസ്ക്ക അന്നൊരു കാര്യം പറഞ്ഞിരുന്നല്ലോ. സീവാൾ കമ്പനിയെക്കുറിച്ച് അതെന്തായി? പുള്ളി പറഞ്ഞാൽ അത് നടക്കുമായിരുന്നല്ലോ.’’

‘‘പക്ഷേ, അദ്ദേഹത്തിന്റെ എം ഡി സ്ഥലത്തില്ല. ഇൻഷാ അല്ലാഹ്, അദ്ദേഹം വന്നാൽ അത് മുന്നോട്ട് പോകും. അതിലാണ് എനിക്ക് പ്രതീക്ഷയുള്ളത്.’’

അഷ്റഫാണ് പറഞ്ഞത്.

‘‘അത് ശരിയാണ്. അതിന്റെ എം ഡി മുഹമ്മദലി സാർ വളരെ നല്ല മനുഷ്യനാണ്. അദ്ദേഹത്തിന്റെ മുന്നിൽ നീട്ടുന്ന കൈകൾ ഇതുവരെയും തട്ടിക്കളഞ്ഞതായിട്ട് അറിവില്ല. പിന്നെ ആളെ കണ്ട് സംസാരിച്ചാൽ അദ്ദേഹത്തിനറിയാം ഇയാൾ അവർക്ക് ശരിയാകുമോ ഇല്ലയോ എന്ന്. എക്സ്പീരിയൻസ്, ഭാഷ, പ്രായം ഒന്നും അദ്ദേഹം നോക്കില്ല. അദ്ദേഹത്തിന് ബോധിച്ചാൽ മാന്യമായ സാലറിയിൽ അപ്പോയ്ന്റ്മെന്റ് ചെയ്യും. ഒരുപാട് ഡിവിഷനുകൾ ഉണ്ടല്ലോ അവർക്ക്. എവിടെയെങ്കിലും മാജിദിന് ഒരു ഒഴിവ് ഉണ്ടാകാതിരിക്കില്ല.’’

മഞ്ഞിൽ ഓർമ്മിപ്പിച്ചു

‘‘ഇനി എന്തായാലും വൈകരുത്, ഈ വിസ തീരുന്നതിന് മുന്നേ എവിടെയെങ്കിലും ഇദ്ദേഹത്തെ കയറ്റണം. അല്ലെങ്കിൽ ഒരു വിസ നമ്മൾ വാങ്ങേണ്ടി വരും.’’

അഷ്റഫ് പറഞ്ഞു,

"അതെ, ഇൻഷാ അല്ലാഹ്. ഒന്നും ആയില്ലെങ്കിൽ അങ്ങനെ ചെയ്യാം. എന്തായാലും മാജിദ് സാഹിബിനെ പലിശയുടെ പ്രയാസത്തിൽ നിന്നും വൈകാതെ കരകയറ്റണം. അതിനെക്കുറിച്ച് നാം ആലോചിക്കേണ്ടതുണ്ട്. മൊയ്‌ദീൻ അന്ന് പറഞ്ഞ കാര്യങ്ങൾ എന്തായി?"

"ഇൻഷാ അല്ലാഹ്, ജോലി ശരിയായാലും ഇല്ലെങ്കിലും ഈ മാസം അവസാനിക്കുന്നതോടുകൂടി തന്നെ നമുക്ക് അതിനുള്ള പരിഹാരം കാണാനാകുമെന്നാണ് നാം കരുതുന്നത്. ഞാനും ആർവിയും കുഞ്ഞുമുഹമ്മദും ശ്രമിക്കുന്നുണ്ട്. കാര്യങ്ങൾ എളുപ്പമാകുവാൻ എല്ലാവരും ദുആ ചെയ്യുക."

"നിങ്ങൾ എനിക്ക് വേണ്ടി വല്ലാതെ പ്രയാസപ്പെടുന്നത് കാണുമ്പോൾ; അല്ലാഹു അനുഗ്രഹിക്കട്ടെ എന്ന് മാത്രമേ എനിക്ക് പറയാൻ സാധിക്കുന്നുള്ളൂ."

മാജിദിന്റെ ശബ്ദം ഇടറിയിരുന്നു..

"മാജിദ് സാഹിബ് വിഷമിക്കേണ്ടതില്ല, താങ്കളെ സഹായിക്കുക എന്നത് ഈ സംഘത്തിന്റെ കടമയാണ്. അല്ല, ഞങ്ങളുടെ നിർബന്ധ ബാധ്യതയാണ്. അതിന് അവസരം നൽകുന്ന അല്ലാഹുവിനാണ് സർവ്വസ്തുതിയും."

കുഞ്ഞുമുഹമ്മദ് മാജിദിന്റ ചുമലിൽ തട്ടി ആശ്വസിപ്പിച്ചു.

"അൽഹംദുലില്ലാഹ്, നിങ്ങളുടെ ഈ സ്നേഹത്തിനും കരുതലിനും ഞാൻ കടപ്പെട്ടിരിക്കുന്നു. ഇതുവരെയുള്ളതിന് തന്നെ എങ്ങനെയാണ് ഞാൻ നന്ദി പറയേണ്ടത് എന്നറിയില്ല. ഒരു കാര്യം ആവർത്തിക്കട്ടെ, എന്നെ സാധാരണക്കാരിൽ സാധാരണക്കാരനായിട്ട് മാത്രമേ നിങ്ങൾ കാണാവൂ. അതുകൊണ്ട് തന്നെ സ്ഥാനവും പദവിയുമുള്ള ജോലികൾക്കായൊന്നും നിങ്ങൾ കാത്തുനിൽക്കരുത്. ഒരു സാധാരണ ലേബർ ആകുവാനും ഞാനൊരുക്കമാണ്. നിങ്ങളുടെ ആത്മാർത്ഥതയിൽ എനിക്ക് അഭിമാനമുണ്ട്."

ഒരു വിസ വാങ്ങുക എന്നത് വലിയ ചെലവ് വരുന്ന കാര്യമാണെന്ന് അയാൾക്കറിയാമായിരുന്നു. പിന്നെയും ഇവിടെ ഒരു ജോലിക്കായുള്ള കാത്തിരിപ്പ് തുടരണമല്ലോ, അതിനും ഈ സ്നേഹ സേവന സൗഹൃദങ്ങൾ തന്നെ ബുദ്ധിമുട്ടണം.

"പടച്ചവനേ, ഇനിയും അതിനുള്ള വഴിവെക്കരുതേ."

മാജിദ് മൗനമായി പ്രാർത്ഥിച്ചു.

അൽ ഖോർ ശുഭപ്രതീക്ഷയുടെ ശുദ്ധതീരം

അസീസ് മാജിദിനെ ഫോണിൽ വിളിച്ചു.

''ഇത് അസീസ് ആണ്. അൽഖോറിൽ നിന്ന്. താങ്കൾ നാളെ രാവിലെ ഇങ്ങോട്ട് വരണം. ഒരു ഇന്റർവ്യൂ ഉണ്ടാകും. വരേണ്ട വഴിയും കാര്യങ്ങളുമെല്ലാം ഞാൻ അഷ്റഫിനോട് പറഞ്ഞിട്ടുണ്ട്.''

''ഓ കെ അസീസ്ക്കാ, ഞാൻ രാവിലെ എത്താം. വളരെ സന്തോഷമുണ്ട്.''

ഫോൺ വെച്ചപ്പോൾ മനസ്സിലെന്തോ മഴയും മാരിവില്ലും നിറഞ്ഞു.

അഷ്റഫിനെ വിളിച്ചപ്പോൾ പറഞ്ഞു.

''നാളെ രാവിലെ ഞാൻ വരാം. രണ്ട് മിനിട്ട് മുന്നേ താഴെ ഇറങ്ങി നിൽക്കണം. അവിടെ വണ്ടി പാർക്ക് ചെയ്യാൻ സ്ഥലം കിട്ടില്ല. വണ്ടി നിൽക്കുമ്പോൾ ഉടനെ കയറണം. ബാക്കിയൊക്കെ നേരിൽ പറയാം.''

''ഓകെ. ഞാൻ താഴെയുണ്ടാകും.''

''എങ്ങനെയാണ് പോകുന്നത്. അഷ്റഫ് വരുമോ. അൽഖോർ വളരെ ദൂരത്താണ്.''

മഞ്ഞിയിൽ ചോദിച്ചു.

''വരാമെന്നാണ് പറഞ്ഞത്.''

''നാളെ അവന് ഡ്യൂട്ടിയുണ്ടല്ലോ.''

മഞ്ഞിയിൽ സംശയം പ്രകടിപ്പിച്ചു. ശരിയാണ് ഡ്യൂട്ടിയുണ്ടാകുമല്ലോ. അപ്പോൾ നാളത്തെ ഡ്യൂട്ടി കളഞ്ഞിട്ടാണോ എനിക്കായി അദ്ദേഹം വരുന്നത്. ഒറ്റയ്ക്ക് ഡ്രൈവ് ചെയ്ത് ഇത്രയും ദൂരത്തേക്ക്.

പിറ്റേന്ന് രാവിലെ കൃത്യസമയത്ത് തന്നെ അഷ്റഫ് വണ്ടിയുമായി വന്നു. മാജിദ് താഴെ കാത്തുനിന്നിരുന്നു. വണ്ടിയിൽ കയറി യാത്രയായി. ടൗൺ കഴിഞ്ഞു. വരണ്ട മരുഭൂമിയിലൂടെയായി യാത്ര. കഥകളിലും സിനിമകളിലും കണ്ട മരുഭൂമിയേക്കാൾ വരണ്ടതും

പരുക്കൻ സ്വഭാവമുള്ളതുമായിരുന്നു മരുഭൂമി. കടൽ പിന്മാറി വരണ്ടു പോയ മണൽത്തിട്ടകൾ. അകലങ്ങളിലെവിടെയോ മേയുന്ന ഒട്ടകങ്ങളുടെ ഉയർന്ന തലകൾ. ഉഷ്ണം കത്തിപ്പടരുകയാണെങ്കിലും നോക്കിയാൽ കാണാവുന്ന അകലങ്ങളിൽ മനുഷ്യർ നിർമ്മാണ ജോലികളിൽ മുഴുകിയിരിക്കുന്നത് കണ്ടു. കറുത്ത കണ്ണടയില്ലാതെ കണ്ണുതുറക്കാൻ കഴിയാത്ത സൂര്യപ്രകാശത്തിലും ചൂടിലും എങ്ങനെയാണ് പണിയെടുക്കുന്നത്. അതും തുറന്ന മരുഭൂമിയിൽ. നാട്ടിൽ കേട്ടിട്ടുള്ള മരുഭൂമിയിൽ പൊന്നു വാരുന്നവർ എന്ന പ്രയോഗത്തിന്റെ നേരനുഭവം കണ്ടിട്ട് മാജിദ് ചിന്തിച്ചു. ഇതല്ലേ റിയൽ ലൈഫ്, ഇതല്ലേ അദ്ധ്വാനം. മരുഭൂമിയുടെ രൗദ്രത നിറഞ്ഞ ചുട്ടുപൊള്ളിച്ചയിൽ, റോഡിന്റെ അനന്തതയിൽ വെള്ളക്കെട്ടുകൾ പോലെയും അഗ്നിനാളങ്ങളിൽ നിന്ന് ഉയരുന്ന ആവിപോലെയും മരീചിക കാണുന്നുണ്ടായിരുന്നു. അടുക്കുംതോറും കണ്ണുകളെ വഞ്ചിച്ച് അകന്നകന്ന് പോകുന്ന മരീചിക.

റോഡിന്റെ ഇടതുവശത്തായി ദൂരെ ഒരു കെട്ടിടം മാജിദിന്റെ ശ്രദ്ധയിൽ പെട്ടു. പൊറോട്ടയ്ക്ക് മാവ് കുഴച്ച് വീശി ചുറ്റിക്കെട്ടി വെച്ചത് പോലെയാണ് അത് തോന്നിയത്. അടുത്തും വരുംതോറും അതൊരു കൂറ്റൻ കെട്ടിടമാണെന്ന് മനസ്സിലായി.

‘‘എന്താണ് ആ കാണുന്നത് ഒരു ഭീമാകാരമായ ബിൽഡിംഗ് ആണല്ലോ അത്.’’

‘‘ഓ, അതോ, ഞങ്ങൾ അതിനെ തലയിൽ കെട്ട് സ്റ്റേഡിയം എന്നാണ് പറയാറ്, തൊപ്പി സ്റ്റേഡിയം എന്നും പറയും.’’

‘‘ശരിയാണ്, തലയിൽ ഷാൾ ചുറ്റികെട്ടിയതുപോലെതന്നെ.’’

‘‘ലുസൈൽ മൾട്ടി പർപ്പസ് ഹാൾ എന്നും ലുസൈൽ സ്പോർട്സ് അരീന എന്നും പറയുന്നുണ്ട്. വെറും രണ്ടുവർഷം കൊണ്ട് മുന്നൂറ്റി ഇരുപത് മില്യൺ ഡോളറോളം ചെലവഴിച്ചാണ് പണിതത്.’’

മാജിദ് അതിന്റെ മുകളിലേക്ക് സൂക്ഷിച്ച് നോക്കി. അതിന്റെ ഏറ്റവും ഉയരമുള്ള ഭാഗത്തുപോലും ആളുകൾ കയറി നിന്നുകൊണ്ട് ജോലി ചെയ്യുന്നുണ്ട്. ഈ ചൂടും വെയിലും പൊള്ളുന്ന കാറ്റുമേറ്റ് അവർ അതിന്റെ ഗ്ലാസ്സുകൾ ക്ലീൻ ചെയ്യുകയാണെന്ന് അഷ്റഫ് പറഞ്ഞപ്പോൾ മാജിദിന്റെ മാനുഷികചിന്തകളും ഗൾഫിനെക്കുറിച്ചുള്ള കാഴ്ചപ്പാടുകളും അവിടുത്തെ തൊഴിലാളികക്കുറിച്ചുള്ള ധാരണകളും മാറിപ്പോയി.

വിജനമാണ് മരുഭൂമിയെങ്കിലും അൽഖോർ റോഡിലേക്ക് പ്രവേശിച്ചപ്പോൾ തന്നെ റോഡിൽ സീവാൾ എന്ന കമ്പനി പേരെഴുതിയ ധാരാളം വണ്ടികൾ വരുന്നതും പോകുന്നതും കാണാൻ സാധിച്ചു.

അതിൽ എല്ലാതരം വണ്ടികളും ഉണ്ടായിരുന്നു. ടാങ്കർ ലോറികളും ട്രെയ്‌ലറുകളും തുടങ്ങി ആധുനിക സൗകര്യങ്ങളുള്ള മൾട്ടി പർപ്പസ് എക്യൂപ്മെന്റുകളും മറ്റും ഉണ്ടായിരുന്നു.

''ഇതൊക്കെയും സീവാൾ കമ്പനിയുടെ വണ്ടികളാണ്. മുവായിരത്തിൽ അധികം വണ്ടികളും ആറായിരത്തിന് മുകളിൽ തൊഴിലാളികളും അവർക്കുണ്ടെന്നാണ് എനിക്ക് തോന്നുന്നത്. അവിടെ കയറാൻ സാധിച്ചാൽ അതൊരു ഭാഗ്യമാണ്.''

അഷ്റഫ് പറഞ്ഞു.

കിലോമീറ്ററുകളോളം പിന്നിട്ടപ്പോൾ വിദൂരക്കാഴ്ചയിൽ ഒരു പൊട്ടുപോലെ അൽഖോർ കവാടം കണ്ടു. ചുണ്ണാമ്പ് കല്ലുകളിൽ ചെത്തി മിനുക്കി റോഡിന്റെ ഇരുവശത്തും ഉയരത്തിൽ പണിതുയർത്തിയ രണ്ട് വലിയ സ്തൂപങ്ങളായിരുന്നു ആ നഗര പ്രവേശന ഭാഗം.

''നമ്മൾ അൽഖോറിൽ എത്താറായി. അല്ലാഹു നശ്ചയിച്ചിട്ടുണ്ടെങ്കിൽ മാജിദിന്റെ ഭാവി നിർണ്ണയിക്കപ്പെടുന്നത് അൽ ഖോറിന്റെ മണ്ണിലായിരിക്കും. അറബ് മണ്ണ് പൊതുവെ സത്യമുള്ളതാണ്. ആ സത്യം ഒരുപക്ഷേ അൽ ഖോറിലൂടെയായിരിക്കും നിനക്കനുഭവപ്പെടുക. അല്ലാഹു അനുഗ്രഹിക്കട്ടെ.''

മാജിദ് ഒരു നിമിഷം കണ്ണടച്ചു.

''ആ കാണുന്നതാണ് അൽഖോർ കവാടം. അതിനടുത്താണ് അൻസാർ ഗാലറിയും ലുലു മാളും നിൽക്കുന്നത്.''

മിനിറ്റുകൾകൊണ്ട് അവർ അതിലെ കടന്നുപോയി. അപ്പോൾ അൽ ഖോർ അതിന്റെ നവീന മുഖത്തിന് വേണ്ടിയുള്ള നിർമ്മാണ പ്രക്രിയകളിലായിരുന്നു. അതുകൊണ്ടുതന്നെ പല ഭാഗത്തും റോഡുകൾ പൊളിച്ചിട്ടിരുന്നു. യാത്ര ക്ലേശകരമായി. പോകുന്ന വഴിയിൽ അൽഖോർ കോർണിഷ് കാണുവാനിടയായി. അവിടെ മാജിദിനെ ആകർഷിച്ചത് ഉയർന്ന പ്രതലത്തിൽ പച്ചപ്പുൽ പരവതാനിക്ക് നടുവിലായി അതിപുരാതന മാതൃകയിൽ നിർമ്മിച്ചിട്ടുള്ള മസ്ജിദായിരുന്നു സാധിക്കുമെങ്കിൽ അവിടെ ചെന്ന് നമസ്ക്കരിക്കണമെന്ന് ആഗ്രഹിച്ചു. അവിടെനിന്നും കുറച്ചു ദൂരം പിന്നിട്ടപ്പോൾ അവർ ലക്ഷ്യത്തിലേക്ക് അടുത്തു. റോഡുകളിൽ സീവാളിന്റെ വണ്ടികൾ മാത്രം കാണാവുന്ന വിധം വാഹനങ്ങളുടെ ബാഹുല്യം കണ്ട് മാജിദ് അത്ഭുതപ്പെട്ടു. മുന്നോട്ട് പോയപ്പോൾ റോഡിന്റെ ഇടത്വശം അൽ ഖോറിലെ സീവാൾ വെയിംഗ് ബ്രിഡ്ജിന്റെ ബോർഡ് കണ്ടു.

''അതാണ് അസീസ്ക്ക പറഞ്ഞ സീവാൾ വെയിഗ് ബ്രിഡ്ജ്. അതിന്റെ പുറകിലാണ് അവരുടെ മെയിൻ ഓഫീസ്, അങ്ങോട്ട് തിരിയാം.''

അഷ്റഫ് പറഞ്ഞു.

അവിടെ കാണുന്നവരിൽ പലരും സീവാളിലെ ജോലിക്കാരാണ്. അവരുടെ നീല നിറത്തിലുള്ള കവറോളിൽ സീവാൾ എന്ന് പ്രിന്റ് ചെയ്തിരുന്നു. അപ്പോൾ ഉദയത്തിലെ റഫീക്കിന്റെ കവറോൾ മാജിദ് ഓർമ്മിച്ചു. അവരുടെ വാഹനം ഓഫീസിന്റ മെയിൻ ഗേറ്റിലെത്തി നിന്നു. കത്തുന്ന വെയിലിൽ വിയർത്ത് കുളിച്ചുകൊണ്ട് തൊഴിലാളികൾ വലിയ ട്രോളികളിൽ പലതും അങ്ങോട്ടുമിങ്ങോട്ടും വലിച്ചുകൊണ്ടുപോവുകയും ചിലർ ഫോർക് ലിഫ്റ്റ് ഉപയോഗിച്ച് ട്രെയ്ലറുകളിലേക്ക് ഇരുമ്പിൽ നിർമിച്ച വലിയ നിർമിതികൾ കയറ്റുന്നുണ്ടായിരുന്നു. എൻജിനീയറിങ് സെക്ഷനും ഗാൽവനൈസിങ് സെക്ഷനും റോഡിന്റെ ഇരുവശങ്ങളിൽ ആയിരുന്നതിനാൽ ആ റോഡും പരിസരവും എപ്പോഴും തൊഴിൽ തിരക്കിലാണ്. അതിനിടയിലൂടെ അവരുടെ തന്നെ വേസ്റ്റ് മാനേജ്മെന്റ് വിഭാഗത്തിന്റെ വലിയ ടാങ്കർ ലോറികൾ കടന്നു പോകുന്നുമുണ്ടായിരുന്നു. കുറച്ച് നേരം ഗേറ്റിൽ നിന്നപ്പോൾ അകത്ത് നിന്നും ഗേറ്റ് സെക്യൂരിറ്റി വരികയും കാര്യങ്ങൾ തിരക്കുകയും ചെയ്തു. അപ്പോയ്ന്റ്മെന്റ് ഉണ്ടെന്നും മാനേജർ അസീസ് പറഞ്ഞത് പ്രകാരം എംഡിയെ കാണാൻ വന്നതാണെന്നും പറഞ്ഞപ്പോൾ വാഹനം പുറത്ത് പാർക്ക് ചെയ്തുകൊണ്ട് ഐ.ഡി നൽകി രജിസ്റ്ററിൽ സൈൻ ചെയ്തു അകത്തു കടന്നുകൊള്ളാൻ അയാൾ പറഞ്ഞു. അത് പ്രകാരം വാഹനം കുറേ ദൂരെ മാറിയാണ് പാർക്ക് ചെയ്യാൻ സാധിച്ചത്. ഓഫീസിലേക്ക് നടന്നു വരുമ്പോൾ വിയർത്തു കുളിച്ചു. എന്തൊരു ചൂടാണ്, ഈ ചൂടിൽ എങ്ങനെയാണ് പാവം ഈ തൊഴിലാളികൾ ജോലിചെയ്യുന്നത്? ഇത്തരം പണികളുടെ ഒഴിവുകളിൽ നിന്നൊക്കെയാകും ഒരുപക്ഷെ, എന്റെ സുഹൃത്തുക്കൾ എന്നെ മാറ്റി നിറുത്തുന്നത് എന്നും ഓർത്തു. അകത്തുകടന്നപ്പോൾ അസീസ് അടുത്ത് വന്ന് സ്വീകരിച്ചു. സംസാരമദ്ധ്യേ ഒരു ഓഫീസ് ബോയ് സുലൈമാനി കൊണ്ടു വന്നു. ധാരാളം വെള്ളം കുടിക്കാനായിരുന്നു തോന്നിയതെങ്കിലും ചൂടുള്ള സുലൈമാനി തന്നെ കുടിച്ചു. കുശലാന്വേഷണങ്ങളും കാര്യങ്ങളും പങ്കുവെച്ചുകൊണ്ടിരിക്കെ അസീസ് പറഞ്ഞു.

‘‘ഞാൻ പറഞ്ഞിട്ടുണ്ട്, പിന്നെ റെക്കമെന്റുകളിൽ അല്ല കാര്യം. എംഡിക്ക് തോന്നണം. കഴിവുള്ളവനാണെന്ന്. അദ്ദേഹം നേരിട്ട് തന്നെയാണ് ഇന്റർവ്യൂ ചെയ്യുക. ഓകെ എന്ന് പറഞ്ഞാൽ പിന്നെ ജോലി കിട്ടി എന്നുറപ്പിക്കാം. അപ്പോൾ തന്നെ ആവശ്യമായ കാര്യങ്ങൾക്കുള്ള നിർദേശം അദ്ദേഹം സ്റ്റാഫുകൾക്ക് നൽകും.’’

‘‘എനിക്ക് മുൻപരിചയം ഒന്നുമില്ലന്ന് അസീസ്ക്ക പറഞ്ഞിട്ടില്ലേ. ഭാഷയും അത്ര ഒഴുക്ക് പോരാ. എന്തും സ്വായത്തമാക്കാനും മുന്നേറാനും സാധിക്കും എന്നൊരു ആത്മവിശ്വാസം മാത്രമാണ് ഉള്ളത്.’’

‘‘അത് മതി, ആ ആത്മവിശ്വാസമാണ് എം ഡി കൂടുതലായും വിശ്വസിക്കുന്നത്. അതുകൊണ്ടാണ് എനിക്ക് പ്രതീക്ഷയുള്ളത്.’’

‘‘ഇവിടെ ജോലിക്കാരുടെ താമസവും ഭക്ഷണവുമെല്ലാം എവിടെയാണ്.’’

അഷ്റഫ് ചോദിച്ചു.

‘‘എല്ലാം അടുത്തു തന്നെയാണ്. വലിയ ക്യാമ്പുകളും ധാരാളം ഫ്ളാറ്റുകളും വില്ലകളും ഉണ്ട്. ജോലിക്കനുസരിച്ചാണ് അതൊക്കെയും. ജോലി ശരിയായാൽ മെസ്സിൽ നിന്നും ഭക്ഷണം റൂമിലേക്ക് കൊണ്ട് വരും. ഫോണും ഇന്റർനെറ്റും ഡ്രൈവിങ്ങും അറിയുമെങ്കിൽ ലൈസൻസും നൽകും. തൊഴിലാളികളുടെ ക്ഷേമത്തിനായി ചില പദ്ധതികളും ഇവിടെയുണ്ട്. എല്ലാംകൊണ്ടും നല്ലൊരു സ്ഥലമാണിത്. തൊഴിലാളികളോട് നല്ല മനസ്സും കരുണയും ഉള്ള ആളാണ് എം.ഡി.’’

‘‘കേൾക്കുമ്പോൾ സന്തോഷമുണ്ട്. എല്ലാം മാജിദിന്റ സമയം പോലെയിരിക്കും.’’

‘‘ഇത് മിക്കവാറും ശരിയാകും എന്നാണ് എന്റെ മനസ്സ് പറയുന്നത്. മാജിദിന്റെ സംസാരവും പേഴ്സണാലിറ്റിയും അദ്ദേഹത്തിന് ഇഷ്ടമാകും. എന്തായാലും അദ്ദേഹം വരാനുള്ള സമയം ആയിട്ടുണ്ട്.’’

അതിനിടയിൽ അസീസിന് ഫോൺ വന്നു.

‘‘എം.ഡിയാണ്.’’

ഓകെ പറഞ്ഞു ഫോൺ കട്ട് ചെയ്ത് മേശപ്പുറത്ത് വെച്ചിട്ട് സ്വൽപം വിഷമത്തോടെ പറഞ്ഞു.

‘‘ക്ഷമിക്കണം, അദ്ദേഹം ഇന്ന് വരുന്നില്ലന്നാണ് പറഞ്ഞത്. നിങ്ങൾ വിഷമിക്കണ്ട, ഒരുപക്ഷേ ഈ വൈകൽ നല്ലതിനാകും, അദ്ദേഹം ഇനി നാളെ ഉണ്ടാകൂ.’’

‘‘ഓ, നാളെയാകുമ്പോൾ ഞാൻ ഉണ്ടാവില്ലല്ലോ. ഒരു കണക്കിന് ഞാൻ ഇല്ലാത്തതാണ് നല്ലത്.’’

‘‘ഇൻഷാ അല്ലാഹ്, നാളെവരാം.’’

അവർ യാത്ര പറഞ്ഞിറങ്ങി.

‘‘ഞാൻ കാരണം ഇന്നത്തെ ജോലിപോയി അല്ലേ. ഇനി നാളെയും വരേണ്ടേ. ഒരു ടാക്സി കിട്ടുമെങ്കിൽ ഞാൻ ഒറ്റയ്ക്ക് വന്നുകൊള്ളാം.’’

‘‘ഹേയ്, അതൊന്നും സാരമില്ല. അവിടെത്തന്നെ ഒരു ജോലി ശരിയായാൽ മതിയായിരുന്നു എന്ന് മാത്രമേ ഞാൻ ആലോചിക്കുന്നുള്ളൂ. നീ വെറുതെ ഓരോന്നും ഓർത്ത് ടെൻഷൻ ആവണ്ട.’’

അന്ന് വൈകുന്നേരം അഷ്റഫ് മാജിദിനെ വിളിച്ചുകൊണ്ട് പറഞ്ഞു.

“മാജിദ്, നാളെ ഞാനുണ്ടാവില്ല. കമ്പനിയിൽ നിന്നും സൈറ്റ് സർവ്വെയ്ക്ക് വേണ്ടി പോകേണ്ടതുണ്ട്. അതിനാൽ ക്ഷമിക്കണം.”

“മാജിദ് നീയെന്താണ് ഒന്നും മിണ്ടാത്തത്. സാരമില്ല. നാളെ മൊയ്ദീൻ വരും. അവന്റെ കൂടെ നീ പോവുക. അവിടെ പതിനൊന്നര മണിക്ക് എത്തിയാൽ മതി, മൊയ്ദീൻ വിളിക്കും.”

പിറ്റേന്ന് കൃത്യസമയത്ത് തന്നെ മൊയ്ദീൻ കാറുമായി എത്തി. മാജിദ് അൽഖോറിലെക്ക് പുറപ്പെട്ടു. വീണ്ടും മറ്റൊരാൾ കൂടെ ജോലിയും കളഞ്ഞ് തനിക്കുവേണ്ടി. എല്ലാം അവർക്കിടയിലെ കാണാച്ചരടിൽ കൂട്ടിയിണക്കപ്പെട്ട ആദർശത്തിന്റെയും വിശ്വാസത്തിന്റെയും സ്നേഹസേവന പ്രസ്ഥാനം നൽകിയ ആത്മീയ ബന്ധം കൊണ്ടു മാത്രമാണെന്ന് മാജിദിനറിയാമായിരുന്നു. ഒരിക്കൽ ഹസ്സൻ മാസ്റ്റർ പറഞ്ഞതാണ് അപ്പോൾ ഓർത്തത്.

“മാജിദ്, ലാഭേച്ഛ കൂടാതെ മറ്റൊരാൾക്ക് വേണ്ടി നമ്മുടെ സമയവും സമ്പത്തും അദ്ധ്വാനവും ചെലവഴിക്കുവാനുള്ള നല്ലൊരു മനസ്സ് നമ്മളിൽ രൂപപ്പെടുമ്പോഴാണ് ആദ്യം നാം യഥാർത്ഥ മുസ്ലിമും രണ്ടാമത് നല്ലൊരു പ്രസ്ഥാന പ്രവർത്തകനും ആവുകയുള്ളൂ. അത്തരക്കാരുടെ വിളനിലമാണ് ഖത്തർ.”

ആ സത്യമാണ് താനിപ്പോൾ അനുഭവിക്കുന്നത്. രണ്ട് മാസത്തിലേറെയായി താൻ ഇവിടെ സുഖമായി ജീവിക്കുന്നു. തനിക്കായി വിളിക്കാനും പറയുവാനും അന്വേഷിക്കുവാനും ആത്മമിത്രങ്ങളായി നിൽക്കുന്നവരാണ് ചുറ്റും. ഈശ്വരൻ തന്റെ കർമ്മഫലങ്ങൾ ഇവിടെത്തന്നെ തന്നു തീർക്കുകയാണോ? പതിനൊന്നരയ്ക്ക് പത്ത് മിനിട്ട് മുന്നേ തന്നെ അവിടെ എത്തി. രണ്ടുപേരും ഓഫീസിലേക്ക് നടന്നു. റിസപ്ഷനിൽ പേരും ആവശ്യവും എഴുതി കൊടുത്തു. വിസിറ്റിംഗ് ലോഞ്ചിൽ വി.ഐ.പികൾ എന്ന് തോന്നിപ്പിക്കുന്ന കോട്ടുധാരികളായ ചിലർ ഇരിപ്പുണ്ടായിരുന്നു. ടീ ബോയ് സുലൈമാനിയുമായി വന്നപ്പോൾ മൊയ്ദീൻ ചോദിച്ചു

“എം ഡി ഹേ അന്തർ?”

“ജി, സാബ്.”

“അൽഹംദുലില്ലാഹ്. ആൾ അകത്തുണ്ട്.”

അവർ കാത്തിരുന്നു. ലോഞ്ചിൽ സ്ഥാപിച്ച വലിയ പ്ലാസ്മ ടി വിയിൽ ആ കമ്പനിയുടെ വിവിധ ഡിവിഷനുകളുടെ വർക്കുകളും കമ്പനിക്ക് ഗവണ്മെന്റിൽ നിന്ന് ലഭിച്ച അംഗീകാരങ്ങളും മറ്റും പ്ലേ ചെയ്തുകൊണ്ടിരുന്നു. അത് കണ്ടപ്പോളാണ് താൻ ജോലി തേടി വന്നിരിക്കുന്നത് എത്രയോ വലിയ ഒരു സ്ഥലത്താണെന്ന് മാജിദിന് മനസ്സിലായത്.

"കേവലം ഒരു ബി എ മലയാള സാഹിത്യവും കുറച്ച് കഥയും കവിതയും സിനിമയും സാമൂഹ്യപ്രവർത്തനങ്ങളും മാത്രം കൈമുതലുള്ള തനിക്കിവിടെ എന്തെങ്കിലും ചെയ്യാൻ സാധിക്കുമോ? ഇല്ല, തനിക്ക് നല്ല വിശ്വാസമുണ്ട്. സത്യസന്ധതയും ആത്മാർത്ഥതയും കഠിനാധ്വാനവുമാണ് കമ്പനി ആഗ്രഹിക്കുന്നതെങ്കിൽ അത് ഏത് ഫീൽഡിലും നൽകാൻ മറ്റാരേക്കാളും തനിക്ക് സാധിക്കും."

റിസപ്ഷനിൽ നിന്നും നേരത്തെ വന്ന ലേഡി വീണ്ടും വന്നിട്ട് പറഞ്ഞു.

"Sorry, please sit down gentlemen. MD will come later. I have put your names and intentions on the table. If you want to drink something, tea juice?"

അത് കേട്ടപ്പോഴാണ് താൻ കാത്തിരിക്കുന്ന എം.ഡിയാണ് തനിക്ക് മുന്നിലൂടെ അപ്പോൾ കടന്നുപോയതെന്ന് മാജിദ് അറിയുന്നത്. ആ ലേഡി വീണ്ടും ചോദിച്ചു.

"Tea or juice sir?"

"No, thanks." മാജിദ് പറഞ്ഞു.

നേരത്തെ ഓഫീസിന്റെ അകത്തേക്ക് പോയവർ പുറത്തേക്കിറങ്ങി. റിസപ്ഷനിസ്റ്റ് ആ ഓഫീസിന്റ വാതിൽ അടച്ച് ലൈറ്റ് ഓഫ് ചെയ്തു. ഇനി അദ്ദേഹം വരുമോ ഇല്ലയോ എന്ന് അവർ ശങ്കിച്ചു. എന്തായാലും അവിടെത്തന്നെ ഇരിക്കാൻ തീരുമാനിച്ചു. ഉച്ചയൂണിന്റെ സമയം ആഗതമായതിനാൽ സ്റ്റാഫുകൾ പോയികൊണ്ടിരുന്നു. റിസപ്ഷനിസ്റ്റ് ഇറങ്ങാൻ തുടങ്ങുമ്പോൾ പെട്ടെന്നാണ് എം.ഡി. തിരികെ വന്നത്. അവരെ കണ്ടപാടെ ചോദിച്ചു.

"എന്നെ കാണാനാണോ, അസ്സീസ്ക്ക പറഞ്ഞ വ്യക്തിയാണോ?"

"അതെ, ഇദ്ദേഹമാണ്, മാജിദ്."

"ഞാൻ മൊയ്ദീൻ. ഇദ്ദേഹത്തിന്റ സുഹൃത്താണ്."

"അകത്തേക്ക് വരൂ."

എം.ഡി. ഓഫീസിലേക്ക് കടന്നു. അപ്പോഴേക്കും റിസപ്ഷനിസ്റ്റ് ഓഫീസ് തുറക്കുകയും ലൈറ്റുകൾ ഓൺ ആക്കുകയും ചെയ്തിരുന്നു. അദ്ദേഹം ഇരിക്കുകയും അവരോട് ഇരിക്കാൻ ആവശ്യപ്പെടുകയും ചെയ്തു. അവർ എംഡിക്ക് അഭിമുഖമായിരുന്നു. നാടും വീടും ചോദിച്ചുകൊണ്ടിരിക്കെ മൊയ്ദീൻ എക്സ്യൂസ്മി പറഞ്ഞുകൊണ്ട് അവിടെ നിന്നും പുറത്തേക്കിറങ്ങി. മാജിദിന് ഒരു പ്രൈവസി ഒരുക്കുകയായിരുന്നു അതിലൂടെ അയാൾ.

ആദ്യ കാഴ്ചയിലും സംസാരത്തിലും തന്നെ എം.ഡി. എന്നു പറയുന്ന ആ വലിയ മനുഷ്യന്റെ വിജയത്തിന്റെ രഹസ്യം മാജിദ് മനസ്സിലാക്കി. അത്രയ്ക്കും വിനയവും സ്നേഹവും നിറഞ്ഞ പെരുമാറ്റമായിരുന്നു. വലിയ സമ്പന്നനാണെന്നോ ഇത്രയും ബൃഹത്തായ ബിസിനസ്സ് സാമ്രാജ്യത്തിന്റെ അധിപതിയാണെന്നോ ഉള്ള ഒരുവിധ ഭാവങ്ങളും അദ്ദേഹത്തിലുണ്ടായിരുന്നില്ല. ഒരു ജോലി തേടിയെത്തുന്നവന്റെ സങ്കടങ്ങളും സാഹചര്യവും മുഖം നോക്കി മനസ്സിലാക്കി അതിനനുസരിച്ചു സംസാരിക്കുന്ന കാരുണ്യത്തിന്റെ ഉടമ കൂടിയായിരുന്നു എം.ഡി. എന്ന് മാജിദിന് തോന്നി.

മാജിദിന്റ സംസാരവും പേഴ്സണാലിറ്റിയും കണ്ടപ്പോൾ തന്നെ അയാൾ ഏതോ ഒരു വലിയ കുടുംബത്തിലെ അംഗമാകാമെന്നും നിവൃത്തികേടുകൊണ്ടായിരിക്കും തന്നെ സമീപിച്ചിരിക്കുന്നതെന്നും എം.ഡി.യും വിലയിരുത്തി. പിന്നെ അസീസ് പറഞ്ഞ കാര്യങ്ങളും അദ്ദേഹത്തിന്റെ മനസ്സിലുണ്ടായിരുന്നു. ഒരു ഇന്റർവ്യൂ എന്നുപേലും മാജിദിന് തോന്നിയില്ല. പകരം മാജിദിനെ കൊണ്ട് പറയിപ്പിക്കുകയാണ് ചെയ്തത്. ഉദ്യോഗാർത്ഥികളിൽ ഓരോ പ്രൊഫഷൻ അനുസരിച്ച് ഇംഗ്ലീഷിലും ഹിന്ദിയിലും അറബിയിലും അദ്ദേഹം തന്നെയാണ് ഇന്റർവ്യൂ ചെയ്യാറ്. എന്നാൽ ഇവിടെ അദ്ദേഹം സംസാരിച്ചത് മുഴുവനും മലയാളത്തിൽ മാത്രമായിരുന്നു.

''മാജിദ്, താങ്കൾക്കെന്താണ് താങ്കളെക്കുറിച്ച് പറയാനുള്ളത്?''

''സർ, നിയതമായ അർത്ഥത്തിൽ എന്നെ ഇന്റർവ്യൂ ചെയ്യുകയാണെങ്കിൽ തീർച്ചയായും ഞാൻ പരാജയപ്പെടും. കാരണം ജീവിതത്തിൽ ഇന്നുവരെയും ഒരിന്റർവ്യുവും ഞാൻ അറ്റൻഡ് ചെയ്തിട്ടില്ല. ഒരാളുടെ കീഴിലും ജോലിയും ചെയ്തിട്ടില്ല. ഇന്ത്യയ്ക്ക് പുറത്തേക്കുള്ള എന്റെ ആദ്യയാത്രയും ജോലിതേടിയുള്ള ആദ്യസമീപനവും ഇത് മാത്രമാണ്.''

''ഇവിടെ വന്നിട്ട് എത്രയായി?''

''രണ്ട് മാസം കഴിഞ്ഞു. ഇപ്പോൾ വിസയുടെ കാലാവധി അവസാനിക്കാറായി. ഇല്ലെങ്കിലും അധികം ജോലി അന്വേഷിച്ചു നടക്കാനും എനിക്കാവില്ല. കാരണം അതിനുള്ള വിദ്യാഭ്യാസവും തൊഴിൽപരിചയവും പ്രായവും എനിക്കില്ല. ഏതെങ്കിലും ഒരു പ്രത്യേക ജോലിയെ ചെയ്യൂ എന്ന ഒരു തീരുമാനവുമില്ല. മണ്ണ് പുരളാനും വിയർക്കാനും മടിയില്ല. എന്നെ ഏല്പിക്കുന്ന ജോലികൾ സാധിക്കുന്നതാണെങ്കിൽ അതിൽ നൂറ് ശതമാനവും സത്യസന്ധതയും ആത്മാർത്ഥതയും കഠിനാദ്ധ്വാനവും ഉണ്ടാകുമെന്ന് ഉറപ്പ് തരുന്നു.''

എം.ഡിയുടെ മുഖത്ത് അത് അംഗീരിച്ച ഒരു സംതൃപ്തി കണ്ടു. അദ്ദേഹം തന്റെ മേശയിൽ പിടിപ്പിച്ച ഒരു ബെൽ സ്വിച്ചിൽ വിരല മർത്തി. എന്നിട്ട് ചോദിച്ചു.

''കൂടുതൽ ജോലി അന്വേഷിച്ചുകൊണ്ട് നടക്കാൻ ഒരുക്കമല്ലെന്നും അതിന്റെ കാരണങ്ങളും താങ്കൾ പറഞ്ഞു. എന്നാൽ താങ്കൾ എങ്ങനെ ജീവിക്കുമെന്നാണ് കരുതുന്നത്. കുടുംബം എന്ന ഉത്തരവാദിത്ത ത്തിന്റെ നിർവ്വഹണം എങ്ങനെ?''

''സർ, എനിക്ക് ഒരു വീടും പുരയിടവും മാത്രമാണുള്ളത്. ഞാൻ അത് വിൽക്കാൻ തീരുമാനിച്ചിരിക്കുന്നു. ശേഷം എന്തെങ്കിലും ബിസിനസ് ചെയ്യണം എന്നാണ് ആലോചിക്കുന്നത്.''

മാജിദ് ഇത് പറയുമ്പോൾ ഓഫീസ് വാതിൽ തുറന്ന് റിസപ്ഷ നിസ്റ്റ് ലേഡി കടന്നു വന്നു. എം ഡി അവരോട് മാജിദിനെ ചൂണ്ടി മാജിദിന് ഉടനെ ഒരു വിസ അനുവദിക്കുവാനും ആവശ്യമായ ഡോ ക്യൂമെന്റുകൾ വാങ്ങിക്കുവാനും ആവശ്യപ്പെട്ടു.

''മാജിദ്, താങ്കൾ ഉടനെ പാസ്പോർട്ട് കോപ്പി ഇവിടെ കൊടു ക്കുക. എന്നിട്ട് നാട്ടിലേക്ക് പോവുക. കമ്പനി നിങ്ങൾക്കുള്ള വിസ ഉടനെ അയച്ചുതരുന്നതാണ്. കിട്ടിയാൽ ജോലിയിൽ പ്രവേശിക്കു വാൻ ഒരുങ്ങിക്കൊണ്ട് ഉടനെ പുറപ്പെടുക.''

അവിശ്വസനീയമായി ദ്രുതഗതിയിൽ സംഭവിച്ചു ആ അപ്പോയ്ന്റ് മെന്റ്. മാജിദിന്റെ മുഖം സന്തോഷം കൊണ്ട് തുടുക്കുകയും കണ്ണു കൾ നിറയുകയും ചെയ്തു. നേരിയ വിറയൽ അനുഭവപ്പെട്ടു.

''നന്ദി സർ'' എന്ന് മാത്രം പറഞ്ഞ് അയാൾ ഒരൽപസമയം ആ കസേരയിൽ തന്നെ നിശ്ശബ്ദനായി ഇരുന്നു. ഒരു സാമ്രാജ്യം പിടി ച്ചടക്കിയ സന്തോഷവും സമാധാനവുമായി തിരിച്ചുപോരുമ്പോൾ അയാൾ ഓർത്തു. എം.ഡി. തന്റെ ജീവിതത്തിന്റെ ഉയിർത്തെഴു ന്നേൽപ്പിന്ന് വഴിതെളിയിച്ച വിനീതനും കാരുണ്യവാനുമായ മനുഷ്യ സ്നേഹിയാണ്. താനും തന്റെ കുടുംബവും കടപ്പെട്ടിരിക്കുന്നു, എന്നും...

മടങ്ങിയെത്തുമ്പോൾ

എല്ലാം എത്ര പെട്ടെന്നായിരുന്നു മാറി മറിഞ്ഞത്. ആ യാത്രയിൽ മുഴുനീളെ ചിന്തിച്ചു കൊണ്ടേയിരുന്നു. പ്രവാസത്തിന്റെ പ്രയാസ ഭൂമിയിൽ നിന്നും സ്നേഹത്തിന്റെയും സ്വാതന്ത്ര്യത്തിന്റെയും മണ്ണിലേക്കുള്ള മടക്കം ഓരോ പ്രവാസിക്കും അളവറ്റ ആനന്ദത്തിന്റെയും ആഹ്ലാദത്തിന്റെയും തേൻതുള്ളികൾ പോലെ മധുരമുള്ളതായിരുന്നു. അയാൾ ഒരിക്കൽ കൂടി മടങ്ങിയെത്തുകയാണ്. തിരിച്ചുപോകേണ്ടി വരുന്ന യാഥാർഥ്യബോധത്തെ അടക്കിപ്പിടിച്ച മനസ്സിന്റെ വിതുമ്പലുകൾ ആരെയും കേൾപ്പിക്കാതെയും കാണിക്കാതെയും.

ഖത്തറിൽനിന്നും ഇത് ആദ്യത്തെ മടങ്ങിവരവല്ല, ജോലിയിൽ കയറിയതിന് ശേഷം അഞ്ചാമത്തെ വരവാണ്. ഈശ്വരാനുഗ്രഹം ഉണ്ടായാൽ ഇനിയും തിരിച്ചുപോകേണ്ടതുണ്ട്. പോകേണ്ടെന്ന് വെച്ചാൽ പോലും പോകാതിരിക്കാനാവാതെ വീണ്ടും വീണ്ടും മാടി വിളിക്കുന്ന മായാവലയമാണ് പ്രവാസ തീരങ്ങൾ. അതിനിടയിൽ കടം, കല്യാണം, വീട്, ചികിത്സ തുടങ്ങി ഒരായുസ്സുകൊണ്ട് തീർക്കേണ്ട ഉത്തരവാദിത്തങ്ങൾ ഏറെയാണ് ഓരോ പ്രവാസികൾക്കും. ഒന്നും ഒരു കാലത്തും അവസാനിക്കില്ല. ഓരോന്ന് അവസാനിപ്പിക്കുമ്പോൾ പുതിയ ബാധ്യതകൾ തലപൊക്കും. ഇപ്പോൾ അയാളും ആ കൂട്ടത്തിൽ ഒരാൾ മാത്രം. വിസ മാറ്റുവാനുള്ള ആദ്യത്തെ വരവിൽ തന്നെ ഉദയം സഹോദരങ്ങൾ പറഞ്ഞതുപ്രകാരം മുഴുവൻ കടങ്ങൾ വീട്ടിക്കൊടുത്ത് അവർ അയാളെ കടക്കെണികളിൽ നിന്നും സ്വതന്ത്രനാക്കി. അധികം വൈകാതെ, തന്നെ അത്രയും സംഖ്യ അവർക്ക് തിരികെ കൊടുത്തു തീർക്കുവാനും മാജിദിന് സാധിച്ചു. സത്യസന്ധതയും നീതിയും സ്നേഹവും വിശ്വസ്തതയും മാത്രം കൈമുതലായി ജീവിക്കുന്ന ആ ചെന്നൈക്കാരൻ ഫാറൂഖിന്റെ വലിയ മനസ്സുകൊണ്ടായിരുന്നു അതിന് കഴിഞ്ഞത്.

മാജിദ് പോകുമ്പോൾ ഫാറൂഖിന് നൽകി പോയിരുന്ന സിനിമകളിലൂടെ ഫാറൂഖ് രക്ഷപ്പെട്ടിരുന്നു. അതിലെ പടങ്ങൾ ലക്ഷങ്ങളുടെ

ലാഭമാണ് അയാൾക്ക് നേടിക്കൊടുത്തത്. അപ്പോൾ അതിന്റെ ഒരു വിഹിതം കൃത്യമായും കാലാകാലങ്ങളിൽ മാജിദിന്റെ ബാങ്കിലേക്ക് ഫാറൂഖ് അയച്ചുകൊടുത്തുകൊണ്ടിരുന്നു. ആദ്യത്തെ ലീവിന് മാജിദ് നാട്ടിൽ വന്നപ്പോൾ അയാൾ ഫാറൂഖിനെ വിളിച്ചിരുന്നു. അപ്പോൾ ഫാറൂഖ് മാജിദിനോട് കാര്യങ്ങൾ എല്ലാം അന്വേഷിക്കുകയുണ്ടായി.

‘‘യേൻ ഉങ്കൾക്ക് കവലൈ ഭായി. അപ്പോത്, നീങ്ക അന്ത പണത്തെ എടുക്കലയാ. ശീഘ്രം അന്ത അക്കൗണ്ട് കൊഞ്ചം ചെക്ക് പണ്ണുങ്കോ.’’

പിന്നെ ധൃതിയിൽ ബാങ്കിൽ ചെന്ന് അക്കൗണ്ട് ചെക്ക് ചെയ്തപ്പോഴാണ് മാജിദ് ആ സത്യം അറിയുന്നത്. ഫാറൂഖ് എന്ന സത്യസന്ധത നിറഞ്ഞ മനുഷ്യനെയും അയാൾ തനിക്ക് നൽകിയ സമ്പാദ്യത്തെയും അപ്പോൾ മാജിദ് ഓർത്തു. ഒപ്പം ആ ആപ്തവാക്യത്തെയും.

‘‘ധർമ്മം തലൈ കാക്കും.’’

അതെ, ഇപ്പോൾ അയാൾ അത് അനുഭവിക്കുകയാണ്.

തന്റെ അക്കൗണ്ടിൽ ലക്ഷങ്ങൾ നിക്ഷേപിച്ചുകൊണ്ട് ഫാറൂഖ് തന്നെ സമ്പന്നനാക്കിയിരിക്കുന്നു. അങ്ങനെ ഒറ്റ ദിവസം കൊണ്ട് തന്നെ അയാൾക്ക് ആ വലിയ കടവും അതിനൊപ്പം ഫാറൂഖ് കരുതിയതിൽ നിന്നും മറ്റ് ചെറുകടങ്ങൾ വീട്ടുവാനും സാധിച്ചു. അയാൾ നിമിഷനേരം കൊണ്ട് കടബാധ്യതകൾ ഒന്നുമില്ലാത്തവനായി മാറി. ഒട്ടും പ്രതീക്ഷിക്കാത്ത ഒത്തിരി വഴികളെയും വ്യക്തികളെയും ഒരുക്കി സർവ്വശക്തനായ ദൈവം തനിക്ക് സംരക്ഷണം നൽകിയിരിക്കുന്നു. അയാൾ തന്റെ നെറ്റിത്തടം മണ്ണിൽ കുത്തി സാഷ്ടാംഗം നമിച്ചു പറഞ്ഞു

‘‘അൽഹംദുലില്ലാഹ്...’’

അന്നാണ് വർഷങ്ങളുടെ നെഞ്ചുരുക്കത്തിൽ നിന്നും സ്വസ്ഥതയുടെയും സമാധാനത്തിന്റെയും സംഗീത ഗീതികൾക്കൊപ്പം അയാൾ സന്തോഷമായി ഉറങ്ങിയത്. മുഹമ്മദലിയുടെ വിസയും ഉദയം സഹോദരങ്ങളുടെ സഹായങ്ങളും അസീസിന്റെ ശുപാർശയും ഫറൂഖിന്റെ സത്യസന്ധതയും എം.ഡി.യെന്ന മഹാമനുഷ്യന്റെ വലിയ മനസ്സും മാജിദിന്റെ ജീവിതത്തിൽ എഴുതിച്ചേർത്തത് ഏറെ പ്രാധാന്യമുള്ള അദ്ധ്യായങ്ങളായിരുന്നു. എത്ര വായിച്ചാലും കൊതി തീരാത്ത അനുഭവങ്ങളായി അനശ്വരാക്ഷരങ്ങളായി ഇന്നും അവ ജീവൻ തുടിച്ചു നിൽക്കുന്നു.

ഇപ്രാവശ്യത്തെ വരവിൽ എന്തായാലും വീടിന് ചുറ്റും മതിൽ കെട്ടി ഗേറ്റ് വെക്കണമെന്ന് തീരുമാനിച്ചിരുന്നു. മാജിദ് പോയതിനുശേഷം

ചില സാമൂഹ്യവിരുദ്ധരുടെ ചെറിയ തോതിലുള്ള ശല്യങ്ങൾ രാത്രി കാലങ്ങളിൽ വീടിന് നേരെ ഇടയ്ക്കൊക്കെ ഉണ്ടായിക്കൊണ്ടിരുന്നു. രാത്രിൽ കോളിംഗ് ബെൽ അടിക്കുക. വീടിന്റെ ബെഡ്റൂമിന്റെ ജനലുകളിൽ തട്ടുക. ഫ്യൂസ് ഇളക്കി വെച്ചുകൊണ്ട് കറന്റ് കളയുക. വെള്ളത്തിന്റ ടാപ് തുറന്നിടുക തുടങ്ങിയ ഉപദ്രവങ്ങൾ തുടർച്ചയായിട്ടല്ലെങ്കിലും ഇടയ്ക്കൊക്കെ ഉണ്ടായിരുന്നു. ആർക്കും എപ്പോഴും എന്തും ചെയ്യാവുന്ന വിധം ഒഴിഞ്ഞു കിടപ്പാണല്ലോ വീടിന് ചുറ്റും. അതുമൂലം വീടിന് മതിലും ഗേറ്റും ഇല്ലാത്ത പ്രയാസങ്ങൾ അയാളെ അലട്ടിക്കൊണ്ടിരുന്നു. വീട്ടുകാർ രാവിലെ എഴുന്നേറ്റു നോക്കുമ്പോഴാണ് ടാങ്കിലെ വെള്ളം മുഴുവനും ഒഴുകിപ്പോയതായി മനസ്സിലാവുക. ഫ്യൂസ് ഊരി വെക്കുമ്പോഴും കറന്റ് പോയതാണന്നേ കരുതൂ. ബെൽ അടിക്കുമ്പോഴും ജനലിൽ തട്ടുമ്പോഴും അയാളുടെ ഭാര്യയും മക്കളും ഭയപ്പാടോടെ ഉറങ്ങാതിരിക്കും. എന്നിട്ട് അവർ അയാളെ ആ പാതിരാത്രിയിൽ ഫോൺ വിളിക്കും.

താനും മക്കളും അനുഭവിക്കുന്ന മാനസിക സംഘർഷങ്ങൾ അപ്പോൾ അവൾ പങ്കുവെക്കും. പുറത്തും അകത്തും ലൈറ്റുകൾ ഇട്ട് ഉണർന്നിട്ടുണ്ടെന്ന് കാണിക്കാൻ മാജിദ് പറയുമ്പോഴാണ് അവൾ കറണ്ടില്ലെന്ന് പറയുക. ഇലക്ട്രിസിറ്റിക്കാരുടെ പരിശോധനയിലാണ് ഫ്യൂസ് ഇളകിയിരിക്കുന്നതായി കണ്ടെത്തിയത്. പിന്നീടും അത് ആവർത്തിച്ച് പോന്നു. അപ്പോൾ ഭാര്യ അയാളോട് ആവശ്യപ്പെട്ട ഒരേ ഒരു കാര്യം,

“ദയവ് ചെയ്ത് ഇനി വരുമ്പോളെങ്കിലും വീടിന് ചുറ്റും ഒരു മതിൽ കെട്ടി ഗേറ്റ് വെച്ച് തരണം. അല്ലെങ്കിൽ ഞാൻ വീട്ടിൽ അറിയിച്ച് ഇക്കമാരെകൊണ്ട് കെട്ടിച്ചുകൊള്ളാം. വഴിയും റോഡുമെന്ന് പറഞ്ഞ് മാജു കഷ്ടപ്പെട്ടിട്ട് നാട്ടുകാർക്കെല്ലാം റോഡും മതിലും ഗേറ്റുമായി. ഞാനും മക്കളും പേടിച്ച് കഴിയേണ്ട സാഹചര്യവുമായി.”

അവൾ മാജിദിനോട് ശരിക്കും പരിഭവിച്ചത് അന്നായിരുന്നു. അതും ആദ്യമായി. ഇത്രയും കാലമായി അവൾ മറ്റൊന്നും ആവശ്യപ്പെട്ടിട്ടില്ലായിരുന്നു. ഇപ്പോൾ ആവശ്യപ്പെട്ട ഒരേ ഒരു കാര്യമാണത്. അതും ഈ ഭയപ്പാടിന്റെ പാതിരാത്രിയിൽ. അവളുടെ സഹോദരന്മാരെക്കൊണ്ട് അത് ചെയ്യിക്കാൻ തീരെ താല്പര്യം ഇല്ലായിരുന്നു. അത് വേണ്ടന്നും താൻ വന്നിട്ട് ചെയ്യിക്കാം എന്നും പറഞ്ഞ് അവളെ സമാധാനിപ്പിച്ചു. മുറ്റത്താണ് റോഡ് എന്നതിനാൽ പകലിലും വാഹനങ്ങളുടെ ശല്യങ്ങളും പൊടിയും ധാരാളം പ്രയാസങ്ങൾ വരുത്തിവെക്കാറുണ്ട്. മഴക്കാലത്ത് വഴിയിൽ വെള്ളമോ ചളിയോ

ഉണ്ടെങ്കിൽ പിന്നെ എല്ലാവരുടെയും യാത്ര വീടിന്റെ ഇറയത്ത് കൂടിയാണ്. ആ ചളിയും വെള്ളവുമൊക്കെ വണ്ടികൾ പോകുമ്പോൾ ഉമ്മറത്തേക്കും വാതിലിലേക്കുമൊക്കെ തെറിക്കുകയും ചെയ്യും. ചിലർ വീടിന്റെ പുറക് വശത്ത് കൂടി പോലും ബൈക്കിൽ പോകാറുണ്ട്.

ഒരിക്കൽ ഒരു ചുട്ടുപൊള്ളുന്ന വേനൽ കാലത്ത് തൊട്ടപ്പുറത്തെ പുതിയ താമസക്കാരനായി വരുന്ന മുസ്തഫയുടെ വീട് പൊളിക്കലും പണിയുമൊക്കെയായി വലിയ ലോറികൾ വന്നു പോകാൻ തുടങ്ങിയപ്പോൾ പൊടിയുടെ ശല്യം കൂടുതലായി. വീതി കൂടിയ ചാരത്തെ ടാറിട്ട റോഡ് തൊട്ടപ്പുറത്തുണ്ടായിട്ടും മനപ്പൂർവം ഇതിലെ തന്നെ വണ്ടികൾ കൊണ്ടുപോവുകയായിരുന്നു. അരുതെന്ന് പറഞ്ഞപ്പോൾ ധിക്കാരപൂർവ്വം എതിർക്കുവാനാണ് അവർ ശ്രമിച്ചത്. അയാളുടെ ഭാര്യ അന്ന് അവരുമായി ചില വാക്ക് തർക്കങ്ങൾവരെയുണ്ടായി. അതിലെ ഒരു വണ്ടി പോകുമ്പോൾ ഉള്ള പ്രയാസം വളരെ വലുതായിരുന്നു. എന്നിട്ടും മാജിദ് മതിൽ കെട്ടാൻ വിസമ്മതിച്ചു നിന്നത് അയാളായിട്ട് വഴിയുടെ മുടക്കം സംഭവിക്കരുത് എന്ന് കരുതിയതുകൊണ്ടാണ്. പുന്നത്തൂർക്കാർ വഴിമുടക്കുമെങ്കിൽ അപ്പോൾ കെട്ടാം എന്നാണ് അയാൾ കണക്ക് കൂട്ടിയത്. അല്ലെങ്കിൽ അവർ സമ്മതിച്ചാൽ പന്ത്രണ്ടടിയിൽ ഇതൊരു ടാറിട്ട റോഡായി ചാരത്തെ റോഡിൽ മുട്ടിക്കുവാനുള്ള അവസാനത്തെ സമയം വരേയും കാത്തിരിക്കുക, അതായിരുന്നു അയാളുടെ തീരുമാനം. എന്നാൽ രാത്രികാലങ്ങളിലെ ഈ ശല്യങ്ങൾ തുടരവേ അയാളുടെ ചിന്ത മാറ്റേണ്ടിവന്നു.

നേരം പുലർന്നാൽ അയാൾ നാട്ടിലേക്ക് ഫോൺ ചെയ്യും. രാത്രിയിലെ അനുഭവങ്ങൾ അവൾ വിവരിക്കും. അവിടെ മതിൽ കെട്ടേണ്ടതിന്റെ ആവശ്യകത റിട്ടയേർഡ് പ്രവാസ കമ്മിറ്റിയുടെ ശ്രദ്ധയിൽ കൊണ്ടുവരണം എന്ന് മാജിദ് തീരുമാനിച്ചു.

''വഴിയുടെ കാര്യത്തിൽ പുന്നത്തൂർക്കാരുമായി അന്തിമമായ ഒരു തീരുമാനം ഉണ്ടാക്കണം. എന്നിട്ടുവേണം എന്റെ വീടിന് മതിൽ കെട്ടി സുരക്ഷിതത്വമുണ്ടാക്കാൻ. ഇത്രയും വർഷങ്ങളായില്ലേ ഞാൻ ഇത് സഹിക്കുന്നു. ഇപ്പോഴാണെങ്കിൽ രാത്രിയിൽ ചില ശല്യപ്പെടുത്തലുകളും തുടങ്ങിയിരിക്കുന്നു.''

''ആ, നീ നാട്ടിലേക്ക് വായോ എന്നിട്ട് നമുക്ക് ആലോചിക്കാം.'' എന്ന മറുപടിയാണ് മാജിദിന് കിട്ടിക്കൊണ്ടിരുന്നത്.

ഓരോ ലീവിന് നാട്ടിൽ വരുമ്പോഴും മാജിദ് അവരെയൊക്കെ പോയി കാണും.

അതിപ്പോ, പുന്നത്തൂർക്കാർ കേസ് ജയിച്ചതുകൊണ്ട്, നമ്മളിനി എന്ത് ചെയ്യാനാണ്. അവർ വഴിയടയ്ക്കുമ്പോൾ അടയ്ക്കട്ടെ. നീ വേണമെങ്കിൽ മതില് കെട്ടിക്കോ. പക്ഷേ, പന്ത്രണ്ടടി വിട്ടിട്ട് വേണം എന്നാണ് അവർ എപ്പോഴും പറയുക. ആ പന്ത്രണ്ടടിയുടെ യുക്തിയാണ് അയാൾക്ക് മനസ്സിലാവാത്തത്. പിന്നെ അയാൾ പോയി കാണുക പുന്നത്തൂർ റഹ്മാനെയാണ്. അയാൾ പറയുന്നത് ഒരു പോംവഴിയുമില്ലെന്നാണ്.

''മാജിദ്, താങ്കൾ പറയുന്നത് എനിക്ക് മനസ്സിലാകുന്നുണ്ട്. പക്ഷേ, പെട്ടെന്ന് നടവഴി ഇട്ടുകൊണ്ട് ഒരു മതിൽ കെട്ടി വഴി അടയ്ക്കുവാൻ എനിക്ക് കഴിയില്ല. കാരണം ഞങ്ങളുടെ പാർട്ടീഷൻ കഴിഞ്ഞിട്ടില്ല. പറമ്പിൽ എല്ലാവർക്കും വഴി കിട്ടുന്നതുപോലെ വേണം സ്വത്തിന്റെ ഭാഗം നടത്താൻ. അതിന് കുറച്ചു കൂടി സമയം വേണം.''

''നിങ്ങൾ വഴിയടയ്ക്കണമെന്ന് പറയാനല്ല ഞാൻ വന്നത്. ആ വിഷയത്തിൽ അന്തിമമായ ഒരു തീരുമാനവും നടപടിയും നിങ്ങൾ കൈക്കൊണ്ടാലേ സമാധാനത്തോടെ അവിടെ മതിൽ കെട്ടാൻ പറ്റു, അതുകൊണ്ടാണ്. ഒന്നുകിൽ നിങ്ങൾ റോഡ് മുട്ടിക്കുവാനുള്ള അനുമതി നൽകുക. അല്ലെങ്കിൽ കോടതി വിധിപ്രകാരം നടവഴി വിട്ടുകൊണ്ട് അടച്ചു പൂട്ടുക.''

''എനിക്ക് കുറച്ച് കൂടി സമയം വേണം മാജിദ്.''

മാജിദ് പോയാൽ റഹ്മാൻ ഉടനെ ആ വിവരം ഫാരിസിനെ വിളിച്ചറിയിക്കും. ഫാരീസ് പറയും

''മാമ ഒന്നും ചെയ്യേണ്ട. അവനെ പിണക്കാതെ നിറുത്തുക. വണ്ടികൾ പോകാനുള്ള സ്ഥലം വിട്ട് അവനെക്കൊണ്ട് നമുക്ക് മതിൽ കെട്ടിപ്പിക്കണം അപ്പോൾ നമുക്ക് ആ വഴി കിട്ടുമല്ലോ. അതുവരെ ഒന്നും ചെയ്യരുത്.''

ഫാരിസിനെ കാണാനും പ്രസ്തുത വിവരം പങ്കുവെക്കാനും മാജിദ് മടി കാണിച്ചിരുന്നില്ല.

റിട്ടയേർഡ് പ്രവാസക്കമ്മറ്റിയിലേക്ക് ഒരാൾകൂടെ ചേക്കേറി. അത് മറ്റാരുമായിരുന്നില്ല. പ്രവാസം മതിയാക്കിഎത്തിയ ബഷീർ അലിയായിരുന്നു. മാജിദ് ലീവിന് വരുമ്പോൾ ബഷീറലിയോടും റോഡിന്റെയും തന്റെ കുടുംബം അനുഭവിക്കുന്ന സുരക്ഷിതത്തിന്റെ അഭാവത്തെക്കുറിച്ച് സംസാരിക്കാറുണ്ട്. എല്ലാം മൂളിക്കേൾക്കും എന്നല്ലാതെ ക്രിയാത്മകമായിട്ടൊന്നും ചെയ്യാറില്ല. റിട്ടയേർഡ് പ്രവാസക്കമ്മിറ്റിയുടെ ഒപ്പം ചേർന്ന് മാജിദിന് എതിരേ ചില അടക്കം

പറച്ചിലും ഗൂഢാലോചനകളും ഉണ്ടാക്കിക്കൊണ്ടിരുന്നു. കഴിഞ്ഞ സംഭവങ്ങളത്രയും ഓർത്തുകൊണ്ടും എല്ലാറ്റിനും അന്തിമമാർഗ മായി ഇപ്രാവശ്യം മതിൽ കെട്ടുക എന്ന തീരുമാനത്തോടെയാണ് അയാൾ നാട്ടിൽ വന്നത്. അതിനൊരു തടസ്സമായി നിൽക്കുന്നത് ഇപ്പോൾ പുതിയ താമസക്കാരനായി വന്ന മുസ്തഫ മാത്രമാണ്. അയാൾ ആ സ്ഥലം വാങ്ങിച്ചതുമുതലേ അങ്ങനെയാണ്. അതെന്തു കൊണ്ടാണെന്ന് മാജിദിന് മനസ്സിലായിരുന്നില്ല.

മാജിദ് റോഡിന്റെ കാര്യത്തിൽ അന്തിമമായ ഒരു തീരുമാന ത്തിൽ എത്താതെ മതിൽ കെട്ടുന്നുവെങ്കിൽ ഞാൻ അത് തടയും എന്ന് അയാൾ വീമ്പു പറഞ്ഞതായും അറിഞ്ഞിരുന്നു. അതുകൊണ്ടു തന്നെ ഭാര്യ അവളുടെ സഹോദരന്മാരെ അക്കാര്യം അറിയിച്ചപ്പോൾ അവർ വന്ന് നിന്ന് മതിൽ കെട്ടിച്ചു തരാം എന്ന് പറഞ്ഞിരുന്നതാണ്. മുൻപ് വെട്ടത്ത് നിഷാദുമായുള്ള പ്രശ്നത്തിലും അവർ ഇടപെടാ നൊരുങ്ങിയപ്പോൾ മാജിദ് ആണ് അതിനെ നിരുത്സാഹപ്പെടുത്തിയത്. ഇപ്പോഴും അത് വേണ്ടന്ന് വെപ്പിച്ചതും മാജിദ് തന്നെ. കാരണം അവർ കൈകാര്യം ചെയ്യുന്ന രീതിയെക്കുറിച്ച് മാജിദിന് നല്ല നിശ്ച യം ഉണ്ടായിരുന്നു. വളരെ പ്രയാസങ്ങളും അപകടവും നിറഞ്ഞ താകും അത്. അവർ അന്യരുടെ പോലും കാര്യങ്ങൾ ഏറ്റെടുത്താൽ പിന്നെ അത് അവസാനിപ്പിക്കാതെ പിന്മാറാറില്ല. സ്വന്തം പെങ്ങളു ടെയും മക്കളുടെയും കാര്യമാകുമ്പോൾ, അതും അവരുടെ ദൃഷ്ടി യിൽ അളിയൻ പ്രവാസിയുമായിരിക്കെ, ഇല്ല അവർ ഒരിക്കലും അടങ്ങിയിരിക്കില്ലന്ന് അറിയാം. അതുകൊണ്ടാണ് അതിന് സമ്മ തിക്കാത്തത്.

സ്വന്തം നാടും അയൽപക്കവുമായവർ തമ്മിലുള്ള വിഷയങ്ങൾ സ്വയം പരിഹരിക്കുന്നതാണ് ഉചിതം എന്ന് മാജിദിന് അറിയാമാ യിരുന്നു. അതിലെത്ര പ്രയാസങ്ങൾ നേരിട്ടാലും. എന്നാൽ താൻ കുറഞ്ഞ ദിവസത്തെ ലീവിന് വന്ന് പണികൾ ആരംഭിക്കെ മുസ്തഫ വല്ല കോർട്ട് ഇൻജെങ്ങ്ഷനും മറ്റും കൊണ്ടു വരുമോ എന്നയാൾ സംശയിച്ചു. ലീവ് കഴിഞ്ഞാൽ ഉടനെ തന്നെ തിരികെ പോകേണ്ട തുണ്ട്. അതുകൊണ്ട് പണികൾ തുടങ്ങിയാൽ കുറഞ്ഞ ദിവസങ്ങൾ ക്കുള്ളിൽ മതിൽ കെട്ടി ഗേറ്റ് വെച്ചേ മതിയാകൂ. അതിനുള്ള മാർഗ്ഗം ബുദ്ധിപരവും നീതിയുക്തവുമായിരിക്കണം. അതിനുള്ള വഴികളുടെ അന്വേഷണത്തിൽ അയാൾ തനിക്കൊപ്പമുള്ള കൂട്ടുപ്രതിയായ സാവേദിന്റെ ഭാര്യയും അഡ്വക്കേറ്റുമായ സാജിത സാവേദിന്റെ അടുത്തേക്കെത്തി. റോഡിന്റെ ഉത്ഭവം മുതലുള്ള കഥകളും അതിൽ മാജിദിന്റെ പങ്കും ശരിക്കും അറിയുന്ന ആളാണ് അഡ്വക്കേറ്റ് സാജിത.

“കേസ് വർഷങ്ങൾക്ക് മുന്നെ പുന്നത്തൂർക്കാർ ജയിച്ചതുകൊണ്ട് അവിടെ ഒരു നടവഴി ഇട്ട് മതിൽ കെട്ടുന്നതിൽ മാജിക്കയ്ക്ക് പ്രശ്നമില്ല. പിന്നെ, ആർക്കും ആർക്കുമെതിരെയും വേണമെങ്കിൽ ഒരു ഇൻജെങ്ഷൻ എടുക്കാമെന്നതിനാൽ മുസ്തഫയ്ക്ക് വേണമെങ്കിൽ മാജിക്കയ്ക്ക് നേരെ ഒരു ഇൻജെങ്ഷൻ എടുക്കാനുള്ള സാധ്യത തള്ളിക്കളയാനുമാകില്ല.”

“എനിക്കതിന് അയാളുമായി യാതൊരു വിധത്തിലുമുള്ള വഴക്കോ വിരോധമോ ഇല്ലെന്നിരിക്കെ പിന്നെ അയാളെന്തിനാണ് എനിക്കെതിരെ ഇൻജെങ്ഷൻ എടുക്കുന്നത്?”

“മുസ്തഫ ഒരുപക്ഷേ കരുതുന്നുണ്ടാവുക, അവർക്കുള്ള വഴി മുടക്കിക്കൊണ്ടാവും മതിൽ കെട്ടുക എന്നാവും. മറ്റുള്ളവർക്ക് ആർക്കും ഈ വഴിയിൽ താല്പര്യമില്ലന്നതാണല്ലോ നാം ഇത്രയും കൊല്ലമായി കണ്ടിട്ടുള്ളത്. ഇപ്പോൾ ഈ വഴി മുസ്തഫയുടെ മാത്രം ആവശ്യമാണ്. കാരണം അയാളുടെയും മാജിക്കയുടെയും അതിരും പുന്നത്തൂർക്കാരുടെ അതിരും ചേരുന്നിടത്താണല്ലോ കേസ് നില നിൽക്കുന്നത്. അതുകൊണ്ട് ചിലപ്പോൾ അയാൾ ചുമ്മാ ഒരു ഇൻ ജെങ്ഷൻ എടുക്കാൻ സാധ്യതയുണ്ട്. തൽക്കാലം അയാൾ വീട് പണി തുടങ്ങി അത് കഴിയും വരെയെങ്കിലും സ്റ്റാറ്റസ്കോ നില നിറുത്താനയാൾ ശ്രമിച്ചെന്നിരിക്കും.”

“അതിന് വക്കീലേ, അയാൾ എനിക്കെത്ര ശത്രു ആയാൽ പോലും ഞാനൊരിക്കലും അയാൾക്കെന്നല്ല, വഴിയും വെള്ളവും വെളിച്ചെവുമൊന്നും ആർക്കും മുടക്കില്ല. അതെല്ലാം ഉണ്ടാക്കികൊടുക്കാൻ പ്രയത്നിച്ചവനായിരുന്നു ഞാൻ. പ്രത്യേകിച്ചും ഇയാൾ എന്റെ അയൽപക്കത്ത് താമസിക്കാൻ വരുന്ന ആളായതുകൊണ്ട് അയാളോടെനിക്ക് സ്നേഹം മാത്രമേയുള്ളൂ.”

“അതെനിക്കറിയാലോ, മാജിക്കയെക്കുറിച്ച്. എന്തായാലും മാജിക്ക മുൻകരുതൽ എന്നോണം അയാൾക്കെതിരെ ഒരു കാവിയറ്റ് എടുക്കുന്നത് നല്ലതാണ്. മാജിക്കയോട് ചോദിക്കാതെ മാജിക്കയ്ക്കെതിരെ കോടതി അയാൾക്ക് സ്റ്റേ കൊടുക്കരുത് എന്ന് പറഞ്ഞുകൊണ്ട്. മതിൽ കെട്ടിക്കഴിഞ്ഞാൽ നമുക്കത് പിൻവലിക്കുകയുമാവാം.”

“അത് വേണോ വക്കീലേ, നാളെ അയൽവാസിയാകാൻ പോകുന്ന ഒരാളല്ലേ അയാൾ, അതുകൊണ്ട്...”

“മാജിക്ക, ഇത് അയാൾക്കെതിരെയുള്ള കുറ്റാരോപണ പരാതിയൊന്നുമല്ലല്ലോ. നമുക്കെതിരെ അയാൾ എന്തെങ്കിലും ചെയ്യാതിരിക്കാനുള്ള മുൻകരുതൽ മാത്രമാണിത്. അങ്ങനെ നീങ്ങിയാൽ

കോടതി നമ്മളോട് ചോദിക്കും. അപ്പോൾ നമുക്ക് മുഴുവൻ കഥയും തെളിവുസഹിതം കോടതിയെ ബോധിപ്പിക്കാലോ. അല്ലെങ്കിൽ ഇതൊന്നും വേണ്ടെന്ന് വെക്കണം. അപ്പോൾ അയാൾ നമുക്കെതിരെ മതിൽ കെട്ടുന്നത് തടഞ്ഞു കൊണ്ട് ഒരു സ്റ്റേ എടുത്താൽ പെട്ടെന്നൊന്നും മാജിക്കയ്ക്ക് മതിൽ കെട്ടാൻ കഴിയില്ല. ഇപ്പോഴുള്ള വഴി അങ്ങനെതന്നെ കിടക്കുകയും ചെയ്യും.''

''അങ്ങനെയാണെങ്കിൽ വക്കീൽ ആവശ്യമായ നടപടികൾ ആരംഭിച്ചോളൂ.''

''ശരി, ചെയ്യാം. അതിന് ആ കേസിന്റെ മൊത്തം റെക്കോർഡും എടുക്കണം. പിന്നെ രണ്ട് വിധിയുടെയും പകർപ്പും. ഇപ്പോൾ പത്ത് പതിനഞ്ച് കൊല്ലം ആയതുകൊണ്ട് കുറച്ച് പാടാണ്. എന്തായാലും ഞാൻ നോക്കട്ടെ, നമുക്ക് ശരിയാക്കാം.''

ഒരാഴ്ചത്തെ കാലതാമസത്തിനുള്ളിൽ പെട്ടെന്ന് തന്നെ വക്കീൽ ആവശ്യമായ എല്ലാ പകർപ്പുകളും എടുക്കുകയും മുസ്തഫയ്ക്കെതിരെ കോർട്ട് ഓർഡർ വാങ്ങിക്കുകയും ചെയ്തു.

മാജിദിൽ നിന്നൊരു ദീർഘനിശ്വാസമുണ്ടായി.

മതിൽ

വീടും വഴിയും സുരക്ഷിതവും സഞ്ചാരയോഗ്യവുമാകണം എന്ന ഉദ്ദേശ്യശുദ്ധിയോടെ മാജിദ് മതിൽ കെട്ടുവാനാരംഭിച്ചു. ഏറെ ശ്രമകരവും പണച്ചെലവ് കൂടുതലുള്ളതുമായിരുന്നു ആ പണികൾ. വീടിന്റെ പുറകുവശത്തുള്ള വലിയ കുളത്തിനോട് ചേർന്നുള്ള അതിരിൽ രാവിലെ തന്നെ ജെ സി ബി വരികയും പണികൾ ആരംഭിക്കുകയും ചെയ്തു. അതിരുകളിൽ വ്യത്യാസം വരാതിരിക്കുവാൻ പ്രത്യേകം ശ്രദ്ധിച്ചിരുന്നു. മുന്നേ കുളത്തിന്റെ അവകാശികൾ അളന്ന് അടയാളം വെച്ചിടത്ത് അന്ന് തന്നെ ഉറപ്പിച്ചിരുന്ന കോൺക്രീറ്റ് പോസ്റ്റുകൾ പണിയുന്നതിനനുസരിച്ച് ഉയർത്തി കൊണ്ടുവന്നു. ഒരിക്കലും അതിരുമായി ബന്ധപ്പെട്ട ഒരു തർക്കാമോ സംശയമോ ഉണ്ടാവാതിരിക്കാനുള്ള മുൻകരുതലായിരുന്നു അത്. പണികൾ പുരോഗമിച്ചുകൊണ്ടിരുന്നു.

ഒരു ദിവസം മാജിദ് പണി നടന്നുകൊണ്ടിരിക്കെ തികച്ചും അപ്രതീക്ഷിതമായി അവിടേക്ക് ഒരാൾ കടന്നുവന്നു. അയാളെ കണ്ടതും മാജിദ് ആകെ സ്തബ്ധനായി. ഒരു കയ്യിൽ ബലമായി മുറുക്കെ പിടിച്ച ഊന്നുവടിയിൽ വേച്ചു വേച്ച്, മറുകൈ തളർന്നാടിയും പാതിവശത്തേക്ക് ചരിഞ്ഞ് കോടിയ ചുണ്ടുകൊണ്ട് ചിരിക്കാൻ ശ്രമിച്ചും തന്നിലേക്ക് നടന്നടുക്കുന്ന ആ രൂപം കണ്ടപ്പോൾ അയാൾക്ക് പെട്ടെന്ന് അത് ആരാണെന്ന് മനസ്സിലായി. അതുകൊണ്ടുതന്നെ അയാൾ കൂടുതൽ നടന്നടുക്കാൻ കാത്തുനിൽക്കാതെ മാജിദ് ധൃതിയിൽ നടന്നു ചെന്നു. അയാളുടെ തളർന്ന കൈയും താങ്ങി പതുക്കെ ഒന്ന് കെട്ടിപ്പിടിച്ചു. സ്നേഹവും സഹതാപവും വിട്ടുവീഴ്ചയും നിറഞ്ഞ മനസ്സിൽ നിന്നും മാജിദ് അയാളെ വിളിച്ചു

“സലിക്കാ...”

അതായിരുന്നു കട്ടാറത്ത് സലി. മാജിദ് അന്ധാളിച്ചുകൊണ്ട് അയാളെ തന്നെ നോക്കിനിന്നു.

"ഇതെന്ത് പറ്റീ, ഞാനറിഞ്ഞില്ലല്ലോ ഇതൊന്നും. ആരും പറഞ്ഞ തുമില്ല. ഞാൻ ഗൾഫിൽ പോകുമ്പോൾ സലിക്ക വയ്യാതിരിക്കുന്നതും പിന്നീട് ഭേദമായെന്നും അറിഞ്ഞിരുന്നു. പക്ഷെ, ഇങ്ങനെ തളർന്നു പോയതും ക്ഷീണിച്ചതും..."

മാജിദ് പറയുമ്പോൾ അയാളുടെ കണ്ണുകൾ നിറഞ്ഞൊഴുകു ന്നുണ്ടായിരുന്നു. മാജിദ് അയാളുടെ കൈ ചേർത്ത് പിടിച്ചുകൊണ്ട് തന്റെ പുരയിടത്തിലേക്ക് കയറ്റി നിറുത്തുകയും ഒരു കസേരയിൽ ഇരുത്തുകയും ചെയ്തു. മതിൽ കെട്ടുന്ന പണികൾ കണ്ടപ്പോൾ അവ്യക്തമായി പറഞ്ഞു

"നന്നായി, നിനക്ക് മാത്രമേ അതിരും മതിലും ഇല്ലാത്തതുള്ളൂ. നടവഴി മാത്രമല്ലേ വിടുന്നുള്ളൂ, അത് മതി. നീ ഒറ്റയ്ക്ക് എല്ലാ വർക്കും വഴി ആക്കിക്കൊടുത്തില്ലേ. ഇപ്പോൾ പുന്നത്തൂർക്കാർ കേസും ജയിച്ചതുകൊണ്ട് ഇനി ഈ വഴി അവര് അവിടെ മുട്ടിക്കില്ല. നീയും കൊടുക്കണ്ട. അല്ലെങ്കിൽ തന്നെയും നീയെന്തിന് അവർക്ക് വഴി കൊടുക്കണം."

"ഞാൻ അല്ല ഈ വഴി ഉണ്ടാക്കിയത്, സലിക്കയാണ്."

സെലിയുടെ കണ്ണുകൾ വീണ്ടും നിറഞ്ഞു. കണ്ണുനീർ ചാലു കളായി ഒഴുകിക്കൊണ്ടിരുന്നു. ഊന്നുവടി വിട്ട് ആ കൈകൊണ്ട് കണ്ണുനീർ തുടച്ചു, മാജിദിനെ നോക്കി.

മാജിദിന്റെ കൈകളിൽ അയാൾ മുറുകെ പിടിച്ചു. മാജിദ് നിലത്തു വീണ ഊന്നുവടി എടുത്ത് സലിയുടെ കൈയിൽ കൊടുത്തു.

"എല്ലാം സംഭവിച്ചു, നീ... നീയെന്നോട് പൊറുക്കണം."

"സാരമില്ല സലിക്കാ. അതൊക്കെ കഴിഞ്ഞില്ലേ. ഇനി ഇതൊന്ന് ഭംഗിയായി അവസാനിപ്പിക്കാനാണ് ഞാൻ ശ്രമിക്കുന്നത്."

"അതെങ്ങനെ?" സലി ചോദിച്ചു.

"മുന്നിലൂടെ പോകുന്ന വഴി ഞാൻ ഇതിലൂടെയാക്കുന്നു."

"അപ്പോൾ മുന്നിലെപോലെ വണ്ടികളൊക്കെ പോകും ല്ലേ?"

"ഉം, പോകും."

"ഈ വഴി പുന്നത്തൂർക്കാർക്കും ഉള്ള വഴിയാകുമല്ലോ."

"അതെ, എനിക്കങ്ങനെയല്ലേ ചെയ്യാൻ പറ്റൂ സലിക്കാ. ഇല്ലെ ങ്കിൽ പിന്നെ ഞാനും അവരും തമ്മിൽ എന്താണ് വ്യത്യാസം? വഴി ഇതിലെയാകുമ്പോൾ പിന്നീട് ഏതെങ്കിലും ഒരു കാലത്ത്, അടുത്ത തലമുറകൾക്കെങ്കിലും ഇത് വീതി കൂട്ടണമെങ്കിൽ ഞാൻ ഇപ്പോൾ കെട്ടുന്ന ഈ മതിൽ ഒന്ന് പൊളിച്ചുകെട്ടിയാൽ സാധിക്കുമല്ലോ.

മുൻപിലൂടെയാണെങ്കിൽ അതിന് സാധിക്കില്ല. ഇപ്പോഴേ ഇത് വീതി കൂട്ടി പണിയാനാണ് ഞാൻ ഉദ്ദേശിച്ചത്. പുന്നത്തൂർ റഹീംക്കയുമായി ഞാൻ ഈ കാര്യം സംസാരിച്ചപ്പോൾ അദ്ദേഹത്തിന് അതിൽ അത്ര വിരോധം കണ്ടില്ല. ഒരുപക്ഷേ, അവരുടെ ഭൂമിയിലേക്കും നല്ലൊരു വഴിയാകുമല്ലോ എന്ന് ചിന്തിച്ചു തുടങ്ങിയിരിക്കാം. എന്നാൽ ഇവിടെയുള്ളവർക്ക് അതിനെക്കുറിച്ചൊന്നും കേൾക്കാൻ പോലും താൽപര്യവും ഇല്ല. അതുകൊണ്ട് ഇനിയും കാത്തിരിക്കാനാവില്ല. എന്റെ വീടിന്റെ സുരക്ഷിതത്തം എന്റെ മാത്രം ഉത്തരവാദിത്തമാണല്ലോ.''

''മാജിദ്.... മോനേ, നീയാണ് മനുഷ്യൻ. സാമൂഹ്യപ്രതിബദ്ധതയുള്ളവൻ. നിന്നെ മനസ്സിലാക്കാൻ ആർക്കും സാധിച്ചില്ല, ഈ എനിക്കും. നീ എന്നോട് പൊറുക്കില്ലെടാ.''

അയാൾ മാജിദിന്റെ കൈകളിൽ ചുംബിച്ചു. അയാളുടെ കണ്ണുനീർത്തുള്ളികൾ മാജിദിന്റെ കൈയ്യിൽ നനവുണ്ടാക്കികൊണ്ടിരുന്നു. സലി എഴുന്നേൽക്കാൻ ശ്രമിച്ചു. മാജിദ് സലിയെ സഹായിച്ചു. അയാൾ എഴുന്നേറ്റു നിന്നിട്ട് മാജിദിനെയും അവിടെ നടക്കുന്ന പണികളും മാറി മാറി നോക്കി.

''ചുറ്റും മതിൽ കെട്ടണം, നല്ല ഉയരത്തിൽ. ഗേറ്റും വെക്കണം. ഞാൻ പോകട്ടെ മോനേ, വിധിയുണ്ടെങ്കിൽ പിന്നെക്കാണാം.''

മാജിദിന്റെ മറുപടിക്ക് കാത്തുനിൽക്കാതെ അയാൾ തിരിഞ്ഞു നടക്കാൻ തുടങ്ങി. പതുക്കെ പതുക്കെ നടന്നു നീങ്ങിക്കൊണ്ടിരുന്നപ്പോൾ മാജിദിന്റെ ഓർമ്മകൾ ഇന്നലെകളിലേക്ക് തിരിച്ചുപോയി. നല്ല തടിച്ച് കരുത്തുറ്റ ശരീരവുമായി ഉറച്ച കാൽവെപ്പുകളോടെ ആ വഴിയിലൂടെ അതിവേഗം നടന്നുപോയിരുന്ന ആ പഴയ സലിയെക്കുറിച്ച്.

ഫൗണ്ടേഷൻ കഴിഞ്ഞ് ഭൂമി ഉയരം വരെ പണികൾ എത്തിയപ്പോൾ വീടിന് മുന്നിലൂടെ പോകുന്ന നിലവിലുള്ള വഴിയിലൂടെ പെട്ടെന്നൊരു ദിവസം വലിയ ലോറികളിലായി ഒന്നിന് പിറകെ മറ്റൊന്നായി കല്ലും മണ്ണും വന്നുകൊണ്ടിരുന്നു. ശ്രദ്ധിച്ചപ്പോൾ അത് തൊട്ടടുത്തുള്ള പറമ്പിലേക്കാണെന്ന് മനസ്സിലായി. ഓരോ വണ്ടി പോകുമ്പോഴും വീടും പരിസരവും പൊടിപടലങ്ങൾകൊണ്ട് നിറഞ്ഞു. തുറന്നിട്ട ജനലുകളിലൂടെയും വാതിലുകളിലൂടെയും പൊടിയും മണ്ണും അകത്തേക്ക് വന്നപ്പോൾ കുഞ്ഞു മകൾ ചുമച്ചുകൊണ്ടിരുന്നു. മാജിദ് ഉടനെ വീട്ടിൽ കയറി വാതിലും ജനലുകളും കൊട്ടിയടച്ചു. അപ്പുറത്തെ പറമ്പിൽ മുസ്തഫയും അയാളുടെ ഭാര്യയും

നിൽക്കുന്നുണ്ടായിരുന്നു. മുൻപ് ഇതുപോലെ ലോറികൾ കൊണ്ടുവന്നപ്പോൾ മാജിദിന്റെ ഭാര്യ വലിയ വണ്ടികൾ പോകരുതെന്ന് വിലക്കിയതായിരുന്നു. മുസ്തഫയുടെ ഭാര്യ അനുമതി വാങ്ങിച്ചിട്ടാണ് അവസാനത്തെ രണ്ട് ലോഡ് കൊണ്ടുപോയത്. എന്നാൽ ഇപ്പോൾ അനുമതിക്കും അന്വേഷണത്തിനും കാത്തുനിൽക്കാതെയാണ് അവർ കല്ലും മണ്ണും ഇറക്കുന്നത്.

ചാരത്ത് ടാർ റോഡിലൂടെ കയറുന്ന ഭാഗം ഉടനെ പുന്നത്തൂർ റഹ്മാനും ഇപ്പുറം മാജിദും അടയ്ക്കുമെന്നും അതിന്റെ മുന്നോടിയായി മാജിദ് കെട്ടുന്ന മതിലിന് താൻ തടസ്സം സൃഷ്ടിക്കരുത് എന്ന് പറഞ്ഞുകൊണ്ടാണ് മാജിദ് മുസ്തഫയ്ക്കെതിരെ കാവിയറ്റ് അയച്ചതെന്നാണ് മുസ്തഫ കരുതിയിരുന്നത്. അങ്ങനെ സംഭവിച്ചാൽ പിന്നെ തനിക്കൊരിക്കലും അവിടെ വീട് പണിയാനും വീട്ടിലേക്ക് വാഹനങ്ങൾ വരാനും സാധിക്കാതെ വരുമെന്നും മുസ്തഫ ഭയപ്പെട്ടു. അതുകൊണ്ടാണ് വീട്ടിൽ കാവിയറ്റ് കിട്ടിയ ഉടനെ അയാൾ എമർജൻസി ലീവെടുത്തുകൊണ്ട് നാട്ടിൽ എത്തിയതും ഇപ്പോൾ വീട് പണി തുടങ്ങുവാൻ കല്ലും മണ്ണും ഇറക്കുന്നതും.

മാജിദ് വീടിന്റെ വാതിലും ജനലുകളും അടച്ചതിനുശേഷം നേരെ പോയത് മുസ്തഫയുടെ അടുത്തേക്കായിരുന്നു. അപ്പോൾ മുസ്തഫ കല്ലും മണ്ണും ഇറക്കുവാനുള്ള സൗകര്യം ഒരുക്കുന്ന തിരക്കിൽ പണിക്കാരോട് സംസാരിച്ചു നിൽക്കുകയായിരുന്നു. ഇതേ സമയം മാജിദിന്റെ വീടിന് മുന്നിലും പറമ്പിലും ലോഡ് കയറ്റിവന്ന ലോറികൾ നിരന്നു കിടന്നിരുന്നു. വലിയ വണ്ടികൾ ആയിരുന്നതിനാലും ആ വണ്ടികൾ രണ്ടെണ്ണം ഒരേപോലെ അടുത്തടുത്ത് നിർത്തിയതിനാലും അതിന്റെ പൊടിയും പുകയും ശബ്ദവും നിറഞ്ഞ അന്തരീക്ഷം ഒരു ദ്രുതനിർമ്മാണത്തിന്റെയും വെല്ലുവിളിയുടെയും സ്വഭാവമുണ്ടായിരുന്നു.

‘‘അസ്സലാമുഅലൈക്കും.’’

മുസ്തഫ അതിന് മറുപടി പറയുകയോ മാജിദിനെ കണ്ടതായി ഭാവിക്കുകയോ ചെയ്തില്ല. ഇളിഭ്യനും അപമാനിതാനുമായിട്ടയാൾ കുറച്ച് നേരം കൂടി അവിടെ നിന്നു. അപ്പോൾ ഭാര്യ അടുത്ത് വന്നിട്ട് പറഞ്ഞു.

‘‘മാജൂ, ലോറികൾ നമ്മുടെ മുറ്റത്താണ് നിൽക്കുന്നത്. ശബ്ദവും പുകയും കാരണം അവിടെയൊന്നും നിൽക്കാൻ പറ്റുന്നില്ല. ആ വണ്ടികൾ അവിടെ നിന്ന് മാറ്റിക്കുകയോ ഓഫ് ചെയ്യിക്കുകയോ ചെയ്യിപ്പിക്കൂ, മോൾ കരയുന്നു.’’

"മുസ്തഫ, ഇപ്പോൾ താങ്കൾ എന്നെ കേൾക്കുന്നില്ല, കാണുന്നുമില്ല. നിങ്ങളുടെ വളപ്പിലും അടുത്തും വന്ന എന്നെ ശരിക്കും അപമാനിച്ചിരിക്കുന്നു. എന്നാൽ ഓർക്കുക, താങ്കൾ വൈകാതെ എന്നെ കാണും, കേൾക്കും."

അയാൾ അവിടെനിന്നും തിരിഞ്ഞു നടന്നു. എന്നിട്ട് മുറ്റത്ത് പാർക്ക് ചെയ്തു കിടക്കുന്ന ലോറിയുടെ ഡ്രൈവർമാരോടായി പറഞ്ഞു

"സുഹൃത്തുക്കളേ, ഇത് ലോറിയും ലോഡും കൊണ്ടുപോകാനുള്ള പൊതുവഴിയല്ല. ഇവിടെ നിയമപ്രകാരം നടവഴി മാത്രമേയുള്ളൂ. കഴിഞ്ഞ പതിനഞ്ച് വർഷമായി ഈ വഴി കേസിലാണ്. അതുകൊണ്ട് ഇനി വാഹനങ്ങൾ മുന്നോട്ട് പോകരുത്. തിരിച്ചുപോവുക."

ഇതു കേട്ടപ്പോൾ ഡ്രൈവർമാർ എല്ലാവരും താഴെയിറങ്ങി.

"നിങ്ങൾ ലോഡ് ഇറക്കാൻ പോകുന്ന ഈ പറമ്പിന്റെ തൊട്ട് അപ്പുറത്ത് തന്നെ ചാരത്ത് റോഡ് എന്ന് പേരുള്ള ടാർ റോഡുണ്ട് ഇതിനേക്കാൾ നല്ല വഴി കൂടിയാണത്. അതിലെ നിങ്ങൾക്ക് സാധനങ്ങൾ കൊണ്ടുവരാം. ഇത് മനപ്പൂർവം എന്നെ ഉപദ്രവിക്കാനായി അയാൾ ചെയ്യുന്നതാണ്. അതുകൊണ്ടാണ് എന്നോട് അനുമതി പോലും ചോദിക്കാതെ അയാൾ ഈ ധിക്കാരം കാണിക്കുന്നത്. അതിനുള്ള മറുപടി എനിക്കറിയാം. ഞാൻ നടപടി സ്വീകരിച്ചാൽ നിങ്ങൾ കൂടി പൊലീസ് സ്റ്റേഷനിലും കോടതിയിലും കയറി ഇറങ്ങേണ്ടി വരും. ഞാൻ ഈ സംസാരിക്കുന്നതും നിങ്ങളുടെ വണ്ടിയും നിങ്ങളും ഉൾപ്പെടെ എല്ലാം വീഡിയോ എടുത്തുകൊണ്ടിരിക്കുന്നുണ്ട്.

ലോറി ഡ്രൈവർമാർ ചുറ്റിലും നോക്കി മാജിദിന്റെ മകൻ അവന്റെ ഫോണിൽ വീഡിയോ റെക്കോർഡ് ചെയ്യുന്നുണ്ടായിരുന്നു. അപ്പോൾ ഒരാൾ പറഞ്ഞു

"അയ്യോ ഇക്കാ, ചതിക്കല്ലേ, ഞങ്ങൾക്കിതൊന്നും അറിയില്ല. ഞങ്ങളോട് ഇതിലെ വരാൻ പറഞ്ഞു, വന്നു. അത്രേയുള്ളൂ."

മറ്റൊരു ഡ്രൈവർ മാജിദിനോട് അഭ്യർത്ഥിക്കുകയും ചെയ്തു.

"ഇക്കാ, ദയവ് ചെയ്ത് ഞങ്ങളെ മടക്കി അയയ്ക്കരുത് ഞങ്ങൾക്ക് ട്രിപ്പിനാണ് ക്യാഷ് കിട്ടുന്നത്. ഇത് ഇവിടെ ഇറക്കി ഉടനെ പോയി വന്നാലേ അരി വാങ്ങിക്കുവാൻ വല്ലതും കിട്ടൂ."

മറ്റൊരു ഡ്രൈവർ പറഞ്ഞു

"ഇവിടെ വന്ന ഉടനെ ലോഡ് ഇറക്കി തിരിച്ചുപോകാൻ പറ്റും എന്ന് ഞങ്ങളോട് ഉറപ്പ് പറഞ്ഞിട്ടാ വന്നത്. ഇതിപ്പോ സാധനങ്ങൾ

ഇറക്കാനുള്ള സ്ഥലം പോലും അവര് ശരിയാക്കുന്നേയുള്ളൂ. അതു കൊണ്ടാണിക്കാ, ഇവിടെ ഇങ്ങനെ കിടക്കേണ്ടി വന്നതും വൈകുന്നതും. ഞങ്ങളോട് വിരോധം തോന്നരുത്.''

''നിങ്ങൾ കണ്ടില്ലേ ഈ പുകയും പൊടിയും ഇനിയും ഇതിലെ... അത് പറ്റില്ല.''

കൂട്ടത്തിൽ നിന്നും ഒരാൾ മറ്റുള്ളവരോടായി പറഞ്ഞു

''എല്ലാവരും വണ്ടികളൊക്കെ ഓഫ് ചെയ്യൂ, ഇക്ക പറഞ്ഞത് ശരിയല്ലേ, ഒരു വീടിന്റെ മുന്നിലല്ലേ നമ്മൾ നിൽക്കുന്നത്.''

അയാൾ അത് പറഞ്ഞപ്പോൾ എല്ലാവരും വണ്ടിയിൽ കയറി വണ്ടി ഓഫ് ചെയ്തു. കൂട്ടത്തിൽ ആദ്യം സംസാരിച്ച ഡ്രൈവർ തന്നെ വീണ്ടും പറഞ്ഞു

''ഇക്കാ പ്ലീസ്, ഞങ്ങൾ ഏതായാലും ഈ വഴി വന്നില്ലേ, ഈ ലോഡ് ഞങ്ങൾ ഇറക്കിക്കോട്ടെ. ഒന്ന് സമ്മതിക്കണം. അടുത്ത ലോഡുമായി ഇനി ഞങ്ങളിൽ ആരും ഇതുവഴി വരില്ല. ഇവിടെ വന്നപ്പോഴാണ് ഞങ്ങൾ കാണുന്നത്, ഇതിലെ ചെറുവണ്ടികൾക്ക് പോകാനുള്ള സ്ഥലമേയുള്ളൂ എന്ന്.''

അയാൾ ചിന്തിച്ചു. പാവം ഇവരെ എന്തിന് ബുദ്ധിമുട്ടിക്കണം. അയാൾ സമ്മതിച്ചു. അവർ സാവകാശം ഓരോ ലോഡുകളും ഇറക്കി തിരിച്ചുപോയി. ലോഡുകൾ ഇറക്കുമ്പോൾ ഡ്രൈവർമാർ മുസ്തഫ യോട് കയർക്കുന്നുണ്ടായിരുന്നു. അവരുടെ സമയം പോയതിലും കേസും വഴക്കുമായി നിൽക്കുന്ന വഴിയിലൂടെ വരുത്തിയതിനും.

പിന്നീട് ഒരു വണ്ടിയും അതിലെ വന്നില്ല. മുസ്തഫയ്ക്ക് കാര്യങ്ങൾ കൈവിട്ടുപോയതായി അനുഭവപ്പെട്ടു. മാജിദ് അയാളുടെ പേരിൽ കാവിയറ്റ് എടുത്ത വിരോധം ആയിരുന്നു മനസ്സ് നിറയെ. എന്നാൽ അത് എടുക്കാനുണ്ടായ സാഹചര്യം സൃഷ്ടിച്ചത് അയാൾ തന്നെയായിരുന്നു എന്ന് മുസ്തഫ ഓർത്തില്ല. പുറത്ത് നിന്നും വന്ന് മാജിദിന്റ അയൽപക്കത്ത് താമസിക്കാൻ പോകുന്ന കാര്യം ഓർത്തതുമില്ല. ആരൊക്കെയോ പറഞ്ഞത് കേട്ടും കണ്ടും അയാൾ പണ്ടുമുതലേ മാജിദിനോട് ശത്രുവിനെ പോലെയാണ് പെരുമാറിയത്. അതിന്റെ ഫലമാണിപ്പോൾ നടക്കുന്നത്. ഇനി എന്താണ് ചെയ്യുക. മുസ്തഫ വിഷമത്തിലായി. അപ്പോഴാണ് ഫാരിസ് അത് വഴി വരുന്നത്. ഫാരിസിനെ കണ്ടതും മുസ്തഫ പറഞ്ഞു

''ഞാൻ നിന്നെ വിളിക്കാനിരിക്കയായിരുന്നു. എനിക്ക് വന്ന വണ്ടികൾ മാജിദ് തടഞ്ഞു. ഇനി ഞാനെന്ത് ചെയ്യും?''

"മുസ്തഫ, ഞാൻ ഇതിലുണ്ടെന്ന് മാജിദ് അറിയരുത്. ഞാൻ അവനോട് കാലങ്ങളായി പറഞ്ഞുവരുന്നത് എനിക്കിതിൽ ഇട പെടാൻ പറ്റില്ലെന്നാണ്. പിന്നെ ഞങ്ങൾ ചെറുപ്പം മുതൽ നല്ല കളി ക്കൂട്ടുകാരും അയൽപക്കവുമാണല്ലോ. ഇവിടെ നിന്നുകൊണ്ടുള്ള നമ്മുടെ ഈ സംസാരം പോലും സൂക്ഷിക്കണം. നീ പറ്റുമെങ്കിൽ ഇന്ന് രാത്രി വീട്ടിലേക്ക് വരൂ."

"വൈകാതെ കല്ലും മണ്ണും ഇറക്കി ഇവിടെ എനിക്കെന്റെ വീടൊന്ന് പണിയണം ഫാരിസേ. നീ സഹായിക്കില്ലേ?"

"എല്ലാറ്റിനും നമുക്ക് പരിഹാരം ഉണ്ടാക്കാം. നീ വിഷമിക്കണ്ട. ഇവിടെ സി.എം. പോക്കർക്കയും ബഷീർ അലിയും നിഷാദുമൊ ക്കെയുണ്ടല്ലോ. ഞങ്ങൾ ആലോചിക്കട്ടെ."

മാജിദിനെതിരെ സമൂഹത്തിന് മുമ്പിൽ എതിരഭിപ്രായം സൃഷ്ടി ക്കുവാനുള്ള ആദ്യ സുവർണ്ണാവസരമായി ഈ സംഭവത്തെ ഫാരിസ് കണ്ടു.

സൂത്രത്തിൽ ചില ആസൂത്രണങ്ങൾ

മാജിദിനെതിരെ ചില ആസൂത്രണങ്ങൾ അരങ്ങേറി. അയാളോട് താൽപര്യമുള്ള ചിലരും കേസിലെ പ്രതികളായ സാവേദും സൈദുവും ഒഴികെ മറ്റുള്ളവരൊക്കെയും അതിൽ പങ്കാളികളായിരുന്നു. സൂത്രധാരന്മാരിൽ പ്രധാന പങ്ക് വഹിച്ചത് ഫാരിസും സി.എം. പോക്കറും ബഷീർ അലിയും നിഷാദും മുസ്തഫയുമാണ്. മറ്റുള്ളവരെ അവർക്കൊപ്പം നിറുത്താനുള്ള സൂത്രങ്ങളാണ് ആദ്യം അവർ ചർച്ച ചെയ്തത്. തുടക്കത്തിൽ ഫാരിസ് പറഞ്ഞുവത്രെ,

''ഈ വഴി എന്തായാലും എന്റെ അമ്മാവന്മാരായ പുന്നത്തൂർക്കാർ അടയ്ക്കാൻ പോകുന്നില്ല. അല്ലെങ്കിൽ കേസ് ജയിച്ചിട്ട് ഇത്രയും കാലമായിട്ടും അവർക്കത് ചെയ്യാമായിരുന്നല്ലോ.''

കൂട്ടത്തിലുള്ളവർക്ക് ആദ്യം നൽകേണ്ട വിശ്വാസമായിരുന്നു ആ ഉറപ്പ് എന്ന് കൗശലക്കാരനായ ഫാരിസിന് അറിയാമായിരുന്നു. അത് മറ്റുള്ളവർ കണ്ണുമടച്ച് വിശ്വസിക്കുകയും അതിൽ ഫാരിസ് വിജയിക്കുകയും ചെയ്തു. സത്യത്തിൽ വഴി അടയ്ക്കുക എന്ന തീരുമാനം തന്നെയാണ് റഹ്മാനുള്ളത്. എന്നാൽ ഫാരിസിന്റെ തറവാട്ട് വീട്ടിലേക്ക് കൃത്യമായ ഒരു വഴിയില്ലാത്തതുകൊണ്ട് മാത്രമാണ് പുന്നത്തൂർക്കാർ കേസ് ജയിച്ചിട്ടും വഴി അടയ്ക്കാതിരിക്കുന്നത്. വഴി അടച്ചാൽ പിന്നെ സ്വാഭാവികമായും മാജിദിന്റെ മുന്നിലൂടെ വരുന്ന വഴി ഇല്ലാതെയാകും. അങ്ങനെ സംഭവിച്ചാൽ ഫാരിസിന് ഒരിക്കലും അതിലെ വഴി ഉണ്ടാവില്ല. അപ്പോൾ പുന്നത്തൂർക്കാർ അവർക്ക് വഴി നൽകേണ്ടി വരും. അങ്ങനെ വഴി ഫാരിസിന് നൽകുന്ന കാര്യത്തിൽ അവർക്ക് ഇഷ്ടക്കുറവുമുണ്ട്. അതൊക്കെ ഫാരിസിന്റെ മനസ്സിലുണ്ട്. അതുകൊണ്ടുതന്നെ അമ്മാവനുമായി ചേർന്നു നിന്നുകൊണ്ട് മാജിദിന്റെ വഴിയിലൂടെ തനിക്ക് സ്ഥിരമായ ഒരു വഴി ഉണ്ടാക്കിയെടുക്കണം. അതുവരെ അമ്മാവൻ വഴിമുടക്കാതെ മുന്നോട്ട് പോകണം എന്നതാണ് ഫാരിസിന്റെ സൂത്രം.

''മാജിദ് വഴി തടയുന്നു എന്നാവണം നമ്മുടെ പ്രചരണം.''

''അതെ, അതുവഴി നാടിന്റെ പൂർണ്ണപിന്തുണയും നമുക്കൊപ്പം ഉണ്ടാകും.''

സി.എം. പോക്കർ ഫാരിസിനെ അനുകൂലിച്ചു.

അപ്പോൾ ബഷീറലി ഒരു സംശയം ഉന്നയിച്ചു

''മാജിദ് പെട്ടെന്ന് വഴി മുടക്കുന്നു എന്നു പറഞ്ഞാൽ ജനങ്ങൾ അത് വിശ്വസിക്കുമോ. പൊതുവെ ഈ വഴി നിർമ്മിക്കുന്നതിലും കേസ് നടത്തുന്നതിലുമൊക്കെ മാജിദ് ചെയ്ത സേവനങ്ങൾ ജനങ്ങൾക്ക് അറിയാവുന്നതല്ലേ.''

''എന്ത് അറിവ്, എന്ത് ജനം? അതൊക്ക ആളുകൾ പണ്ടേ മറന്നിരിക്കും. ഇപ്പോൾ നമ്മൾ പറയേണ്ടത് മാജിദ് നടവഴി പോലും മുടക്കുന്നു എന്നാണ്. പിന്നെ ജനം ഇളകും. അവർ അത് ഏറ്റുപിടിക്കും.''

സി.എം. പോക്കറുടെ കുരുട്ടുബുദ്ധിയാണത്.

''പോക്കർക്ക, നിങ്ങള് കാശുമേടിച്ചിട്ട് വിറ്റ വഴിയാണത്, അത് മറക്കണ്ട, എന്നിട്ടിപ്പോ... ഹൗ, ഭയങ്കര സൂത്രശാലിയാണ് നിങ്ങൾ. നിങ്ങളെ സമ്മതിച്ചിരിക്കുന്നു.''

തമാശരൂപത്തിൽ ബഷീർ അലി അത് പറഞ്ഞപ്പോൾ സി എം പോക്കർ അതൊരു അഭിമാനമായി കണ്ട് ഷർട്ടിന്റെ കോളർ ഒന്ന് മുകളിലേക്ക് കയറ്റി വെച്ചു. എന്നിട്ട് പറഞ്ഞു

''പുന്നത്തൂർക്കാർക്ക് ധാരാളം ഭൂമിയുള്ളതല്ലേ, അവർക്കെന്താ ആ വഴിയങ്ങോട്ട് മുട്ടിക്കാൻ സമ്മതിച്ചാൽ. സ്ഥലം ഞാൻ കൊടുത്തതിനാൽ എനിക്ക് വഴിക്കുള്ള ഒരവകാശം അവര് തരേണ്ടതല്ലേ?''

''അതെ, അതെ പോക്കർക്കാക്കും മക്കൾക്കും ടൗണിലേക്ക് പോയിവരാൻ ഈ വഴിയാണല്ലോ എളുപ്പം ല്ലേ?''

നിഷാദും കളിയാക്കി പറഞ്ഞപ്പോൾ എല്ലാവരും കൂടി ചിരിച്ചു. കൂട്ടത്തിൽ പോക്കറും.

''നിങ്ങൾ തമാശ വിടൂ, കാര്യത്തിലേക്ക് വരൂ.''

ഫാരിസ് ഓർമ്മിപ്പിച്ചു. അപ്പോൾ ബഷീറലി ചോദിച്ചു

''നമ്മൾ എന്താണ് ചെയ്യേണ്ടത്?''

''ഫാരിസ് പറഞ്ഞതുപോലെ അങ്ങട്ട് പറയണം. മാജിദ് പൊതുവഴി അടയ്ക്കുന്നു എന്ന്. അത് അയൽപക്കത്തുള്ള ചെറുപ്പക്കാരുടെ വികാരത്തിന് തീ കൊടുക്കും. വാർത്ത കാട്ടുതീ പോലെ പരക്കണം.''

സി എം പോക്കർ തറപ്പിച്ചു പറഞ്ഞു.

''അപ്പോൾ ആരെങ്കിലുമൊക്കെ മാജിദിനോട് കാര്യങ്ങൾ അന്വേഷിക്കില്ലേ. മാജിദ് നാട്ടിൽ നമ്മെക്കാൾ അറിയപ്പെടുന്ന ഒരാളാണ്. അത് മറക്കണ്ട.''

''ആരും ചോദിക്കില്ല, ഇത്രയും കാലത്തെ നമ്മുടെ പ്രചരണത്തിൽ തന്നെ വഴിക്ക് തടസ്സം നിൽക്കുന്നത് മാജിദാണെന്നും അതുകൊണ്ടാണ് വഴി ചാരത്ത് റോഡിൽ മുട്ടാത്തത് എന്നുമാണ് എല്ലാവരും കരുതുന്നത്. പിന്നെ, മാജിദ് ഇപ്പോൾ മുസ്തഫയുടെ വീട് പണിക്ക് വരുന്ന ലോറികൾ തടുത്തതും അവൻ മതിൽകെട്ടൽ തുടങ്ങി എന്നതുമൊക്കെ നമ്മളിപ്പോ ചെറിയ രൂപത്തിൽ പറഞ്ഞു പരത്തിയിട്ടുണ്ടല്ലോ. അതുകൊണ്ട് നമ്മൾ പറയുന്നതേ ജനങ്ങൾ വിശ്വസിക്കൂ.''

നിശ്ശബ്ദനായിരിക്കുന്ന മുസ്തഫയെ നോക്കി നിഷാദ് പറഞ്ഞു

''നിങ്ങളെന്താ ഒന്നും മിണ്ടാത്തത്. ഇതൊക്കെയും നിങ്ങൾക്ക് വീട്ടിലേക്കൊരു വഴിയുണ്ടാവട്ടെ എന്ന് കരുതിയാണ് ഞങ്ങൾ ചെയ്യുന്നത്. അത് മറക്കണ്ട.''

''ഞാനെന്തു പറയാനാണ്. നിങ്ങളൊക്കെ കാലങ്ങളായി ഇവിടെ പെറ്റു വളർന്നവരല്ലേ, ഞാനാണെങ്കിൽ ഇന്നലെ വന്നവനും. എനിക്ക് വഴി വേണം. അതിനുവേണ്ടി ഞാൻ എന്തുവേണമെങ്കിലും ചെയ്യാം.''

മുസ്തഫ പറഞ്ഞപ്പോൾ അവർ പരസ്പരം നോക്കി. ബഷീർ അലി പറഞ്ഞു

''വെരി ഗുഡ്, അത് മതി. ബാക്കി കാര്യം ഞങ്ങളേറ്റു. പക്ഷേ, ഞങ്ങള് പറയുന്നത് പോലെ നീ ചെയ്യണം. ഇതിനൊക്കെ കുറച്ച് പണച്ചെലവുകൾ ഉണ്ടാകും. അത് മറക്കണ്ട.''

''സാരമില്ല, ഞാൻ സമ്മതിക്കുന്നു. എനിക്ക് വഴി കിട്ടിയാൽ മതി.''

മുസ്തഫ പറഞ്ഞപ്പോൾ എല്ലാവർക്കും സന്തോഷമായി.

''മുസ്തഫാ, നിന്നെ ഞാൻ കൊണ്ടുപോയി എന്റെ അമ്മാവനിൽനിന്നും നിനക്ക് ലോറികൾ കൊണ്ടുവരാനുള്ള അനുമതി വാങ്ങിച്ചു തന്നത് തന്നെ മാജിദിനെതിരേ ഇവിടുത്തെ ജനം തിരിയുന്നതിനും നിനക്ക് ഒരു സഹതാപം കിട്ടാനുമാണ്. അതുകൊണ്ട് കാര്യം നടക്കുന്നത് വരെ നീ കൂടെ നിൽക്കണം.''

ഫാരിസ് മുസ്തഫയെ ബോധ്യപ്പെടുത്തി. അപ്പോൾ സി.എം. പോക്കർ പറഞ്ഞു

''ഫാരിസ് ഇപ്പോൾ പറഞ്ഞതുണ്ടല്ലോ, അതാണ് അതിന്റെ ശരി. ഫാരിസിന് വഴിയുണ്ട്. ആ വഴിയൊന്നും അവന്റെ അമ്മാവൻ

മുടക്കില്ല. നിനക്ക് മാത്രമാണ് വഴിയില്ലാത്തത്. ഞങ്ങൾക്കെല്ലാവർക്കും വീടിന് മുന്നിൽ നല്ല ടാറിട്ട റോഡുണ്ട്. പിന്നെ നീ പണം മാത്രം ചെലവഴിച്ചാൽ പോരാ, കുറച്ച് ബുദ്ധികൂടി ഉപയോഗിക്കണം. മാജിദു മായി എന്തെങ്കിലും ഒരു വാക്ക് തർക്കം ഉണ്ടാക്കണം. അതിന് മുസ്തഫയ്ക്കേ കഴിയൂ. നിന്റെ സൈഡിൽ മതിൽ കെട്ടാൻ പറ്റി ല്ലാന്നോ, അല്ലെങ്കിൽ ഫൗണ്ടേഷൻ എടുത്തതിൽ നിന്റെ അതിര് കൂടുതൽ എടുത്തുവെന്നോ മറ്റോ പറയണം. അങ്ങനെ ഒരു ഇഷ്യൂ ഉണ്ടാവണം. എങ്കിലേ ഞങ്ങൾക്ക് ഇടപെടാൻ പറ്റൂ.''

''വെരി ഗുഡ്, അത് കലക്കൻ ഐഡിയയാണ്.''

ബഷീറലി പോക്കറിനെ അഭിനന്ദിച്ചു. അങ്ങനെ ചെയ്യാമെന്നുള്ള തീരുമാനത്തിൽ അന്നത്തെ അവരുടെ യോഗം പിരിഞ്ഞു. മാജിദ് തന്റെ പണികളുമായി മുന്നോട്ട് പോകവെ മുസ്തഫ മാജിദിന്റെ അരികിലേക്ക് വന്നു. മാജിദിന്റ പണിക്കാരോട് പറഞ്ഞു.

''ഇവിടെ ഈ മൂലയിൽ ഒരു സർവ്വേക്കല്ലുണ്ടായിരുന്നല്ലോ. അത് മാന്തിക്കളഞ്ഞു ല്ലേ?''

''ഞങ്ങൾ കണ്ടില്ല.'' പണിക്കാർ പറഞ്ഞു.

''ഇങ്ങനെ പണിത് പോയാൽ, ഈ പണി നിറുത്തേണ്ടി വരും. എന്നിട്ട് മതില് ചിലപ്പോൾ പൊളിച്ചു കെട്ടേണ്ടിയും വരും.''

മുസ്തഫയുടെ സ്വരത്തിൽ ചെറിയ ഒരു ഭീഷണിയുള്ളതായി അവർക്ക് തോന്നി.

''അതൊന്നും ഞങ്ങൾക്കറിയില്ല. ഇക്ക വേണേങ്കിൽ മാജിദിക്കാട് പറഞ്ഞോളൂ, ഞങ്ങൾ വിളിക്കണോ, ആൾ അകത്തുണ്ട്. ഊണ് കഴിഞ്ഞ് ഒന്ന് കിടക്കുകയാകും.''

''ഏയ്, വേണ്ട വേണ്ട. ഞാൻ പിന്നെ കണ്ടോളാം.''

ഉച്ചയുറക്കം കഴിഞ്ഞ് മാജിദ് പതിവുപോലെ പണിക്കാരുടെ അടുത്തേക്ക് വന്നപ്പോൾ പണിക്കാർ മുസ്തഫ വന്നു പറഞ്ഞ കാര്യ ങ്ങൾ അറിയിച്ചു.

''സത്യത്തിൽ അങ്ങനെ ഒരു സർവ്വേക്കല്ല് നിങ്ങൾ ആരെങ്കിലും കണ്ടിരുന്നോ?''

''ഇല്ല.''

''ഞാനും അങ്ങനെ ഒരു കല്ല് ഇത്രയും കാലമായിട്ടും കണ്ടതായി ഓർക്കുന്നില്ല. എന്നിട്ടും ഇപ്പോൾ എങ്ങനെയാണ് അയാൾ കണ്ടത്; ശരി, നിങ്ങൾ പണിതോളൂ.''

മാജിദ് നേരെ മുസ്തഫയുടെ അടുത്തേക്ക് ചെന്നു.

‘‘താങ്കൾ കുറച്ച് നേരത്തെ എന്റെ പറമ്പിൽ വരികയും ഒരു സർവ്വേക്കല്ല് ഞാൻ പിഴുത് കളഞ്ഞു എന്ന് ആരോപിക്കുകയും ചെയ്തുവോ?’’

‘‘നീ ആ മൂലയിൽ മതിൽ കെട്ടുന്നത് എന്റെ അതിരിൽ കേറിയിട്ടാണ്.’’

‘‘അത് മറ്റൊരു വിഷയം, ഞാൻ ചോദിച്ചതിന് താങ്കൾ ഉത്തരം തന്നില്ല. അവിടെ സർവ്വേക്കല്ലുണ്ടായിരുന്നോ?’’

‘‘നീ വില്ലേജിൽ പറഞ്ഞിട്ട് ഇനി മതിൽ കെട്ടിയാ മതി. അവർ വന്ന് അളക്കട്ടെ.’’

മാജിദ് സംസാരിക്കുന്നതിനൊന്നുമായിരുന്നില്ല മറുപടി പറഞ്ഞുകൊണ്ടിരുന്നത്. മാത്രവുമല്ല ആവർത്തിച്ചുകൊണ്ടുള്ള ‘നീ’ എന്ന അഭിസംബോധന മാജിദിന് അലോസരമുണ്ടാക്കി. എങ്കിലും വളരെ ക്ഷമയും മാന്യവുമായി പെരുമാറി. തന്റെ പണിക്കാർക്ക് മുമ്പിൽ വെച്ചുകൊണ്ടുള്ള അയാളുടെ ഈ കുറ്റാരോപണസംസാരം മാജിദിന് ഉള്ളിൽ അപമാനം ഉണ്ടാക്കി.

‘‘സുഹൃത്തേ, താങ്കൾക്ക് എന്നോട് ഏതോ അർത്ഥത്തിൽ ഒരു വിരോധം നിലനിൽക്കുന്നതായിട്ടാണ് കണ്ട അന്നുമുതൽ എനിക്ക് തോന്നിയിട്ടുള്ളത്. അതിൽ ഞാൻ നിരപരാധിയാണ്. പിന്നെ താങ്കൾ എന്റെ അയൽവാസിയാകാൻ പോകുന്ന വ്യക്തിയായതിനാൽ എന്റെ ബന്ധുവിനേക്കാൾ മുന്തിയ പരിഗണയും സ്നേഹവും താങ്കൾക്ക് നൽകണം എന്നാണ് ഞാൻ പഠിച്ചിട്ടുള്ളത്. പക്ഷേ, താങ്കൾ അതിന് നിന്നു തരികയോ എന്നോട് സംസാരിക്കുകയോ ചെയ്യുന്നില്ലല്ലോ.’’

‘‘ഓ, പിന്നേ... എന്നിട്ടല്ലേ എനിക്കെതിരെ കോർട്ട് ഓർഡർ എടുത്തത്.’’

‘‘ഇങ്ങനെ താങ്കൾ എന്നോട് ഒന്ന് സംസാരിച്ചിരുന്നങ്കിൽ ഞാൻ അത് ചെയ്യില്ലായിരുന്നു. ഞാൻ താങ്കളെ ഗൾഫിലേക്ക് ഫോൺ ചെയ്തപ്പോൾ പോലും താങ്കൾ താൽപര്യമില്ലെന്ന് പറഞ്ഞ് കട്ട് ചെയ്തു. താങ്കളുടെ അളിയനോടും അനുജനോടും ഞാൻ സംസാരിച്ചിട്ടും അവരാരും ഒരു മറുപടിയും നൽകിയില്ല. പിന്നെ ഞാൻ എന്താണ് ചെയ്യുക?’’

ഇതേസമയം അത് വഴി ബഷീർ അലിയും വെട്ടത്ത് ജമാലുദ്ദീനും ഒരുമിച്ച് കടന്നുപോകവെ ഇവരുടെ സംസാരം കണ്ടിട്ട് അവിടെ നിന്നു. വിഷയത്തിൽ ഇടപെട്ടുകൊണ്ട് രണ്ടുപേരോടും വളരെ മാന്യവും ഗുണകാംക്ഷയും നിറഞ്ഞ രൂപത്തിൽ സംസാരിച്ചു ജമാലുദ്ദീൻ പറഞ്ഞു.

"നിങ്ങൾ അയൽവാസികളായി കഴിയേണ്ടവരല്ലേ, പിന്നെ എന്തിനാണ് തർക്കവും പ്രശ്നങ്ങളും. അങ്ങുമിങ്ങും വിട്ടുവീഴ്ച ചെയ്യുക."

"മരിച്ചു പോകുമ്പോൾ നമ്മൾ ആരും ഒന്നും കൊണ്ട് പോകുന്നില്ല. ഇത്തിരിയൊക്കെ അങ്ങുമിങ്ങും വ്യത്യാസം വന്നിട്ടുണ്ടങ്കിൽ അത് രണ്ട് കൂട്ടരും വിട്ടുവീഴ്ച ചെയ്ത് മുന്നോട്ട് പോവുക." ബഷീറലിയും പറഞ്ഞു.

അതുപറഞ്ഞ് അവർ രണ്ടുപേരും കടന്നുപോയി. മാജിദ് തന്റെ ശരിയും നിലപാടും പറഞ്ഞുതുടങ്ങവേ മുസ്തഫ പറഞ്ഞു

"എനിക്കതൊന്നും കേൾക്കണ്ട, നീ വില്ലേജിൽ നിന്നും ആളെ കൊണ്ടുവന്ന് അളപ്പിക്കുന്നുണ്ടോ ഇല്ലയോ?"

"ഇത്രയും നേരം ഞാൻ പറഞ്ഞതിനൊന്നും താങ്കൾ ഉത്തരം പറഞ്ഞില്ല. അതുകൊണ്ട് ഞാൻ ഉത്തരം പറയുന്നു. എനിക്ക് പൂർണ്ണ വിശ്വാസം ഉണ്ട്, ഞാൻ അനീതിയോ അശ്രദ്ധയോ കാട്ടിയിട്ടില്ല. പിന്നെ എന്റെ ആധാരത്തിലെയും അടിയാധാരത്തിലെയും അളവ് വെച്ചുകൊണ്ടാണ് ഞാൻ മതിൽ കെട്ടുന്നത്. മുസ്തഫയ്ക്ക് വേണമെങ്കിൽ വില്ലേജിൽ നിന്നും അളവ് നടത്തിക്കോളൂ. വ്യത്യാസം ഉണ്ടെങ്കിൽ ഞാൻ മാറ്റിക്കെട്ടിത്തരാം. പിന്നെ സർവ്വേക്കല്ല് ഞാൻ കണ്ടിട്ടില്ല. ഇനി വില്ലേജ് സ്കെച്ചിൽ അങ്ങനെ ഒന്ന് ഇവിടെയുണ്ടങ്കിൽ അത് രണ്ടാമത് സ്ഥാപിക്കാനുള്ള ചെലവ് ഞാൻ വഹിച്ചുകൊള്ളാം. അതുകൊണ്ട് മേലിൽ ഇത് പറഞ്ഞുകൊണ്ട് താങ്കൾ എന്നോട് സംസാരിക്കരുത്. ഒരിക്കൽ കൂടെ ഞാൻ ഓർമിപ്പിക്കുന്നു നമ്മൾ ഏറ്റവും അടുത്തുള്ള അയൽക്കാരാണ്, ഒരു കുടുംബം പോലെ കഴിയേണ്ടവർ."

അതൊന്നും കേൾക്കാൻ നിൽക്കാതെ മുസ്തഫ നടന്നകന്നു. അപ്പോൾ മാജിദ് ഓർത്തു ഇയാൾ എന്താണിങ്ങനെ. മനസ്സ് തുറന്ന് സംസാരിക്കാൻ സന്മനസ്സ് കാണിക്കാതെ മനസ്സിൽ തെറ്റിദ്ധാരണയുടെയുടെയും വിദ്വേഷത്തിന്റെയും പർവതങ്ങൾ ചുമക്കുന്നു. ഞാനെന്താണ് ചെയ്യുക. ആരുടേയും വഴി ഞാൻ മുടക്കുന്നില്ലല്ലോ. ആർക്കും താൻ ചെയ്യുന്നത് കണ്ടാൽ മനസ്സിലാകും എന്നിരിക്കെ പിന്നെ എന്തിനാണ് ഇയാൾ തന്നോട് ഇങ്ങനെ പെരുമാറുന്നത്. അയാൾ അങ്ങനെ ചിന്തിച്ചു നിൽക്കെ പള്ളിയിൽ നിന്നും ബാങ്കുയർന്നു. ചിന്തകൾ നോവിക്കുന്ന മനസ്സിന്റെ സങ്കടങ്ങളും പേറി മാജിദ് നേരെ പള്ളിയിലേക്ക് നടന്നു.

ചർച്ച രണ്ടാംവട്ടം

മുസ്തഫയ്ക്ക് മാജിദിനോട് കലഹിക്കുവാനും അതുവഴി പ്രശ്നങ്ങൾക്ക് തുടക്കം കുറിക്കുവാനും കിട്ടിയ അവസരങ്ങൾ വേണ്ടവിധം ഉപയോഗിക്കാത്തതിനെ ചൊല്ലി അയാളെ ശാസിച്ചും ശകാരിച്ചും ഫാരിസും സി.എം. പോക്കറും ബഷീറലിയും നിഷാദുമൊക്കെ വീണ്ടും ഒത്തുകൂടി.

''മുസ്തഫാ... നീ കിട്ടിയ അവസരം ശരിക്കും ഉപയോഗിക്കണമായിരുന്നു. സർവ്വേക്കല്ലിനെക്കുറിച്ച് പറയാനല്ലല്ലോ നമ്മൾ അന്ന് തീരുമാനിച്ചത്.''

ഫാരിസ് ചർച്ചയ്ക്ക് തുടക്കം കുറിച്ചു.

''മാജിദ് അയാളുടെ വീടിന്റെ മുമ്പിലൂടെ പോകുന്ന വഴിയുടെ അതേ വീതിയിലും നീളത്തിലും തന്നെയാണ് പുറകിലൂടെയും വിടുന്നതായി കണ്ടത്. അത് കണ്ടിട്ട് ഞാനെന്ത് പറയാനാണ്? വഴി മുടക്കുന്നുണ്ടങ്കിലല്ലേ എനിക്കെന്തെങ്കിലും പറയാൻ പറ്റൂ.''

''അത് പറ്റില്ലെന്ന് പറയണമായിരുന്നു. മാത്രമല്ല, അത് അവൻ വിറ്റ സ്ഥലത്തുകൂടെയാണ്. നാളെ അത് വാങ്ങിച്ച പാർട്ടി പ്രശ്നം ഉണ്ടാക്കിയാൽ പിന്നെ നിനക്കെന്നല്ല ആർക്കും വഴി കിട്ടുകയില്ല.''

ബഷീറലി ഇത് പറഞ്ഞപ്പോൾ മുസ്തഫ തുടർന്നു.

''നിങ്ങളെന്താണ് ഈ പറയുന്നത് ഞാൻ മാജിദുമായി സംസാരിക്കുമ്പോൾ നീയും ജമാലുദ്ദീൻക്കയും അതുവഴി വന്നല്ലോ, എന്നിട്ട് വല്ല്യ ഉപദേശവും പറഞ്ഞിട്ടല്ലേ പോയത്. എന്തേ നിങ്ങൾക്കപ്പോൾ അവനോട് കാര്യങ്ങൾ പറയാൻ സാധിക്കാഞ്ഞത്?''

മുസ്തഫ അത് ചോദിച്ചപ്പോൾ ഉത്തരമില്ലാതെ അത് പിന്നെ... അത് പിന്നെ... എന്ന് പറഞ്ഞു നിൽക്കുകയാണ് ബഷീറലി ചെയ്തത്.

''അതെ, മുസ്തഫയോട് ഞാനൊരു കാര്യം പറയാം.'' പോക്കർ ഇടപെട്ടു.

''നിനക്ക് വഴി വേണ്ടെങ്കിൽ വേണ്ടെന്ന് പറയുക. അവൻ എട്ടടി വഴി വിടുന്നതും മറ്റുമൊക്കെ ഞങ്ങൾക്കറിയാം. അത് നീ നോക്കണ്ട. നമുക്ക് അവന്റെ മുന്നിലൂടെത്തന്നെ വഴി വേണം.''

''അതെന്തിനാ നിങ്ങൾ അങ്ങനെ വാശി പിടിക്കുന്നത്?''

''അത്യാവശ്യം വണ്ടികൾ പോകാനുള്ള ഒരു വഴി ഉണ്ടായാൽ പോരേ, വളവും തിരിവും ഇല്ലാത്തതുകൊണ്ട് എട്ടടി മതിയല്ലോ. എനിക്കത് മതി. എട്ടടി എന്നത് വേണമെങ്കിൽ കുറച്ച് കൂടി കൂട്ടുവാൻ നമുക്ക് ഒരുമിച്ച് ആവശ്യപ്പെടാം, അതുപോരെ?''

''അത് പോരാ, അത് മതിയെങ്കിൽ ഞങ്ങൾ നിന്നെ കൂട്ട് പിടിക്കേണ്ട ആവശ്യം ഇല്ലല്ലോ. അതുകൊണ്ട് നിനക്ക് നല്ല ഒരു വഴി സ്ഥിരമായി വേണമെങ്കിൽ ഞങ്ങൾ പറയുന്നത് ചെയ്യുക. അല്ലെങ്കിൽ നടവഴി മാത്രമേ ഇനി അവിടെയുണ്ടാകൂ.''

സി.എം. പോക്കർ അത് പറഞ്ഞപ്പോൾ ബഷീറലിയും മറ്റുള്ളവരും അതിനെ പിന്താങ്ങി. അത് കണ്ട് പകച്ചുപോയ മുസ്തഫ അവരുടെ സമ്മർദ്ദത്തിന് വഴങ്ങി അവർ പറയുന്നത് പോലെ ചെയ്യാമെന്ന് സമ്മതിച്ചുകൊണ്ട് അവിടെ നിന്നും പോയി. അപ്പോൾ സി.എം. പോക്കർ പറഞ്ഞു

''എന്തുതന്നെ ആയാലും പുറകിലൂടെ വഴി മാറ്റാൻ നമ്മൾ സമ്മതിക്കരുത്.''

അപ്പോൾ ബഷീറലിയും ഫാരിസും പറഞ്ഞു

''മാജിദ് വഴി മുടക്കുന്നില്ലല്ലോ. പിന്നിലൂടെയാണെങ്കിലും വഴി നൽകുന്നില്ലേ. ആരെങ്കിലുമൊക്കെ അവന്റെ ഭാഗത്തും കൂടിയാൽ നമ്മളൊക്കെ ചിലപ്പോൾ നാറും. എന്തും ചിന്തിച്ചിട്ട് ചെയ്താൽ മതി.''

''എന്ത് ചിന്തിക്കാൻ?''

പോക്കർ പെട്ടെന്ന് മറുപടി പറഞ്ഞു

''ഇനിയിപ്പോ ആ വഴി അവന് വീടിന്റെ പിന്നീക്കൂടെ ആക്കാൻ നമ്മളൊക്കെ സമ്മതിച്ചൂന്ന് തന്നെ കരുതുക, എന്നാലും അത് ശരിയാകില്ലല്ലോ.''

നിഷാദ് ചോദിച്ചു

''എന്തുകൊണ്ട് ശരിയാവില്ല.''

''അതോ, അത് ഞാൻ പറഞ്ഞുതരാം.''

പോക്കർ ആവേശത്തോടെ തുടർന്നു

''അതായത്, അവന് വഴി പിന്നീക്കൂടി മാറ്റണമെങ്കിൽ അതിന് ആദ്യം ആ വഴി വരേണ്ടത് അവൻ പുന്നത്തൂർ കുടുംബത്തിലെ

മറ്റൊരു അവകാശിക്ക് വഴിക്ക് വിറ്റ സ്ഥലത്തുകൂടി വേണം. ആ വഴി പൊതുവഴിയാക്കാൻ അവർ സമ്മതിച്ചിട്ട് വേണ്ടേ. കാശ് കൊടുത്തു വാങ്ങിച്ച വഴിയൊക്കെ ആരെങ്കിലും പൊതുവഴിയാക്കാൻ വിട്ട് കൊടുക്കുമോ. മാത്രവുമല്ല അത് വലിയ അപരാധമല്ലേ. അവർ ഒരിക്കലും തരില്ല, അതുറപ്പാണ്.''

''അപ്പൊ, നിങ്ങൾക്കിതൊക്കെ അറിയാം അല്ലേ പോക്കർക്കാ.''

ബഷീറലി ചിരിച്ചുകൊണ്ട് തുടർന്നു.

''നിങ്ങള് പണ്ടും ഇതൊക്കെ പറഞ്ഞിരുന്നു എന്ന് ഞാൻ കേട്ടിട്ടുണ്ട്. കോവിലെ അലി ഹാജിയും മാജിദുമൊക്കെ ഈ റോഡ് പണിക്കും കേസിനുമായി നിങ്ങളോട് കുറച്ച് പണം ചോദിച്ചപ്പോൾ.''

ബഷീറലി ഇത് പറഞ്ഞപ്പോൾ പോക്കറിന്റെ മുഖമൊന്നു വാടി. അയാൾ മറുപടി പറയാൻ കഴിയാതെ വിയർത്തുകൊണ്ടിരുന്നു. അപ്പോൾ നിഷാദ് ബഷീറലിയെ പിന്താങ്ങിക്കൊണ്ട് പറഞ്ഞു

''അത് ശരിയാണല്ലോ പോക്കർക്ക, എന്നിട്ടിപ്പോൾ നിങ്ങൾ വിറ്റ ആ വഴി തന്നെ പൊതുവഴിയാക്കാനല്ലേ ഞങ്ങളെ കൂട്ടി ഈ വാശി പിടിക്കുന്നത്.''

''മാജിദ് വിറ്റ സ്ഥലത്തിന് അവൻ ആധാരത്തിൽ പൊതുവഴിക്കുള്ള അവകാശം ഉൾപ്പെടുത്തിയിട്ടുണ്ട് എന്നാണല്ലോ കേൾക്കുന്നത്. അത് സമ്മതിക്കാൻ നിങ്ങൾക്കെന്താ പോക്കർക്കാ ഒരു പ്രയാസം. സത്യത്തിൽ നിങ്ങൾക്കെന്താണ് മാജിദിനോട് ഇത്ര വിരോധം. നിങ്ങളൊക്കെ അത്ര സ്നേഹത്തിൽ കഴിഞ്ഞിരുന്നവരല്ലേ. ഞാൻ അറിയാൻ വേണ്ടി ചോദിക്കുകയാണ്. കാര്യം നമുക്ക് നമ്മുടെ തീരുമാനം പോലെ തന്നെ ആവാം, എന്നാലും ഒന്നറിയാൻ വേണ്ടിയാണ്. അതും ആധാരത്തിൽ അവകാശം ഉണ്ടായിട്ടുപോലും. വഴി മുന്നിലൂടെയോ പിന്നിലൂടെയോ ആവട്ടെ, അവിടെ ഒരു വഴി ഉണ്ടായാൽ പോരെ?''

ബഷീറലി വീണ്ടും ചിരിച്ചുകൊണ്ട് ചോദിച്ചു.

''അത് പിന്നെ... അത്... വഴി...''

പോക്കർ ഉത്തരം പറയാൻ കഴിയാതെ വാക്കുകളെ മുറിച്ചും വിഴുങ്ങിയും ഇരുന്നു.

''അതിന് വേറെ ഒരു കാര്യമുണ്ട്. അതുകൊണ്ടാണ് പോക്കർക്ക അതിൽ തന്നെ കടുംപിടുത്തം പിടിച്ചു നിൽക്കുന്നത്.'' നിഷാദ് പറഞ്ഞു.

എല്ലാവരും നിഷാദിനെ ഉറ്റു നോക്കി.

''അന്ന് നിങ്ങളൊക്കെ ഗൾഫിലാണ്. വർഷങ്ങൾക്ക് മുൻപ് ഈ പോക്കർക്കയും പള്ളായിലെ മെഹമൂദ്ക്കയും പിന്നെ കോവിലെ

അലിഹാജിയും ബക്കർക്കയും വല്യറമ്പിലെ കബീർ ഹാജിയും ഒക്കെ ചേർന്ന് വാഹിദ്ക്കാടെ മതിൽ പൊളിപ്പിച്ച് കെട്ടിയിരുന്നു. പന്ത്രണ്ടടിയിൽ വഴി വീതി കൂട്ടുന്നതിന് വേണ്ടി. അന്ന് ഈ പോക്കർ ക്കയാണ് അതിന് മുൻകൈ എടുത്തത്. ഇങ്ങേര് അന്ന് വാക്കു കൊടുത്തിരുന്നു. ഇതിലെ പന്ത്രണ്ടടി വഴിവന്നില്ലങ്കിൽ ഈ കെട്ടിയ മതിൽ പൊളിച്ച് പഴയപോലെ കെട്ടിക്കൊടുക്കാമെന്ന്.''

ഇത് കേട്ടപ്പോൾ പോക്കർ ചൂളിപ്പോയി. ഫാരിസും ബഷീർ അലിയും പോക്കറിനെയും നിഷാദിനെയും മാറി മാറി നോക്കി. പോക്കർ കുറ്റസമ്മതത്തോടെ തലകുനിച്ചു.

''അത് വല്ലാത്തൊരു ചെയ്ത്തായിപ്പോയല്ലോ പോക്കർക്ക നിങ്ങള് കാണിച്ചത്.''

സി.എം. പോക്കർ പറഞ്ഞു

''നിങ്ങൾ പടച്ചോനെ വിചാരിച്ച് എന്നെ രക്ഷിക്കണം. മാജിദ് ആ വഴി മാറ്റിയാൽ പിന്നെ ഞാൻ അവർക്ക് ആ മതിൽ പൊളിച്ച് കെട്ടിക്കൊടുക്കേണ്ടി വരും. അത് എനിക്ക് നാണക്കേടും വലിയ പണച്ചെലവും ഉണ്ടാക്കും. എന്റെ പക്കൽ എവിടെ അതിന് മാത്രം പണം. നിങ്ങൾ എന്നെ സഹായിക്കണം.''

സി എം പോക്കർ അവരുടെ കാലുപിടിച്ചു.

''നിങ്ങൾ എന്നെ കൈവിടരുത്... ഞാൻ...''

ബഷീറലി ദേഷ്യത്തിൽ പറഞ്ഞു

''നിങ്ങളാണ് ഇതിനെല്ലാം കാരണം. എന്തിനാണ് നിങ്ങൾ ആ മതില് പൊളിപ്പിച്ചത്?''

ബഷീറലിയുടെ ചോദ്യങ്ങൾക്ക് മുന്നിൽ പോക്കർ നിശ്ശബ്ദനായി.

''അന്ന് ആ മതിൽ പൊളിപ്പിച്ചതിൽ ഉണ്ടായിരുന്ന വല്യറമ്പിലെ കബീർ ഹാജിയും കോവിലെ അലിഹാജിയും ബക്കർക്കയും മഹ് മൂദിക്കയും വെട്ടത്തെ കുഞ്ഞമ്മദ്ക്കയും ആരും ഇന്നില്ല. അവരൊ ക്കെയും മരിച്ചുപോയിരിക്കുന്നു, ഇന്നോ നാളെയോ നമ്മളും പോകും. ഇന്നിപ്പോ പോക്കർക്ക തന്നെ ഒറ്റയ്ക്ക് ഈ പ്രശ്നത്തിന് പരിഹാരം ഉണ്ടാക്കിക്കോ. ഞങ്ങൾക്ക് വയ്യ ഈ പൊല്ലാപ്പിൽ തലയിടാൻ. എന്നിട്ട് ഞങ്ങൾക്കെന്ത് കാര്യം?''

മൂകനായി തല താഴ്ത്തിയിരുന്നിരുന്ന പോക്കർ പെട്ടെന്ന് തല യുയർത്തി ചോദിച്ചു.

''നിങ്ങൾക്ക് കാര്യമുണ്ടായാൽ പോരേ?''

ബഷീറലിയും നിഷാദും ഫാരിസും പോക്കറിനെ തന്നെ തുറിച്ചു നോക്കി അവർ ഒരേ സ്വരത്തിൽ ചോദിച്ചു.

‘‘എന്ത് കാര്യം?’’

‘‘കാര്യം ഉണ്ട്.’’ പോക്കർ പറഞ്ഞു.

‘‘നിങ്ങൾ സജീവമായി രംഗത്ത് നിൽക്കണം. മുസ്തഫയുമായി ചേർന്ന് അവിടെ ഒരു ഇഷ്യൂ ഉണ്ടാക്കണം. അങ്ങനെ ചെയ്താൽ നിങ്ങൾക്ക് ഞാൻ ഒരു പതിനായിരം രൂപ നൽകും. ഞാൻ മാത്ര മല്ല, മുസ്തഫയിൽ നിന്നും ഒരു പതിനായിരം ഞാൻ ഇന്ന് വാങ്ങിച്ചു തരാം. ഒരു കാരണവശാലും മാജിദ് വഴി പിന്നിലൂടെ ആക്കരുത്. ഉള്ളത് പറയാലോ, എനിക്ക് വയ്യ, ആ മതിൽ ഇനിയും പൊളിച്ചു കെട്ടിക്കൊടുക്കാനൊന്നും.’’

ഇത് കേട്ടപ്പോൾ ബഷീറലിയുടെയുയും നിഷാദിന്റെയും കണ്ണു കൾ വിടർന്നു. ഇതിൽ ഇങ്ങനെയും ഒരു കച്ചവടസാധ്യത ഉണ്ടെ ന്നറിഞ്ഞപ്പോൾ അവർ പരസ്പരം നോക്കി. സമ്മതിച്ചു.

‘‘പോക്കർക്ക, എന്ത് വന്നാലും ആ വഴി മാറ്റില്ല, അത് ഞങ്ങൾ ഏറ്റു. അത് പോരെ?’’

‘‘അത് മതി എനിക്ക്. വഴിയുടെ നീളവും വീതിയും എന്തായാലും വേണ്ടില്ല. വഴി അവന്റെ വീടിന്റെ മുന്നിലൂടെ തന്നെ പോകണം.’’

നിഷാദ് പറഞ്ഞു

‘‘ഇപ്പോൾ കാര്യങ്ങൾക്ക് ഒരു തീരുമാനം ആയല്ലോ. ഇനി നമുക്ക് പിരിയാം. നാളെ ഒരു ഇഷ്യൂ ഉണ്ടാകും നിങ്ങൾ അപ്പോൾ അങ്ങോട്ട് വരിക. ആളുകൾ കൂടിയാലേ അതൊരു സംഭവം ആകൂ.’’

കൂട്ടത്തിൽ ഫാരിസ് ഒരുകാര്യം കൂടി പറഞ്ഞു

‘‘അതേയ്, എന്തായാലും നമ്മുടെ വിഷയങ്ങളിൽ ഒരു തീരു മാനം ആയല്ലോ. ഇനി എനിക്കൊരു ചെറിയ കാര്യം പറയാനുണ്ട്.’’

‘‘ഞാൻ ഒരു ഇന്നോവ വാങ്ങിക്കുന്നുണ്ട്. സ്വൽപം പഴയതാണ്. ഇന്നലെ അഡ്വാൻസ് കൊടുത്തു. റോഡ് സ്ഥിരപ്പെടുത്തുമ്പോൾ എനിക്ക് ഇന്നോവ കൊണ്ടുപോകാനുള്ള വീതിയിൽ അതൊന്ന് ആക്കിത്തന്നാൽ ഉപകാരമുണ്ട്.’’

നിഷാദും ബഷീറലിയും വീണ്ടും ഒന്ന് നോക്കി. മറ്റൊരു കച്ച വടത്തിനുള്ള സാധ്യത കൂടി തെളിഞ്ഞുവരുന്നതായി അവർ കണ്ടു. അവർ ഒന്നും പറയാതിരുന്നപ്പോൾ ഫാരിസ് ചോദിച്ചു

‘‘നിങ്ങൾ എന്താണ് ഒന്നും പറയാത്തത്.’’

ബഷീർ അലി നിഷാദിനെ പറയാൻ അനുവദിച്ചുകൊണ്ട് കണ്ണ് കൊണ്ട് ആംഗ്യം കാണിച്ചു. അതുപ്രകാരം നിഷാദ് പറഞ്ഞു

‘‘ഫാരിസ്, കാര്യം നമുക്ക് ശരിയാക്കാം. പക്ഷേ, ഒരു പതിനാ യിരം രൂപ നീയും എടുക്കണം.’’

"ഞാനും തരണോ?"

"തരണം." ബഷീറലി മറുപടി നൽകി.

"മുസ്തഫയ്ക്ക് വഴിയും വീടും ഉണ്ടാക്കണം, പോക്കർക്കാക്ക് മതിൽ പൊളിച്ച് കെട്ടിക്കൊടുക്കുന്നതിൽ നിന്നും രക്ഷപ്പെടണം. പിന്നെ നിന്റെ വീട്ടിലേക്കുള്ള വഴി ഇന്നോവ കൊണ്ടുപോകാനുള്ള സൗകര്യത്തോടു കൂടിയുള്ളതുമാവണം. ഇതൊന്നും എന്റെയോ നിഷാദിന്റെയോ ആവശ്യം അല്ല. പോക്കർക്ക പറഞ്ഞത് റോഡിന്റെ വീതിയും നീളവും ഒന്നും ഒരു പ്രശ്നമല്ല എന്നാണ്. അതിനർത്ഥം, മാജിദിനോട് വിട്ടുവീഴ്ച കാണിച്ചുകൊണ്ടായാലും വിരോധമില്ല മതിൽ പൊളിക്കാതിരുന്നാൽ മതി എന്നാണ്."

തുടർന്ന് നിഷാദ് സംസാരിച്ചു

"ഞങ്ങൾക്ക് മുന്നിൽ നല്ല ടാറിട്ട റോഡും സൗകര്യങ്ങളും ഉണ്ട്. അതുകൊണ്ട് ഇപ്പോൾ ഇത് ഞങ്ങളുടെ വിഷയം അല്ല. പിന്നെ മാജിദ് ശക്തിയായി പ്രതികരിച്ചാൽ അതിനുള്ള മാർഗ്ഗം വേറെയും നോക്കണം. അവൻ ഗൾഫിലേക്ക് പോകുന്നതിനാൽ വലിയ പ്രശ്ന ങ്ങൾ ഒന്നും ഉണ്ടാകാതെ പ്രശ്നം അവസാനിപ്പിക്കാൻ കഴിയും എന്നാണ് ഞങ്ങൾ കരുതുന്നത്. ഇല്ലെങ്കിൽ എല്ലാവരും പെടും. കാരണം അവന്റെ കയ്യിൽ കഴിഞ്ഞ പതിനഞ്ചു കൊല്ലത്തെ എല്ലാ രേഖകളും ഉണ്ട്. നിങ്ങളുടെ ആവശ്യം നടക്കണമെങ്കിൽ ഫാരിസ് ക്യാഷ് ഇറക്കാതെ പറ്റില്ല."

നിഷാദ് തീർത്തു പറഞ്ഞു. അപ്പോൾ പോക്കർ ഫാരിസിനോട് പറഞ്ഞു.

"ഒരു പത്ത് രൂപയല്ലേ ഫാരിസേ, അതങ്ങ് കൊടുത്തേക്ക്. ഇവ രാകുമ്പോൾ അതങ്ങ് ഭംഗിയായി ചെയ്യും. പിന്നെ, ഗൾഫ് വിട്ട് പണിയൊന്നുമില്ലാതെ നാട്ടിൽ നിൽക്കുകയല്ലേ. ഇങ്ങനെ ഒക്കെ യായി ഇവരും കാര്യങ്ങൾ നടത്തട്ടെ. മുട്ടുന്നത് മാജിദുമായിട്ടാ ണല്ലോ. അതിന് ഇവരാണ് നല്ലത്."

ഒടുവിൽ ഫാരിസും സമ്മതിച്ചു. അന്ന് രാത്രിയിൽ മുപ്പതിനാ യിരം രൂപയുമായി പോക്കറും ഫാരിസും മുസ്തഫയും ബഷീറലി യെയും നിഷാദിനെയും കണ്ട് അവർക്ക് ക്യാഷ് കൈമാറി. അത് തുല്യമായി വീതിച്ചെടുത്ത് കൊണ്ട് നാളത്തെ കലുഷിത സമയ ത്തിനുവേണ്ടി അവർ കാത്തിരുന്നു.

സംഘർഷം അരികെ

പതിവുപോലെ മാജിദ് മതിൽപണികളിൽ ശ്രദ്ധിച്ചുകൊണ്ടിരുന്നു. അതേ സമയം പിന്നിൽ ഒരുക്കുന്ന വഴിയിൽ നിന്നും ഒരു തെങ്ങു കൂടി മുറിച്ചു മാറ്റുന്നതിനുള്ള പണിക്കാരും എത്തി. അവർ തെങ്ങ് മുറിക്കുവാനാരംഭിച്ചു. മുറിക്കുന്ന തെങ്ങിന്റെ നിയന്ത്രണം നഷ്ടപ്പെടാതിരിക്കാൻ രണ്ട് ഭാഗത്തേക്ക് കയർ വലിച്ചുകെട്ടിയിരുന്നു. അപ്പുറത്ത് മുസ്തഫയുടെ പറമ്പിലേക്ക് വരുന്ന കല്ലും മണ്ണും ഇറക്കിവെപ്പിച്ചു കൊണ്ട് മുസ്തഫയും അവിടെയിണ്ടായിരുന്നു. ഓരോ ദിവസവും കടന്നുപോകുമ്പോൾ തന്റെ വീടിനൊരു മതിലും ഗേറ്റും ഉണ്ടാവുക വഴി തനിക്കും മക്കൾക്കും സംഭവിക്കുന്ന സുരക്ഷിതത്വത്തെയും സ്വകാര്യതയെയും കുറിച്ചോർത്ത് മാജിദിന്റെ ഭാര്യയും അടുക്കളയിൽ ഓരോരോരോ ജോലികളിൽ മുഴുകി. പിൻഭാഗത്ത് മതിൽ പണിയാനുള്ള അടിത്തറയുടെ പണികൾ പൂർണ്ണമായും കഴിഞ്ഞിരിക്കുന്നു.

ജോലിക്കാർ വണ്ടി പോകേണ്ട വീതിയിൽ മണ്ണ് നിരത്തി പൈപ്പിലൂടെ വെള്ളം ഒഴിച്ചുകൊണ്ട് അവിടെ ബലപ്പെടുത്തുകയാണ്. എന്നിട്ടു വേണം മുകളിലേക്ക് മതിൽ കെട്ടുവാൻ. ജോലിക്കാരിൽ ചിലർ മതിൽ ഉയർത്താനുള്ള കല്ലും മണ്ണും സിമന്റുമൊക്കെ കൊണ്ടു വരുന്നുണ്ട്. പിൻഭാഗമായതിനാൽ കുറച്ച് ഉയരം ഉണ്ടായിക്കോട്ടെ എന്ന് ഭാര്യ പ്രത്യേകം പറഞ്ഞിരുന്നു. അപ്പോൾ ഫാരിസ് അതുവഴി ബൈക്കിൽ പോകുന്നുണ്ടായിരുന്നു. അയാൾ മാജിദിനോട് ഒന്നും അറിയാത്ത ഭാവത്തിൽ പറഞ്ഞു

“ഇനി വഴി പിന്നിലൂടെയാണ് പോകുന്നത് അല്ലേ?”

“അതെ.”

“അതാണ് നല്ലത്, മുന്നിലൂടെയാകുമ്പോൾ നിനക്ക് മുറ്റം തീരെ ഉണ്ടാവില്ലല്ലോ. എന്തായാലും പണികൾ വേഗം നടക്കട്ടെ. നിന്റെ ലീവ് കഴിയാറായില്ലേ.”

സ്നേഹസംഭാഷണങ്ങൾ നടത്തി ഫാരിസ് കടന്നുപോയി. അപ്പോൾ മാജിദ് മുസ്തഫയുടെ അതിർത്തിയിൽ നിന്നും പണ്ട് വഴിക്ക് വേണ്ടി

അയാൾ വിട്ടുവെന്ന് പറയുന്ന ആറടി സ്ഥലം അളന്ന് മാറ്റി അവിടെ മതിൽ കെട്ടാനുള്ള അടിത്തറ മാന്തുവാൻ വേണ്ടിയുള്ള പണിക്കാരെയുംകൊണ്ട് അങ്ങോട്ട് ചെന്നു. കുറ്റിയും കയറും അവിടെ എടുത്തു വെച്ചു. എന്നിട്ട് അളക്കുന്ന ടാപ്പും കയ്യിൽ പിടിച്ചുകൊണ്ട് മുസ്തഫയെ വിളിച്ചു. മാജിദ് പറഞ്ഞു

''മുസ്തഫ, ഞാൻ ഇവിടെ മതിൽ കെട്ടുകയാണ്. എങ്കിലും നമുക്കിടയിൽ ഒരു ഗേറ്റ് വെക്കാൻ ഞാൻ ആഗ്രഹിക്കുന്നുണ്ട്. വല്ലപ്പോഴുമെങ്കിലും അങ്ങുമിങ്ങും വരാനും പോകാനും അത് നല്ലതല്ലേ. ഇനി നമ്മളല്ലേ ഏറ്റവും അടുത്ത അയൽപക്കം. മതിൽ നമ്മുടെ ബന്ധങ്ങളെ കെട്ടിമറയ്ക്കരുതല്ലോ. പണ്ട് മുസ്തഫയെ കൊണ്ട് റോഡിനെന്നും പറഞ്ഞ് ഇവിടത്തുകാർ വിട്ട് കൊടുപ്പിച്ച ആറടിയോ മറ്റോ സ്ഥലം ഇവിടെ കിടപ്പുണ്ടല്ലോ. അത് മുസ്തഫ എടുത്തോളൂ. അതൊന്ന് അളന്ന് അടയാളം ചെയ്തു തരണം. എന്നിട്ട് വേണം എനിക്ക് ഇവിടെ പണി തുടങ്ങാൻ. അതിനാണ് താങ്കളെ ഞാൻ വിളിച്ചത്. പിന്നെ, മുസ്തഫയ്ക്ക് ഒരിക്കലും വഴിമുടങ്ങുകയില്ല. ഇവിടെയുള്ള അതേ വഴിതന്നെ അതിലൂടെയുണ്ടാകും. ആ ഒരു തെങ്ങ് കൂടി മുറിക്കുന്നുണ്ട്. ഇന്നു തന്നെ വണ്ടികൾ ഓടിത്തുടങ്ങാം.''

മാജിദ് സ്നേഹത്തിന്റെയും സൗഹൃദത്തിന്റെയും വാക്കുകളിലൂടെയാണ് സംസാരിച്ചത്.

''നീ ഇവിടെ ഒരു കോപ്പും കെട്ടാൻ പോകുന്നില്ലടാ. വഴി പഴയതു പോലെ ഇതിലെ തന്നെ പോകും. അതും പന്ത്രണ്ടടിയിൽ. നീ ആരോട് ചോദിച്ചിട്ടാണ് നിന്റെ വീടിന്റെ പിന്നിലൂടെ ഈ വഴി മാറ്റുന്നത്. ഞാനിവിടെ സ്ഥലമെടുക്കുമ്പോൾ ഇതിലൂടെ വഴിയുണ്ടായിരുന്നു. ആ വഴി എനിക്ക് വേണം. അതിനാണ് ഞാൻ ആറടി വിട്ടിരിക്കുന്നത്.''

കോപത്തോടെ മുസ്തഫ പറഞ്ഞതുകേട്ട് കുറച്ച് നേരം മാജിദ് ഒന്നും പറയാൻ കഴിയാതെ നിന്നു. മുസ്തഫ വീണ്ടും എന്തൊക്കെയോ പുലമ്പിക്കൊണ്ടിരുന്നുവെങ്കിലും മാജിദിന് കൂടുതൽ കേൾക്കുവാനായില്ല.

''മാജിദ് നിനക്ക് ഒരു പുല്ലും ഇവിടെ ചെയ്യാൻ പറ്റില്ല. നീ വേണമെങ്കിൽ മതിൽ കെട്ടിക്കോ വഴിക്കുള്ള പന്ത്രണ്ടടി വിട്ടിട്ട്. അതിനുള്ള സ്ഥലം മുന്നിൽ നിനക്ക് ഇല്ലെങ്കിൽ നീ വീടിന്റെ മുൻവശം മാറ്റിക്കോ. അല്ലാതെ റോഡ് മാറ്റാൻ പറ്റില്ല.''

ഇങ്ങനെ ഒരു ധിക്കാരം ജീവിതത്തിൽ ആദ്യമായിട്ടായിരുന്നു മാജിദ് കേൾക്കുന്നത്. അതും എവിടെനിന്നോ വന്ന ഒരാൾ. ജോലിക്കാരുടെ മുന്നിൽ വെച്ചുകൊണ്ട് ഒരു ദയയുമില്ലാതെ ഇങ്ങനെ അധിക്ഷേപിക്കുന്നു ഭീഷണിപ്പെടുത്തുന്നു. നീ എന്നല്ലാതെ ഇന്നു

വരെ മുസ്തഫ അയാളെ അഭിസംബോധന ചെയ്തിട്ടില്ല. ഒരു മാന്യതയും മര്യാദയും ഇന്നുവരേയും മുസ്തഫയിൽ നിന്നും അയാൾ കേട്ടിട്ടില്ല. അവനെ തല്ലുക എന്നല്ലാതെ മറ്റെന്താണ് താൻ ചെയ്യേണ്ടത്. അയാൾ അങ്ങനെ ഓർത്തുനിൽക്കേ മുസ്തഫ ആരുടെയോ ഫോണിന് മറുപടി നൽകുന്നുണ്ടായിരുന്നു.

''ആ, അതിലെ തന്നെ. കുറച്ചുകൂടി മുന്നോട്ട് വന്നാൽ വലത്തോട്ട് ഒരു തിരിവ് കാണാം. അതിലെ നേരെ വന്നാൽ മതി. ഞാനിവിടെ റോഡിൽ തന്നെയുണ്ട്. ആ, അവനിവിടെയുണ്ട്. ഓ കെ.''

മുസ്തഫ ഫോൺ കട്ടു ചെയ്തു. അയാൾ ആർക്കോ ഇങ്ങോട്ട് വരാനുള്ള വഴി പറഞ്ഞുകൊടുക്കുയായിരുന്നു എന്ന് മനസ്സിലായി. ക്ഷമ നശിച്ചുകൊണ്ടിരിക്കുന്ന മാജിദിന് അപ്പോൾ അയാളെ കൊല്ലാനുള്ള കോപം ഉണ്ടായിരുന്നു.

അയാൾ അയാളെതന്നെ സ്വയം നിയന്ത്രിച്ചു. അപ്പോൾ അതിരിലേക്ക് അടുത്തു വന്ന മുസ്തഫ മാജിദ് എടുത്തുവെച്ച കുറ്റികളും കയറും അവിടെ നിന്നും എടുത്തെറിഞ്ഞിട്ട് പറഞ്ഞു

''ഇവിടെ നിന്റെ അളവും വിളവും ഒന്നും വേണ്ട. അതൊക്കെ നിന്റെ പറമ്പിൽ മതി. ഇത് പൊതുവഴിയാണ്.''

മാജിന്റെ കൈകൾ തരിച്ചു. കാലുകളിൽ നിന്നും ഒരു പെരുപ്പെരുപ്പ് ഇരച്ചു കയറി. പല്ലുകൾ ഇറുക്കിക്കടിച്ചു കൊണ്ട് കോപത്തെ നിയന്ത്രിക്കാൻ ശ്രമിച്ചു. എങ്കിലും പെട്ടെന്ന് ക്ഷമ അയാളിൽ നിന്നും മാറിനിന്ന ഒരു ദുർബല നിമിഷത്തിൽ തെങ്ങ് മുറിക്കാൻ വന്നവർ അടുത്തുള്ള തെങ്ങിൽ വടം കെട്ടി കൊത്തി വെച്ചിരുന്ന ഒരു വലിയ വെട്ട് കത്തി പെട്ടെന്നയാൾ കാണുകയും ഓടിച്ചെന്ന് അത് വലിച്ചെടുക്കുകയും ചെയ്തു. അവിടെ ഉള്ളവരൊക്കെയും പരിഭ്രാന്തരായി. വെട്ടുകത്തിയും കയ്യിൽ പിടിച്ചുകൊണ്ട് അയാൾ അലറി വിളിച്ചു

''ഡാ...''

അവനിലേക്ക് അടുക്കാനാഞ്ഞ മാജിദിനെ കണ്ട മുസ്തഫ

''അള്ളോ എന്നെ കൊല്ലാൻ വരണേ...'' എന്ന് വിളിച്ചു കരഞ്ഞുകൊണ്ട് അവിടെനിന്നും ജീവനും കൊണ്ട് ഓടി. അടുത്തുണ്ടായിരുന്ന മകനും ജോലിക്കാരും കൂടി മാജിദിനെ വട്ടം പിടിച്ചു മുറുക്കിയെങ്കിലും ആരോഗ്യദൃഢഗാത്രനായ മാജിദിനെ തടയാൻ അവർക്ക് കഴിഞ്ഞില്ല. ചുറ്റും ഉണ്ടായിരുന്ന മറ്റ് പണിക്കാരും ഓടിക്കൂടി. പെട്ടെന്നാണ് അയാളുടെ ഭാര്യ കുഞ്ഞുമകളെയും കയ്യിലെടുത്ത് അവിടേക്ക് ഓടി വന്നത്. ആകെ പരിഭ്രാന്തമായ ആ സാഹചര്യം കണ്ട് അവൾ ഉറക്കെ വിളിച്ചു.

"മാജൂ..."

അതിനൊപ്പം ഭയവിഹ്വലമായി കരഞ്ഞു തുടങ്ങിയ കുഞ്ഞിന്റെ കരച്ചിലും ഉയർന്നപ്പോൾ വട്ടം പിടിച്ചവരിൽ നിന്നും കുതറി മാറി മുന്നോട്ട് കുതിക്കാൻ ശ്രമിച്ച അയാൾ പെട്ടെന്ന് നിന്നു. കുഞ്ഞിന്റെ കരച്ചിൽ മാത്രമാണ് അപ്പോൾ അയാളുടെ കാതിൽ മുഴങ്ങി നിന്നത്. അവൾ അടുത്ത് ചെന്നിട്ട് പറഞ്ഞു.

"മാജൂ..."

എന്താ ഇത്. പതുക്കെ അവൾ അയാളുടെ കയ്യിൽ നിന്നും ആ വെട്ടുകത്തി വാങ്ങിച്ചു. അപ്പോൾ അവിടെ ചുറ്റും കൂടിയവർക്ക് ആശ്വാസമായി. കുഞ്ഞിനെ അവൾ അയാളുടെ കൈകളിൽ കൊടുത്തു. അയാൾ ആ കുഞ്ഞിനേയും മാറോടണച്ചുകൊണ്ട് അവിടെ ശില പോലെ നിന്നു.

"മാജൂ... വാ നമുക്ക് അകത്തേക്ക് പോകാം."

അയാളുടെ കൈ പിടിച്ചുകൊണ്ട് അവൾ നടക്കാൻ തുടങ്ങിയപ്പോൾ അയാളും അവൾക്കൊപ്പം നടന്നു. അവൾ അയാളെ മുറിയിൽ ഇരുത്തി ഫാൻ ഓൺ ചെയ്തു കൊടുത്തു. അവൾ അരികിൽ ഇരിക്കാൻ ഭാവിച്ചപ്പോൾ അയാൾ പറഞ്ഞു.

"വേണ്ട ഞാനൽപം തനിച്ചിരിക്കട്ടെ. ആ വാതിലടച്ചോളൂ."

തികഞ്ഞ ഏകാന്തതയും നിശബ്ദതയും തളം കെട്ടിയ മുറിയിൽ ഫാനിന്റെ കറക്കം മാത്രമേ ഉണ്ടായിരുന്നുള്ളൂ, അയാൾ സാവകാശം മുകളിലേക്ക് നോക്കി. ഫാനിന്റെ കറക്കവേഗത്തിൽ അയാളുടെ ചിന്താമണ്ഡലങ്ങളിൽ ചില ചുഴികൾ രൂപപ്പെട്ടു. അയാൾ കണ്ണുകൾ മുറുക്കിയടച്ചു. അപ്പോൾ കാതുകളിലേക്ക് ഇരച്ചെത്തിയ മൃഗഗർജ്ജനങ്ങൾ അയാളെ വല്ലാതെ അസ്വസ്ഥനാക്കി. കാലങ്ങളിലൂടെ തുടർന്നു വന്ന ആ സ്വപ്നാനുഭവങ്ങളിലേക്ക് പെട്ടന്നനുഭവപ്പെട്ട മയക്കം അയാളെ വീണ്ടും കൂട്ടിക്കൊണ്ടു പോയി.

ഘോരമായ വനാന്തരങ്ങളിൽ നിന്നും എണ്ണമറ്റ മൃഗങ്ങൾ ഒന്നിച്ച് പുറത്തേക്ക് ഓടുന്ന കാഴ്ചയായിരുന്നു അത്. പാമ്പും തേളും പുലിയും കടുവയും സിംഹവും മാനും ആനയും ആടും കരടിയും കുതിരയും കുറുനരിയും അതിലുണ്ടായിരുന്നു. അവയൊക്കെയും ഒന്ന് മറ്റൊന്നിന്റെ ഇരകളായിരുന്നിട്ടും ആരും ആരെയും ആക്രമിക്കുന്നുണ്ടായിരുന്നില്ല. അതിനൊപ്പം തകർന്നടിയുന്ന അണക്കെട്ടുകളും കുതിച്ചു പൊങ്ങുന്ന വെള്ളപ്പാച്ചിലും അയാൾ കണ്ടു. കാടുകൾ പൂർണ്ണമായും മുക്കിയൊഴുകുന്ന അത്രയും

വെള്ളം സംഭരിച്ചു വെച്ചിരുന്ന അണക്കെട്ടുകൾ വറ്റി വരണ്ടിരിക്കുന്നു. അതിൽ അവസാന പ്രാണനു വേണ്ടി മത്സ്യങ്ങൾ പിടയ്ക്കുന്നുണ്ടായിരുന്നു. വിവിധ വർണ്ണങ്ങളിലും രൂപങ്ങളിലുമുള്ള പലതരം പക്ഷികളും ശലഭങ്ങളും അവക്ക് മുകളിലായി പാറിപ്പറക്കുന്നുണ്ട്. അവയ്ക്കിരിക്കാൻ ഒരു വൃക്ഷ ശിഖരം പോലും അവിടെ അവശേഷിക്കാത്ത വിധം വെള്ളം ആ ലോകത്തെ മുക്കിക്കളഞ്ഞിരുന്നു. എന്നാൽ വിചിത്രമായി കണ്ട കാഴ്ച മറ്റൊന്നാണ്. അത് വേറൊരു ലോകവും അനുഭവവുമായിരുന്നു.

അതിവിശാലവും, എന്നാൽ എരിഞ്ഞു തീരാത്ത തലയോട്ടികൾ വെന്തുടയുന്നതുമായ വലിയൊരു ചുടലക്കളങ്ങളായിരുന്നു അത്. അതിന്റെ മധ്യേ വലിയൊരു ഘടികാരം നിൽപുണ്ട്. അതിൽ ദ്രുത ഗതിയിൽ സമയം ചലിച്ചിരുന്നത് പുറകോട്ടായിരുന്നു. അവിടെ ധാരാളം തലയോട്ടികൾ ഇടവിട്ട് പൊട്ടുന്ന ശബ്ദം അയാൾ കേൾക്കുന്നുണ്ട്. അങ്ങോട്ട് ഓടിയടുക്കുന്ന തെയ്യങ്ങൾ അയാളെ വല്ലാതെ ഭയപ്പെടുത്തി. ഗുളികനും ഭദ്രകാളിയും കരിഞ്ചാമുണ്ഡിയും ആ കൂട്ടത്തിൽ ഉണ്ടായിരുന്നു. അപ്പോൾ ഇരുട്ടിന്റെ മറവിൽ പച്ചിലകൾകൊണ്ട് നാണം മറച്ച് ഏറെ ഭയവിഹ്വലനായി നിൽക്കുന്ന ആദിമ പിതാവിനെ അയാൾ കണ്ടു.

കണ്ണുകൾ തിരുമ്മി തുറന്ന് അയാൾ പല കുറി അങ്ങോട്ട് തന്നെ തുറിച്ചു നോക്കി.

‘‘ഇത് ഞാൻതന്നെയല്ലേ... അപ്പോൾ അയാൾ... അയാൾ ആരാണ്... ഈ ഞാൻ... ഞാൻ ആരാണ്...’’

അയാൾ സ്വയം ചോദിച്ചുകൊണ്ടിരിക്കെ ഓടക്കുഴൽ നാദം അയാളുടെ കാതുകളിൽ അരിച്ചിറങ്ങി.

അയാൾ ആ ശബ്ദവീചികളുടെ ഉറവിടം തേടി മുന്നോട്ട് നടന്നു. ആ വഴികളിൽ പവിഴവും മാണിക്യവും നിറഞ്ഞിരുന്നു. ചിലവേള അത് പാമ്പുകളും തേളുകളുമായി രൂപാന്തരപ്പെട്ട് ഇഴയാൻ തുടങ്ങി. ഫണം വിടർത്തിയ പാമ്പുകൾ കൊത്തുവാനാഞ്ഞു. ഭയവിഹ്വലനായിട്ടയാൾ പുറകോട്ട് മാറി. അപ്പോൾ നിലാവുപോലെ ഒഴുകിവരുന്ന ഒരു സ്ത്രീരൂപത്തെ കണ്ടു. അത് അവളായിരുന്നു. കഴിഞ്ഞ സ്വപ്നങ്ങളിലൊക്കെയും അയാളിലേക്ക് വന്നുപോയിരുന്ന ജലകന്യക. അവൾ അയാളെ ആർദ്രമായി വിളിച്ചു,

‘‘മാജിദ്.’’

"എന്തോ."

"മാജിദിന് ഭയം തോന്നുന്നുണ്ടോ?"

"ഉണ്ട്."

"എന്നെയോ?"

"അല്ല."

"പിന്നെ."

"ഈ ലോകത്തെ, സത്യവും ധർമ്മവും നീതിയും ഇവിടെ കൊല ചെയ്യപ്പെടുന്നു. അക്രമികളുടെ അട്ടഹാസ ങ്ങളാണ് എവിടെയും.

പെട്ടെന്ന് കൂട്ടമായ അട്ടഹാസം അന്തരീക്ഷത്തിൽ പ്രതിധ്വനിക്കാനാരംഭിച്ചു. അയാൾ വീണ്ടും ഭയപ്പെട്ടു.

"മാജിദ്, ഭീരുക്കളും കുറ്റവാളികളുമാണ് ഭയപ്പെടുന്നവർ. നീതിമാൻ ഭയപ്പെടാറില്ല."

അപ്പോൾ ഹിംസ്രജന്തുക്കൾ അയാൾക്ക് ചുറ്റിലും ഓടി കൂടി.

അയാൾ കൂടുതൽ ഭയന്നു കൊണ്ടിരുന്നുവെങ്കിലും സ്വയം പറഞ്ഞു

"നീതിമാൻ ഭയപ്പെടാറില്ല."

നിമിഷങ്ങൾ കൊണ്ട് അവിടമാകെ കാർമേഘങ്ങൾ വലയം ചെയ്യുകയും ജലകന്യക അപ്രത്യക്ഷമാവുകയും ചെയ്തു. അയാളുടെ കാഴ്ച നഷ്ടപ്പെട്ടു. ഇരുട്ടു മൂടിയ കാലത്തിലേക്കയാൾ കാലുകൾ ചലിപ്പിക്കേ, ചിറകടിച്ച് പറന്നെത്തിയ ഒരു കൂറ്റൻ പക്ഷിയുടെ സാന്നിധ്യം അയാൾ തിരിച്ചറിഞ്ഞു. ചുറ്റിലും ഇടതൂർന്ന വൻമരച്ചില്ലകളിലേക്കെ ന്നോണം അയാൾ നോക്കികൊണ്ടിരുന്നു. നിലാവുപോലും അരിച്ചിറങ്ങാത്ത ആ ഭീകര രാത്രിയെ പൂർണ്ണ നിശ്ശബ്ദത വിഴുങ്ങിയിരുന്നു. എന്നാൽ അധികം വൈകാതെ ഒരു തരി വെളിച്ചം അയാളിലേക്ക് അരിച്ചെത്തി. അധികം ഉയര ത്തിലല്ലാതെ അഗ്നിപോലെ കത്തിക്കൊണ്ടിരിക്കുന്ന രണ്ട് കണ്ണുകളായിരുന്നു ആ വെട്ടം. അത് അയാളിലേക്ക് അടു ക്കുന്നുന്നുവോ എന്ന് സംശയിക്കെ പെട്ടെന്ന് പുറകിൽ നിന്നും മൂർച്ചയേറിയ ആയുധം കൊണ്ട് ആരോ അയാളെ കുത്തി വീഴ്ത്തി. മുറിവിൽ നിന്നും ഒഴുകുന്ന രക്തം അവിടെ തളം കെട്ടുവാനാരംഭിച്ചു. അയാളുടെ ചുറ്റിലും തെയ്യങ്ങൾ ഉറഞ്ഞു തുള്ളുന്നുണ്ടായിരുന്നു. അവരുടെ

> കാലടികൾ ചവിട്ടുമ്പോൾ രക്തം ചിതറി തെറിച്ചുകൊണ്ടിരുന്നു. അതിൽ നിന്നും ഒരു ചവിട്ട് രക്തം അയാളുടെ മുഖത്ത് വന്നു തെറിച്ചു.
>
> പെട്ടെന്നയാൾ ഉറക്കം ഉണർന്നു. ധൃതിയിൽ കൈകൾ കൊണ്ട് മുഖം തുടച്ചു, കൈകളിലേക്ക് നോക്കി. വീണ്ടും വീണ്ടും അത് തന്നെ ചെയ്തു. എന്നിട്ടും വിശ്വാസം വരാതായപ്പോൾ തൊട്ടടുത്തുള്ള കണ്ണാടിയിൽ മുഖം നോക്കി. നേരെ പുറകിലായി കണ്ണാടിയിൽ നിറഞ്ഞു നിന്ന് അട്ടഹസിക്കുന്ന ഒരു തെയ്യത്തെ അയാൾ കണ്ടു. പെട്ടെന്നയാൾ തിരിഞ്ഞു നോക്കി. അപ്പോൾ അവിടെയെങ്ങും ആരും ഇല്ലായിരുന്നു.

അതേസമയം വഴിയിൽ നിന്നും ഉറക്കെ ഉയർന്നു വരുന്ന വെല്ലുവിളികളും അധിക്ഷേപങ്ങളും യാഥാർത്ഥ്യ ബോധത്തിലേക്ക് അയാളെ കൊണ്ടുവന്നു. കുറ്റിയിട്ട ജനൽപാളി മെല്ലെ തുറന്നു കൊണ്ടയാൾ പുറത്തേക്ക് നോക്കി. ബഷീറലിയുടെയും നിഷാദിന്റെയുമൊക്കെ വെല്ലുവിളികളായിരുന്നു അയാൾക്ക് കാണുവാൻ സാധിച്ചത്.

മുസ്തഫ നേരത്തെ പറഞ്ഞുറപ്പിച്ചതുപോലെ ഉടനെ തന്നെ ബഷീറലിയെയും നിഷാദിനെയും സി എം പോക്കറിനെയും ഫാരിസിനേയും ഫോൺ വിളിച്ചിരുന്നു. ഫാരിസ് ഒഴികെ മറ്റെല്ലാവരും ഉടനെ ഓടിയെത്തി. ഫാരിസ് അവിടെ നടന്ന സംഭവങ്ങൾ അറിഞ്ഞിട്ട് അപ്പോൾ തന്നെ വീടിന്റെ പിന്നിലെ വഴിയിലൂടെ സ്ഥലം വിട്ടിരുന്നു. ബഷീറലിയും നിഷാദും പോക്കറും വന്നപാടെ വെല്ലുവിളിയായിരുന്നു നടത്തിയത്.

ബഷീറലി ഷർട്ടിന്റെ കൈകൾ കയറ്റി വെച്ചും മുറുക്കാൻ ചവച്ചരച്ചു തുപ്പിയും ആഭാസങ്ങൾ പറയാൻ ആരംഭിച്ചു. ഒപ്പം ശിങ്കിടിയായി നിഷാദും ഉണ്ടായിരുന്നു. അപ്പോൾ തന്നെ മുസ്തഫയ്ക്ക് ഫോൺ ചെയ്ത ആളും മോട്ടോർ സൈക്കിളിൽ വന്നെത്തി. അയാളെ കണ്ടപാടെ മാജിദിന് മനസ്സിലായി അയാൾ ചാവക്കാടുള്ള കേസില്ലാ വക്കീലാണെന്ന്. പിന്നെ പലഭാഗത്ത് നിന്നുമായി അവിടെയുള്ള ചെറുപ്പക്കാരും വന്നുകൊണ്ടിരിന്നു. എല്ലാവരെയും അവർ ഫോൺ ചെയ്ത് ഒരുക്കി നിറുത്തിയിരുന്നു. അതുകൊണ്ടാണ് അവരൊക്കെയും മോട്ടോർ സൈക്കിളിലും ഓട്ടോറിക്ഷയിലും പെട്ടെന്ന് തന്നെ അവിടെ എത്തിയത്.

''ആരാടാ ഇവിടെ വഴിതടയുന്നത്. ഈ വഴി ഇവിടന്ന് ഒരുത്തനും മാറ്റില്ല. ആർക്കാടാ വഴി മാറ്റേണ്ടത്?''

ഒരു കവല ചട്ടമ്പിയുടെ രൂപത്തിൽ ബഷീറലി അലറിക്കൊണ്ടിരുന്നു. ഒപ്പം നിഷാദും.

''ഇത് ഞങ്ങൾ സമ്മതിക്കില്ല. ഈ മുസ്തഫയിൽ നിന്നും പണ്ട് തന്നെ ആറടി സ്ഥലം നീയൊക്കെ റോഡിന് വേണ്ടി അളന്ന് വാങ്ങിച്ചിട്ട് ഇപ്പോൾ ആ പാവം ഒരു വീടുണ്ടാക്കാൻ തുടങ്ങുമ്പോൾ വഴി മുടക്കുന്നോ നീ. ഇല്ല അതിന് ഞങ്ങൾ സമ്മതിക്കില്ല.''

ഇതൊക്ക പറയുമ്പോൾ മുസ്തഫ അവിടേക്ക് തിരിച്ചു വന്നിട്ട് അവരുടെ ധൈര്യത്തിൽ ഉള്ള നെഞ്ച് വിരിച്ചു നിന്നു. സി.എം. പോക്കർ പറഞ്ഞു

''ഈ വഴിയൊന്നും മാറ്റാൻ പറ്റില്ല. പലരുടെയും തെങ്ങും മാവും മുറിച്ചും മതിലുകളും വേലികളും പൊളിച്ചുമാണ് ഇന്ന് ഈ വഴി ഇവിടം വരേയും ഞങ്ങൾ കൊണ്ടുവന്നത്. ഇത് ഇപ്പോൾ ചാരത്തെ റോഡിൽ മുട്ടാൻ പോവുകയാണ്. ആ നേരത്താണ് ഈ തോന്നിവാസം.''

ഇത് കേട്ടപ്പോൾ മണ്ടത്തരം പറയല്ലേ എന്ന അർത്ഥത്തിൽ ബഷീറലിയും നിഷാദും പോക്കറിനെ ഒന്ന് നോക്കി. പോക്കർ കണ്ണു കൊണ്ട് ആംഗ്യം കാണിച്ചിട്ട് തുടർന്നു

''ഇപ്പോൾ മാജിദ് ഉള്ള വഴികൂടി അടയ്ക്കുന്നതിനെ ഞങ്ങൾ ശക്തമായി എതിർക്കുന്നു.''

അതേസമയം മുസ്തഫ ഫാരിസിനെ ഫോൺ ചെയ്തെങ്കിലും അയാൾ ഫോൺ സ്വിച്ച് ഓഫ് ചെയ്തു വെച്ചു. ബൈക്കിൽ വന്ന വക്കീൽ കാര്യങ്ങളുടെ സ്വഭാവം മനസ്സിലാക്കി കുറച്ച് പിന്നോട്ട് മാറി നിന്നു. അപ്പോഴേക്കും ജോലിക്കാർ അവിടെ ഉണ്ടായ സംഭവങ്ങൾ അവരോട് പറഞ്ഞു. അത് കേട്ടപ്പോൾ തെല്ലൊന്നു ഭയപ്പാടോടെ അവരുടെ ധിക്കാരപരമായ നിലപാടുകളിൽ നിന്നും ബഷീറലിയും നിഷാദും അയഞ്ഞു.

വീട്ടിനകത്തിരുന്ന് എല്ലാം കാണുന്നുണ്ടായിരുന്നു മാജിദ്.

ചെറുപ്പം മുതൽ കളിച്ചുവളർന്നതും ഒരേ കുടുംബമായി അയൽപക്കങ്ങളിൽ കഴിഞ്ഞുപോരുന്നതുമൊക്കെ ഇത്ര പെട്ടെന്ന് മറക്കാൻ ഇവർക്ക് എങ്ങനെ സാധിച്ചു. തന്നെ തല്ലാനുള്ള ആവേശം മൂത്തിട്ടല്ലേ ഇപ്പോൾ ബഷീറലി ഈ വരവ് വന്നിരിക്കുന്നത്. ഇല്ലെങ്കിൽ ഈ മാജിദ് ആരാണെന്നും താൻ എവിടേക്കാണ് ഈ പോകുന്നതെന്നും എന്തിനാണെന്നും അയാൾ ചിന്തിക്കുമായിരുന്നില്ലേ. വേണ്ട, ഇനി കാട്ടുപോത്തിനോട് വേദമോതുന്ന വിഡ്ഢിയായിട്ട് കാര്യമില്ല. താൻ അനീതിക്കും അക്രമത്തിനും വിധേയനാകുവാൻ പോവുകയാണ്. അതുകൊണ്ട് അതിനെ എതിർത്ത് തോൽപ്പിക്കുക എന്നതാണ് ഇപ്പോൾ തന്റെ ധർമ്മം. പ്രവാസം സ്വീകരിക്കുന്നതുവരെയും സമൂഹത്തിന് വേണ്ടിയായിരുന്നു താൻ അത് നിർവ്വഹിച്ചിരുന്നത്.

ഇന്ന് തനിക്ക് വേണ്ടി ചെയ്യുന്നു. അതിൽ തെറ്റില്ല. ഒരു പ്രതിരോധവും അപരാധമല്ല.

എന്നു വിചാരിച്ച് മാജിദ് പതുക്കെ പുറത്തേക്കിറങ്ങാൻ ശ്രമിച്ചു. ഇറങ്ങുമ്പോൾ ഉമ്മറത്ത് ചാരിവെച്ച വെട്ടുകത്തി അയാൾ വീണ്ടും എടുത്ത് പിടിച്ചു. അത് കണ്ടപ്പോൾ തന്നെ അവിടെ കൂടി നിൽക്കുന്ന ജനങ്ങൾക്ക് പെട്ടെന്ന് സ്ഥാനചലനം സംഭവിച്ചു. പലരും അവിടെ നിന്ന് പോവുകയും പിന്നിലേക്ക് മാറി നിൽക്കുകയും ചെയ്തു. ഉറച്ച കാൽവെപ്പോടെ മാജിദ് അവരിലേക്ക് നടന്നടുത്തു. മാജിദിനെ കണ്ടതും അവരിൽ നിന്നും മുസ്തഫ തിരിഞ്ഞ് ഓടിക്കളഞ്ഞു. പോക്കറും പിന്നോട്ട് വലിഞ്ഞു. ബഷീറലിയും നിഷാദും പിന്മാറാൻ ശ്രമിക്കെ നീട്ടിപ്പിടിച്ച വെട്ടുകത്തിയുമായി അയാൾ പറഞ്ഞു

''നിൽക്കവിടെ, ആരും പോകരുത്.'' അവർ പെട്ടെന്ന് നിന്നു.

അയാൾ ചുറ്റിലും ഒന്ന് നോക്കി. അപ്പോൾ ഏതോ ഭീകരവാദിയെയോ പിടികിട്ടാത്ത കള്ളനെയോ പിടിച്ചതറിഞ്ഞിട്ട് ഓടിക്കൂടിയ ജനങ്ങൾ പോലെ പറമ്പിൽ നിറയെ ആളുകൾ ഉണ്ടായിരുന്നു. ഉള്ള വഴി കൂടി മാജിദ് അടയ്ക്കുന്നു എന്ന് ജനങ്ങളെ വിശ്വസിപ്പിക്കാൻ അവർക്ക് സാധിച്ചിട്ടുണ്ട് എന്ന് മാജിദ് തിരിച്ചറിഞ്ഞു; മാജിദ് തുടർന്നു.

''ഇപ്പോൾ നിങ്ങൾ പോയാൽ ഇനി മേലിൽ നാം തമ്മിൽ സൗഹൃദത്തോടെ കണ്ടുമുട്ടുന്ന ഒരു സാഹചര്യം ഉണ്ടാവില്ല. അതുകൊണ്ട് ഇവിടെ എന്തെങ്കിലും പ്രശ്നം ഉണ്ടന്ന് നിങ്ങൾക്ക് തോന്നുന്നുവെങ്കിൽ, ആ പ്രശ്നം നമ്മൾ ചെറുപ്പം മുതൽ കാണുന്നവരും അയൽപക്കക്കാരും നാട്ടുകാരും ആണെന്നുള്ള നിലയിൽ പരിഹരിക്കാൻ നിങ്ങൾ ആഗ്രഹിക്കുന്നുവെങ്കിൽ വരൂ, നിങ്ങളെ ഞാൻ എന്റെ വീട്ടിലേക്ക് ക്ഷണിക്കുന്നു. നമുക്ക് സമാധാനപരമായി സംസാരിക്കാം. അതല്ല ശത്രുതയോടെയാണ് നിങ്ങൾക്ക് മുന്നോട്ട് പോകാൻ ആഗ്രഹമെങ്കിൽ നമുക്ക് അങ്ങനെയും ചെയ്യാം. ഇനി രണ്ടിനും ഞാൻ ഒരുക്കമാണ്.''

ഇത്രയും പറഞ്ഞിട്ട് കയ്യിലുള്ള വെട്ടുകത്തിയിലേക്ക് അയാൾ ഒന്ന് നോക്കികൊണ്ട് അത് ആദ്യം എടുത്ത തെങ്ങിൽ തന്നെ കൊത്തിവെച്ചു. അപ്പോൾ ശ്വാസം അടക്കിപ്പിടിച്ചവർക്ക് ആശ്വാസമായി.

''പ്രിയപ്പെട്ടവരേ, നിങ്ങൾ തെറ്റിദ്ധരിക്കപ്പെട്ടിരിക്കുന്നു എന്ന് ഞാൻ മനസ്സിലാക്കുന്നു. ഈ വഴിയുടെ ഉത്ഭവത്തിൽ എനിക്കൊപ്പം ഒരു പേരിന് നിന്നിരുന്നവർ പോലും ഇതിലില്ല. ഉള്ളത് അന്ന് ഇതിലൊന്നും സഹകരിക്കാതെ ഗൾഫിൽ കഴിഞ്ഞിരുന്ന പോക്കർക്കയും ബഷീറലിയും നിഷാദുമൊക്കെയാണ്. ഞാൻ ഒറ്റയ്ക്കൊരാൾ മാത്രമാണ് ദീർഘമായ വർഷങ്ങൾ ഈ വഴിക്കുവേണ്ടി കേസ് നടത്തിയിരുന്നത്. അന്ന് പതിനഞ്ച് വയസ്സ് മാത്രം പ്രായമുണ്ടായിരുന്ന

കുട്ടികളാണ് ഇന്ന് മുപ്പത് വയസ്സുള്ള വലിയവരായി എന്റെ മുന്നിൽ നിൽക്കുന്നതിൽ അധികവും. ഞാൻ ഒരിക്കലും ഈ വഴി മുടക്കുവാൻ ചിന്തിക്കുകപോലും ചെയ്തിട്ടില്ല. എന്റെ വീടിന് മുന്നിൽ ഉള്ള മുറ്റത്ത് കൂടിയാണ് ഇപ്പോൾ വണ്ടികൾ പോകുന്നത് എന്ന് നിങ്ങൾക്കറിയാം. എന്റെയും കുടുംബത്തിന്റെയും പ്രയാസങ്ങളും സുരക്ഷിതത്വക്കുറവും നിങ്ങൾ മനസ്സിലാക്കിയവരാണ്. ഈ വഴി ഇതേ അളവിൽ എന്റെ വീടിന്റെ പിന്നിലൂടെ മാറ്റുക മാത്രമാണ് ചെയ്യുന്നത്. നിങ്ങൾക്ക് കാണാമല്ലോ. സംശയം ഉള്ളവർക്ക് അളന്നു നോക്കാം. മുസ്തഫ വഴിക്ക് വിട്ടു എന്നു പറയുന്ന ആറടി സ്ഥലം ഉണ്ടെങ്കിൽ അത് അളന്നെടുത്തുകൊള്ളുവാനാണ് ഞാൻ പറഞ്ഞത്. അപ്പോഴാണ് ഈ പ്രശ്നം ഇവിടെയുണ്ടായത്. മുസ്തഫ അങ്ങനെ ഒരു സ്ഥലം എന്റെ അതിരിൽ വിടുന്ന വിവരം ഞാൻ അറിഞ്ഞിരുന്നില്ല. ഉണ്ടെങ്കിൽ അയാൾ എടുത്തുകൊള്ളട്ടെ. പിന്നെ, ഇന്ന് ഇവിടെ നടന്ന വിഷയങ്ങൾ പെട്ടെന്ന് ഈ നിമിഷം ഉണ്ടായതല്ല എന്ന് ഞാൻ മനസ്സിലാക്കുന്നു. ഇതിന്റെ പിന്നിലെ ഉദ്ദേശ്യവും അതിനായി പ്രവർത്തിച്ചവരെയും എനിക്കറിയാം. ഇനി നിങ്ങൾ നാട്ടുകാർ തീരുമാനിക്കുക. അതിനുവേണ്ടി ഈ വഴിയുടെ ഇന്നലെകൾ അറിയുന്നവരെ എന്റെ വീട്ടിലേക്ക് ക്ഷണിക്കുന്നു. ഒരു കാര്യം കൂടി പറയുന്നു. ഈ വിഷയവുമായി ബന്ധപ്പെട്ട് ആർക്കെങ്കിലും എന്തെങ്കിലും എന്നോട് പറയണമെങ്കിൽ ഇന്ന് ഇപ്പോൾ പറയാം. നാളെ ഞാൻ ആരുമായും ഇതുമായി ബന്ധപ്പെട്ട് ഒന്നും സംസാരിക്കുന്നതല്ല. താൽപര്യമുള്ളവർക്ക് എന്റെ വീട്ടിലേക്ക് കയറിവരാം. എല്ലാവർക്കും അകത്തേക്ക് വരാം. എന്നാൽ...''

നിഷാദിന്റെ നേരെ വിരൽ ചൂണ്ടിയിട്ട് മാജിദ് പറഞ്ഞു

''ഇവൻ ഇങ്ങോട്ട് വരരുത്. ഈ വൃത്തികെട്ടവൻ എന്റെ നേർക്ക് മൂന്നാമത്തെ തവണയാണ് പ്രശ്നങ്ങൾ സൃഷ്ടിക്കാൻ ശ്രമിക്കുന്നത്. ഇവന്റെ വാപ്പ ജമാലുദ്ദീൻക്കയെ ഓർത്തിട്ട് മാത്രമാണ് ഞാൻ ഇവനെ ഇപ്പോഴും വിടുന്നത്. പൊയ്ക്കോ നീ, ഇനിയും എന്റെ നേരെ വന്നാൽ ഈ ഔദാര്യം നിനക്കുണ്ടാവില്ല.''

അപ്പോൾ സി.എം. പോക്കർ നിഷാദിനെ നോക്കി കണ്ണുകൊണ്ട് പൊയ്ക്കോളാൻ ആംഗ്യം കാണിച്ചു. അവർ അകത്തേക്ക് കടന്നിരുന്നു. കൂട്ടത്തിൽ ഉണ്ടായിരുന്ന വക്കീൽ ഒഴിഞ്ഞു നിൽക്കുന്നത് കണ്ടപ്പോൾ മാജിദ് അയാളെയും വിളിച്ചു

''വാടോ വക്കീലേ.''

ആ വിളി കേട്ടപ്പോൾ അയാൾ അമ്പരന്നു.

''താങ്കൾ നാസറുദ്ദീൻ വക്കീലിന്റെ ജൂനിയർ ആയിരുന്നില്ലേ, ഇപ്പോൾ രാധാകൃഷ്ണൻ വക്കീലിനൊപ്പം അല്ലേ. ഏതായാലും ഇത്രയും ബുദ്ധിമുട്ടി ഇവിടം വരേയും വന്നതല്ലേ. താങ്കളുടെ കക്ഷി യെന്തായാലും ഇങ്ങോട്ട് വരില്ല. താങ്കൾ വരൂ.''

മുസ്തഫയെ പോക്കർ വിളിച്ചെങ്കിലും ഭയംകൊണ്ട് അയാൾ വന്നില്ല. പകരം വക്കീലാണുള്ളത്. മാജിദ് ഫാൻ ഓൺ ചെയ്തു. ഏല്ലാവർക്കും കുടിക്കുവാൻ ജ്യൂസോ മറ്റോ എടുക്കാൻ മകനോട് പറഞ്ഞുകൊണ്ട് മാജിദ് തുടങ്ങി

''നിങ്ങൾ എന്റെ ക്ഷണം സ്വീകരിച്ചതിന് ആദ്യം നന്ദി പറയുന്നു, നിങ്ങൾക്കറിയാം എല്ലാം. അതുകൊണ്ട് ഞാൻ കൂടുതലായി ഒന്നും പറയുന്നില്ല. അറിയാത്തത് എന്തെങ്കിലും ഉണ്ടായിരുന്നെങ്കിൽ അതാണ് ഞാൻ നേരത്തേ എല്ലാവരോടുമായി പറഞ്ഞത്. വക്കീലും അത് കേട്ടല്ലോ. എനിക്ക് ഇത്രമാത്രമേ ഈ വിഷയത്തിൽ പറയാനുള്ളൂ. ഇനി നിങ്ങൾക്ക് പറയാം. ശരി, നിങ്ങൾക്ക് ഒന്നും പറയാനില്ലങ്കിൽ നമുക്ക് പിരിയാം.''

സി.എം. പോക്കർ പറഞ്ഞു

''അല്ലാ... അത്... വഴി...''

പോക്കർ എല്ലാവരെയും നോക്കി. അവരൊക്കെയും പറഞ്ഞോളാൻ തല കുലുക്കി നിർബന്ധിച്ചു.

''നിങ്ങൾ പറഞ്ഞോളൂ പോക്കർക്കാ.''

''വഴി പിന്നിലൂടെ പോയാൽ പ്രശ്നങ്ങൾ ഉണ്ട്. അത് മാജിദ് വിറ്റ വഴിയാണ്. അതിലൂടെ പൊതുവഴിക്കുള്ള അനുമതി അവർ തരില്ല.''

''നിങ്ങൾ അതിനെക്കുറിച്ച് പേടിക്കണ്ട. അങ്ങനെയായിരുന്നങ്കിൽ ഞാനിത്രയും ലക്ഷങ്ങൾ മുടക്കി ഈ പണികൾ ചെയ്യിക്കുമായിരുന്നില്ലല്ലോ. ഞാൻ ആധാരത്തിൽ വ്യക്തമായി എഴുതിവെച്ചിട്ടുണ്ട്. അത് കാണണോ നിങ്ങൾക്ക്?''

''അല്ല, അത് വേണ്ട, എന്നാലും അവർ വല്ല സ്റ്റേയും മറ്റും കൊണ്ടുവന്നാൽ അത് പിന്നേ വലിയ പ്രശ്നമാകുമല്ലോ ഇല്ലേ വക്കീലേ?''

വക്കീൽ ഒന്നും പറഞ്ഞില്ല.

''ആ വഴി വിറ്റത് ഞാനാണ്. സഞ്ചാര അവകാശം മാത്രമായിരുന്നു ആദ്യം കൊടുക്കാൻ ഞാൻ തീരുമാനിച്ചിരുന്നത്. പിന്നെ അവർക്ക് ഭൂമി വിറ്റിട്ട് വേണം ചില പ്രശ്നങ്ങൾ തീർക്കാൻ എന്ന് പറഞ്ഞതിന്റെ പേരിലാണ് ഞാൻ തീറു നൽകിയത്. അതുകൊണ്ട്

അതിൽ വ്യക്തമായി ചില അവകാശങ്ങളും രേഖപ്പെടുത്തിയിട്ടുണ്ട്. അത് എനിക്കും അവർക്കും നന്നായി അറിയാം. ഞാൻ അത് നിങ്ങളോട് പറയുകയും ചെയ്തു. ഇനി നിങ്ങളായി അവരെ പ്രലോഭിപ്പിച്ചിട്ട് വേണമെങ്കിൽ അവരെക്കൊണ്ട് സ്റ്റേ എടുപ്പിക്കാം. അതിന് മുൻപ് എനിക്ക് വേണമെങ്കിൽ കോടതിയിൽ നിന്ന് ഒരു ഓർഡർ എടുക്കാം. മുസ്തഫയ്ക്ക് എതിരെ എടുത്തതുപോലെ. അത് ഈ വക്കീലിന് അറിയാലോ ല്ലേ?''

വക്കീൽ തലയാട്ടി.

മാജിദ് തുടർന്നു

''ഇനി അവർ എനിക്ക് മുന്നേ അങ്ങനെ ചെയ്താലും രേഖകളും വസ്തുതകളും എനിക്ക് അനുകൂലമായതിനാൽ ഞാനാണ് അതിൽ ജയിക്കുക. അതുവരെയും എന്റെ മതിൽ കെട്ടൽ നിങ്ങൾക്ക് തടഞ്ഞു നിർത്താം. അത്രയേ ഉള്ളൂ. പക്ഷേ, ഒന്നോർക്കുക, അപ്രകാരം നിങ്ങൾ തടഞ്ഞു നിറുത്തുന്നത് സത്യത്തെയും നീതിയെയും നമ്മുടെ സൗഹൃദങ്ങളെയുമായിരിക്കും. പിന്നെ നിങ്ങൾക്കൊക്കെയും ഇതിന്റെ പിന്നിൽ നടക്കാനേ സമയമുണ്ടാകൂ.''

അപ്പോൾ പോക്കറും ബഷീറലിയും ഒരു മിനിട്ട് എന്ന് പറഞ്ഞിട്ട് വക്കീലിനെയും വിളിച്ചുകൊണ്ട് പുറത്തേക്ക് പോയി. അകത്ത് നിന്നും മാജിദിന്റ മകൻ ജ്യൂസ് എല്ലാവർക്കും കൊടുത്തു. പുറത്ത് നിന്നും വന്നിട്ട് അവരും ഓരോ ഗ്ലാസ് എടുത്ത് കുടിച്ചശേഷം പോക്കർ പറഞ്ഞു

''ഞങ്ങൾക്ക് കുറച്ച് സമയം വേണം. കുറച്ച് ആളുകൾ കൂടി പങ്കെടുക്കാനുണ്ട്.''

''ഓഹോ, അപ്പോൾ ആസൂത്രകർ ഇനിയുമുണ്ട് അല്ലേ. ആയിക്കോട്ടെ പക്ഷേ, തീരുമാനം അന്തിമമാകണം.''

കാർമേഘങ്ങൾ

അന്ന് പങ്കെടുക്കേണ്ട ഒരു കല്യാണമുണ്ടായിരുന്നു, മാജിദിന്റെ ഭാര്യയുടെ ബന്ധുവീട്ടിൽ. എന്നാൽ തിരക്കിനും ബഹളങ്ങൾക്കുമിടയിൽ മാജിദും ഭാര്യയും അക്കാര്യം മറന്നുപോയിരുന്നു. നേരം വൈകിയിട്ടും അവരെ കാണാതായപ്പോൾ ഭാര്യയുടെ സഹോദരൻ വിളിച്ചു ചോദിച്ചു

''എന്തേ നിങ്ങൾ ഇത്രയും വൈകുന്നത്, എത്താറായില്ലേ?''

അപ്പോൾ അവൾ അവിടെ ഉണ്ടായ സംഭവങ്ങൾ പറഞ്ഞു. അവരെ അത് അറിയിച്ച വിവരം മാജിദിന് അറിയില്ലായിരുന്നു. അവർ കല്യാണത്തിനു പോകാൻ തയ്യാറായി. യാത്രയ്ക്കിടെ അവൾ പറഞ്ഞു

''മാജു, ഇക്ക വിളിച്ചപ്പോഴാണ് ഞാൻ കല്യാണത്തിന്റ കാര്യം ഓർത്തത്.''

''എന്നിട്ട് നീ അളിയനോട് ഈ വിവരം പറഞ്ഞോ?''

അവൾ ഒന്നും മിണ്ടിയില്ല.

''നീ എന്ത് പണിയാണ് കാണിച്ചത്. ഇനിയിപ്പോൾ അവർ വെറുതെയിരിക്കുമോ. പണ്ട് ആ നിഷാദിനെ തല്ലാൻ പുറപ്പെട്ടവരാണ്. എനിക്ക് ഇതൊന്ന് അവസാനിപ്പിച്ചിട്ട് വേണം പോയി ജോലി ചെയ്യാൻ. ഇതിപ്പോൾ ഉള്ള സമാധാനം കൂടെ പോകുമെന്നുറപ്പാണ്.''

''മാജു പോയാൽ എനിക്കും മക്കൾക്കും ഇവിടെ സമാധാനം ഉണ്ടാകുമെന്നാണോ കരുതുന്നത്. ഇക്കമാർ വരട്ടെ, ആ റോഡിനും നാട്ടുകാർക്കും വേണ്ടി കൊല്ലങ്ങളോളം മാജു ഒറ്റയ്ക്ക് കേസ് നടത്തിയിട്ടും കഷ്ടപ്പെട്ടിട്ടും നാളിതുവരെയും മാജുവിനെക്കുറിച്ച് നല്ലത് പറയാനോ കൂടെ നിൽക്കാനോ ഒരുത്തനെയും ഞാൻ കണ്ടിട്ടില്ല.''

നിശ്ശബ്ദനായി അകലേക്ക് നോക്കിക്കൊണ്ട് അയാൾ വണ്ടി ഓടിച്ചുകൊണ്ടിരുന്നു. അവൾ തുടർന്നു.

''മാജൂ, അന്ന് നമ്മുടെ വീട്ടിൽ രാത്രിയിൽ ഉണ്ടായിരുന്ന ശല്യങ്ങൾ പറഞ്ഞപ്പോൾ തന്നെ അവർ പറഞ്ഞതാ ഞങ്ങൾ വന്നു നിന്നിട്ട്

അവിടെ മതിലും ഗേറ്റുമൊക്കെ ഉണ്ടാക്കിത്തരാമെന്ന്. അല്ലെങ്കിൽ വീടും പറമ്പും വിറ്റിട്ട് അവരുടെ അരികിൽ ചെന്ന് താമസിക്കാൻ. മാജു ഇല്ലാതെ ഇവിടെ നിൽക്കേണ്ടെന്ന്. ഇന്നിപ്പോൾ അയൽപക്കത്തുള്ളവർ പോലും പറമ്പിൽ കയറി തല്ലാനും ഭീഷണിപ്പെടുത്താനും വരുമ്പോൾ അത് കണ്ട് നിൽക്കണോ നമ്മൾ?''

''നീ ക്ഷമിക്ക്, വീടിന് മതിലും ഗേറ്റുമില്ലാത്തത്തിന്റെ പ്രയാസം എപ്പോഴും എന്റെ മനസ്സിലുണ്ട്. ജോലി കഴിഞ്ഞു വന്ന് കിടന്നാൽ ഉറക്കം വരും വരെയും മനസ്സിൽ അതാണ്.''

''മാജൂ, ഞാൻ ഒന്ന് ചോദിക്കട്ടെ, സ്വന്തം നാട്ടിലും വീട്ടിലും പോലും മാജുവിനായി സംസാരിക്കുന്ന ഒരാളെങ്കിലും ഉണ്ടോ. ഇത്രയും കൊല്ലമായിട്ട് ഞാൻ ആരെയും കണ്ടിട്ടില്ല. കൂട്ടുകൂടാനും സഹായവും സേവനവും ആവശ്യപ്പെട്ട് വരുന്നവരെ മാത്രമേ ഞാൻ കണ്ടിട്ടുള്ളൂ. അത് കിട്ടിക്കഴിയുമ്പോൾ അവരും മറന്നിട്ടേയുള്ളൂ.''

''നീ പറഞ്ഞതിലൊന്നും ഞാൻ തെറ്റ് പറയുന്നില്ല. പക്ഷേ, പ്രവാസിയായെങ്കിലും ഞാൻ ഒരു സാമൂഹ്യപ്രവർത്തകനാണ്. സമൂഹത്തിന് വേണ്ടി പണിയെടുക്കുമ്പോഴാണ് ഞാൻ പോയത്. നന്ദികേടും വിസ്മൃതിയും അസൂയയും മനുഷ്യന്റെ കൂടപ്പിറപ്പാണ്. ഞാനും അവരെപോലെ ആകണമെന്നാണോ നീ പറയുന്നത്.''

''അല്ല, മാജുവിന് ഒരിക്കലും അങ്ങനെയാകാൻ പറ്റില്ല. അതെനിക്കറിയാം. പക്ഷേ, ചില കാര്യങ്ങളിൽ മൗനമെങ്കിലും സ്വീകരിക്കുക. ഇക്കമാർ പറയുന്നത് അനുസരിക്കുക.''

''മാജു എന്താണ് ഒന്നും പറയാത്തത്?''

''ഞാൻ ഓർക്കുകയായിരുന്നു. കൊച്ചുനാൾ മുതൽ അറിയുന്ന അയൽപക്കക്കാരായിട്ടുപോലും അവരിൽ നിന്നാരും ഒരിക്കൽ പോലും എന്നെ കാണുമ്പോൾ ആ വഴിയെ പറ്റിയോ ഞാൻ മതിൽ കെട്ടുന്നതിനെപ്പറ്റിയോ ഒന്നും എന്നോട് പറഞ്ഞില്ലല്ലോ. പെട്ടെന്നൊരു മിന്നലാക്രമണം പോലെ ചാടി വീഴുകയല്ലേ അവർ ചെയ്തത്. എന്തുകൊണ്ടായിരിക്കാം അവർ അങ്ങനെ ചെയ്തത്?''

''ശരിയാണ് അല്ലെങ്കിൽ അവർക്ക് നമ്മുടെ വീട്ടിൽ വന്ന് കാര്യങ്ങൾ ആലോചിക്കാമായിരുന്നുവല്ലോ, ഫാരിസും ബഷീറലിയുമൊക്കെ ഇന്നലെ പോലും പണികൾ കാണുകയും കുശലം പറയുകയും ചെയ്തതല്ലേ. ഇതിനു പിന്നിൽ കാര്യമായ ആസൂത്രണം ഉണ്ടായിട്ടുണ്ട് എന്നതിൽ സംശയമില്ല. കുറച്ചു കഴിയട്ടെ, എല്ലാം പുറത്ത് വരും. ഉപ്പ പലപ്പോഴും പറയാറുണ്ട് ചിലത് വലിയ ഇഷ്യൂ ആക്കണം, എങ്കിലേ പല രഹസ്യങ്ങളും പുറത്ത് വരൂ എന്ന്. ഇതും അതുപോലെ ഒരു ഇഷ്യൂ ആവട്ടെ, അപ്പോൾ കാണാം.''

അന്ന് രാത്രിയിൽ ബഷീറലിയും നിഷാദും വിലപേശികൊണ്ട് സി.എം. പോക്കറിന്റെ അടുത്ത് ചെന്നു.

‘‘പോക്കർക്കാ, കാര്യങ്ങൾ ചിലപ്പോൾ കുഴയും കേട്ടോ. അതു കൊണ്ടാണ് മാജിദ് കല്യാണത്തിനെന്നും പറഞ്ഞിട്ട് ഇവിടെനിന്നും പോയിട്ടുള്ളത്. നിങ്ങൾ എന്തായാലും മതിൽ പൊളിച്ച് കെട്ടിക്കൊടു ക്കേണ്ടിവരും എന്നതിലേക്കാണ് കാര്യങ്ങൾ നീങ്ങുന്നത്.’’

പോക്കർ പറഞ്ഞു

‘‘എന്താ എന്റെ ബഷീറേ നീ ഈ പറയുന്നത്. അതിന് വേണ്ടി യാണോ നമ്മളീ പാട് പെടുന്നത്?’’

‘‘നിങ്ങളെന്തുപാടാണ് പെടുന്നത്. ഇപ്പോൾ മാജിദിന്റെ മുഴു വനും ദേഷ്യവും ഞങ്ങളോടാണ്. അതുകൊണ്ട് ഇനി എന്തങ്കിലും പ്രശ്നങ്ങൾ വന്നാലും അത് ഞങ്ങളെയാണ് ബാധിക്കുക.’’

നിഷാദ് പറഞ്ഞു.

‘‘അതിനിപ്പോ ഞാനെന്ത് വേണമെന്നാ നിങ്ങള് പറേണത്?’’

പോക്കർ ആധിയോടെ ചോദിച്ചു.

‘‘ഞങ്ങൾക്ക് ഒരു പതിനായിരം രൂപ കൂടി നിങ്ങൾ രണ്ട് പേരും തരണം. മുസ്തഫയോട് നിങ്ങൾ കാര്യം പറഞ്ഞു മനസ്സിലാക്കണം. അല്ലെങ്കിൽ മതില് പൊളിച്ച് കെട്ടിക്കൊടുക്കാൻ പോക്കർക്ക ഒരു ങ്ങിക്കോ.’’

പോക്കർ പറഞ്ഞു

‘‘പണം ഞാൻ തരാം. നിങ്ങൾ വഴിമാറ്റാൻ സമ്മതിക്കരുത്. അത് മാത്രം മതിയെനിക്ക്. മുസ്തഫയോട് ഞാൻ പറയാം.’’

വീണ്ടും ഇരുപതിനാരം രൂപ കൂടി അന്ന് രാത്രിയിൽ അവർ കൈക്കലാക്കി.

പ്രതിരോധം

പിറ്റേന്ന് ഉച്ചയോടെ മാജിദിന്റെ അളിയന്മാരും അവർക്കൊപ്പം മറ്റു ചിലരും രണ്ടു വണ്ടികളിലായി മാജിദിന്റ വീടിനെ ലക്ഷ്യമാക്കി യാത്ര തിരിച്ചു. അവർ വരുന്ന വഴി പൊലീസ് സ്റ്റേഷനിൽ കയറി. അപ്പോൾ സ്ഥലം സബ് ഇൻസ്പെക്ടർ അവിടെ ഉണ്ടായിരുന്നു. അളിയൻ പരിചയപ്പെടുത്തി

''ഞാൻ അൻവർ കരീം. ഹൈ കോർട്ട് ജി പിയാണ്.''

ഇൻസ്പെക്ടർ സല്യൂട്ട് നൽകി.

''സർ, എന്താണ് വിശേഷിച്ച്?'' ഇൻസ്പെക്ടർ ചോദിച്ചു.

വന്നതിന്റെ ഉദ്ദേശ്യവും അതുമായി ബന്ധപ്പെട്ട ഡോക്യുമെന്റുകളും കാണിച്ചുകൊണ്ട് വക്കീൽ സംസാരിച്ചു.

''ഈ വിഷയവുമായി ബന്ധപ്പെട്ട വല്ല പരാതിയോ മറ്റോ ഇവിടെ ലഭിച്ചിട്ടുണ്ടോ?''

''ഇല്ല.''

''ശരി, ചിലപ്പോൾ പരാതി കിട്ടാൻ സാധ്യതയുണ്ട്. അല്ലെങ്കിൽ ആരെങ്കിലും വിളിച്ചുപറഞ്ഞു എന്നും വരാം. എന്തായാലും നിങ്ങൾ ഡ്യൂട്ടി ചെയ്തുകൊള്ളുക.''

വക്കീൽ തന്റെ വിസിറ്റിംഗ് കാർഡ് കൊടുക്കുകയും വിവരങ്ങൾ ഉണ്ടെങ്കിൽ അറിയിക്കണം എന്ന് ആവശ്യപ്പെടുകയും ചെയ്തു. ഇറങ്ങുമ്പോൾ ഇൻസ്പെക്ടർ പറഞ്ഞു

''സർ, വിശേഷം ഉണ്ടങ്കിൽ ഞാൻ വിളിക്കാം.''

വക്കീൽ നേരെ മാജിദിന്റെ വീട്ടിലെത്തി. അവർ വന്ന പാടെ പഴയ വഴിയും പുതിയ വഴിയുമൊക്കെ അളന്ന് നോക്കുകയും അത് ഒരു പേപ്പറിൽ അടയാളപ്പെടുത്തുകയും ചെയ്തു കൊണ്ടിരുന്നു. അതേ സമയം മാജിദ് പുറത്ത് പോയിരിക്കയായിരുന്നു. ജി.പിയുടെ കൂടെ വന്നവർ മാജിദിന്റെ മകനോട് ചോദിച്ചറിഞ്ഞുകൊണ്ട് പോക്കറിന്റെയും ബഷീർ അലിയുടെയും നിഷാദിന്റെയും വീടുകളിലേക്ക്

പോയി. അവരാരും വീട്ടിൽ ഉണ്ടായിരുന്നില്ല. ആദ്യം ചെന്നത് നിഷാദിന്റെ വീട്ടിലേക്കായിരുന്നു. ബെല്ലടിച്ചിട്ട് പുറത്ത് കാത്തു നിന്നു. വീട്ടുകാർ വാതിൽ തുറന്നപ്പോൾ അവർ പറഞ്ഞു

''നിഷാദിനോട് പറയണം, ആവശ്യമില്ലാത്ത കാര്യങ്ങളിൽ ഇടപെടാതെ മര്യാദയ്ക്ക് വീട്ടിൽ അടങ്ങി ഒതുക്കി ഇരിക്കുന്നതാണ് നല്ലത് എന്ന്. അല്ലെങ്കിൽ കയ്യും കാലും കണ്ടെന്നുവരില്ല.''

ഇതുതന്നെ മറ്റുള്ളവരുടെ വീട്ടിലും ചെന്ന് പറഞ്ഞിട്ട് അവർ എങ്ങോട്ടോ പോയി മറഞ്ഞു. ഒന്നും മനസ്സിലാകാത്ത വീട്ടുകാർ ആകെ പകച്ചു. ഉടൻ തന്നെ മൊബൈലിൽ വിളിച്ച് അപരിചിതരായ രണ്ടുപേർ വന്ന് താക്കീത് നൽകി പോയ വിവരം അവരെ അറിയിക്കുകയും ചെയ്തു. വിവരം അറിഞ്ഞ അവരും ഭയപ്പെടുകയും പരിഭ്രമിക്കുകയും ചെയ്തു.

അളവും കാര്യങ്ങളും നടത്തിക്കൊണ്ട് മതിൽ കെട്ടാനുള്ള സാഹചര്യത്തെക്കുറിച്ച് പണിക്കാരുമായി സംസാരിച്ചുകൊണ്ട് ജി പിയും കൂടെയുള്ളവരും നിന്നു. പണിക്കാർ അതിനുള്ള ഒരുക്കങ്ങൾ റെഡിയാണെന്ന് അറിയിച്ചു. എങ്കിലും പെട്ടെന്ന് വേണ്ടന്നും രണ്ട് ദിവസം കൂടി കഴിയട്ടെ എന്നുമായിരുന്നു ജി പിയുടെ തീരുമാനം. അവർ സംസാരിച്ചു നിൽക്കേ ഒരു ഓട്ടോറിക്ഷ അവിടെ വന്നു നിന്നു. തൊട്ട് പിന്നിലായി മാജിദും. ഓട്ടോയിൽ നിന്നും ഒരു മദ്ധ്യവയസ്കയായ സ്ത്രീ ഇറങ്ങി ചോദിച്ചു

''ആരാണ് മാജിദ്?''

''ഞാനാണ്, എന്തുവേണം?''

ആ സ്ത്രീ തിരിഞ്ഞു നോക്കി. മാജിദ് നടന്നടുത്ത് വന്നപ്പോൾ അവർ പരിചയപ്പെടുത്തി.

''ഞാൻ പഞ്ചായത്തിൽ നിന്നുമാണ് വരുന്നത്. നിങ്ങൾക്കെതിരെ ഒരു അടിയന്തിര സ്റ്റോപ്പ് മെമ്മോ ഉണ്ട്?''

''എന്ത് കാര്യത്തിന്?''

''നിങ്ങൾ പൊതുവഴി അടച്ചു കെട്ടി ഗേറ്റ് വെക്കുന്നു. അടിയന്തിരമായി അത് തടയണമെന്ന് പറഞ്ഞുകൊണ്ടുള്ള ഒരു പരാതി കിട്ടിയിട്ടുണ്ട്. അതിന്റെ അടിസ്ഥാനത്തിൽ ഉള്ള ഓർഡർ ആണിത്. നിങ്ങൾ പണികൾ ഉടനെ നിറുത്തിവെക്കണം. ഇതാ, ഇത് വാങ്ങിച്ച് ഒപ്പിട്ട് തരണം.''

അതിനുള്ള മറുപടി പറഞ്ഞത് ജി പിയാണ്

''തരൂ, നോക്കട്ടെ.''

പേപ്പർ ആവശ്യപ്പെട്ടതിന് ശേഷം അയാൾ പരിചയപ്പെടുത്തി.

''ഞാൻ അൻവർ കരീം. ഹൈക്കോർട്ട് ജി പി യാണ്.''

വക്കീൽ അത് വാങ്ങിക്കുവാൻ കൈ നീട്ടി. അപ്പോൾ സർ എന്ന് വിളിച്ചിട്ട് ഉടൻ തന്നെ ആ പേപ്പർ ജി പിയുടെ കയ്യിൽ കൊടുത്തു. ജി പി മൊബൈൽ ക്യാമറയിൽ അതിന്റെ ഒരു ഫോട്ടോ എടുത്തു. മാജിദിന് ഫോർവേഡ് ചെയ്തിട്ട് പറഞ്ഞു

''അളിയാ, ഇതിൽ പേരെഴുതി ഒപ്പിട്ട മാന്യന്മാരെ എല്ലാവരെയും ഒന്ന് മനസ്സിലാക്കിവെച്ചോ. പിന്നീട് നമുക്ക് ആവശ്യം വരും.''

മാജിദ് അത് നോക്കി വായിച്ചുകൊണ്ടിരുന്നു. അതിൽ ഇരുപത്തി മൂന്നാളുകളുടെ പേർ എഴുതിയിരുന്നു. പേരും ഒപ്പും മാത്രമേ അതിൽ ഉണ്ടായിരുന്നുള്ളൂ. ആരുടെയും വിലാസമോ ഫോൺ നമ്പറോ ഇല്ലായിരുന്നു. എങ്കിലും എല്ലാവരെയും അയാൾക്ക് മനസ്സിലായി.

''ഓഹോ, ഇതിനിടയിൽ ഇങ്ങനെയും ഒരു ശ്രമം അവർ നടത്തിയിരുന്നുവല്ലേ. വിഡ്ഢികൾ, എന്ത് ചെയ്യണമെന്നറിയാതെ നെട്ടോട്ടത്തിലാണ്. ആരുടേതായിരിക്കും ഈ അതിബുദ്ധി?''

അതിനു പിന്നിൽ ഫാരിസ് മൂസയായിരുന്നു. ജി പി വായിച്ചു നോക്കിയ ആ പേപ്പർ തിരികെ നൽകി മാജിദിനെ ചൂണ്ടി പറഞ്ഞു.

''ഇത് ഇയാളുടെ സ്വന്തം സ്ഥലമാണ്. ഇവിടെ ഗേറ്റ് വെക്കുന്നതിൽ എന്തിനാണ് സ്റ്റോപ്പ് മെമ്മോ. നിങ്ങൾ ശ്രദ്ധിച്ചു നോക്ക്. ഇവിടെ ആരെങ്കിലും വഴി തടഞ്ഞിട്ടുണ്ടോ?''

''ഇയാൾ ഇയാളുടെ അതിര് കെട്ടുന്നതിൽ എന്തിനാണ് പഞ്ചായത്ത് ഇടപെടുന്നത്. പിന്നെ ഈ വഴി കഴിഞ്ഞ പതിനഞ്ച് കൊല്ലമായി കേസിലായിരുന്നു. കുറച്ച് മുന്നേ അതിന്റെ അന്തിമവിധിയും വന്നു, ഇതിലെ നടവഴി മാത്രമേയുള്ളൂ എന്ന് പറഞ്ഞിട്ട്. ആ കേസിന്റെ ഇത്രയും വർഷത്തെ നടത്തിപ്പും വിധിയുടെയും മറ്റും കോപ്പികളാണ് ഇവ.''

വക്കീൽ ആ പേപ്പറുകൾ അവർക്ക് നേരെ നിവർത്തി കാണിച്ചു.

''അയ്യോ സർ, ക്ഷമിക്കണം, എനിക്കിതൊന്നും അറിയില്ല, പരാതി കിട്ടിയപ്പോൾ ഓർഡറുമായി ഞാൻ വന്നു എന്നേയുള്ളൂ.''

''നിങ്ങളെ പറഞ്ഞിട്ട് കാര്യമില്ല, ഇങ്ങനെ ഒരു പരാതി കിട്ടിയപ്പോൾ അതിന്റെ സത്യാവസ്ഥ അറിയാതെ ഉടനെ തന്നെ ഓർഡർ ഇട്ട നിങ്ങളുടെ മേലുദ്യോഗസ്ഥനുണ്ടല്ലോ അയാളുടേതാണ് കുറ്റം. തിരിച്ചൊരു പണി വരുമ്പോഴേ അയാൾ അത് പഠിക്കൂ.''

ജി പി സ്വൽപം ഗൗരവത്തിലാണ് അത് പറഞ്ഞത്.

''ഇത് പരാതിക്കാരുടെ പക്കൽ നിന്നും കൈക്കൂലിവാങ്ങിക്കൊണ്ട് ആ ഓഫീസർ എന്റെ ഈ കക്ഷിയെ ജനമധ്യത്തിൽ അപമാനിക്കുന്നതിനും കഷ്ടനഷ്ടങ്ങൾ വരുത്തുന്നതിനും വേണ്ടി തിരക്കിട്ട് നടത്തിയ

ഒരു നാടകമാണെന്ന് ഞാൻ പറഞ്ഞാൽ നിങ്ങൾക്ക് നിഷേധിക്കാനാകുമോ. ഇതെല്ലാം വീഡിയോയിൽ പകർത്തികൊണ്ടിരിക്കുന്നുണ്ട്. ഇത് കണ്ടോ നിങ്ങൾ?''

ഇത് കേട്ടപ്പോൾ അവർ ചുറ്റും നോക്കി. അപ്പോൾ ജി പിയുടെ കൂടെ വന്നിരുന്നവരിൽ ഒരാൾ ഒരു ചെറിയ ക്യാമറ ഉപയോഗിച്ചു കൊണ്ട് എല്ലാം പകർത്തുന്നുണ്ടായിരുന്നു.

''പൊന്നുസാറേ, ഞാൻ നിരപരാധിയാണ്. എനിക്കിതിലൊന്നും ഒരു പങ്കുമില്ല. ദയവുണ്ടായി ആ പരാതി എനിക്ക് തിരിച്ചു തരണം. ഇവിടെ കണ്ട സംഭവം ഞാൻ ഓഫീസറെ അറിയിച്ചോളാം.''

''കാര്യങ്ങൾ എങ്ങനെ പോകുന്നു എന്ന് ഞാൻ നോക്കട്ടെ. എന്നിട്ട് എനിക്കറിയാം എന്ത് ചെയ്യണമെന്ന്. പരാതി കൊടുത്തവരും അതിൽ ഒപ്പിട്ടവരും അത് ഫയലിൽ സ്വീകരിച്ചവരും എല്ലാവരും ചിലപ്പോൾ കുറച്ച് ബുദ്ധിമുട്ടേണ്ടി വരും.''

ജി പി ആ പരാതിയുടെ കോപ്പി തിരികെ കൊടുത്തു.

''സർ, എന്നാൽ ഞാനങ്ങോട്ട്...''

''നിങ്ങൾ പൊയ്ക്കോളൂ.''

വീഡിയോ എടുക്കുന്ന ആളിനോട് പറഞ്ഞു

''ചുറ്റും കൂടി നിൽക്കുന്നവരെ കൃത്യമായും തിരിച്ചറിയുംവിധം വീഡിയോ എടുക്കാൻ ശ്രദ്ധിക്കൂ.''

അയാൾ ക്യാമറ അവരിലേക്ക് തിരിച്ചു. തീരത്തിൽ നിന്നും ഒഴിയുന്ന തിരകൾ പോലെ അവരെല്ലാവരും ധൃതിയിൽ പുറകോട്ട് മാറിക്കൊണ്ടിരുന്നു. അപ്പോൾ ജി പി യുടെ ഫോണിലേക്ക് സ്റ്റേഷനിൽ നിന്നും ഇൻസ്പെക്ടർ വിളിച്ചു

''സർ, ഞാൻ എസ്.ഐ. ആണ്.''

''ആ, പറയൂ ഇൻസ്പെക്ടർ.''

''സർ, സ്റ്റേഷനിൽ നിന്നും എ.എസ്.ഐയെ ഞാൻ അങ്ങോട്ട് അയച്ചിട്ടുണ്ട്. ഇപ്പോൾ അവിടെ എത്തും. എന്നെ സർക്കിൾ വിളിച്ചിട്ട് അവിടത്തെ കാര്യങ്ങൾ അന്വേഷിപ്പിക്കണം എന്ന് പറഞ്ഞു. സർ അവിടെയുണ്ടോ?''

''ഉണ്ട്, മിസ്റ്റർ മനോജല്ലേ നിങ്ങളുടെ സർക്കിൾ. പിന്നെ ഡിവൈ എസ്.പി ചാക്കോ തോമസ് അല്ലേ?''

''അതെ, അതെ സർ, സാർ അറിയുമോ അവരെ?''

''ഉം, സി.ഐയോട് ഞാനിവിടെ ഉണ്ടെന്ന് പറഞ്ഞാൽ മതി. ആവശ്യമാണെങ്കിൽ ഞാൻ അവരെ വിളിച്ചു കൊള്ളാം.''

''ഓ കെ സർ, സർ, ഞാൻ ഇപ്പോൾ അങ്ങോട്ട് വരുന്നില്ല. അത്യാവശ്യമായി സർക്കിൾ ഒന്ന് ചെല്ലാൻ പറഞ്ഞതുകൊണ്ട്

പോവുകയാണ്. ഇപ്പോൾ എ.എസ്.ഐ. വന്നു പോരട്ടെ, ഞാൻ പിന്നെ വന്നുകൊള്ളാം.''

''ഓ കെ ഇൻസ്പെക്ടർ.''

ജി പി ഫോൺ കട്ട് ചെയ്യുമ്പോൾ പൊലീസ് ജീപ്പ് അകലെ നിന്നും വരുന്നുണ്ടായിരുന്നു. അടുത്തേക്ക് എത്തുന്നതോടെ അകലെ മറഞ്ഞു നിന്നവരും മാറി നിന്നവരും അൽപാൽപമായി അടുത്തേക്ക് വരികയും അവിടെ ജനങ്ങൾ നിറയുകയും ചെയ്തു. എ എസ് ഐ വന്നിറങ്ങിയതും ജി പി ക്ക് സല്യൂട്ട് നൽകി. അത് കണ്ടപ്പോൾ തന്നെ അവിടെ കൂടിയവരിൽ അമ്പരപ്പുണ്ടായി.

ഇതാരാണിയാൾ കടുവയെ പിടിച്ച കിടുവയോ?

ആളുകൾ പരസ്പരം പലതും പറഞ്ഞുകൊണ്ടിരുന്നു. ജി പി ഡോക്യുമെന്റ് സഹിതം കാര്യങ്ങൾ വിശദമാക്കുകയും പിന്നിലൂടെ തയ്യാറായ പുതിയ വഴി കാണിക്കുകയും ചെയ്തു. എ.എസ്.ഐ കൃത്യമായി എല്ലാം രേഖപ്പെടുത്തുകയും അവിടെ കൂടിയവരുടെ പേരും വിലാസവും ചോദിക്കുവാനാരംഭിക്കുകയും ചെയ്തു. അപ്പോൾ ആളുകൾ ഓരോരുത്തരായി ഒഴിഞ്ഞുപോവുകയും ചിലർ പിന്നിൽ പോയി ഒളിഞ്ഞു നിൽക്കുകയും ചെയ്തു. എന്നാൽ ബഷീറലിയും പോക്കറും നിഷാദും തുടങ്ങിയവരോട് പോകരുതെന്നും ചോദ്യ ങ്ങൾക്ക് ഉത്തരം നൽകണം എന്നും പറഞ്ഞു. ഇതേസമയം ഇവിട ത്തുകാർ പഞ്ചായത്തിൽ കൊടുത്ത പരാതിയുടെ കോപ്പി ജി പി തന്റെ മൊബൈലിൽ നിന്നും എ.എസ്.ഐയെ കാണിച്ചു.

''ഇവർക്കെതിരെയും പരാതി ഫയലിൽ സ്വീകരിച്ച ഓഫീസർ ക്കെതിരെയും ഞാൻ നടപടി സ്വീകരിക്കുന്നുണ്ട്.''

ജി.പി. എ.എസ്.ഐയെ നോക്കി പറഞ്ഞു.

''സർ, ഈ പരാതി നൽകിയവർക്കെതിരെ സ്റ്റേഷനിൽ ഒരു പരാതി ഇന്നുതന്നെ നൽകുക. ഞങ്ങൾ വേണ്ടത് ചെയ്തോളാം.''

''വേണ്ട, ഇത് ഞാൻ കോടതി വഴി കൈകാര്യം ചെയ്തുകൊള്ളാം. നിങ്ങൾ വന്ന കാര്യങ്ങൾ പൂർത്തീകരിക്കുക. എനിക്ക് ഈ തോന്നി വാസത്തെ നീതിപൂർവ്വം പ്രതിരോധിച്ചേ പറ്റൂ. എന്തെങ്കിലും ആവശ്യ മുണ്ടെങ്കിൽ ഞാൻ നിങ്ങളെ വിളിക്കാം.''

എ എസ് ഐ അപ്പോൾ തന്നെ സ്വൽപം മാറി നിന്ന് എസ്.ഐയെ വിളിച്ചു വിവരങ്ങൾ ധരിപ്പിച്ചു. അതുപ്രകാരം എസ്.ഐ. എല്ലാവ രോടും പിറ്റേന്ന് വൈകുന്നേരം സ്റ്റേഷനിലേക്ക് ചെല്ലുവാൻ ആവശ്യ പ്പെട്ടു. എ.എസ്.ഐ. ആ കാര്യം അറിയിക്കുകയും തൽക്കാലം പണികൾ നിറുത്തിവെക്കാൻ ജി.പിയോട് അഭ്യർത്ഥിക്കുകയും ചെയ്തു.

പഴുതുകൾ തേടി പഞ്ചസംഘം

കാര്യങ്ങൾ കൈവിട്ട് പോകുമെന്ന് ഉറപ്പായ പോക്കറും മറ്റുള്ളവരും പരിഭ്രാന്തരായി. എങ്ങനെയെങ്കിലും സ്റ്റേഷനിൽ സ്വാധീനിക്കുവാനും വഴി മുന്നിലൂടെ തന്നെ കൊണ്ടുപോകുവാനുമുള്ള അവസാന ശ്രമത്തിൽ മുഴുകി. അതുപ്രകാരം അവരൊക്കെയും പ്രവർത്തിക്കുന്ന രാഷ്ട്രീയ പാർട്ടിയുടെ നേതൃത്വത്തെയും ചില ഗുണ്ടകളെയും നേരിൽ കണ്ടുകൊണ്ട് കാര്യങ്ങൾ പറഞ്ഞു. അപ്പോഴും അവർ മാജിദ് പൊലീസിൽ കൈകൂലികൊടുത്തുകൊണ്ട് സ്വാധീനിച്ചുവെന്നും പൊതുവഴി തടയുന്നു എന്നുമുള്ള വ്യാജവാർത്തയാണ് പ്രചരിപ്പിച്ചിരുന്നത്. എന്നാൽ യാഥാർത്ഥ്യം മനസ്സിലാക്കിയ ചിലർ അവർക്കിടയിൽ നിന്നും വേർപിരിയുകയും അവർ അത് മറ്റുള്ളവരെ അറിയിക്കുകയും ചെയ്തു. അപ്പോൾ നാട്ടിൽ രണ്ട് വിഭാഗം രംഗത്ത് വന്നു. മാജിദിൽ തെറ്റില്ലെന്നും ഈ റോഡിന് വേണ്ടി അയാൾ ചെയ്ത നന്മകളും സഹിച്ച ബുദ്ധിമുട്ടുകളും നാട്ടിൽ സംസാരവിഷയമായി.

‘‘പത്ത് പതിനഞ്ച് കൊല്ലം മുൻപ് ഈ റോഡ് വരുമ്പോഴും അതിനായി മാജിദ് കേസ് നടത്തുമ്പോഴും ഇവരാരും ഉണ്ടായിരുന്നില്ലല്ലോ. വീടിന്റെ മുന്നിലൂടെ പോകുന്ന വഴി മാറ്റി പിന്നിലൂടെ ആക്കുന്നതിൽ എന്താണ് തെറ്റ്, ഇതുപോലെ പലവഴികളും സൗകര്യപൂർവ്വം മാറ്റിയും മറിച്ചുമല്ലേ ഓരോ വഴിയും ഇന്നത്തെ രൂപത്തിൽ ആയിട്ടുള്ളത്. അതെന്താ മാജിദിന് മാത്രം പാടില്ലാതാകുന്നത്? ഈ വഴി തന്നെ നോക്കൂ പള്ളായിക്കുളം അതിരു കെട്ടി തൂർത്തിട്ടല്ലേ വഴി മാറ്റിക്കൊണ്ടുവന്നത്.’’

പള്ളികളിലും കവലകളിലും കടകളിലും ചർച്ചാവിഷയമായി. പലരും പിന്തുണയും ഐക്യവും തങ്ങളുടെ നിരപരാധിത്വവും പറഞ്ഞു കൊണ്ട് അന്ന് രാത്രിയിൽ മാജിദിന്റെ വീട്ടിൽ വന്നു. അതിൽ മത വിഭാഗത്തിലും രാഷ്ട്രീയത്തിലുമൊക്കെ എതിർചേരികളിൽ നിൽക്കുന്നവരും ഉണ്ടായിരുന്നു. ചിലർ പഞ്ചായത്തിൽ കൊടുത്ത പരാതിയിൽ ഒപ്പിട്ടവരായിരുന്നു. അവർ പറഞ്ഞു

''ഞങ്ങൾ പള്ളിയിൽ നിസ്കരിക്കാൻ ചെന്നപ്പോൾ റോഡിന്റെ കാര്യത്തിനാണ് എന്ന് പറഞ്ഞുകൊണ്ടാണ് ഞങ്ങളെ കൊണ്ട് ഒപ്പ് വെപ്പിച്ചത്. ഞങ്ങൾക്ക് അവർ പരാതി എഴുതിയ ഭാഗം കാണിച്ചിരുന്നില്ല. അത് മാജിക്കയ്ക്ക് എതിരെയുള്ള ഒരു പരാതിയായിരുന്നു എന്ന് ഞങ്ങൾക്ക് അറിയില്ലായിരുന്നു. മാജിക്ക ഞങ്ങളെ സംശയിക്കരുത്. ഞങ്ങൾ നിരപരാധികളാണ്. നടപടികൾ എടുക്കുന്നുണ്ടങ്കിൽ ദയവ് ചെയ്ത് ഞങ്ങളെ അതിൽ നിന്ന് ഒഴിവാക്കണം. ഞങ്ങൾ വേണമെങ്കിൽ മാജിക്കയ്ക്ക് വേണ്ടി കോടതിയിലും പൊലീസ് സ്റ്റേഷനിലും വരാം.''

അതേസമയം മാജിദിന്റെ വക്കീലും ബഷീറലിയുടെയും നിഷാദിന്റെയുമൊക്കെ ബന്ധുവുമായ അഡ്വക്കേറ്റ് സാജിതയെ ബഷീറലിയും നിഷാദും നേരിട്ട് കണ്ടും ഫോണിൽ വിളിച്ചും ഈ കേസിൽ നിന്നും ഒഴിയണമെന്നും എന്നിട്ട് അവരുടെ ഭാഗത്ത് നിൽക്കണം എന്നും ആവശ്യപ്പെട്ടു

''മാജിദ് പുറമെ നിന്നും ആളെ കൊണ്ടുവന്നിട്ട് ഇവിടെ കളിക്കാൻ ശ്രമിച്ചാൽ പിന്നെ അവനിവിടെ സമാധാനത്തോടെ ജീവിക്കാൻ പറ്റില്ലന്ന് നീ അവനോട് പറഞ്ഞേക്ക്. വേണ്ടി വന്നാൽ അവന്റെ കാൽമുട്ട് ഞാൻ തല്ലിയൊടിക്കും. പിന്നെ ഒന്നുകൂടി ഓർക്കുക, അവൻ അവിടെ വഴി തടഞ്ഞാൽ ഇപ്പുറത്ത് എന്റെ പടി മുതൽ ഞാനും വഴി തടയും.''

അയാൾ പറഞ്ഞതിലേ വിഡ്ഢിത്തം ഓർത്ത് ഉള്ളിൽ ചിരിച്ചുകൊണ്ട് വക്കീൽ പറഞ്ഞു.

''ഇക്കമാർ ഇതൊന്നും എന്നോടല്ല പറയേണ്ടത്. മാജിക്ക എന്റെ കക്ഷിയാണെന്ന് നിങ്ങൾ ഓർക്കണം. ഇത്രയും കാലം ഈ വഴിയുടെ വിഷയത്തിൽ മാജിക്ക ഒരു തെറ്റും ചെയ്തതായി എന്റെ അറിവിലില്ല. സ്വന്തം വീടിന്റെ സുരക്ഷിതത്തിന് ഒരു ചുറ്റുമതിൽ കെട്ടുന്നതാണോ തെറ്റ്. അതിനുവേണ്ടി മുസ്തഫയ്ക്കെതിരെ കോർട്ട് ഓർഡർ വാങ്ങിച്ചിട്ടുണ്ടങ്കിൽ അത് അവർ തമ്മിലുള്ള വിഷയമാണല്ലോ. അതിൽ നിങ്ങളെന്തിനാണ് ഇടപെടുന്നത്. പിന്നെ, അന്യരൊന്നുമല്ലല്ലോ മാജിക്കയ്ക്ക് വേണ്ടി ഇടപെടുന്നത്. സ്വന്തം അളിയന്മാരാണ്. അതും കേസും നിയമവും എല്ലാം നന്നായി അറിയുകയും കൈകാര്യം ചെയ്യുകയും ചെയ്യുന്നവർ.''

''അവൻ ആ മുസ്തഫയ്ക്കെതിരെ കേസ് കൊടുത്തത് ആവശ്യമാണെന്നാണോ നീ പറഞ്ഞു വരുന്നത്. നീ തന്നെയല്ലേ അത് ചെയ്തുകൊടുത്തത്. നമ്മൾ ഒരു കുടുംബമാണ്. അത് നീ മറക്കണ്ട.''

ബഷീറലി ദേഷ്യപ്പെട്ടു. അപ്പോൾ വിനയത്തോടെയും തന്റെ ജോലിയോടുള്ള ഉത്തരവാദിത്തത്തോടെയും അവൾ പറഞ്ഞു.

“എനിക്ക് എന്റെ പ്രൊഫഷനാണ് വലുത്. ഞാൻ കഷ്ടപ്പെട്ട് പഠിച്ചത് ജോലിയിൽ കുടുംബബന്ധങ്ങളെ പരിഗണിക്കണം എന്നല്ല. മറിച്ച് നീതിക്ക് വേണ്ടി നിലകൊള്ളണം എന്നാണ്. ഒന്നുകൂടി ഓർക്കുക, മാജിക്ക എന്റെ കക്ഷിയാണ്. എന്റെ കക്ഷിയുടെ വക്കീലിനെ സ്വാധീനിക്കാൻ ശ്രമിക്കുക എന്ന കുറ്റത്തിന്റെ പരിധിയിലാണ് ഈ ഭീഷണിയും ഉപദേശവും വരുന്നത്. എന്റെ കക്ഷിയുടെ മുട്ടുകാൽ തല്ലി ഒടിക്കുന്നതും അയാൾക്കെതിരെ പി ഡബ്ലിയു ഡി ടാർ ചെയ്ത പഞ്ചായത്ത് റോഡ് തടയുന്നതുമൊക്കെ അദ്ദേഹത്തോട് നേരിട്ട് പറഞ്ഞുകൂടെ, അതല്ലേ നല്ലത്. പിന്നെ, പി.ഡബ്ലിയു.ഡിയോട് കളിച്ചാൽ അത് അത്ര എളുപ്പമാകില്ല. ഈ വിവരക്കേട് എന്നോട് പറഞ്ഞതു കൊള്ളാം. പുറത്ത് ആരോടും പോയി പറയേണ്ട.”

മാജിദ് ഒരു ബലാബലത്തിന് നിർബന്ധിക്കപ്പെടുകയാണ്. ഒഴിഞ്ഞു മാറാൻ വഴികളില്ലാത്ത വിധം തന്നെ അങ്കത്തിന് വിളിച്ചുകൊണ്ടിരുന്നു. രണ്ട് വഴികളാണ് മാജിദിന് മുന്നിൽ ഇപ്പോൾ ഉള്ളത്. ഒന്നുകിൽ റോഡ് പുറകിലൂടെ കൊണ്ടുപോകുന്നത് വേണ്ടെന്ന് വെക്കുക. എന്നിട്ട് പന്ത്രണ്ടടിയിൽ മുന്നിലൂടെ വഴി സ്ഥിരപ്പെടുത്തുക. രണ്ടിലും നഷ്ടം മാത്രം. വഴി മാറ്റണമെന്ന് കരുതി ഇതുവരെയും ലക്ഷങ്ങൾ മുടക്കി ചെയ്യിപ്പിച്ച പണികളത്രയും വെറുതെയാകും. മറ്റൊന്ന്, മുസ്തഫ പറഞ്ഞതുപോലെ വീടിന്റെ മുൻഭാഗം മറ്റൊരു ദിശയിലേക്ക് മാറ്റേണ്ടി വരും. അതിനും ലക്ഷങ്ങളാണ് ചെലവ് വരിക.

അളിയൻ വിഷയങ്ങളുടെ ഗതികൾ മറ്റ് വഴികളിൽ ആരാഞ്ഞപ്പോൾ കിട്ടിയ റിപ്പോർട്ട് പ്രകാരം ഇത് അത്ര പെട്ടെന്നും ചെറിയ രൂപത്തിലും അവസാനിക്കുവാനുള്ള സാധ്യത ഇല്ലെന്നുള്ള മുന്നറിയിപ്പാണ് മാജിദിന് കിട്ടിയത്. അവർക്ക് ലോക്കൽ രാഷ്ട്രീയ സപ്പോർട്ട് കിട്ടുന്നുണ്ടെന്ന്. എന്നാൽ മാജിദിന് ആശങ്കയുണ്ടായിരുന്നത് അളിയന്മാർ ഇതിനെ കൈകാര്യം ചെയ്യുന്ന രീതിയെക്കുറിച്ച് ഓർത്തപ്പോൾ മാത്രമാണ്. ഓരോ വിഷയങ്ങളും തല്ലും വഴക്കും കൊലപാതകങ്ങളുമായി വർത്തമാനപത്രങ്ങളിൽ ഇടം പിടിക്കുന്നത് ഇങ്ങനെയാണെന്ന യാഥാർത്ഥ്യം അയാൾ തിരിച്ചറിഞ്ഞു. കാര്യങ്ങൾ അളിയനുമായി കൂടിയാലോചിക്കെ അളിയൻ പറഞ്ഞു

“പേടിക്കണ്ട, എന്റെ കൂടെ വന്നവർ എല്ലാം നോക്കിക്കോളും, ഏത് കേസും ഏറ്റെടുക്കുകയും ചെയ്യും. ബാക്കി നിയമവും കേസും ഞാൻ നോക്കിക്കൊള്ളാം. നമ്മൾ ഇനി പുറകോട്ടില്ല.”

“ഒന്നും പേടിക്കാനില്ല മാജൂ. ഇനിയും നമുക്കെതിരെ തല പൊക്കാൻ അവർക്ക് തോന്നരുത്.”

ആശ്വസിപ്പിക്കുകയും അരുതെന്ന് പറയുകയും ചെയ്യുന്ന ഭാര്യ

പോലും അവരെ ഒരു പാഠം പഠിപ്പിക്കണം എന്ന് പറയുമ്പോൾ പിന്നെ മാജിദിന് എന്താണ് ചെയ്യാൻ കഴിയുക.

“എന്തായാലും നാളെ പൊലീസ് സ്റ്റേഷനിൽ വെച്ചുള്ള ചർച്ച കഴിയട്ടെ. എന്നിട്ട് ഞാൻ ചില കാര്യങ്ങൾ പറയും അളിയൻ അത് അനുസരിച്ചാൽ മാത്രം മതി. അളിയൻ വിചാരിച്ചതുപോലെ തന്നെ വഴി ഞാൻ തിരിച്ചുവിടും. ഇതിന്റെ പിന്നിൽ കളിക്കുന്നവർക്കെല്ലാം വർഷങ്ങൾ കുറച്ചൊക്കെ കോടതിയിൽ കയറിയിറങ്ങാനുള്ള വകുപ്പും ഞാനുണ്ടാക്കികൊടുക്കും.”

ഭാര്യ പറഞ്ഞു,

“ഇക്ക വേണ്ടത് ചെയ്യണം. കൈക്കുഞ്ഞുമായി ഞാൻ നോക്കി നിൽക്കെയാണ് അവർ നമ്മുടെ വളപ്പിലേക്ക് മാജൂനെ തല്ലാൻ കയറി വന്നത്. എനിക്കിവിടെ ജീവിക്കേണ്ടതാണ്. വനിതാ കമ്മീഷനിലും പരാതി കൊടുക്കണം.”

“അളിയാ, ഇത് മറ്റ് കേസുകൾ പോലെ കൈകാര്യം ചെയ്യരുത്. ഇവർ ചെറുപ്പം മുതലേ എന്നെ അറിയുന്ന ആ അറിവ് വെച്ചിട്ടാണ് ഈ കളിക്കുന്നത്. അല്ലാതെ മറ്റൊരുത്തന്റെ മുന്നിൽ വിരൽ ചൂണ്ടു വാനോ നെഞ്ച് വിരിച്ചു നിൽക്കാനോ ഒന്നും ധൈര്യം ഇല്ലാത്ത വരാണിവർ. അടിയും കുഴപ്പവും കേസും ഒന്നും താങ്ങാനുള്ള ശക്തിയും പണവുമൊന്നും അവർക്കില്ല. എല്ലാം ഗൾഫ് വിട്ടുവന്ന കഷ്ടപ്പാടുകളാണ്. പിന്നെ ഓടുന്നവനും ഓടിക്കുന്നവനും കിതപ്പ് ഒരുപോലെയല്ലേ?”

“ശരിയാണ്, എന്നു കരുതി ഈ ചിന്ത ഉണ്ടാവേണ്ടത് അവർ ക്കല്ലേ. നീതിയും തെളിവുകളും നമ്മുടെ ഭാഗത്താണ്. പിന്നെ നാമെ ന്തിന് ഭയപ്പെടണം. അളിയനാണെങ്കിൽ ഒരു കാർ ഇടാനുള്ള സ്ഥലം പോലും മുൻഭാഗത്ത് ഇല്ലല്ലോ. അത് അറിഞ്ഞിട്ടും അവർ ഇങ്ങനെ വാശിപിടിച്ചാൽ? ആർക്കെങ്കിലും ഒന്ന് രണ്ട് പേർക്ക് വെട്ടും കുത്തും കിട്ടിയാലേ അവർ പഠിക്കൂ. അളിയനറിയുമോ എന്റെ കൂടെ വന്ന ആ രണ്ടുപേർ ആരൊക്കെയാണെന്ന്. ഒന്ന്, കുമ്മനം ജോസ് മറ്റേ ത് ഫോർട്ട് മുല്ല എന്നറിയപ്പെടുന്ന ഫോർട്ട് കൊച്ചിക്കാരൻ ക്വൊ ട്ടേഷൻ ഗിരി. രണ്ട് പേരും പൊലീസിന് പിടികൊടുക്കാതെ നടക്കുന്ന ക്രിമിനലുകൾ. ആ ബഷീറലി അളിയന്റെ മുട്ട് കാൽ തല്ലി ഒടിക്കു മെന്ന് പറയുക മാത്രമല്ലേ ചെയ്തുള്ളൂ. എന്നാൽ അങ്ങനെ കുറേ എണ്ണത്തിന്റ കയ്യും കാലും തല്ലി ഒടിച്ചവരും വെട്ടിമാറ്റിയവരുമാണ വർ. പൊലീസിനറിയാം, ഇവർ എന്റെ കൂടെയുണ്ടന്ന്. അവർക്ക് ആവശ്യമാകുമ്പോൾ ഞാനവരെ ഹാജരാക്കും. അതാണ് പതിവ്. അതുവരെ ഞാൻ ഉപയോഗിക്കും. അതാണ് അളിയന്റെ ഈ അളിയൻ ഹൈക്കോർട്ട് ജി പി അൻവർ കരീം.”

അഹങ്കാരവും അഭിമാനവും നിറഞ്ഞ ഭാവത്തിൽ അളിയൻ പറഞ്ഞു. സത്യത്തിൽ മാജിദിന് കൂടുതൽ പ്രയാസമാണ് ഉണ്ടായത്.

‘‘ഇവരൊക്കെ കൊച്ചിയിലും ഫോർട്ട് കൊച്ചിയിലും ബോംബെയിലും ഡൽഹിയിലും ജീവിക്കുന്നവരാണ്. നിയമത്തിന്റെയും പോലീസിന്റെയും പഴുതുകൾ ഉപയോഗിച്ച് മഹാനഗരങ്ങളുടെ ഭാവിയും വർത്തമാനവും ക്വൊട്ടേഷനെടുക്കുന്നവരുടെ ഉറ്റ തോഴർ. താനോ, ഈ ഗ്രാമത്തിന്റെ പച്ചയായ തുടിപ്പുകൾക്കൊപ്പം വളർന്നവൻ. സത്യവും ധർമ്മവും നീതിയും പുലർന്നു കാണാനും അതിനായി പോരടിക്കാനും ക്ഷമിക്കാനും ത്യജിക്കുവാനും പഠിപ്പിക്കപ്പെട്ടവൻ. പക്ഷേ, ഇവിടെ തനിക്ക് സത്യവും നീതിയും മറയ്ക്കപ്പെട്ടിരിക്കുന്നു.

‘‘ഇതിനൊരു പരിഹാരം കാണുവാൻ അക്രമത്തിന്റെയും കേസിന്റെയും മാർഗമല്ലാതെ മറ്റൊരു മാർഗ്ഗവും സ്വീകരിക്കുവാനില്ലേ.’’

‘‘ഇല്ലേ, ഉണ്ടോ എന്ന് അന്വേഷിച്ച് നടന്നാൽ ഒരുപക്ഷേ, നാളെ അവർ നമുക്കെതിരെ സ്റ്റേ എടുത്താൽ പിന്നെ അടുത്ത കാലത്തൊന്നും അളിയൻ ഇവിടെ മതിൽകെട്ടലുണ്ടാവില്ല. മാത്രവുമല്ല അളിയൻ പോയാൽ പിന്നെ, ഇവരുടെ ശത്രുത ഇനി കൂടുതൽ മറനീക്കി പ്രകടിപ്പിച്ചു എന്നും വരാം. രാത്രികളിൽ ശല്യം ചെയ്തിരുന്നവർ ഇവരുടെ ആളുകൾ ആയിരിക്കാനുമുള്ള സാധ്യതകളും തള്ളിക്കളയാനുമാവില്ല.’’

‘‘ശരിയാണ്. എന്ത് വന്നാലും ശരി, മാജു പോകുന്നതിന് മുൻപ് മതിൽ കെട്ടി ഗേറ്റ് വെക്കണം. അതിന് ഏത് കോടതിയിലും പൊലീസ് സ്റ്റേഷനിലും ഞാൻ പൊയ്ക്കൊള്ളാം. ഇക്ക വേണ്ടത് ചെയ്തോളൂ.’’

‘‘നാളെ നമ്മൾ അവരുമായി സംസാരിക്കുന്നുണ്ടല്ലോ, അത് കഴിഞ്ഞിട്ട് നമുക്ക് ആലോചിക്കാം.’’

അപ്പോൾ ജി പി യുടെ ഫോൺ ബെല്ലടിച്ചു. വിളിച്ചത് ഫോർട്ട് മുല്ലയായിരുന്നു. ബഷീറലി ഏർപ്പാടാക്കിയ ഗുണ്ടകൾ മുല്ലയുടെയും കുമ്മനത്തിന്റെയും ഗാങ്ങിൽ പെട്ട പരിചയത്തിൽ ഉള്ളവരാണ്. കാര്യങ്ങൾ പറഞ്ഞപ്പോൾ അവർ ആ വഴിക്ക് വരില്ലെന്ന് പറഞ്ഞത്രേ. പിന്നെ രാത്രിയിൽ ബൈക്കിൽ വന്നിരുന്ന നിഷാദിനും വീട്ടിൽ മുറ്റത്ത് ഉലാത്തുകയായിരുന്ന പോക്കറിനും ഒരു ചെറിയ പണി കൊടുത്തു എന്നും പറഞ്ഞു. ബഷീറലിയെ കിട്ടിയിട്ടില്ല, കിട്ടാൻ നോക്കുന്നുണ്ട്, കിട്ടിയാൽ നാളെ പൊലീസ് സ്റ്റേഷനിലെ മീറ്റിംഗിന് മുൻപ് ഒരു ചെറിയ ഡോസ് അവനും കൊടുക്കുമെന്ന് മുല്ല അറിയിച്ചു.

പിറ്റേന്ന് അവർ പൊലീസ് സ്റ്റേഷനിൽ ഒത്തു ചേർന്നു. മാജിദും ജി പിയും സാജിത വക്കീലും നേരത്തെ എത്തുകയും കുറച്ച് കഴിഞ്ഞപ്പോൾ ബഷീറലിയും പോക്കറും നിഷാദും മുസ്തഫയും മുസ്തഫയുടെ ബന്ധുവും മറ്റ് ചിലരും കൂടി വന്നെത്തി. മുസ്തഫ മാജിദിനെ കണ്ടതും ഒന്ന് തുറിച്ചു നോക്കിയപ്പോൾ അയാൾ പതുക്കെ മറ്റൊരാളുടെ മറവിലേക്ക് മുഖം തിരിച്ചു. മുസ്തഫയുടെ മനസ്സിൽ അപ്പോൾ തെളിഞ്ഞു വന്നത് വെട്ടുകത്തിയുമായി തന്നെ വെട്ടാൻ പാഞ്ഞടുത്ത മാജിദിന്റെ ചിത്രമായിരുന്നു. അന്നത്തെ ഭയം ഇപ്പോഴും മുസ്തഫയ്ക്ക് മാറിയിരുന്നില്ല. ഇരു വിഭാഗത്തിന്റെയും ഒപ്പം വന്ന ബാക്കിയുള്ളവർ പുറത്ത് വണ്ടികളിൽ കാത്തിരുന്നു. കൂട്ടത്തിൽ കുമ്മനം ജോസും ഫോർട്ട് മുല്ലയും ഉണ്ടായിരുന്നു. ഒരു ചെറിയ അടിയെങ്കിലും നടന്നാലേ അവർക്കൊരു സമാധാനം ഉണ്ടാകൂ. ജി പി ക്ക് വേണ്ടി എന്തിനും തയ്യാറുള്ളവരാണവർ. രണ്ട് അടി പൊട്ടിച്ചാൽ പിന്നെ ഏത് കേസും പെട്ടെന്ന് ഒത്തുതീർപ്പാകും. അതാണ് അവരുടെ അനുഭവം. ജോസിന്റെയും മുല്ലയുടെയും മുന്നിലൂടെ സ്റ്റേഷനിലേക്ക് നടന്നു പോകുന്ന പോക്കറിനെയും നിഷാദിനെയും കണ്ടപ്പോൾ അവർ പരസ്പരം നോക്കി ചിരിച്ചു.

മുറിവുകളിൽ വെച്ച് കെട്ടുമായി വന്ന നിഷാദിനെയും മുഖം നീര് വന്നു വീർത്ത പോക്കറേയും കണ്ടപ്പോൾ ഫോർട്ട് മുല്ലയുടെ വാക്കുകളാണ് ജി പി യും മാജിദും ഓർത്തത്. കൂട്ടത്തിൽ ചോദിച്ചവരോട് കാരണമായി ചില നുണകളാണ് അവർ പറഞ്ഞത്. സത്യത്തിൽ എന്താണ് സംഭവിച്ചത് എന്ന് അവർക്കും കൃത്യമായി അറിയില്ലായിരുന്നു. നിഷാദ് പറഞ്ഞത് ബൈക്കിൽ വരുമ്പോൾ പെട്ടെന്ന് വണ്ടിയൊന്ന് വീണു എന്നാണ്. സി.എം. പോക്കറിന്റെ മുഖത്ത് തേങ്ങ വീണു തെറിച്ചുകൊണ്ടതാണെന്നും പറഞ്ഞു. അത് കേവലം ഒരു ടെസ്റ്റ് ഡോസ് മാത്രമായിരുന്നു. വരാൻ പോകുന്ന ശക്തമായ ആക്രമണത്തിന്റെ മുന്നോടിയായി നടത്തിയ ഒരു ചെറിയ ട്രയൽ.

വന്നവർ എസ്.ഐയുടെ മുറിയിലേക്ക് കയറിയിരുന്നു. മുൻനിരയിൽ ജി പിയും മാജിദും സാജിത വക്കീലും ഇരുന്നു. ബാക്കിയുള്ളവർ അവരുടെ പിന്നിലെ കസേരകളിലും കുറച്ചുപേർ നിൽക്കുകയും ചെയ്തു. എന്നാൽ ആ മീറ്റിങ്ങിൽ അപരിചിതരായ ചിലർ കൂടെ കടന്നു വന്നു. അന്വേഷിച്ചപ്പോൾ ഞങ്ങളുടെ ആൾക്കാരാണ് എന്നായിരുന്നു ബഷീറലിയുടെ മറുപടി. അവർ ആരെന്നും എന്തിനെന്നും ഇൻസ്പെക്ടർ ചോദിച്ചപ്പോൾ അതിനും തൃപ്തികരമായ ഉത്തരം അവർ നൽകിയില്ല. അതുകൊണ്ട് മാജിദ് നിർബന്ധം പറഞ്ഞു.

''അപരിചിതർ ഈ മീറ്റിങ്ങിൽ വേണ്ട. അവരെ മാറ്റി നിറുത്തിയിട്ട് നമുക്ക് ചർച്ച തുടങ്ങാം.''

അതിനെ വിസമ്മതിച്ച ബഷീറലിയോടും മറ്റും എസ്.ഐ. പറഞ്ഞു.

''ഈ വഴിയുമായി ബന്ധപ്പെട്ടവർ മാത്രം ഇവിടെ മതി. അല്ലാത്തവർ പുറത്തുപോവുക.''

അപ്പോൾ പോക്കർ ജി പി യെ ചൂണ്ടി പറഞ്ഞു

''അങ്ങനെയെങ്കിൽ ഇയാൾ എന്തിനാണ് ഇവിടെ ഇരിക്കുന്നത്?''

''ഇയാൾ എന്റെ അളിയനാണ്, ഞാൻ വക്കാലത്ത് കൊടുത്തിരിക്കുന്ന എന്റെ വക്കീലും കൂടിയാണ് ഇദ്ദേഹം.''

''എങ്കിൽ ഞങ്ങൾക്ക് ഒരാൾ കൂടി വരാനുണ്ട്.''

ബഷീറലി പറഞ്ഞു.

''അതെ, അയാൾ വന്നുകൊണ്ടിരിക്കുന്നുണ്ട്. ഇപ്പോൾ എത്തും.''

നിഷാദ് ബഷീറലിയെ ചേർന്ന് പറഞ്ഞു.

''ആരാണ് ആ വി ഐ പി. ഇത് വരെയും ഇല്ലാത്ത അവതാരം?''

''ആരായാലും ശരി, വരുന്നത് വഴിയുമായി ബന്ധപ്പെട്ടവരാകണം. പിന്നെ, ഇത് പൊലീസ് സ്റ്റേഷനാണ്. ഇവിടെ നിങ്ങളുടെ സൗകര്യത്തിനല്ല ഞാൻ ഇരിക്കുന്നത്. വന്നവരെ വെച്ച് സംസാരിക്കാൻ നിങ്ങൾക്ക് ബുദ്ധിമുട്ടുണ്ടങ്കിൽ അവിടെ പേരും വിലാസവും എഴുതിക്കൊടുത്തിട്ട് പോകാം.''

എസ്.ഐ. കുറച്ച് ഉറക്കെയാണ് അത് പറഞ്ഞത്. അപ്പോൾ സദസ്സ് നിശ്ശബ്ദമായി. അപരിചിതരായി വന്നവർ ഏതോ രാഷ്ട്രീയ കക്ഷികളുടെ ആൾക്കാരായിരുന്നു. അവർ പുറത്തേക്കിറങ്ങുകയും ആർക്കൊക്കെയോ ഫോൺ ചെയ്യുകയും ചെയ്തു. ആ സമയത്ത് ഒരാൾ പറഞ്ഞു

''ദാ സാറേ, അദ്ദേഹം വരുന്നുണ്ട്.''

നീളൻ ജുബ്ബ ധരിച്ച ഒരാൾ അന്നേരം കടന്നു വന്നു.

മാജിദ് ഒഴികെ എല്ലാവരും പുറകോട്ട് നോക്കി. അയാൾ സ്റ്റേഷന്റെ പടികയറി വന്നുകൊണ്ട് എസ്.ഐയോട് അകത്തേക്ക് കടക്കുവാനുള്ള അനുമതി ചോദിച്ചു. അയാൾ അകത്ത് കടന്നപ്പോൾ ഇരിക്കാൻ കസേരയില്ലാത്തതിനാൽ അവരുടെ കൂട്ടത്തിൽ നിന്നും ഒരാൾ മാജിദിന്റെ പുറകിൽ നിന്നും എഴുന്നേറ്റ് സീറ്റ് കൊടുത്തു. ചർച്ച തുടങ്ങിയപ്പോൾ അയാൾ പറഞ്ഞു.

''സർ, ഈ വഴി പണ്ട് മുതലേ ഉണ്ടായിരുന്നതാണ്.''

ഇത്രയും പറഞ്ഞപ്പോൾ പുറകിൽ നിന്നും ഉയർന്ന ആ ശബ്ദത്തിന്റെ ഉടമയെ മാജിദ് തിരിച്ചറിഞ്ഞു. അയാൾ പറഞ്ഞത് വിശ്വസിക്കാനാകാതെ മാജിദ് ആശ്ചര്യപ്പെട്ടു. ഈ വിഷയത്തിൽ ഇടപെടാതെ നിഷ്പക്ഷനായി മാറി നിൽക്കുന്നു എന്ന് നാളിതുവരെ മാജിദിനെ തെറ്റിദ്ധരിപ്പിച്ച ഫാരിസ് മൂസയായിരുന്നു അത്.

ഫാരിസ് തുടർന്നു

''എന്റെ അമ്മാവന്റേതാണ് ബാക്കി വരുന്ന പറമ്പുകൾ. അവർ കേസ് ജയിച്ചിട്ടും വഴി തടയാതിരിക്കുന്നത് ഈ വഴി ചാരത്ത് റോഡിൽ മുട്ടിക്കുവാൻ വേണ്ടി തന്നെയാണ്. അതിനിടയിലാണ് മാജിദ് വഴി തടയുന്നത്.''

ഫാരിസിന്റെ സംസാരം മാജിദിന്റെ മനസ്സിനെ വല്ലാതെ വേദനിപ്പിക്കുകയും അമ്പരപ്പിക്കുകയും ചെയ്തു. ലോകപ്രശസ്തമായ ആ കഥാസന്ദർഭത്തിലെ ചോദ്യം പോലെ അയാളുടെ അന്തരംഗം ചോദിച്ചു

''ഫാരിസ് നീയോ...? അതിലെ അങ്ങനെയൊരു വഴിയില്ലെന്നും മാജിദും മറ്റുള്ളവരും ചേർന്ന് മനപ്പൂർവം തന്റെ അമ്മാവന്മാരായ പുന്നത്തൂർക്കാരുടെ ഭൂമി കയ്യേറി ബലമായി റോഡ് വെട്ടാൻ ശ്രമിക്കുകയാണെന്ന് ആരോപിക്കുകയും കുറ്റപ്പെടുത്തുകയും ചെയ്ത ഫാരിസ് ആണോ ഇപ്പോൾ ഇവർക്കൊപ്പം കൂടിക്കൊണ്ട് ഇങ്ങനെ പറയുന്നത്. നേരും നെറിയും നീതിയും പൊതുബോധവും ഒന്നും ആരിലും കാണുന്നില്ല. പോക്കറാണെങ്കിൽ സ്വന്തം സ്ഥലം പുന്നത്തൂർക്കാർക്ക് വിറ്റ് പണവും വാങ്ങി നാട്ടിൽ വന്നപ്പോൾ വിറ്റ വഴി പൊതുവഴിയാണെന്ന് വാദിച്ചുകൊണ്ട് മറ്റുള്ളവർക്കൊപ്പം ചേർന്ന് അനീതി കാണിക്കുന്നു. താൻ എങ്ങനെയാണ് ഇതിനെ കൈകാര്യം ചെയ്യേണ്ടത്. പ്രതിരോധിക്കുക എന്നത് ഇപ്പോൾ ആവശ്യമായി വന്നിരിക്കുന്നു.''

മാജിദ് തന്റെ രോഷം ഉള്ളിലൊതുക്കിക്കൊണ്ട് സ്വയം പറഞ്ഞു.

സംഘർഷങ്ങൾ അവസാനിക്കുന്നില്ല

പൊലീസ് സ്റ്റേഷനിലെ ചർച്ചകൾ അന്തിമതീരുമാനത്തിലെത്താതെ പിരിഞ്ഞു. നിയമത്തിന്റെയും വേണമെങ്കിൽ ഗുണ്ടായിസത്തിന്റെയും വഴികളിലൂടെ ലക്ഷ്യത്തിലെത്താൻ ജി പി ചില തീരുമാനങ്ങൾ എടുക്കുകയും അതിനുള്ള നിർദേശങ്ങൾ പങ്കുവെക്കുകയും ചെയ്തു.

‘‘അളിയൻ അടിയന്തിരമായി ഗൾഫിലേക്ക് തിരിച്ചു പോവുക. പറ്റുമെങ്കിൽ നാളെ തന്നെ. ഇപ്പോൾ തന്നെ ടിക്കറ്റ് ഏർപ്പാട് ചെയ്യുക. ഇനി ഇവിടെ ഇങ്ങനെ ഒരു വഴി വേണ്ട. ആധാരത്തിൽ പറഞ്ഞതു പ്രകാരമുള്ള നടവഴി മാത്രം മതി. പിന്നിൽ കെട്ടിയ മതിലിന്റെ ഫൗണ്ടേഷൻ പൊളിച്ച് നടക്കാനുള്ള നാലടി വഴി മാത്രം വിട്ടുകൊണ്ട് അത് കയറ്റി കെട്ടണം. ഇനി ഈ വഴിയുടെ പണികൾ പൂർത്തീക രിക്കും വരെയും എന്റെ ആളുകൾ ഇവിടെ ഉണ്ടാകും. അതിന്റെ ആദ്യപടിയായി നാളെ തന്നെ കണ്ടാലറിയുന്ന കുറച്ച് ആളുകൾ ക്കെതിരെ കോടതിയിൽ നിന്നും സ്റ്റേ എടുക്കണം. പിന്നെ അത് വെച്ച് അവർക്കെതിരെ ചില വകുപ്പുകൾ ചേർത്തുകൊണ്ട് കേസ് എടുക്കുകയും വേണം. അതിനുള്ള കാര്യങ്ങൾ ഇപ്പോൾ മുതൽ ഞാൻ ചെയ്തുകൊള്ളാം. ഈ അഡ്വക്കേറ്റ് സാജിത എങ്ങനെ അളിയാ, നമുക്ക് വിശ്വസിക്കാൻ സാധിക്കുമോ?’’

‘‘നൂറ് ശതമാനം സാജിതക്കുറിച്ച് ടെൻഷൻ വേണ്ട.’’

മാജിദ് പറഞ്ഞു.

‘‘എങ്കിൽ കണ്ടാലറിയുന്ന എല്ലാവരുടെ പേരിലും അവർ സ്റ്റേ എടുക്കട്ടെ. അതുവരേയും നമ്മൾ അനങ്ങാതിരിക്കുക. രണ്ട് ദിവസം കഴിഞ്ഞാൽ കോടതി അടയ്ക്കും. പിന്നെ നമുക്ക് കാര്യങ്ങൾ ചെയ്യാം പൊലീസ് വരില്ല.’’

‘‘അവരുടെ ഭാഗത്ത് നിന്നും രാഷ്ട്രീയ ഇടപെടൽ ഉണ്ടായി തുടങ്ങിയിട്ടുള്ള സ്ഥിതിക്ക്...’’

മാജിദ് സംശയം പ്രകടിപ്പിച്ചു.

“അതൊന്നും അളിയൻ കാര്യമാക്കണ്ട, ഇത്തരം സാഹചര്യ ത്തിൽ മതില് കെട്ടിയും പൊളിച്ചും പരിചയമുള്ളവർ എന്റെ പക്ക ലുണ്ട്. അവർ വരും ഒറ്റ ദിവസം കൊണ്ട് മതിൽ കെട്ടുന്നത് പൂർ ത്തിയാകും. ഇതിനിടയിൽ അളിയൻ ഇവിടെ ഉണ്ടാകരുത്. അളിയൻ ഉടനെ പോകണം. അതു മാത്രമാണ് എനിക്ക് വേണ്ടി ചെയ്യേണ്ടത്.”

ജി പി യുടെ വാക്കുകളിൽ പ്രകടമായ ഒരുക്കങ്ങൾ ഒരു തുറന്ന ഏറ്റുമുട്ടൽ പോലും സംഭവിക്കാം എന്ന സാഹചര്യം വിളിച്ചു പറയു ന്നുണ്ടായിരുന്നു. മാജിദ് പറഞ്ഞു

“അളിയാ, തല്ലും കുത്തും രക്തചൊരിച്ചിലുമൊന്നും ഉണ്ടാവരുത്. നിയമത്തിന്റെ സംരക്ഷണത്തിൽ ആവണം എല്ലാം. അതാണ് ഞാൻ ആഗ്രഹിക്കുന്നത്. പിന്നെ ആ കുമ്മനവും മുല്ലയുമൊക്കെ നമ്മുടെ കൺട്രോളിൽ നിന്നും കൈവിട്ട് പോയാൽ...”

“അളിയാ... ഏതൊരു വെള്ളവും കലങ്ങാതെ തെളിയില്ല. അതു പോലെ തന്നെയാണ് ഓരോ പ്രശ്നവും. എതിർക്കുന്നുവെങ്കിൽ അടിയും വെട്ടും കുത്തുമെല്ലാം നടന്നെന്നിരിക്കും. എങ്കിലേ പിന്നെ ഒത്തുതീർപ്പിലെത്തൂ. അല്ലാതെ ഇത്രയും കാലം നോക്കിയില്ലേ, ആ ജുബ്ബക്കാരനില്ലേ... എന്താണ് അയാളുടെ പേര്?”

“ഫാരിസ്, ഫാരിസ് മൂസ.”

“ആ, അയാൾ തന്നെ, അവൻ അളിയന്റെ കളിക്കൂട്ടുകാരനാണ ന്നല്ലേ പറഞ്ഞത്. എന്നിട്ടിപ്പോൾ എന്തായി. പൊലീസ് സ്റ്റേഷനിൽ ഏറ്റവും കൂടുതൽ അളിയനെ കുറ്റപ്പെടുത്തിയത് അയാൾ ആയി രുന്നല്ലോ. ഏറ്റവും അടുത്തവർ പോലും അളിയനെ തിരിച്ചറിയു ന്നില്ല. കാരണം ആരോ അവരിൽ അളിയനെക്കുറിച്ച് തെറ്റിദ്ധാരണ നിറച്ചിരിക്കുന്നു. അതുകൊണ്ടാണ് അളിയനുമായി ഒന്ന് സംസാരി ക്കാൻ പോലും അവർ തയ്യാറാവാത്തത്. ഇല്ലെങ്കിൽ അവർ അളിയ നൊപ്പം നിന്ന് സംസാരിച്ചുകൊണ്ട് എത്ര ഭംഗിയായി അവസാനി പ്പിക്കേണ്ട വിഷയമാണിത്. അളിയൻ വഴിമുടക്കുന്നില്ല എന്നതു പോലും അവർ ശ്രദ്ധിക്കുന്നില്ല. അതുകൊണ്ട് ഇനി വൈകരുത്, ഞാൻ പറഞ്ഞതുപോലെ കാര്യങ്ങൾ ചെയ്യുക.”

അയാൾ പെങ്ങളെ നോക്കി.

“മതിലും ഗേറ്റുമില്ലാതെ ഇനിയും ഇവളെയും മക്കളെയും ഇവിടെ നിറുത്താൻ പറ്റില്ല.”

അന്തിമചർച്ച

മാജിദ് ലീവ് തീരുന്നതിന് മുന്നേ പോകാനുള്ള ഒരുക്കങ്ങൾ തുടങ്ങി. ടിക്കറ്റ് ബുക്ക് ചെയ്തു. ജി പി സ്റ്റേ എടുക്കുവാനുള്ള കാര്യങ്ങൾ അഡ്വക്കേറ്റ് സാജിതയുമായി സംസാരിച്ചു. അവർ അതിനുള്ള നീക്കങ്ങൾ ആരംഭിച്ചു. മാജിദിന്റെ വീടും പരിസരവും അപരിചിതരായ പലരും വന്നു പോവുകയും എതിർഭാഗത്ത് നിൽക്കുന്നവരുടെ പേരും വീടുകളുമൊക്കെ മറ്റുള്ളവരോട് ചോദിച്ചറിയുകയും ചെയ്തു. അതിനിടയിൽ നിഷാദ്, പോക്കർ, ബഷീറലി, ഫാരിസ്, മുസ്തഫ എന്നിവരിൽ ചിലരുടെ നേരെ അക്രമസ്വഭാവമെന്ന് തോന്നാവുന്നതും എന്നാൽ സ്വാഭാവികം എന്ന് കരുതാൻ സാധിക്കുകയും ചെയ്യാവുന്ന വിധത്തിലുള്ള ചില അപകട നീക്കങ്ങൾ വീണ്ടും ഉണ്ടാവുകയും അവരുടെ വീടുകളിൽ ചില ആളുകൾ അസമയങ്ങളിൽപോലും ചെല്ലുകയും ചെയ്തു.

നിഷാദിനും സി എം പോക്കറിനും രണ്ടാമത്തെ അനുഭവം ആയതിനാൽ അവർക്ക് ഭയം തോന്നി. കാര്യങ്ങൾ പോകുന്നത് അപകടത്തിലേക്കാണെന്ന് അവർ തിരിച്ചറിഞ്ഞു. പുറത്തിറങ്ങാൻ തന്നെ അവർ ഭയപ്പെട്ടു. എങ്കിലും അതീവ രഹസ്യമായി എല്ലാവരും ഒത്തുചേരുകയും ചർച്ചകൾ നടത്തുകയും ചെയ്തു. തുടക്കത്തിൽ തന്നെ സി എം പോക്കർ പറഞ്ഞു

‘‘അതെ, ഇത് രണ്ടാമത്തെ പ്രാവശ്യമാണ് എനിക്കെതിരെ അക്രമം പോലെ ഉണ്ടാകുന്നതും വീട്ടിൽ അപരിചിതർ വന്ന് താക്കീത് നൽകുന്നതും. എനിക്ക് പേടി തോന്നുന്നുണ്ട്. ഞാൻ നിങ്ങളെ പോലെയല്ല, പ്രായമായില്ലേ, എന്തങ്കിലും പറ്റിയാൽ...’’

നിഷാദും പറഞ്ഞു

‘‘എനിക്കും ഭയമുണ്ട്. വല്ലവന്റെയും അടിയും വെട്ടും കിട്ടുന്നതിൽ പ്രായം ഒന്നുമില്ല. ഇപ്പോൾ ഉള്ള സമാധാനം പോയി.’’

''മുസ്തഫയും ഫാരിസും പോക്കർക്കയുമാണ് ഇതിനെല്ലാം കാരണം. വല്ല ഗുണ്ടകളുടെയും അടികൊണ്ടിട്ട് പിന്നെ പറഞ്ഞിട്ട് ഒരു കാര്യവും ഇല്ല. ഞാനിന്ന് ഭാഗ്യത്തിനാണ് രക്ഷപ്പെട്ടത്. ബൈക്കിൽ വന്നിരുന്ന എന്നെ എതിരെ വന്ന കാർ ഇടിച്ചു തെറിപ്പിക്കുമായിരുന്നു.''

ബഷീറലി പറഞ്ഞു.

''സമാനമായ അനുഭവം തന്നെയാണ് എനിക്കും ഉണ്ടായത്. രക്ഷപ്പെട്ട ആശ്വാസവുമായി വീട്ടിൽ വന്നു കയറിയപ്പോഴാണ് ചിലർ വീട്ടിൽ വന്ന് ഭീഷണിയുമായി സംസാരിച്ചു പോയി എന്നറിയുന്നത്.''

പേടിച്ചുകൊണ്ടാണ് ഫാരിസ് അത് പറഞ്ഞത്. അപ്പോൾ അതേ ഭയവും ആശങ്കയും പ്രകടിപ്പിച്ചു കൊണ്ട് മുസ്തഫ പറഞ്ഞു

''ഇത് മാജിദ് ചെയ്യിക്കുന്നത് തന്നെയാണ്. എന്നോടാണ് അവന് കൂടുതൽ ദേഷ്യം ഉണ്ടാവുക. തുടക്കം മുതലേ ഈ പോക്കർക്ക പറഞ്ഞിട്ട് ഞാൻ അവനോട് മോശമായിട്ട് മാത്രമേ പെരുമാറിയിട്ടുള്ളൂ. അന്ന് വെട്ടുകത്തിയുമായിട്ട് അവൻ എന്റെ നേരെ പാഞ്ഞു വന്നതാ. ഞാൻ ഓടിപ്പോയത് കാരണം രക്ഷപ്പെട്ടു.''

''നിനക്ക് എന്തായാലും അടി ഉറപ്പാണ്. കാരണം മാജിദ് ഗൾഫിൽ പോകുന്നതിന് മുൻപ് തന്നെ അവനോട് നീ വെറുതെ ഉടക്ക് ഉണ്ടാക്കിയാണല്ലോ നിന്നിരുന്നത്. അവന്റെ വീട് വിൽക്കാൻ ശ്രമിക്കുമ്പോൾ പോലും അവൻ നിന്നോട് വഴിക്കുള്ള സ്ഥലം തരാമെന്ന് പറഞ്ഞിട്ടും നീ അവനെ മൈൻഡ് ചെയ്തിട്ടില്ല. എന്നിട്ട് ഇപ്പോൾ നിനക്ക് വഴി വിട്ടുകൊണ്ട് മതിൽ കെട്ടുമ്പോൾ നീ പോയി അവനെ തടയാൻ നിന്നു.''

നിഷാദ് അവനെ കൂടുതൽ പേടിപ്പിച്ചു.

''അത് അവൻ എനിക്കെതിരെ കോടതിയിൽ പോയതുകൊണ്ടാണ്.''

ബഷീറലി പറഞ്ഞു

''അത്, നീ അവനെ മതിൽ കെട്ടുന്നതിൽ നിന്നും തടയും എന്ന് വീമ്പ് പറഞ്ഞത് കൊണ്ടാണ്. ആരായാലും അവരവരുടെ സുരക്ഷ നോക്കാതിരിക്കുമോ. എല്ലാറ്റിനും കാരണം ഈ പോക്കർക്കയും ഫാരിസുമാണ്. അവരാണ് എന്നോട് ഇങ്ങനെ ഒക്കെ പറയാനും ചെയ്യാനും പറഞ്ഞത്. അല്ലെങ്കിൽ എനിക്ക് നല്ലൊരു വഴി ഉണ്ടാവില്ലെന്ന് പറഞ്ഞു. അവർക്കൊന്നും വഴിക്ക് പ്രശ്നം ഇല്ലെന്നും പറഞ്ഞു. ഞാനത് വിശ്വസിച്ചു.''

''കഴിഞ്ഞത് കഴിഞ്ഞു. അവന്റെ അളിയൻ ആള് പുലിയാണ്. നിങ്ങൾ കണ്ടില്ലേ എസ് ഐ സല്യൂട്ട് അടിച്ചത്. ഞാൻ അന്വേഷിച്ചപ്പോൾ പാർട്ടി സെക്രട്ടറി പറഞ്ഞത് ഡി വൈ എസ് പി പോലും

സല്യൂട്ട് ചെയ്യുന്ന റാങ്കിലുള്ള ആളാണ് അയാൾ എന്നാണ്. പിന്നെ പൊലീസിലും കോടതിയിലുമൊക്കെ അവരെപ്പോലെ നമുക്ക് കളിക്കാൻ പറ്റില്ലെന്നുറപ്പാണ്.''

''അതിന് കളിക്കാൻ പോയിട്ട് കളി കാണാൻ പോലും നമ്മുടെ കയ്യിൽ പത്ത് കാശുണ്ടോ. ഇത് അവർ പ്രശ്നമാക്കിയാൽ കേസിന് തന്നെ നല്ല പണച്ചെലവുണ്ടാകും. പിന്നെ തടി കേടായ വേദനയ്ക്കൊപ്പം ആശുപത്രി ചെലവിന്റെ ബില്ല് വേറെയും വരും. എല്ലാവരും ഒന്ന് കരുതിയിരിക്കുന്നതാ നല്ലത്.''

നിഷാദ് പറഞ്ഞു.

''ഇപ്പോൾ നാട്ടുകാർ കൂടുതലും മാജിദിന്റ ഒപ്പമാണ്. പലരും അവൻ വിടുന്ന വഴിയും മുറ്റവുമൊക്ക പോയി നേരിൽ കണ്ടവരാണ്. അവർക്കൊന്നും അവനോട് എതിരഭിപ്രായം ഇല്ലെന്നുള്ളതും നമ്മൾ മനസ്സിലാക്കണം.''

ബഷീറലി ഇങ്ങനെ അഭിപ്രായപ്പെട്ടപ്പോൾ ഫാരിസ് ചോദിച്ചു.

''നിങ്ങൾ എന്താണ് പറഞ്ഞുവരുന്നത്?''

''ഞാൻ പറയാം.'' ബഷീറലി പെട്ടെന്ന് മറുപടി നൽകി

''നമുക്ക് ഈ പരിപാടി ഇവിടെ അവസാനിപ്പിക്കാം.''

മുസ്തഫ പറഞ്ഞു

''അയ്യോ, ചതിക്കല്ലേ. എനിക്ക് വീട് പണിയാനുള്ളതാ. വഴിയില്ലാതെ പിന്നെ ഞാൻ എങ്ങനെ വീട് പണിയും, താമസിക്കും?''

സി.എം. പോക്കർ പറഞ്ഞു

''മുസ്തഫാ, നീ എടുക്കുന്നതിന് മുൻപ് ഈ സ്ഥലം മറ്റൊരാൾ എടുത്തിരുന്നു. ഇത് കേസിലാണ് എന്നറിഞ്ഞപ്പോൾ അയാൾ വാങ്ങിച്ച കാശിന് തന്നെ വിറ്റിട്ട് പോയി. അങ്ങനെയാ നിനക്ക് ഇത് കിട്ടിയത്. ഇത് ശരിക്കും ആ ബിരിയാണി ബീരാൻ ഒപ്പിച്ച പണിയായിരുന്നു.''

എല്ലാവരും സി എം പോക്കറിനെ ശ്രദ്ധിച്ചു.

''അതെന്താ പോക്കർക്ക ബീരാൻക്ക ചെയ്തത്?''

''മാജിദ് ഈ റോഡ് ഉണ്ടാക്കിയപ്പോൾ ബീരാൻ അവന്റെ അതിരിൽ നിന്നും റോഡിനുവേണ്ടി ആറടി സ്ഥലം വിട്ട് കൊടുക്കാൻ തയ്യാറായില്ല. ബീരാൻ അന്ന് ആറടി വിട്ടിരുന്നങ്കിൽ ഇന്ന് നിനക്ക് വഴിയുണ്ടാകുമായിരുന്നു. നമ്മളൊക്കെ അന്ന് ഗൾഫിലല്ലേ. സലിയും കോവിൽ അലി ഹാജിയുമൊക്കെ പറഞ്ഞപ്പോഴാണ് ഞാനിത് കൃത്യമായും അറിയുന്നത്. പിന്നെ ഒരു റോഡല്ലേ കിട്ടണമെങ്കിൽ കിട്ടട്ടെ

എന്ന് ഞാനും വിചാരിച്ചു. അതിപ്പോ ഇങ്ങനെ ആകുമെന്ന് കരുതിയില്ല.''

''അന്ന് മാജിദിന്റെ കൂടെയുണ്ടായിരുന്നവർ ആരും നമ്മുടെ കൂടെയില്ല. കാരണവന്മാരായവരൊക്കയും മരിച്ചുപോയില്ലേ, കട്ടാറത്തെ സലിക്കയാണെങ്കിലിപ്പോൾ തീരെ കിടപ്പിലുമായി. പിന്നെ പോക്കർക്കാ, നിങ്ങളും ജമാലുദ്ദീൻക്കയും മാത്രമാണ് ഇനി ആ കൂട്ടത്തിൽ ബാക്കിയുള്ളത്.''

ബഷീറലി നിറുത്തിയിട്ട് ചിരിച്ചുകൊണ്ട് പോക്കറിനോടായി പറഞ്ഞു

''പിന്നേയ്, മരിച്ചുപോയൊരൊക്കെ പോയി ട്ടാ, അടുത്ത നറുക്ക് ആർക്കാ പടച്ചോൻ തരുന്നതെന്ന് അറിയില്ല. ഒന്ന് ഒരുങ്ങിയിരുന്നോ.''

പോക്കർ നെഞ്ചത്ത് കൈവെച്ചുകൊണ്ട് പറഞ്ഞു

''ഔ ന്റെ കുരിപ്പേ, അന്റെ ആ കരിനാക്കുകൊണ്ടൊന്നും പറയല്ലേ.''

മറ്റുള്ളവരും ബഷീറലിയുടെ കൂടെ ചിരിച്ചു. അപ്പോൾ ദേഷ്യത്തോടെ പോക്കർ തുടർന്നു

''ഒന്ന് നിറുത്തടാ, മനുഷ്യനാകെ ബേജാറായ നേരത്താ അവന്റെ ഒരു തമാശ.''

പെട്ടെന്നാണ് സി എം പോക്കറിന്റെ ഫോൺ ബെല്ലടിച്ചത്. അയാൾ ഫോൺ എടുത്തതും മരണവാർത്ത കേട്ടതുപോലെ ആശ്ചര്യപ്പെട്ടുകൊണ്ട് ഏറെ പ്രയാസത്തോടെയും വിഷമത്തോടെയും പോക്കർ സ്വരം താഴ്ത്തി പറഞ്ഞു

''ഇന്നാ ലില്ലാഹിവ ഇന്നാ ഇലൈഹി റാജിഊൻ...''

ഇത് കേട്ടപാടെ മറ്റെല്ലാവരും അത് ഏറ്റു പറഞ്ഞുകൊണ്ട് പരസ്പരം നോക്കി. പോക്കറിനോട് ചോദിച്ചു.

''എന്താണ്, എന്തുപറ്റി ആരാ...ആരാ പോക്കർക്കാ മരിച്ചത്?''

''കട്ടാറത്തെ സലി.''

പോക്കർ പറഞ്ഞു, എന്നിട്ട് അയാൾ ബഷീറലിയെ നോക്കി ദേഷ്യപ്പെട്ടു.

''തൃപ്തിയായില്ലേ നിനക്ക്. നിന്റെ ഈ കരിനാക്കുണ്ടല്ലോ... ഞാനൊന്നും പറയുന്നില്ല.''

കുറച്ചു നേരം ആരും ഒന്നും പറഞ്ഞില്ല. കനത്ത നിശ്ശബ്ദത തളം കെട്ടി. അപ്പോൾ കുറ്റബോധവും പ്രയാസവും ഉള്ളിലൊതുക്കി ബഷീറലി പറഞ്ഞു

‘‘ഞാനൊരു തമാശ പറഞ്ഞതായിരുന്നു, അതിപ്പോ...’’

കുറച്ച് കഴിഞ്ഞപ്പോൾ ബഷീറലി പറഞ്ഞു തുടങ്ങി

‘‘ഈ റോഡിന് വേണ്ടി ആദ്യം മുതൽ കരുക്കൾ നീക്കിയ വ്യക്തി യായിരുന്നു സലിക്ക. ഇപ്പോൾ കണ്ടില്ലേ, അയാൾക്കിതൊന്നും ഒരു ഉപകാരവും ചെയ്തില്ല. ഇതൊരു പാഠമാണ്. അതുകൊണ്ട് ഇത് ഇവിടെ വെച്ച് നിറുത്താം.’’

‘‘നമുക്ക് മരിച്ച വീട്ടിൽ പോകണ്ടേ. വരൂ, ബാക്കിയൊക്കെ പിന്നെ സംസാരിക്കാം.’’ ഫാരിസ് എഴുന്നേറ്റു.

‘‘നിനക്ക് അങ്ങനെ പറയാം. മരിച്ചവർ മരിച്ചു. ഇവിടെ ഇപ്പോൾ തീ തിന്നുന്നത് ഞാനാണ്. എനിക്ക് മാത്രമാണ് വഴിയില്ലാതാകു ന്നത്. ഇനി അത് ചോദിച്ചിട്ട് മാജിദിന്റ മുന്നിൽ ചെല്ലാൻ എനിക്ക് ധൈര്യമില്ല. ചെന്നാലും അവൻ തരില്ല. ഇപ്പോൾ നിങ്ങൾ എല്ലാ വരും പിന്മാറുകയാണോ?’’

ഫാരിസിനേയും പോക്കറിനെയും ചൂണ്ടി സങ്കടപ്പെട്ടുകൊണ്ട് മുസ്തഫ ചോദിച്ചു. ഫാരിസ് പറഞ്ഞു

‘‘അതെ, ഇനി ഞാനില്ല. കേസിനും തല്ല് കൊള്ളാനുമൊന്നും എനിക്ക് വയ്യ.’’

ബഷീറലിയും നിഷാദും ഒരുമിച്ച് പറഞ്ഞു

‘‘ഞങ്ങളും ഇല്ല. മാജിദിനെ വെറുതെ ഒന്ന് വിരട്ടി നോക്കാം എന്ന് മാത്രമേ ഞങ്ങൾ ചിന്തിച്ചിരുന്നുള്ളൂ. അതിപ്പോ ഇങ്ങനെ പുലിവാലാകുമെന്നു കരുതിയില്ല.’’

‘‘അപ്പോൾ എന്റെ ഇന്നോവ. ഞാൻ ആ വണ്ടി വാങ്ങിച്ചും പോയല്ലോ പടച്ചോനേ, ഈ വഴി നിന്നു പോയാൽ പിന്നെ എനിക്കും വഴി മുടങ്ങും.’’

ഫാരിസ് പെട്ടെന്ന് പറഞ്ഞു പോയി.

ഫാരിസിന്റെ സംസാരത്തിൽ മുസ്തഫയ്ക്ക് എന്തോ ഒരു പന്തികേട് തോന്നി. എങ്കിലും അയാളൊന്നും പറഞ്ഞില്ല.

‘‘നീ മിണ്ടരുത്, ഇന്നോവ വേണമെങ്കിൽ ആകാശത്ത് കൂടി കൊണ്ടുപോയാൽ മതി. അവനും അവന്റെ ഒരു ഇന്നോവയും.’’

ബഷീറലി ദേഷ്യപ്പെട്ടു.

‘‘അത് പോകട്ടെ, വെറുതെ നമ്മൾ തമ്മിൽ തല്ലു കൂടിയിട്ട് കാര്യ മില്ല. നമുക്ക് തടി കേടാവാതെ എങ്ങനെ ഈ വിഷയത്തിൽ നിന്നും രക്ഷപ്പെടാം എന്നാണ് ഇപ്പോൾ ആലോചിക്കേണ്ടത്. അതിന് എന്ത് ചെയ്യും. അത് പറ നിങ്ങൾ.’’

നിഷാദ് വീണ്ടും വിഷയത്തിലേക്ക് വന്നു.

''മാജിദിനെ സ്വാധീനിക്കാൻ കഴിയുന്ന ആരാണുള്ളത് അതൊന്ന് നോക്ക്. നമ്മുടെ സൈൻ ഗ്രൂപ്പുകാർ എങ്ങനെ. അവരാകുമ്പോൾ ഫാരിസിന്റെയും മാജിദിന്റെയും അടുത്ത സുഹൃത്തുക്കൾ അല്ലേ. ഫാരിസ് വിചാരിച്ചാൽ അത് നടക്കും.''

''അത് നടക്കില്ല.''

ഉടനെ തന്നെ ഫാരിസ് പറഞ്ഞു.

''കാരണം, ഈ വിഷയത്തിൽ അവരൊക്കെയും ഒന്നും പറഞ്ഞില്ലെങ്കിലും എന്റെ ഭാഗത്താണ് നിൽക്കുന്നത്. എനിക്കൊരു വഴിയില്ലെന്ന് അവർക്കറിയാം. അതുകൊണ്ടാണ് ഈ വഴിപ്രശ്നം മാജിദ് അവരോട് പലപ്പോഴായി പറഞ്ഞിട്ടും അവരാരും ഇതുവരെയും ഇതിൽ ഇടപെടാതെ മാറിനിൽക്കുന്നത്.''

''മാജിദിന് വേണ്ടി രംഗത്ത് വരിക അവരും നീയുമൊക്കെയാകുമെന്നാണ് ഞാനും കരുതിയിരുന്നത്. ആ നീയിപ്പോൾ ഞങ്ങൾക്കൊപ്പമാണല്ലോ.''

ബഷീറലി പറഞ്ഞപ്പോൾ ഫാരിസ് അവരെ നോക്കിയെങ്കിലും മൗനം സമ്മതമെന്നപോലെ നിശ്ശബ്ദനായി.

''നിങ്ങളെന്തായാലും ഞങ്ങൾക്ക് പ്രശ്നമില്ല. നമ്മുടെ ഈ വിഷയം അവസാനിപ്പിക്കാൻ അവർ വിചാരിച്ചാൽ സാധിക്കുമെങ്കിൽ ആവട്ടെ എന്ന് മാത്രമേ ഞാൻ വിചാരിക്കുന്നുള്ളൂ.''

''നിഷാദ് പറഞ്ഞതൊക്കെയും എനിക്ക് മനസ്സിലായി. ഇനി അവർ ഇതിൽ ഇടപെട്ടാൽ പോലും മാജിദ് സമ്മതിക്കണമെന്നുമില്ല. അതുകൊണ്ടാണ് ഞാൻ പറഞ്ഞത് സൈൻ ഗ്രൂപ്പിലുള്ളവർ ഇതിന് ശരിയാവില്ലന്ന്. മറ്റൊരാളെയാണ് നമുക്ക് നോക്കേണ്ടത്.''

ഫാരിസ് പറഞ്ഞു. അപ്പോൾ മുസ്തഫ ചോദിച്ചു

''അല്ല, നിങ്ങൾ ഗുണ്ടകളെയും പൊലീസിനെയുമൊക്കെ അറേഞ്ച് ചെയ്യുമെന്നല്ലേ പറഞ്ഞിരുന്നത്. വലിയ ബന്ധങ്ങളും രാഷ്ട്രീയ സ്വാധീനങ്ങളുമുണ്ടെന്നും മറ്റുമൊക്കെ പറഞ്ഞിരുന്നല്ലോ. അതിനൊക്കെയല്ലേ ഞങ്ങളുടെ കയ്യിൽ നിന്നും നിങ്ങൾ പണം വാങ്ങിച്ചത്. എന്നിട്ടിപ്പോ അവന്റെ കാല് പിടിക്കുന്നതിനെക്കുറിച്ചാണോ ചർച്ച ചെയ്യുന്നത്?''

''ഇപ്പൊ ആ ഗുണ്ടകൾ പണം ചോദിച്ചുകൊണ്ടിരിക്കുകയാണ്. ക്വൊട്ടേഷൻ ഏൽപിച്ച നമ്മളെ ഇങ്ങോട്ട് തല്ലുന്നത് ഒഴിവാക്കാൻ, അല്ലേ ബഷീറേ, നിഷാദേ...''

സി.എം. പോക്കർ പറഞ്ഞപ്പോൾ ചമ്മിയ മുഖവുമായി അവർ രണ്ടുപേരും പരുങ്ങി. മുസ്തഫ ചോദിച്ചു

‘‘നിങ്ങൾ രണ്ടുപേർക്കും അവനോടുള്ള വിരോധം എന്തുകൊണ്ടാണെന്നാണ് എനിക്ക് മനസ്സിലാകാത്തത്. നിങ്ങൾക്കൊക്കെ വഴിയുണ്ടാക്കിത്തന്നവനല്ലേ മാജിദ്?’’

അപ്പോൾ ബഷീറലിയും നിഷാദും മുഖത്തോട് മുഖം നോക്കി.

‘‘അത് പിന്നെ..., അവൻ ഞങ്ങളുടെയൊക്കെ തെങ്ങും മാവും മുറിച്ചിട്ടാണ് അവന്റെ വീട്ടിലേക്ക് വഴിയുണ്ടാക്കിയത്. എന്നിട്ട് പിന്നെ...’’

പൂർത്തിയാക്കും മുന്നേ മുസ്തഫ പറഞ്ഞു.

‘‘അതിന് ഈ വഴി അവന്റെ വീട്ടിലേക്ക് മാത്രമായിട്ടല്ലല്ലോ ഉണ്ടാക്കിയത്?’’

‘‘അത് ശരിയാണ്, എന്നാലും അവിടെ എത്തിയപ്പോൾ അവൻ വഴി നിറുത്തിയില്ലേ, അതുകൊണ്ടാണ്.’’

ബഷീറലി നിഷാദിനെ നോക്കി.

നിഷാദ് തലയാട്ടി.

‘‘അതൊന്നുമല്ല. ശരിയായ കാരണം മറ്റെന്തോ ആണ്.’’

മുസ്തഫ ദൃഢസ്വരത്തിൽ പറഞ്ഞു.

അപ്പോൾ ബഷീറലി ദേഷ്യത്തിൽ ചോദിച്ചു.

‘‘നിനക്കിപ്പോ എന്താ വേണ്ടത്. അവനെ ന്യായീകരിക്കാനാണോ സംസാരിക്കുന്നത്. നിനക്കിപ്പോ അവന്റെ കൂടെ കൂടിയാൽ കൊള്ളാമെന്നുണ്ടോ. അടി കിട്ടുമെന്നായപ്പോൾ കാലുമാറിക്കളിക്കാൻ നോക്കണ്ട.’’

‘‘നിങ്ങളെന്താ ഈ പറയുന്നത്. എനിക്കും മുസ്തഫയ്ക്കുമൊക്കെ വേണ്ടേ ഒരു വഴി. അതിനായിട്ടല്ലേ ഞാനും അവനും നിങ്ങൾക്കൊപ്പം കഷ്ടപ്പെടുന്നത്.’’

അവർക്കിടയിലെ ചർച്ചകൾ പരസ്പരം കുറ്റപ്പെടുത്തലിന്റെയും ആരോപണങ്ങളുടെയും തലങ്ങളിലേക്ക് പോകുന്നത് കണ്ടപ്പോൾ മുസ്തഫ പറഞ്ഞു

‘‘ഈ നേരത്ത് നമ്മൾ തമ്മിൽ വാക്ക് തർക്കമല്ല ഉണ്ടാവേണ്ടത്. നിങ്ങളൊക്കെ ഇപ്പോൾ പറയുന്നതിൽ നിന്നും എനിക്ക് മനസ്സിലാകുന്നത് മാജിദ് കുറ്റക്കാരനല്ലെന്ന് തന്നെയാണ്. പിന്നെ, ഫാരിസിനും ഈ വഴി വേണമായിരുന്നു എന്നത് ഇതുവരെയും നിങ്ങൾ മറച്ചുവെച്ചത് ശരിയായില്ല. നിനക്ക് ഈ വഴിയില്ലെങ്കിലും ഒരു കുഴപ്പവുമില്ല എന്നല്ലേ നീ ഇതുവരെയും എന്നോട് പറഞ്ഞിരുന്നത്. നിങ്ങളൊക്കെ എന്നെ കരുവാക്കുകയായിരുന്നു അല്ലേ?’’

മുസ്തഫ ദേഷ്യപ്പെട്ടുകൊണ്ട് ചോദിച്ചു.

‘‘അത്... അത്... പിന്നെ, മാമ...’’

വാക്കുകൾ കിട്ടാതെ പ്രയാസപ്പെടുന്ന ഫാരിസിനെ നോക്കി ബഷീറലി ചോദിച്ചു.

‘‘അപ്പൊ നിനക്കും ഈ വഴി ആവശ്യമുണ്ട് അല്ലേ. എങ്കിൽ പിന്നെ മര്യാദയ്ക്ക് ആ മാജിദിനോട് അത് പറഞ്ഞുകൂടായിരുന്നോ. അവൻ തരുമായിരുന്നല്ലോ നിങ്ങൾ സുഹൃത്തുക്കൾ ആയിരുന്നില്ലേ. ശ്ശോ, നിങ്ങൾ എല്ലാവരും ചെയ്യുന്നത് നെറികേട് തന്നെയാണ്.’’

‘‘തുടക്കം മുതൽ ഞാൻ അമ്മാവന്റെ കൂടെ നിന്നതിനാൽ ഇപ്പോൾ മാജിദിനോട് വഴി ചോദിക്കാൻ എനിക്ക് പ്രയാസമുണ്ട്.’’ ഫാരിസ് പറഞ്ഞു.

നിഷാദ് പറഞ്ഞു

‘‘പോക്കർക്ക ചെയ്തതും നീ ഇപ്പോൾ ചെയ്തുകൊണ്ടിരിക്കുന്നതും നെറികേട് തന്നെയാണ്. മറ്റുള്ളവരുടെ അദ്ധ്വാനത്തിൽ ഒരു വഴി വീട്ടിലേക്കും പറമ്പിലേക്കും കൊണ്ടുവരാനുള്ള സൂത്രമായിരുന്നു ഇതുവരേയും നീയും ഈ പോക്കർക്കയും പിന്നെ ആ പുന്നത്തൂർക്കാരും കാണിച്ചുപോരുന്നത്. ശരിക്കും പറഞ്ഞാൽ നടവഴി മാത്രം വിട്ടുകൊണ്ട് മാജിദിന് അവിടെ മതിൽ കെട്ടാനുള്ള പിന്തുണയാണ് നമ്മൾ ഇപ്പോൾ കൊടുക്കേണ്ടത്.’’

‘‘ദയവ് ചെയ്ത് ശരി തെറ്റുകൾ പറഞ്ഞ് നമ്മൾ തമ്മിൽ തെറ്റേണ്ട സമയമല്ല ഇത്. മാജിദിന്റെ മുന്നിൽ ഇപ്പോൾ നമ്മൾ എല്ലാവരും അവന്റെ ശത്രുക്കളാണ്. അതുകൊണ്ട് നമ്മൾ എങ്ങനെയാണ് ഇതൊന്ന് അവസാനിപ്പിക്കുക. അതിന് ആരെയാണ് കാണേണ്ടത്. അതിനെപ്പറ്റി ചർച്ച ചെയ്യാം.’’

പോക്കർ പറയുമ്പോൾ അയാൾ അഭിമുഖീകരിക്കാൻ പോകുന്ന ഭവിഷ്യത്തുകളുടെ നേർചിത്രങ്ങൾ അയാളുടെ മുഖത്തുണ്ടായിരുന്നു.

‘‘ചെയ്യാനൊന്നുമില്ല, മാജിദ് നമുക്കൊക്കെ നല്ല പണി തരും. ഇനി അനുഭവിക്കുവാൻ തയ്യാറാവുക. പിന്നെ, പോക്കർക്ക മാത്രം ആ വല്യറമ്പിലെ വാഹിദ്ക്കാടെ മതിൽ പൊളിച്ച് പഴയപോലെ കെട്ടിക്കൊടുക്കേണ്ടി വരും. പണ്ട് പൊളിപ്പിച്ചത് ഓർമ്മയില്ലേ. എന്നിട്ട് അവൻ വിടുന്ന വഴിയിലൂടെ മുഖം താഴ്ത്തി നടക്കാൻ പഠിക്കുക. എന്തേ ഇത് പോരെ?’’

ബഷീറലി പറഞ്ഞപ്പോൾ പോക്കർ അസ്വസ്ഥനായി പറഞ്ഞു

‘‘ഔ, ഡാ ന്റെ ബഷീറലി, നീ ശവത്തിൽ കുത്തല്ലെടാ.’’

‘‘നിങ്ങളിപ്പോഴും നിങ്ങളുടെ കാര്യം മാത്രമാണ് പറയുന്നത്. എന്റെ വഴിയെക്കുറിച്ച് എന്താണ് ആരും ഒന്നും മിണ്ടാത്തത്.’’

മുസ്തഫ ചോദിച്ചു.

അതിനുള്ള ഉത്തരം പറഞ്ഞത് ബഷീറലിയാണ്.

‘‘നിന്റെ വഴിയോ, അത് ഏത് വഴി?’’

സ്വൽപം പരിഹാസത്തിൽ അയാൾ പറഞ്ഞു തുടങ്ങി

‘‘വർഷങ്ങളായി കേസും കോടതിയുമായി കിടക്കുന്ന ഈ സ്ഥലം വന്ന് വാങ്ങിക്കുമ്പോൾ അതൊക്കെ നീ ആലോചിക്കണമായിരുന്നു. പിന്നെ, ആരൊക്കെ എന്തൊക്കെ പറഞ്ഞാലും മാജിദിന്റ ഏറ്റവും അടുത്ത അയൽവാസിയാകേണ്ട ആളാണ് നീ എന്നും ഓർക്കണെ മായിരുന്നു.’’

‘‘ഞാനൊന്ന് പറയാം. മാജിദുമായി കട്ടയ്ക്ക് നിൽക്കണമെങ്കിൽ നമ്മുടെ പക്കൽ പണവും സ്വാധീനവും വേണം. കയ്യിൽ കാശി ല്ലെന്ന് അറിയുമ്പോൾ ഒരു രാഷ്ട്രീയക്കാരനും നമുക്കൊപ്പം നിൽ ക്കില്ല.’’

നിഷാദ് ഓർമ്മിപ്പിച്ചു.

‘‘അതൊക്കെ ശരിയാണ്. ഇപ്പോൾ ഇതിൽ നിന്നും തല ഊരാൻ എന്താണ് ചെയ്യേണ്ടത്. അതിനെക്കുറിച്ച് മാത്രം ഇനി പറഞ്ഞാൽ മതി.’’

‘‘നമുക്ക് മരിച്ച വീട്ടിൽ പോകേണ്ടതാണ്. അതു മറക്കണ്ട.’’

ബഷീറലി ഓർമ്മിപ്പിച്ചപ്പോൾ മുസ്തഫ പറഞ്ഞു

‘‘അപ്പോൾ നിങ്ങൾ ഈ വഴി പ്രശ്നം വേണ്ടന്ന് വെക്കാൻ തീരു മാനിച്ചു അല്ലേ, എനിക്കെന്റെ കാശും പോയി. വഴിയും പോയി. എന്റെ പോക്കർക്കാ, ഫാരിസേ, എന്നോട് ഈ ചതി വേണ്ടായി രുന്നു.’’

‘‘നീ ഒന്ന് മിണ്ടാതിരിക്ക് എന്റെ മുസ്തഫാ, മനുഷ്യൻ വല്ലവ ന്റെയും അടിയും കേസും കിട്ടാതെ ഇതൊന്ന് അവസാനിച്ചു കിട്ടാൻ പാടുപെടുമ്പോഴാണ് അവന്റെ ഒരു വഴിയും കാശും.’’

നിഷാദിന്റെ ദേഷ്യം നിറഞ്ഞ സംസാരം മുസ്തഫയിൽ മടുപ്പു ണ്ടാക്കി. അയാൾ പതുക്കെ എഴുന്നേറ്റു. എന്നിട്ട് ആരോടും ഒന്നും പറയാതെ അവിടെ നിന്നും നടന്നകന്നു.

അത് നോക്കിക്കൊണ്ട് ഫാരിസ് പറഞ്ഞു.

‘‘ആ, അവൻ പോകട്ടെ. ഞാൻ ഒരു ആളെ പറയാം. മാജിദിനെ സ്വാധീനിക്കാൻ അയാൾ വിചാരിച്ചാൽ മാത്രമേ സാധിക്കൂ.’’

എല്ലാവരും ഏറെ പ്രതീക്ഷയോടെയും ആകാംക്ഷയോടെയും ഫാരിസിനെ നോക്കി.

‘‘ആരാണയാൾ, ആരായാലും എവിടെയായാലും നമുക്ക് പോയി കാണാം. വേണമെങ്കിൽ കാല് പിടിക്കാം.’’

എല്ലാവരും ചോദിച്ചു.

ഫാരിസ് പേര് പറഞ്ഞപ്പോൾ അവർക്ക് സംശയമായി. അങ്ങനെയുള്ള ഒരാൾക്ക് മാജിദിനെ പറഞ്ഞ് സമ്മതിപ്പിക്കുവാൻ സാധിക്കുമോ. അതിനു മാത്രം എന്ത് ബന്ധമാണ് അവർ തമ്മിലുള്ളത്. സ്വന്തം അളിയന്മാർ ഇടപെട്ട് നിൽക്കുന്ന വിഷയത്തിൽ അങ്ങനെ ഒരാൾക്ക് എന്താണ് ചെയ്യാനാവുക. ഫാരിസ് പറഞ്ഞ വ്യക്തിയെയും ആ വിശ്വാസത്തെയും നിർദ്ദേശത്തെയും അവർ നിസ്സാരമായി തള്ളിക്കളഞ്ഞു.

മടങ്ങുന്ന മനസ്സുകൾ

മാജിദ് പോകുവാൻ ഇനി ഒരു ദിവസം മാത്രമാണുള്ളത്. ടിക്കറ്റ് ഓകെയായിട്ടുള്ള മെസ്സേജ് കിട്ടി. അതീവരഹസ്യമായിട്ടാണ് അയാൾ പോകുന്നത്. എതിർകക്ഷികൾ എന്തെങ്കിലും ചെയ്ത് പോക്ക് മുടങ്ങാതിരിക്കാനും മറ്റും ശ്രദ്ധിച്ചുകൊണ്ടാണ് യാത്രയ്ക്ക് ഒരുങ്ങുന്നത്. പ്രശ്നങ്ങൾ രൂക്ഷമാകുമ്പോൾ അതിൽ തടസ്സങ്ങളില്ലാതെ കാര്യങ്ങൾ സ്വതന്ത്രമായി ചെയ്യാൻ മാജിദ് സ്ഥലത്തില്ലാതിരിക്കുന്നതാണ് ജി പിക്ക് സൗകര്യം. അതുകൊണ്ടാണ് മാജിദിനെ ഇത്ര തിരക്ക് പിടിച്ച് പറഞ്ഞയയ്ക്കുന്നത്. മാജിദ് പോകുന്ന അന്നുതന്നെ കോടതിയിൽ നിന്നും സ്റ്റേ എടുക്കുവാൻ വേണ്ട കാര്യങ്ങൾ സാജിത വക്കീൽ ഏർപ്പാടാക്കിയിട്ടുണ്ട്. ഒപ്പം മതിൽ കെട്ടാനും വഴി മാറ്റാനും ആവശ്യമായ പണിക്കാരെയും അതിന് തടസ്സം വരാവുന്ന പൊലീസ് അവസരങ്ങളെയൊക്കെയും ജി പി തടഞ്ഞിട്ടുണ്ട്. ഇനി മാജിദ് പോയാൽ മാത്രം മതി.

മാജിദിന്റെ ഫോൺ ശബ്ദിച്ചു. ഫോണിൽ അപ്പുറത്ത് നിന്നും ഏറെ സുപരിചിതമായ ആ സൗമ്യശബ്ദം കേട്ടു. അപ്പോൾ മാജിദ് പറഞ്ഞു

‘‘ക്ഷമിക്കണം, രണ്ട് ദിവസമായിട്ട് കുറച്ച് പ്രശ്നങ്ങളിലായിരുന്നു. അതുകൊണ്ടാണ് വിളിക്കാനോ കാണാനോ സാധിക്കാതെ പോയത്. ഞാൻ വരണമെന്നും വിശദമായി ചില വിഷയങ്ങൾ സംസാരിക്കണം എന്നും കരുതിയതാണ്, പക്ഷേ ഇതുവരെയും സമയം കിട്ടിയില്ല. ഇനി ഉണ്ടാകുമോ എന്നും അറിയില്ല. ഞാൻ മറ്റന്നാൾ തിരിച്ചു പോവുകയാണ്. നാളത്തെ ഒരു ദിവസം മാത്രമാണ് ഉള്ളത്.’’

‘‘സാരമില്ല, ഇന്നത്തെ ദിവസത്തിൽ ഇനിയും സമയമുണ്ടല്ലോ, മാജിദ് ഒന്നിവിടം വരേയും വന്നിട്ട് പോകാം. എന്തായാലും നാളത്തെ ഒരു ദിവസം മാത്രമല്ലേ ഉള്ളൂ, ഉടനെ വരണം.’’

''ശരി, ഞാൻ ഇപ്പോൾ തന്നെ വരാം.''

അത്താഴത്തിനുള്ള വിഭവങ്ങൾ ഡൈനിങ്ങ് ടേബിളിൽ എടുത്തു വെച്ചുകൊണ്ടിരിക്കെ പുറത്തേക്ക് പോകാൻ ഒരുങ്ങുന്ന മാജിദിനോട് ഭാര്യ ചോദിച്ചു

''എവിടേക്കാണ് ഈ നേരത്ത്, പെട്ടെന്നിങ്ങനെ, ആരാണ് വിളിച്ചത്?''

''ഹസ്സൻ മാഷാണ്. ഞാൻ മറ്റന്നാൾ പോകുമെന്ന് പറഞ്ഞപ്പോൾ ഉടനെ ഒന്ന് വന്നിട്ട് പോകാം എന്ന് പറഞ്ഞു. ഞാൻ പോയിട്ട് പെട്ടെന്ന് വരാം. നാളെ എന്തായാലും എനിക്ക് പോകാൻ പറ്റുമെന്ന് തോന്നുന്നില്ല.''

''ഈ വിളമ്പി വെക്കുന്ന ഭക്ഷണം കഴിച്ചിട്ട് പോയാൽ പോരെ. ഇക്കമാരൊക്കെയുള്ളതുമല്ലേ.''

''അവരോട് പറയണ്ട, ഞാൻ പെട്ടെന്ന് വരാം. മാഷ് വിളിച്ചാൽ പിന്നെ എനിക്ക് പോകാതെ പറ്റില്ല.''

മാജിദ് ചെല്ലുമ്പോൾ മാഷ് പുറത്ത് തന്നെ ഉണ്ടായിരുന്നു. മുറ്റത്ത് കരുതിയിട്ട കസേരയിൽ ഇരിക്കാൻ പറഞ്ഞപ്പോൾ ഇരുന്നു. ഏതാനും സെക്കന്റുകൾ മാഷ് ഒന്നും മിണ്ടിയില്ല. അപ്പോൾ അയാൾ പതുക്കെ ചോദിച്ചു

''എന്നോട് വരാൻ പറഞ്ഞത്...''

''മാജിദ് പ്രവാചകൻ പറഞ്ഞത് മറന്നു പോയോ, നിങ്ങൾ ഇഷ്ടപ്പെടുന്നത് എന്തോ അത് ദൈവമാർഗ്ഗത്തിൽ ചെലവഴിക്കുകയും ത്യജിക്കുകയും ചെയ്യും വരേയും നിങ്ങൾ പൂർണ്ണമായും മുസ്‌ലിം ആവുകയില്ല. ഇന്ന് നിന്റെ ചില അയൽവാസികൾ എന്നെ കാണാൻ വന്നിരുന്നു. അവർ അവരുടെ അവസാനത്തെ അഭയമായിട്ടായിരുന്നു ഇങ്ങോട്ട് വന്നത് എന്ന് എന്നോട് പറയുകയും ചെയ്തു. നിനക്ക് ഞാൻ പറയുന്നത് മനസ്സിലായിക്കാണും അല്ലേ.''

അത് കേട്ടപ്പോൾ മാഷ് അയാളെ അങ്ങോട്ട് തിടുക്കപ്പെട്ട് വിളിച്ചതിന്റെ ഗൗരവം മനസ്സിലായി. താൻ എന്താണ് പറയുക, എല്ലാം കൈവിട്ട് പോയിരിക്കുന്ന ഈ അവസാന നിമിഷത്തിൽ ഇനിയും തനിക്കെന്താണ് ചെയ്യാനാവുക എന്നോർത്തുകൊണ്ട് അയാൾ നിശ്ശബ്ദനായി. അപ്പോൾ മാഷ് ചോദ്യം ആവർത്തിച്ചു

''ഞാൻ പറഞ്ഞത് നിനക്ക് മനസ്സിലായോ, അവർ ആരാണെന്നും വന്നത് എന്തിനാണെന്നും.''

മാജിദ് തലകുലുക്കി സമ്മതിച്ചു.

''മാജിദ് നിന്നിൽ നിന്ന് എന്തേ ഇങ്ങനെയൊക്കെ, അതും ഒരു

പ്രസ്ഥാന കുടുംബത്തിലെ അംഗമായയതിന് ശേഷം, എനിക്ക് വിഷമമുണ്ട്.''

''മാഷേ...''

മാജിദിന് അങ്ങനെ വിളിക്കാൻ മാത്രമേ സാധിച്ചുള്ളൂ. പിന്നെ അയാൾക്ക് ഒന്നും മിണ്ടുവാൻ കഴിഞ്ഞില്ല.

''മാജിദ്, കാര്യങ്ങളെല്ലാം അവർ പറഞ്ഞു. അവരിൽ നിന്നും വീഴ്ചകൾ സംഭവിച്ചിട്ടുണ്ട്. അതിൽ അവർക്ക് കുറ്റബോധവും പ്രായശ്ചിത്തം ചെയ്യാനുള്ള ആഗ്രഹവുമുണ്ട്. അതിനെ നീ മാനിക്കണം.''

''കാര്യങ്ങൾ കൈവിട്ട് പോയയല്ലോ മാഷേ.''

''ഇല്ല, ഇപ്പോഴും കാര്യങ്ങൾ നിന്റെ കയ്യിൽ തന്നെയാണ്. നിനക്കതിന്ന് കഴിയും.''

''മാഷേ, ഒരു ഭാഗത്ത് സ്വന്തം ഭാര്യയും മക്കളും അളിയന്മാരും. മറുഭാഗത്ത് കുടുംബബന്ധങ്ങളെപോലെ ഞാൻ സൂക്ഷിച്ച അയൽപക്കക്കാരും. നാളെ കഴിഞ്ഞാൽ ഞാൻ തിരിച്ചുപോവുകയാണ്. ശേഷം സംഭവിക്കാൻ പോകുന്നത് സ്വാഭാവികമായ ഒരു മതിൽ കെട്ടലല്ല. അവർ പ്രതികരിക്കുന്നുവെങ്കിൽ അതൊരു വെല്ലുവിളിയും അങ്കം വെട്ടലുമാണ്. അതിൽ ആർക്കൊക്കെ മുറിവേൽക്കുമെന്നോ ആരൊക്കെ ജയിലിൽ പോകേണ്ടി വരുമെന്നോ എന്നൊന്നുമറിയില്ല. മാത്രവുമല്ല ഇനി അങ്ങനെ ഒരു വഴി അവിടെയിണ്ടാവുകയുമില്ല.''

''നീ എന്താണീ പറയുന്നത്, അങ്ങനെ ഒന്നും സംഭവിക്കാൻ പാടില്ല, സംഭവിക്കരുത്.''

''എനിക്കിഷ്ടമുണ്ടായിട്ടല്ല മൗനാനുവാദം നൽകി നിശ്ശബ്ദനാകുവാൻ മാത്രമേ എനിക്കിപ്പോൾ സാധിക്കൂ. അങ്ങനെ ഒരു സാഹചര്യം എതിർഭാഗം എന്നിൽ സൃഷ്ടിച്ചു. അതുകൊണ്ട് മാത്രമാണ് ഇപ്പോൾ ഇങ്ങനെ ഒരു അവസ്ഥയിൽ എത്തി നിൽക്കുന്നത്.''

''അതൊന്നും കാര്യമില്ല. നിന്റെ മനസ്സും തീരുമാനവുമാണ് പ്രധാനം.''

''മാഷേ, ഞാൻ പോകാനുള്ള ടിക്കറ്റ് പോലും എടുത്തിട്ടുണ്ട്. മാത്രമല്ല അളിയന്മാർ അവരുടെ എല്ലാവരുടെയും പേരിൽ കോടതി സ്റ്റേയും കേസുകളും എടുക്കാനുള്ള കാര്യങ്ങളും ചെയ്തു കഴിഞ്ഞു. അതിനായി ധാരാളം പണവും സമയവും ചെലവഴിച്ചിരിക്കുകയാണ്. ഇപ്പോൾ ഞാൻ ചെന്നിട്ട് ഒന്നും വേണ്ടന്ന് പറഞ്ഞാൽ അത് അവരെ അപമാനിക്കുന്നതിന് തുല്യമാകില്ലേ, പിന്നെ അവരും ഞാനുമായുള്ള ബന്ധത്തിൽ അത് കാര്യമായ വിള്ളലുകൾ വീഴ്ത്തും.''

“മാജിദ്, നീ ധൈര്യമായിരിക്ക്. നിന്റെ ഇപ്പോഴത്തെ മാനസിക സംഘർഷം എനിക്ക് മനസ്സിലാകും. ക്ഷമയും വിട്ടുവീഴ്ചകളും ഗുണമല്ലാതെ ഒരു ദോഷവും ഇന്നോളം ആർക്കും വരുത്തിയിട്ടില്ല. ക്ഷമാശീലർക്കൊപ്പമാണ് അല്ലാഹു എന്ന ഖുർആനിക വചനം നിന്നിൽ ജീവിക്കേണ്ട സമയമാണിത്.”

“ഞാൻ സമ്മതിക്കുന്നു. പക്ഷേ, ഇന്ന് ഇവിടെ വന്നവർ ആരായാലും കാലങ്ങളായി എന്നെ അവഗണിക്കുകയും അപമാനിക്കുകയും ചെയ്യുന്നവരാണ്. ഫാരിസ് പോലും ശത്രുപക്ഷത്താണെന്നറിഞ്ഞപ്പോൾ മനസ്സ് വല്ലാതെ മുറിവേറ്റു മാഷേ.”

“ഇപ്പോൾ കഴിഞ്ഞതിനെക്കുറിച്ചെല്ലാം അവർക്ക് ഏല്ലാവർക്കും കുറ്റബോധവും പ്രയാസവുമുണ്ട്.”

“ശരിയായിരിക്കാം, അത് എന്നോടുള്ള സ്നേഹം കൊണ്ടോ അവർ ചെയ്തതിനെക്കുറിച്ചുള്ള കുറ്റബോധം കൊണ്ടോ അല്ല മാഷേ, നല്ല അടിയും കേസുകളും താങ്ങാനുള്ള പേടികൊണ്ട് മാത്രമാണ്. അളിയന്മ ാർ ഈ വിഷയത്തിൽ ഇടപെട്ടിട്ടില്ലായിരുന്നെങ്കിൽ ഇപ്പോഴും ഇവർ എനിക്കെതിരെ ഉപദ്രവങ്ങളും കുപ്രചാരണങ്ങളുമായി നടക്കുമായിരുന്നു. എല്ലാവരെയും പോലെ ഞാനും എന്റെ വീടിനെ ഒരു മതിൽ കെട്ടി സംരക്ഷിക്കാൻ മാത്രമല്ലേ ശ്രമിച്ചത്. അതും വാഹനങ്ങൾ പോകാനുള്ള വഴിവിട്ട് കൊണ്ട്. ആ വഴി ഉണ്ടാക്കാനും നിലനിറുത്താനും അതിന്റെ കേസ് നടത്താനും കൊല്ലങ്ങളോളം ഞാനൊറ്റയ്ക്കൊരാൾ മാത്രമേ ഉണ്ടായിരുന്നുള്ളൂ. ഇവരാരും ഒരിക്കൽ പോലും എന്തായി എന്നുപോലും ചോദിച്ചില്ല.”

അയാളുടെ കണ്ണുകൾ നിറഞ്ഞത് കണ്ടപ്പോൾ മാസ്റ്റർ എഴുന്നേറ്റ് അയാളുടെ അടുത്തേക്കിരുന്നു. ചുമലിൽ തട്ടിക്കൊണ്ട് പറഞ്ഞു.

“മാജിദ്, നമ്മൾ അവരെ പോലെയാണോ. അല്ലാഹുവിനെ സാക്ഷി നിറുത്തി ഒരു നേതൃത്വത്തിന് മുന്നിൽ വാഗ്ദത്തം നിർവഹിച്ചവരല്ലേ നമ്മൾ. ആവശ്യം ഉണ്ടാകുമ്പോൾ നമ്മുടെ സമ്പത്തും മനസ്സും പ്രവർത്തനങ്ങളും പ്രാർത്ഥനകളും സമൂഹത്തിന്റെയും സമുദായത്തിന്റെയും ഐക്യത്തിനും ക്ഷേമത്തിനും വേണ്ടി മാറ്റിവെക്കാൻ സന്നദ്ധമാണെന്ന് പറഞ്ഞുകൊണ്ട്. അതുകൊണ്ടല്ലേ നാടിനും നാട്ടാർക്കും വേണ്ടി രാവും പകലും നീ സമരം ചെയ്തത്. ഇന്ന് നിന്റെ മുന്നിൽ നിൽക്കുന്നത് അയൽക്കാരാണ്. പ്രതിസ്ഥാനത്ത് നീയും. ഇപ്പോൾ നീ സമരം ചെയ്യേണ്ടത് നിന്നോട് തന്നെയാണ്. നിനക്ക് നിന്നിലെ സത്യവിശ്വാസിയെയും പ്രസ്ഥാന പ്രവർത്തകനെയും തിരിച്ചറിയാനുള്ള സന്ദർഭമാണിത്. തിന്മയെ നന്മകൊണ്ട് പ്രതിരോധിക്കാൻ കിട്ടുന്ന അസുലഭ സന്ദർഭം. അത് നഷ്ടപ്പെടുത്തണോ പ്രയോജനപ്പെടുത്തണോ എന്ന് നീ തീരുമാനിക്കുക.

നിന്റെ ഉറച്ച തീരുമാനംകൊണ്ട് സംഭവിക്കാൻ പോകുന്ന ഒരു വലിയ വിപത്തിന്റെ അന്ത്യം കുറിക്കും. ഇല്ലെങ്കിൽ അത് നിന്റെ മനസ്സിലും സമൂഹത്തിലും ഒരുപാട് വർഷം നെരിപ്പോട് പോലെ എരിഞ്ഞുകൊണ്ടിരിക്കും. ഒരുപക്ഷേ, മരണാന്തര ജീവിതത്തിൽ ഇതത്രയും നിന്റെ സൽകർമ്മങ്ങളെ നിഷ്പ്രഭമാക്കുന്നവയായി രേഖപ്പെട്ടാൽ...''

മാഷ് ഇത്രയും പറഞ്ഞപ്പോൾ അയാളുടെ അന്തരാത്മാവിൽ ഒരു ഇടിമുഴക്കം ഉണ്ടായി. പെട്ടെന്ന് കണ്ണുകൾ നിറഞ്ഞൊഴുകി ശബ്ദം ഉള്ളിലൊതുക്കി കരഞ്ഞുകൊണ്ട് അയാൾ തകർന്നുപോകുന്നത് മാഷ് കണ്ടു. വീണ്ടും അയാളുടെ ചുമലിൽ തട്ടിക്കൊണ്ട് മാസ്റ്റർ പറഞ്ഞു

''നിന്നെ വിഷമിപ്പിക്കാനല്ല ഞാൻ പറഞ്ഞത് നീ കൂടുതൽ സൂക്ഷ്മത പാലിക്കുവാൻ മാത്രമാണ്. ദുനിയാവു മുഴുവൻ നേടിയിട്ടും ആഖിറം നഷ്ടപ്പെടുത്തിയിട്ട് എന്തു കാര്യം?''

അയാൾ കരച്ചിൽ കടിച്ചമർത്തി ദീർഘമായ മൗനത്തിൽ തന്നെ ഇരുന്നു. മാസ്റ്റർ തുടർന്നു

''മാജിദ് ഇതൊന്നും ഒരു പ്രസ്ഥാന പ്രവർത്തകന് യോജിച്ചതല്ല. ഇവിടെ സമൂഹം വിരൽ ചൂണ്ടുക നിന്നിലേക്ക് മാത്രമല്ല പ്രസ്ഥാനത്തിന്റെ നേർക്ക് കൂടിയാണെന്ന് നീ ഓർക്കുക.''

''മാഷേ, ഞാനിതൊന്നും ആഗ്രഹിച്ചതല്ല. പക്ഷേ, അവർ എന്നെക്കൊണ്ട് ചെയ്യിപ്പിക്കുകയാണ്. ഇന്നുവരെയും അവരിലൊരാളും എന്നോട് ഈ വിഷയത്തെക്കുറിച്ച് ഒന്നും സംസാരിച്ചില്ല. എന്നും കാണുന്നവരും സംസാരിക്കുന്നവരും ആയിട്ടുപോലും അവർ ഇങ്ങനെ ഒരു നീക്കം മനപ്പൂർവം എന്നിൽ നിന്നും ഒളിച്ചുവെച്ചത് എന്തിനായിരുന്നു.''

''മാജിദ് ഇത്രയും പറഞ്ഞത് കൊണ്ട് ഞാൻ പറയാം. നീ ഇപ്പോഴുള്ള വഴി വീടിന്റെ പുറകിലൂടെ മാറ്റിയാൽ, പോക്കറും മറ്റും ചേർന്ന് പണ്ട് പൊളിപ്പിച്ച നിന്റെ അമ്മാവന്റെ മതിൽ പഴയതുപോലെ കെട്ടിക്കൊടുക്കുവാൻ കാരണമായി വരും. അത് സി എം പോക്കർ തന്നെ ചെയ്തു കൊടുക്കേണ്ടിയും വരും. കാരണം അന്ന് മതിൽ പൊളിപ്പിക്കാൻ പോക്കറിനൊപ്പം ഉണ്ടായിരുന്ന നിന്റെ മൂത്ത അമ്മാവനും പള്ളായിൽ മഹമൂദും കുഞ്ഞമ്മദും കോവിൽ അലിഹാജിയും ബക്കറുമൊക്കെ മരിച്ചുപോയിരിക്കുന്നു. ഇപ്പോഴിതാ കട്ടാറത്തെ സലിയും. പട്ടാളം മൂസ മുതൽ ഈ കേസിൽ ഉൾപ്പെട്ടിരുന്നവരായി എത്രയെത്ര പേരാണ് നമ്മളിൽ നിന്നും മരണപ്പെട്ടു പോയത്. അവരാരും പോകുമ്പോൾ ഒന്നും കൊണ്ടുപോയില്ല നമ്മളും കൊണ്ടുപോകില്ല. ഞാൻ പറയുന്നത് മനസ്സിലാകുന്നുണ്ടോ നിനക്ക്.

നീ വഴി പുറകിലൂടെ കൊണ്ടുപോയാൽ പോക്കർ തന്നെ ആ മതിൽ പൊളിച്ച് കെട്ടിക്കൊടുക്കേണ്ടിവരും അതിൽ നിന്നൊഴിവാകു വാൻ വേണ്ടിയാണ് ഈ ആസൂത്രണങ്ങൾ എല്ലാം അയാളുണ്ടാ ക്കിയത്. ഒപ്പം ഫാരിസിന്റെ വഴിയും അവന് പ്രശ്നമാണ്. പുന്ന ത്തൂർക്കാർ അമ്മാവന്മാരാണെങ്കിലും അവർ അവന് അതിലെ വഴികൊടുക്കുന്ന കാര്യത്തിൽ അവ്യക്തത ഉണ്ട്. അതുകൊണ്ട് അവർക്കും ഈ വഴി കിട്ടണം എന്നാണ് ആഗ്രഹം. മുസ്തഫയ്ക്ക് നീ വഴി തടയുകയില്ല എന്നറിയാമെങ്കിലും അവനെയും പേടിപ്പിച്ച് കൂടെ നിറുത്തുകയായിരുന്നു പോക്കർ ചെയ്തത്. അതിന് വെട്ടത്ത് നിഷാദിനെയും ബഷീറലിയെയും അവർ ഉപകരണങ്ങളാക്കി. ഇതാണ് യഥാർത്ഥത്തിൽ സംഭവിച്ചത്.''

മാജിദ് സ്തബ്ധനായിപ്പോയി.

''ഇതിന് വേണ്ടിയായിരുന്നോ ഇതെല്ലാം. അത്തരം ഒരു നിവൃത്തി കേടുണ്ടങ്കിൽ പോക്കർക്കയ്ക്ക് അത് എന്നോട് പറയാമായിരുന്നില്ലേ. ഞാൻ മനസ്സിലാക്കാതിരിക്കുമോ. അയാൾ ചെയ്തതിന്റെ ഫലം അയാൾ തന്നെ അനുഭവിക്കട്ടെ എന്ന് എനിക്ക് കരുതാനും അയാൾക്ക് അതൊരു ശിക്ഷയായി നൽകാനും കഴിയുന്ന സമയമാണിത്. കാരണം അത്രമാത്രം ഞാൻ അവരോട് പറഞ്ഞിരുന്നു നിങ്ങൾ തിരക്കുപിടിച്ച് ആ മതിൽ പൊളിക്കല്ലേ എന്ന്. അന്ന് അവരും അമ്മാവനും അമ്മാ യിയും ആരും ഞാൻ പറഞ്ഞതു കേട്ടില്ല. കാലം എത്ര വേഗമാണ് കണക്കുകൾ നോക്കുന്നത്. അതിനിടയിൽ ഇതിൽ ഉൾപ്പെട്ട ആരൊക്കെ മരിച്ചു പോയി, ഇനിയും ആരൊക്കെ... എന്നിട്ടും ആ വഴിയും മതിലും ഇന്നും ഇന്നലെയും അങ്ങനെ തന്നെ നിൽക്കുന്നു, ഒരുപക്ഷെ, നാളെയും അത് തുടരും. അപ്പോഴൊന്നും നമ്മളാരും ഉണ്ടാവില്ല, അല്ലേ മാഷേ...''

വളരെ വികാരാധീനനായിട്ടാണ് മാജിദ് അത് പറഞ്ഞത്. അപ്പോൾ സന്തോഷത്തോടുകൂടി മാഷ് പറഞ്ഞു.

''ഇതാണ് യഥാർത്ഥ മാജിദ്. ഇപ്പോഴാണ് നീ നിന്നിലേക്ക് തിരിച്ചു വന്നത്. ഈ ഭൂമിയിൽ നാം ജീവിച്ചിരുന്നു എന്നതിന് ചില അട യാളങ്ങൾ തീർക്കണം. ഇത് അതിനുള്ള സമയമാണ്.''

ഞാൻ ഒരു തീരുമാനം പറയുന്നു.''

''മാഷ് പറഞ്ഞോളൂ, ഞാൻ അനുസരിക്കും. അതിനെത്ര വില കൊടുക്കേണ്ടിവന്നാലും.''

''നീ ഇപ്പോൾ തീരുമാനിച്ച യാത്ര ഒഴിവാക്കുക. നാളെത്തന്നെ പ്രശ്നങ്ങൾ അവസാനിപ്പിക്കണം. മരിച്ചു പിരിയുമ്പോൾ ആരും

ഇവിടെ നിന്നും ഒന്നും കൊണ്ടുപോകുന്നില്ല. നാം ചെയ്ത സൽകർമ്മ ങ്ങളല്ലാതെ. അതുകൊണ്ട് നിന്റെ സഹനത്തിന്റെയും വിട്ടുവീഴ്ച യുടെയും ക്ഷമയുടെയും പ്രതീകമായി ആ വഴി അതിലേതന്നെ തുടരട്ടെ. ഇപ്പോൾ അതാണ് നിന്റെ സൽക്കർമ്മം. ഇവിടെ നാം ആരും ജയിക്കുകയോ തോൽക്കുയോ ചെയ്യുന്നില്ല. ജയപരാജയ ങ്ങൾ ആപേക്ഷികമാണ്. അത്യന്തികമായ ജയവും പരാജയവും അല്ലാഹുവിന്റെ അരികിൽ മാത്രമാണ്. അതിനുള്ള അടയാളങ്ങളാണ് ഭൂമിയിൽ നാം തീർക്കേണ്ടത്.''

മാജിദ് ശിരസ്സ് കുനിച്ച് കണ്ണുകൾ മുറുക്കിയടച്ചു. ഒരു നിമിഷത്തെ മൗനത്തിനു ശേഷം സ്വരം താഴ്ത്തി മാഷ് വിളിച്ചു.

''മാജിദ്...''

അയാൾ പതുക്കെ മുഖമുയർത്തി നോക്കി.

''നിന്റെ ഇതുവരെയുള്ള ജീവിതത്തിലെ ഏറ്റവും വലിയ പ്രതി സന്ധികളെ തരണം ചെയ്തു വന്നവനാണ് നീ, അതിൽ ഏറ്റവും വലുതായിരുന്നില്ലേ നിന്റെ വീടിന്റെ വിൽപ്പന. എന്നിട്ടും അല്ലാഹു നിന്നെ കൈ വിട്ടില്ല. നിന്റെ സുജൂദുകൾക്കും സമര പോരാട്ടങ്ങൾക്കും അല്ലാഹു ഈ ദുനിയാവിൻ തന്നെ പ്രതിഫലം നൽകി. നിന്റെ പ്രാർത്ഥനകൾ സ്വീകരിച്ചു. അത് നീ മറക്കരുത്.''

മാഷ് തുടർന്നു പറഞ്ഞുകൊണ്ടിരിക്കെ മാജിദിന്റെ കണ്ണുകൾ നിറഞ്ഞൊഴുകിക്കൊണ്ടേയിരുന്നു. മാസ്റ്റർ പറഞ്ഞു കഴിഞ്ഞപ്പോൾ മാഷുടെ കൈകൾ രണ്ടും തന്റെ നെഞ്ചിലേക്ക് ചേർത്ത് പിടിച്ചിട്ട് അയാൾ പറഞ്ഞു

''മാഷ് എന്റെ കണ്ണുകൾ തുറപ്പിച്ചു. കൊട്ടിയടയ്ക്കപ്പെട്ട മന സ്സിന്റെ വാതിലുകൾ മലക്കെ തുറന്നു തന്നു. എനിക്കിനി ഒന്നും വേണ്ട മാഷേ. ഞാൻ ഈ യാത്ര ഉപേക്ഷിക്കുന്നു. നാളെ മാഷ് വരണം, അവരെയും കൂട്ടിക്കൊണ്ട്. എന്നിട്ട് ഇപ്പോൾ ഉള്ള ആ വഴി തന്നെ അവിടെ സ്ഥിരപ്പെടുത്തണം. അത് എങ്ങനെ വേണമെങ്കിലും മാഷ്ക്ക് അളന്നെടുക്കാം. അതിൽ എനിക്ക് എതിരഭിപ്രായം ഉണ്ടാ വില്ല. ഞാൻ കാരണം ആരും പ്രയാസപ്പെടരുത്, പ്രതേകിച്ച് പോക്കർ ക്കയും ഫാരിസും മുസ്തഫയും.''

''അൽഹംദുലില്ലാഹ്.''

മാസ്റ്റർ ദൈവത്തിന് സ്തുതി പറഞ്ഞുകൊണ്ട് അയാളെ കെട്ടി പ്പുണർന്നു.

''മാജിദ്, ഇന്ന് നിന്റെ ജീവിതത്തിലെ സുപ്രധാനമായ ഒരു ദിവസ മാണ്. വിട്ടുവീഴ്ചയുടെയും ക്ഷമയുടെയും ദിവസം. നാം സമൂഹ ത്തിന്റെ മുന്നിൽ നടക്കേണ്ടവരാണ്. ത്യജിച്ചും സഹിച്ചും ക്ഷമിച്ചും

സ്നേഹിച്ചും അപരന്റെ ക്ഷേമമാവണം എന്നും എപ്പോഴും നമ്മുടെ ലക്ഷ്യം. അതിന് അല്ലാഹു നിന്നെ അനുഗ്രഹിക്കട്ടെ.''

അപ്പോൾ മാജിദിന്റ ഫോൺ ബെല്ലടിച്ചു.

മാജിദ് ഫോണിൽ നോക്കികൊണ്ട് പറഞ്ഞു

''ഭാര്യയാണ്.''

മാസ്റ്റർ സംസാരിക്കാൻ പറഞ്ഞു. അയാൾ ഫോൺ എടുത്തു.

ഉടനെ വരാം എന്ന് പറഞ്ഞിട്ട് കട്ട് ചെയ്തു.

''ഇനിയും വൈകണ്ട, കുടുംബം കാത്തിരിക്കുകയല്ലേ?''

വീട്ടിലെത്തി വിവരങ്ങൾ പങ്കുവെച്ചപ്പോൾ ആരും അതിനോട് വിയോജിപ്പ് പറഞ്ഞില്ല. മാജിദിന്റെ തീരുമാനങ്ങളും തൃപ്തിയുമാണ് ഈ വിഷയത്തിൽ പ്രധാനം എന്നാണ് അവർ പറഞ്ഞത്. ഏറെ വൈകുന്നതിന് തന്നെ മുൻപ് മാജിദിന് മാസ്റ്ററുടെ ഫോണുണ്ടായി.

''മാജിദിന്റെ സമ്മതത്തോടെ നാളെ രാവിലെ പത്ത് മണിക്ക് സൈൻ കൾച്ചറൽ സെന്ററിൽ വെച്ച് എല്ലാവരും ചേർന്നുകൊണ്ടുള്ള ഒരു ഒത്തുതീർപ്പ് മീറ്റിംഗ് വെക്കുകയാണ്. അതിലേക്ക് അളിയന്മാരെയും കൂട്ടി മാജിദ് നേരത്തെ വരണം.''

അളിയൻ പറഞ്ഞു

''വിഷയങ്ങൾ ഇങ്ങനെ അവസാനിക്കുന്നത് തന്നെയാണ് നല്ലത്. ഞങ്ങൾ അതിൽ പങ്കെടുക്കേണ്ട ആവശ്യം ഇല്ല. നിങ്ങൾ ഒരേ നാട്ടുകാർ. അയൽപക്കക്കാർ. അവിടെ ഞങ്ങൾക്ക് കാര്യമില്ല. അതും സന്തോഷത്തിലും സമാധാനത്തിലും ഒരു പ്രശ്നം അവസാനിപ്പിക്കാനുള്ള മനസ്സുമായി നിങ്ങൾ ഒത്തുചേരുമ്പോൾ. പിന്നെ, അഡ്വക്കേറ്റ് സാജിതയെ പങ്കെടുപ്പിക്കുകയും മുസ്തഫയുടെ സ്റ്റേയും പുതിയ നീക്കങ്ങളും പിൻവലിക്കുകയും ചെയ്യുക. സ്റ്റേഷനിൽ ഞാൻ വിളിച്ചു പറഞ്ഞുകൊള്ളാം. തുടർന്നുള്ള കാലം സ്നേഹവും സൗഹൃദവും പുലർത്തിക്കൊണ്ട് മുന്നോട്ട് പോവുക. അല്ലാഹു അനുഗ്രഹിക്കട്ടെ.''

ശേഷം പെങ്ങളെ കെട്ടിപ്പിടിച്ച് മൂർദ്ധാവിൽ ചുംബിച്ചുകൊണ്ട് അയാൾ പറഞ്ഞു

''മോളെ, അകലെയുള്ള ബന്ധുവിനേക്കാൾ അടുത്തുള്ള ശത്രുവിനെയാണ് കൂടുതൽ സ്നേഹിക്കേണ്ടത്. നീ വിഷമിക്കരുത്. എന്ത് ആവശ്യം ഉണ്ടെങ്കിലും ഞങ്ങളെ അറിയിക്കാൻ മടിക്കരുത്. ഇക്കമാർ ഓടിയെത്തും. എന്നാൽ അതിനുമുന്ന് ഓടിയെത്തുന്നവരാണ് അയൽവാസികൾ.''

അളിയൻ മാജിദിനെ കെട്ടിപ്പിടിച്ച് യാത്രയായി.

ഹസ്സൻ മാസ്റ്ററുടെ അധ്യക്ഷതയിൽ മീറ്റിംഗ് ആരംഭിച്ചു. അന്തരിച്ച സലിയുടെ ആത്മാവിനു വേണ്ടി പ്രാർത്ഥിച്ചും എന്നാൽ അദ്ദേഹത്തിന്റെ മയ്യിത്ത് സംസ്ക്കരണത്തിന് പങ്കെടുക്കുവാൻ മീറ്റിംഗ് പെട്ടെന്ന് അവസാനിപ്പിക്കേണ്ടതുണ്ട് എന്ന അഭിപ്രായത്തിലുമാണ് ആ മീറ്റിംഗിൽ എല്ലാവരും സംബന്ധിച്ചത്.

''യു കെയിൽ നിന്നും സലിയുടെ മകൻ എത്താനുള്ള താമസം കൊണ്ടാണ് മയ്യിത്ത് എടുക്കുവാൻ വൈകിയിട്ടുള്ളത്. ജനാസ ഫ്രീസറിൽ കിടക്കുവാൻ തുടങ്ങിയിട്ട് മണിക്കൂറുകളായി. ഓരോ മരണവും നമ്മിൽ തീർക്കുന്ന നടുക്കം ക്ഷണികമാണ്. എന്നാൽ നാം ചിന്തിക്കേണ്ട വലിയൊരു പാഠം അത് പകരുന്നുണ്ട്. നാം മനുഷ്യർ ഈ ഭൂമിയിൽ നിർവ്വഹിക്കുന്ന സഞ്ചാരം ക്ഷണികമാണ്. അതിനായി ജഗന്നിയന്താവ് നിശ്ചയിക്കപ്പെടുന്ന ഓരോ വഴിയും പ്രയാസങ്ങളുടേതാണ്. അവിടേക്ക് നാം വന്നെത്തുന്നതും തിരിച്ചു പോകുന്നതും ഒറ്റയ്ക്കാണ്, ആർക്കും ആരും കൂട്ടിനില്ലാത്ത ഒറ്റയ്ക്കൊറ്റയ്ക്കുള്ള മടക്കം. ഇപ്പോൾ നമ്മളിൽനിന്നും സലി മടങ്ങിയിരിക്കുന്നു.''

ആ വലിയ പ്രശ്നപരിഹാര ചർച്ചയ്ക്ക് മാസ്റ്റർ തുടക്കം കുറിച്ചു. മീറ്റിംഗിൽ മാജിദ് മുഴുനീളെ നിശ്ശബ്ദനാവുകയാണ് ചെയ്തത്. ചോദ്യങ്ങൾക്കും അഭിപ്രായങ്ങൾക്കും മാഷ് മറുപടി പറയും എന്ന് മാത്രം പറഞ്ഞു. മാസ്റ്റർ തന്നെയാണ് കൂടുതലും സംസാരിച്ചത്. അത് തർക്കങ്ങളുടെയും വിഴുപ്പലക്കലിന്റെയും മീറ്റിംഗ് അല്ലായിരുന്നു. പ്രശ്നങ്ങൾ പരിഹരിക്കപ്പെടുക മാത്രമായിരുന്നു അതിന്റെ ഉദ്ദേശ്യം. അതുകൊണ്ട് തുടക്കത്തിൽ പറഞ്ഞതുപോലെ വേഗം അവസാനിപ്പിക്കുവാനുള്ള തിടുക്കമായിരുന്നു എല്ലാവർക്കും. ഒത്തുതീർപ്പുകളും തീരുമാനങ്ങളും സാജിത വക്കീൽ എഴുതിവെച്ചു. എല്ലാവരും അതിൽ ഒപ്പ് വെക്കുകയും കേസുകൾ പിൻവലിക്കാനുള്ള കാര്യങ്ങൾക്ക് വക്കീലിനെ അവർ ചുമതപ്പെടുത്തുകയും ചെയ്തു. വളരെ വേഗം തന്നെ മീറ്റിങ്ങ് അവസാനിപ്പിച്ചു. പിന്നീട് എല്ലാവരും നേരെ മാജിദിന്റെ വഴിയിലേക്ക് പുറപ്പെട്ടു. അതിന്റെ കാര്യങ്ങൾ നേരിൽ കണ്ട് തീരുമാനിക്കുകയുമായിരുന്നു ലക്ഷ്യം.

മാസ്റ്ററുടെ നേതൃത്വത്തിലും ഉപദേശ, നിർദ്ദേശങ്ങളിലും മാജിദിന് കുറച്ച് മുറ്റം കിട്ടുന്ന വിധത്തിലും എന്നാൽ വഴിക്ക് കുറച്ച് കൂടി വീതി ലഭിക്കുവാൻ സാധിക്കും വിധവും നിലവിലുള്ള വഴി പല തവണ അളക്കുകയും അഭിപ്രായം ആരായുകയും ചെയ്തു. മാജിദ് അപ്പോഴും ഒന്നും പറഞ്ഞിരുന്നില്ല എന്നത് മാസ്റ്റർക്ക് വലിയ മാനസിക പ്രയാസം വരുത്തിയിരുന്നു. ഒടുവിൽ ഒന്ന് കൂടി അളന്ന്

നോക്കി ഒരടി കൂടി വീതി കൂട്ടി ഒമ്പതടിയിൽ ആക്കി അളവ് വെച്ചു കൊണ്ട് മാസ്റ്റർ ആ പ്രശ്നത്തിന് പരിഹാരം നിർദേശിച്ചു. അപ്പോൾ ആർക്കും എതിർപ്പുണ്ടായില്ല. എതിർക്കേണ്ടവർക്ക് അറിയാമായി രുന്നു ഇനിയും വീതി കൂട്ടിയാൽ മാജിദിന് മുറ്റം ഉണ്ടാവില്ലെന്ന്. പിന്നെ ഈ വഴി ഒരിക്കലും അപ്പുറത്തെ റോഡിൽ മുട്ടാനുള്ള യാതൊരു സാധ്യതയും നിലനിൽക്കുന്നില്ലന്നും അവർക്ക് ഉറപ്പു ണ്ടായിരുന്നു. പ്രശ്നം അവസാനിക്കുന്നത് കണ്ടപ്പോൾ സി.എം. പോക്കറിനായിരുന്നു ഏറ്റവും കൂടുതൽ സന്തോഷവും ആശ്വാസവും. ആ വലിയ മതിൽ വീണ്ടും പൊളിച്ച് കെട്ടിക്കൊടുക്കേണ്ട ഭാരിച്ച ഉത്തരവാദിത്തം തന്നിൽ നിന്നും എന്നന്നേക്കുമായി ഒഴിഞ്ഞുപോകു ന്നത് കാണുന്നതിലുള്ള ആഹ്ലാദമായിരുന്നു അയാൾക്ക്. ആരും കാണാതെ തന്റെ കൈ നെഞ്ചത്ത് വെച്ചുകൊണ്ടും മറുകൈ റോഡിന്റെ സൈഡിലുള്ള വാഹിദിന്റെ ആ മതിലിലേക്ക് ചേർത്ത്വെച്ച് കൊണ്ടും അയാൾ നെടുവീർപ്പിട്ടു.

മുസ്തഫയുടെ അതിരിൽ അളക്കുമ്പോൾ അവിടെ പന്ത്രണ്ടടി വേണമെന്ന ചെറിയ ഒരു വാശിയുടെ സ്വരം മുസ്തഫയുടെ ബന്ധു വിൽ നിന്നും ഉയർന്നു. അപ്പോൾ എല്ലാവരും മുസ്തഫയെ രൂക്ഷ മായി നോക്കുകയും അടക്കം പറയുകയും ചെയ്തു. ഒരൽപ്പം അല ങ്കോലപ്പെട്ട അന്തരീക്ഷത്തിൽ മാഷ് മാജിദിനെ ഒന്ന് നോക്കുകയു ണ്ടായി. മാജിദ് എല്ലാം മാഷുടെ തീരുമാനം എന്ന അർത്ഥത്തിൽ തലയാട്ടി. അപ്പോൾ മാഷ് ടാപ്പെടുത്തു അവിടെ രണ്ടടി കൂടുതൽ അളന്നുകൊണ്ട് പത്തടിയിൽ ആ ഭാഗവും അടയാളപ്പെടുത്തി. അങ്ങനെ ഒരു ഭാഗത്ത് ഒമ്പതടിയും മറുഭാഗത്ത് പത്തടിയിലുമായി അതുവരെയുള്ള റോഡ് സ്ഥിരപ്പെടുത്തിക്കൊണ്ട് കാലങ്ങളായി നീണ്ടുനിന്ന പരസ്പര വൈരാഗ്യത്തിന്റേയും വിദ്വേഷത്തിന്റേയും നെരിപ്പോടണച്ചു.

‘‘തുടർന്നുള്ള കാലങ്ങൾ സ്നേഹത്തിന്റേയും സൗഹൃദത്തി ന്റേയും ഐക്യത്തിന്റേയും മികച്ച സന്ദേശമായി നിങ്ങൾ സമൂഹ ത്തിന് മാതൃകയാകണം.’’

വികാരം തിങ്ങിയ മനസ്സുമായി മാസ്റ്റർ അത് പറയുമ്പോൾ അദ്ദേഹത്തിന്റെ കണ്ണുകളിൽ നനവ് അനുഭവപ്പെട്ടിരുന്നു.

‘‘മാജിദ്..., ഇനി നമുക്കിടയിൽ ഒരു പ്രശ്നവുമില്ല.’’

നീട്ടിപ്പിടിച്ച കൈകളുമായി സി.എം. പോക്കർ സലാം ചൊല്ലി ചിരിച്ചുകൊണ്ട് മാജിദിന്റെ അരികിലേക്ക് വന്നു. മാജിദ് ആ കൈ കൾ ചേർത്ത് പിടിച്ചുകൊണ്ടു പറഞ്ഞു.

‘‘വ അലൈക്കും സലാം വ റഹ്മത്തുല്ലാഹ്.’’

അവർ കൈകൊടുത്ത് സ്നേഹം പങ്കിട്ടപ്പോൾ മറ്റുള്ളവരും മാജിദിനോട് അതുതന്നെ ചെയ്തു. എന്നാൽ മുസ്തഫ മാത്രം അപ്പോഴും മാജിദിനെ നോക്കി തെല്ലൊന്ന് ഭയപ്പാടോടുകൂടി അകന്നു നിന്നു. വെട്ടുകത്തിയുമായി തന്നെ വെട്ടിനുറുക്കാൻ പാഞ്ഞടുത്ത മാജിദിന്റെ രൗദ്രഭാവമായിരുന്നു അപ്പോഴും അയാളുടെ മനസ്സിൽ. മറ്റുള്ളവർ സന്തോഷം പങ്കുവെച്ചു കൊണ്ടിരുന്നു. ഫാരിസിന്റെ മുഖത്ത് മാത്രം ചെറിയ അതൃപ്തി നിഴലിച്ചുനിൽക്കുന്നതായി അയാൾക്ക് അനുഭവപ്പെട്ടു. ഒരു വലിയ കാർമേഘം ഒഴിഞ്ഞ തെളിമയിൽ ചിരിച്ചുകൊണ്ട് ബഷീറലി പറഞ്ഞു

''ഇനി നമുക്ക് നല്ലൊരു ബിരിയാണിയും വെച്ച് ഒന്ന് കൂടണം.''

''അതെ, അതെ നമുക്കിതൊന്ന് ആഘോഷിക്കണം.'' ജമാലുദ്ദീൻ പറഞ്ഞു.

അപ്പോൾ എല്ലാവരും ചിരിച്ചു. ആ ചിരിയും സന്തോഷവും മാസ്റ്ററുടെ മനസ്സിൽ ഉണ്ടാക്കിയ സംതൃപ്തി അളവറ്റതായിരുന്നു. എന്നാൽ മാജിദിന് മാത്രം ചിരിക്കാൻ കഴിഞ്ഞില്ല. അയാൾ മനസ്സിന്റെ മൗനങ്ങളിൽ അപ്പോഴും ഒളിപ്പിച്ചുവെച്ച നൊമ്പരങ്ങളോട് ചോദിച്ചുകൊണ്ടിരുന്നു ഇപ്പോൾ എന്ത് മാറ്റമാണ് ഇവിടെ ഉണ്ടായത്. ഈ വഴി അന്നും ഇന്നും ഇങ്ങനെ തന്നെയായിരുന്നില്ലേ. ഒരടിയുടെ വ്യത്യാസം മാത്രമല്ലേ സംഭവിച്ചത്. വഴി മുടക്കുക എന്നത് താനൊരിക്കലും ചിന്തിക്കാത്ത ഒരു കാര്യമായിരുന്നല്ലോ എന്നിട്ടും... ഫാരിസ് പോലും ഒരു വാക്കെങ്കിലും നാളിതുവരെ തന്നോട് പറഞ്ഞില്ല. ബഷീറലിയും... സൗഹൃദത്തിന്റെ സ്വാതന്ത്ര്യം പോലും ആരും തന്നോട് പ്രകടിപ്പിച്ചില്ല. അങ്ങനെ കടന്നുപോയ എത്രയെത്ര വർഷങ്ങൾ... എല്ലാം ഇന്നലെ കഴിഞ്ഞതുപോലെ, അന്നുണ്ടായിരുന്നവർ ഓരോരുത്തരായി കടന്നുപോയിരിക്കുന്നു. ഇപ്പോഴിതാ കട്ടാറത്തെ സലിക്കയും...

ഓരോ ഓർമ്മകളും അനുഭവങ്ങളും ഹൃദയത്തിൽ കിടന്ന് പിടയ്ക്കുകയാണ്. ഇനി ഒരിക്കലും ആ പിടപ്പ് മാറില്ല. താൻ അത്രയും വേദനിച്ചിട്ടുണ്ട്. പുന്നത്തൂർക്കാർ സമീപഭാവിയിൽ ആ വഴി അടക്കുകതന്നെ ചെയ്യുമെന്ന സ്വരവുമായി ഇന്നും നിൽക്കുന്നു. മുസ്തഫ പറഞ്ഞതുപോലെ താൻ ഇനി വീടിന്റെ മുഖം മറ്റൊരു ദിശയിലേക്ക് മാറ്റേണ്ടിയിരിക്കുന്നു. ഏറെ പ്രയാസമാണത്, ലക്ഷങ്ങൾ വേണ്ടിവരും. അയാളങ്ങനെ മനസ്സിൽ ഓരോന്ന് ചിന്തിച്ചുനിൽക്കേ അകലെ നിന്നും ചെറിയ ശബ്ദത്തിലും വിലാപത്തിന്റെ ഈണത്തിലും ദിക്ർ കേൾക്കുന്നുണ്ടായിരുന്നു

''ലാ ഇലാഹാ ഇല്ലല്ലാഹ്...ലാ ഇലാഹാ ഇല്ലല്ലാഹ്...''

കട്ടാറത്തെ സലിയുടെ മൃതദേഹം വഹിച്ചുകൊണ്ടുള്ള ഒരു സംഘം അകലെ കാണും വിധം കടന്നുപോവുകയായിരുന്നു.

അപ്പോൾ അവിടെ കൂടിയവർ എല്ലാവരും മാജിദിനോട് യാത്ര പറഞ്ഞുകൊണ്ട് ആ മൃതദേഹത്തെ അനുഗമിക്കുവാൻ ധൃതിയിൽ നടന്നകന്നു. മാഷ് അവരേയും മാജിദിനേയും ആ വഴിയേയും മാറി മാറി നോക്കി. ആ നോട്ടത്തിൽ അനുസരണയും ആദർശ ശുദ്ധിയുമുള്ള ഒരു പ്രസ്ഥാന പ്രവർത്തകൻ നിർവ്വഹിച്ച ഉടമ്പടിയുടെ സന്തോഷത്തിൽ സംതൃപ്തമായ മുഖമായിരുന്നു അദ്ദേഹത്തിന്. ദൈവത്തെ സ്തുതിച്ചുകൊണ്ട് മാഷ് പറഞ്ഞു

''അൽഹം ദുലില്ലാഹ്.''

''മാജീദ്, നീ പൂർത്തീകരിച്ച ഈ വഴിയുണ്ടല്ലോ ഇത് കേവലം ഒരു വഴി മാത്രമാണെന്ന് കരുതരുത്.''

മാജിദ് മാഷുടെ കണ്ണുകളിലേക്കുതന്നെ നോക്കി നിന്നു. ശാന്തതയും സമാധാനവും നിറഞ്ഞ ആ മിഴികളിൽ യുഗാന്തരങ്ങളുടെ കാഴ്ചകളുണ്ടായിരുന്നു.

''ഇത് നീയും ഞാനുമടങ്ങുന്ന സമൂഹത്തിന്റെ ജീവൽബന്ധിയായ വഴിയാണ്. ഇതിൽ പതിയുന്ന ഓരോ കാൽപാടുകളെക്കൊണ്ട് കാലം നിനക്കായൊരു ചിത്രം വരയ്ക്കുന്നുണ്ട്. ഇൻഷാ അല്ലാഹ്... ഞാൻ പോകുന്നു. നീ വരുന്നുണ്ടോ?''

''ഇല്ല.''

''ശരി ഞാൻ പോകട്ടെ.''

മയ്യിത്തിനെ അനുഗമിക്കാൻ മാസ്റ്റർ വേഗത്തിൽ നടന്നുപോയി. പ്രായം തളർത്താത്ത നിഷ്കാമകർമ്മിയായ ആ മനുഷ്യനെ നോക്കി അയാൾ നിന്നു. അപ്പോൾ അവരുടെ അനുരഞ്ജനചർച്ചയ്ക്ക് മുന്നോടിയായി അദ്ദേഹം പറഞ്ഞുവെച്ച വാക്കുകൾ അയാളിൽ മാറ്റൊലികൊണ്ടു.

''നാം മനുഷ്യർ ഈ ഭൂമിയിൽ നിർവ്വഹിക്കുന്ന സഞ്ചാരം ക്ഷണികമാണ്. അതിനായി ജഗന്നിയന്താവ് നിശ്ചയിക്കപ്പെടുന്ന ഓരോ വഴിയും പ്രയാസങ്ങളുടേതാണ്. അവിടേക്ക് നാം വന്നെത്തുന്നതും തിരിച്ചുപോകുന്നതും ഒറ്റയ്ക്കാണ്. ആർക്കും ആരും കൂട്ടിനില്ലാത്ത ഒറ്റയ്ക്കൊറ്റയ്ക്കുള്ള മടക്കം. ഇപ്പോൾ നമ്മളിൽനിന്നും സലി മടങ്ങിയിരിക്കുന്നു.''

സലിയുടെ മൃതദേഹത്തെ കാണണമെന്നും അനുഗമിക്കണമെന്നും അയാൾക്ക് ആഗ്രഹമുണ്ടായിരുന്നു. പക്ഷേ, എന്തുകൊണ്ടോ മനസ്സ് അനുവദിച്ചില്ല. കറുത്തുറ്റ ചുവടുവെപ്പുകളുമായി ആ വഴിയിലൂടെ നടന്നുപോയിരുന്ന സലിയെയും പിന്നീട്, തളർന്നു തൂങ്ങിയ

കൈയും കാലും വലിഞ്ഞു കോടിയ ചുണ്ടുമായി തന്റെ മുന്നിലേക്ക് വേച്ചു വേച്ചു വന്ന സലിയെയുമാണ് അയാൾ ഓർത്തത്. ഇപ്പോഴിതാ ചലനമറ്റ സലിയെ ചുമലിൽ താങ്ങി മറ്റൊരു വഴിയിലേക്ക് ആരൊക്കെയോ കൊണ്ടുപോകുന്നു.

അപ്പോൾ പക്ഷികൾ പറക്കാൻ മടിക്കുന്ന ഉച്ചവെയിൽ ചൂടേറ്റ്, ചുട്ടു പൊള്ളുകയായിരുന്നു അന്തരീക്ഷം. അവിടെ ഒറ്റയ്ക്ക് നിന്നുകൊണ്ടയാൾ മൂർദ്ധാവിൽ ഉരുകുന്ന സൂര്യന് നേരെ നോക്കി. പ്രകാശ ശരങ്ങൾ തറച്ച കണ്ണുകൾ മുറുക്കിയടച്ച് തുറന്നപ്പോൾ കത്തി നിൽക്കുന്ന മരുഭൂവിൽ എത്തിനിൽക്കുന്നതായാണ് അയാൾക്ക് തോന്നിയത്. അവിടെ അയാൾ അയാളെ തന്നെ തിരഞ്ഞു നടക്കുകയായിരുന്നു.

‘‘ഞാൻ...ഞാൻ ആരാണ്... എവിടെയാണ്... ഞാൻ എന്നിൽ നിന്നും വേർപെട്ടിരിക്കുന്നുവല്ലോ... ദേഹവും ദേഹിയുമായി വിഭജിക്കപ്പെട്ട എന്നിലെ എന്നെ എനിക്കിപ്പോൾ കാണാൻ സാധിക്കുന്നു... ഇതായിരുന്നില്ലേ ഞാൻ...എവിടെ... നീ എവിടെ... അല്ല, ഞാനെന്ന ഞാൻ എവിടെ...’’

അയാൾ അയാളെത്തന്നെ കാണുകയും കേൾക്കുകയും ചെയ്യുകയായിരുന്നു. അതുകൊണ്ടുതന്നെ ആ ചോദ്യങ്ങൾ പരസ്പരം ചോദിച്ചുകൊണ്ടിരുന്നു.

മണൽക്കാറ്റ് വീശുമ്പോൾ നിമിഷങ്ങൾക്കൊണ്ട് രൂപമാറ്റം സംഭവിക്കുന്ന മരുഭൂമിയുടെ അകലങ്ങളിൽ ഇനിയൊരിക്കലും തിരിച്ചുവരാത്ത ദൂരങ്ങൾ താണ്ടുന്ന സലിയുടെ മൃതശരീരം ചുമന്നുകൊണ്ട് പോകുന്നവരെ വീണ്ടും അയാളവിടെ കണ്ടു. കഠിനമായ സൂര്യതാപത്തിൽ ചുട്ടുപൊള്ളുന്ന മണൽപ്പരപ്പിൽ നിന്ന് ഉയരുന്ന ആവി പോലെയാണ് അത്. അവർ ഉരുവിട്ടുകൊണ്ടിരുന്ന മന്ത്രധ്വനികൾ അയാളുടെ കാതുകളിൽ നേർത്ത ശബ്ദവീചികളായി വിറകൊണ്ടു.

‘‘ലാ ഇലാഹ ഇല്ലല്ലാഹ്... ലാ ഇലാഹ ഇല്ലല്ലാഹ്...’’

പെട്ടെന്ന് മുന്നിൽ വിശാലമായ ഒരു വഴി രൂപപ്പെട്ടു. അനന്തമായ മണൽപ്പാതയിലേക്ക് കൂട്ടം തെറ്റിയ ഒട്ടകം കണക്കെ അയാൾ കാലെടുത്തുവെച്ചു. അപ്പോൾ ആ വഴിയിൽ പതിഞ്ഞ കുറേ കാൽപാടുകളെ കാറ്റ് മായ്ക്കുകയും പുതിയവ വരയ്ക്കുകയും ചെയ്യുന്നുണ്ടായിരുന്നു.

■

www.ingramcontent.com/pod-product-compliance
Lightning Source LLC
LaVergne TN
LVHW060324051026
849517LV00004B/1223